திரு. கே. ராஜய்யன்

1929-இல் திருவனந்தபுரத்திலுள்ள நெல்லிக்காகுழியில் பிறந்தவர். கேரள, சென்னை, ஜார்ஜ் வாஷிங்டன் பல்கலைக்கழகங்களில் பயின்று தன்னைத் தகுதிப்படுத்திக்கொண்டவர். திருப்பதி வேங்கடவன் பல்கலைக்கழகம், சென்னைப் பல்கலைக்கழக வரலாற்றுத் துறைகளில் பணியாற்றி ஓய்வுபெற்றவர். இந்திய நிர்வாகப் பணிக்கழகத்திலும், தென்னிந்திய வரலாற்று மாநாட்டிலும் தலைவராக விளங்கியவர். தமிழ்நாட்டு வரலாற்றில் மருது சகோதரர்களின் பங்கு, வீரபாண்டிய கட்டபொம்மன் உள்ளிட்ட பாளையக்காரர்களின் எழுச்சி, 1800 – 1801 தென்னிந்தியக்கலகம், வேலூர்க்கலகம் ஆகியவற்றைத் தனிச் சிறப்புடன் கவனத்துக்குக் கொண்டுவந்த பெருமைக்குரியவர்.

தமிழ்நாட்டு வரலாறு

பேரா. கே. ராஜய்யன்

தமிழில்

சா. தேவதாஸ்

எதிர் வெளியீடு

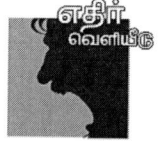

தமிழ்நாட்டு வரலாறு
பேராசிரியர் கே. ராஜய்யன்
தமிழில்: சா. தேவதாஸ்

முதல் பதிப்பு: ஆகஸ்ட் 2015
மூன்றாம் பதிப்பு: ஜனவரி 2022

எதிர் வெளியீடு,
96, நியூ ஸ்கீம் ரோடு, பொள்ளாச்சி – 642 002
தொலைபேசி: 04259 – 226012, 99425 11302

விலை: ரூ. 550

Tamilnadu - A Real History
Prof. K. Rajayyan
Translated by S. Devadoss

© Prof. K. Rajayyan

First Edition: August 2015
Third Edition: January 2022

Published by
Ethir Veliyeedu, 96, New Scheme Road, Pollachi - 642 002.
email: ethirveliyedu@gmail.com
www.ethirveliyeedu.com

ISBN: 978-93-84646-33-2
Cover Design: Vijayan
Printed at Manipal Technologies Limited, Manipal

All rights reserved. No part of this book may be reprinted or reproduced or utilised in any form or by any electronic, mechanical or other means, now known or hereafter invented, including photocoping and recording, or in any information storage or retrieval system, without permission in writing from the Publisher.

பொருளடக்கம்

முகவுரை ... 7
முன்னுரை ... 9

1. நிலமும் மக்களும் ... 15
2. ஆரம்பகால வழிபாட்டு வடிவங்கள் ... 23
3. சங்ககாலமும் செவ்வியல் இலக்கியமும் ... 32
4. சங்ககாலத் தமிழரின் அதிகாரங்கள் ... 43
5. களப்பிரர்கள் ... 64
6. இந்துமதம் மற்றும் இஸ்லாத்தின் வருகை ... 71
7. இந்துமதத்தின் ஏறுமுகம் ... 84
8. பல்லவர்கள் ... 97
9. ஏகாதிபத்தியச் சோழர்கள் ... 120
10. மதுரைநகர்ப் பாண்டியர்கள் ... 147
11. தமிழரின் நலிவும் வீழ்ச்சியும் ... 159
12. சம்புவராயர்களும் ஆஃப்கானியரும் ... 176
13. விஜயநகர விரிவாக்கம் ... 184
14. தெலுங்கு நாயக்கர்கள் ... 212
15. நாயக்கர்களின் வீழ்ச்சி – பாளையக்காரரின் எழுச்சி ... 227
16. மராட்டியர், மொகலாயர், ஐரோப்பியரின் வணிகம் ... 256
17. திருச்சிராப்பள்ளிக்குப் போட்டி ... 277
18. வாலாஜாவின் விரிவாதல் மற்றும் மறைவு ... 293
19. கம்பெனி தமிழ்நாட்டினைப் பெற்றுக் கொள்ளுதல் ... 309
20. தென்னிந்தியக் கலகம் (1800-1806) ... 325
21. கல்வியும் கற்றலும் ... 353
22. சுயராஜ்யத்திற்கான தேவை ... 371

23. சமூகக் கொடுங்கோன்மைக்கு எதிரான போராட்டம் ... 391
24. ஜஸ்டிஸ் கட்சியின் நீர்க்குமிழி வெடிப்பும்
    காங்கிரசின் போராட்டமும் ... 407
25. சுதந்திரம் பெறுதல் ... 429
26. ராஜாஜியும் காமராஜும் ... 448
27. திராவிட இயக்கம் ... 463
28. இனப்படுகொலையினூடே இலங்கைத் தமிழர்கள் ... 473

முடிவுரை ... 491
விளக்கக் குறிப்புகள் ... 494
தேர்ந்தெடுத்த நூல்விவரப் பட்டியல் ... 495

முகவுரை

தமிழர்தம் வரலாற்றினை எழுதுதல் சிரமமான பணியாகும். புத்திசாதுர்யமும் கடும் உழைப்புமிக்க மக்களின் போராட்ட வேதனையினையும் சோதனைகளையும் வரலாற்றாளன் அனுபவிக்க வேண்டும். இயற்கையின் சீற்றம் அவர்களை வறட்சிக்கும் பஞ்சத்திற்கும் தொற்று நோய்களுக்கும் உள்ளாக்கியது எனில், மனிதனின் குரூரம் நெருக்கடிக்கும் சுரண்டலுக்கும் மரணத்திற்கும் ஆட்படுத்தியது. ஊழல், ஒலிபெருக்கித்தொல்லை, கொள்ளை, தெருச்சண்டை மற்றும் கொலை நிகழ்வுகளை எழுத்தாளனே எதிர்கொள்ள வேண்டியிருக்கிறது. விலகிய மனத்துடன் அமைதியான சூழலில் கடந்த காலத்தையும் அதுபோலவே நிகழ்காலத்தையும் பற்றி யோசிக்குமாறு அவன் சுதந்திரமாய் விடப்படுவதில்லை. இவை கடுமையான தடைகளாகும்.

ஆய்வின்பொருட்டு தேர்வு செய்யப்படும் பகுதிகளில் கவனக்குவிப்பு செய்வது மரபார்ந்த அணுகுமுறை. அதன்படி பாண்டியர், சேரர், சோழர் மற்றும் பல்லவரின் வரலாறு மிகுந்த கவனத்தைப் பெற்றுள்ளது. மேலும், மதம், கலை, கட்டிடக்கலைக்கென அவர்கள் செய்தவற்றிற்கும் முக்கியத்துவம் தரப்படுகின்றது. மக்கள் வாழ்க்கை, சமூகக் கேடுகள் மற்றும் பிந்தைய வளர்ச்சிகள் ஒன்று புறக்கணிக்கப்படுகின்றன அல்லது தள்ளுபடி செய்யப்படுகின்றன. வரலாற்று ஆய்வுக்கு எந்த ஊக்கமும் வந்தபாடில்லை. இருத்தலுக்கான போராட்டத்தில் ஆழந்துபோன மக்கள் தெரு மூலைகளில் வரலாற்று நிகழ்வுகளை நிகழ்த்திய போதிலும், வரலாற்று ஆய்வுகளுக்கு நேரமில்லாதிருந்தனர். திராவிடக் கட்சிகள் வரலாற்றினை உதவாக்கரை விஷயமாகக் கருதின. கடந்தகால ஞானத்தில் அவர்கள் ஆதாயத்தைத் தேடாது போனால் அது அவர்கள் பாடு. ஆனால் மக்களே பாதிக்கப்படுபவர்களாக உள்ளனர்.

நான்கு தசாப்தங்களாக நான் நடத்திய அசலான ஆய்வின் அடிப்படையில் இப்படைப்பு அமைக்கப்பட்டிருக்கிறது. தமிழர்தம் வரலாறு குறித்து நான் ஏராளமாக எழுதினாலும், உண்மையை அடையும் வகையில் மேலும் எழுதுவது அவசியம் என்றுணர்ந்தேன். அதற்கேற்ப கூடுதல் தரவுகளைத் திரட்டி, விடுபட்ட கண்ணிகளை அடையாளங் காண்பதற்கான விளக்கவுரைக்கு உரிய முக்கியத்துவம் தந்தேன்.

அர்ப்பணிக்கப்பட்ட அறிஞர்களின் தாராளமானதும் மதிப்புவாய்ந்ததுமான ஆதரவு இல்லாதிருந்தால், தமிழரின் வரலாற்றினை நிறைவு செய்வது சிரமமானதாய் இருந்திருக்கும். வயதேறி செல்வாக்கு நலிவுறுகையில், இத்தகைய ஆதரவை எதிர்பாராதிருப்பது இயற்கையே, இருந்தும் அவர்களில் பலர் தம் ஒத்துழைப்பில் தொடர்ந்து நேர்மை கொண்டவராய் இருந்துள்ளனர். அவர்கள் மெய்ப்புத்திருத்தி, பொருளடங்கல் தயாரிப்பில் எனக்கு உதவினர். அவர்தம் அன்பான சேவைக்கு நன்றிபாராட்டுகிறேன்.

இப்படைப்பு, தமிழர்தம் சுய அடையாளத்தை கண்டு கொள்ளலிலும் வரலாற்று ஆய்வை முன்னெடுத்துச் செல்லலிலும் உதவும் என்பதில் உறுதி கொண்டிருக்கிறேன்.

கே. ராஜய்யன்
ஜுலை 31, 2005
திருவனந்தபுரம்

முன்னுரை

தமிழரின் தாயகமான தமிழ்நாடு இந்தியாவின் தென்கோடிப் பகுதியைப் பெற்றிருக்கிறது. மரபான வழியில், கிழக்குத் தொடர்ச்சி மலைகள் தமிழ்நாட்டின் வடக்கு எல்லையாகவும், இந்துப் பெருங்கடல் தெற்கு எல்லையாகவும் அரபிக்கடல் மேற்கு எல்லையாகவும் உள்ளன. தமிழ், மக்கள் செல்வாக்குள்ள மொழி. மற்ற பிரதேசங்களிலிருந்து வந்த மக்களின் வெற்றி மற்றும் குடியேற்றம் காரணமாக மேற்கிலும் வடக்கிலும் தமிழ் தன் செல்வாக்கினை இழந்தது. இடைக்காலங்களில், மலைகளுக்கு மேற்கிலுள்ள நாடு கேரளாவாக உருக்கொண்டது. வடக்கிலுள்ள ஆந்திரப் பிரதேசத்தை எல்லைகளாகக் கொண்டுள்ள இன்றைய தமிழ்நாடு, தெற்கில் கன்னியாகுமரியிலிருந்து வடக்கில் திருத்தணி வரையிலும், கிழக்கில் வங்காள விரிகுடாவிலிருந்து மேற்கில் மேற்குத் தொடர்ச்சி மலைகள் வரையிலும் பரந்து விரிந்துள்ளது. முதன்மை நகரங்களாக முறையே மதுரை, தஞ்சாவூர், கோயமுத்தூர் மற்றும் காஞ்சிபுரத்தைக் கொண்டுள்ள பாண்டிய நாடு, சோழநாடு (சோழமண்டலம்), கொங்குநாடு மற்றும் பல்லவநாடு (தொண்டை மண்டலம்) என்னும் நான்கு வரலாற்று மண்டலங்களைக் கொண்டிருக்கிறது. வெவ்வேறு காலகட்டங்களில் இலங்கையின் ஈழமும் தமிழகத்தின் பகுதியாயிருந்தது.

தமிழ்நாடு புவியியல் வசீகரத்தையோ, இயற்கையின் பன்மைத்துவத்தையோ அதிகம் பெற்றிருக்கவில்லை. வறண்ட நிலம் மற்றும் உஷ்ணமான பிரதேசம், ஆண்டின் பெரும்பகுதியும் சகிக்க முடியாத தட்பவெப்பம், நம்பமுடியாத மழை மற்றும் பொதுவாக வளமற்ற மண். கொஞ்சமாக, அதுவும் நிச்சயமற்றதாகப் பெய்யும் மழை, பெரிதும் நவம்பர், டிசம்பரில் பொழியும்,

அதுவும் உயிருக்கும் சொத்துக்கும் இழப்பை உண்டாக்கிவிடும். சூறாவளி மற்றும் புயல்களுடன் சேர்ந்து அடிக்கும். தாமிரபரணி, வைகை, பெண்ணாறு ஆகியவை பெரிய நதிகள். ஆனால் போதுமான நீர்வரத்து இல்லாததால், ஆண்டின் பெரும்பகுதியும் வறண்டு காணப்படும். தீவுகளோ துறைமுகங்களோ இதன் புவியியல் பன்மைத்துவத்திற்கு வளம் சேர்ப்பதில்லை. எனினும், இயற்கையால் ஏற்படும் பாதிப்புகளையும் நிர்வாகத்தால் உண்டாக்கப்படும் தடைகளையும் எதிர்த்துத் தொடர்ச்சியான போராட்டத்தில் ஈடுபடும் கடின உழைப்பும் புத்திக்கூர்மையும் உள்ள மக்கள் அங்கே வாழ்கின்றனர். மக்களின் உழைக்கும் இயல்பும் பணிந்துபோகும் பழக்க வழக்கங்களும், கடந்த காலத்தில் அந்நிய மேலாதிக்கத்திற்கும் தற்காலத்தில் நிர்வாக இயந்திரத்தின் ஒடுக்குமுறைக்கும் எளிதில் பலியாகக் கூடியவர்களாக அவர்களை ஆக்கியுள்ளது.

இலக்கிய மரபுகள், அற்புதமான வரலாற்றுச் சின்னங்கள், எண்ணற்ற கல்வெட்டுகள் மற்றும் அறக்கட்டளைகள், கடந்த கால வரலாற்றின் மீது ஒளி பாய்ச்சுகின்றன. ஆரம்ப காலங்களில் பாண்டியரும், சேரரும், பல்லவரும், சோழரும் தேசத்தில் முன்னோடி ஆட்சயதிகாரத்தின் வீச்சைக் கொண்டிருந்தனர். மற்றும் மரபார்ந்த எல்லைகளுக்கு அப்பால் தம் அதிகாரத்தை விரிவாக்கினர்.

இதன் விளைவாக, விரிவாக்கப் பேரரசுகளின் தாயகமாக தமிழ்நாடு சேவகம் புரிந்தது. இக்காலகட்டத்தில் தமிழ்ப்புலவர்கள் தமிழ் இலக்கியத்தில் தலைசிறந்த படைப்புகளை உருவாக்கினர். மற்றும் திராவிடம், சமணம், பௌத்தம், கிறித்தவம், வைணவம் மற்றும் சைவம் பரவின. அவை அடிக்கடி மோதலில் ஈடுபட்டன என்றாலும் தொடர்ந்து உயிர்வாழ்ந்தன. இந்து மதத்தின் ஏற்றத்தால் சமணமும் பௌத்தமும் ஒடுக்கப்பட்டன. மன்னர்களுடன் ஒன்றிணைந்து ஆரியர்கள் தம் அதிகாரத்தை நிலைநிறுத்த, தமிழர்கள் தீண்டத்தகாதவர்களாகக் குறைத்துச் சுருக்கப்பட்டனர். பிராமண சமூகம் சமூகத்தின் மீதும் பொருளாதாரத்தின் மீதும் கனத்த பாரத்தைத் திணித்தது. இதன்விளைவால் தமிழர் அதிகாரம் வீழ்ச்சிகாண, அந்நியக் குறுக்கீட்டினை வரவழைத்தது.

பதினான்காம் நூற்றாண்டின் முதல் தசாப்தத்தில் ஆப்கானிய ஏகாதிபத்தியம் எழுச்சி அலை, தென்னிந்தியா மீது அடித்துச் சென்றது. தமிழ்நாட்டில், மாபார்* என்றழைக்கப்பட்ட புதிய பிரதேசத்தை, மதுரையைத் தலைநகரமாகக் கொண்டு துக்ளக்குகள் ஏற்படுத்தினர். அது 1335இல் மதுரை சுல்தானியமாக தன்

சுதந்திரத்தை நிறுவிக்கொண்டது. கொந்தளிப்பான குறுகிய கால இருப்புக்குப் பின்னர், அது விஜயநகரப் பேரரசுக்கு வழிவிட்டு நின்றது. பேரரசுகளின் தாயகம் என்னும் தன் நிலையை நாடு இழந்தது. அதிலிருந்து தெலுங்கரும் மராத்தியரும் கன்னடியரும் பிரதேச உடைமையைத் தக்க வைத்துக் கொண்டனர். 1795க்கும் 1801க்கும் இடையே நாடு, ஆங்கிலேய கிழக்கிந்தியக் கம்பெனியின் நேரடி நிர்வாகத்தைக் கடந்து போனது. இதனால், ஐரோப்பியரால் திணிக்கப்பட்ட, ஒடுக்குமுறை அமைப்பில் தமிழர்கள் வருந்தினர். 1800- 1806இல் அந்நிய ஆட்சியிலிருந்து நாட்டை விடுவித்திட முயற்சிகள் மேற்கொள்ளப்பட்டன. ஆனால், அவை தோற்றுப் போயின. பிரிட்டிஷார் தம் மேலாதிக்கத்தைத் திரட்டிட முற்பட்டனர். 1947இல் தமிழர்கள் இந்தியாவில் தம் சுதந்திரத்தை அடைந்தனர். எனினும் பிராமணிய அமைப்பின் கொடூர வீச்சின் காலடித்தடங்கள் நன்கு புலப்படுகின்றன. நிர்வாகத்தின் அணுகுமுறைகளிலும் மக்களைச் சுரண்டுவதிலும் அவை தெளிவாகத் தெரிகின்றன.

தமிழ்நாட்டு வரலாறுக்கான ஆதாரங்கள் பல்திறத்தவை. ஆரம்ப காலகட்டங்களுக்கு அவை சொற்பமே. ஆனால் நவீன காலகட்டங்கள் தொடங்கும்போது நிலைமை முன்னேறுகிறது. தொல்லியல், கல்வெட்டியல், நாணயவியல் மற்றும் இலக்கியச் சான்றுகள் வரலாற்று வளர்ச்சிகள் மீது வெளிச்சம் பாய்ச்சுகின்றன. திருநெல்வேலி, காவேரிப்பூம்பட்டினம் மற்றும் உறையூரில் மேற்கொள்ளப்பட்ட அகழ்வாய்வுகள், அரசியல் மற்றும் வணிக நடவடிக்கைகளுக்கான தடயங்களைக் கண்டறிவதாக இருந்தது. புகளூர் மற்றும் அசோகன் கல்வெட்டுகள் சோழ, பாண்டிய, கேரளபுத்திர மற்றும் தாமிரபரணி தமிழ் அரசுகளைக் குறிப்பிடுகின்றன. கலிங்கத்தின் காரவேலனின் ஹாத்திகும்பா கல்வெட்டு தமிழ் அரசுகளின் கூட்டாட்சி இருப்பினைக் குறிப்பிடுகின்றது. கி.மு.155இல் அவன் தமிழர் அரசுகளைத் தோற்கடித்து, பாண்டிய தேசத்திலிருந்து ஒரிஸாவுக்கு முத்துக்களையும் ஆபரணங்களையும் இறக்குமதி செய்தான். சங்ககால நாணயங்கள் வெவ்வேறு இடங்களில் கண்டறியப்படுகின்றன. தொல்பழங்காலத் தமிழரின் நேர்த்தியான வாசகங்களுடன் சதுர வடிவிலுள்ள அவை, கணிசமான மதிப்புவாய்ந்தவை. தமிழிலுள்ள பழங்கால இலக்கண நூலான தொல்காப்பியம் மக்களின் சமூக வாழ்க்கை மீது வெளிச்சம் வீசுகின்றது. சங்க இலக்கியத்தின் முக்கியமானதொரு பிரதியான புறநானூறு, வீரர்களின் வெற்றிகளைக் குறிப்பிட்டு, அரசியல்,

சமூகம் மற்றும் நிர்வாகம் தொடர்பான விபரங்களைத் தருகின்றது. இலங்கையின் சரித்திர நூலான மகாவம்சம், இலங்கைக்கும் தென்னிந்தியாவிற்கும் இடையிலான பண்பாட்டு அரசியல் உறவுகள் பற்றிப் பேசுகிறது. மெகஸ்தனீஸ், ஸ்ட்ராபோ, தாலமி என்னும் வெளிநாட்டு எழுத்தாளர்கள் தமிழ்நாட்டிலுள்ள நகரங்களையும் வணிகத்தையும் குறிப்பிடுகின்றனர். ரோமானியப் பயணியான ஸ்ட்ராபோ, ரோமானியப் பேரரசுக்கும் பாண்டிய நாட்டுக்கும் இடையிலான தூதுவரகப் பரிமாற்றத்தினைக் குறிப்பிடுகிறார்.

தமிழ்நாட்டில் விஜயநகர ஆட்சிக்கான சான்றாக கல்வெட்டுக்களும், இலக்கியங்களும் நாணயங்களும் கணிசமாய் உதவுகின்றன. கோயில் சுவர்களில் வெட்டப்பட்டுள்ள எண்ணற்ற கல்வெட்டுகள் கண்டறியப்பட்டுள்ளன. பிராமண மற்றும் ஆலய நிர்வாகங்களுக்காக அரசர்கள் அளித்துள்ள கணிசமான நன்கொடைகள் பற்றி அவை குறிப்பிடுகின்றன. லத்தீன், இத்தாலி மற்றும் போர்ச்சுக்கீசிய மொழிகளில் எழுதப்பட்டுள்ள மதுரை மிஷனின் கிறித்தவப் பாதிரியார்களின் கடிதங்கள் பிரதானமான கடித ஆதாரங்களாகும். அவை பிரதானமாக மிஷனரி நடவடிக்கைகளைப் பேசுகின்றனவாக இருப்பினும், மக்களின் நிலைமையினை அவர்தம் பழக்கவழக்கங்கள், சம்பிரதாயங்களுடன் சேர்த்துக் குறிப்பிடவே செய்கின்றன. பிரெஞ்சு நாட்டு மதபோதகரான ஜே. ஏ. துபோய் எழுதிய "இந்துக்களின் பழக்கவழக்கங்கள், சம்பிரதாயங்கள் மற்றும் வைபவங்கள்", ஆரம்பகட்ட பத்தொன்பதாம் நூற்றாண்டின் பிராமணர் மற்றும் இந்துமதம் பற்றிப் பயனுள்ள தகவல் அளிக்கின்றது. பத்தொன்பதாம் நூற்றாண்டு தமிழ்நாட்டின் அரசியல் நிலைமைகள் குறித்து, ஆனந்தரங்கம்பிள்ளையின் நாட்குறிப்புகள் தகவல் களஞ்சியமாக விளங்குகின்றன. கர்நாடக நவாபின் பாரசீகப் பதிவேடுகளும் தஞ்சாவூர் மராட்டியரின் மோடி ஆவணங்களும் பெரிதும் நிர்வாக முறைகளை விவரிக்கின்றன. ஆங்கிலேய, பிரெஞ்சு மற்றும் டச்சு என்னும் ஐரோப்பிய அரசுகளின் ஆவணங்கள் நீண்டு செல்கின்றன. அவை, வர்த்தகம், இராணுவம், அரசியல், நீதித்துறை, வருவாய், திருக்கோயில் போன்ற பல பிரிவுகள் சார்ந்தவை. மாவட்ட, உள்ளூர் நிறுவன மற்றும் அரசியல் கட்சிகளின் பதிவேடுகள் கூட நிலைமைகளின் வெவ்வேறு அம்சங்களைத் தொட்டுச் செல்கின்றன. செய்தித் தாள்கள், பத்திரிகைகளின் பார்வையில் நாளாந்த நடவடிக்கைகளை விவரிப்பினும், இன்றைக்கு வரையிலான தகவலை அளிப்பதால் பயனுள்ளவையாகியுள்ளன. சமீப காலங்களில் தகவல் தொழில்நுட்பம் விஷய ஞானத்தைப்

பரப்புவதிலும் தரப்படுத்துவதிலும் மதிப்பு வாய்ந்ததாக உள்ளது. ஆனால், தொலைத்தொடர்புத் துறையால் அளிக்கப்பட்ட தகவல்களில் பெரும்பகுதி பதிவாகவில்லை.

எனினும், கிடைக்கின்ற ஆதாரங்கள் முழுமையானதும் விரிவானதுமான நாட்டு வரலாற்றைத் தருகின்றன என்று கூறுவது சாத்தியமில்லாதிருக்கிறது. புறக்கணிக்கப்பட்டோரும் பலவீனமான பிரிவினரும் இருக்கவே செய்தனர். அவர்தம் வரலாறு கல்வெட்டுகளிலும் இலக்கியங்களிலும் ஒதுக்கித் தள்ளப்பட்டன. சிலவேளைகளில் குறிப்பான சம்பவங்கள் கவனத்தை ஈர்த்தனவேயொழிய, ஒரு நிலையிலிருந்து இன்னொரு கட்டத்திற்கான இடைநிலைக்கால அம்சம் இல்லை. இச்சிக்கல்களைச் சமாளித்திட, வரலாற்றாளரின் சான்றுகளை குறுக்குவிசாரணை செய்ய வேண்டியுள்ளது. ஏன், எப்படி மற்றும் என்ன தாக்கத்துடன் என்னும் நோக்கில் விளக்கத்தினை மேற்கொள்ள வேண்டியுள்ளது. இவ்வம்சங்களைக் கருத்தில் கொண்டு, இப்படைப்பு அறிவியல் அணுகுமுறையினையும் முழுமையான ஆய்வினையும் பிரதிநிதித்துவப்படுத்தி, தமிழ்நாட்டின் வரலாற்றினை மறுகட்டுமானம் செய்திட முற்படுகிறது.

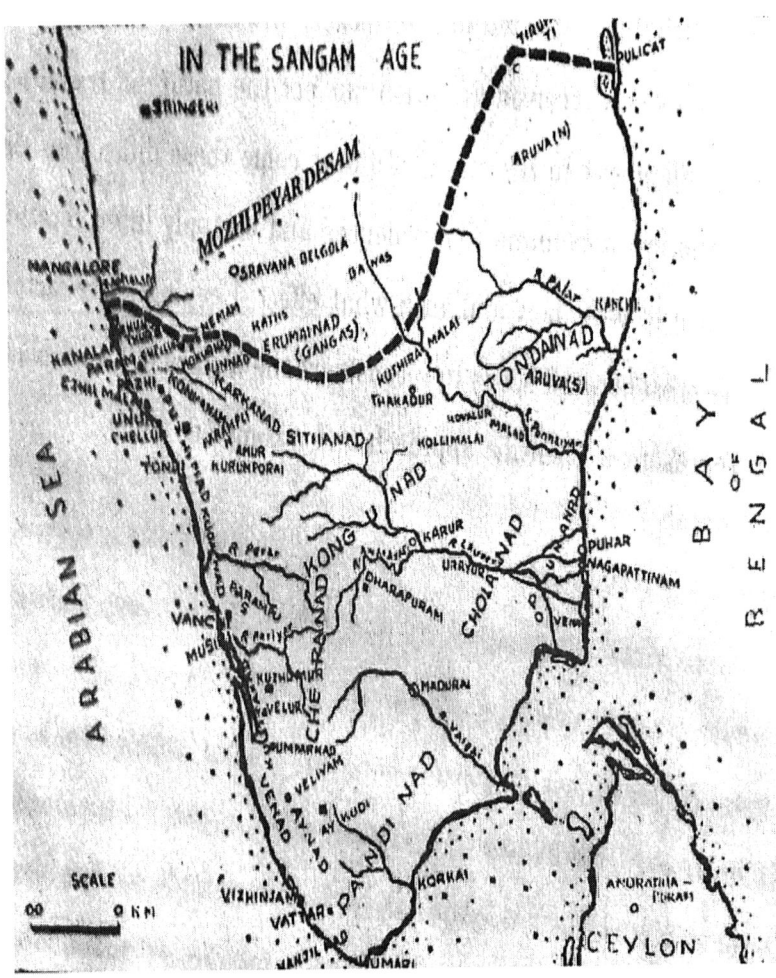

IN THE SANGAM AGE
MOZHI PEYAR DESAM
SRAVANA BELGOLA
MANGALORE
ERUMAINAD (GANGAS)
ARUVA(N)
PULICAT
KANCHI
TONDAINAD
ARUVA(S)
THAKADUR
KOLLIMALAI
SITHANAD
KONG U NAD
KARUR
CHOLA NAD
PUHAR
NAGAPATTINAM
URAYUR
DHARAPURAM
CHERANAD
VANCHI
MUSIRI
MADURAI
PANDI NAD
AYNAD
VENAD
KORKAI
VIZHINJAM
VATTAR
SCALE
ARABIAN SEA
BAY OF BENGAL
ANURADHA-PURAM
CEYLON

பண்டைய தமிழகம்

1

நிலமும் மக்களும்

ஆரம்பக்காலங்களில் தமிழகம் என்றறியப்பட்டுள்ள தமிழர்களின் நிலம், பல்வேறான மொழிபேசும் குழுவினரின் வசிப்பிடமாக இருப்பினும், மக்கள் திரளினரின் மொழி தமிழே. பரப்பளவில் விரிந்தும், நிலப்பரப்பில் வேறுபட்டும், இயற்கையில் வசீகரமாயும் இருந்ததால், மரபார்ந்த தாயக நிலம் மாட்சிமை மிகுந்த நாடாயிருந்தது. வடக்கில் திருமலைக் குன்றுகளிலிருந்து தெற்குக் கடல் வழியே தெற்கின் அம்பாறைவரை விரிந்து கிடந்தது மற்றும் தீபகற்ப இந்தியாவின் தெற்குப் பகுதியினையும் ஸ்ரீலங்காவின் வடகிழக்கு மண்டலத்தையும் உள்ளடக்கியது. வங்காள விரிகுடாவினால் கிழக்கிலும் அரபிக் கடலினால் மேற்கிலும் கட்டுண்ட அது, நீண்ட கடற்கரை, பாரிய மலை வழித்தடங்கள், ஆற்றுப்படுகைகள், விரிந்த சமவெளிகள் மற்றும் அழகிய தீவுகளைக் கொண்டிருந்தது. மேற்குப் பகுதி ஒப்பீட்டளவில் குளிர்ந்தும், கிழக்குப் பகுதி ஆண்டின் பெரும்பகுதி உஷ்ணமாயும் இருக்கிறது. ஆரம்பகட்ட எழுத்தாளர்கள் தமிழர் தேசம் குறித்து வெவ்வேறான விபரங்களைத் தந்துள்ளனர். ஆனால் வழக்கமாக, தீவுகளைக் கொண்டிருந்ததையும் தட்பவெப்ப நிலவரங்களையும் பொதுவாகப் புறக்கணித்துவிட்டனர். தொல்காப்பியரும் சிகண்டியாரும் இலங்கைத் தீவின் தமிழ்ப்பகுதி பற்றி அறியாதிருந்தனர். கி.மு. நான்காம் நூற்றாண்டின் இலக்கண ஆசிரியரான தொல்காப்பியர் தமிழகத்தை, "வட வேங்கடத்திற்கும் தென் குமரிக்கும் இடை நின்ற நல்லுலகமாக, விவரித்தார். அகஸ்தியரின் மாணவரான சிகண்டியார் "வேங்கடம்" குமரி மற்றும் கடல்கள் என்னும் நான்கெல்லைகளுக்குட்பட்டது தமிழகம்" என்றார். "தமிழரின் தண்மைமிகு தேசம் மாலவன் குன்றினாலும் வளையலணிந்த கடல் குமரியாலும் வரம்பிடப்பட்டது" என்று குறிப்பிட்டுள்ளார் இளங்கோ அடிகள். உண்மையில்

நிலவியல் குறித்த அறியாமையே தமிழகம் மீதான அவர்தம் பார்வையைச் சுருக்கிவிட்டது.

போதுமான மழையற்ற, வெப்பமண்டலப் பகுதியான தமிழகத்தின் கிழக்கு மண்டலமாயிருப்பதால் இன்றைய தமிழ்நாடு ஆண்டின் பெரும்பகுதி பாதிக்கப்படுகிறது. இருப்பினும் மலைத்தொடர்கள், மலைவழித்தடங்கள், நதிப்பள்ளத்தாக்குகள் மற்றும் கடற்கரைவளையங்கள் என்னும் வரம்புக்குட்பட்ட பன்மைத்துவத்தால் நிலப்பரப்பு அடையாளமிடப்படுகிறது. தாவரங்கள் மற்றும் நிலவளத்தினை அடிப்படையாகக் கொண்டு, ஒட்டுமொத்த நாடும், தத்தமக்குரிய தனிச்சிறப்பான அம்சங்களைக் கொண்ட ஐந்து பிரிவுகளாகப் பிரிக்கப்படுகிறது. குறிஞ்சி (அ) மலைசார் பகுதி, பாலை (அ) வறண்ட நிலம், முல்லை (அ) காடுசார்ந்த நிலம், மருதம் (அ) நதிகள் பாயும் வளமான பகுதி மற்றும் நெய்தல் (அ) கடல் சார்ந்த நிலம்.

திருமலைக் குன்றுகளுக்கு வடக்கிலிருப்பது, பழைய கன்னடத்தைப் பேசும் மக்களுடைய கோசர் நாடு. தெலுங்கும் துளுவும் ஒரே மொழியியல் தோற்றுவாயைக் கொண்டதாகக் கருதப்பட்டன. வட குன்றுகளுக்கு அப்பாலுள்ளவர்கள் வடுகர் (அ) கோசர் என்று அழைக்கப்பட்டனர். தெற்கு இலங்கை மக்கள் சிங்களம் பேசினர். சிங்களர் என்றழைக்கப்பட்டனர். பெரிதும் ஒருவருடன் ஒருவர் மாறுபட்ட நிலையில், பல்வேறு மொழி பேசும் மக்களால் சூழப்பட்ட, தனித்தன்மையான பிரதேசத்தைத் தமிழர்கள் கொண்டிருந்தனர். தமிழ்நாட்டு வரலாற்றில் வெளிப்புற விரிவாக்கம், உள்ளார்ந்த குழப்பங்கள், அந்நியப்படையெடுப்புகள், இயற்கைச் சீற்றங்கள், மற்றும் பண்பாட்டு இயக்கங்கள் இறக்கங்களை உண்டு பண்ணின. எனினும், மக்கள்தம் பண்பாட்டு அடையாளத்தை இன்றளவும் பாதுகாத்துள்ளனர்.

திராவிடரும் அவர்தம் பண்பாடும்

பூர்வ பழங்குடிகள், திராவிடர்கள் மற்றும் ஆரியரைக் கொண்டுள்ளது மக்கள்தொகை. பூர்வ பழங்குடிகள் பிற்பாடு கூட்டாக ஆதிதிராவிடர் எனப்பட்டனர். மக்களில் மிகப்பெரிய இனப்பிரிவினர்கள் திராவிடர்கள். ஆரியர்கள் பிற்பட்ட காலங்களில் தமிழகத்திற்கு வந்து குடியேறியவர்கள். இனம் சார்ந்த இக்குழுக்கள் கலப்புப் பண்பாட்டின் பரிணாமத்திற்குப் பங்களிப்புச் செய்தன. எனினும், திராவிட அம்சங்களின் மேலாதிக்கம் கொண்டிருந்தன.

திராவிடரின் பூர்வீகம் குறித்து வரலாற்றாளர்கள் தம் பார்வைகளில் வேறுபடுகின்றனர். குடியேற்றக் கோட்பாடு என்றழைக்கப்படுவதின் ஆதரவாளர்கள், திராவிடர்கள் இந்தியாவுக்கு வெளியிலிருந்து வந்தவர்கள் என்கின்றனர். திராவிடர்கள் நீக்ரிடோ, மங்கோல் (அ) சிந்திய இனங்களைச் சேர்ந்தவர்கள் என்றும், தெற்கு நோக்கிப் புறப்படும் முன்னர், இந்தியாவுக்குக் குடிபெயர்ந்தவர்கள் என்றும் அவர்கள் கூறுகின்றனர். அவர்களின் பூர்வீகமாக கூறப்படுபவை மத்திய ஆசியா, பாரசீகம், திபெத், மெசபடோமியா மற்றும் மத்திய தரைக்கடல் பகுதி. இந்தியாவின் திராவிடருக்கும் இப்பிரதேசத்து மக்களுக்கும் இடையே நிலவிய பொதுவான உடலியல் கூறுகள் மற்றும் மொழிகளுக்கு இடையில் பொதுவான சொற்கள், இந்தியாவுக்கு இப்படிக் குடியேறிதற்கான சான்றுகளாக முன்வைக்கப்படுகின்றன. எனினும், மக்களிடையிலான ஒத்த தன்மைகளின் அடிப்படையில் எந்தவொரு குறிப்பான முடிவுக்கும் வந்துவிட முடியாது. எனவே இக்கோட்பாட்டினை நிரூபிக்க இயலாது என்பதை திடப்படுத்தியாக வேண்டும்.

மறுபுறத்தில், குடிபெயர்ந்தோர் கோட்பாட்டு ஆதரவாளர்கள் திராவிடர்களின் தாயகம் இந்தியாவே என்றும், அவர்கள் இத்துணைக்கண்டத்திலிருந்து பிற நாடுகளுக்குச் சென்று தங்கிவிட்டனர் என்றும் கூறுகின்றனர். ஸ்காட் எலியட் இவ்வாறு குறிப்பிடுகிறார். "தொன்மையான இனத்தின் தோற்றப்பிரதேசம் இப்போது இந்தியப்பெருங்கடலில் அமிழ்ந்து போய்விட்ட நிலங்களில்தான் என்பது சமீபத்தைய ஆய்வுகளிலிருந்து தோன்றுகிறது". லெமூரியா என்றழைக்கப்பட்ட மாபெரும் கண்டத்தின் பகுதியாக தென்னிந்தியா இருந்து, வெள்ளம் காரணமாக அழிந்துபட்டது என நம்பப்படுகிறது. குமரிக்கோடு மறைந்தொழிந்து மாபெரும் பிரளயம் ஏற்பட்டது பற்றி சிலப்பதிகாரம் குறிப்பிடுகிறது. பத்தாம் நூற்றாண்டு நூலான இறையனார் அகப்பொருள் உரையில், அப்போதைய மதுரையை ஊழிப் பெருவெள்ளம் ஒன்று நாசப்படுத்திற்று என்று நக்கீரர் குறிப்பிடுகிறார். ஸ்ரீலங்காவின் தீபவம்சாவும், மகாவம்சமும்கூட பிரளயம் பற்றிப் பேசுகின்றன. இக் குறிப்புகளின் காரணமாக, "லெமூரியா கடலில் மூழ்கிடவே, சிதறிப்போன மக்கள், உலகின் பிற பகுதிகளுக்குச் சென்று சேர்ந்தனர்" என்று ஹீராஸ்பாதிரியார் முடிவுகட்டுகிறார். தென்னிந்தியாவை அடைந்து அங்கே தங்கிவிட்டவர்கள் திராவிடர் எனப்பட்டனர். மாறாக, திராவிடர் சிந்து பள்ளத்தாக்கில் வசித்தனர். அவர்களில் சிலர் நிலம் மற்றும் நீர்வழியாக மேற்கை அடைந்து சுமேரியா மற்றும் பாலஸ்தீனத்தில்

தங்கிவிட, வேறு சிலர் தென்னிந்தியாவில் குடியமர்ந்தனர் என்கிறார் மக்லீன். திராவிடர் இந்தியாவிலிருந்து கிளம்பிச் சென்று மெசபடோமியாவிலும் பாலஸ்தீனத்திலும் தங்கிவிட்டனர் என எச்.ஆர். ஹாலும் கூறுகிறார்.

என்றாலும், நேர்மறையான சான்று இல்லாதவிடத்து, இக்கொள்கைகளில் எதனையும் ஏற்பது சாத்தியமில்லை. இக்கோட்பாட்டு உருவாக்கங்களில் ஏராளமான கற்பனையும் திசைதிருப்பமும் நுழைந்துள்ளன. பிராமணரே அந்நியர் என்ற நிலையில் பிராமண வரலாற்றாசிரியர்கள் திராவிடரை அந்நியர் என்று முன்னிறுத்துவதில் ஆர்வங்காட்ட, திராவிட வரலாற்றாளர்களோ, திராவிடரே தென்னிந்தியா மற்றும் ஸ்ரீலங்காவின் அசலான மக்கள் என்று விவரிப்பதில் ஈடுபாடு கொண்டுள்ளனர். தொலைதூர வணிகத் தொடர்புகளுடன் கடலோடிகளானதால், அவர்களின் சில குழுக்கள் வெளியேறியிருக்கலாம் அல்லது நுழைந்திருக்கலாம். எனினும், தொல்பழங்காலத்திலிருந்தே திராவிடர் துணைக்கண்டம் எங்கிலும் பரவியிருந்தனர் என்பதை மறுதலிக்க முடியாது. சிந்து அல்லது மகாராஷ்டிரா அல்லது ஸ்ரீலங்கா என வெவ்வேறு இடங்களில் மேற்கொள்ளப்பட்ட அகழ்வாய்வுகள், திராவிட குடியேற்றங்களுக்கான தடயங்களை வெளிக்கொணர்ந்தது மட்டுமல்லாது, அவர்தம் பெருங்கற்காலத் தொன்மையை நிறுவவும் செய்துள்ளன. அத்துடன், பீஹார், வங்காளம் மற்றும் ஒரிஸாவின் மலைப்பகுதிகளில் குய், குருக் மற்றும் மால்டோ போன்ற பதினான்கு திராவிட மொழிகள் உயிர்த்திருப்பது, திராவிடர் இந்தியாவெங்கும் பரவியிருந்ததை நாம் நம்புமாறு செய்கிறது. வெகுகாலத்திற்கு முன்னர் இந்தியாவெங்கிலும் திராவிடர் வாழ்ந்தனர் என்று முடிவுகட்ட வேண்டியுள்ளது. ஆனால், ஆரியர் வருகை மற்றும் யுத்தங்களில் தோல்வி காரணமாக, அவர்கள் தென்னிந்தியாவின் மலைப்பகுதிகளுக்கும் வறண்ட நிலங்களுக்கும் விலகிச் சென்று, அங்கே தனித்தன்மை வாய்ந்த தம் பண்பாட்டினை வளர்த்தெடுத்தனர்.

இந்தியாவைப் பற்றிய தன் புத்தகத்தில் எச். ஜி. ராலின்ஸன், பழங்காலத் தமிழரை “கடும் உழைப்புச் செலுத்திய குடியானவர்களாகிய அவர்கள் நல்ல வீரர்களாகவும் தீரமிக்க மாலுமிகளாகவும் தேர்ச்சிமிகு விவசாயிகளாகவும் விளங்கினர்” என விவரித்திருக்கிறார். குடியானவர்கள் என்ற வகையில், அவர்கள் நிலத்தை உழுதனர். பழமரங்களை நட்டனர். மந்தைகளைப்

பராமரித்தனர். வீட்டில் பறவைகளை வளர்த்தனர் மற்றும் துணிகளை நெய்தனர். அவர்கள் படகுகள் செய்து, பாபிலோன் மற்றும் சுமேரியா போன்ற தொலைதூர நாடுகளுக்குக் கூட வணிகத்தின் பொருட்டு கடலில் சென்றனர். நுண்கலைகளை நேசித்தவர்கள் என்பதால், நாட்டியம், இசை மற்றும் இலக்கியத்தில் ஆர்வங்காட்டினர். வீரர்கள் என்ற வகையில், எதிரிகளின் நாட்டை அழித்து, கால்நடைகளையும் பெண்களையும் கவர்ந்து செல்வதில் பெருமை கொண்டனர். அவர்கள் தம் வீடுகளை மரம், கல் அல்லது செங்கற்களால் கட்டிக்கொண்டனர். உலோகம் அவ்வளவாய் உபயோகத்தில் இல்லை. நேர்த்தியுடன் வடிவமைக்கப்பட்ட அவர்தம் மட்கலங்கள் கலையுணர்வுக்குச் சாட்சியமாயிருந்தன. அவர்கள் நிர்மாணித்த நகரங்களையும் அரண்மனைகளையும் பற்றி வேத இலக்கியமும் தமிழ்ப் படைப்புகளும் குறிப்பிடுகின்றன. தொல்பழங்காலத்தில் ஆரம்பகால மக்கள் அடைந்திருந்த பொருளாயத முன்னேற்றத்தின் நிலையை இவை சுட்டிக்காட்டின.

திராவிடர் தமக்கேயான மதக் கருத்தமைவைக் கொண்டி ருந்தனர். முறையே சிங்கத்தையும் எருதையும் தம் வாகனங்களாகக் கொண்டுள்ள தாய் தெய்வம் மற்றும் தந்தைக் கடவுள் வடிவங்களில் இயற்கை ஆற்றல்களை அவர்கள் நம்பினர். எனினும் உலகியல் நாகரிகத்தில் ஆர்வம் கொண்ட அவர்கள் பொருளாதார முன்னேற்றத்தைக் குறிக்கோளாய் எண்ணினர்.

தமிழ், மக்கள் செல்வாக்குள்ள மொழியாய் இருந்தது. தமிழ் என்பதன் தோற்றம் ‘இனிது’ என்று பொருள்படும் ‘தமி’ என்னும் வேர்ச்சொல்லிலிருந்து பிறந்ததாகக் கூறப்படுகிறது. உண்மையில், தமிழ் இனிய மொழியாகக் கருதப்படுகிறது. கி.பி.950இல் இனிமை என்ற பொருளில் அது சிந்தாமணியில் பயன்படுத்தப்பட்டது. பழங்காலத் தமிழர் தமக்கென்று கொண்டிருந்த எழுத்துவடிவமான வட்டெழுத்து, பிராமி அம்சமும் கிரந்த எழுத்து வடிவமும் சேர்ந்த ஒன்றில் தோற்றமுடையது. ஹீராஸ் பாதிரியாரைப் பொறுத்தமட்டில், ஹரப்பாவின் முத்திரைகளிலுள்ள மொழி, திராவிட மொழிகளின் அவற்றில் தொன்மையும் வளமுமிக்கது தமிழ் பெற்றோராகும். பலுசிஸ்தானத்தில் பிராஹுய் என்னும் பழங்குடியினரின் மொழி, ஆரம்பகட்ட திராவிட மொழிக்கு நெருங்கியிருக்கிறது. சிந்து வெளிப் பள்ளத்தாக்கிலிருந்து கிளம்பியோர் அல்லது குடிவந்தோரால் நிறுவப்பட்ட திராவிடர் குடியிருப்பின் இருப்புக்கான சான்றாக இது எடுத்துக்கொள்ளப்படுகிறது. திருநெல்வேலிக்கருகிலுள்ள

ஆதிச்சநல்லூர் மற்றும் கொல்லத்திற்கருகிலுள்ள மாங்காட்டில் நடந்த அகழ்வாய்வுகள், கி.மு. 1000வாக்கில் வரலாற்றிற்கு முந்தைய காலத்தில் திராவிட குடியிருப்புகள் இருந்ததற்கான தடயங்களை வெளிக்கொணர்ந்தன. எலும்புகள், கல், இரும்பு, வெண்கலம் மற்றும் பொன்னால் ஆன ஆயுதங்களும் பாத்திரங்களும் ஆபரணங்களும் பயன்பாட்டில் இருந்தன.

ஆரியரும் அவர்தம் குடியேற்றமும்

இந்தியாவை வெற்றி கொண்டு காலனித்துவப்படுத்துவதற்கான ஆரியர் வருகை, திராவிடருக்கு மிரட்டலாயிருந்தது. கி.மு.2500 லிருந்து 2000 வரையிலான காலகட்டத்தின் போது, குடியேற்றத்தின் அடுத்தடுத்த அலைகளாக ஆரியப் பழங்குடிகள் மத்திய ஆசியாவிலிருந்து இந்தியாவை வந்தடைந்தன. இதன் காரணமாக, இந்திய கங்கைச் சமவெளி முழுவதையும் திராவிடரிடமிருந்து அவர்கள் ஆக்கிரமித்துக் கொண்டனர். சமவெளியைக் குடியேற்ற மாக்கிய அவர்கள், அதனை ஆரியவர்த்தம் என்றழைத்து, கோசலம் மற்றும் மகதம் என எண்ணற்ற அரசுகளை நிறுவினர். ஐரோப்பியக் காலனியவாதிகள் அமெரிக்க இந்தியர்களை காட்டுமிராண்டிகளாயும் மோசமானவர்களாயும் நடத்தியது போன்றே, இந்த இந்திய ஆரியரும் திராவிடரை அரக்கராயும் குரங்குகளாயும் சித்தரித்தனர். அவர்கள் பூர்வ குடிகளை விந்திய மலைகளுக்கு அப்பாலோ, மலைப்பகுதிகளுக்கோ துரத்தினர். வளமான நிலங்கள் காலனித்துவவாதிகளின் உடைமையாகவும், ஆரியருக்கும் திராவிடருக்கும் இடையிலான எல்லையாகவும் விந்திய மலைகள் கருதப்பட்டன. விந்திய மலைகளை ஆரியவர்த்தத்தின் தென்கோடி எல்லையாக மனு கருதினார். கி.மு. 600 வரையிலும், ஆரியரின் இலக்கியங்கள் தெற்கில் தக்காணம் இருந்ததற்கான எந்தத் தகவலையும் தருவதில்லை.

என்றாலும், நூற்றாண்டு காலங்களின் முன்னேற்றத்தால் புவியியல் அறிவு அதிகரிக்க, கி.மு.முதல் நூற்றாண்டுவாக்கில், ஆரியப் பழங்குடிகள் தெற்குநோக்கி நகரத் தொடங்கினர். வெற்றி, காலனித்துவம் மற்றும் மதமாற்றம் என்னும் மும்மடி நிகழ்ச்சிப் போக்கால், அவர்கள் தம் செல்வாக்கை விரிவுபடுத்தினர். ஸ்ரீராமன் வெற்றியின் நாயகன் எனில், பரசுராமன் காலனித்துவத்திற்கும் அகஸ்தியர் மதமாற்றத்திற்குமான நாயகர்கள். தெற்கின் திராவிடம் மீதான ஆரியப்படையெடுப்பு மரபை ராமாயணம் கொண்டுள்ளது.

ஆரியப் பழங்குடிகளுக்கு எதிராய் திராவிடப் படைகளுக்குத் தலைமை தாங்கிய வாலியும் ராவணனும் மாபெரும் வீரர்கள் என்றாலும், காட்டிக்கொடுத்தல் மற்றும் துரோகத்தால், சுக்ரீவனும் அனுமானும், ஸ்ரீராமனின் முகாமில் சேர்ந்து கொள்ளவே, தோற்கடிக்கப்பட்டு நாசமாக்கப்பட்டனர். இதனால், இப்படையெடுப்பு தீபகற்பத்தை வெற்றிகொண்டு இலங்கையை நாசப்படுத்துவதில் முடிவுகண்டது. கன்னியாகுமரிக்கருகிலுள்ள வாலிப்பாறை வாலியின் சாகசங்களின் கீர்த்தியை நினைவூட்டிற்று. சுதந்திரத்திற்குப் பிறகு அது விவேகானந்தர் பெயர்பெற்றுவிட்டது. உள்ளூர் ஆட்சியாளர்களின் ஆதரவுடன் பிராமணர்கள் மேற்குப் பகுதியில் குடியமர்ந்தனர். இதன் விளைவாக, பரசுராமன் கேரளத்தை உருவாக்கி, பிராமணர்க்கு தானமாகத் தந்தார் என்று கூறிக்கொள்ளப்பட்டது. இதிகாசங்களிலும் புராணங்களிலும் அகஸ்தியரை மையமாகக் கொண்ட கதைகள், தெற்குநோக்கிய ஆரியப் பண்பாட்டு நகர்வின் ஞாபகத்தைப் பாதுகாக்கின்றன. அகஸ்தியர் தன்னுடன் ஏராளமான முனிவர்களைக் கொண்டு வந்து, தண்டகாரண்யத்திலும் அதனை ஒட்டியும் குடியமர்த்தினார் என்று ராமாயணத்திலிருந்து தெரிந்துகொள்கிறோம். அத்துடன் அவர் குடகு மற்றும் பொதிகை மலைகளில் வாழ்ந்திருந்து ஆரியப் பண்பாட்டைப் பரப்பினார் என்று கூறப்படுகிறது. இதன் தாக்கத்தால் திராவிடர் ஆரிய மதத்திற்கும் பண்பாட்டிற்கும் மாற்றப்பட்டனர்.

ஆரியக் காலனியப்படுத்துதலும் பண்பாட்டு இயக்கமும், வழக்கமாக எதிர்க்கும் சக்திகளை அடிமைப்படுத்துவதாலும் பண்பாடுகளின் உட்கிரகித்தலாலும் வெளித்தெரிந்தன. ஆரியர்கள் தம் பிராமணிய மதத்தையும் சமஸ்கிருத மொழியையும் சாதி அமைப்பையும், திராவிடர்களுக்கு அறிமுகப்படுத்தினர். மறுபுறத்தே, ஆன்மா, மறுபிறவி மற்றும் கர்மவினை என்னும் கோட்பாடுகளை திராவிடர்களிடமிருந்து பெற்றுக்கொண்ட ஆரியர்கள், அவற்றைப் பின்னாளில் உபநிடதங்களில் சேர்த்துக் கொண்டனர். தாந்திரிகம், வழிபாடு மற்றும் ஆலய நிர்மாணம் தொடர்பான ஆகமச் சிந்தனைகள் முற்றிலும் திராவிடர்களுடையவை. அக்னி வழிபாடு ஆரிய மரபுக்குரியது என்றால், மலர் வழிபாடு திராவிடர்களுடையது. உண்மையில், வடக்கு மற்றும் தெற்குச் சிந்தனை மற்றும் நடைமுறைகளுக்கிடையிலான கலந்துரையாடல், கலவையான பண்பாட்டின் பரிணாமத்திற்குப் பங்களிப்புச் செய்தது. ஆனால், எப்போதைக்கும் ஆரிய அம்சங்களின் மேலாதிக்கம் பெற்றிருக்கவில்லை.

பிற்பாடு பிற இனக்குழுக்கள் தமிழகத்திற்குள் நுழைந்தன. சமணர்களும் பௌத்தர்களும் தென்னிந்தியாவிலும் இலங்கைத்தீவிலும், மடங்களை நிறுவி, தம் மதங்களைப் பரப்பினர். மேற்கு ஆசியாவை ரோமானியர் வெற்றிகொள்ளவும், தம் தேசங்களிலிருந்து ஓடிவந்த சிரியர்களும் யூதர்களும் மேற்குக் கடற்கரையில் குடியமர்ந்தனர். இக்குடிபெயர்தலின் எழுச்சியில்தான் கிறித்தவம் வந்தது. அரேபியக் குதிரைக்கான தேவையும் வணிகத்துக்கான வாய்ப்பும் அரேபியரை இந்நாட்டுக்குக் கொண்டுவந்து சேர்த்தது. அவர்களுடன் இஸ்லாமும் வந்து சேர்ந்தது. இவ்வளர்ச்சிகளை ஒட்டிய கலந்துறவாடல் தமிழர் அடையாளத்தைக் கணிசமாய் பாதித்தது. அந்நிய மேலாதிக்கம் தமிழர் மக்கள் தொகையைக் கட்டுப்படுத்தி, பண்பாட்டு மதிப்புகளைப் பாதித்து பிரதேசங்களின் இழப்புக்கு இட்டுச்சென்றது என்பதை மறுதலிக்க இயலாது. இருப்பினும் அவர்கள் தம் மரபுகளையும் மொழியையும் சமூக நடைமுறைகளையும் இன்றளவும் தக்கவைத்திருக்கின்றனர் என்பது தான் தனிச்சிறப்பானது.

2

ஆரம்பகட்ட வழிபாட்டு வடிவங்கள்

பழங்காலத் தமிழர் இயற்கைக்கு நெருக்கமாய் வாழ்ந்தனர் மற்றும் பழக்கவழக்கத்தால் பெரிதும் ஆன்மிகம் மிக்கவர்களாய்த் தோன்றினர். அதற்கேற்ப, இயற்கையாற்றல்கள் மற்றும் வழிபாட்டு வடிவங்கள் பற்றித் தமக்கேயான மூடநம்பிக்கை மிகுந்த திகைப்பைக் கொண்டிருந்தனர். எப்படியோ இவை திராவிடர்களின் மதத்திலும், பண்பாட்டிலும் மையமிட்டு, துணைக்கண்டமெங்கிலும் பரவின. பிற்காலங்களில், வட இந்தியாவிலிருந்து சமணமும் பௌத்தமும், மேற்கு ஆசியாவிலிருந்து கிறித்தவமும் தமிழர்களை வந்தடைந்தன. சமணம் மேற்கில் செல்வாக்கு மிக்கதாக எழுச்சிகொள்ள, பௌத்தம் கிழக்கில் நிலைகொள்ள, கிறித்தவம் கடற்கரைப் பிரதேசங்களில் வரம்புக்குட்பட்ட அளவில் பரவ, யூத மதமோ மேற்குக் கடற்கரையில் தன்னை இருத்திக்கொண்டது.

மரபார்ந்த மதம் திராவிட மதம்

சங்க இலக்கிய நூல்களும் செவ்வியல் படைப்புகளும் பழங்காலத்தமிழரின் சம்பிரதாயங்கள் மற்றும் நம்பிக்கைகள் மீது வெளிச்சம் பாய்ச்சுகின்றன. மக்கள் திராவிட வழிபாட்டு வடிவங்களைப் பகிர்ந்து கொண்டனர் என்பதைத் தொல்காப்பியம் தெளிவுபடுத்துகிறது. இயற்கைவாதமும் ஆன்மிக வாதமும் கலந்த, ஒன்று, அவர்தம் மதத்தின் அடிப்படை அம்சத்தைக் குறித்தது.

இயற்கையில் தெய்வீக ஆற்றல்களைக் கண்ட பழங்காலத்தமிழர், தம் உலகியல் மற்றும் ஆன்மிக நலத்தின் பொருட்டு, அவற்றை வழிபட்டனர். இத்தெய்வங்கள் ஆணும், பெண்ணுமாயிருந்தன. சில முக்கியமானவையாயிருக்க, வேறுசில பெயரளவிலானவையாக இருந்தன. அழகை

வழிபட்ட தமிழர்கள், அழகின் ரீதியில் தம் தெய்வங்களைப் புரிந்துகொண்டனர். திராவிட இந்தியாவின் சக்திமிக்க தெய்வமான சிவன், நல்ல நிறமும், கற்றை முடியும் கொண்டவன். சேயோன் என்று அறியப்பட்ட முருகன் ஒரு அபிமானத் தெய்வம். குன்றுப்பகுதி அல்லது குறிஞ்சியின் கடவுளான அவன் அழகிய தெய்வம். முருக வழிபாடு தமிழகத்தில் மட்டுமல்லாது துளு நாட்டிலும் செல்வாக்குப் பெற்றிருந்தது. துளு நாட்டின் சுப்ரமண்யா என்னுமிடத்தில், பழங்கால முருகன் ஆலயமொன்று கண்டறியப்பட்டது. நாகம் அல்லது பாம்பின் அம்சமென்று நம்பப்படுகின்ற இத்தெய்வம் கையில் வேல் அல்லது ஈட்டியுடன் மயில் மீது சவாரி செய்வதாகக் காணப்படுகிறது. முல்லை அல்லது மேய்ச்சல் நிலத்தில் தெய்வமாக மாயோன் வழிபடப்படுகிறான். மருதம் அல்லது பண்பட்ட நிலத்திற்குரியவனாக வேந்தன் இருக்க, நெய்தல் அல்லது கடற்கரைக்குரியவனாக கடலோன் இருந்தான். கொற்றவை அல்லது காளி போர்த்தெய்வமாவாள். பாலை அல்லது வறண்ட நிலத்தின் தெய்வமாய் அவள் கருதப்பட்டாள். சேரர்கள் போர்க்களத்தில் அடியெடுத்து வைக்கும் முன்னர், போர்த் தெய்வத்தை வணங்கி, அதன் ஆசீர்வாதத்தைப் பெறுவதை வழக்கமாய்க் கொண்டிருந்தனர். பிரதானமான இத்தெய்வங்களுடன், முக்கியத்துவமிக்க எண்ணற்ற சிறு ஆன்மிக சக்திகள் இருந்தன. மரங்கள், மலைகள் மற்றும் ஆறுகளில் வசித்ததாக நம்பப்பட்ட, இறந்த மூதாதையர்கள், இறந்த வீரர்கள், உலவுகின்ற ஆவிகள் மற்றும் அலைந்து திரியும் பிசாசுகள் ஆகியவை அவற்றில் அடங்கும். ஆத்திரமிக்க பிசாசுகள் பஞ்சங்களையும் வெள்ளப்பெருக்குகளையும் தொற்றுநோய்களையும் ஏற்படுத்தின என்றால், நன்மை செய்யும் தெய்வங்கள் இயற்கையின் விநாசங்களிலிருந்து சமூகத்தைப் பாதுகாத்தன.

வெவ்வேறு பகுதிகளில் வசிப்போர் தமக்குரிய தெய்வங்களிடத்தே பக்தி வைத்திருந்தனர். குறிஞ்சியின் குறவர் முருகனைத் தம் பிரதான தெய்வமாகக் கொண்டாட, மலைகளுக்கு இடைப்பட்ட பகுதியான இடைநாட்டின் இடையர் மாயோனை வழிபட, மருதத்தின் வெள்ளாளர் வேந்தனைப் பூசிக்க, பாலையின் மறவர் காளியை வேண்ட, நெய்தலின் பரதவர் கடலோனை வழிபட்டனர். தம் கடவுளரை வழிபட பழங்காலத் தமிழர்கள் காவுகள் எனப்படும் தோப்புகளில் அல்லது மாபெரும் மரங்களின், குறிப்பாக ஆலமரங்களின் அடியில் ஆலயங்களை நிர்மாணித்தனர். இறந்துபட்ட வீரர்களுக்கு பக்தர்கள் வீரக்கற்கள் நட்டனர். தெய்வங்களும் பக்தர்களும் சந்தித்துக்கொண்ட காவுகளே வழிபாட்டிடங்களாக உருவாயின. சிதம்பரம், திருச்செந்தூர்,

திருப்பரங்குன்றம், சபரிமலை, திருத்தணி மற்றும் திருப்பதி திராவிட வழிபாட்டிடங்களாக இருந்தவையே, ஆனால் இந்து ஆலயங்களாக மாற்றப்பட்டு வளர்த்தெடுக்கப்பட்டவை. திருப்பதியிலுள்ள மாபெரும் ஆலயம் இந்நூற்றாண்டின் தமிழர் தலைவன் புள்ளியுடன் தொடர்புபடுத்தப்படுகிறது. பிற்காலங்களில் இக்கோயில்களின் மீதான கட்டுப்பாட்டினை இந்து குருமார்களிடம் இழந்தனர் தமிழர்கள்.

பிராமணர் தம் இந்து மதத்தைக் கொண்டுவந்து திராவிட வழிபாட்டிடங்கள் மீதான கட்டுப்பாட்டினைப் பெறுமட்டும், பாணர்களே பூசாரிகளாயிருந்தனர். உணவு, பால், நெய் மற்றும் வாசனைத் திரவியங்களை தெய்வங்களுக்குப் படைத்த அவர்கள், முரசொலிக்க, எக்காளங்கள் மற்றும் மணி ஓசையுடன் பூசைகள் செய்தனர். பக்தர்கள் பாசுரங்களைப் பாட, பாணர்கள் ஆடிக்கொண்டே பக்தர்தம் அதிருஷ்டத்தைக் கணித்துரைத்தனர். இப்பூசாரிகள் கற்றறிந்தவர்களாக, ஆன்மிகத் தலைவர்களாய் சேவை புரிந்தனர். தமிழ்ச்சமூகத்தின் மேட்டுக்குடியினராக மரியாதையும் செல்வாக்கும் பெற்றனர்.

உண்மையில், பழங்காலத் தமிழர்கள் வழக்கமாக மலைகளின் மீது திராவிட வடிவிலான வழிபாட்டிடங்களையும் வழிபாட்டையும் தெய்வங்களையும், சடங்குகளையும், விழாக்களையும் பாணர்கள் என்னும் பூசாரிகளையும் தமிழ் என்னும் தெய்வ மொழியையும் கொண்டிருந்தனர். நன்மை, தீமை என்று அவர்கள் பிரித்துப் பார்த்தனர். இம்மைக்கும் மறுமைக்குமான மகிழ்வான வாழ்க்கைக்கு சீலமும் வழிபாடும் அவசியம் என்று புரிந்துகொண்டனர். மானுடர் அனைவரையும் சமமானவர்களாகக் கருதியது மட்டுமல்லாது தம் வேலையாட்களையும் சகோதரர்களாக நடத்தினர். சாதி என்னும் எண்ணம் தமிழர் அறியாதது என்றாலும் பூசாரிகள் ஆட்சியாளர்களுக்கு மிக நெருக்கமாயிருந்தது அவர்களுக்கு உடன்பட வேண்டியிருந்ததற்கான சந்தர்ப்பத்தை அளித்ததால், மக்களுக்கு எப்போதும் அனுகூலமாயில்லை.

சமணத்தின் வருகை

அந்நியச் சமயங்களில் தென்கோடி தெற்கினை ஆரம்பத்தில் வந்தெட்டியது சமணமே. கி.மு.ஆறாம் நூற்றாண்டில் வட இந்தியாவில் மகாவீரரால் நிறுவப்பட்ட அது, கிமு நான்காம் நூற்றாண்டில், தமிழகத்திற்கு வந்து சேர்ந்தது. மௌரியப் பேரரசரும்

சமணத்துறவி பத்ரபாகுவின் சீடருமான சந்திரகுப்த மௌரியர், வட இந்திய சமணத் துறவியரை, தென்னிந்தியாவில் தம் மதத்தைப் பரப்பும் பொருட்டு கர்நாடகாவின் சிரவணபெலகோலாவிற்கு இட்டுவந்தார் என்கிறது மரபு. மகாவீரரின் நெறிகளைப் போதிப்பதற்காக, இருபத்தைந்தாண்டு கால ஆட்சிக்குப் பிறகு, துறவியாகி அவர் அரியணையைத் துறந்தார். சமணத் துறவியர் சோழ, சேர, பாண்டிய நாடுகளுக்கும் இலங்கைக்கும் பரவினர். அவர்கள் வழிபாட்டிடங்களை நிர்மாணித்து, வலுவான அடித்தளத்தின் மீது சமண ஆலயத்தை அமைத்தனர். இதனால் திராவிடர் மதமும் அதன் பூசாரிகளான பாணரும் அவர்தம் செல்வாக்கைப் பெரிதும் இழந்தனர்.

சிலப்பதிகாரத்தில் அருகர் என்று குறிப்பிடப்பட்ட உன்னத அறிவு உலகை நிர்வகிக்கிறது எனச் சமணர் நம்பினர். முக்குடையின் கீழே அசோக (ஆல) மரத்தின் அடியில் அமர்ந்தவாறோ நின்றவாறோ இருந்த பிரதிமையால் அது பிரதிநிதித்துவப்படுத்தப்பட்டது. எந்த உயிரையும் கொல்லலாகாது, பொய் பேசலாகாது, தேவைப்படுவோருக்கு உதவியை மறுக்கலாகாது என அவர்கள் உறுதி மேற்கொண்டனர். அதே வேளையில் பேராசை, பொறாமை, கோபம் மற்றும் கேடான பேச்சினைத் தவிர்க்க முற்பட்டனர். பிச்சை வாங்குவதற்காக பிச்சைப் பாத்திரங்களையும், தாகம் தணிக்க தண்ணீர்க்கலயங்களையும், எந்தத் தீங்குமின்றி பூச்சிபொட்டுகளை விலக்குவதற்காக மயிற்பீலிக் கட்டுகளையும் முனிவர்களும் துறவுக்கன்னியரும் எடுத்துச் சென்றனர். உயிர் வாழ்வோர் அனைவரிடத்தேயுமான பல ஆன்மாக்களை நம்பிய சமணர், எந்தவொரு உயிருக்கும் தீங்கு செய்வதில்லை என்னும் அஹிம்சையை வற்புறுத்தினர். அடிமைத்தளையிலிருந்து ஆன்மாவை விடுவித்திட, தியானம் மற்றும் முதல் உயிர் துறக்கும் வரை பட்டினி கிடப்பது வரை மேற்கொள்ளப்பட்டன. தாங்கள் நிர்மாணித்த பீடங்களிலிருந்து தம் சித்தாந்தங்களை அவர்கள் போதித்தனர். பாறைகளிலமர்ந்து செல்வந்தருக்கும் வறியவர்க்கும் ஒன்றேபோல் கற்பித்தனர். கல்வியை முன்னெடுத்துச் சென்றனர் மற்றும் நோயாளிகளுக்குச் சிகிச்சை அளித்தனர்.

திராவிடர் மதத்தைப் போலவே, மானுட கண்ணியம், சமூக சமத்துவம் மற்றும் சேவைக்கும் தியாகத்துக்குமான அவசியத்தில் சமணம் நம்பிக்கை கொண்டது. ஆகவே அது மக்களுக்கு ஏற்புடையதாகிட, சாதாரண மக்களிடமிருந்து அரசகுலத்தவர் வரை அம்மதத்திற்கு மாறினர். அவர்கள் தமிழகமெங்கிலும்

வழிபாட்டிடங்களையும் மடங்களையும் பள்ளிகளையும் நிறுவினர். அம்மதத்தை ஆதரித்த சமண அரசுகளிடையே சேரரும் பல்லவரும் களப்பிரரும் இருந்தனர். உள்ளூர் மக்களுடன் தம்மை அடையாளப்படுத்திக்கொண்ட சமணர், கல்வி வளர்ச்சியை முன்னெடுக்கும் பொருட்டு, மதுரையில் தமிழ்ச்சங்கம் போன்ற கல்வி நிறுவனங்களை ஏற்படுத்தினர், இலக்கிய நூல்களை எழுதுவதில் ஈடுபட்டனர். மனிதராயினும் சரி விலங்குகளாயினும் சரி, நோயுற்ற நிலையில் சிகிச்சை அளித்தனர். சமூகத்தில் பெண்கள் சமநிலை பெற்றிருந்தனர். அவர்கள் ஆண்களுடன் இணைந்து, சமய நிர்வாகப் பொறுப்புகளில் இருந்தனர். மேற்குக் கடற்கரையில் பள்ளிக்கல், கருநாகப்பள்ளி, நாகர்கோவிலுள்ள நாகராஜா ஆலயத்தில் குணவீரபண்டிதர், கமலவாகன பண்டிதர் போன்ற மாபெரும் புலவர்கள் வசித்தனர். சமணத்தின் மையம் என்று குறிக்கும் விதத்தில் கன்னியாகுமரிக்கருகிலுள்ள சிதறாலில் உள்ள சமணக்குகைகளில் பார்சவ நாதர், மகாதவீரர் மற்றும் பத்தினி தேவி ஆகியோரின் குறிப்பாக சமண தீர்த்தங்கரகளின், உருவங்கள் செதுக்கப்பட்டுள்ளதைக் காண முடிகிறது. கொங்கு நாட்டின் வெவ்வேறு இடங்களிலும் சமண புனிதச் சின்னங்கள் காணப்படுகின்றன. கி.மு. நான்காம் நூற்றாண்டிலிருந்து கி.பி. எட்டாம் நூற்றாண்டு வரை சுமார் பன்னிரண்டு நூற்றாண்டுகள் தமிழ்நாட்டில் சமணம் செழித்தோங்கிற்று. ஆரம்பகட்ட ஆட்சி யாளர்களில் பலர் சமணராயிருந்தனர். சமண அரசர்களில் சக்திவாய்ந்தவர்களான களப்பிரர்கள் அவர்தம் மத வளர்ச்சிக்கு அதிகமாய் பங்களிப்புச் செய்தனர்.

மாபெரும் ஆய்வுமையமாக தமிழ்ச்சங்கத்தை மதுரையில் கொண்டு, சிலப்பதிகாரம் உள்ளிட்ட தலை சிறந்த படைப்புகளை உருவாக்கிய சமண அறிஞர்கள், தமிழின் வளர்ச்சியை முன்னெடுத்துச் சென்றனர். எளிய வாழ்க்கை வாழ்ந்து, ஏழைகளையும் நோயாளிகளையும் பராமரித்திடும் நோக்கில், சித்த மருத்துவமுறையை வளர்த்தெடுத்தனர். இதன் காரணமாக அவர்கள் சித்தர்கள் எனப்பட்டனர். பிற்காலங்களில் பிராமணியப் பாவனைகளிலிருந்து தமிழ் மக்களை அவர்கள் பாதுகாத்தனர். அனைவரும் சமமென்று அவர்கள் நம்பியதால், பிராமணரின் உயர்வையும், சாதியமைப்பு மூலமான பாகுபாட்டினையும் தாக்கினர். கட்டிடக்கலை மற்றும் கலைகளை அவர்கள் முன்னெடுத்தது பெரும் முக்கியத்துவம் வாய்ந்தது.

குன்றுகளிலும் பீடபூமிகளிலும் தம்மை நிறுவிக்கொண்டு, குகைகளை மக்கள் வாழிடங்களாக வளர்த்தெடுத்தனர். பெருமளவில் ஆலயங்களையும் பள்ளிகளையும் மடாலயங்களையும் நிர்மாணித்தனர். தமிழர்களுக்குச் சேவை செய்து, தியாக வாழ்வை மேற்கொண்டாலும் அவர்கள் அடக்குமுறைக்கும் ஒடுக்குமுறைக்கும் பலியாகினர். பிராமணிய சூழ்ச்சிகளுக்கு ஆட்பட்ட அரசர்கள் அவர்களுக்கு எதிராகத் திரும்பினர். அவர்களை தீரத்தோடு ஆதரித்த களப்பிரர்கள் அரசியல் களத்திலிருந்து மறைந்து போயினர். பாண்டியரும் பல்லவரும் சமணத்தைக் கைவிட, அவர்கள் இந்து மதத்தை ஆதரித்தனர். இதனால் கி.பி. எட்டாம் நூற்றாண்டுவாக்கில் அவர்கள் வீழ்ந்தனர். நாகராஜா கோயிலின் பெயரைக் கொண்டுள்ள நாகர்கோவில், சமண மடம் அல்லது பள்ளியின் பெயரிலான கருநாகப்பள்ளி என்னும் பெயர்கள், குகைகள், ஆலயங்கள், சிற்பங்கள் மற்றும் சித்த மருத்துவமுறை ஆகியவற்றுடன் சேர்ந்து, மறைந்து போன சமணரின் கீர்த்தியை அமரத்துவம் மிக்கதாக ஆக்கியுள்ளன.

பௌத்தம் பரவுதல்

கி. மு. ஆறாம் நூற்றாண்டில் வட இந்தியாவில் புத்தரால் நிறுவப்பட்ட பௌத்தம், கி.மு. மூன்றாம் நூற்றாண்டில் தமிழகத்தை அடைந்தது. ஆளும் வம்சத்தினரான மௌரியர், சமணர்களுக்கு அளித்தது போன்றே பௌத்தர்களுக்கும் தம் ஆதரவைத் தந்தனர். சந்திரகுப்த மௌரியர் தென்னிந்தியாவுக்குச் சமணர்களை இட்டுச் சென்றால், இன்னொரு மௌரியப் பேரரசர் அசோகர், புத்தரின் போதனையினை தொலைதூரங்களில் பரப்பும் பொருட்டு பௌத்த பிரச்சாரகர்களை அனுப்பினார். புறநானூறு, பத்துப்பாட்டு போன்ற சங்க நூல்கள் மற்றும் மணிமேகலை, தமிழரிடையே இம்மதம் பரவியிருந்ததைக் குறிப்பிடுகின்றன. எனினும் மதத்திலிருந்து அல்லது சமணத்திலிருந்து மதம் மாறியவர்களால் பௌத்தம் ஆதாயமடைந்ததா என்று குறிப்பிடவில்லை. சேர, பாண்டியர் நாடுகளில் சமணம் செல்வாக்குப் பெற்றிருக்க, பௌத்தம் சோழ தேசத்தில் பரவிற்று. எண்ணற்ற இடங்களில் வழிபாட்டுக்கும் சேவைக்கும் என பௌத்தர்கள் ஆலயங்களையும் மடங்களையும் நிறுவினர்.

புத்தரைப் பின்பற்றுவோர் என்ற வகையில், பாறைகள் மீது பொறிக்கப்பட்ட புத்தரின் பாதங்களை பௌத்தர்கள் வழிபட்டனர்.

துறவிகள் போதித்த பொழுது பொதுமக்கள் அவர்களைக் காணாதிருக்கும் வகையில், தம் வழிபாட்டிடங்களின் மறைவான பகுதிகளில் அவர்கள் அமர்ந்தனர். உண்மை, நீதி, அறம் என்பவற்றின் நல்லியல்புகளை அவர்கள் பக்தர்களுக்கு விளக்கினர். அத்துடன், நடவடிக்கையில் ஈடுபட முற்பட்ட பொழுது, தீர்மானிப்பதிலும் சுய கட்டுப்பாட்டிலும் அறிவின் அவசியத்திற்கு அழுத்தம் தந்தனர். உண்மையில் மகிழ்ச்சியைப் பெற்றிட, அவர்கள் சீலமிகு வாழ்வை முன்னெடுத்துச் செல்ல முற்பட்டனர். உயர்ந்த தரத்திலான ஒழுக்க நிலையைக் குறியாகக் கொண்டனர். சமணர்கள் செய்தது போல அவர்கள் கல்விக்கும் நோயுற்றவர் மற்றும் வறியவரின் பராமரிப்புக்கும் முக்கியத்துவம் தந்தனர். கி.பி. ஐந்தாம் நூற்றாண்டில் திக்நாகர், ஏழாம் நூற்றாண்டில் தர்மபாலா ஆகிய காஞ்சிபுரத்தைச் சார்ந்த இரு பௌத்த பண்டிதர்கள் ஹர்ஷர் மற்றும் அவருக்குப் பின்வந்தோரது பேரரசின் நாளந்தா பல்கலைக்கழகத்தில் துணைவேந்தர் பொறுப்பில் இருந்தனர். பௌத்த ஆய்வாளர்களின் முயற்சியால்தான் ஆயுர்வேத மருத்துவமுறை வளர்த்தெடுக்கப்பட்டு முன்னெடுத்துச் செல்லப்பட்டது.

கி.பி. எட்டாம் நூற்றாண்டுவரை ஆயிரம் ஆண்டுகளுக்கு மேலாக தமிழ்நாட்டில் பௌத்தம் தழைத்தோங்கிற்று, காஞ்சிபுரம், காவேரிப்பட்டிணம், நாகப்பட்டிணம், வாஞ்சி மற்றும் ஸ்ரீமூலவாசம் ஆகியன இம்மதத்தின் கல்வி மையங்களாக வளர்ந்தன. கி.பி. ஏழாம் நூற்றாண்டில் இந்தியாவுக்கு வருகை புரிந்த சீனப்பயணி யுவான் சுவாங், தமிழகத்திலும் இந்தியாவின் பிற இடங்களிலும் பௌத்தத்தின் நிலையை ஆராய்ந்தார்.. காஞ்சிபுரத்தில் நூற்றுக்கணக்கான பௌத்த மடாலயங்களையும் மகாயானப் பிரிவினரான பத்தாயிரம் புத்த துறவிகளையும் தான் கண்டதாக பதிவு செய்தார். ஹீனயானா மற்றும் மகாயானா என்பன பௌத்தத்தின் இருபிரிவுகள். தன்னை பரிபூரணமாக்கிக் கொள்வதன் மூலமாக நிர்வாண நிலை எய்திட ஹீனயானாப் பிரிவினர் முற்பட, இன்னொரு பிரிவினர் புத்தர் மற்றும் அவரது அவதாரங்களை வழிபடுதலின் வாயிலாக அதனை அடைய முற்பட்டனர். ஏழாம் நூற்றாண்டில் கூட மக்கள் செல்வாக்குப் பெற்ற மதமாக பௌத்தம் தொடர்ந்து தழைத்தது என்பது தெளிவாகிறது. ஆழ்வார்கள் மற்றும் நாயன்மார்களின் கீழே ஒன்பதாம் நூற்றாண்டிலே இந்துமதம் பரவியதை ஒட்டிய ஒடுக்குமுறையுடன் தொடர்புகொண்டது இம்மதத்தின் வீழ்ச்சி என்று கூறப்படுகிறது.

கிறித்துவத்தின் வருகை

பௌத்தம் தென்னிந்தியாவுக்கு வந்து சேர்ந்து மூன்று நூற்றாண்டுகளுக்குப் பிறகும், ஐரோப்பாவில் கிறித்தவம் பரவுவதற்கு முன்னரும், அது தமிழ்நாட்டுக்கு வந்து சேர்ந்தது. பிரபஞ்சத்தைப் படைத்து, பாவத்திலிருந்து மீட்டு, மரணத்திற்குப் பின் வெகுமதிகளும் தண்டனைகளும் அளிக்கும் கர்த்தரிடம் கிறித்தவர்கள் நம்பிக்கை கொண்டிருந்தனர். இயேசு கிறிஸ்துவின் சீடர்களில் ஒருவரான, ஜெருசலேத்தின் புனித தாமஸ், தன் குருவின் செய்தியை தென்னிந்தியாவுக்குக் கொண்டுவந்தார். கி.பி. 52இல் அரபுக்கடலின் வழியே கிழக்கு நோக்கிப் பயணித்து மலபார் கடற்கரையில் மலங்காராவில் இறங்கிவிடும் முன்பாக, அவர் அரேபியாவிலும் மேற்கு ஆசியாவிலும் (சோகோட்ரா) தேவாலயங்களை நிறுவினார்.

இக்காலகட்டத்தில் மேற்கு ஆசியாவுக்கும் தென்னிந்தியாவுக்கும் இடையிலான வர்த்தகத் தொடர்புகளால், தமிழகக் கடற்கரையை அடைந்திட மாலுமிகளின் துணையைப் பெறுவது, அவருக்குச் சாத்தியமாயிருந்தது. அவர் இருபதாண்டுகள் கடுமையாக உழைத்தார். எண்ணற்ற இடங்களில் நற்செய்தியைப் போதித்தார். திராவிடர் மதத்திலிருந்து அதிகமானவரை மதம் மாறச் செய்தார். ஏழு தேவாலயங்களை நிறுவினார். மேற்கிலிருந்து கிழக்குக் கடற்கரை நோக்கிச் சென்ற அவர், சென்னைக்கருகே மைலாப்பூரின் சிறுமலையில் தன் ஊழியமையத்தை ஏற்படுத்தினார். அவரது ஊழிய வெற்றியும் மக்களை மதமாற்றியதும் திராவிடர் நம்பிக்கை சார்ந்த உள்ளூர் பூசாரிகளை எச்சரிக்கை கொள்ள வைத்தது. அவர்களின் தூண்டுதலால், அந்த அபோஸ்தலர் ஒவ்வொரிடமாகத் துரத்தியடிக்கப்பட்டு ஒரு குகையில் புகலிடம் கொண்டிருந்த போது குத்திக் கொல்லப்பட்டார். எனினும் அடுத்து வந்த ஆண்டுகளில் இச் செய்தி பரவிவிடவே, மைலாப்பூர் வந்து சேர்ந்த போர்த்துக்கீசிய இறை ஊழியர்கள் அவரது ஊழிய மையங்களைத் தேட, அவரின் உயிர்த்தியாகம் கிறித்தவம் பரவிடப் பங்களித்தது. இதன் காரணமாக அவர்கள் சாந்தோமை, அவர்தம் ஊழியப் பணிகளுக்கான மையமாக வளர்த்தெடுத்தனர்.

கி.பி. பதினான்காம் நூற்றாண்டில் மேலும் ஊழியப் பணியாளர்கள் தமிழகக் கடற்கரையை வந்தடைந்தனர். கானாவைச் சார்ந்த தாமஸால் தலைமை தாங்கப்பட, சிரியாவின் எழுபத்திரண்டு கிறித்தவக் குடும்பத்தினர், தமிழ்நாட்டின் மேற்குக் கடற்கரைக்குப் பயணித்தனர். அவர்களிடையே இறைஊழியரும் தோட்டத்

தொழிற்துறையினரும் வணிகரும் இருந்தனர். உழைப்பும் துடிப்பும் மிக்கவர்களான அவர்கள், எஸ்டேட்களை வளர்ப்பதிலும், வெவ்வேறு இடங்களில் வணிகத்தை நிறுவுவதிலும் மிகுந்த ஈடுபாடு கொண்டனர். அவர்தம் பங்களிப்பால்தான், சர்வதேச வணிகத்தில் மிகப்பெரிய இடமாக மலபார் மாறிற்று. அடுத்துவந்த காலகட்டங்களில் ஏசுசபையினரும் புராட்டஸ்டண்ட் சபையினரும் தமிழகத்தின் வெவ்வேறு இடங்களில் கிறித்தவ மையங்களை ஏற்படுத்தினர். கிறித்தவத்தைப் போதித்தது ஒருபுறமிருக்க, அவர்கள் பள்ளிகளைத் திறந்து, தமிழின் வளர்ச்சியை முன்னெடுத்தனர். யூதர்களும் மலபாரை அடைந்து, யூத மதத்தை முன்னெடுத்துச் செல்ல முற்பட்டனர். அவர்களது நிர்மாணத்தில் கொச்சியிலுள்ள யூதாலயம் நன்கறியப்பட்டது.

கி.பி. முதல் நூற்றாண்டு வாக்கில் தமிழர்கள் ஐந்து மத அமைப்புகளைக் கொண்டிருந்தனர். திராவிட வழிபாட்டு வடிவங்களில் அவர்தம் மரபார்ந்த மதத்தைக் கொண்டிருந்தனர். சேரபாண்டிய நாடுகளில் சமணம் மக்கள் செல்வாக்கான மதமாய் உருவாக, சோழ தேசத்தில் பௌத்தம் செல்வாக்குப் பெற, கேரளக் கடற்கரையில் கிறித்தவம் வளர்ந்து வரும் மதமாயிருக்க, சிறியதொரு பகுதியில் கட்டுண்டதாக யூதமதம் இருந்தது. இந்த மதங்களெல்லாம் சமாதானத்திலும் அஹிம்சையிலும் நம்பிக்கை கொண்டு, சேவை மற்றும் தியாகத்தின் நெறிகளை நடைமுறைப்படுத்த முற்பட்டதால், எந்தவொரு மதத்தையும் ஒடுக்கியதாகத் தோன்றவில்லை. திராவிட அமைப்புமுறை காரணமாக, மக்களிடையே பழங்குடி வாழ்வு சார்ந்த சமத்துவமும் சகோதரத்துவமும், பெண்களின் நிலையும் அங்கீகரிக்கப்பட்டன. கல்வி, கற்பித்தல், மருத்துவ சிகிச்சை மற்றும் கட்டிடக் கலையின் முன்னேற்றத்திற்காக, தம் அர்ப்பணிப்பு மிக்க சேவை மூலமாக சமணமும் பௌத்தமும் கிறித்தவமும் தமிழர் மரபை வளப்படுத்தின. இந்துமதமும் அதன் சாதிய அமைப்பும் தம்மை நிறுவிக்கொள்ளும் மட்டும் தமிழ்நாட்டில் மதத்தின் பெயரால், பகைமைமிக்க மதங்களை ஒடுக்கியதற்கோ அவற்றிடம் சகிப்புத்தன்மை இல்லாதிருந்ததற்கோ சான்றில்லை.

3

சங்ககாலமும் செவ்வியல் இலக்கியமும்

தமிழறிஞர்களின் கல்விக்கழகமாக மரபுப்படி மதுரையிலமைந்த தமிழ்சங்கத்தின் பெயரால் அழைக்கப்பட்ட சங்க காலம், தமிழ்ப்பண்பாட்டு வரலாற்றின் பொற்காலத்தைப் பிரதி நிதித்துவபடுத்திற்று. மக்கள் பரந்துபட்ட அளவில் திராவிட மதத்தையும் மரபார்ந்த பண்பாட்டையும் பின்பற்றினர். திராவிடர் ஆலயங்களில் பூசாரிகளாயிருந்த பாணர்கள், சமூகத்தின் மேல்தட்டினராய் அமைந்தனர். ஆட்சியாளர்களால் அரவணைக்கப்பட்டு, மக்களால் மதிக்கப்பட்ட அவர்கள் மதம் மற்றும் இலக்கியத்தின் வளர்ச்சியை முன்னெடுத்தனர். சமணம் இங்கு வந்து சேர்ந்து கலந்து நூறாண்டுகளுக்கு மேலாயிருந்தது. பாணர்கள் போல, அமைதி, மற்றும் அறக்கொடை ஊழியர்களான அவர்கள் வழிபாட்டு, கல்வி மையங்களை ஏற்படுத்தினர். ஆட்சியாளர்களின் ஆதரவுடன் மதுரையில் அவர்கள் ஏற்படுத்திய பல கல்விக்கழகங்கள் மிக முக்கியமானவையாக எழுந்தன. குகைகளிலும் பாறைகளிலும் எளிய வாழ்க்கை வாழ்ந்த அவர்கள், தமிழர்தம் ஆன்மிகக் கீர்த்திக்கும் உலகியல் நலனுக்கும் பாடுபட்டனர். சமணர் வருகைக்கு ஒரு நூற்றாண்டுக்குப் பின்னரே, பௌத்தர் தமிழகம் வந்தனர். சோழ மண்டலத்தில் செல்வாக்குடன் திகழ்ந்த அவர்கள், கல்வி மற்றும் பண்பாட்டு வளர்ச்சியில் சமணர் பணியை இட்டு நிரப்பினர். இம்மதங்கள் சேவை, தியாகம், நல்லிணக்கத்தை பொதுக் குறிக்கோள்களாக நம்பியதால், இவற்றிடையே, ஏற்கனவே சுட்டிக்காட்டியதுபோல், எவ்விதப் பிணக்கும் இல்லை. திராவிட, சமண, பௌத்த மேட்டுக்குடியினர் செலுத்திய அடக்கமான செல்வாக்கினால், இக்காலத்து எழுத்தாளர்கள் தாராளமான பார்வைகளைக் கொண்டிருந்தனர்.

கடுமையான வரிவிதிப்பையும் நிர்வாகக் கேடுகளையும் அவர்கள் கண்டித்தனர். நீதியையும் அறிவு விரிவாக்கத்தையும் வற்புறுத்தினர். சங்க இலக்கியம் என்றறியப்படுது, தமிழ்ப் பண்பாட்டு மலர்ச்சியின் கொடுமுடியைப் பிரதிநிதித்துவப்படுத்திற்று.

சங்கம் நிஜமா தொன்மமா?

தமிழறிஞர்களின் சங்கம், சமணப்பண்டிதர்கள் மற்றும் பாண்டிய மன்னர்களின் மாபெரும் படைப்புகளுள் ஒன்றாகும். மூன்று நூற்றாண்டுகளாக பாண்டியரின் தலைநகரில் அது தழைத்தோங்கிற்று. சங்கம் என்னும் சொல் சமணர் மற்றும் பௌத்தரின் கல்விவட்டாரங்களில் பொதுவான நிறுவனமாயிருந்த சங்க என்னும் பிராகிருதச் சொல்லிலிருந்து வந்ததாகும். தமிழ்ச்சங்கம் நீண்ட காலம் இருந்திருப்பினும், அவ் வார்த்தை கி.பி. ஏழாம் நூற்றாண்டில் திருநாவுக்கரசரின் தேவாரப் பாடல்களிலும், பின்னர் திருமங்கை ஆழ்வார், சுந்தரர் மற்றும் மாணிக்கவாசகர் படைப்புகளிலும்தான் இடம்பெறுகிறது. தமிழ் இலக்கிய நூல்களைப் பெற்றுப் பரிசீலித்து அவற்றின் தரத்தின் அடிப்படையில், ஏற்பதோ மறுதலிப்பதோ சங்கத்தின் பொறுப்பாயிருந்தது எனத் திருவிளையாடல் புராணத்தில் சுட்டிக்காட்டப்படுகிறது. இத்தகையதொரு கட்டுப்பாட்டு அமைப்பு அக்காலத்து இலக்கிய நூல்களின் தரத்தை உறுதிப்படுத்திற்று.

சங்கம் நிறுவப்பட்ட போது, பிராமணரோ அவர்தம் தெய்வங்களோ கண்ணில்படவில்லை. இருப்பினும் பிற்பாடு, சமணர் மற்றும் பௌத்தருடனான மோதலில் அவர்கள் மாட்டிக்கொண்டதும், தமக்கென சங்கத்தை வரவழைத்துக் கொண்டதற்கான அங்கீகாரத்தை, கதைகள் மற்றும் பிரகடனங்கள் மூலம் அவர்கள் நிறுவிக்கொண்டனர். சமணரின் ஒரு சங்கத்திற்குப் பதிலாக, தொல்பழங்காலத்தில் மூன்று சங்கங்கள் நிலவியதாக, பிராமணப் புலவர்கள் கூறிக்கொண்டனர். முதல் சங்கம் 440 ஆண்டுகாலம் தென்மதுரையில் நீடித்தது. சிவனால் தலைமை தாங்கப்பட்ட அதில் தெய்வங்களும் முனிவர்களும் உறுப்பினராயிருந்தனர். தென் மதுரையின் இருப்பினை நிரூபணம் செய்ய முடியாது போகவே, இன்னொரு கதை அவிழ்த்துவிடப்பட்டது. அப்பகுதி கடலில் மூழ்கிவிட்டது என்று. இரண்டாம் சங்கம் 3700 ஆண்டுகளுக்கு பாண்டியரின் ஆரம்பகட்டத் தலைநகர் கபாடபுரத்தில் இருந்தது. கடவுளர் நீங்கிவிட்டதாகத் தோன்றுவதால், அகத்தியரைத்

தலைவராகக் கொண்ட முனிவரின் கட்டுப்பாட்டில் அது விடப்பட்டது. எனினும் கபாடபுரத்தில் சங்கம் இருந்ததற்கான எந்தச் சான்றினையும் அவர்களால் கண்டறிய இயலாமல்போனது. ஆதலால் கடல் உட்புகுந்தது சங்கத்தின் மறைவானது என விளக்கப்பட்டது. இதனடிப்படையில், மதுரையில் மூன்றாம் சங்கம் ஏற்படுத்தப்பட்டு, பொதுவான மேட்டுக்குடியினரின் கட்டுப்பாட்டில், 1850 ஆண்டுகள் நீடித்தது என்று சுட்டிக்காட்டப் பட்டது.

எனினும், சமணரின் சங்கத்தைக் குறைத்து மதிப்பிடும் பொருட்டே, மூன்று சங்கங்கள் இருந்தது என்று உருவாக்கப்பட்ட பிராமணியக் கதை ஒரு புனைவென்றும் கற்பனை உருவாக்கமென்றும் ஒதுக்கித் தள்ளப்படுகிறது. ஏனெனில்,

1. மூன்று சங்கங்களும் மொத்தமாக 9990 ஆண்டுகளாக நீடித்ததாகக் கூறப்படுகிறது. இக்காலகட்டம் மிக நீண்டதாயும் மிகப் புராணத் தன்மை பெற்றதாயும், எந்தவொரு இலக்கிய மரபாலும் நிரூபணம் செய்யப்படாததாயும் உள்ளது. ஆரிய முனிவர் அகத்தியர் 4440 ஆண்டுகள் வாழ்ந்தபின், இரண்டாம் சங்கத்திற்குத் தலைமை தாங்கினார் என்று சுட்டிக்காட்டப்படுகிறது. அகத்தியருக்கும் சங்கத்தின் இதர புலவர்களுக்கும் நம்ப முடியாத ஆயுள் கற்பிக்கப்படுவதால், இது ஏற்புடையதாயில்லை.

2. சங்ககால பாண்டிய அரசர்களின் எண்ணிக்கை எண்பத்தொன்பதாகக் குறிக்கப்படுகிறதேயொழிய, அவர்தம் பெயர்கள் எங்கிலும் காணப்படவில்லை. அக்காலகட்டத்துத் தமிழில் சங்கம் என்னும் சொல்லும் காணப்படவில்லை. சமணர் வருகைக்கு முன்னர் சங்கம் இருந்திருக்கவில்லை என்பது தெளிவாகிறது. சங்கம் அல்லது அறிஞரின் கழகம் என்பது சமணர்களுடன் வந்தது மற்றும் பிற்பாடு அது சங்கம் எனப்படலாயிற்று. சமணர் மற்றும் பௌத்தரின் வருகைக்குப் பல நூற்றாண்டுகளுக்குப் பின்னரே, பிராமணரும் அவர்தம் சமஸ்கிருத மொழியும் இந்நாட்டினை வந்தடைந்தன. மற்றவர்கள் செய்ததை, தமக்குரியதாய்க் கூறிக்கொள்வது அவர்களது வழக்கம். இதைத்தான் "பிராமணியப் பம்மாத்து" எனச் சமணர்கள் குறிப்பிட்டனர்.

3. எழுத்து வடிவத்தின் பரிணாமத்திற்குப் பின்னரே இலக்கிய நூல்கள் வர முடியும். தென்னிந்தியாவில் எழுத்து வளர்ச்சியின் காலம் கி.மு. நான்காம் நூற்றாண்டின் ஒரு கட்டமாக குறிக்கப்படுகிறது. இக் கணக்கீட்டால், பிராமணியச்

சங்கத்தின் தொன்மை குறித்த நம்பவியலாத கூற்றுகளை ஏற்பது சாத்தியமில்லை. உண்மையில் இதுவொரு பின்னாளைய புனைவே.

‘கி.பி. ஏழாம்நூற்றாண்டில் மதுரையில் சமணருடனும் பௌத்தருடனும் சைவ வழிபாடு போட்டிபோடத் தொடங்கியபோது, கடவுளான சிவனே அறிஞர்களின் கழகத்தைத் தலைமை தாங்கி நடத்தினார் என்று ஒரு சங்கம் குறித்துப் பெருமைப்பட ஆசைப்பட்டனர்’ என்றெழுதினார் பி.டி.ஸ்ரீநிவாச அய்யங்கார். தொலை தூரக் காலத்து சங்கங்களை நிரூபணம் செய்ய இயலாது போகவே, மதுரையுடனும் கபாடபுரத்துடனும் சேர்ந்து தென்கோடி நிலப்பகுதி கடல்கோளால் மூழ்கடிக்கப் பட, இலக்கியம் இல்லாது போனது என சைவர்கள் கூறினர். உண்மையில் சங்கம் தொடர்பான கதை, பிராமணியப் பம்மாத்தின் ஓரங்கமே, எனினும் அச்சொல், இலக்கியப் படைப்புகளின் பெரும் தொகுதியைக் குறிப்பிட வசதியானதென்று ஏற்றுக்கொள்ளப்பட்டது. இக்கருத்தாக்கமும் கணிசமான பெருமை கொண்டிருந்தது. ஏனெனில், தொல்காலத்தில் தம் கீர்த்தி குறித்து மக்களின் கற்பனையை அது பற்றவைத்தது. தமிழ் இலக்கியத்தின் மறுமலர்ச்சிக்கு அது பங்களித்து, வரலாற்று இலக்கிய ஆய்வுக்கு கணிசமாக அது முன் நின்றது.

காவியங்களும் இதிகாசங்களும்

சங்ககாலம் கடவுளர் மற்றும் முனிவரின் காலம் என்று விவரிக்கப்படும் காலம் உண்மையில் இல்லாத காரணத்தால் அப்போதைய புலவர்களின் இலக்கிய நூல்கள் கண்டறியப்படவில்லை. எனினும் மூன்றாம் சங்கத்தில் பிழைத்தனவாகக் கூறிக்கொள்ளப்படுபவை. கண்டறியப்பட்டு, கணிசமான முக்கியத்துவம் உடையனவாக அறியப்பட்டுள்ளன. கிறித்தவ சகாப்தத்திற்கு முந்தையதாகக் கருதப்படும் தொல்காப்பியம், இலக்கணம் மற்றும் யாப்பு குறித்த நூலாகும். அது இலக்கியப் படைப்புகளின் விபரத்தை அளிக்கிறது. மற்றும் இலக்கிய உருவாக்கங்கள் பற்றிப் பேசுகிறது. செய்யுள் வரிகள் மற்றும் அளவைகள் குறித்த விதிகளால் நிர்வகிக்கப்படுபவை மற்றும் இத்தகைய விதிகளுக்குட்படாதவை என்னும் உருவாக்கங்கள் பற்றிப் பேசுகிறது.

மூன்றாம் சங்கத்திற்குரியதாகக் கூறப்படும் இலக்கிய நூல்களில் பத்துப்பாட்டும் எட்டுத்தொகையும் அடங்கும். பாட்டு நூல்கள் என்பன, தெய்வங்களைப் போற்றுதல், இளவரசர்களைப் பாராட்டுதலிலிருந்து, காதல் சித்தரிப்பு மற்றும் களவு விளையாட்டு விவரிப்பு வரை, வெவ்வேறான விஷயங்கள் மீதான விளக்கப் பாடல்களாகும். மதுரைக்காஞ்சியும் பட்டினப்பாலையும் அவற்றில் அடங்கும். சங்க காலத்தின் போது உருவாக்கப்பட்டதாகக் கூறப்படும் ஆறு நூல்கள் உள்ளிட்ட தொகைநூல்கள், மக்களின் தனிப்பட்ட வாழ்க்கை பற்றியும் வீரர்தம் சாகசங்கள் பற்றியும் பேசுகின்றன. அவை அகநானூறு, ஐங்குறுநூறு, பதிற்றுப்பத்து, குறுந்தொகை, நற்றிணை மற்றும் புறநானூறு.

சங்க இலக்கியம், விரிந்த தளத்தில் அகம் என்றும் புறம் என்றும் பிரிக்கப்படுகிறது. அந்நாட்களில் இளைஞருக்கும் துடிப்புள்ளோருக்கும் போரும் காதலும் பெரும் ஆர்வமூட்டுவதாய் இருந்தன. காதலர்தம் வாழ்வு வெவ்வேறு கட்டங்களைக் கடந்து செல்வதாகக் காட்டப்பட்டிருக்கிறது. குறிஞ்சி அல்லது புதிய வேட்கையின் காலகட்டம், பாலை அல்லது ஆரம்பகாலத் திருமண வாழ்வில் பிரிதல், நெய்தல் அல்லது பெண்களின் வேதனை மிகு காத்திருப்பு முதிர்ந்த காதலில் துரோகம் நுழைதல் மற்றும் மருதம் அல்லது அமைதியான இல்லற வாழ்க்கை, காதல் என்னும் மையக் கருத்து இலக்கியங்களில் பெற்றுள்ள அதிகமான முக்கியத்துவம், சமூகக் கட்டுப்பாடுகளால் பாலுணர்வு எந்த அளவுக்கு இடமின்றிப் போயுள்ளது என்பதைப் பிரதிபலித்தது. என்றாலும், காதலின் இச்சட்டகத்திற்குள் அனுபவங்களின் வகைகள் பொருத்தப்பட்டன. மறுபக்கத்தே புறம், நாட்களின் வீர சாகசங்களில் அக்கறை கொண்டிருக்கும். கால்நடை கவர்தலில் தொடங்கி, அரணைத் தாக்குதல் அல்லது தற்காத்தல் மற்றும் யுத்தகளத்தில் போரிடுதல் (ம) வெற்றி வாகை சூடுதல் வரையிலும், மரபார்ந்த இச்சட்டகம், தொல்காப்பியத்தில் விரித்துரைக்கப்படுகிறது. அக்காலத்து மக்களின் சமூக வாழ்க்கை மீது சங்க நூல்கள் கணிசமான வெளிச்சத்தைப் பாய்ச்சுகின்றன.

சங்க இலக்கியத்தில் பிரதிநிதித்துவம் பெறும் 461 புலவர்களில் முக்கியமானவர்கள் பரணர், கபிலர், அவ்வை மற்றும் நக்கீரர் பரணர் வெவ்வேறான காதல் காட்சிகளை முயன்று பார்த்தாலும், அனைத்தும் சுவையானதாக வரவில்லை. பாரி உள்ளிட்ட பல ஆட்சியாளர்களுடன் தொடர்பு கொண்டிருந்தவர் கபிலர். 206 பாடல்களில், ஆரிய இளவரசனுக்கு தமிழ் யாப்பு மரபுகளைக்

கற்பிப்பதற்காக, அவர் எழுதியிருப்பது குறிஞ்சிப்பாட்டு, கபில, பரணரின், உடனிகழ் காலத்தவரான அவ்வை, அதியமானின் அரசவைக் கவி. அரசியல் மற்றும் போரினை விவரிக்கும் பாடல்களை அவர் புறநானூற்றில் எழுதினார். நெடுநல்வாடையின் ஆசிரியரான நக்கீரர், கபிலர் காலத்திய இளைய கவியாவார். அவரது மையக் கருத்து மதமாயினும், பொருளை விவரிக்கும் தன்மை, பக்தி சார்ந்தது என்பதைவிடவும் கலைத்துவம் கொண்டதாகவே இருக்கிறது.

திருக்குறள், சிலப்பதிகாரம் மற்றும் மணிமேகலை என்னும் மாபெரும் நூல்களின் காலம் சங்கம் மருவிய காலம் எனப்படுகிறது. அப்போது அரசியல் மத நிலவரங்கள் அடியோடு மாறியிருந்தன. பாண்டியரிடமிருந்து மதுரையைக் களப்பிரர்கள் ஆக்கிரமித்திட, களப்பிர ஆட்சியாளர்கள் அளித்த ஆதரவு காரணமாக சமணர்கள் ஏற்றம் கண்டனர். அரசியல் களத்திலிருந்து பாண்டியர்கள் வெளியேறாவிட்டாலும் களப்பிரருக்குத் திறை கட்டுவோராய் இருந்தனர். சமணரும் களப்பிரரும் தமிழின் வளர்ச்சிக்குத் தம் ஆதரவை அளித்தனர். திருவள்ளுவரும் இளங்கோ அடிகளும் சமண மதத்தைச் சார்ந்தவர்கள் என்பதால். இம்மாபெரும் நூல்களின் ஆசிரியர்களே சமணராயிருந்தனர்.

திருவள்ளுவர் மைலாப்பூரைச் சேர்ந்தவர் என நம்பப்படுகிறது. சாதியற்ற சமூகத்தில் சம அந்தஸ்துள்ள சமுதாயமாயிருந்த வள்ளுவர் பிரிவு பிற்காலத்தில் ஊக்கமிழந்த சமூகமாயிற்று. சமண மதத்தைச் சார்ந்த அவர் மாபெரும் மேதையாகவும் அர்ப்பணிப்புள்ள அறிஞராகவும் விளங்கினார். தன் படைப்பை முடித்ததும், அதனை இலக்கியப் புரவலனும் களப்பிரருக்குத் திறை கட்டி வந்தவனுமான உக்கிரப் பெருவழுதி என்னும் பாண்டிய மன்னனிடம் சமர்ப்பிக்கும் பொருட்டு, மதுரைக்கு விரைந்தார். இப்புகழ் பெற்ற நூலான திருக்குறள், 133 அதிகாரங்களில் 1330 குறட்பாக்களில் அறம், பொருள், இன்பம் என்றும் வாழ்வின் மூன்று அம்சங்களை விவரிக்கின்றது. உண்மையில் அது கவித்துவமான வாசகங்களாக வெளிப்படுத்தப்பட்ட ஒழுக்கவியல் நெறியாகும். தன் எழுத்தின் வாயிலாக வள்ளுவர், மகிழ்வான இல்லத்தையும் புலமையையும் உழைக்கும் இயல்பையும் போற்றினார். அறியாமையினையும், சோம்பல் தன்மையினையும், வன்முறையினையும் சமணர்கள் போலவே நிந்தனை செய்தார். மக்கள் குறளினை தலையால் வணங்கி, வாயால் பின்பற்றி காதால் கவனித்து, சிந்தையால் ஆராய்ந்திட வேண்டுமென்று உக்கிர பாண்டிய மன்னன் கூறினான்.

வாழ்க்கை, பொருளாதாரம் குறித்த பிரச்சனைகளின் நுண்ணிய கருத்துக்களைத் திறம்பட முன்வைப்பதில் சொற்களையும் பாணியினையும் பயன்படுத்துவதில்தான் குறளின் பெருமையும் அழகும் அடங்கியுள்ளது. உண்மையில் அது தமிழரின் அறநூலென்று ஏற்றுக்கொள்ளப்பட்டிருக்கிறது.

சேரமன்னன் செங்குட்டுவனின் தம்பியான இளங்கோ அடிகள், கோவலன் கதை என்றுமறியப்பட்ட, இதிகாசக் கவிதை சிலப்பதிகாரத்தை எழுதினார். செல்வந்த வணிகரின் மகளும், திறன் சான்றவளுமான கண்ணகியை மணந்துகொண்ட, செல்வந்தனும் பொலிவுமிக்கவனுமான கோவலனின் கதையை அது விவரிக்கின்றது. அவர்கள் இருவரும் காவேரி மீதுள்ள துறைமுக நகரமான காவேரிபட்டிணத்தைச் சேர்ந்தவர்கள். எனினும், நர்த்தகி மாதவியிடம் காதல் வயப்பட்ட கோவலன், தன் செல்வத்தை எல்லாம் அவளிடத்தே இழந்தான். பின்னர் அவள் மீது சந்தேகமுற்று, அவளைக் கைவிட்டு தன் மனைவியிடத்தே திரும்பினான். குடும்பத்தை நடத்திட செல்வம் ஏதும் இல்லாது போகவே, தன் மனைவியின் சிலம்பினை விற்கும் பொருட்டு, கோவலன் கண்ணகியுடன் சேர்ந்து மதுரைக்குப் புறப்பட்டான். ஆனால் அது அரசியின் சிலம்பென்று சந்தேகப்பட்ட பாண்டிய மன்னன், அவனைத் தூக்கிலிடுமாறு கட்டளையிட்டான். தன் கணவன் இறந்த செய்தியறிந்த மாத்திரத்தில், கண்ணகி அரசவைக்கு வந்து, கணவனின் குற்றமற்ற தன்மையினை நிரூபித்து, தன் சிலம்பிலுள்ளவை மாணிக்கப் பரல்களேயன்றி அரசியின் சிலம்பிலுள்ள முத்துக்கள் அல்ல என்பதை உறுதிப்படுத்தினாள். அப்போதே தன் தவறால் வருத்தம் மிகுந்த மன்னன் மரணமடைய, அரசி தற்கொலை செய்து கொண்டாள். இப்போது கண்ணகி சேரர் நாட்டிற்குக் கிளம்ப, தெய்வீக ரதத்தில் வந்த கோவலன் குன்றுகளின் மீது அவளைச் சந்தித்தான். செங்குட்டுவ மன்னன் வாஞ்சியில் கண்ணகிக்குக் கோயில் எடுப்பிக்க, கண்ணகியின் உருவம் சமைப்பதற்காக, இமாலயத்திலிருந்து, தோற்கடிக்கப்பட்ட ஆரிய மன்னரின் தோள்களில் கல்லினைச் சுமந்து வரச் செய்தான். மாதவி தன் பாவத்தின் பொருட்டு வருந்தி, துறவு நங்கையானாள். இக்கதை பழங்கால மரபிலிருந்து அமைத்துக் கொள்ளப்பட்டாலும், பழமரபுக் கதையினையும் வரலாற்றினையும் இணைத்து, யதார்த்தமானதும் உயிரோட்ட மிக்கதுமாக இளங்கோ அடிகள் மாற்றிவிட்டார். பாண்டியரின் கீழான நாட்டின் சமூக பொருளாதார நிலைமைகளைப் பிரதிபலிப்பதால் இப்படைப்பு பெரும் வரலாற்று மதிப்பு வாய்ந்ததாகும்.

மணிமேகலை, கோவலன் மாதவியின் மகளின் கதையை விவரிப்பதாகும். எந்த நிலைமைகளில் மணிமேகலை உலகைத் துறந்தாள் என்பதை இவ்விதிகாசக் கவிதையில் சாத்தனார் எடுத்துரைக்கிறார். தன் தந்தையின் துயரார்ந்த முடிவைப்பற்றி அறியவந்த அவள், பெரிதும் வருந்தினாள். எனினும் அழகாக வளர்ந்த அவளின் வசீகரத்தால் ஈர்க்கப்பட்ட இளவரசன் உதயகுமாரன், அவளைப் பின்தொடர்ந்தான். அவனை நிராகரித்த அவள், பௌத்தச் செல்வாக்கிற்கு ஆட்பட்டாள். வஞ்சிக்குச் சென்று கண்ணகி கோயிலில் வழிபட்டபின், காஞ்சிக்குச் சென்று, துறவுக் கன்னியாய் பௌத்த மடாலயம் சேர்ந்தாள். இவ்விபரங்கள் தெளிவாக எடுத்துரைக்கப்படுகின்றன. ஆனால் இந்தக் காவியம் சிலப்பதிகாரம் போல அவ்வளவு நேர்த்தியானதில்லை. இருந்தும், பௌத்தப் பரவல் மற்றும் மக்களின் சம்பிரதாயங்கள் நம்பிக்கைகள் குறித்த மதிப்புமிகு பதிவாகும். வணிகம், காவேரிப்பட்டிணத் துறைமுகம் மற்றும் அரசவாழ்க்கை மற்றும் சமணருக்கும் பௌத்தருக்கும் இடையிலான பகைமை குறித்தும் அது தெரிவிக்கின்றது. ஒரு பௌத்தர் என்ற வகையில் சாத்தனாருக்கு சமணர்கள் குறித்து நல்ல அபிப்ராயமில்லை.

“ஆடைகளையும் வெட்கத்தையும் கைவிட்டுவிட்டு, குளிக்காத உடலுடன், துக்கப்பட்டுக் கொண்டிருப்போரைக் காணலாகாது” என்று அவர் சமணரைச் சாடினார்.

சங்க நூல்களின் காலவைப்பு முறை

சங்க நூல்களின் காலம் குறித்து வரலாற்றாளர்கள் பலவான அபிப்ராயங்கள் கொண்டிருக்கின்றனர். கி.மு. 15000லிருந்து 30000 வரை கால நிர்ணயம் செய்திடும் கோட்பாடுகள் உண்டு. மீண்டும், கி.மு. 300லிருந்து கி.பி. 1000 வரை சாத்தியப்படும் காலங்களெல்லாம் கணிக்கப்படுகின்றன. இக்கோட்பாடுகளில் பலவும் நம்பமுடியாத கட்டுக்கதைகள் மற்றும் பிராமணியக் கூற்றுகளின் மீது அமைந்தவை. எனவே சங்க நூல்களின் காலத்தை நிறுவிட, இலக்கியம், கல்வெட்டுகள், அந்நியரின் பதிவுகள் மற்றும் மொழி குறித்த அறிவியல் ஆய்வு என்பவற்றால் முன்வைக்கப்படும் சான்றுகளைச் சார்ந்திருத்தல் அவசியமாகும். பல்வேறான கோட்பாடுகளில், வரலாற்றுப் பொருத்தப்பாட்டின் காரணமாக, மூன்றினைப் பரிசீலிக்க வேண்டும்.

சங்க நூல்கள், கி.பி. நான்கிலிருந்து ஐந்தாம் நூற்றாண்டு வரை உள்ளவை என்பது ஒரு கோட்பாடு. இது கே.என்.சிவராஜ பிள்ளை மற்றும் வையாபுரிப்பிள்ளை ஆகியோருடையது. சங்க இலக்கியத்தின் மாந்தரம் சேரல் இரும்பொறையாகக் கருதப்படும் கேரளாவின் மாந்தராஜாவையும் காஞ்சியின் விஷ்ணு குப்தனையும் சமுத்திரகுப்தன் அடக்கினான் என்பது அவர்களின் வாதம். ஆனால் கேரளாவின் மாந்தராஜா விந்தியப் பிரதேசத்தின் வம்சத்துடன்தான் தொடர்புப்படுத்தப்படுகிறாரே ஒழிய, கேரள தேசத்துடன் அல்ல. உண்மையில் குப்தர் படையெடுப்பு விந்திய மலைகளைத் தாண்டவில்லை மற்றும் தென்னிந்தியாவுக்கு வரவில்லை. ஆகவே, குப்த படையெடுப்பின் அடிப்படையில், சங்ககாலத்தைத் தீர்மானித்திட இயலாது.

இரண்டாம் கோட்பாடு, கி.பி. ஆறாம் நூற்றாண்டினை சங்க நூல்களின் காலமாக்குகின்றது. என்.பி.சக்கரவர்த்தியைப் பொறுத்தமட்டில், கி.மு. மூன்று, இரண்டாம் நூற்றாண்டு பிராமி கல்வெட்டுகள், அக்காலகட்டத்தின் தமிழ் கரடு முரடாயிருத்தல், சங்க காலத்தின் நன்கு வளர்ச்சியுற்ற தமிழ் ஆகியவற்றால் கி.பி. ஆறாம் நூற்றாண்டுக்கு முன்னர் எழுந்திருக்க இயலாது என்று சுட்டிக்காட்டுகிறார். ஆனால் எழுத்து வடிவங்களிலான பிரதேச வேறுபாடுகளைக் கணக்கில் கொண்டால், இக்கோட்பாடு தவறென்று கருத வேண்டிவரும். மதுரைப் பகுதியில் கி.பி. ஐந்தாம் நூற்றாண்டிற்கு முன்பாகவே, உள்ளூர் நிலைமைகளால், தெற்கின் வளர்ச்சி முன்னேறிய நிலையை எட்டிவிட்டது. சங்க நூல்களைப் பல்லவர்காலமான கி.பி. ஆறாம் நூற்றாண்டிற்குக் கொண்டு வந்தால், அவற்றின் உள்ளடக்கம் பல்லவர் காலத்துடன் ஒத்துப்போகின்றது. ஆனால் விஷயம் அதுவல்ல ஆதலால் இக்கோட்பாடு ஏற்கப்படவில்லை.

மூன்றாவது கோட்பாட்டில், சிலப்பதிகாரம் மற்றும் பரிபாடலிலுள்ள வானியல் விவரண அடிப்படையில், சங்க காலத்தை கி.பி. ஏழு, எட்டு நூற்றாண்டுகள் என்று கணிக்கின்றார் எல்.டி. சுவாமிக்கண்ணுப்பிள்ளை. தற்காலக் கல்வெட்டு மற்றும் காலக்கிரமத்தின்படி, மதுரைச் சங்கத்தினை கி.பி. முதல் நூற்றாண்டிலிருந்து கி.பி. ஏழு, எட்டாம் நூற்றாண்டின் ஆரம்பத்திற்குக் கொண்டு வரவேண்டும் என வி.கனகசபைபிள்ளையும் குறிப்பிடுகிறார். என்றாலும், சங்கப் படைப்புகளில் விவரிக்கப்பட்டுள்ள அரசியல், மத நிலைமைகள், ஏழுஎட்டாம் நூற்றாண்டுகளின் தமிழ்நாட்டு உடனிகழ்காலத்து

நிலவரத்துடன் ஒத்துப்போகவில்லை. சங்க காலம் மதவியல் சமாதானம் நிறைந்திருக்க, ஏழிலிருந்து எட்டாம் நூற்றாண்டு வரையிலான காலம், ஒருபுறம் சைவர்களுக்கும் மறுபுறம் சமண பௌத்தர்களுக்கும் இடையிலான மோதல் நிறைந்து காணப்பட்டது. அத்துடன் இக்காலகட்டத்தில் பல்லவர் ஏற்றம் கொண்டிருக்க, சங்க இலக்கியம் பல்லவர்களைக் குறிப்பிடுவதேயில்லை. ஆதலினால் இக்கோட்பாடு ஏற்க முடியாதது. மேற்கத்தைய ஆய்வாளர்கள் சிலர், குறிப்பாக கால்டுவெல்லும் பர்னெல்லும், கி.பி. ஒன்பதாம் நூற்றாண்டுக்கு முன்னர் இலக்கிய மில்லையாதலால், சங்க நூல்களை பிற்காலத்திற்கே கொண்டு வர வேண்டும் என்னும் அபிப்ராயம் கொண்டிருக்கின்றனர். சமூக அரசியல் நிலவரங்களாக இந்நூல்களில் சித்தரிக்கப்படுபவை, ஒன்பதாம் நூற்றாண்டின் நிலவரத்திலிருந்து வேறுபடுவதால், இந்த அபிப்ராயமும் மறுதலிக்கப்படுகிறது.

கிறித்தவ சகாப்தத்தின் ஆரம்ப நூற்றாண்டுகளில் சங்க நூல்கள் உருவாக்கப்பட்டன என்பதே ஏற்புடையதாக இருக்கிறது. "தமிழ் இலக்கியத்தின் உன்னத காலத்தினை கிறித்தவ சகாப்தத்தின் மூன்று முதல் நூற்றாண்டுகளில் வைக்கலாம்" என்றெழுதுகிறார் வின்சென்ட் ஏ.ஸ்மித். சங்க இலக்கியம் கிறித்தவ சகாப்தத்தின் ஆரம்ப நூற்றாண்டுகளுக்குரியது என கே.ஏ.நீலகண்ட சாஸ்திரி கருதுவதால், அவர் இப்பார்வையை ஆதரிக்கிறார் என்றாகிறது. முக்கியமான சில கூடுதல் சான்றுகளின் அடிப்படையில் இம்முடிவு அமைக்கப்படுகிறது.

1. அவற்றில் மிகவும் குறிப்பானது செங்குட்டுவன் கஜபாகு சந்திப்பு. சேரமன்னன் செங்குட்டுவன் தன் 50 ஆம் ஆண்டு ஆட்சிக் காலத்தில், வஞ்சியில் கட்டிய கோயிலில் கண்ணகியின் சிலைக்கு குடமுழுக்கு செய்தான் என்றும், அந்நிகழ்வுக்கு வந்தவர்களுள் இலங்கையின் கஜபாகு ஒருவர் என சிலப்பதிகாரத்தில் கூறப்பட்டுள்ளது. இரண்டு கஜபாகுகள் இருந்தனர். இவர்களில் இரண்டாமவர் பன்னிரெண்டாம் நூற்றாண்டில் ஆட்சி செய்தவர், ஆனால் அப்போது பெரிய சோழ மன்னர் யாரும் இருக்கவில்லை. எனவே அது முதல் கஜபாகுதான். முதலாம் கஜபாகு கி.பி.173லிருந்து 193 வரை ஆட்சிபுரிந்ததாக மகாவம்சத்திலிருந்து தெரிந்து கொள்கிறோம். சங்க நூல்களில் சில செங்குட்டுவன் சகாப்தத்தைச் சேர்ந்தவை ஆதலால், சங்க காலத்தினை அதே காலத்துடன் அடையாளங் காண வேண்டும். அதே காலத்தில்

தக்காணத்தை ஆண்ட வாகாதக்க சந்ததியின் சதகர்ணிகளுடன் அடையாளப்படுத்தப்படும் நூற்றுவர் கன்னர் என்னும் சிலப்பதிகாரக் குறிப்பினால் இது மேலும் வலுப்படுகிறது.

2. சங்க நூல்களின் மொழிக்கும் தேவாரப் பாடல்களின் மொழிக்கும் இடையிலான ஒப்பீடு இப்பார்வையை அரண் செய்கிறது. தேவாரம் கி. பி. ஏழாம் நூற்றாண்டைச் சேர்ந்தது. சொல்வளம், மரபுத்தொடர் மற்றும் செய்யுள் இலக்கணம் ஆகியவற்றிலுள்ள வித்தியாசங்களாக இவ்விரு தொகுதிகளிலும் காணப்படுபவை, சங்க நூல்களை தேவாரத்திற்கு பல நூற்றாண்டுகள் முந்தையனவாக வைக்கின்றன.

3. மேலும், வேள்விக்குடிச் செப்பேட்டிலுள்ள விபரம், பாண்டியர் தலைவன் கடுங்கோன் ஆறாம் நூற்றாண்டின் இறுதியில் களப்பிரரிடமிருந்து மதுரையை மீண்டும் வெற்றி கொண்டான் என்று தெரிவிக்கின்றது. களப்பிரர்கள் பல தலைமுறைகளாக நாட்டினைக் கொண்டிருக்க, அவர்களுக்கு முன்னர் ஆரம்ப காலப் பாண்டியர்கள் சங்க இலக்கியத்தின் நாயகர்களாக, நிலத்தை ஆட்சிபுரிந்தனர். சங்கத் தொகுதிகள் கிறித்தவ சகாப்தத்தின் முதல் சில நூற்றாண்டுகளைச் சேர்ந்தவை என்பதை இது தெளிவாக்குகிறது.

4. இவற்றுடன் சேர்ந்ததாக, வணிகம், நகரங்கள் மற்றும் கடல் துறைமுகங்கள் குறித்த தகவல்களின் அதிசயமான தற்செயல் ஒப்புமைகள் உள்ளன. ஸ்ட்ராபோ, பிளைனி, பெரிப்ளூஸ் போன்ற மேற்கத்தைய எழுத்தாளர்களும் சங்கப் புலவர்களும் தமிழ்நாட்டுக்கும் கிரேக்க ரோமானியப் பேரரசு கால ஐரோப்பாவுக்குமிடையேயான வணிகத்தைக் குறிப்பிடுகின்றனர். கிறித்தவ சகாப்தத்தின் ஆரம்ப நூற்றாண்டுகளில் தயாரிக்கப்பட்ட ரோமானிய நாணயங்கள் தமிழ் நாட்டில் கண்டறியப்பட்டன.

துலக்கமான இச்சான்றுகளிலிருந்து சங்கத் தொகுதிகள் கிறித்தவ சகாப்தத்தின் முதல் மூன்று நூற்றாண்டுகளுக்கு உரியவை என்று முடிவு கட்ட வேண்டியிருக்கிறது. சங்க இலக்கியத்தின் காலம் இரண்டரை நூற்றாண்டுகளாக கணக்கிடப்பட்டிருக்கிறது. பல்வேறான ஆட்சியாளர்களது, குறிப்பாக சேர, பாண்டியர்களது தலைமுறைகளின் ஆட்சியாண்டுகளின் அடிப்படையில் இது அமைகின்றது.

4

சங்க காலத்தின் தமிழ் ஆட்சியாளர்கள்

பழந்தமிழகத்தின் அரசியல் மாற்றங்கள் மீது சங்க நூல்கள் நிறையத் தகவல் தருகின்றன. தொல்காலத்தைய எந்தவொரு சமூகத்தையும் போலவே, தமிழர்கள் தமக்கேயான தலைவர்கள், பழக்க வழக்கங்கள், சம்பிரதாயங்கள் சேர்ந்த பழங்குடிகளாகப் பிரிக்கப்பட்டிருந்தனர். நிலை பெற்ற வாழ்வின் முன்னேற்றத்தின் மூலம், குறிப்பிட்ட பிரதேசங்களை உடைமையாக்கிக் கொண்டு, மோதல்கள் உடன்பாடுகளின் வாயிலாக தம்மை அரசியல் சக்திகளாக உருமாற்றிக் கொண்டனர். நாடுகள் எனப்படும் பன்னிரு அரசியல் பிரிவுகளைத் தொல்காப்பியர் குறிப்பிடுகிறார். சங்க காலத்தின்போது, மூவேந்தர் எனப்படும் முப்பெரும் அரசியல் ஆட்சியாளர்களும் எண்ணற்ற குறுநில மன்னர்களும் வந்துவிட்டனர். தெற்கில் பாண்டியர், கிழக்கில் சோழர்கள் மற்றும் மேற்கில் சேரர்கள் என மூன்று பெரும் அரசர்களும் செந்தமிழ் நாட்டை ஆக்கிரமித்துக் கொண்டனர். இம் முப்பெரும் அரசுகள் இருக்க, சுதந்திரமாக அல்லது அரை சுதந்திரமாக ஆட்சிபுரிந்த குறுநில மன்னர்கள் பலர் இருந்தனர். பிராமணியப் புலவர்களால் ஆரிய மன்னர் எனத் தவறாகக் கருதப்பட்ட பல்லவர்கள், பிற்காலங்களில் தொண்டைநாட்டில் தம்மை நிலைநிறுத்திக் கொண்டனர். திருமலைக் குன்றுகளுக்கு அப்பால் கோசர் நாட்டின் மக்களாகிய கோசர்கள் வாழ்ந்தனர். பழைய கன்னடம் என்றழைக்கப்பட்ட மொழியை அவர்கள் பேசினர். தெலுங்கும் துளுவும் அதிலிருந்து கிளைத்தன. வடதிசை நோக்கிய பிரதேசங்களின் மக்களை ஒட்டுமொத்தமாக வடுகர் அல்லது வடக்கு மக்கள் என்றனர்.

சேரர்கள் - சேரன் செங்குட்டுவன்

சங்க காலத்தின் தமிழ் ஆட்சியாளர்களில் தம் வெற்றிகளுக்கும் இராணுவச் சாகசங்களுக்கும் மிகவும் பெயர் பெற்றவர்கள் சேரர்கள். சேரநாடு என்றழைக்கப்பட்ட மேற்குக் கடற்கரையின் மலைப் பகுதிகளை அவர்கள் உடைமையாக்கிக் கொண்டு, தென்காசியிலிருந்து பழநி, கரூர் வரையிலான கிழக்குச் சமவெளி வரை தம் செல்வாக்கினை விரிவுபடுத்திக் கொண்டனர். சேரர்களில் இரு கிளைகள் இருந்தன. ஒன்று வஞ்சியைத் தலைநகராய்க் கொண்டு ஆண்டது. மற்றொன்று தொண்டியிலுள்ள துறைமுகத்திலிருந்து ஆண்டது. மூன்றாவது தலைநகரை அவர்கள் கரூரில் கொண்டிருந்தனர்.

சேர வம்சத்தின் நிறுவனராக உதயன் சேரன் கருதப்படுகிறான். வெற்றியாளனாக அவன் தன் அரசினை கிழக்கிற்கு விரிவுபடுத்தினான். அவன் வானவரம்பன் என்றழைக்கப்பட்டான். மிகப் பரந்து விரிந்த வானத்தை எல்லையாகக் கொண்ட அரசினை உடையவன் என்ற பொருளில், கலை இலக்கியங்களின் புரவலனான அவன், வணிகம் மற்றும் கல்வி வளர்ச்சியை முன்னெடுத்துச் சென்றான். அவனை அடுத்து வந்த நெடுஞ் சேரலாதன், வடக்கின் ஏழு அரசர்களைத் தோற்கடித்து, இமயத்தின் அடியில் தன் விற்கொடியைப் பதித்து வந்தான் என்று கூறப்படுகிறது. இச்சாதனை அவனுக்கு இமயவரம்பன் இமயமலைகளில் தன் அரசின் எல்லையைக் கொண்டிருப்பவன் என்னும் விருதினைப் பெற்றுத் தந்தது.

தோல்வியுற்ற அரசர்களுள் கடம்பர்களும், யவனர்களும் இருந்தனர். அவனிடம் போர்க்குணம் இருந்தாலும், அன்பான இயல்புடன் வறியவருக்கும் ஆலயங்களுக்கும் கொடைகளும் பரிசுகளும் வழங்கினான். “மழை பொய்க்கலாம், சேரலாதனது கொடை மட்டும் பொய்க்காது” என்று விவரிக்கப்படுகிறது. அவனது தம்பி செல்கெழுக்குட்டுவனும் வீரனாயிருந்தான். அவன் கோசர் நாட்டை வென்றான்.

வடக்கில் தமிழகத்தின் மரபார்ந்த எல்லைக்கு அப்பால் உள்ள புலிநாட்டுக்கு தன் செல்வாக்கினை விரிவுபடுத்தினான். எனினும் பிந்தைய ஆண்டுகளில் அவன் போரினைக் கைவிட்டு, அமைதிக்கான கலைகளில் தன்னை அர்ப்பணித்துக் கொண்டான். அடுத்த ஆட்சியாளன் நல்முடிச் சேரன். நன்னன் என்னும் மன்னனுக்கு எதிராகப் படையெடுத்துச் சென்றான். தன் பிரதேசத்தை

திருவனந்தபுரம் இருக்கும் தெற்கு நோக்கி விரிவுபடுத்தவும் செய்தான்.

சேர இளவரசன் இமயவரம்பனுக்கும் சோழ இளவரசி நற்சோணைக்கும் மகனான செங்குட்டுவன் (கி.பி 135-190) சேரர்களில் மிகப் பெரியவன். சங்கப் புலவர் பரணரின் பதிற்றுப் பத்தின் ஐந்தாம் பாடலும், அவனது சகோதரர் இளங்கோ அடிகளின் சிலப்பதிகாரப் பாடல்களும் இவ்விளவரசனின் புகழ்பாடுகின்றன. தன் வெற்றிகள் வாயிலாக அவன் தெற்கில் சேரர்களை பேரரசர்களாக்கினான். அரசின் விரிவாக்கம், நிர்வாக மேம்பாடு, வணிக முன்னேற்றம், பண்பாட்டு ஆதரவு ஆகியன சேர்ந்து, அவனது ஆட்சியை கீர்த்திமிக்கதாக ஆக்கின.

செங்குட்டுவனின் ராணுவ வெற்றிகள் சங்க நூல்களில் விதந்தோதப்படுகின்றன. ஆட்சியாரம்பத்தில் தன் நாட்டின் பாதுகாப்பினை வலுப்படுத்தினான். பெருமைமிகு வீரனும் பாண்டியருக்குக் கட்டுப்பட்டவனுமான நன்னன், எல்லைப் பகுதிகளில் அடிக்கடி சச்சரவுகளை ஏற்படுத்தினான். ஆதலின் அவனை எதிர்த்துப் படையெடுத்துச் சென்ற செங்குட்டுவன் அவன் படைகளைத் தோற்கடித்தான். எனினும், பாண்டிய சோழரின் ஆதரவுடன் அவன் சேரருக்கு எதிராய் இரண்டாம் போராட்டத்தை நடத்தினான். இது இரண்டாம் படையெடுப்புக்கு இட்டுச் சென்றது.

இப்படை பகைவர் வலுவிடங்களை அழித்து, கலகப்படைகளை அடக்கியது. இத்தீர்மானகரமான வெற்றி கிழக்கு எல்லைப் பகுதியனூடே ஒழுங்கினை நிலை நாட்டிட சேரருக்கு உதவிற்று. மேற்கில் கடம்பரும் கொள்ளையரும் அவனது அதிகாரத்திற்கு மிகுந்த சவால்களை விட்டனர். அவர்கள் அடிக்கடி கப்பல்களைக் கொள்ளையடித்து வியாபாரத்தைத் தடுத்தனர். ஆதலின் செங்குட்டுவன் கொள்ளையரைத் தாக்கி அடக்கி, அவர்களது தொல்லையிலிருந்து கடலை விடுவித்தான். இதன் காரணமாக முசிறி கடற்துறைமுகமாயிற்று.

பெரும் எண்ணிக்கையிலான அந்நியக் கலன்கள் துறைமுகத் திற்கு வந்து மிளகு மற்றும் இதர பொருட்களுக்காகப் பொன்னை பரிமாற்றிக் கொண்டன. கொள்ளையர் மீதான இவ்வெற்றி செங்குட்டுவனுக்கு கடல் புறக்கோட்டிய கோட்டிய குட்டுவன், கடலைத் திருப்பியடித்த இளவரசன் என்னும் விருதைப் பெற்றுத் தந்தது.

கிழக்கு மலைகளுக்கு அப்பால், கொங்கு நாட்டுக்கு ஒன்றும், சோழ மண்டலத்துக்கு இன்னொன்றுமாக இரு படையெடுப்புகளை செங்குட்டுவன் நடத்தினான். அவன் பழங்குடிகளைத் தோற்கடித்து தன் செல்வாக்கினைக் கொங்கு நாட்டுக்கு விரிவுபடுத்தினான். சோழ தேசத்தில், தன் மைத்துனன் பெருங்கிள்ளி சார்பாக தலையிட்டான். கரிகால் சோழனின் இறப்புக்குப் பின், யார் அரசுரிமை பெறுவது என்னும் போர் நடக்க, பெருங்கிள்ளிக்கு எதிராய் ஒன்பது இளவரசர்கள் போட்டியிட்டனர். அப்போது செங்குட்டுவன், போட்டி இளவரசர்களை வீழ்த்தி, தன் மைத்துனனைச் சோழ அரசனாக அமர்த்தினான்.

வடதிசையில், மதம் சார்ந்து ஒன்றும் ராணுவம் சார்ந்து இன்னொன்றுமாக இரு படையெடுப்புகளை அவன் நிகழ்த்தினான். முதலாவது தன் தாயின் அஸ்தியை கங்கையின் புனித நீரில் கரைக்கும் உத்தேசம் கொண்டது. வடதிசை போகும் வழியில் ஆரிய அரசர்களால் தடுக்கப்பட்டாலும், மோதல் தவிர்க்கப்பட்டது. சிலப்பதிகாரத்தில் விவரிக்கப்படுகின்ற இரண்டாம் படையெடுப்பு, வடக்கிலுள்ள விரோத மன்னர்களைத் தண்டித்து, கண்ணகி கோயில் நிர்மாணத்திற்காக இமயமலைகளிலிருந்து புனிதக் கல்லை எடுத்துவரும் நோக்கமுடையது. அதன்படி விரிவான ஏற்பாடுகளைச் செய்த அவன், வாகடகாஸின் ஆட்சியாளன் சதகர்ணியின் ஆதரவைப் பெற்றான். சேரநாட்டுப் படைகள் நட்பார்ந்த அரசுகளின் நிலங்களின் வழியே அணிவகுத்துச் சென்று, ஆதரவையும் பெற்று, கங்கைச் சமவெளியின் தலைவன் கனகவிஜயனைப் போரில் தோற்கடித்தன. இமயமலை அடிவாரத்திற்கு முன்னேறிச் சென்ற செங்குட்டுவன், கண்ணகி வடிவத்தை செதுக்குவதற்குப் பொருத்தமான கல்லை அடையாள கண்டான். தோற்கடிக்கப்பட்ட மன்னர்கள் புனிதக் கல்லினை சேரநாட்டிற்கு எடுத்துவருமாறு செய்யப்பட்டனர் என்கிறது கதை. கண்ணகி கோயிலின் திருநிலைப்பாடு கவனத்தை ஈர்க்கும் விழாவாயிருந்தது. மால்வா மன்னரும் இலங்கையின் கஜபாகுவும் பிற அரசர்களுடன் சேர்ந்து நிகழ்ச்சியில் கலந்து கொண்டனர். இவ்வெற்றிகள் மற்றும் ராஜதந்திரம் வாயிலாக செங்குட்டுவன் தென்னிந்தியாவிலும் அதனைத் தாண்டியும் மிகச் சக்திவாய்ந்த அரசனாகத் தன்னை நிலைநிறுத்திக் கொண்டான்.

அவன் போர் நடவடிக்கைகளில் ஆழ்ந்திருந்தாலும் அமைதிக்கான கலைகளைப் புறக்கணிக்கவில்லை. வர்த்தகத்தை மேம்படுத்திட நிறையவே செய்தான். யவனர்களின் பெரியதும் அழகானதுமான கப்பல்கள் பெரும் அளவில் தங்கத்தைக் கொண்டுவந்தன மற்றும்

மிளகை ஏற்றிச் சென்றன என்று சுட்டிக்காட்டப்படுகிறது. சேரர்கள் தம் வணிகத்திற்கு இத்தகைய கப்பல்களைப் பயன்படுத்தினரா என்பது உறுதிப்படவில்லை. இருப்பினும், நாடு வளமாயிருந்தது. மேற்குலகின் சந்தைகளில் மிகவும் தேவைப்பட்ட வாசனைத் திரவியங்களையும் பொருட்களையும் அது அளித்து வந்தது. அதன் காரணமாக கடல்கடந்த நாடுகளில் வணிகம் பெரிய அளவில் விரிவுப் பெற்றது.

சிலப்பதிகாரத்தின்படி செங்குட்டுவன், திராவிடர் மதத்தின் பிரதான தெய்வமான சிவனை வழிபட்டவன். இருப்பினும் தாராளவாத மன்னனாயிருந்ததால், பௌத்தர்கள்பாலும் சமணர்கள்பாலும் சகிப்புத் தன்மையைப் பின்பற்றினான். அவனது அரசில் சமணரும், பௌத்தரும் இணக்கத்துடன் வாழ்ந்தனர். நாட்டின் வெவ்வேறு பிரதேசங்களில் இருந்து வந்திருந்த ஆட்சியாளர்களின் முன்னிலையில், கோயில் திருநிலைப்பாட்டுடன் கண்ணகி வழிபாட்டினை அவன் அறிமுகம் செய்தான். அவன் கோயிலை நிர்மாணித்தது மட்டுமல்லாமல், பலதேசத்து அரசர்களுடனும் விழாவில் தொடர்பு ஏற்படுத்திக் கொண்டான். அரசுகளிடையே புரிந்துகொள்ளலை முன்னெடுத்துச் செல்லும் உத்தேசம் கொண்டது இக்கோயில் ராஜதந்திரம். அத்துடன் கல்விக்கும் உள்ளூர் கலைகளுக்கும் அவன் தன் ஆதரவை விரிவுபடுத்தினான்.

பரணரின் இலக்கியச் சேவைகளைப் பாராட்டும் முகமாக, அவருக்கு ஒரு கிராமத்து வருவாயை அளிக்கும் கொடையை வழங்கியதாகக் கூறப்படுகிறது. உள்ளூர்க் கலையான கூத்தில் செங்குட்டுவன் பெரும் அக்கறை கொண்டிருந்தான். வட இந்தியா விலிருந்து அவன் திரும்பியதும், சாக்கியர் ஒருவர் நாடகத்தால் அரசனையும் அரசியையும் மகிழ்வித்தார். கொள்ளையரிடமிருந்து அவன் கைப்பற்றிய செல்வத்திலிருந்து புலவர்களுக்கும் பாணர் களுக்கும் பரிசுகள் வழங்கினான். மாபெரும் சேரன் என்று சரியாகவே கருதப்பட்ட செங்குட்டுவன் 55 ஆண்டுகள் மாட்சிமையுடன் ஆட்சி செய்தான்.

செங்குட்டுவனை அடுத்து வந்தவர்கள் ராணுவ சாகசம் மற்றும் வணிக முன்னேற்றம் என்னும் மரபினைப் பின்பற்றினர். எனினும் அவர்தம் பணிகள் குறித்து அவ்வளவாகத் தகவல் கிடைக்கவில்லை. பாண்டியர் ஏற்றம் கொள்ளத் தொடங்கியதும் சேரரின் அதிகாரம் சரிந்தது. சோழ மன்னன் கிள்ளிவளவன் சேர அரசன் சேரமான் சேரமன் அஞ்சித் தோற்கடித்தான். வஞ்சி மற்றும் முசிறியைத் தகர்த்தான். இது வஞ்சியில் சேரர் ஆட்சிக்கு முடிவு கட்டியது.

தொண்டியின் சேரஅரசு, வஞ்சிச் சேரர்களின் வடபுல வெற்றிகளால் வளர்ச்சி கண்டது. தொண்டி ஆட்சியாளர்களின் வரலாறு, பாண்டிய சோழர்களுக்கு எதிராக அடிக்கடி நிகழ்ந்த போர்களில் அடையாளம் கொண்டிருக்கிறது. தொண்டியின் ஆரம்பகட்ட ஆட்சியாளர்களுள் ஒருவனான சேரலாதன், சோழ மன்னன் கரிகாலனால் தோற்கடிக்கப்பட்டதாக நம்பப்படுகிறது. எனினும் தொண்டியின் இன்னொரு மன்னன் கடுங்கோ வாலியாதன், பாண்டிய சோழரின் கூட்டுப்படைகளை அதியற்புதமாய் வெற்றிகண்டான். பிற்கால அரசனான மந்தரம் சேரன், பாண்டியன் நெடுஞ்செழியனிடம் தோற்றான். கைதியான அவன், பாண்டியன் காவலில் இருந்து தப்பிவிட்டான். இக்கதை புறநானூற்றில் விவரிக்கப்படுகிறது.

சோழர்கள் மீண்டு வரவும், அவர்தம் அதிகாரம் விரிவு கொள்ள, தொண்டியின் சேரர்கள் நலிவுற்றனர். என்றாலும் கி.பி. 825லிருந்து 1102 வரை சேரரின் இரண்டாம் சந்ததி மேற்குக் கரையை ஆட்சி செய்தது. இது இரண்டாவது சேரப் பேரரசு. குலசேகரர்கள் என்றும் அழைக்கப்பட்ட இவ்வரசர்கள், கேரளக் கடற்கரையின் மத்தியப் பகுதியில் மகோதயபுரத்தில் தம் தலைநகரைக் கொண்டிருந்தனர். அவர்கள் ஆட்சியில் சைவமும் வைணவமும் தழைத்தோங்கின.

தமிழ் மொழியும் சமஸ்கிருதமும் அரச ஆதரவைப் பெற்றன. இக்காலகட்டத்தில் இங்கு குடியேறிய சிரியர்களும் யூதர்களும் பிராமணிய முறைகளிடம் சரணடைந்தனர். இச்சேரர்கள், பாண்டியர் மற்றும் இலங்கை தேசத்தவருடன் சேர்ந்து அடிக்கடி சோழரை எதிர்த்துச் சண்டையிட்டனர். இதற்குப் பதிலடியாக, சோழப் பேரரசன் ராஜராஜன் சேர நாட்டின் பெரும்பகுதியைக் கைப்பற்ற, அவனது மகன் ராஜேந்திரன் மகோதயபுரத்தை அழித்தான். இச்சோழ வெற்றிகள் இரண்டாம் சேரப் பேரரசை நொறுங்கச் செய்து, நாயர் ராஜாக்களின் கட்டுப்பாட்டிலான எண்ணற்ற குறுநில அரசுகளாய் சிதறிப் போயின. அவற்றில் வேணாடும் கோழிக்கோடும் முக்கியமானவை.

பாண்டியர் - நெடுஞ்செழியன்

பாண்டியர்கள் தமிழகத்தின் தென்பகுதியை ஆண்டனர். ஆனால் தம் செல்வாக்கினை வடக்கு மற்றும் தெற்கு நோக்கி அடிக்கடி விரிவுபடுத்தினர். இச் சொல்லின் தோற்றம் பழைய என்னும் பொருள்படும் பண்டைய அல்லது முத்துக்குளிக்கும் நாடு என்னும் பொருள்படும் பாண்டி என்பதுடன் தொடர்புப்படுத்தப்படுகிறது.

பாண்டியரின் தொன்மை குறித்த குறிப்புகள், மகாபாரதம் மற்றும் ராமாயண இதிகாசங்களில் காணப்படுகின்றன. கௌடில்யர் மற்றும் மெகஸ்தனிஸின் நூல்கள் மற்றும் ஹீப்ரு மற்றும் எகிப்திய மொழிகளின் பழமையான பிரதிகளும் பாண்டியரைக் குறிப்பிடுகின்றன.

அவ்வளவாக நம்பமுடியாத மரபின்படி, ஆரம்பகாலப் பாண்டியர் பரந்து விரிந்த தேசத்தை ஆண்டுவர, ஊழிப் பெருவெள்ளத்தால் அதன் ஒரு பகுதி கடலில் அமிழ்ந்தது. கபாடபுரம் என்னும் அவர்களது தலைநகரில் தமிழ் இலக்கண நூல் தொல்காப்பியம் வெளியானது. இரு மீன்களைக் கொண்ட அரச இலச்சினை, கிழக்கிலும் மேற்கிலுமிருந்த கடல்களிடத்தே அவர்கள் கொண்டிருந்த முக்கியத்துவத்தைச் சுட்டிக்காட்டிற்று. பாண்டிய நாட்டினை பல மன்னர்கள் ஆட்சி புரிந்தனர். அவர்கள் தமிழை ஆதரித்தனர். ஆனால் அவர்தம் ஆட்சியாண்டுகளைக் காலக்கிரமப்படி உறுதிப்படுத்திட இலக்கியப் பனுவல்கள் உதவுவதில்லை. மாகீர்த்தி, பெரும்வழுதி, இளம்பெருவழுதி மற்றும் அறிவுடைநம்பி என்போர் ஆரம்பகால ஆட்சியாளரில் சிலர். வேறு இரு அரசர்களான கைசினவழுதியும் கடுங்கோனும் தமிழ்ச் சங்கத்திற்கு தம் ஆதரவை நல்கினர்.

முடத் திருமாறன் என்னும் மன்னன் கபாடபுரத்திலிருந்து வைகைக்கரை மீதிருந்த கூடல் நகருக்கு பாண்டியர் தலைநகரை மாற்றினான் என்று நம்பப்படுகிறது. தேசத்திற்குள் படையெடுத்துவந்த ஆரிய இனக்குழுக்களை முதலாம் நெடுஞ் செழியன் தோற்கடித்ததால், ஆரியப்படை கடந்த நெடுஞ் செழியன் எனப்பட்டான். கண்ணகி மரபுப்படி, திருட்டுக் குற்றவாளிகளை அவன் தூக்கிலிட்டான். ஆனால், குற்றமற்றவனைக் கொன்றுவிட்டதாகத் தெரிந்ததும் வருந்தி உயிர் துறந்தான்.

ஆரம்பகாலப் பாண்டியரில் சுமார் கி.பி. 210இல் ஆட்சி புரிந்த இரண்டாம் நெடுஞ்செழியன் மிகப்பெரிய அரசன். தஞ்சாவூருக்கு அருகே தலையாலங்கானத்தில் நிகழ்ந்த மிகப் பெரும் போரில், சேர சோழர்கள் மற்றும் வேறு ஐந்து மன்னர்களின் கூட்டுப்படையினை அவன் தோற்கடித்தான். அதன் பின்னர் தலையாலங்கானத்துச் 'செரு'வென்ற நெடுஞ்செழியன் என்றழைக்கப்பட்டான்.

இன்னொரு சண்டையில் அவன் சேர மன்னன் மாந்தரம் சேரல் இரும்பொறையை கைதியாகப் பிடித்து, வேளிர் பிரதேசங்களை இணைத்துக் கொண்டான். இவ்வெற்றிகள் தமிழ்நாட்டில்

பாண்டியரைப் பெருமைமிக்கவர்களாக ஆக்கின. இவ்வெற்றிக்குப் பின் அவன் கொங்கர்களை வீழ்த்தி பேரூரைக் கைப்பற்றினான். அத்துடன் எண்ணற்ற குறுநில அரசுகளை அடக்கி, அதிகப் படியான பிற தேசங்களை இணைத்துக் கொண்டான். அவனது ஆட்சியின் கீழ் கூடல்நகர் மாபெரும் நகரமாக வளர்ந்து, மதுரை என்றறியப்படலாயிற்று.

வணிகத்தை அபிவிருத்தியடையச் செய்ய அவன் எடுத்துக்கொண்ட முயற்சியால் கொற்கை வணிக மையமாக வளர்ந்தது. புலமை மிகுந்தவனாகையால், மதுரைக்காஞ்சி எழுதிய மாங்குடி மருதனாரை ஆதரித்தான். காலப்போக்கில் பாண்டியர்கள் பிராமணியச் செல்வாக்கிற்கு உள்ளாயினர். இதனால் அவர்கள் சடங்குகள் சம்பிரதாயங்களை நம்புவோராகி, வேத வேள்விகளை நடத்தினர். இது தெற்கில் ஆரியப் பண்பாட்டின் எழுச்சிக்கும் திராவிடர் மதத்தின் மறைவுக்கும் காரணமாகியது. நெடுஞ்செழியனைத் தொடர்ந்துவந்தோர் பேரரசு மரபினைத் தொடர, களப்பிரர்கள், பாண்டியர் அதிகாரத்தை மறையச் செய்து அவர்களை அடிமைகளாக்கினர்.

சோழர்கள் - கரிகால்சோழன்

சோழநாடு அல்லது சோழ மண்டலம் என்றழைக்கப்பட்ட சோழர்தம் தேசம் காவேரி டெல்டாவைச் சுற்றியுள்ள தமிழகத்தின் மத்தியப் பகுதியைக் கொண்டதாகும். சோழர்களின் ஆரம்ப கால வரலாறுபற்றி, புராணங்களிலும் பௌத்த நூல்களிலும் குறிப்புகள் காணப்படினும், தெளிவாக இல்லை. அசோகப் பேரரசின் எல்லையரசான அது சுதந்திர நாடாக நடத்தப்பட்டது. வெவ்வேறு காலங்களில் கரூர், உறையூர் மற்றும் புகார் சோழர்களின் தலைநகரமாயிருந்தது. சூரியச் சோழன், மனுச்சோழன், கவேரன் (ம) மனுநீதிச் சோழன் என்போர் ஆரம்பகட்ட அரசர்களில் சிலர். எனினும் சங்ககாலச் சோழர்களில் முக்கியமானவன் கரிகாலன்.

கரிகாலனின் தொடக்ககால வாழ்க்கை, எதிரிகளால் ஏற்படுத்தப்பட்ட சூதுகளும் பிரச்சனைகளுமாய் நிறைந்திருந்தது. இளவரசனான சிறுவனைக் கொல்லும் நோக்கத்தில் அவனிருந்த வீட்டிற்குப் பகைவர்கள் தீ வைக்க, அவன் தப்பிவிட்டான் என்று கூறப்படுகிறது. இதில் அவனது கால் கருகிவிட, கரிகாலன் எனப்பட்டான். அவன் ஆட்சிக்கு வந்ததும் தலைநகரை

உறையூரிலிருந்து காவேரிப் பூம்பட்டினத்திற்கு மாற்றி, தன் படைகள் வெல்லும் வகையில் தரை, கடற்படைகளை மாற்றியமைத்தான்.

பெரியவீரனான கரிகாலன், சேர பாண்டிய வேளிர் குழுக்களின் கூட்டுப்படைகளுக்கு எதிராக தன் படையினரை ஏவினான். தஞ்சாவூருக்கு அருகிலுள்ள கோவில் வெண்ணியில் நடந்த தீர்மானகரமான போரில், அவன் எதிரிகளை வீழ்த்தினான். இந்த அவமானத்தைத் தாங்கிக்கொள்ள முடியாத சேர மன்னன் சேரலாதன் தற்கொலை செய்துகொண்டான்.

எதிரி அரசுகள் தம் வல்லமையைத் திருத்தி மாற்றிக்கொண்டாலும், கோவில் வெண்ணியில் நடந்த இரண்டாம் போரில், அவர்களை அவன் மீண்டும் வென்று, தமிழ்நாட்டின் பெரும்பகுதிக்கும் தன் அதிகாரத்தை விரிவுபடுத்தினான். எனினும் வேளிர் தலைவர்கள் தொடர்ந்து தொந்தரவு தந்து கொண்டிருந்தனர். ஆகவே, இப்போது வாகைப் பறந்தலையில் நடந்த இன்னொரு போரில், இவ்வினக் குழுக்களை அவன் அடக்கி, நாட்டில் திரும்பவும் சமாதானத்தையும் நிலைநாட்டினான். மேலும், இலங்கைக்கு ஒரு படையை அவன் அனுப்பினான். இது, இலங்கைத் தீவில் சோழர் செல்வாக்கை விரிவுபடுத்தியது. இலங்கையிலிருந்து கொண்டுவரப்பட்ட போர்க்கைதிகள், காவேரியில் கரைகளை உயர்த்தும் பணியில் அமர்த்தப்பட்டனர். தெற்கில் யுத்தங்கள் வெற்றிகள் என்றிருந்தாலும், திருமலைக்குன்றுகளுக்கு அப்பாலிருந்த தக்காண அரசுகளுடன் சுமுகமான உறவுகளை வைத்திருந்தான்.

ஆரம்பகாலச் சோழர்கள், பாதுகாப்புக்கும் வேளாண்மைக்கும் வாணிபத்திற்கும் உரிய முக்கியத்துவம் அளித்தனர். போர்க்கைதிகளைக் கட்டாய வேலைக்கு அமர்த்தியது அக்காலத்துக் காட்டுமிராண்டித்தனமான நடவடிக்கையாகும். இந்நடைமுறைக்கு ஆட்பட்டுவிட்ட கரிகாலன், கட்டாய உழைப்பைக் கொண்டு, வெள்ளத்தைத் தடுத்திட கரைகளை வலுப்படுத்தினான். மேலணைகல்லணை என்னும் அணைகள் கட்டினான். வயல்களுக்கு நீர் சென்று சேரும் விதத்தில் கால்வாய்கள் வெட்டினான். இந் நடவடிக்கையால் பாசனத்தை அபிவிருத்தி செய்தான். கப்பல் கட்டுமானத் தொழில் வணிகத்தை முன்னேற்றியது. பிந்தைய காலங்களில் சோழர்களின் பேரரசுப் பெருமைக்கு இது பங்களிப்புச் செய்தது.

கரிகாலனுக்கு அடுத்து வந்தவர்கள் உறையூரிலிருந்தும் புகாரிலிருந்தும் ஆண்டனர். அவர்களுள் ஒருவனான

செங்குட்டுவன், சிவனுக்கு எழுபது ஆலயங்களை நிர்மாணித்தவனாகப் பாராட்டப்படுகிறான். சிவனைப் பிரதான தெய்வமாய்க் கொண்டுள்ள திராவிடர் மதம், மக்களிடையே செல்வாக்குப் பெற்றிருந்தது. இருந்தும் மத நடவடிக்கை, அந்நிய ஆக்கிரமிப்பை எதிர்த்தல் ஆகியவற்றில், அரசின் ஆற்றல் திசை திருப்பிவிடப்பட்டதால், சோழர்கள் தம் அதிகாரத்தை இழக்கத் தொடங்கினர். பலவீனமான ஆட்சியாளர்களின் கீழ் பாதுகாப்பு நடவடிக்கைகள் புறக்கணிக்கப்பட்டன. பல பிரதேசங்களை களப்பிரரும் பல்லவரும் எடுத்துக்கொண்டு, சோழ அரசனை அழித்தனர்.

அரசியல் அமைப்பும் சமூகமும்

சங்க இலக்கியமும் வெளி நாட்டவரது பதிவுகளும் பழந் தமிழரின் அரசியல், சமூக, பொருளாதார வாழ்க்கை குறித்து விபரங்களை அளிக்கின்றன. மக்களில் மிகப் பெரும்பான்மையினர் பழங்குடியின புராதன வாழ்வு வாழ, சில பிரிவினர் தம் பண்பாட்டு நடவடிக்கைகளில் கணிசமாய் முன்னேறியிருந்தனர். நகரத் தன்மையுடன் பழங்குடித் தன்மை சேர்ந்து நிலவிற்று, அது போன்றே கிராமங்களும் நகரங்களும், குறுநிலத் தலைவர்களும் பெரும் அரசுகளும் சேர்ந்து நிலவின.

அரசமைப்பு மேற்கில் சேரரும் வடக்கில் சோழரும் தெற்கில் பாண்டியருமாக மூன்று முடிசூடிக்கொண்ட மன்னர்களை மையமிட்டிருந்தது. இவர்கள் தவிர, வடகிழக்கில் தொண்டையர் அல்லது பல்லவர் இருந்தனர். ஒரு மன்னனின் ஆளுகையிலுள்ள பிரதேசம் மண்டலம் எனப்பட்டது. மண்டலம் நாடுகளாகவும், நாடு கோட்டங்களாகவும், கோட்டம் கூற்றங்களாகவும் பிரிக்கப்பட்டது. கூற்றம் கிராமங்களாகப் பிரிக்கப்பட, பெரிய கிராமம் பேரூர் எனவும், சிறிய கிராமம் சிற்றூர் எனவும் அழைக்கப்பட, கடற்கரை கிராமம் பட்டினம் எனப்பட்டது. மைய அரசாங்கத்தை மன்னன் நிர்வகிக்க, கிராம அமைப்பு, உள்ளூர் நிர்வாகத்தைப் பராமரித்தது. உண்மையில் ஆட்சியமைப்பு, படிமுறையிலான அமைப்பின் மேல் இருந்தது.

அரசரும் அரசவையும்

இக்கால கட்டத்தில் முடியாட்சி அத்தியாவசிய நிறுவனமாயிருந்தது. மன்னன் "கோ", ஆட்சிக்குரிய வாரிசு இளங்கோ எனப்பட்டனர். பேரரசு அந்தஸ்துடைய ஆட்சியாளனை 'வேந்தன்' என்றும் சாதாரண ஆட்சியாளனை 'அரசன்' என்றும் அழைத்தனர். சேர, பாண்டிய மற்றும் சோழ ஆட்சியாளர்கள் ஒட்டு மொத்தமாக 'மூவேந்தர்' அல்லது மூன்று பேரரசர்கள் எனப் பட்டனர். மன்னனிடம் அறுதியான அதிகாரங்கள் இருந்தன. தன் மக்களுக்கு சட்டத்தின் முன்னே சம பாதுகாப்பும் நீதியும் அளிக்க வேண்டுமென்று அவன் எதிர்பார்க்கப்பட்டான். ஆனால் நடைமுறையில் இது நடந்ததே இல்லை. மன்னரின் விருப்பத்திற்கு எதிராக மக்கள் எதிர்ப்பு தெரிவித்ததாக எந்தவொரு சம்பவத்தையும் பழந்தமிழ் இலக்கியம் பதிவு செய்யவில்லை.

மக்களுக்கும் ஆள்வோருக்கும் இடையிலான அமைதி, தந்தைக்கும் பிள்ளைகளுக்கும் இடையிலானது போல என்று வற்புறுத்தப்பட்டதால் இப்படி இருக்கிறது. இந்நிலைமை, அறுதியான அதிகாரங்களைப் பிரயோகிக்குமாறு மன்னனுக்கு வழிவகை செய்தது. மன்னனின் சாராம்சமான பணிகள், மக்களுக்கு பாதுகாப்பளிப்பதும் அவர்தம் நலனை முன்னேற்றுவதுமே. இதனால் அவன் வீரனாயும் நிர்வாகியாயும் இருக்க வேண்டியிருந்தது. ஆனால் இப்பண்புகளின் உள்ளடக்கமும் இயல்பும் அரசருக்கு அரசர் வேறுபட, ஆட்சியுரிமை தந்தையிடமிருந்து மகனுக்கு வரும்.

பிரச்சனை வந்தபோது, ஆட்சியாளனை அடையாளங்காண, மாலை வைத்துள்ள யானை அமர்த்தப்பட்டது. யார் கழுத்தில் மாலை விழுந்ததோ அவர் மன்னரென்று அறிவிக்கப்பட்டார். ஆட்சியுரிமையில் ஆட்சேபணை வந்தபோது மாலை தாங்கிய யானை அமர்த்தப்பட்டாலும், தம் ஆட்சியாளரைத் தேர்ந்தெடுப்பதில் மக்களுக்கு உரிமை இருந்ததாகத் தெரியவில்லை.

முடி சூட்டிய மன்னர்கள் தவிர, வேளிர் எனப்பட்ட கீழ்நிலை ஆட்சியாளர்கள் இருந்தனர். அவர்களில் தகடூர் அதியமான், கோவலூர் காரி மற்றும் பறம்பின் பாரி என்போர் குறிப்பிடத்தக்கவர்கள். மூவேந்தரில் யாரேனும் ஒருவரிடத்தே விசுவாசம் கொண்டிருந்த அவர்கள், யுத்த களத்திற்குப் படைகளை நடத்திச் சென்று, தம் எஜமானரின் லாப நட்டங்களைப் பகிர்ந்து கொண்டனர். அரைபாதி சுதந்திரம் பெற்றவர்களாய்,

எளிதில் செல்ல முடியாத பகுதிகளில் சிறிய நிலப்பகுதிகளைப் பெற்றிருந்தனர். இக்குறுநில மன்னரின் வீர தீரங்களை சங்க நூல்கள் விதந்தோதுகின்றன.

அரசவையில் அமைச்சர்களும் உறுப்பினர்களும் இருந்தனர். கல்வி கற்றவர்கள் அல்லது போரில் முத்திரை பதித்த தளபதிகள் அமைச்சர்களாயிருந்தனர். சேரன் அவையில் கவிஞராயிருந்த பெருங்கடுங்கோ, மக்களை ஒடுக்கும் வகையில் மன்னரைத் தவறாக வழிநடத்திய, அனுதாபமற்றவரும் கொடுமைமிக்கவருமான ஓர் அமைச்சரைக் கண்டித்தார். ஒடுக்கும் தன்மையதான வரிவிதிப்பு மற்றும் அவசியமற்ற யுத்தங்களுக்கெதிராக மன்னரை எச்சரித்த புலவர்கள் பற்றிய நிகழ்வுகளை சங்க நூல்கள் குறிப்பிடுகின்றன.

இருப்பினும் கற்றறிந்தோரிடையேயான மனோபாவம், மன்னனைப் புகழ்வதும் அவனிடமிருந்து பரிசுகள் பெறுவதுமாயிருந்தது.

அரசவையில் இளவரசர்களும் உயரதிகாரிகளும் புலவர்களும் இருந்தனர். அரசரும் அரசியும் அரசவையில் தோன்றும் போதெல்லாம், ஆடம்பர ஆடைகளையும் விலையுயர்ந்த கற்களையும் அணிந்திருந்தனர். அவர்தம் நடையுடை பாவனைகளில் மிடுக்கும் பொலிவும் காணப்பட்டன. அரசவைக்கு சட்டமியற்றும் அதிகாரமில்லை. மறுபக்கத்தில், சமூகத்திலுள்ள சம்பிரதாயங் களையும் பழக்க வழக்கங்களையும் தன் நலன்களுக்குச் சேவகம் புரியுமட்டும் மதித்தது. அரசவை தவிர்த்து, ஐம்பெருங்குழு, எண்பேராயம் என்னும் ஆலோசனைக் குழுக்கள் இருந்தன. ஒவ்வொன்றிலும் அமைச்சர், தளபதி, ராஜகுரு உள்ளிட்ட அரசின் முக்கிய அலுவலர்கள் இடம் பெற்றனர். நகர்ப்பிரதிநிதிகள் எண்பேராயத்தில் இடம் பெற்றாலும், மக்கள் மன்றங்கள் மற்றும் பிரதி நிதித்துவக் குழுக்களின் உதவியுடன் அரசாங்கம் நடத்தப்பட்டது என்று சில அறிஞர்கள் கூறுவதை ஏற்க இடமில்லை.

தன் தூதுவர்கள் வாயிலாக மன்னன் வெளிநாட்டு உறவுகளைப் பராமரித்தான். இப் பிரதிநிதிகள் வெளிநாட்டு அரசவைகளுக்குச் செய்திகளை எடுத்துச் சென்றனர். அவர்களுக்கு ஒப்படைக்கப்பட்டிருந்த வேலைகளை முடித்தனர். அவர்களது பொறுப்பு, அந்நிய அரசுகளின் இரகசியங்களை மன்னரிடத்தே கொண்டுவந்து சேர்ப்பதும், நட்பார்ந்த உறவுகளை முன்னெடுத்துச் செல்வதும் வணிக நலன்களைக் கவனிப்பதும் ஆகும். உண்மையில்,

தமிழரசுகள் வெளிநாட்டு உறவுகளுக்கு உரிய முக்கியத்துவம் அளித்தன.

நீதிபரிபாலனம் அளவான கவனத்தையே ஈர்த்தது. வழக்கமாக அது கிராம அமைப்புகளிடம் விடப்பட்டது. எனினும் மன்னரின் அரசவை மிக உயர்ந்த நீதிமன்றமாய் பணியாற்றியது. குடிமை வழக்குகள் மற்றும் குற்றவியல் வழக்குகள் என்பவற்றிற்கிடையேயான பேதம் கருத்தில் கொள்ளப்பட்டது. சாட்சிகள் விசாரிக்கப்பட, சோதனை மூலமான விசாரணையும் தொடர்ந்தது. தண்டனைகள் கடுமையாயிருந்தன. திருட்டுக்குக் கூட, மரண தண்டனை அடிக்கடி விதிக்கப்பட்டது. அப்போதும் கொள்ளைகளும் கொலைகளும் சாதாரணமாயிருந்தன. அவற்றை ஒழிக்க முடியாதிருந்தது.

வரிவிதிப்பு

அரசாங்கப் பராமரிப்புக்காக தமிழ் மன்னர்கள் பல வகையான வரிகளை வசூலித்தனர். பொது வருமானத்தில் பிரதானமாயிருந்தது நிலவரியாகும், அது மொத்த வருமானத்தில் ஆறிலொரு பங்காகும். சேர சோழரின் பிரதேசங்கள் பாண்டியர் பிரதேசங்களை விடவும் செழுமையாயிருந்ததால் ஒப்பீட்டளவில் அதிக வருவாய் தந்தன. பயிர் விளைச்சல் பொய்த்தபோது, வரியை ரத்து செய்வது அனுமதிக்கப்பட்டது. ஆனால் நன்மைகள் குடியானவர்களை எட்டினவா என்பது உறுதிப்படவில்லை. நிலவரி தவிர, சாலைவரி மற்றும் சுங்க வரிகள் உள்ளிட்ட பிற பொது வருவாய் ஆதாரங்கள் இருந்தன. குறுநில மன்னரிடமிருந்து வசூலிக்கப்பட்ட திறை பகை நாட்டவரிடமிருந்து பெறப்பட்ட செல்வம் ஆகியவையும் கருவூலத்தை நிறைக்கவே சென்றன. ஆனால் இத்தகு வருவாய் எப்போதும் சார்ந்திருக்கக் கூடியதாயில்லை. ஏனெனில் யுத்தத்தில் ஒரு மன்னன் தோற்கடிக்கப்பட்டால், வெற்றி பெற்றவனுக்கு அதே போன்று செலுத்தவேண்டும்.

வரிகள் வாயிலாக வசூலிக்கபட்ட பணத்தின் ஒரு பகுதி, அரச ஆடம்பரங்களுக்கும் இன்னொரு பகுதி நிர்வாகத்திற்கும் செலவழிக்கப்பட்டன. பெரிதும் அற்பக் காரணங்களுக்காக அடிக்கடி நிகழ்ந்த யுத்தங்களில், கோட்டைகளை நிர்மாணிக்கவும், ஆயுதங்களை வாங்கவும் படைகளைப் பராமரிக்கவுமே, வரிப்பணத்தில் கணிசமான பகுதி திருப்பிவிடப்பட்டது. இதனால் பொருளாயத முன்னேற்றம் பெரிதும் பாதிக்கப்பட்டது. பொது

நிதியைத் திரட்டுவதிலோ செலவழிப்பதிலோ மன்னரைப் பொறுப்புடையவராக்குவது நிகழ்ந்ததாய்த் தெரியவில்லை. தான் விரும்பியதை அவர் செய்தார். வருவாய்க்கேற்றபடி நிதிநிலை அறிக்கை தயாரிப்பதிலோ, ஒடுக்குமுறையிலான வரிவிதிப்பைக் கட்டுப்படுத்துவதிலோ செலவைக் கட்டுப்படுத்துவதிலோ ஆட்சியாளர்கள் எந்தவொரு முயற்சியும் மேற்கொள்ளவில்லை. எதேச்சதிகார நடவடிக்கைகள் பொதுமக்கள் வாழ்வை துயரமிகுந்ததாக்கின.

ராணுவ நிர்வாகம்

சங்கத் தமிழர் அடிக்கடி யுத்தம் செய்தனர். அவர்கள் போர்க்களச் சாவினை பெருமிதத்திற்குரியதாகக் கருதினர். தரைப்படை, குதிரைகள், யானைகள், தேர்கள் மற்றும் படகுகளைக் கொண்டு அவர்கள் சண்டையிட்டதில் ஆச்சரியமில்லை. இத்தகைய நிலவரத்திற்கு ஈடுகொடுக்கும் வகையில் அவர்கள் தரைப்படை, குதிரைப்படை, யானைப்படை மற்றும் தேர்ப்படை என நான்கு படைப்பிரிவுகளைக் கொண்டிருந்தனர். குதிரைகள் இறக்குமதி செய்யப்பட, யானைகள் காடுகளிலிருந்து பிடித்துவரப்பட, கிரேக்கரும் ரோமருமான யவனரின் ஒத்துழைப்புடன் தேர்களைச் செய்துகொண்டனர். ராணுவத்தின் நான்கு படைப்பிரிவுகள் தவிர, கடற்படையினையும், பிற அரசுகளின் முகாம்களிலிருந்து தகவல்கள் சேகரிக்க ஏதுவாக உளவுப் பிரிவையும் அவர்கள் பராமரித்தனர். இது அரசின் பாதுகாப்புக்கு அவசியமென்று கண்டறியப்பட்டது.

தாக்குதல் தற்காத்தல் நோக்கங்களுக்காக கேந்திர முக்கியத்துவமுள்ள இடங்களில் அரண்கள் நிறுவப்பட்டன. கட்டுமானங்களுக்குத் தேவைப்பட்ட கனத்த பொருட்களை எடுத்துவரவும், முகாம்களுக்கு பொருட்களைக் கொண்டு செல்லவும் யானைகள் பயன்படுத்தப்பட்டன. கிரேக்கருடனான தொடர்பால் தமிழர்கள் தேர்களின் முக்கியத்துவத்தைப் புரிந்துகொண்டனர். அடுத்துவந்த காலகட்டங்களில் தேர்கள் உள்ளூரிலேயே செய்யப்பட்டன. வாள், ஈட்டி, கேடயம் என ஆயுதங்கள் புராதனமாயிருந்தன. ஆட்சியாளரும் தளபதியரும் படைகளைப் போர்க்களங்களுக்குத் தலைமைதாங்கிச் சென்றனர். யுத்தம் தொடங்குவதற்கு முன்னர், எதிர் தரப்பினர் போர்த் தெய்வமான கொற்றவைக்குப் பலிகள் தந்தனர். விதவிதமான காட்டுமிராண்டித்தனங்கள் இழைக்கப்பட்டன. உடலைக் கண்டபடி

துண்டாடுதல், பலியானவரின் குடலை உருவி மாலையாக அணிந்து, அவர் மீது ஆடுதல், பெண்டிரைப் பிடித்துக் கொள்ளுதல், சிறுவரை அடிமைப்படுத்துதல் போன்றன இவற்றில் அடங்கும். தொல்காப்பியரைப் பொறுத்தவரை, லட்சியங்களின் பொருட்டு யுத்தங்கள் மேற்கொள்ளப்பட வேண்டும். ஆனால் இதுவே எப்போதும் அடிப்படையில்லை.

உள்ளூர் நிர்வாகம்

அடிக்கடி போர்கள் நிகழ்ந்தாலும், ஆரம்ப காலத் தமிழர்கள், தம் அரசுகளின் நிர்வாகத்தில் மிகவும் கவனம் செலுத்தினர். நிர்வகிக்கும் பொருட்டு, அவர்கள் தம் பிரதேசத்தை வசதியான அலகுகளாயும் கிராமங்களாகவும் பிரித்தனர். அம்பலம் மற்றும் மன்றம் என்றறியப்பட்ட உள்ளூர் அரசாங்கம், உள்ளூர்த் தலைவர்களைக் கொண்டிருந்தது. அது உள்ளூர் மக்களுக்கும் மத்திய அரசாங்கத்திற்குமிடையிலான இணைப்பாகச் சேவை புரிந்ததுடன், உள்ளூர் நிர்வாகத்திற்கான பொறுப்பையும் ஏற்றுக்கொண்டிருந்ததா, மக்களின் தேவைகளுக்கு ஈடு தந்ததா என்பது தெரியவில்லை.

சமூக வாழ்க்கை

சங்க காலத்துத் தமிழரின் பழமைச் சமூகம் பண்பு நலனில் மேலதிகமாகப் பழங்குடித் தன்மை பெற்றிருந்தது. பெரிய அளவுக்கு அது அமைப்பாக்கம் கொண்டிருந்தது, சமத்துவமும் சுதந்திரமும் அதன் வழிகாட்டு நெறிகளாயிருந்தன. மக்கள் வசித்த நிலம், அவர்கள் மேற்கொண்ட தொழில் ஆகியவற்றின் அடிப்படையில் சமூகம் பிரிக்கப்பட்டது. சாதிய அமைப்பின் அடிப்படையிலான இறுக்கமான பிரிவினை பிந்தைய வளர்ச்சியாகும். ஏனெனில் அது ஆரியரின் காரணமாக வந்தது.

சுட்டிக்காட்டியபடி, நாட்டின் புவியியல் அம்சங்கள், சமூகப் பிரிவினைகளை நிர்வகித்தன. குறிஞ்சி அல்லது மலைப்பகுதிகளில் வசித்த வேடர்கள், காட்டுவிலங்குகளை வேட்டையாடி வாழ்ந்தனர். பாலை அல்லது பாலைவனத்து மக்களான கொள்ளையர், வாழ்க்கை ஆதாரங்கள் இல்லாததால், சமவெளிகளில் கொள்ளையடித்தனர். முல்லை அல்லது மேய்ச்சல் நிலங்களில் வசித்த கால்நடை மேய்க்கும் இடையர், விலங்குகளைப் பராமரித்தனர். மருதம் அல்லது வேளாண் நிலங்களின் மக்களான குடியானவர்கள்,

வேளாண்மை மூலம் வாழ்ந்தனர். நெய்தல் அல்லது கடற்கரை மக்களான மீனவர், வாழ்வதற்கு மீன் பிடித்தலைச் சார்ந்திருந்தனர்.

எனினும், காலப் போக்காலும் அந்நியச் செல்வாக்குகளாலும் மாற்றங்கள் நிகழத் தொடங்கின. அறிவர், கடந்த காலம், நிகழ்காலம், எதிர்காலம் என முக்காலங்களையும் அறிந்திருப்பர் என்று எதிர்பார்க்கப்பட்டதால், சமூகத்தில் பெரிதும் மதிக்கப்பெற்றனர். அதன்படி, பாணர்கள் சமூகத்தின் மேட்டுக்குடியினராகக் கருதப்பட்டனர். இவ்வரிசையில் உழவர்கள் இரண்டாம் இடத்தில் இருந்தனர்.

இவ்வமைப்பு மரபார்ந்த சீனத்துச் சமூக அமைப்புடன் தொடர்புடையதாயிருந்தது. அங்கே மேட்டுக்குடியினருக்கும், குடியானவருக்கும் சமூகத்தில் உயர்ந்தபட்ச இடம் தரப்பட்டி ருந்தது. நாளடைவில், பிராமணரின் ஏற்றத்திற்குப் பின்னர், தொழிற் சார்ந்த குழுக்கள் சாதிய அமைப்பின் சாயல்களைப் பெறலாயின. சாதியால் பிராமணரான தொல்காப்பியர், அந்தணர், அரசர், வைசியர் மற்றும் வெள்ளாளர் என்னும் சாதிகளைக் குறிப்பிடுகிறார். ஆரியரின் தொடர்புகளால், மதத்தின் பெயரால் சமூகத்தைச் சுரண்டிய புரோகிதர் முதலிடத்தைப் பெற, சமூகத்திற்குத் துணை நின்ற விவசாயிகள் கடைசி இடத்தைப் பெற்றனர். அவர்களைத் தவிர, சாதியற்ற சமூகங்களாக பரதவர், உமணர், தச்சர், கருமான், பொற்கொல்லர், செருப்புத் தைப்போர், நெசவாளர் மற்றும் இடையர் இருந்தனர். அவர்கள் வெவ்வேறான தொழில்களைச் செய்தாலும், அவர்களின் விருப்பப்படி அவற்றைச் செய்தனரே ஒழிய, மரபார்ந்த கட்டுப்பாட்டினால் அல்ல.

சமூகத்தின் மிகச் சிறு அலகாய் குடும்பம் இருந்தது. இளைஞரும் யுவதிகளும் வாழ்வில் தம் துணைகளை அடையாளங்காணும் சுதந்திரம் பெற்றிருந்ததால், காதல் மணங்களும், இளம் மணங்களும் சாதாரணமாயிருந்தன. ஒழுக்கம் மற்றும் சமூக நெறிகள் குறித்த நூலான குறளில் திருவள்ளுவர், தன் படைப்பின் மூன்று பகுதிகளுள் ஒன்றினை, காதலை விவரிப்பதற்காக ஒதுக்கியுள்ளார். எனினும், ஆணாலோ, பெண்ணாலோ ஏமாற்றுதல் நடந்ததன் காரணமாக, சுதந்திரமாகத் தெரிவு செய்தல் ஊக்குவிக்கப்படவில்லை. தம் பிள்ளைகளுக்கு மணமுடிக்கப் பெற்றோர் ஏற்பாடுகள் செய்யத் தொடங்கினர். அத் திருமணங்கள் சம்பிரதாயங்களின்படி செய்யப்பட்டன. நகரங்களிலும் கிராமங்களிலும் பரத்தையருக்கெனத் தெருக்கள் ஒதுக்கப்பட்டிருந்தன. இளவரசரும் பிரபுக்களும் தன் காமக்கிழத்தியராக கலைகளில் தேர்ந்த பெண்டிரை

வைத்திருந்தனர். திருமணம் சார்ந்தும், தாம்பத்தியத்தைத் தாண்டியுமான உறவுநிலைகளால் சங்கத்தமிழர் வாழ்வின் சலிப்பை அவ்வளவாக உணரவில்லை. எனினும் இலக்கிய நூல்கள் வேறான மனப்பதிவைத் தொடர்புறுத்துகின்றன. ஒரு குடும்பத்திலான வாழ்வை லட்சியமாகவும், குழந்தையொன்று பிறந்ததும் அதனை ஆசீர்வாதமாகவும் கருதினர்.

ஏற்கனவே விவாதித்தபடி, பழந்தமிழர் எண்ணற்ற தெய்வங்களையும் ஆவிகளையும் வணங்கினர். முல்லைக்கு மாயோன், மருத்திற்கு வேந்தன், குறிஞ்சிக்கு சேயோன் அல்லது முருகன் நெய்தலுக்கு வருணன், பாலைக்குக் காளி என தமிழகத்தின் இயற்கை சார்ந்த ஒவ்வொரு பகுதியும் தனக்கென்று தெய்வத்தைக் கொண்டிருந்தது. சிவன் முக்கியமான தெய்வமெனில் மிகவும் செல்வாக்குள்ள கடவுள் முருகன். உண்மையில் பழந்தமிழர் தம் கடவுளரை இயற்கையுடன் அடையாளப்படுத்திக் கொண்டனர். ஆரியச் செல்வாக்கு அதிகரிக்கவும், இவ்விரு வழிபாடுகளுக்கிடையே கலந்துறவாடல் நிகழ்ந்தது. சந்தர்ப்பவசமாக ஆரியத் தெய்வங்களும் வழிபடப்பட்டன.

கிழக்கு, மேற்கு, வடக்கு மற்றும் தெற்கு திசைகளின் காவலர்களாக முறையே இந்திரன், வருணன், சோமன் மற்றும் யமன் முன்னிறுத்தப்பட்டனர். எனினும் அது பிற்கால வளர்ச்சியே. போர்த்தெய்வமாகக் கருதப்பட்ட கொற்றவை, பெரிதும் வனங்களிலும், பாலைகளிலும் வழிபடப்பட்டாள். அத்துடன், புலப்படாது அலைந்து திரிந்துகொண்டிருந்த ஆவிகளையும், பேய்களையும் பிசாசுகளையும் மக்கள் நம்பினர். இறந்தோர் நினைவாக நடுகல்லும், போரில் மடிந்தோர் நினைவாக வீரக்கல்லும் நட்டனர். புதைகுழிகளும் யுத்தங்களும் ஆவிகளின் இருப்பிடங்களாய் இருந்தன. மரணத்திற்குப் பின்பும் ஆவிகள் வாழும் என்று அவர்கள் எண்ணியதால், மரணத்திற்குப் பிந்தைய வாழ்வில் நம்பிக்கை கொண்டு, வீரக்கற்களை வழிபட்டனர். கண்ணகிக்காக கோயில் எடுப்பித்த செங்குட்டுவன் பத்தினித் தெய்வ வழிபாட்டினைப் பரவலாக்கினான்.

சங்கத் தமிழர்கள் கல்விக்கும் இலக்கியத்துக்கும் நுண்கலைகளுக்கும் அதிக முக்கியத்துவம் கொடுத்தனர். குறளில் வள்ளுவர் கல்வியின் அவசியத்தை விளக்குகிறார். கற்குமிடம் பள்ளி, கல்விகற்றவன் பிள்ளை மற்றும் ஆசிரியர் ஆசான் எனப்பட்டனர். எழுதுவதற்குப் பனை ஓலையும், எழுத்தாணியும் பயன்படுத்தப்பட்டன. இவ்வோலைகளின் கட்டு சுவடியாகும்.

அறிவுரைகள் வாய்மொழியாகக் கூறப்பட்டன. கணிதம், வானியல், இசை, நாட்டியம், சிற்பம், போன்றவை கற்பிக்கப்பட்டன. பாடப்பிரிவுகள் சரிவர ஒழுங்கமைக்கப்பட்டனவா அல்லது ஒருங்கிணைக்கப்பட்டனவா என்று தெரியவில்லை. சங்க காலம் கல்வி வளர்ச்சியிலும் இலக்கியத்திலும் சிறந்து விளங்கக் காரணமாயிருந்தது சமணர்களும், ஆட்சியாளர்களும் அளித்த ஆதரவுதான். இக்காலத்தின் இலக்கிய நூல்களில் பத்துப்பாட்டும் எட்டுத்தொகையும் அடங்கும். சிலப்பதிகாரம், மணிமேகலை மற்றும் குறள் பிற்காலத்தைச் சேர்ந்தவை. நுண்கலைகளும் ஆட்சியாளர்கள் மற்றும் பிரபுக்களின் ஆதரவைப் பெற்றன. ஓவியம், இசை, நாட்டியம், (ம) சிற்பம் ஆகியவையும் அளவான முன்னேற்றம் கண்டன. திராவிடர் மதத்தின் புரோகிதர்களான பாணர்கள், பாடகர்களும் நர்த்தகர்களுமாக, பிரபுக்களையும் பொதுமக்களையும் மகிழ்வித்தனர்.

சங்க காலத்தின் இலக்கிய நூல்கள் மக்களது ஆடை ஆபரணங்களைப் பற்றிய உருவரைகளைத் தருகின்றன. மக்களுக்கு மக்கள் ஆடை வகை வேறுபட்டது. உழைப்பாளரும் உழவரும் அநேகமாக ஆடையின்றித் திரிந்தனர். அப்படியேதான் மலைவாழ் மக்களும் உடலின் சில பாகங்களை மட்டும் இலை தழைகளால் மறைத்தனர். அமெரிக்க கரீபிய இந்தியர்கள் செய்தது போல, வெப்பமிகு தட்பவெப்பத்தில் தம் உடலை மறைக்கும் அவசியத்தை அவர்கள் உணரவில்லை. மருத மக்கள் பருத்தித் துணிகளைப் பயன்படுத்த, மேட்டுக்குடியினர் உயர்ரக மஸ்லின் துணிகளைப் பயன்படுத்தினர். ஏழை எளியவர்கள் இடுப்பிலிருந்து கணுக்கால் வரை மறைக்கும் ஆடையை அணிந்தனர்.

சாதிய அமைப்பின் வளர்ச்சியால், உயர்சாதியினருக்கு மதிப்பளிக்கும் விதமாக, இடுப்புக்கு மேலான உடலை அவர்கள் வெறுமையாக வைத்திருக்க வேண்டியிருந்தது. கண்ணாடி மணிகளிலிருந்து விலையுயர்ந்த மணிகள் வரை ஆபரணங்கள் வேறுபட்டன. சமூகத்தின் வெவ்வேறு பகுதியினராலும் பூக்கள் பரவலாகப் பயன்படுத்தப்பட்டன. விருந்துகளும் விழாக்கால நீராடல்களும் பொதுவாயிருந்தன. தீச்சகுனங்களிலும், வானியலிலுமான நம்பிக்கை பரவலாயிருந்தது. காகத்தின் கரைதல் விருந்தினர் வருகையை அறிவிக்கிறது என்றும், வால்நட்சத்திரத்தின் தோற்றம் அல்லது எரிகல்லின் வீழ்ச்சி மன்னரின் சாவு நெருங்குவதன் அறிகுறி என்றும் கருதப்பட்டது.

உண்மையில் சங்கத் தமிழர்கள் தமக்கேயான சம்பிரதாயங்களையும் நடைமுறைகளையும் கொண்டிருந்தனர். பெண்கள் ஆபரணங்களையும் பூக்களையும் விரும்பினர். அவர்கள் நாணம் கொண்டிருக்க வேண்டும், சிந்தனை வார்த்தை செயலில் கற்போடு இருக்க வேண்டும் என எதிர்பார்க்கப்பட்டது இந்நெறிகள் ஆண்களுக்கு விதிக்கப்படாததால், பெண்கள் ஆண்களுக்குச் சமமான அந்தஸ்து பெற்றிருந்தனர் என்று முடிவுகட்ட இயலாது. விதவை வாழ்க்கை துறவியின் வாழ்க்கை போன்றிருந்தது. தொல்காப்பியம் சதி, (உடன்கட்டை ஏறுதல்) பற்றிக் கூறுகிறது. ஆனால், அது ஒரு பிற்காலத்தைய நிகழ்வுதான், அவ்வளவாகப் பரவியிருக்கவில்லை.

பொருளாதார வாழ்க்கை

வேறெந்த சமூகமும் போலவே சங்க காலப் பொருளாதாரமும் மக்களின் வெவ்வேறான வேலைகளைச் சார்ந்திருந்தது. இவ்வேலைகள் வேட்டையாடுதலிலிருந்து வேளாண்மை வரையிலும், மீன் பிடித்தலிலிருந்து தொழில்துறை வரையிலும் வேறுபட்டிருந்தன. கால்நடை வளர்த்தலும், நெசவும் வணிகமும் கூட முக்கிய தொழில்களாக இருந்தன. வணிகத் தொடர்புகள் கிழக்கில் சீனம் வரையிலும், மேற்கில் ரோம் வரையிலும் விரிவு கொண்டிருந்தன.

மலைப் பகுதிகளிலுள்ள மக்கள், குறிப்பாக வேட்டுவர் மற்றும் ஊரவை உணவுக்காக மூலிகைகளையும், கனிகளையும் சேகரித்தனர். காட்டு விலங்குகளையும் பறவைகளையும் வேட்டையாடினர். மீனவர்கள் கடலையும் காயலையும் மீன்பிடி ஆதாரங்களாகப் பயன்படுத்தினர். மீன் பிடிக்கும் பொருட்டு, கடலுக்குள் செல்ல அவர்கள் கட்டுமரங்களையே பயன்படுத்தியதால், அது புராதன முறையாகவே இருந்தது. தூத்துக்குடியை ஒட்டியிருந்த மீனவர் கடலுக்குள் மூழ்கி சிப்பிகளை எடுத்துவந்து கொற்கையில் முத்துக்களை விற்றனர். இடையர்கள் தம் ஆட்டு மந்தைகளை ஒவ்வோரிடமாக மேய்த்து ஆடுகளை வளர்த்தனர். ஆயர்பாடிகள் பிழைப்பதற்காகத் தம் பசுக்களையும் நீர் எருமைகளையும் சார்ந்திருந்தனர்.

நிலைகொண்டுவிட்ட மக்களின் வாழ்க்கைக்கு வேளாண்மை துணைபுரிந்தது. வனங்களும் காடுகளும் அழிக்கப்பட்டு, புராதன உபகரணங்களால் நிலம் உழப்பட்டு, பயிர்கள் விளைவிக்கப்பட்டன. இவற்றில் நெல்லும் சோளமும் பயறு வகைகளும், பருத்தியும்

அடங்கின. கிழக்குச் சமவெளிகளில் மழை போதாமலும் நம்ப முடியாமலும் இருக்கவே, ஆறு ஓடைகளில் செல்லும் தண்ணீர் ஓரளவுக்குப் பயன்படுத்தப்பட்டது. அரிசி, பால்பொருட்கள், மீன் மற்றும் மாமிசம் உணவாயின. தாம்பூலம் பரவலாக உபயோகத்திலிருக்க, பிடித்தமான பானமாக கள் இருந்தது.

நாகரிகத்தின் அபிவிருத்தியால், உற்பத்தித் தொழில்கள் நடை முறைக்கு வந்தன. உழவர்கள் மற்றும் படைவீரர்களின் தேவைகளை நிறைவேற்றும் வகையில், தச்சு மற்றும் கொல்லர் தொழில்கள் வளர்ந்தன. பயிர் சாகுபடிக்கு, உபகரணங்களுக்கு, போருக்கு ஆயுதங்களும் தேவைப்பட்டன. ஏற்கனவே குறிப்பிட்டுள்ளபடி, தேர்கள் தயாரிக்க யவனர்கள் அமர்த்தப்பட்டனர். இல்லங்களில் நெசவுப் பொருட்கள் தயாரிக்கப்பட்டன. ஆடவர் பெண்டிரால் நூற்பும் நெசவும் செய்யப்பட்டன. உள்ளூர் மற்றும் வெளிநாட்டுச் சந்தைகளில் பட்டு மஸ்லின் சார்ந்த உயர்ரகங்கள் செல்வாக்குப் பெற்றிருந்தன. பொன், வெள்ளி, விலையுயர்ந்த கற்களாலான நகைகள் தயாரிக்கப்பட்டு, பரவலாகப் பயன்படுத்தப்பட்டன.

சங்க காலத் தமிழர் உள்நாட்டு, வெளிநாட்டு வணிகத்திற்கு அதிக முக்கியத்துவம் அளித்தனர். சரியான சாலைகள் இல்லாத போதும், பொருட்களை எடுத்துச் செல்ல மாட்டு வண்டிகள் பயன்பட்டன. வணிகரின் நலனுக்காக சத்திரங்கள் நிறுவப்பட்டன. சுமை தூக்குவோரின் வசதிக்காக ஓய்விடங்கள் அமைக்கப்பட்டன. வழக்கமான வணிகமுறை பண்டமாற்று ஆகும். உள்நாட்டு வணிகத்தில் அரிசி, காய்கறிகள், உப்பு ஆகியன முக்கியமானவையாயிருக்க, அந்நிய வணிகத்தில் மஸ்லின், பட்டு, மிளகு, முத்துக்கள் முக்கியமானவையாயிருந்தன. அந்நிய வியாபாரத்திற்கான வணிக மையங்களாகச் செயல்பட்ட முசிறி, புகார், கொற்கை, தொண்டி, வஞ்சி ஆகியன பெரிய துறைமுக நகரங்களாயிருந்தன. கடற்கரை பகுதிகளின் மக்கள் படகுகளில் சென்று, இலங்கையைச் சார்ந்த அருகாமைப் பகுதிகளில் வியாபாரம் செய்தனர். மிதக்கும் அரண்மனைகள் என்று விவரிக்கப்பட்ட பெரிய கப்பல்களில் யவனர்கள் கடற்கரையை வந்தடைந்தனர். அந்நியக் கலன்கள் தங்கத்திற்கு மாற்றாக, முத்துக்கள், தந்தம், பட்டு, விலையுயர்ந்த கற்கள், மிளகு, மரங்களைக் கொண்டு சென்றன. தமிழகத்தின் அரிய பொருட்கள் பாபிலோன், எகிப்து, சீனா, கிரீஸ், ரோம் போன்ற நாடுகளைச் சென்றடைந்தன என சங்க நூல்களும் பெரிப்ளூசின் பதிவுகளும் தெரிவிக்கின்றன. இப்பொருட்களுக்கு ஈடாக பெருமளவிலான பொன்னும்

வெள்ளியும் இந்நாட்டுக்கு வந்தன. ரோமானிய நாணயங்கள், பெரிதும் அகஸ்டஸ், டைபீரியஸ் மற்றும் கிளாடியஸ் காலத்தைச் சேர்ந்த நாணயங்கள், பழங்காலத் துறைமுகங்கள் இருந்த இடங்களில் கண்டறியப்பட்டன. அந்நிய நாடுகளுடனான பெரும் வணிகத்திற்கு அவை சான்றாகியுள்ளன. இதனால் கடல் துறைமுகங்கள் வளர்ந்தன. வணிக சமுதாயம் எழுந்தது. எனினும், தமிழர்கள், கப்பல்கட்டும் தொழிலைப் பெருமளவில் வளர்த்தனர் என்று தோன்றவில்லை. வெளிநாட்டு வியாபாரிகள் வந்து தமிழகத்திலிருந்து பொருட்களைக் கொண்டு செல்ல, பழந்தமிழர்கள் அவர்களிடமிருந்து பெற்றதை வைத்துத் திருப்தியடைந்தனர் என்று மட்டும் தெரிகின்றது. ஆழ்கடல் பயணத்தில் பரிச்சயம் கொண்ட அவர்கள், அந்நியச் சந்தைகளைக் கண்டறிவதற்கோ, கடல்கடந்த பகுதிகளை குடியேற்றமாக்கவோ அதனைப் பயன்படுத்தவில்லை. அத்துடன், கிரேக்கம் மற்றும் ரோமிலிருந்து அவர்கள் பெற்றவை, மக்களின் நலன்களுக்குச் சென்று சேரவில்லை. ராணுவப் பிரிவுகளில் யவனர்கள் பயன்படுத்தப்பட்டும், தேர்த் தொழில் நுட்பத்தில், கட்டுமானத்தில் அவர்களைச் சார்ந்திருந்தாலும், அவர்களிடமிருந்து பெற்றுக்கொண்டதில் பெரும்பகுதி, உள்ளூரில் வளர்த்தெடுக்கப்படவில்லை. இத்தகைய சார்பு நிலை நாட்டினை ஏழ்மையாயும் பலவீனமாயும் விட்டு வைத்திருந்தது.

பழந்தமிழர் சமூக பொருளாதாரத்தில் கணிசமான முன்னேற்றம் எய்தினர் எனச் சங்க நூல்கள் கூறுகின்றன. அவர்கள் சாகுபடிக்கும் பாசன வசதிக்கும் வணிகத்திற்கும் உரிய முக்கியத்துவம் தந்தனர். மனிதருக்கும் மனிதருக்கும் இடையிலான பேதம் சாதியால் அல்லாமல் தொழில் மற்றும் இருப்பிடத்தை அடிப்படையாகக் கொண்டிருந்தது. இலக்கியம் உரிய அங்கீகாரம் பெற்றது. என்றாலும் சமூக வாழ்க்கைப் பிரச்சனைகள் இல்லாமலில்லை. கடலினாலும், கிழக்கு மேற்குத் தொடர்புகளினாலும் ஆதாயங்கள் இருந்தாலும், கடல் வணிகத்திலும் காலனியப்படுத்தலிலும் கணிசமான முன்னேற்றம் எய்தப்படவில்லை. ஆட்சியாளர்கள் எதேச்சதிகாரிகளாய் இருந்தனர். அரசின் நிதியை அற்பமான சண்டைகளில் வீணடித்தனர். இச்சண்டைகள் மூர்க்கமான வன்மங்களைக் கொண்டிருந்தன. சிலர் அதிகாரம் கொண்டு, வாழ்க்கையின் சந்தோஷங்களை அனுபவிக்க, மக்களில் பெரும்பான்மையினர், பழங்குடிவாழ்வில் உழன்று, புராதனமான காட்டுமிராண்டி வாழ்க்கை வாழ்ந்தனர்.

5

களப்பிரர்கள்

சோழ பாண்டிய சேரர் என்னும் முடியுடை மூவேந்திரரிடம் மையங்கொண்டிருந்த ஆளும் அமைப்பு, களப்பிரரின் தமிழக வெற்றியால் நலிவுற்றது. ரோமானியப் பேரரசில் ஜெர்மானியப் பழங்குடியினர் செய்தது போல, கி.பி. 250 வாக்கில் போர்க்குணமிக்க இப்பழங்குடியினர் தமிழ்நாட்டின் வடக்கு எல்லையில் நுழைந்து, மரபார்ந்த அரசுகளை அடக்கி, தம் அதிகாரத்தை நிலைநாட்டி, மூன்று நூற்றாண்டுகளுக்கு மேலாக தம் செல்வாக்கினைச் செலுத்தினர். அதன் பின்னர், கொங்கு நாட்டிலுள்ள உள்ளூர் சக்திகள் என்ற வகையில், ஒன்பதாம் நூற்றாண்டு வரையிலும் வெவ்வேறு பகுதிகளின் உடைமையைத் தக்க வைத்துக்கொண்டனர். பிராமணிய எழுத்தாளர்கள் அவர்தம் ஆட்சியை இருண்ட காலமென்று அடிக்கடி குறிப்பிட்டனர். எனினும், ஒரு பொது அரசாங்கத்தின் கீழ் அவர்கள் தமிழகத்தை ஒன்றிணைத்து, சீரான நிர்வாகத்தை உருவாக்கி, வணிகத்தை ஊக்குவித்து, கல்வி இலக்கியத்தை முன்னெடுத்துச் சென்றதால், சமீபத்தைய ஆய்வுகள் அது முன்னேற்றமிகு காலமாயிருந்தது என்று சுட்டிக்காட்டியுள்ளன. இக்கால கட்டத்தில் திருவள்ளுவர், இளங்கோ அடிகள் மற்றும் சாத்தனாரின் கணிசமான பங்களிப்பு, தமிழ் இலக்கிய வரலாற்றில் அதனைப் பொற்காலமாக்கியது. சமணம் மக்கள் செல்வாக்குள்ள மதமாக வளர்ந்ததென்றால், அது களப்பிரர் ஆதரவால்தான்.

தகவல் ஆதாரங்கள்

இலக்கிய நூல்கள், கல்வெட்டுகள், நாணயங்கள், களப்பிரர் இருந்தது பற்றி நிறையக் குறிப்பிடுகின்றன. என்றாலும் காலக்கிரமப்படி கச்சிதமான வரலாறு ஒன்றினைக் கட்டமைப்பது எளிதாய் இருக்கவில்லை. இலக்கிய

ஆதாரங்களில் முக்கியமானவை பெரிய புராணம், நாவலர் சரிதை மற்றும் வினய வினிச்சயம். களப்பிரர் படையெடுப்பு பற்றியும் அவர்தம் ஆட்சி பற்றியும் அவை குறிப்பிடுகின்றன. பத்து மற்றும் பதினொன்றாம் நூற்றாண்டு தமிழ்நூல்கள் களப்பிரர் ஆட்சி பற்றி சாதகமற்ற குறிப்புகளைத் தருகின்றன. சமணர் அதிகாரம் மீதான பிராமணிய வெறுப்புதான் இப்போக்கிற்குக் காரணம் எனப்படுகிறது. பல்லவ, பாண்டிய, சாளுக்கிய கல்வெட்டுகள் களப்பிரர் பற்றி துண்டு துணுக்கான தகவலையே தருகின்றன.

சுமாராக கி.பி. 270ஆம் ஆண்டு பூலாங்குறிச்சி செப்பேடு, ஆலய நிர்மாணத்திற்காக ஒரு களப்பிரர் தலைவன் அளித்த நிலக்கொடை பற்றிப் பேசுகிறது. வேள்விக்குடி செப்பேடு, பல்லவரின் கூரம் செப்பேடு, சாளுக்கியரின் நெரூர் பட்டயம் ஆகியன இவ்வரசுகளால் களப்பிரர் ஆட்சி நாசமாக்கப்பட்டதைக் குறிப்பிடுகின்றன. களப்பிரரின் கல்வெட்டுகள் கொங்கு நாட்டின் வெவ்வேறு இடங்களில் காணப்படுகின்றன. தஞ்சாவூரிலும் மதுரையிலும் பிற இடங்களிலும் களப்பிரர் நாணயங்கள் குவியல் குவியலாகக் கிடைத்துள்ளன. பாண்டிய, சோழ, சேரர் நாணயங்கள் என்று கருதப்பட்ட இவற்றில் பெரும்பாலானவை களப்பிரருடையவை என இப்போது அடையாளம் காணப்படுகின்றன. களப்பிரரின் செல்வாக்கு, அவர்தம் ஆட்சியிலிருந்த நாணயச் சாலையின் எண்ணிக்கை, உலோக வார்ப்பில் அடைந்த முன்னேற்றம் மற்றும் வணிகத்தின் அளவை அவை சுட்டிக்காட்டுகின்றன.

அசலான தாயகம்

களப்பிரர்கள், தென்னிந்திய அல்லது திராவிட அரசர்களாயிருந்தனர். ஆனால் அவர்கள் தமிழர்களா அல்லது கன்னடப் பூர்வீகம் உடையவர்களா என்பது உறுதிப்படவில்லை. களப்பிரர்கள் தமிழகத்தின் உள்ளூர் அரசுகளே என்கின்றனர் சில அறிஞர்கள். எஸ்.கிருஷ்ணசாமி அய்யங்கார், திருவேங்கட மலைகளின் காளவரே களப்பிரர் என அடையாளப்படுத்தினார். ஒரு முத்தரையர் தலைவன் காளவர்கால்வன் எனப்படுவதால், களப்பிரரை தமிழகத்தின் முத்தரையராக அடையாளம் காண இயலும் என்கிறார் டி.ஏ.கோபிநாதராவ். பெயர்களின் ஒப்புமை அடிப்படையில் இவ்வறிஞர்கள் களப்பிரருக்கு தமிழகப் பூர்வீகத்தை உரித்தாக்க முற்படுகின்றனர். அவர்கள் பழங்குடி மக்களென்றும், தமிழ்நாட்டின் வடக்கு எல்லையிலுள்ள மலைப்பகுதிகளைத் தம் வாழிடமாகக்

கொண்டவர்களென்றும் அவர்கள் கருதுகின்றனர். இப்பார்வையை முற்றிலும் உண்மையற்றது என்று ஒதுக்கித்தள்ள முடியாவிட்டாலும், மொழியிலும் மதத்திலும் நடைமுறையிலும் மரபார்ந்த தமிழர்களிடமிருந்து வேறுபட்டவர்கள் என்பதைச் சொல்லியாக வேண்டும்.

களப்பிரர் கன்னடத்திலிருந்து வந்தவர்கள் மற்றும் கர்நாடகாவுக்கும் தமிழகத்திற்கும் இடைப்பட்ட மலைப்பகுதியைச் சேர்ந்தவர்கள் என சமீபத்தைய ஆய்வுகள் உணர்த்துகின்றன. காவலர், களபரு, களப்பிரர் என்றறியப்பட்ட இம்மக்கள், கர்நாடகக் கல்வெட்டுகளில் காளவர்நாடு, காளவாப்புநாடு, களப்பிரநாடு, காளவர் திருராஜ்யம் என்று குறிப்பிடப்படும் மலைப்பகுதிகளில் வாழ்ந்தனர். ‘நாடு’, ‘திரு’ என்னும் சொற்கள் தமிழ், கன்னடம் பேசும் பகுதிகள் இரண்டிலும் பொது உபயோகத்தில் இருந்தன என்பதைக் குறிப்பிட்டாக வேண்டும்.

பேலூர்க் கல்வெட்டொன்று களப்பிரநாட்டு மக்களை களபோரா என்பதால், இப்பகுதி பின்னாட்களில் சிரவண பெலகோலா என்றாயிற்று. சங்க நூல்கள் முந்தைய காலத்தவை என்பதால், களப்பிரரைக் குறிப்பிடாதிருக்க, அசோகனின் கல்வெட்டுகள் களபூரியர் என்று குறிப்பிடுகின்றன. கடம்பரின் படையெடுப்புகளால் களப்பிரர்கள் பெங்களூர் கோலார் திருப்பதி வழித்தடத்திற்கு இடம் பெயர்ந்தனர். காளவப்ப நாடு பின்னாளில் இப்பெயரால் அறியப்படலான சந்திரகிரியும் களை வப்பு பேட்டா என்று குறிப்பிடப்படுகிறது.

கி.பி. மூன்றாம் நூற்றாண்டின் மத்தியில் தமிழ்நாட்டின் அரசியல் சமூக நிலைமைகள் அந்நிய குறுக்கீட்டிற்குச் சாதகமாய் இருந்ததாகத் தோன்றின. சங்க காலத்தின் பாண்டிய, சோழ, சேரர்கள் அடிக்கடி மோதல்களில் ஈடுபட்டதால், அது நாட்டினைப் பலவீனமானதாயும் தாக்குப் பிடிக்காததாயும் ஆக்கிற்று. இதற்கிடையே அவர்கள் வடக்கு எல்லையின் தற்காப்பினை கவனிக்காது போயினர். முரட்டுத்தனமிக்க களப்பிரர்கள் உள்ளூர் முரண்பாடுகளைச் சாதகமாகப் பயன்படுத்தித் தமிழ் அரசுகளை அடக்குவது சாத்தியம் என்று கண்டனர்.

களப்பிரர் வெற்றி

மூன்றாம் நூற்றாண்டின் மத்தியில் களப்பிரர்கள் புத்தூர் மலைப்பாதைகளினூடே தமிழகத்தின் சமவெளிப் பகுதிகளுக்கு

நகர்ந்தனர். வடக்கின் பீடபூமிப் பகுதியிலிருந்து தெற்கின் சமவெளிகளுக்கு கடந்த காலத்தில் தொலைதூரக் கடந்த காலத்தில் குறும்பர்களும் சமணர்களும் மேற்கொண்ட, மற்றும் ஆயுதந்தாங்கிய படையெடுப்பின் தொடர்ச்சியான நிகழ்வுப்போக்கை இது குறித்தது. இப்பழங்குடிகள் கொங்கு நாட்டினை ஆக்கிரமித்து, சோழ, சேர, பாண்டிய அரசுகளில் அடுத்தடுத்து இடம் பிடித்தனர். வேள்விக்குடிச் செப்பேடு இப்படையெடுப்பாளர் கூட்டங்களை தீரமிக்க கடல்போன்ற படை என்று குறிப்பிடுகிறது. “அப்புறம் களப்பிரன் என்னும் காளி மன்னன், மரபார்ந்த மன்னர்களை (ஆதி ராஜாக்களை) துரத்திவிட்டு, பரந்து விரிந்த நிலத்தை உடைமையாக்கினான்” என மேலும் பேசுகிறது.

மரபார்ந்த அரசுகள் வெற்றியாளரிடம் சரணடைந்தனவா, களப்பிரர் அதிகாரத்தை ஏற்றுக்கொண்டனவா என்பது உறுதிப்படவில்லை. காளவ குலத்து அச்சுத விக்ராந்தன் சோழ, சேர, பாண்டிய அரசர்களை சிறைப்படுத்தினான் என்கின்றன பௌத்த சமண இலக்கிய மரபுகள். அவனது கட்டளைப்படி சிறைப்பட்ட வேந்தர்கள் களப்பிரரைப் புகழ்ந்து நாவலர் சரிதம் இயற்றினர். கர்நாடக கல்வெட்டுகள் காளிதேவன் என்று ஒருவனைக் குறிப்பிட, வேள்விக்குடிச் செப்பேடு, கொடுங்கோல் மன்னன் என்று பொருள்படும் காளியரசன் என்கிறது. மதுரையை வெற்றி கொண்ட வடுக கருநாட்டார் என்பவனுடன் அவன் அடையாளம் காணப்படுகிறான். இந்த ஆட்சியாளர்களுள் ஒருவனைக் குறிப்பிடுகிறது பூலாங்குறிச்சிச் செப்பேடு. அவன் கொங்குநாடு, சேரநாடு, சோழநாடு, பாண்டிய நாடு என்னும் பெரும் பிரிவுகளாகப் பிரித்து நிர்வாகத்தை மாற்றியமைத்தான்.

இலக்கிய வளர்ச்சியை முன்னெடுத்து, சமணத்தைப் பரப்பும் பொருட்டு, கி.பி. 470இல், மதுரையிலிருந்த தமிழ் சங்கத்திலிருந்து வேறுபட்டதாக மதுரை திராவிட சங்கத்தை வஜ்ரநந்தி நிறுவினார் என்று நம்பப்படுகிறது. விரிவான வெற்றிகளைக் குவித்த களப்பிரர்கள், அரசியல் ஒருங்கிணைப்பை ஏற்படுத்தி, மையப்படுத்தப்பட்ட நிர்வாகத்தை அமைத்து, கல்வி கலைகளின் வளர்ச்சியை முன்னெடுத்தனர் என்பது தெளிவாகிறது.

அதன் உச்சத்தில் களப்பிர அரசு தமிழகத்தை மட்டுமின்றி இலங்கையினையும் கொண்டிருந்தது. காவேரிப்பட்டினத்தைத் தலைநகராய் பெற்றிருந்தது, அது அரசியல், பண்பாட்டு, கடல்சார் வணிக மையமாய் வளர்ந்தது. என்றாலும் ஆறாம் நூற்றாண்டு வாக்கில் களப்பிரர் நலிவடையத் தொடங்கினர்.

நாட்டின் வெவ்வேறு இடங்களில் தம் செல்வாக்கினைத் தக்க வைத்துக்கொண்ட பாண்டியர், மறு அணி சேர்ந்து, களப்பிரருக்கு எதிராய் பல்லவருடன் இணைந்து கொண்டனர். பாண்டியன் கடுங்கோனும் பல்லவன் சிம்ம விஷ்ணுவும் அநேகமாய் ஒரே சமயத்தில் களப்பிரரைத் தாக்கி, பாண்டியருக்காக மதுரை மற்றும் பல்லவருக்காக காஞ்சி ஆகியவற்றின் கட்டுப்பாட்டை மீட்டுக்கொண்டனர். பல்லவர் தெற்கு நோக்கி வர, களப்பிரர் சோழருடன் அணிசேர்ந்தனர். மீண்டும் சரிவுகளைச் சந்தித்தனர். எனினும் கொங்குநாட்டின் சில பகுதிகளை வைத்திருந்தனர். பிற்கால ஆட்சியாளரில் சிலர் காடன், கோக்கோடன், வீர நாராயணன், கோக்கோடன் ரவி, ரவி கண்டன், ரவி கோடை என்று குறிப்பிடப்படுகின்றனர். பாண்டியர், பல்லவர், சாளுக்கியருக்கு எதிராக அடிக்கடி நிகழ்ந்த சண்டைகளில், தம்மை சமாளிக்க முடியாதவராக உணர்ந்தனர். ஒன்பதாம் நூற்றாண்டு வாக்கில் கொங்குநாட்டின் அரசியல் களத்திலிருந்து அவர்கள் வெளியேற, கோணாட்டார் அவர்கள் இடத்தில் அமர்ந்தனர்.

களப்பிரர் விட்டுச்சென்றவை

ஏற்கனவே குறிப்பிட்டுள்ளபடி, பிராமணிய வரலாற்றாளர்கள் களப்பிரர் ஆட்சியை தமிழக வரலாற்றின் இருண்ட காலமென்று அறிவித்திருக்கின்றனர். ஏனெனில் அது சமணப் பண்பாட்டை, பிரதிநிதித்துவப்படுத்தி, பிராமணிய ஏற்றத்திற்கு, வேத மதத்திற்கு, ஆளும் அமைப்புக்குச் சவாலாய் இருந்தது. முடியுடை வேந்தரின் கீழ் வளர்ந்த அரசியல் அமைப்பைச் சீர்குலைப்பது, முக்கியத்துவமிக்கதாய் எழுந்த வேட்டைச் சமூகத்தை ஏற்றிட இந்த ஆய்வாளர்கள் தயாராயில்லை. களப்பிரர்கள் தம் வரலாறு குறித்து வெளிச்சம் பாய்ச்சுவதாக உள்ள ஆதாரங்களை அதிகம் விட்டுச் செல்லவில்லை என்பதால் அது இருண்ட காலம் என்ற வகையில் சந்தேகமில்லை. ஒரு வேளை அவர்கள் அழிக்கப்பட்டிருக்கலாம். எனினும் தமிழ்நாட்டு வரலாற்றில் அவர்தம் ஆட்சி ஒரு திருப்பு முனையைப் பிரிதிநிதித்துவப்படுத்திற்று என்பதைக் கிடைக்கின்ற ஆதாரங்கள் சுட்டிக்காட்டுகின்றன.

அறியப்பட்டுள்ள வரலாற்றில் முதல் முறையாக, ஒருமைப்பாடு கொள்ளுமாறு தமிழர்கள் நெருக்கடிக்குள்ளானார்கள். பாண்டிய, சோழ, சேரர் என்னும் சண்டையிடும் அரசுகளை களப்பிரர்கள் அடக்கி, பொது அதிகாரத்தின் கீழ் அவர்களைக் கொண்டுவந்து, இலங்கை வரையிலும் தம் செல்வாக்கை விரிவுபடுத்தினர்.

வரலாற்று அடையாளங்களைப் பாதுகாக்கும் வகையில், நாடு நான்கு பெரும் பிரிவுகளாக அல்லது நாடுகளாகப் பிரிக்கப்பட்டது. நிர்வாக வசதிக்காக ஒவ்வொரு நாடும் மங்கலங்களாகவும், மங்கலங்கள் கூற்றங்களாகவும், கூற்றம் ஊர்களாகவும் பிரிக்கப்பட்டது. பின்வந்த அரசுகளில் இவ்வமைப்பு தொடர்ந்து நிலவிற்று, அவர்கள் அதனைப் பின்பற்றினர்.

உள்நாட்டு மற்றும் வெளிநாட்டு வணிகம் இரண்டுக்கும் களப்பிரர்கள் கணிசமான முக்கியத்துவம் அளித்தனர். காவேரிப்பட்டினம் பெரிய வணிகமையமாக வளர்ந்தது. மதுரை, காவேரிப்பட்டினம், கேரளம், இலங்கை ஆகிய இடங்களில் நாணயச் சாலைகள் நிறுவப்பட்டு, வெவ்வேறு வடிவங்களிலும் அளவுகளிலுமான விதவிதமான நாணயங்கள் தயாரிக்கப்பட்டன. நாணயங்களின் மீதான வாசகங்கள் வழக்கமாக தமிழ் அல்லது பிராமி எழுத்துருவில் இருந்தன. அவற்றிலிருந்த சின்னங்கள் அவர்கள் கடல், வனம், மற்றும் இயற்கைக்கு அளித்த முக்கியத்துவத்தைப் பிரதிபலிக்கும விதத்தில், கடல், மீன், நண்டு, எருது, யானை, புலி, குதிரை, தாமரை மலர், செடி, சூரியன், சந்திரன், நட்சத்திரம் என்றிருந்தன. ஆரம்பகட்ட நாணயங்களில் சமண முனிவர்கள் அமர்ந்திருக்க, பிந்தையவற்றில் சிவன், முருகன் போன்ற திராவிடத் தெய்வங்களும், விநாயகர் போன்ற இந்து தெய்வங்களும் இருந்தன. வணிகம், மதம் மற்றும் உள்ளூர் மரபுகளில் அவர்கள் கொண்டிருந்த அபரிமிதமான ஈடுபாட்டை இவையும் சுட்டிக்காட்டின. துத்தநாகம், ஈயம், வெள்ளியுடன் கலந்த அத்தாமிரக் காசுகள், நேர்த்தியான குப்தர் நாணயங்களுடன் நன்கு ஒப்பிடப்படக்கூடியவை.

ஆரம்பகால களப்பிரர் பௌத்தர் எனில், பிந்தைய காலத்தவர் சமணராய் இருந்தனர். பௌத்த மையமாக காஞ்சியும், சமண மையமாக மதுரை மடாலயங்களும் பெரும் எண்ணிக்கையில் நிறுவப்பட்டன. பாண்டிய நாட்டின் எண் குன்றங்களில் சமணத் துறவியர் வாழ்ந்தனர். அக்குன்றுகளில் யானை மலை, திருப்பரங்குன்றம், சமண மலை, சித்தன்னவாசல் போன்றன அடங்கும். அவரது விகாரைகளும் பள்ளிகளும், நீதிபோதனை, இலக்கணம், இலக்கியம், தத்துவம் மற்றும் மருத்துவத்தில் அறிவுரைகள் அளித்தன.

களப்பிரர்கள் கல்வியிலும் இலக்கியத்திலும் முக்கியத்துவமிக்க பங்களிப்புகள் வாயிலாக தம் ஆட்சியைப் புகழ் மிகுந்ததாக்கினர். கல்வி, கற்பித்தல் மற்றும் மதத்தில் தமிழ் பெருமித இடத்தைப் பெற்றன. பிராகிருதமும் பாலியும் கூட ஊக்குவித்தலைப் பெற்றன.

பள்ளிகள் மற்றும் பெரிய பள்ளிகள் அல்லது கல்லூரிகள் மூலம் கற்பித்தல் நிகழ்ந்தது. பின்னாளைய வேதப்பாட சாலைகள் சமஸ்கிருதத்திற்கு முக்கியத்துவமளித்து, பிராமணரை மட்டும் அனுமதித்தன. எளிய நடையாலும், இயற்கை மீதான, குறிப்பாக பறவைகள் மீதான பாடல்களாலும் தமிழ் வளப்படுத்தப்பட்டது. திருமூலர் திருமந்திரத்தை இயற்ற, புத்த தத்தர் வினய வினிச்சியம் எழுதினார்.

பாண்டியரால் ஆதரிக்கப்பட்டதாகக் கூறிக்கொள்ளப்படும் தமிழ்ச் சங்கம், அதன் ஆதரவாளர்களின் நலிவால் நலிவடைந்தது. எனினும், களப்பிரர் ஏற்படுத்திய சமண சங்கம், தமிழ் இலக்கிய வளர்ச்சியை ஊக்குவித்தது. சங்கம் மருவிய காலம் என்று வரையறுக்கப்படும் காலத்தைச் சேர்ந்த நூல்கள், உண்மையில் களப்பிரர் காலத்தவை. அவற்றின் காலங்கள் குறித்து அபிப்பராய பேதங்கள் இருப்பினும். இக்காலத்தின் மாபெரும் நூல்களில் அமரத்துவமிக்க குறளும், சிலப்பதிகாரம் மற்றும் மணிமேகலை என்னும் காவியங்களும் அடங்கும். இக்காவியங்களின் ஆசியரியர்கள் சமணராக அல்லது பௌத்தராக இருந்தனர்.

பர்ட்டன்ஸ்டீன் குறிப்பிட்டுள்ளபடி, சமவெளிகளின் குடியானவ மக்கள் மீது குடியானவர் சாராத மக்கள் தம் அதிகாரத்தை நிறுவியதற்கான உதாரணமாயிருப்பது தமிழ்நாட்டைக் களப்பிரர் வெற்றிகொண்டதாகும். மரபார்ந்த சக்திகள் உயிர்ப்பித்துக் கொண்டதும், தென்னிந்தியாவின் அதிக எண்ணிக்கையிலான அரசுகள் ஒன்றிணைந்ததுமே அவர்கள் வீழ்ச்சிக்கு அடிப்படைகளாயிருந்தன. சமண பௌத்தத் துறவிகள் வாழ்ந்த ஆலயங்களும் குகைகளும் அவர்தம் எளிய வாழ்க்கைக்கும் அவர்கள் போற்றிய உயர்ந்த இலட்சியங்களுக்கும் சான்றாக உள்ளன.

அரசியல் களனிலிருந்து அவர்கள் வெளியேறியது, வேதச் சடங்குகள், அக்ராஹாரங்கள், சாதியமைப்பு, தீண்டாமை, தமிழைப் புறக்கணித்தல், சமணரையும், பௌத்தரையும் வதைத்தல் என்பவற்றின் அடையாளமுடைய, பிராமணிய அமைப்பின் எழுச்சிக்கு இட்டுச் சென்றது. களப்பிரர் வீழ்ச்சி தமிழக வரலாற்றில் முக்கியத்துவமான நிகழ்வொன்றை பிரதிநிதித்துவப்படுத்திற்று. ஏனெனில் சமணம் வீழ்ச்சியடைய, சமூக சமத்துவம், தியாக நெறிகள், மக்கள் நலனை முன்னேற்றுவதற்கான சேவை என்னும் திராவிட விழுமியங்கள் வீழ்ச்சியுற்றன. மரபார்ந்த அரசுகள் தம் அதிகாரத்தைத் திரும்பவும் பெற, அவர்களின் ஆதவால் பிராமணிய அமைப்பு நிலைகொண்டது.

6

இந்துமதம் மற்றும் இஸ்லாமின் வருகை

கி.பி. ஐந்தாம் நூற்றாண்டுவாக்கில் தமிழர்கள் நான்கு மதப்பிரிவுகளைக் கொண்டிருந்தனர். அவை திராவிடம், சமணம், பௌத்தம் மற்றும் கிறித்தவம். யூத மதமும் வரம்புக்குட்பட்ட அளவில் தன் இருப்பைக் கொண்டிருந்தது. வடக்கிலிருந்து ஆரியரின் வருகையும் மேற்கிலிருந்து அரேபியரின் வருகையும், வேத மதமும் இஸ்லாமும் தத்தமது வழிபாட்டு முறைகளை அறிமுகப்படுத்துவதில் ஒத்திருந்தன. வேத மதமும் பிராமணியமும் இந்து மதத்தின் ஆரம்ப வடிவங்களைப் பிரதிநிதித்துவப்படுத்தின. வாரணாசி மற்றும் சிந்துவின் பிராமணர்கள் தமிழ்நாட்டுக்கு பிராமணிய மதத்தைக் கொண்டுவந்தனர் எனில், அரேபியாவின் அரேபியர், இஸ்லாத்தைப் பொறுத்து அதையே செய்தனர்.

பிராமணர் குடியமர்வு

தென்கோடியிலுள்ள ராவண தேசத்திற்கு ஸ்ரீராமன் படையெடுத்தல் மற்றும் பாண்டியர் படைகளுடன் ஆரியப் பழங்குடியினரின் மோதல்கள் குறித்த குறிப்புகள், தமிழர்களை வெல்வதற்காக ஆரிய அரசுகள் மேற்கொண்ட முயற்சிகளைப் பிரதிபலிக்கின்றன. எனினும், ஆரம்ப கட்டப் படையெடுப்பாளர்களால், நிலத்தை வெல்ல முடியும் அல்லது தம் வழிபாட்டு முறைகளை அறிமுகப்படுத்த இயலும் என்பதற்கான அறிகுறியே இல்லை. வேதமதம் தமிழரைச் சென்று சேர்ந்ததெனில் அது அடுத்து வந்த காலங்களில் தமிழ்நாட்டில் பிராமணர் குடியமர்ந்ததால்தான். கி.பி. மூன்றாம் ஐந்தாம் நூற்றாண்டுகளுக்கு இடையே, வெவ்வேறு கட்டங்களிலான குடியமர்வில், பிராமணர் தமிழகத்திற்கு வந்து சேர்ந்தனர் என்பதே மணிமேகலைக் காவியத்திலிருந்து

நாமறிந்து கொள்வது. கி.பி. மூன்றாம் நூற்றாண்டுவாக்கில் சில பிராமணர் வாரணாசியிலிருந்து தென்கோடிக்கு வந்தனர்.

இனிய தட்பவெப்பம் (அ) சமணர்கள் தங்கிய முன்னுதாரணம் காரணமாக, தென்கோடி மேற்குமலைத் தொடர்கள், பொதிகை மலைகளின் அடிவாரங்களில் குடியேறினர். உடலுழைப்பைக் கொண்டு வாழ்ந்த அவர்கள், முக்கடல்கள் சங்கமிக்கும் கன்னியாகுமரியில் மூழ்கித் தம் பாவங்களைப் போக்கினர். அவர்கள் உடலுழைப்பைக் கொண்டு வாழ்ந்ததால் வேலை பார்ப்பான் பனிபுரியும் பார்ப்பான் என்று குறிப்பிடப்பட்டனர். தமக்கேயான மதத்தைப் பின்பற்றிய அவர்கள், இறை ஊழியப்பணி எதனையும் மேற்கொள்ளவில்லை. இருப்பினும் அவர்களின் குடியேற்றம் மேலும் பிராமணர் வருவதற்கும் தமிழர்கள் தேசத்தில் அவர்தம் மதத்தை அறிமுகப்படுத்தவும் முகாந்திரமாய் விளங்கிற்று.

கி.பி. ஐந்தாம் நூற்றாண்டில் தமிழ்நாடு குடியேற்றத்தின் இரண்டாம் கட்டத்தைக் கண்ணுற்றது. அச்சமயத்தில், வட இந்தியாவின் முன்னணி இந்து அரசான குப்தப் பேரரசு, வீழ்ச்சிக்கட்டத்தில் நுழைந்தது. உள்நாட்டுப் பூசல், ஆட்சியுரிமைச்சிக்கல் மற்றும் ஹன் இனத்தனவர் படையெடுப்புகள் பேரரசில் சீர்குலைவுகளை ஏற்படுத்தின. ஆதரவின்மை, அரசியலில் நிலையற்ற தன்மை, அதன் காரணமாக பாதுகாப்பின்மை ஆகியன பிராமணரின் குடிபெயர்வுக்குக் காரணமாயின. புதிதாய் வந்தவர்களில் முனிவர்களும் அறிஞர்களும் இருந்தனர். இப்படிக் குடிபெயர்ந்தோரில் ஒருவர் அகஸ்திய முனிவர் என நம்பப்படுகிறது. அவர் பெயரால் பொதிகை மலை "அகஸ்திய மலை" என்றழைக்கப்படுகிறது.

விவகாரங்களைத் தீர்த்துவைப்பதில் உள்ளூர் மக்களுக்கு உதவியும், வடக்கிலுள்ள வணிக மையங்களுடன் தொடர்புகள் ஏற்படுத்தும் முயற்சிகளில் வணிகர்களுக்கு வழிகாட்டியும் இப் பிராமணர்கள் நடந்துகொண்டனர். கற்றறிந்தோர் என்ற வகையில், தமிழர்களில் மேட்டுக்குடியினருக்கு நெருக்கமாகி, அவர்கள் நம்பிக்கையைப் பெறுவது தம் மதத்தைப் பரப்புவதற்காக மட்டுமல்லாது, அவர்தம் சாதியமைப்பைப் பரப்பவும் அனுமதி பெற்றனர்.

எட்டு மற்றும் பின்வரும் நூற்றாண்டுகளில் பிராமணர் குடியமர்வின் மூன்றாவதும் கூடுதலானதுமான கட்டம் நிகழ்ந்தது. சிந்து மற்றும் குஜராத்திலிருந்து அவர்கள் தமிழகத்தின் மேற்குக் கரை நோக்கி அனுப்பப்பட்டனர். சிந்து அரசு பிராமணர் மற்றும் அவர்தம் வேத

மதத்தின் வலுவிடமாய் விளங்கிற்று. என்றாலும் கிபி 712 இல் முகம்மது பின் காசிம் தலைமையிலான ஈராக்கின் அரபுப் படைகள் இந்து அரசர் தாஹிரைத் தோற்கடித்து, நாட்டினைக் கைப்பற்றின. அரேபியர் பிராமணரின் சலுகைகளை இழக்கச் செய்து, அவர்கள் மீது ஜஸியா என்னும வரி விதித்தனர். தங்கள் வாழ்க்கை பரிதாபமாக மாறியதைக் கண்ட பிராமணர் தம் தாயகத்தை விட்டு நீங்கி, புதிய வாழிடம் தேடி தெற்கு நோக்கி வந்தனர். துளு நாட்டில் குடியமர்ந்த அவர்களில் பலர் கனத்த மழையால், பாம்புக் கடி மற்றும் காய்ச்சல் காரணமாக மடிந்தனர். எஞ்சியவர்கள் தாயகம் திரும்பத் தீர்மானித்தனர். ஆனால் பின்னர் மேலும் தெற்கு நோக்கி வந்தனர். *Manual of the Malabar District* என்னும் நூலில் வில்லியம் லோகன் பதிவு செய்துள்ளபடி, அவதிப்படும் அகதிகளின் துணைக்குச் சென்ற கடம்பர்களின் அரசன், அவர்களை தெற்கு நோக்கி வழிநடத்தினான். அதற்கேற்ப, அவர்கள் சேர நாட்டுக்குச் சென்றனர். இந்த ஆரியர்கள் நிலைகொண்டு வலுப்பெறவும் அவர்கள் மக்கள் தொகை அதிகரிக்கவும், நம்பிக்கையளித்திடும் வகையில் அந்த நாட்டில் புத்துணர்வு பெற்றனர். தம்மை நம்பூதிரிகள் அல்லது நிஜமான பிராமணர் என்று கூறிக்கொண்ட அவர்கள், மற்ற பிராமணரை பிரம்ம பந்து அல்லது பெயரளவிலான பிராமணர் என்று இளப்பமாய்ப் பார்த்தனர். நம்பூதிரிப்பாடுகள் உயர்ந்த நம்பூதிரிகள். உண்மையில் அரேபியர் பிராமண மதத்தை சிந்துப் பகுதியிலிருந்தும் கொங்கணத்திலிருந்தும் தமிழகத்திற்குத் துரத்தியடித்தனர். திராவிடரின் சிந்துவெளி நாகரிகத்தை அழித்தொழித்த ஆரியர், திராவிடரின் தென்கோடி நிலப்பகுதியில் புகலிடம் பெற்றது ஒரு புதிர்தான்.

இந்துக்களின் வழிபாட்டு முறைகள்

பிராமணர்கள் தம்முடன் தமக்கேயான, தமிழ் மரபுகளுக்கு அந்நியமான, சடங்குகளும், நம்பிக்கைகளும் நிறைந்த வழிபாட்டு முறைகளைக் கொண்டு வந்தனர். இந்திரன் இயற்கைத் தெய்வங்களின் தலைவன் எனில், வருணன் ஒழுக்கத் தெய்வங்களின் தலைவன் ஆவான். அவர்கள் தெய்வமென்று வழிபட்ட இயற்கை ஆற்றல்களில் சூரியன், சோமன், காமன், யமன் ஆகியோர் அடங்குவர். தம் இல்லங்களில் மூன்று அக்னிகளை எரியச் செய்தனர். அவை புனிதமாய்க் கருதப்பட்டன. சாதியமைப்புக்கு இணையாக, நான்கு பூத அல்லது பெரிய சிலைகள் குறித்த கருத்தமைவு இருந்தது.

முதலாவது நல்ல நிறம், பிராமணனைப் போல் உடுத்துவது, மற்றும் புனித நெருப்பை வைத்திருத்தல், இரண்டாவது நிறம், இளவரசனைப் போல் உடுத்துவது மற்றும் ஈட்டி வைத்திருத்தல். மூன்றாவது பொன்னிறம் மற்றும் கலப்பை வைத்திருத்தல். நான்காவது கருப்பு நிறம், கருப்பு ஆடை அணிந்திருத்தல் மற்றும் இசைக்கருவிகள் வைத்திருத்தல். இப்பூதங்கள், சாதியமைப்பை மையமிட்ட, தனித்தன்மைகளையும் தர நிர்ணயங்களையும் பிரதிநிதித்துவம் செய்ததால், தீமையை முன்னுரைத்தன. இதன் தொடக்கமாக, ஆரிய மதம் எளிமையானதாகத் தோன்றிற்று.

ஆனால், தெற்கின் மக்களுடைய பிற மதங்களுடனான மோதலாலும் கலந்துறவாடலாலும், சிக்கலானதாக மாறிற்று. ஆரியர்கள் எண்ணற்ற தெய்வங்களை வணங்கினர். ஆண்டுகள் உருண்டோட, மேலும் மேலும் தெய்வங்கள் சேர்ந்துவிட, அவற்றின் வேறு வடிவங்களும் உருவாக, அவற்றின் எண்ணிக்கை, லட்சங்கள் என்று சொல்லமுடியாது போனாலும், ஆயிரக்கணக்கில் பெருகிற்று. இதனால் ஆரம்பகட்ட இந்துக்களின் பல தெய்வ வழிபாடு, சடங்குகள் சம்பிரதாயங்களைக் கொண்ட பாரிய வலைப்பின்னலுடைய, அதிக வகையான தெய்வங்களின் வீதாச்சாரங்களை அடைந்துவிட்டது. இக்கடவுளரில் பலர், பாரசீக கிரேக்கக் கடவுளருக்கு இணையாக இருந்தனர். வானின் தெய்வமான ஜீயஸ் என்னும் கிரேக்க கடவுளுக்குச் சம்மானவர் டியாயுஸ். மழைத்தெய்வமான பாரசீகக் கடவுள் அஹீராவை ஒத்தவர் வருணன். பாரசீகர் மற்றும் ஆரியர்களின் செல்வாக்குள்ள கடவுள் சூரியன், பார்ஸிகளுக்கும் ஆரியருக்கும் ஒன்றுபோல சூரியக் கடவுளாயிருந்தவர் மித்ரன். பக்தர் அளித்த காணிக்கையை விண்ணகத்திற்கு எடுத்துச் சென்றவர் அக்னி. தாமரையில் ஓய்வுகொண்ட சிறிய உருவமான, பெயரளவிலான தெய்வம் பிரம்மன். இக்கடவுளர் ஆற்றல் மிக்கவர்களாகவும், நன்மை செய்கிறவர்களாகவும் கருதப்பட்டனர். தெய்வங்களுக்குப் பிரதிமைகளோ ஆலயங்களோ இல்லை. எனினும் அவற்றிற்கு பூவும், தானியமும், பாலும், சோம பானமும் - இமய மலைகளின் அடிவாரங்களில் வளர்ந்த செடிகளிலிருந்து தயாரிக்கப்பட்டதுஆரியரின் ஆலயங்களான அக்னி இருக்கும் இடங்களில் காணிக்கையாக்கப்பட்டன. ஆரியர்கள் தம் தெய்வங்களை, திராவிடர்களை அழிக்கும் பொருட்டு அமர்த்தினர். யுத்தக் கடவுளான இந்திரனுக்கு, கருப்பு நிறத்து உள்ளூர் மக்களைக் கொல்லும்படி அவனைத் தூண்டிவிட முடியும் என்பதால், சோம பானம் அதிகமாய்த் தரப்பட்டது.

ஆரியரின் இந்து மதம், மதம் என்பதை விடவும் சமூக அமைப்பாயிருந்தது. அதற்கென்று கொள்கையோ கோட்பாடோ இல்லை. அமைப்பாக்கப்பட்ட கூட்டத்தினர் இல்லை. அதே வேளையில், புராதன காலத்திலிருந்து நாகரிகமடைந்த காலம் வரையிலுமான, ஒவ்வொரு நம்பிக்கை மற்றும் நடைமுறையின் அநேகமாக ஒவ்வொரு சாயலையும் கொண்டிருந்தது. தெய்வீக உண்மை ஏராளமான முகங்களைப் பெற்றிருந்தது மற்றும் மீட்சி ஏராளமான பாதைகள் மூலம் அடையக் கூடியது. இருப்பினும் ஒரு மதம் என்ற வகையில் இந்துமதம், உலக ஆன்மாவை அல்லது அறுதி இருப்பினை உண்மையானதாகவும், பொருளாயத உலகை உண்மையற்றதாகவும் அல்லது மாயை என்பதாகவும் அடையாளங் கண்டது.

ஆன்மாவின் மறுபிறவி மற்றும் அறுதி இருப்புடனான தன் ஐக்கியத்தின் மூலம் நிர்மலம் எய்துவதில் அது நம்பிக்கை கொண்டது. உபநிடதங்கள் கர்மக் கோட்பாட்டினை உருவாக்கினவாழ்க்கையில் ஒருவரது நடத்தை, அடுத்த தலைமுறையிலான தன் உடலின் வகையினையும் நிலையினையும் தீர்மானித்தது என்றுஅது ஒரு பூச்சி அல்லது விலங்கிலிருந்து ஒரு பிரபு அல்லது முனிவர் வரை இருக்கக் கூடும். நெறிமுறையான வாழ்க்கை கர்மத்தின் முடிவுக்கு இட்டுச் செல்லக் கூடியது. அது நிகழும்போது, ஆன்மா நிர்வாணத்தை அடைகின்றது. ஆத்மன் அல்லது தனி நபரின் ஆன்மா பிரம்மத்துடன் அல்லது உலக ஆன்மாவுடன் ஐக்கியமாகிறது. இந்துக்கள் மரணத்திற்குப் பின்னான வாழ்வில் நம்பிக்கை கொண்டனர். இருப்பினும், பழங்கால கிரேக்கர் செய்தது போன்று, இவ்வுலகில் வாழ்வை அனுபவிப்பதற்கே அழுத்தம் தந்தனர்.

இந்து மதத்தின் மடிப்புக்குட்பட்ட மதமே பிராமணியம், ஏனெனில் அது சில சித்தாந்தங்களை வற்புறுத்திற்று. அவை 1. பிராமணருக்கு மரியாதை மற்றும் அவர்களை ஆதரித்தல், 2. விலங்குகளுக்கு, குறிப்பாக பசுக்களுக்கு, இம்சை செய்யாதிருத்தல், 3. பெண்களுக்கு தாழ்ந்த அந்தஸ்து, 4. சாதிய நெறிகளை ஏற்றல். இச்சித்தாந்தங்கள், பிராமணரின் மேலான அந்தஸ்திற்கும் சமூகத்தில் பிரிவுகளுக்கும் பெண்களை இழிவாக நடத்துவதற்கும், பொதுமக்களை தரந்தாழ்த்துவதற்கும் இட்டுச் சென்றன. சார்புடையவர்கள் என்ற வகையில் பிராமணர்கள் தம் அமைப்பைபிராமணிய அமைப்பை - எஞ்சிய மக்களால் ஏற்க வைப்பதை முன்னெடுத்தனர்.

ஆரம்ப கால வேத சமூகத்திற்கு சாதிய அமைப்பு, அறிந்த ஒன்றில்லை. ஆனால் இதிகாச கால வாக்கில் (கி.மு. 400 இலிருந்து கி.பி. 200 வரை) அது ஏற்றுக் கொள்ளப்பட்ட அமைப்பாயிற்று. ஆரியர்கள் உள்ளூர் மக்களுடன் தொடர்பு கொள்ள, தம் அடையாளத்தைத் தனித்தும் உயர்ந்ததுமான இனமாக அங்கீகரிப்பதும் தம் குருதியைத் தூய்மையாய் வைத்திருப்பதும் அவசியம் என்று கண்டனர். இதற்கு சாதியமைப்பு மூலமாக தம் கூட்டத்திலிருந்து உள்ளூர் திராவிடரைத் தனிமைப்படுத்துவது அவசியமாயிற்று. ஆரியரிடையே பிராமணர்கள் தமது ஆன்மிக அதிகாரத்தால் தம்மை தெய்விக மக்களாக, இந்து மதத்தில் புதிய தெய்வங்களைச் சேர்க்கக் கூடியவர்களாக, இருக்கின்ற தெய்வங்களில் சில வேறுபாடுகளை உண்டாக்கக் கூடியவர்களாக, தாங்கள் விரும்பிய புதிய பெயர்களை அவற்றுக்குச் சூடக் கூடியவர்களாக, கொண்டாடுவதற்கு பண்டிகைகளை ஏற்படுத்தக் கூடியவர்களாக (அ) அவற்றை ஞாபக மறதிக்குள் போக விடுபவர்களாக முன்னிறுத்திக் கொண்டனர்.

ஆட்சியாளரும் உயர்ந்தபட்ச அந்தஸ்தைக் கோரினர். ஆனால், ஆன்மிகமாகக் கருதப்பட்டது, உலகியலாகக் கருதப்பட்டதன் மீது நிலைகொண்டிருந்தது. அதன்படி, ஆளும் வர்க்கச் சத்திரியர்களாக இரண்டாம் இடத்துக்கு மாறியது. இருப்பினும் ஆலோசகர்களாயும் ஆசிரியர்களாயும் இருந்த பிராமணர்கள் அரசியல் செல்வாக்குப் பெற்றிருந்தனர். வணிகர்களும் உழவர்களும் கைவினைஞர்களும் வைசியராக மூன்றாம் இடம் பெற்றனர்.

இம்மூன்று சாதியினரும் இரு பிறப்பாளராக, பூணூல் அணிய அனுமதிக்கப்பட்டனர். வேலையாட்கள் நான்காமிடத்தில் சூத்திர சாதியாயினர். இந்த ஆரியச் சாதிகளெல்லாம் சவர்ணாஸ் எனப்பட, திராவிடரோ நிறமற்றவர்கள் என்னும் பொருளில் அவர்ணாஸ் எனப்பட்டனர்.

சாதியமைப்பு சமூகத்தில் பிளவையும் இழிவையும் ஏற்படுத்திற்று. இருப்பினும் இந்து சாத்திரங்கள், குறிப்பாக உபநிடதங்களும் மனுஸ்மிருதியும், தத்துவார்ந்த நியாயப்படுத்தலுக்கு முயன்றன. கடமை அல்லது தர்மத்தின் மீது ஒருவர் கொண்டுள்ள அர்ப்பணிப்பிற்கு வெகுமதியாக உயர்சாதிப் பிறப்பு கிடைக்கின்றது. மாறாக இருந்தால் அது முற்பிறப்பில் தர்மத்தை மீறியதால் உண்டான கர்மவினையாக இருக்கும் என்று விளக்கப்பட்டது.

தன் ஆன்மா பூமிக்குத் திரும்புகையில் ஒருவர் தன் நிலையை மேம்படுத்திக் கொள்ளும் வகையில், தற்போதைய சாதியால் முழுமையினை ஏற்படுத்துவது பரிகாரமாயிருந்தது. அவன் வருத்தப்பட நேரின், அவனது கர்ம வினைக்காக அவனைத்தான் குற்றம் சாட்ட வேண்டும், அனுதாபமோ உதவியோ அவசியமில்லை. சாதியமைப்பு கடவுளரின் விருப்பம் என்று மனுநீதி அறிவித்துவிட்டது.

பிராமணியப் பிரதாபங்கள்

பிராமணர்கள் அந்நியர்களாக அகதிகளாக தொலைதூரங்களில் குடியமர்ந்தபோது, அவர்களைப் பற்றித் தமிழர்களுக்கு நிச்சயமான கருத்து ஏதும் கிடையாது. என்றாலும், கதைகளில் கூறப்படும் தெய்வங்களின் நல்ல நிறத்திற்கு ஏற்ப இருந்த அவர்களது சருமம் பல்வேறு துறைகளில், குறிப்பாக சோதிடத்தில், அவர்களுக்கு இருந்த அறிவு ஈர்ப்பதாகத் தோன்றிற்று. பாணர்களுக்கு அவர்கள் தந்த ஆதரவு கூடுதல் பொருத்தப்பாடு கொண்டிருந்தது. மறுபக்கத்தில் உடல் உழைப்பைத் தொடர்வது இனியும் அவசியமில்லை எனப் பிராமணர் கண்டுகொண்டு, பிரதாபங்கள் மூலம் தம் நலன்களை முன்னேற்றிக் கொள்வதற்காக, தமிழரின் எளிதில் ஏமாறும் தன்மையைப் பயன்படுத்திக்கொண்டனர். பிராமணரின் சூதுவாதுகளில் பரிச்சயப்பட்டிருந்த சமணர், இப் பிரதாபங்களை வெற்றுப் பாவனைகள் என்று தாக்கினர். ஆனால் அவர்களது எச்சரிக்கை கவனத்தில் கொள்ளப்படவில்லை. மெக்ஸிகோவில் ஸ்பானிய எச்சரிக்கையின் போதான நிலை போன்று இது தோன்றிற்று. குதிரையைப் பார்த்திராத பூர்வகுடி இந்தியர்கள், குதிரைப் படையைக் கண்டதும், குதிரையினையும் குதிரை வீரனையும் புராணக்கதைக் கடவுளைப் போல எண்ணி, எந்தவித எதிர்ப்புமின்றி சரணடைந்தனர், தமிழர் அரசரும் அப்படியே செய்தனர்.

பிராமணர், சமூகத்தில் உரிய சலுகைகளுடன் கூடிய உயர்ந்தபட்ச அந்தஸ்தினை நோக்கமாய்க் கொண்டிருந்தனர். குடியமர்வுக்கும் வருவாய்க்கும் நிலமும், வேதப் பாடசாலைகளும் வழிபாட்டிற்குக் கோயில்களும், வேலை மற்றும் பொழுதுபோக்குகளும் அவர்களுக்குத் தேவைப்பட்டன. இந்நலன்களெல்லாம் அவர்களை எளிதாக எட்டின. இது அவர்களின் குறிப்பிடத்தக்க சாதனையாயிருந்தது. வேத மதத்தின் புரோகிதர்களாகவும் ஆரிய

சமூகத்தின் மேட்டுக்குடியினராகவும் விளங்கி, தாங்கள் உருவாக்கிய சாதியமைப்பில் தங்களுக்கு உயர்ந்தபட்ச அந்தஸ்தினைக் கோரினர். அதற்கேற்பத் தங்களை உயர் சாதியினராகத் தாங்களே அறிவித்துக் கொண்டனர். மதிப்பும் திகைப்பும் ஏற்படுத்திக் கொள்ள வேண்டும் என்னும் முயற்சியில், எதிர்காலத்தைக் கணிக்கவும், நீண்ட ஆயுளை அளிக்கவும் ஆட்சியாளரை வெற்றிக்கு வழிநடத்திச் செல்லவும் விநாசங்கள் நிகழாதவாறு தடுக்கவும், தாங்கள் ஆற்றல்கள் பெற்றிருந்ததாகக் கூறிக்கொண்டனர்.

இவற்றில் மிகவும் குறிப்பிடத்தக்கது, தெய்வங்களைக் கட்டுப்படுத்திடும் ஆச்சரியப்படும்படியான சூத்திரம் தமக்குத் தெரியும் என்பதே. அவர்கள் வேள்வி செய்தபோது விருப்பமில்லாத தெய்வங்களைக் கூட தங்களுக்குத் தேவைப்பட்டதை அளிக்குமாறு நிர்பந்திப்பது சாத்தியமாயிருந்தது. அதற்கேற்ப, வேள்வித்தலத்தில் நெருப்பை வளர்த்தனர். அடிக்கடி நெய் ஊற்றினர். குதிரை அல்லது பசுவை பலியிட்டனர். பாசுரங்கள் பாடினர், சமைக்கப்பட்ட மாமிசத்தை உண்டனர் மற்றும் விண்ணகத்திற்குப் பிராத்தனைகளை அனுப்பினர். அதிருஷ்டம் வாய்த்தால் அது வேள்வியால் விளைந்தது. இல்லாது போனால் முந்தைய பிறவியிலான பாவத்தின் தீவினை.

தம் கூற்றுகளுக்கு ஆதரவாகப் பிராமணர் சாத்திர அதிகாரத்தைக் கொண்டுவந்தனர். பிராமணருக்கு நிலத்தைத் தானம் செய்து, தெய்விக அருள் பெறுமாறு தர்ம சாத்திரங்களும் புராணங்களும் வேண்டுகின்றன. பிராமணருக்கு நிலம் தருவதை உன்னத நடவடிக்கையாக மகாபாரதத்தின் அனுசாசன பர்வம் புகழ்ந்துரைக்கின்றது. வரி விதிப்பும் தண்டனையும் இல்லாமல், பிராமணருக்கு நிலம் தானமளிக்கும் அறிவார்ந்த செயலை கௌடில்யரின் அர்த்தசாஸ்திரம் விதிக்கின்றது. கோயிலில்லா ஊரில் குடியிருக்க வேண்டாம் என்கின்றது. இந்நடைமுறையை மீறினால் தொற்று நோய்கள், வெள்ளம், பஞ்சங்கள் மற்றும் வறட்சிகள் மக்களைப் பாதிக்கும். மேலும் கோயில்களும் அக்கிரகாரங்களும், மடாலயங்களும் ஒரு சேர புனிதப் பாசுரங்களை ஒலிக்கும், புனித அக்னி வேண்டுதலை விண்ணகத்துக்குக் கொண்டு செல்லும் மற்றும் தெய்வங்கள் வரம்பற்ற ஆனந்தத்தைப் பொழியும். இந்த நம்பிக்கையும் பயமும் சார்ந்த நம்பிக்கை, விரிவான அளவிலே கோயில்களும், பிராமணக் குடியிருப்புகளும், மத அமைப்புகளும் நிறுவுமாறு இட்டுச் சென்றுவிடவே, புரோகிதர்களுக்கு இலவச

உணவும் இலவசக் கல்வியும் இலவசக் குடியிருப்பும் கிடைத்து வேலைக்கு உத்தரவாதமும் சேர்ந்தது.

பழந்தமிழர் திராவிடர் மதம், சமணம் அல்லது பௌத்தம் என எதைப்பின்பற்றிய போதிலும், மொழி, இலக்கியம் அல்லது மருத்துவம் என எதுவும் மண்ணின் மைந்தரது படைப்பாகவே இருந்தது என்பதுதான் அவர்தம் புகழ். ஆனால் நுட்பமான அல்லது கேடான வழியில், அவர்தம் கீர்த்தியை ஆரியருக்கு ஒதுக்கிவிடும்படியான மரபுகள் உருவாக்கப்பட்டன. அதன்படி, தமிழ் மொழி ஆரிய முனிவர் அகத்தியரின் பாதங்களில் இருந்து பிறந்தது என்று சுட்டிக்காட்டப்பட்டது. அதே முனிவர் மதுரையின் தமிழ்ச் சங்கத்திற்குத் தலைமை வகித்தார் என்றும் கூறப்பட்டது.

குறிப்பாக மேற்கு மலைகளின் தெற்கு, அடிவாரத்து மருத்துவ மலையின் மூலிகைகளைக் கொண்டு மருத்துவ முறையினை சமணமும் பௌத்தமும் வளர்த்தனர். இம் மூலிகைகளின் தோற்ற ஆதாரத்தை ஆரியரின் வடக்கிற்குத் தரும் முயற்சியாக, இராமனின் புண்பட்ட படை வீரருக்குச் சிகிச்சை அளிப்பதற்காக, இமய மலையிலிருந்து இலங்கைக்கு அனுமன் தூக்கிச் சென்ற குன்றிலிருந்து விழுந்த துளியே மருத்துவ மலை எனப்பட்டது.

இதற்கிடையே அவர்களது கூற்றுகளுக்கு எதிராயிருந்த ஆதாரங்களை அழித்திடும் முயற்சிகள் மேற்கொள்ளப்பட்டன. தம் கூற்றுகளையும் நலன்களையும் முன்னெடுத்துச் செல்ல, அவசியமற்றது அல்லது அவசியமானது என்று அவர்கள் கண்டதை நீக்கவோ சேர்க்கவோ செய்து புராணங்களும் இதிகாசங்களும் மாற்றியெழுதப்பட்டன. அதன்படி, பௌத்தப் பேரரசர்களின் பணிகளும் சாதனைகளும், புறக்கணிக்கப்பட்டன. “வஜ்ர சூசிகையில்” (வைர ஊசி) பௌத்த முனிவர் அஸ்வகோசர் சாதியமைப்பையும் சமூக பேதங்களையும் நிந்தித்தார். எனவே அது அழிக்கப்பட்டது. மேற்கத்தைய ஆய்வாளர்களின் முயற்சிகளால், திபெத்தின் பௌத்த நூலகங்களிலிருந்துதான். இந்நூலின் சில பகுதிகள் மீட்டெடுக்கப்பட்டது. களப்பிரர்கள் மாபெரும் ஆட்சியாளர்களாக, தமிழகத்தை ஒன்றிணைத்து, மையப்படுத்தப்பட்ட நிர்வாகத்தை அளித்தனர். ஆனால், அவர்கள் சமணர்கள் என்பதாலும் இந்துமதத்தின் கேடுகளை எதிர்த்ததாலும், அவர்களை எதிர் மறையாக விவரித்து, காட்டுமிராண்டிகளாக நிறுத்தினர். சமண பௌத்த சார்புகளுள்ள காவியப் படைப்புகளான அகநானூறும், புறநானூறும், பிராமணிய உரிமைகளுக்கு எதிராக இயங்குவதாகத் தோன்றின.

ஆகவே, ஆட்சேபகரமானவை என்று கருதப்பட்டவை நீக்கப்பட்டு, அவர்தம் நலன்களுக்கு ஏற்ற விதத்தில் அவை மாற்றப்பட்டன.

ஆரியரின் இந்துமதத்தை ஒரு வாழ்க்கை முறை அல்லது மதமாக ஏற்பது தமிழர்களுக்கும் பிற திராவிடர்களுக்கும் சகித்துக்கொள்ளக் கூடியதாக இல்லை என்தைக் கண்டறிவது சிரமமானதாயில்லை. இராமனின் படையெடுப்பு தெற்குக்கு எதிரானது எனில், பரசுராமனின் சாகசங்கள் கேரளத்துத் தமிழருக்கு எதிரானவை. திராவிடரை சமூகப் பொது நீரோட்டத்திலிருந்து விலக்கி வைக்கவும், உள்ளூர் மக்களை தீண்டத்தகாதவர்களாக ஒடுக்கி வைக்கவும் சாதியமைப்பு இட்டுச் சென்றது.

இந்துமதம் - திராவிடர் மதம்

இந்துமதம் ஆரியர்களுக்காகவும், திராவிடர் மதம் தமிழர்களுக்காகவும் இருந்ததால், இவ்விரு மத அமைப்புகளுக்கிடையே எந்தவொரு உறவும் இல்லாதிருந்தது. இந்துத் தெய்வங்கள் பாரசீகச் சார்பு கொண்டிருக்க, திராவிடர் தெய்வங்கள் இந்தியத் தன்மை கொண்டிருந்தன. ஆரியர்கள் டியாயுஸ், வருணன், இந்திரன் போன்றவர்களைக் கொண்டிருக்க, தமிழர்களோ சிவன், மாயோன், முருகன் போன்றோரைக் கொண்டிருந்தனர். பிராமணர்கள் இந்துக்களுக்குப் புரோகிதர்களாகவும் மேட்டுக்குடியினராகவும் இருக்க, பாணர்கள் அந்நிலைகளில் தமிழருக்கு விளங்கினர். ஆரியருக்கு சமஸ்கிருதம் என்னவாக இருந்ததோ, அப்படியே தமிழகத்தின் திராவிடருக்கு தமிழ் விளங்கியது. ஆரியரின் புனித இலக்கியம் ஆன்மிகமாயிருக்க, தமிழருக்கு அது அறச்சார்பு கொண்டிருந்தது. ஆரியருக்கான ஆலயம் அக்னி எரியும் இடமென்றால், தமிழருக்கோ காவு அப்படி விளங்கிற்று. குடியேறியோர் சக்தியை வணங்க, மற்றவர் அழகை வணங்கினர்.

பிராமணர் தம் தெய்வங்களையும், சமூக அமைப்பையும் தமிழருக்கு எதிராக ஏவிவிட்டனர். இந்திரனுக்கு எவ்வளவுக்கு அதிகமாக சோமபானம் தரப்பட்டதோ அவ்வளவுக்கு அவன் கருப்பு நிறத்து உள்ளூர் மக்களைக் கொன்று குவித்தான் என்று நம்பப்பட்டது. ராமனும் பரசுராமனும் தெற்கில் திராவிடர் தேசத்தின் மீது படையெடுத்தனர். வட இந்தியாவில் பிராமணர் வளர்த்தெடுத்த சாதியமைப்பு, திராவிடரை இழிவானவராகவும், மிலேச்சராகவும் நடத்துவதற்காக பயன்படுத்தப்பட்டது.

மறுபுறத்தே தமிழரிடம் சாதி அமைப்பு கிடையாது. தமிழரின் வர்க்க அமைப்பில், அனைவரும் சமமாகக் கருதப்பட்டனர். பெண்கள் பேதத்திற்கு உள்ளாக்கப்படவில்லை. வேலையாட்கள் மரியாதையுடன் நடத்தப்பட்டனர். ஆரிய அமைப்புடன் முரண்பட்ட இவ்வேறுபாடுகள் மதங்களிடையேயும் இனங்களிடையேயும் தடைகளை ஏற்படுத்தின.

இஸ்லாத்தின் வருகை

மதக் கொந்தளிப்பு நிறைந்த இக்கால கட்டத்தில் இஸ்லாத்துக்கு ஒன்றும் இந்து மதத்திற்கு இன்னொன்றுமாக இரட்டிப்புப் பணியைப் பண்பாட்டு மாற்றங்களுக்காகச் செய்தனர். அரேபியாவில் இஸ்லாம் நிறுவப்பட்ட உடனேயே, தம் வணிகத் தொடர்புகள் வாயிலாக அரேபியர் இஸ்லாமைத் தமிழகத்திற்குக் கொண்டு வந்துவிட்டனர். மறுபக்கத்தில், ஏற்கனவே சுட்டிக் காட்டியபடி, அவர்கள் சிந்துவிலிருந்து நம்பூதிரிகளை விரட்டிவிட்டு, மலபார் கடற்கரையில் இந்து மதத்தின் பரவலுக்கு மறைமுகமாகப் பங்களிப்புச் செய்தனர். நாட்டின் பண்பாட்டு வரலாறு மீது இந்நடவடிக்கைகள் தம் தாக்கத்தைக் கொண்டிருந்தன.

சவுதி அரேபியாவிலுள்ள மெக்காவின் குரைஷிப் பழங்குடி யினர் குடும்பத்தில் சுமார் கி.பி. 570இல் இஸ்லாத்தின் தீர்க்க தரிசி முகம்மது பிறந்தார். தன் வாழ்வின் தொடக்கத்தில் அநாதையாய் விடப்பட்ட அவர் தனது தாத்தா மற்றும் மாமாவால் வளர்க்கப்பட்டார். அவ்வளவாகக் கல்வி பெற்றிராத அவர், பணக்கார விதவை ஒருத்திக்கு சேவை செய்த தொடர்பில், பின்னர் அவளை மணந்துகொண்டார். ஓய்வும் செல்வமும் இருந்ததால், சிந்திப்பதிலும் யோசனையிலும் தன் பெரும்பகுதி நேரத்தைச் செலவிடும் சுதந்திரம் பெற்றிருந்தார். ஆகாயத்திலிருந்து குரல்களைச் செவிமடுத்த அவர், சிசுக்கொலை மற்றும் சண்டைகளால் உண்டான சுய அழிவிலிருந்து தன் மக்களை மீட்பதற்காக தான் கடவுளின் கருவியாக விதிக்கப்பட்டிருந்ததாக நம்பினார் என்று கூறப்படுகிறது. அதற்கேற்ப, மெக்காவில் ஒன்பது வருடங்கள் தன் சித்தாந்தங்களைப் போதித்தார். ஆனால் பின்பற்றுவோரை அதிகம் பெற முடியவில்லை. எனவே கி.பி. 622இல் அவர்தன் ஆதரவாளர்களுடன் யாத்ரிப்பிற்குச் சென்றார்.

இது ஹெஜிரா எனப்பட்டது. 'பறத்தல்' என்னும் பொருளில், ஒரு புதிய சகாப்தமாக நடைமுறைப்படுத்தப்பட்டது. முகம்மது

யாத்ரிபை வெற்றிகொண்டு, அதற்கு மெக்கா அல்லது தீர்க்க தரிசியின் நகர் எனப் பெயரிட்டு, தன்னை ஆட்சியாளராக அறிவித்துக்கொண்டார். அரபு நாடோடிகளின் ஆதரவுடன் அவர் மெக்காவைக் கைப்பற்றி, அதிக எண்ணிக்கையிலான யூதரைப் படுகொலை செய்தார். 630இல் தனது இறப்புக்கு முன்னர் அவர் இஸ்லாமைத் திடமாக காலூன்றச் செய்தார். போராட்ட குணமுள்ள இஸ்லாமின் எழுச்சியும் யூதரின் படுகொலையும், இவ்விரு சமுதாயங்களுக்கிடையே நீண்டகால மோதலையும் பிணக்கையும் அடையாளப்படுத்திற்று.

அவரின் போதனைகள், ஒரேயொரு இறைவனே உண்டு, அவரது தீர்க்க தரிசி முகம்மது, மதம் இஸ்லாம் அல்லாவைச் சரணடைதல் என்று பொருள்படுவது. மக்கள் அன்பும் நேர்மையும் மிகுந்தவர்களாக, சிசுக்கொலை, பன்றி இறைச்சி உண்பது மது அருந்துவது ஆகியவற்றிலிருந்து விலகி இருக்க வேண்டும். அவர்கள் ஏழைகளுக்குத் தானமிட வேண்டும். ரமலான் மாதத்தில் நோன்பிருக்க வேண்டும். நாளொன்றுக்கு ஐந்து முறை தொழுகை செய்ய வேண்டும் மற்றும் ஆண்டுக்கு ஒரு முறையேனும் மெக்காவுக்குப் புனித யாத்திரை மேற்கொள்ள வேண்டும். இந்நெறிகள் எளிமையாய்த் தோன்றின. எனினும் அவற்றின் மீதான ஈர்ப்பு அபரிமிதமாக இருந்தது. அரபு வணிகம், அரசியல் விரிவாக்கம் மற்றும் கடல் வழித் தொடர்புகள் ஆகியன இஸ்லாத்தைப் பரப்புவதில் ஆற்றல்மிகு முகமைகளாக விளங்கின.

தமிழகத்தில் இஸ்லாம் பரவியது பற்றி, வெவ்வேறான கோட்பாடுகள் உருவாக்கப்படுகின்றன. *Islam in Kerala* என்னும் நூலில் ஏ.பி.இப்ராஹிம் கௌஜீ, இக்கோட்பாடுகளையெல்லாம் ஆராய்ந்துவிட்டு, தீர்க்கதரிசியின் காலத்திலேயே இஸ்லாம் கேரளாவுக்கு வந்துவிட்டது என்றும், அது கி.பி. 622க்கும் 632க்கும் இடைப்பட்ட காலத்தில் என்றும் முடிவுக்கு வருகிறார். இக்கருத்து கேரளோபத்தி என்னும் நூலால் உறுதி செய்யப்படுகிறது. சேர சக்கரவர்த்திகளில் இறுதியானவராக சேரமான் பெருமாள், இஸ்லாத்தைத் தழுவி மெக்காவுக்கு யாத்திரை சென்றார் என்று கூறும் மரபு உள்ளது. இது உண்மையோ பொய்யோ, ஆனால் கேரளத்தில் இம்மதத்தின் பரவலுக்குத் இது துணைபுரிந்தது. அடுத்து வந்த காலகட்டங்களில், மாலிக் இஸ்லாம் தினார் தலைமையிலான இஸ்லாமிய இறை ஊழியர் கூட்டம், மேற்குக் கடற்கரையை அடைந்து, மசூதிகளை நிர்மாணித்து, தம் செல்வாக்கு திரட்சி கொள்ளப் பங்களிப்பு செய்தது.

அரேபியர், தமிழ்நாட்டை எம்'பார் தாண்டும் புள்ளி என்னும் பொருளில் என்றனர். ஏனெனில் இங்கிருந்து தான் வணிகர்கள் இஸ்லாமை மலேயாவுக்கும் இந்தியத் தீவுகளுக்கும் கொண்டு சென்றனர். பிற்காலங்களில் கேரளத்தின் வடக்குப் பகுதியைக் குறிப்பிட 'மலபார்' என்னும் சொல் நடைமுறைக்கு வந்தது. பதினான்காம் நூற்றாண்டில் மதுரை சுல்தானிய அரசின் எழுச்சியால் இஸ்லாம் திடமாக நிலைகொண்டது. திருச்சிராப்பள்ளியிலுள்ள நாதர்வேல்லி சாகிப் மற்றும் புதுக்கோட்டையிலுள்ள காட்டுப்பாவா மசூதிகள் முக்கிய வழிபாட்டிடங்களாகவும் யாத்திரைத் தலங்களாகவும் எழுந்தன.

7

இந்து மதத்தின் ஏற்றம்

தமிழகத்தின் கிழக்குப் பகுதியில் பிராமணர்கள் இந்து மதத்தின் பரவலை முன்னெடுக்க, மேற்குப் பகுதியில் அதை நம்பூதிரிகள் மேற்கொண்டனர். நீண்ட காலம் யாரும் சேரவில்லை. ஏனெனில் ஆரம்பகால மத ஊழியர்கள் அகதிகளாய், விநோதமான மொழியாகிய சமஸ்கிருதம் பேசினர். மறுபுறத்தில் அவர்களின் பகைவராகிய பாணர், சமணர் மற்றும் பௌத்தர் ஆட்சியாளர்களின் ஆதரவைப் பெற்று, மக்களிடையே கணிசமான செல்வாக்குப் பெற்றிருந்தனர். எனினும் ஒன்பதாம் நூற்றாண்டுவாக்கில், நிலவரம் மாறத் தொடங்கியது, மதங்களுக்கிடையில் நிலவிய பகையைப் பிராமணர் சாதகமாக எடுத்துக்கொண்டனர். தமிழகத்தின் மேற்குப் பகுதியிலான இந்நிலவரம் குறித்து எழுதும் கேரளத்து வரலாற்றாசிரியர் ஏ.ஸ்ரீதர மேனன், குலசேகரர் காலத்தில் (கி.பி. 825-1102) கேரள மதங்களிடையே இந்து மதம் பிரதான பாத்திரம் வகிக்கவில்லை என்கிறார்.

குல சேகரர் காலத்தில் என்ன நிகழ்ந்தது என்றால், திராவிட, சமண மற்றும் பௌத்தம் என்னும் பகை மதங்கள் நலிவுற, ஆதிக்கம் செலுத்தும் மதமாக அது எழுந்ததுதான். மகோதயபுரத்து குலசேகரர்கள் கீழ் இரண்டாம் சேரப் பேரரசு காலத்தில் மேற்குப் பகுதியில் இந்து மதத்தின் ஏற்றம் நிகழ்ந்ததென்றால், பிற்காலப் பல்லவர், பிற்காலச் சோழர்கள் மற்றும் பிற்காலப் பாண்டியரின் கீழ் கிழக்குப் பகுதியில் இது போன்ற நிலை ஏற்பட்டது. தன் மதத்தின் உருமாற்றத்திற்கான காரணமாக அதே வரலாற்றாளர் குறிப்பிடுவது, பிராமணரின் மிக உயர்ந்த அறிவு, மறைமுகமாக அவர் குறிப்பிடுவது தமிழரின் மோசமான அறிவு, இப்பார்வை யதார்த்தத்திலிருந்து மிக விலகி இருப்பது. எனினும், பிராமணியப் பம்மாத்துகளுக்கு தமிழர்கள் தாமாகவே பலியானார்கள் என்பதை மறுதலிக்க முடியாது.

பாணர், இளவரசர் மற்றும் கடவுளரின் மாற்றம்

பிராமணர், சமுதாயத்தின் செல்வாக்குள்ள பிரிவுகளின் ஆதரவைத் தேட முற்பட்டனர். பொது மக்களை மிலேச்சராக நோக்கியதால் அவர்கள் கவனிப்புப் பெறாது போயினர். தமிழர்களுக்குப் பாணர்கள் மரபார்ந்த பூசாரிகளாயிருக்க, பாண்டியரும், சேரரும், சோழரும் பிராமணர்களை தம் மரபார்ந்த வழிபாட்டுக்கு அமர்த்திக்கொண்ட மன்னர்களாயிருந்தனர். அது போன்றே சாதியமைப்பையும் கருவிகளாகக் கண்டனர். பாணர்களும் அது போன்றே சாவல்களை எதிர் கொண்டிருந்த காலகட்டம் அது. மரபார்ந்த நம்பிக்கை மற்றும் இந்து நம்பிக்கை என இரண்டுக்குமான பொதுவான மிரட்டலிலிருந்து, அவற்றின் பூசாரிகள் தம் அக்கறைகளின் அடையாளத்தைக் கண்டுகொண்டுவிடவே, அது அவர்களை நெருக்கமாக்கிற்று. அதற்கேற்ப, பிராமணர் பாணரிடம், பிராமணர் என்றால் கற்றிறிந்தவர் என்று விளக்கினர். அவர்கள் இருவரும் கற்றறிந்தவர்களாதலால், சமூகத்தின் மேட்டுக்குடிகளாகி, மிக உயர்ந்த சாதியினர் ஆகினர். அவர்கள் ஒன்றிணைந்து தம் பொது அக்கறைகளை முன்னெடுத்துச் செல்லப் பணியாற்றி இருக்க இயலும். இந்து மதம் மற்றும் சாதியமைப்புக்கான தம் ஆதரவுக்குப் பதிலாக, பாணர்கள் சமூகத்தில் உயரிய நிலையைப் பெற்றிருக்கக்கூடும். இக்கவர்ச்சிகளால் ஈர்க்கப்பட்ட பாணர் ஆரிய மதத்தையும் சாதியமைப்பையும் ஏற்றுக்கொண்டனர். அவர்களில் குறிப்பிடத்தக்கவர்கள் கபிலர், பரணர், மற்றும் மாமூலனார். தன்னைப் பாணர் என்று கூறிக்கொள்ளும் கபிலர், பரணர் பிராமணன் என்கிறார். பிராமணனாக அல்லது உயர்த்தப்பட்டதைச் சுட்டிக் காட்டுகிறார். மரபரர்ந்த இத் தலைவர்கள் திராவிடர் மதத்தையும் சமூக சமத்துவத்தின் தமிழ் மரபையும், காட்டிக் கொடுத்தது மட்டுமல்லாமல், இந்து மதம் மற்றும் சாதிய முறை மீதமைந்த சமூக ஏற்றத் தாழ்வை துடிப்புடன் முன்னெடுத்துச் சென்றவர்களாகவும் மாறினர். இந்நிலைமை இந்நாட்டின் மரபார்ந்த மதத்தின்மீது கடும் தாக்குதலைச் செய்து, தமிழ்ச் சமூகத்தில் சாதியடிப்படையிலான பேதங்களை அறிமுகப்படுத்திற்று.

அதனின்றும், திராவிடக் கோயில்களின் கட்டுப்பாட்டினைப் பெறவும், அரசவைகளில் தம் செல்வாக்கினை நிறுவவும், சமணபௌத்த எதிர்ப்பை எதிர்த்த தம் நிலையை வலுப்படுத்தவும், பிராமணர், பாணரின் சேவைகளைப் பயன்படுத்திக் கொண்டனர். எனினும் பாணர் நீண்ட காலமாகும் முன்பே, தாம் செய்ததற்காக

வருந்த வேண்டியிருந்தது. தம் நோக்கம் நிறைவேறியதுமே பிராமணர் பாணரைக் கைவிட்டனர். அவர்களைக் கீழோர் என்றனர். தீண்டத்தகாதோரைப் போல் நடத்தினர். கி.பி. ஐந்தாம் நூற்றாண்டு வரையிலும், பிராமணரின் இரண்டாம் கட்ட குடியேற்றம் தமிழகத்தை வந்தடைந்தபோது, பாணர், சமூகத்தில் உயர் நிலையை வகித்திருந்தனர். அப்புறம் பிராமணருடன் சமநிலையும், இறுதியில், தாழ்வையும் அடைந்தனர். பாணர் செல்வாக்கை அழித்தொழித்ததானது, திராவிடர் வழிபாட்டு வடிவங்களின் மறைவுக்கு இட்டுச் சென்றது மற்றும் திராவிடர் ஆலயங்களை இந்துக்கள் கைப்பற்றிக்கொண்டனர்.

இப்போது, அரசவைகளுக்குச் செல்வது சாத்தியப்பட்டதை பிராமணர்கள் கண்டுகொண்டனர். அது ஆட்சியாளர்கள் ஏற்ற இறக்கங்களைக் கொண்ட கொந்தளிப்பான காலத்தை அனுபவித்துக் கொண்டிருந்த நேரமாகும். கொங்கு நாட்டில் எஞ்சியிருந்த களப்பிரருடன் அடிக்கடி யுத்தங்களும், தமிழ் ஆட்சியாளருக்கிடையே மோதல்களும் நடந்து தொடர்ந்து பீதியைப் பரப்பின. பிராமணர் தம் உள்ளங்கைகளில் நீண்ட ஆயுளுக்கான ரகசியங்களையும், தீவினைகளைத் துரத்திடும் ஆற்றலையும், வெற்றிக்கான பாதையையும், மறு உலகினை அடைவதற்கான கட்டுப்பாட்டினையும் கொண்டிருப்பதாக இளவரசர்களை நம்ப வைத்தனர். போரிலும் நிர்வாகத்திலும் வெற்றிபெற்றிட, யாகம் செய்யுமாறு போரிடும் மன்னர்களை பிராமணர்கள் வற்புறுத்தினர் என சங்கம் மருவிய காலத்து நூல்களில் பதியப்பட்டுள்ளது. தம் ஆசைகளுக்கு இணங்குமாறு தெய்விக சக்திகளை அவர்களால் நிர்ப்பந்தம் செய்ய முடியும், ஆதாயங்கள் பெற முடியும் என்று கூறிக்கொள்ளப்பட்டது. வேறு வழிகளில் தங்களால் பெற முடியாததை வேள்வியை நிறைவேற்றிப் பெற முடியும் என்பது அற்புதத்தைப் போன்று தோன்றிற்று. விருப்பமற்ற கடவுளரையும் சரணடைய வைத்து நன்மைகள் செய்யும் இத்தகைய ஆற்றல் பிற மதங்களில் இல்லாததால், பிராமணரின் இந்து மதம், பிற மதங்களை விட மேலானதாய் தோன்றிற்று. இவ்வற்புதத்தை நிகழ்த்துவது ஒருபுறமிருக்க, வெவ்வேறு பிரிவுகளிலான தம் திறனையும் தேர்ச்சியினையும் நிகழ்த்திக் காட்டுவதற்காக மட்டுமின்றி, ஆளும் வர்க்கத்தின் மரியாதையினையும் நம்பிக்கையினையும் பெறுவதற்காகவும், வானியல் மற்றும் காதல் கலையில் பிராமணர் தம் அறிவைப் பயன்படுத்தினர். வானியலிலும், சோதிடத்திலும், தெளிவற்ற அறிவைக் கொண்டு கால நிலை மாற்றத்திலும், மன்னர்களின் எதிர்காலத்திலும் சில

மாற்றங்களை அவர்களால் கணித்துரைக்க முடிந்தது. அவர்களது நன்மைக்கேற்ப, உள்ளூர் ஆட்சியாளரைத் தொடர்ந்து கிளர்ச்சியில் வைத்திருப்பதற்கான வழிவகையை ஆரியர்கள் காம தேவனிடத்தும் காமசூத்ராவினிடத்தும் பெற்றிருந்தனர். இந்து மதத்தின் செல்வாக்கு வளரவும், மன்னர்கள் மற்றும் பிரபுக்களின் தவிர்க்க முடியாத உதவியாளர்களாக எல்லா வைபவங்களிலும் பிராமணர் எழுச்சி கொண்டனர். அவை அரசியலாயினும் சரி மதம் சார்ந்ததாயினும் சரி அல்லது உள்நாட்டுப் பிரச்சனை சார்ந்ததாயினும் சரி, அதுபோன்றே யுத்தகாலமோ சமாதானக் காலமோ காதல் தருணமோ எதுவாயினும் சரி, எல்லாக் காலங்களிலும், இந்நிலையில், மன்னர்களை இந்து மதத்திற்கு மாற்றுவது தர்க்கவியல் நிகழ்ச்சிப் போக்காக இருந்து வந்தது. இதனால், திராவிட, சமண, பௌத்த மதங்கள் அசர ஆதரவை இழந்து, பிராமணிய மதத்துக்கு வழிவிட்டன. பெரும்பாலான இம்மத மாற்றங்கள் பக்திக்கால ஆழ்வார்கள் நாயன்மார்களது பணியாகும். சம்பந்தர், பாண்டியன் அரிகேச வர்மனை மதமாற்ற, அப்பர் பல்லவ மன்னன் முதலாம் மகேந்திரவர்மனை மதம் மாற்றினார் என நம்பப்படுகிறது. நம்பூதிரிகள் சேரரையும், கண்ணன், பறயன், போழன் சாத்தன் என்று குறிப்பிடப்படும் இதர சேர தேசத்து மன்னர்களையும் வெற்றி கொண்டனர். மதமாற்றப்பட்ட மன்னரெல்லாம் சாதிய அமைப்புக்குள் அனுமதிக்கப்பட்டு, சமஸ்கிருத விருதுகள் சூட்டப்பட்டனர். அதன்படி, சமணப் பல்லவர்கள் இந்து பிராமணரின் பரத்வாஜ கோத்திரத்திற்கு மாற்றப்பட, சேரர்கள் சூரிய வம்சத்தின் சத்திரியராக ஆக்கப்பட்டனர். அக்னி குலத்தின் மற்றும் அதுபோன்ற மதமாற்றப்பட்ட பின் அரச குடும்பத்தவர் சந்திர வம்சத்தின் சத்திரிய அந்தஸ்து பெற்றனர். பிற்காலங்களில் பிரிட்டிஷார் காட்டிக் கொடுக்கும் மன்னர்களுக்கு பளபளப்பான சர், ராஜா சர், சர் ராஜ்பகதூர் என்ற விருதுகளை அளித்தது போல, ஆரிய அரசின் ஆரம்ப கட்ட ஆட்சியாளர்கள் அண்டிரியன், டிடியன் என்பது போன்ற பெயர்களைப் பெற்றிருந்து பின்னர் வரகுணன், ஸ்ரீவல்லபன் என்னும் பெயர்களைப் புதிதாய்ப் பெற்றனர். இதனால் அவர்கள் ஆதாயம் அடைந்தார்களே ஒழிய, எதனையும் இழந்திடவில்லை. விசுவாசமிக்க அரச குடும்பத்தவருக்கு பிராமணர் ராஜராஜ குலசேகரா, ராஜாதிராஜா போன்ற விருதுகளைச் சூட்டினர். உள்ளூர் ஆட்சியாளரைச் சரணடையச் செய்ய வைத்த பிராமணியத் தந்திரங்களை இது பிரதிபலித்தது.

பாணர்களும் அரசர்களும் பிராமணிய அமைப்புடன் திரண்டு கொள்ள, திராவிட மத தெய்வங்களை மாற்றி, பிற வழிபாடுகளுக்கு

உரிமை கோரி, பிராமணர் தம் மதத்தை அரண் செய்ய முற்பட்டனர். எந்தவொரு சந்தர்ப்பத்திலும் தங்களைப் பின்பற்றுவோரை சமமானவர்களாக இந்து சமுதாயத்திற்குள் அனுமதித்துவிடவில்லை. இந்துமதமாக்கலை நோக்கிய பெரும் காலடியை இது பிரதிநிதித்துவப்படுத்திற்று. இதர வழிபாடுகள், மதங்களைச் சேர்ந்த தெய்வங்களை மதமாற்றம் செய்திடும் பிராமணிய நடைமுறை மூன்று நோக்கங்களை நிறைவேற்றிற்று, அது இந்து சமயத்தை பெருகச் செய்திற்று. பிராமணரின் ஏற்றத்திற்குத் துணைபுரிந்தது. கைலாச மலையை இருப்பிடமாகக் கொண்ட சிவன் திராவிட இந்தியாவின் கடவுளாவார். பிராமணரே அவரை ருத்ரனாக அல்லது கோபக்காரக் கடவுளாகச் சித்தரித்தனர். ஆனால் மக்களிடையேயான அவரது செல்வாக்கினை உணர்ந்து கொண்டதும், அவரை மகாதேவன் என்று ஏற்றுக்கொண்டனர்.

தமிழர் தெய்வமான மாயோன், திருமலையிலுள்ள கடவுளாக விஷ்ணு என்று மறுபெயர் சூட்டப்பெற்றார். பிற்காலங்களில் திருமலைக்குன்றுகள் தெலுங்கர் கைக்குப் போய்ச் சேர்ந்ததும், தமிழர்கள் தம் தெய்வத்தையும் இழந்துபோயினர். கொற்றவை துர்கா என்று மறுபெயர் பெற, காளி பகவதியானாள். ஐயப்பக்கடவுள் “இரு ஆண் தெய்வங்களான ஹரி அல்லது விஷ்ணுவை தாயாகவும் ஹரன் அல்லது சிவனை தந்தையாகவும் கொண்ட மகனான ஐயப்ப கடவுள் ஹரிஹர புத்திரன் ஆவார்.” இரு ஆண் தெய்வங்களின் மகனாக ஹரின் அல்லது விஷ்ணு தாயாகவும், ஹரன் அல்லது சிவன் தந்தையாகவும், எட்டாம் நூற்றாண்டுவாக்கில் பிராமணிய தெய்வமாக கணபதி அல்லது விநாயகர் அறிமுகப்படுத்தப்பட்டு, தமிழர் பண்டிகை பொங்கலுடன் தொடர்புப்படுத்தப்பட்டபோது, பிராமணியச் சாதுர்யம் உச்சத்தை எட்டியது. மக்கள் செல்வாக்குள்ள கடவுளான முருகன், சிவனின் மகனாக, கணபதியின் தம்பியாக, சுப்பிரமணியன் என்று மறுபெயரிடப்பட்டான்.

ஞானப் பழக்கதை, பிராமணியக் கடவுள் கணபதி, தமிழர் கடவுள் முருகனைவிடவும் ஞானமிக்கவர் என்று முன்னிறுத்திற்று. ஏனெனில் முந்தையவர் ஒரு தடவை திரும்பியதும் கனியைப் பெற்றுவிட, பிந்தையவர் மயிலேறி உலகம் சுற்றிவந்தார். வேந்தன் இந்திரனுக்கு சமமாக்கப்பட்டும், கடலோன் வருணனுக்குச் சமமாக்கப்பட்டும் இணையான விஷயங்கள் கற்பிதம் செய்யப்பட்டுவிட்டன. காளி பத்ரகாளியாக்கப்பட, மதுரையின் உள்ளூர் தெய்வமான வீரண்ணன் வீரபத்ரசுவாமியாக்கப்பட்டார். அதே வேளையில், வட இந்திய வீரர்கள் கடவுளின்

அவதாரமாக உயர்த்தப்பட, தென்னிந்திய வீரர்கள் அரக்கர்களாக நிந்திக்கபட்டனர். உயர்த்தப்பட்ட வீரர்களில் இராமனும், கிருஷ்ணனும் அடங்க, நிந்திக்கப்பட்ட வீரர்களில் ராவணனும் வாலியும் இருந்தனர். இவ்வளவுக்கும் கடவுளின் மனைவியைத் தூக்கிச் சென்று, தன்னால் பலியானவளின் கற்பினை கௌரவித்திடும் உன்னத மனம் கொண்ட ராவணன் மாபெரும் மன்னனாவான். வஞ்சனையாலன்றி வேறு விதத்தில் வெல்லப்பட முடியாத பலம் வாய்ந்தவன் வாலி. ராமனுக்கு முக்கிய சேவை செய்த அனுமன், ஒரு திராவிடனாதலால் குரங்காக இழிவுபடுத்தப்பட்டான். பௌத்தர்களை ஈர்த்துக்கொள்ளும் விதமாக புத்தர் விஷ்ணுவின் அவதாரமாக்கப்பட்டார். அதே வேளையில், திராவிட அரசர்களுக்கு எதிராகப் போரில் ஆரிய அரசர்கள், பெற்ற வெற்றிகள் இந்துப் பண்டிகைகளாக்கப்பட்டன. உண்மையில் இன பிரதேசக் காழ்ப்புணர்ச்சிகள் பிராமணியப் பார்வையின் தர்க்கத்தை மழுங்கடித்தன. பூசாரிகளின் இந்த அணுகுமுறையினால் மொழியும், இத்தாக்கத்தை அனுபவித்தது. சமஸ்கிருதம் கடவுளரின் மொழியாகவும், தமிழ் தீண்டத்தகாத மொழியாகவும் பார்க்கப்பட்டது.

திராவிடர் தெய்வங்களை இந்து தெய்வங்களாக மதமாற்றியதும், இத் தெய்வங்களை இந்து மதத்திற்குள் அனுமதித்ததும், பிராமணரின் துணிகரமான தந்திரமாகும். திராவிட தெய்வங்களை வணங்கிக்கொண்டிருந்த தமிழரெல்லாம் தாமாகவே தம்மையறியாமலேயே இந்துக்களாக்கப்பட்ட தாக்கம் உலகளாவியதாய் இருந்தது. கடவுள்கள் மற்றும் பெண் தெய்வங்களே இந்துக்களாக மாறியபோது, தமிழர்கள் தம்மை திராவிட தெய்வங்களின் பக்தர்கள் என்று கூறிக்கொள்ளும் உரிமையை இழந்துவிட்டனர். இத்தகைய தந்திரம் இரண்டுவித நோக்கத்தை நிறைவேற்றிற்று.

1. கடவுள்கள் இந்து மதத்துக்குக் கொண்டுவரப்பட்டதும், பக்தர்களும் வந்துவிட்டனர். இந்நிகழ்ச்சிப் போக்கினால், பிராமணர்கள் தீண்டத்தகாத மிலேச்சரை மதமாற்றத்திற்காக அணுகுவதை தவிர்க்க முடிந்தது. அப்பணியை கடவுளர் செய்யுமாறு செய்துவிட்டனர். 2. திராவிட மரபுடன் இந்து மதத்திற்கு ஒரு பிணைப்பைத் தந்தது. திராவிடர் மதத்துடன் சேர்ந்து தாங்களும் தொன்மையானவரே என்று கூறிக்கொள்ளும் சாத்தியத்தை பிராமணர் கண்டனர். எனினும், இந்து ஆலயங்களில் மிலேச்சரை வழிபட அனுமதிப்பதை அல்லது இந்து சமூகத்திற்குள்

அவர்களை அனுமதிப்பதை எண்ணிப் பார்க்க முடியாத மனநிலை பிராமணருக்கு இருந்தது. தமிழரை விலக்கிவைத்து, இந்துக்களாக அவர்கள் சம அந்தஸ்துப் பெறுவதை தடுத்திட, அவர்கள் சாதியமைப்பையும் தீண்டாமை நடைமுறையையும் மேற்கொண்டனர். இக்கட்டுப்பாடு இருப்பினும், இதர வழிபாடுகளை இந்துமதத்தின் வேற்று வடிவங்களே என்று விளக்க முற்பட்டனர். என்றாலும், பாதிக்கப்பட்டவரின் ஒப்புதல் எந்தவொரு சமயத்திலும் பெறப்படவில்லை. (அ) மிலேச்சர்கள் என்பதைத் தவிர்த்து ஆதாயங்கள் இருக்கும் போது தவிர்த்து.

சாதியற்ற சமூகத்தில் சாதியமைப்பு

சமூக அமைப்பின் உயர்நிலைக்குப் பாணர்களை உயர்த்தியது தமிழரிடையே சாதியமைப்பு தொடங்குவதை அடையாளப்படுத்திற்று. இது இருவித நோக்கத்தை நிறைவேற்றிற்று. சமூகத்தில் தம் நிலையைத் தீர்மானித்திட அவர்கள் பிராமணரின் அதிகாரத்தை ஏற்றுக்கொண்டனர். அதே வேளையில் தமிழ் நாட்டில் சாதியமைப்பை அங்கீகரித்தனர். பிராமணர், சதுர்வர்ணம் அல்லது நான்கு பிரிவுகளான சாதி அமைப்பின் அடிப்படையில், சமூகத்தின் மறுகட்டமைப்பைச் செய்தனர். இக்காலத்து ஆட்சியாளர்கள் வில்லவர், குறவர், மறவர், வேடர், புலையர் என வெவ்வேறு சமூகப் பிரிவுகளைச் சேர்ந்தவராயிருந்தனர். தம் அந்தஸ்தில் தனித்தன்மைகள் இருப்பினும் அனைவருக்கும் சமூகத்தில் சத்திரியர் அல்லது அரசர் என இரண்டாம் இடம் அளிக்கப்பட்டது. வணிகர்கள் தம் செல்வத்தால் பிரபுக்களின் செல்வாக்குமிக்க பிரிவினராயினர்.

வைசியர்களின் தொழில் வாணிபம், அதன்படி சாதி அமைப்பில் அவர்களுக்கு மூன்றாம் இடம் தரப்பட்டது. பிராமணர், சத்திரியர், வைசியர் என்னும் இவ்விரு பிறப்பாளர்களுக்கு அந்தஸ்தில் கீழ் நிலையில் இருந்தவர்கள் சூத்திரர். அவர்கள் பிராமணர், தமிழ்ப் பெண்டிர் உறவில் பிறந்து, வேலைக்காரர்களாகவும் பணிபுரிந்தவர்கள். இருபிறப்பாளராக அவர்கள் கருதப்படாததால், பூணூல் அணியும் உரிமை மறுக்கப்பட்டனர். என்றாலும், சவர்ணர்களின் நான்கு பிரிவுகளின் அமைப்புக்குள் சேர்க்கப்பட்டு, ஆலயங்களுக்குச் சென்று வணங்க அனுமதிக்கபட்டனர். எனினும் சாதிய அமைப்புக்கு உலகளாவிய தன்மை தரப்படவில்லை. ஆட்சியாளர்கள், வீரர்கள், பிரபுக்கள், வேலையாட்கள்

என்று பயனுள்ளவர்களாயிருந்த செல்வாக்குள்ளோர், இந்து சாதியமைப்புக்குள்ளும் அனுமதிக்கப்பட்டனர். இதனால், தமிழ் மக்கள் சாதி, மதம் என்னும் வளையத்திற்கு வெளியே தங்கிவிட்டனர். உள்ளூர்த் தமிழர்கள் அவர்ணர்கள், கீழோர், புற சாதியினர், மிலேச்சர்கள் அல்லது தீண்டத்தகாதவர்கள் எனப்பட்டனர். இம் மிலேச்சர்களும் வாழிடம், தொழில் அல்லது பூத தெய்வ வழிபாட்டு அடிப்படையில் பிரிக்கப்பட்டனர். உட்பிரிவாக்கப்பட்டனர். தீண்டாமை விதிகள் உருவாக்கப்பட்டு அவர்களுக்கு எதிராய்ப் பயன்படுத்தப்பட்டன. அத்துடன், அவர்கள் ஏராளமான தீண்டத்தகாத சமுதாயங்களாகப் பிரிக்கப்பட்டனர். ராஜதர்மத்தின் வாயிலாக சாதிப்பிரிவுகளும் தீண்டாமை விதிகளும் நடைமுறைப்படுத்தப்பட்டன. பிராமணர் இளவரசர்களுக்குக் கற்பித்து பயிற்சி அளித்ததால் அது அவர்களது ராஜதர்மமாக ஏற்கப்பட்டது. சாதியக்கட்டுப்பாடுகளில் எந்தவொரு மீறலோ, தீண்டாமை விதிகளில் மீறலோ மரண தண்டனை உள்ளிட்ட கடும் தண்டனைகளுக்கு உள்ளாகிற்று.

பக்தி இயக்கம்

பாண்டிய பல்லவர்களின் கீழ் தமிழகத்தில் முதன்மை பெற்ற பக்தி இயக்கம், பிராமணிய பக்தியில் மையம்கொண்ட ஆன்மிக விழிப்பினை பிரதிநிதித்துவம் செய்தது. கடவுள் மீதான அன்பிடம் முழுதாகச் சரணடைந்து, அமைதியும் ஆனந்தமும் பெறுவதற்கான ஒரே பாதையாக அவன் பாதங்களில் புகலிடம் சேருமாறு அது மக்களிடம் அறைகூவல் விடுத்தது. அதே வேளையில், இந்து மதத்தை மக்கள் செல்வாக்குள்ள மதமாக்குதல், பிராமணிய அமைப்பின் உயர்ந்த தன்மை, சாதி அமைப்பு ஆகியனவற்றை திரட்சி கொள்ளச் செய்தல் மற்றும் சமண பௌத்தரை ஒடுக்குதல் ஆகியவற்றை அது குறிக்கோளாய்க் கொண்டிருந்தது. அது மதத்தன்மையும் இலக்கிய நாட்டமும் கொண்டு, சைவம் வைணவம் வாயிலாக இயங்கியது. தொடக்கத்தில் சைவ வைணவ ஞானிகள் ஒருவருடன் ஒருவர் ஒத்துழைத்து செயல்பட்டனர். ஆனால் சமண பௌத்தர் முன்வைத்த சவால் மறைந்ததும், இவ்விரு பிரிவினரும் பகைவர்களாய் மாறிவிட்டனர். என்றாலும் அவர்தம் பணிகளால் தமிழகம் இந்து மதத்தின் ஒளிவீசும் மையமாக எழுந்தது. இப்பகுதியிலிருந்து எழுந்த இந்து பக்திவாத அலை, பிராமணியச் செல்வாக்கு கணிசமாய் இருந்த மகாராஷ்டிரம், குஜராத் உள்ளிட்ட வடபகுதிகளுக்குப் பரவிற்று.

இவ்வியக்கத்தின் தலைவர்கள் சைவத்தின் நாயன்மார்களும், வைணவத்தின் ஆழ்வார்களும் ஆவர். அறுபத்து மூன்று நாயன்மார்களில் முனைப்பானவர்கள் அப்பர், சம்பந்தர், சுந்தரர், மாணிக்க வாசகர் போன்றோர் என திருத்தொண்டத்தொகையில் கூறப்படுகிறது. திருநாவுக்கரசர் என்று அழைக்கப்பட்ட அப்பர் சமணராயிருந்து, சைவத்துக்கு மாறியவர். அவர் பல்லவ மன்னன் முதலாம் மகேந்திரவர்மனை சமணத்திலிருந்து சைவத்திற்கு மாற்றினார். மதமாறிய இவ்விருவரும் சமணர்களை ஒடுக்கவும் சைவத்தைத் தழைக்கச் செய்யவும் நிறையவே பணியாற்றினர்.

பெரும் அறிஞரான அப்பர் பக்திப்பாடல்கள் பாடினார். மடங்களை நிறுவினார். ஆலயங்களில் வழிபாடுகளை உயிர்ப்பித்தார். அப்பரின் சீடரான சம்பந்தரும் ஓர் அறிஞரே. சமணரை வெறுத்த அவர், அவர்களது மழித்த தலைகள், உண்ணும் விதம் போன்ற வாழ்க்கை முறையை பரிகசித்தார். பாண்டிய மன்னன் நெடுமாறனை சமணத்திலிருந்து மாற்றி, சமணருக்கு எதிரான இயக்கத்தை நடத்தினார் எனப்படுகிறது. சுந்தரர் வெவ்வேறான பதிகங்கள் இயற்றிப் புகழ் பெற்றவர். அவர்தன் பக்திப்பணியை சேர தேசத்திற்குக் கொண்டுசென்று, மன்னர் சேரமான் பெருமாளுடன் நெருக்கமான தொடர்பில் இருந்தார். பாண்டியரின் அமைச்சரான மாணிக்கவாசகர், தன் பதவியைக் கைவிட்டு சிவபக்தராகவும் எழுத்தாளராகவும் மாறினார். தன் பணியின் மையமாக சிதம்பரத்தைக் கொண்டு, அவர் எழுதிய நூல்வரிசையில் திருவாசகம் நன்கறியப்பட்டது. அதில் சைவ சித்தாந்த தத்துவத்தின் கனிவை நாம் காணமுடியும்.

வைணவ இலக்கியத்தின் பன்னிரு ஆழ்வார்களில் முக்கிய மானவர்கள் நம்மாழ்வார், திருமங்கையாழ்வார், குலசேகர ஆழ்வார் என்பவர்கள். தம் சாத்திரங்களில் வளமையாய்ப் பங்களித்துள்ளவர் நம்மாழ்வார் என்பதால் வைணவர்கள் அவரை மாபெரும் ஆழ்வாராகக் கருதுகின்றனர். விஷ்ணுவையும் அவரது துணைவியாரையும் போற்றி நிறைய எழுதியவர் திருமங்கை ஆழ்வார். ஸ்ரீரங்கத்தின் மிகப் பெரும் ஆலயத்தை நிர்மாணித்தவர். இரண்டாம் சேரப் பேரரசை நிறுவிய குலசேகர ஆழ்வார் அரியணையைத் துறந்து, வைணவத்தைப் பரப்புவதற்காக தன்னை அர்ப்பணித்தார். தமிழ் மற்றும் சமஸ்கிருத அறிஞரான அவர் தமிழில் திருமால் திருமொழியும், கடவுளைப் போற்றும் துதிகளாக சமஸ்கிருதச் செய்யுள்களையும் எழுதினார். விஷ்ணுவின் கழல்களணிந்த பாதாரவிந்தங்களை நித்தியமும் நான்

கண்டிருப்பதற்காக, வேங்கடத்தின் கோயில் குளத்து மீனாகவோ, நந்தவனத்து மலராகவே மாறிட என் நாட்டினையும் துறப்பேன் என பக்தி மீதூரப் பெற்று அவர் எழுதினார். உண்மையில் வேறெந்த துறவியையும் விட, அவர் சேரநாட்டில் இராம வழிபாட்டினைப் பரப்பிட நிறையவே செய்தார். பெரியாழ்வாரும் அவரது மகள் ஆண்டாளும் விஷ்ணுவின் அவதாரமான கிருஷ்ணனைப் புகழ்ந்து பாடல்கள் புனைந்தனர். ஆண்டாள் 30 பாடல்களில் திருப்பாவையினையும், 143 பாடல்களில் நாச்சியார் திருமொழியினையும் எழுதினார். அவரைப் பொறுத்தவரை கிருஷ்ணன்தான் தன் நாயகன், தான் நாயகி. அதன்படி, தன் தெய்வீக நாயகனுடனான திருமணத்தைக் கனவு கண்டவாறு தன் மரணம் மட்டிலும் காத்திருந்தார். இக்காலத் தத்துவாசிரியர்களுள் காலடியின் சங்கராச்சாரியார் மிகவும் அறியப்பட்டவர். இந்து மதம் மற்றும் சாதி அமைப்பின் தலைவரான அவர், இந்தியாவின் மூலை முடுக்கெல்லாம் தன் போதனையைக் கொண்டு சென்றார். தெற்கில் சிருங்கேரியிலும், கிழக்கில் பூரியிலும் மேற்கில் துவாரகையிலும் வடக்கில் பத்ரிநாத்திலும் அவர் மடங்களை நிறுவினார்.

நாயன்மார்களது பாடல்களின் இரு தொகுதிகளான தேவாரம் மற்றும் திருவாசகம், ஆழ்வார்களின் பாசுரங்களின் தொகுப்பான திவ்வியப் பிரபந்தம் என்பன இவ்விரு வழிபாடுகளின் தத்துவங்களை விளக்குகின்றன. நாயன்மார்கள் கடவுளை அன்புவடிவிலும், அன்பினைக் கடவுள் வடிவிலும் கண்டனர். ஆழ்வார்கள் கடவுளைக் குழந்தை வடிவிலும், குழந்தையை பக்தர் கூட்டத்திலிருக்கும் கடவுள் வடிவிலும் கண்டனர். கடவுள் மீதான பக்தி, புலன்களை அடக்குதல், கல்வியைப் பரப்புதல் மற்றும் சமுதாய சேவை என்னும் இலட்சியங்களை இத்துறவியர் முன்னெடுத்துச் சென்றனர். மறுபுறத்தில் சங்கராச்சாரியார் உலகியல் பொருட்களெல்லாம் மாயையே, உலகில் நிஜமாக ஏதுமில்லை, நிஜமாயிருப்பது பிரம்மமே, அதன் ஒருங்கிணைந்த பகுதிதான் மனித ஆன்மா என்னும் அத்வைத தத்துவத்தை வளர்த்தெடுத்தார்.

பக்தி வழிபாட்டில் பகை மதங்களின் செல்வாக்கு வெளிப்படையானது. பக்தரைக் குவிக்கும் புள்ளியாய் விளங்கின சிவன், விஷ்ணு என்னும் தெய்வங்கள் திராவிட மதத்திலிருந்து இணைத்துக் கொள்ளப்பட்டனர். புலன்களைக் கட்டுப்படுத்துதல், கற்றல், சேவை, தமிழைப் பயன்படுத்தல் என்பன சமணபௌத்தத்தில் இருந்தது போன்றே புதிய முக்கியத்துவம் பெற்றன. எனினும் பிராமணரின் அதிகாரத்தையும்

இந்து மதத்தின் பரவலையும் முன்னெடுத்துச் சென்றிட இவை பயன்படுத்தப்பட்டன.

நீண்ட காலம் இந்துமதம் செயலற்று இருந்தது. பிராமணர் தம் சடங்கு சம்பிரதாயங்களையும் வைபவங்களையும் அக்னி வளர்க்கும் இடங்களில் சமஸ்கிருத மொழியில் நடத்திக் கொண்டிருந்தனர். சீர்திருத்தக்காரர்களின் முயற்சியால், சிறு கடவுள், பெண் தெய்வங்களைக் கூட பிராமணியப் புராணங்களில் சேர்த்துக் கொள்ளவும், திராவிட வழிபாட்டு வடிவங்களை ஆரியருடன் இணைக்கவும், பிற வழிபாட்டு வடிவங்களை இந்து மதத்திற்குரியதாக விளக்கவும், மக்களின் மொழிக்கு வரம்புக்குட்பட்ட இடத்தை அளிக்கவும் முயற்சிகள் மேற்கொள்ளப்பட்டன. இயற்கை, இறந்த சக்திகளின் அன்பு, புனிதம் மற்றும் வல்லமை குறித்த கற்பிதமான புகழ்ச்சிகளின் மீது உயர்ந்ததும் தாழ்ந்ததுமான பாடல்களை, ஆணும் பெண்ணுமான எண்ணற்ற புலவர்கள் இயற்றினர். இதனால் இக்காலம் பக்தி இலக்கியத்திற்குக் கணிசமான பங்கினைப் பங்களிப்புச் செய்தது.

இப்பாடல்களை மரபான மெட்டுகளில் அமைத்து தெருமூலைகளில் பாடியதால், மதம் சார்ந்த கவிதை மக்களுக்கு நெருக்கமாய் கொண்டுவரப்பட்டது. அதே சமயத்தில் ஆலயங்களும், மடங்களும், அக்கிரகாரங்களும், சிற்பங்களுடனும், ஓவியங்களுடனும், பெருமளவில் நிறுவப்பட்டன. இந்த ஆலயங்களுக்கு பூசாரிகளும், மடப்பள்ளிகளும் தேவதாசிகளும் பணம், நகை, நிலம் வடிவில் சொத்துக்களும் இருந்தன. பிராமணருக்கு செல்வமும், கல்வியும் இருப்பிடமும், வேலையும் பொழுதுபோக்கும் உறுதியளிக்கப்பட்டிருந்ததால், இந்நன்மைகள் பிராமணிய அமைப்பைச் சென்று சேர்ந்தன.

எனினும், சமூகத்தில் செயல்பட்டுக் கொண்டிருந்த கேடுகளைப் பெருக்குவதாய் பக்தி இயக்கம் இருந்தது. பிராமணியக் கொடுமைக்குச் சாதகமான நிலவரத்தை அது ஏற்படுத்தியது. பிராமணர் புனிதர்களாக வழிபடப்படலாயினர். அவர்களுக்கு அஞ்சலி செலுத்துவதில் மட்டுமின்றி, பொது மக்களின் பாதிப்பில் தம் செல்வத்தையும் வசதியையும் அதிகரிப்பதிலும் ஆட்சியாளர்கள் மற்றும் பிரபுக்கள் ஒருவருடன் ஒருவர் போட்டியிட்டனர். “பிராமணரின் புனிதப் பாதங்களைக் கறைப்படுத்தும் சேற்றினை என் நெற்றியில் பெருமிதத்துடன் பூசுவேன்” என்றெழுதினார் குலசேகர ஆழ்வார். இந்த ஆன்மிகம் சார்ந்தவர்கள் என்ன செய்தாலும் தண்டிக்கப்படாதவர்களாயிருந்தனர். இவர்களின்

தேவைகளுக்காகவும், நன்மைகளுக்காகவும் அரசின் வளங்கள் திருப்பிவிடப்பட்டன. தேவதைகளின் உலகத்துடன் தங்களுக்கு இருப்பதாகக் கூறிக்கொள்ளும் இவர்களின் தொடர்பு மற்றும் தம் நிலத்து ஆட்சியாளர்களுடன் அவர்கள் ஏற்படுத்திக்கொண்ட நெருக்கம், எஞ்சிய மக்கள் மீது தம் கொடூரமான செல்வாக்கை பிரயோகிப்பதை உறுதிப்படுத்திற்று. *Social change in modern India(1966)* என்னும் தனது நூலில் எம்.என்.ஸ்ரீநிவாஸ். "தங்களை உச்சத்தில் நிறுத்தி மன்னர் உள்ளிட்ட இதர சாதிகளின் கடமைகளை அறிவித்திடும் உரிமையை அவர்களுக்கு அளித்த, சாதி அமைப்பின் முன்மாதிரியை பிராமண எழுத்தாளர்கள் பரப்பினர். ஆட்சியாளர்களும் பிரபுக்களும் வழிகாட்டலுக்கு அவனிடம் செல்லத்தக்க செல்வாக்குடையவனாக பிராமணன் இருந்ததால், அவன் பெற்ற போற்றுதல் மிகப் பெரியதாகும். அரைகுறை சமஸ்கிருத அறிவும் இங்கொன்றும் அங்கொன்றுமாக சுலோகங்களைச் சொல்லும் திறனும் உடைய அவன், வரம்பற்ற செல்வாக்கு பெற்றிருந்தான். அவன் வார்த்தையே சட்டம், அவன் புன்னகை ஆனந்தத்தையும் மீட்சியையும் நல்கியது. விண்ணகத் திடமான அவனது ஆற்றல் வரம்பற்றது, அவன் பாததூளியே தன் இயல்பாலும் திறனாலும் தூய்மையாக்கிவிடும்" என எழுதினார்.

பக்தி இயக்கம் பக்தியின் பெயரால் வெறியினையும், சகிப்புத் தன்மையற்ற நிலையையும் ஏற்படுத்தியது. திராவிட மதத்திலிருந்த அதன் தெய்வங்களும் பூசாரிகளும் கொள்ளையடிக்கப்பட்டனர். இதனால் அது தன் அடையாளத்தை இழந்தது. சமணமும் பௌத்தமும் ஈவிரக்கமின்றி வதைக்கப்பட்டன. அரசர்களின் போக்கால் ஊக்குவிக்கப்பட்ட நாயன்மார்களும் ஆழ்வார்களும் அவர்களுக்கு எதிராய் அட்டூழியங்கள் செய்தனர். சமணர் படுகொலையில் தன் பெயரைக் கெடுத்துக் கொண்டார் சம்பந்தர். விழுப்புரம் அருகே 8000 சமணர் எரித்துக்கொல்லப்பட்டனர் அவ்விடம் அவ்வெண்ணைக் குறிப்பதாய், எண்ணாயிரம் எனப்பட்டது. சுந்தரர், கேரளத்துச் சமணரை வதைக்க, மாணிக்கவாசகர் தொண்டைமண்டலத்து பௌத்தரை ஒடுக்கினார். திருமங்கை ஆழ்வார் சிதம்பரம் பௌத்த விஹாரையைக் கொள்ளையடித்து, அத்திருடப்பட்ட செல்வத்தால் ஸ்ரீரங்கம் பெரிய கோயிலைக்கட்டினார். உண்மையில், வெறியர்கள் பக்தியின் பெயரால், பிற மதத்தினருக்கு எதிராக, அனலையும் வாளையும் ஏந்திச் சென்றனர். சமணரும் பௌத்தரும் சித்திரவதைக்குள்ளாக, சித்தஆயுர்வேத மருத்துவ முறை ஒதுக்கித்தள்ளப்பட்டு, மக்கள் தொற்றுநோய்களுக்கு உள்ளாகினர்.

அதே வேளையில், இந்து சமூகத்திற்குள் நுழைந்து கொண்டிருந்த தீங்குகளை அகற்றிட எந்த முயற்சியும் மேற்கொள்ளப்படவில்லை. மதத்தின் பெயரால் குடியானவர் நிலத்தை ஆக்கிரமித்தல், சாதி தீண்டாமை மீதமைந்த கட்டாய உழைப்பு, சமூக இழிவு, கல்வி மறுப்பு, பிராமணருக்கு வரி விலக்கு அளித்ததால் உண்டான அதிக வரிவிதிப்பு, விதவையரை உயிரோடு எரித்தல், குழந்தைத் திருமணம், சித்திரவதை போன்றவற்றினால் அமைந்தவையே அஞ்சத்தக்க இந்நிலைமைகள். ஆறுதல் பெற்றிடத் தமிழர் பல நூற்றாண்டுகாலம் காத்திருக்க வேண்டியிருந்தது. ஆனால் சரி செய்யப்பட முடியாத தீங்கு இழைக்கப்பட்டுவிட்டது.

8

பல்லவர்கள்

தொடக்கத்தில் தமிழகத்திற்கும் ஆந்திர தேசத்திற்கும் இடைப்பட்ட எல்லைப் பகுதியில் பல்லவர்கள் உள்ளூர் ஆட்சியாளர்களாய் இருந்தனர். பாண்டியர்கள், தம்மை மதுரையில் நிலைநிறுத்திக் கொண்டபோது, அவர்கள் களப்பிரரை வென்று, காஞ்சியைச் சுற்றியுள்ள பகுதியை ஆக்கிரமித்துக்கொண்டனர். களப்பிரர் ஆந்திரர், சோழர் மற்றும் சேரரின் வீழ்ச்சி, வடக்கில் பல்லவரின் விரிவாக்கத்திற்கும், தென்னிந்தியாவின் கோடியில் பாண்டியரின் விரிவாக்கத்திற்கும் வழிவகுத்தது. பல்லவர் தம் தலைநகரைக் காஞ்சியிலும், சமயங்களில் வேங்கி மற்றும் வாதாபியிலும் வைத்திருந்தனர். திராவிடர் எதனால் புறக்கணிக்கப்பட்டனர், பிராமணிய அமைப்பு எதனால் போற்றப்பட்டது என்பதை ஒட்டி, களப்பிரர் விட்டுச் சென்றதற்கு எதிரான எதிர் வினையை அவர்தம் ஏற்றம் பிரதிநிதித்துவப்படுத்திற்று.

தகவலுக்கான ஆதாரங்கள்

பல்லவர்களின் காலத்திற்கான தகவல் ஆதாரங்கள் பெரிதும் கல்வெட்டுகளும், இலக்கிய நூல்களும்தான். அவை அவர்களின் அரசியல், சமூக, பண்பாட்டு நடிவடிக்கை குறித்து கணிசமான விபரங்களைத் தருகின்றன. ஆரம்ப காலப் பல்லவர்கள் தம் உரிமைச் சாசனங்களை பிராகிருதத்தில் வெளியிட்டனர். ஆகவே பிராகிருத உரிமைச் சாசனங்களின் பல்லவர் என வரலாற்றாசிரியர்கள் மத்தியில் அறியப்படுகின்றனர். அவர்களது காலம், சிறிய அரசாக அவர்கள் தொடங்கிய கி.பி. 300லிருந்து, பேரரசாக அவர்கள் எழுச்சி கொண்ட கி.பி. 400 வரையாகும். நான்கிலிருந்து ஆறாம் நூற்றாண்டு வரையான பல்லவர்கள்

தம் கொடைகளைப் பெரிதும் சமஸ்கிருதத்தில் வெளியிட்டதால், சமஸ்கிருத உரிமைச் சாசனங்களின் பல்லவர்கள் எனப்படுகின்றனர்.

பிராகிருதச் சாசனங்களில் மஞ்சிகல்லு கல்வெட்டுகள், மயிடவோலு நிவந்தம், ஹிரதஹள்ளி செப்பேடுகள் மற்றும் ராணி சாருதேவியின் கொடை ஆகியன அடங்கும். இச்சாசனங்கள் சிம்மவர்மன் உள்ளிட்ட ஏராளமான ஆட்சியாளர்களைக் குறிப்பிட்டாலும் தெளிவானதொரு வரலாற்றைத் தருவதில்லை. எனினும், இவ்வாரம்ப காலப் பல்லவர், ஆந்திர தேசத்தின் தென்பகுதியை ஆட்சி செய்தனர் என்று அவை சுட்டிக்காட்டுகின்றன. சமுத்திர குப்தரின் அலகாபாத் தூண் கல்வெட்டு, இக்காலத்து பல்லவ அரசர்களுள் ஒருவராக விஷ்ணுகோபன் பெயரைக் குறிப்பிடுகிறது. ஆனால் இப்பெயர் ஆட்சியாளர்களுக்குப் பொதுவானது. ஆகையால், இந்த விஷ்ணுகோபன் தெளிவாக அடையாளம் காணப்படவில்லை. இக் காலத்தின் தாமிரப்பட்டயங்களும், பல்லவ வரலாறு குறித்து வரம்புக்குட்பட்ட தகவலையே அளிக்கின்றன. இவ்வாதாரங்களில் கங்க மன்னன் இரண்டாம் பிரித்வியின் உதயேந்திரச் செப்பேடுகள், பாண்டிய மன்னன், பராந்தக நெடுஞ் சடையனின் வேள்விக்குடிச் செப்பேடு, மற்றும் பல்லவ மன்னன் இரண்டாம் நந்திவர்மனின் செப்பேடு அடங்கும். கோயில்கள், குகைகள், பிற கட்டிடங்கள் என்னும் பல்லவர் வரலாற்றுச் சின்னங்கள் இக்காலத்தின் கலை பண்பாடு குறித்து தகவல்களை அளிக்கின்றன.

இலக்கிய மரபுகளும் இலக்கிய நூல்களும் வரலாற்றாளருக்கு நன்மை செய்வனவையே. சைவ வைணவத் துறவியர் இயற்றிய பாசுரங்கள், மக்களின் சமூக மத வாழ்க்கையைப் பிரதிபலிக்கின்றன. தண்டியின் அத்வந்தி சுந்தரி கதாசாரம், பல்லவர்கள் எழுத்தாளர்களுக்கு அளித்த ஆதரவு குறித்தும் இலக்கிய முன்னேற்றம் குறித்தும் தகவல் தருகின்றது. மன்னன் முதலாம் மகேந்திரவர்மன் எழுதிய மத்தவிலாசப் பிரகசனம் என்னும் நாடகமும் இப்படியே. மதப் பிரிவுகளின் நடவடிக்கைகளை அது தெளிவுபட விவரிக்கின்றது. பெயர் தெரியாத புலவர் எழுதிய தமிழ் நூலான நந்திக் கலம்பகம், அரசியல் சமூக நிலைமைகள் குறித்து குறிப்புகள் தருகின்றன.

இக்கால நிலவரம் குறித்து பெரிய புராணமும் மகாவம்சமும் கூட தகவல் வழங்குகின்றன. புகழ்பெற்ற சீனப்பயணி யுவான் சுவாங் கி.பி. 640இல் காஞ்சிக்கு வந்தார். பல்லவர்கள் பற்றியும் அவர்களது தலைநகரம் பற்றியும் பயனுள்ள விபரங்களை விட்டுச்

சென்றுள்ளார். பல்லவர்களின் வரலாற்றினை மறுகட்டமைப்புச் செய்வதை இவ்வாதாரங்கள் சாத்தியமாக்கியிருக்கின்றன.

தோற்றம் குறித்த கோட்பாடுகள்

கி.பி. மூன்றிலிருந்து பத்தாம் நூற்றாண்டு வரையிலும் பல்லவர்கள் தென்னிந்தியாவை ஆண்டனர். எனினும் உறுதியான ஆதாரங்கள் இன்மையால் அவர்களது தோற்றம் மர்மத்தில் புதைந்துள்ளதாகக் கருதப்படுகிறது. "பல்லவர்கள் இந்திய வரலாற்றின் மர்மங்களுள் ஒன்றினைக் கொண்டிருக்கின்றனர்" என்று வின்சென்ட் ஸ்மித் குறிப்பிட்டுள்ளார். ஒன்றிலிருந்து இன்னொன்று வேடுபடுகின்ற பார்வைகளெல்லாம் வெவ்வேறான அறிஞர்களால் வெளிப்படுத்தப்படுகின்றன. சில ஆராய்ச்சி பகுப்பாய்வினை அடிப்படையாய் கொண்டிருக்க, சில சாதியச் சார்பு அல்லது முன்மொழிவை அடிப்படையாய்க் கொண்டிருக்கின்றன. இருந்த போதிலும் பல்லவரின் தோற்றம் இந்தியாவுக்கு வெளியே, வட இந்தியா, தென்னிந்தியா, தமிழகம் என வெவ்வேறான தோற்றுவாய்களுடன் தொடர்புப்படுத்தப்படுகிறது.

பல தசாப்தங்களாக வரலாற்றின் களனில் ஆட்சி செலுத்திய கோட்பாடு, *"The early history of India"*வின் முதல் பதிப்பில் வின்சென்ட் ஸ்மித்தால் முன்வைக்கப்பட்ட, பல்லவரின் பார்த்திய தோற்றம் குறித்ததே. பி.வெங்கய்யாவும் வேறு சிலரும் இப்பார்வையை ஆதரித்தனர். வாகடர்களால் தோற்கடிக்கப்பட்ட பின் பஹ்லவர் (சகர்கள்) தெற்கிற்குக் குடிபெயர்ந்து, காஞ்சியில் தம் அதிகாரத்தை நிலை நிறுத்தினர் என்று கூறப்படுகிறது.

பஹ்லவர், பல்லவர் என்னும் சொற்களிலுள்ள மேலோட்டமான ஒப்புமையை அடிப்படையாகக் கொண்டது இக்கோட்பாடு. பிரெஞ்சு நாட்டு இந்தியவியலாளரான ஜே. டெப்ரூயில், பாரசீக மன்னன் ருத்ரதாமனின் அமைச்சர் சுவிஸ்காவுடன் தொடர்புடையவர்கள் பல்லவர்கள் என்று கூறியுள்ளார். எல். ரைஸ் என்பவர் பல்லவர்கள் மத்திய ஆசியப் பழங்குடியினர் என்று சுட்டிக்காட்டியுள்ளார். ஆனால், பஹ்லவரோ பல்லவரோ வடக்கிலிருந்து குடிபெயர்ந்ததற்கான ஆதாரம் ஏதும் இல்லை. பல்லவரின் சம்பிரதாயங்களும் பண்புகளும் பஹ்லவர்களிலிருந்து வேறானவை. ஆதலின் தனது பிந்தைய பதிப்பில் வின்சென்ட் ஸ்மித்தே இக்கோட்பாட்டைக் கைவிட்டார்.

இலங்கை ஆய்வாளர் ராசநாயகம், பல்லவர், சோழ நாகர் தோற்றுவாயுடையவர்கள் என்கிறார். ஒரு மரபின்படி முதல் பல்லவ மன்னன், சோழ அரசன் கிள்ளிவளவனுக்கு, நாக இளவரசியினிடத்து பிறந்த கள்ளக்குழந்தையாகும். மாறாக ஆர். கோபாலன், பல்லவர்கள் மணிபல்லவத்தின் இளந்திரையனின் சந்ததிகள் என்கிறார். இவ்விரு ஆய்வாளர்களும் பல்லவருக்குச் சோழ சிங்களத் தோற்றுவாயைக் கூறிக்கொண்டுள்ளனர். பல்லவம் என்னும் சொல் மணிபல்லவத்திலிருந்து பெறப்பட்டது என்றும் கூறப்படுகிறது. ஆனால் சொற்களின் ஒப்புமையை வைத்தும் துணையாதாரங்கள் இல்லாமலும் எந்தவொரு குறிப்பிட்ட முடிவுக்கும் வர இயலாது.

சில ஆய்வாளர்கள் பல்லவருக்குப் பழங்குடித் தோற்றத்தைக் குறிப்பிட்டிருக்கின்றனர். பல்லவர்கள் இடையருடன் தொடர்புடைய, வட இந்தியக் கூட்டதினர் என்கிறார் ராபின்சன். இரு இடையர் சமுதாயங்களான குறும்பரும் கள்ளரும் வடக்கிலிருந்து குடிபெயர்ந்து ஒன்றிணைந்து காஞ்சியைக் கைப்பற்றித் தம் அதிகாரத்தை நிறுவினர் என்கிறார் அவர். அசோகர் கல்வெட்டுகளில் குறிப்பிடப்படும் பழங்குடி மக்களான புளிந்தர் என்பதன் வேற்று வடிவமான பாலடா என்ற சொல்லின் இன்னொரு வடிவமே பல்லவர் என்று அபிப்ராயப்படுகிறார். ஆர். சத்தியநாத அய்யர். ஆனால் இப்பழங்குடிகளைப் போலில்லாமல் நாகரீகத்தில் முன்னேறியவர்களாக பல்லவர் இருந்தமையால் இக்கோட்பாடு மறுதலிக்கப்படுகிறது.

தொண்டை மண்டலத்துத் தொண்டையர்களே பல்லவர் என்கிறார் கிருஷ்ணசாமி அய்யங்கார். சங்க இலக்கியம் பல்லவரை தொண்டையர் என்றும் அவர்தம் மன்னரை தொண்டைமான் என்றும் அவர்களது அரசை தொண்டைமண்டலம் என்றும் குறிப்பிடுகிறது. சாதவாகனப் பேரரசின் தெற்கு எல்லைகளைப் பாதுகாத்த நாகர்களுக்கு உறவுடையவர்கள் அவர்கள்.

எச். கிருஷ்ண சாஸ்திரி பல்லவருக்கு அரைபாதி பிராமணத் தோற்றத்தைக் காண, டி.வி. மகாலிங்கம் பிராமணத் தோற்றத்தைக் காண்கிறார். பிராமணர் திராவிடர் என்னும் இவ்விரு இனக் கலப்பினரே பல்லவர் என்கிறார் கிருஷ்ண சாஸ்திரி. பல்லவ வம்சத்தை நிறுவியவரில் ஒருவனான ஸ்கந்த சிஸ்யன் ஒரு பிராமணனுக்கு நாக வம்சப் பெண்ணிடத்தே பிறந்தவன் என்னும் மரபின் மீதமைந்தது இக்கோட்பாடு. மறுபக்கத்தில், பல்லவர்கள் பிராமணரின் பரத்வாஜா கோத்திரத்தைச் சேர்ந்தவர்கள் என கல்வெட்டுகளில் பதியப்பட்டுள்ளதென்று டி.வி.மகாலிங்கம்

குறிப்பிட்டிருக்கிறார். உள்ளூர் தலைவர்களான அவர்கள், கி.பி.174இல் சாதவாகனரின் வீழ்ச்சியால் தம் பிரதேசமான மசூலிப்பட்டினத்திலிருந்து வெளியேறி, கிருஷ்ணா நதித் தீரத்தில் தம்மை நிலைநிறுத்திக் கொண்டனர். அங்கே அவர்கள் விஜயபுரியின் இக்சாவாகுகளால் கொள்ளையடிக்கப்பட்டனர். எனவே கி.பி. இரண்டாம் நூற்றாண்டின் முற்பாதியில் அவர்கள் தெற்கு நோக்கி வந்து, காஞ்சியில் தமக்கென ஓர் அரசினை வடிவமைத்துக் கொண்டனர். இவற்றின் மூலம் பல்லவர் தொண்டையரே என்பது விளங்கும், ஆனால் பிராமணர் தமது அக்கறையில் அவர்களைத் தம் சாதிக்குள் ஈர்த்தனர். சாதவாகனரைப் போல் அவர்களது மொழி பிராகிருதமாய் இருந்த போதும், பிற்காலங்களில் சமஸ்கிருத மொழிக்கும் பிராமணிய மதத்துக்கும் தம் ஆதரவை அளித்தனர்.

ஆரம்ப காலப் பல்லவர்

ஆரம்ப காலப் பல்லவரைப் பொறுத்து அவர்களுக்கான பிரதான தகவல் ஆதாரங்கள் பிராகிருத உரிமைச் சாசனங்களாதலால், பிராகிருதச் சாசனப்பல்லவர் என்றும் அறியப்படுகின்றனர். இக்ஸ்வாகுகளின் பல்லவர் கல்வெட்டுகள் தவிர, குண்டூரிலுள்ள பல்லவர் கல்வெட்டும் சமஸ்கிருதத்திலுள்ள சில தாமிரச் செப்பேடுகளும், ஆரம்ப காலப் பல்லவர் பற்றித் தகவல் அளிக்கின்றன. ஆரம்ப காலப் பல்லவர் ஆந்திர தேசத்தின் தெற்குப்பகுதியை ஆண்டனர் என்றும் மிக ஆரம்ப கால அரசன் சிம்மவர்மன் என்றும் இத்தாமிரச் செப்பேடுகள் தெரிவிக்கின்றன. இக்ஸ்வாகுகளின் எதிர்ப்பால் அவர்கள் தெற்கே சென்று காஞ்சியில் நிலை கொண்டனர். கி.பி.315இல் தொடங்கிய சிம்மவர்மனின் ஆட்சி, இக்ஸ்வாகுகளின் மீதான வெற்றிக்கும் கடல் கடந்து தென்கிழக்கு ஆசியாவில் விரிவாக்கத்திற்கும் குறிப்பிடத்தக்கதாகும்.

வரலாறு அறிந்துள்ள அடுத்த ஆட்சியாளன் சிவஸ்கந்த வர்மன். கடம்ப குலத்து மயூரசர்மனின் உடனிகழ் காலத்தவனான அவன், தன் பேரரசிய நிலையினையும் பிராமணிய மரபைப் பின்பற்றுவதனையும் பறைசாற்றும் விதமாக, கிருஷ்ணா மற்றும் தெற்கு பெண்ணாற்றுத் தீரங்கள் வரை தன் பிரதேசத்தை விரிவுபடுத்தி, அஸ்வமேத, அக்னிஸ்தோம, வாஜபேய யாகங்கள் நிகழ்த்தினான். சமுத்திர குப்தனின் அலகாபாத் தூணின் கல்வெட்டு, குப்தர்களால் தோற்கடிக்கப்பட்ட காஞ்சி விஷ்ணு கோபனைக் குறிப்பிடுகிறது. ஒரு வேளை அவன், படைப்பிரிவுத் தலைமை

அல்லது பிரதேச நிர்வாகப் பொறுப்பு ஒப்படைக்கப்பட்டிருந்த, சிவஸ்கந்த வர்மனின் தம்பியாயிருக்கக்கூடும். ஓம்கோடு பட்டயத்தில் குமாரவர்மன் சிவஸ்கந்த வர்மனின் மகனாகவும் வாரிசாகவும் குறிப்பிடப்படுகிறான். பேரரசிய அந்தஸ்து பெற்ற அவன் அஸ்வமேத யாகம் செய்தான். அடுத்த ஆட்சியாளரான வீர வர்மன் ஓம்கோடு செப்பேட்டில் பலயுத்தங்களின் வெற்றியாளர் என்றும் அரசர் கூட்டத்தை அடக்கியவன் என்றும் கூறப்படுகிறான். இன்னொரு அரசனான ஸ்கந்த வர்மன் கடவுளர் மற்றும் புரோகிதரின் சேவகன் என்று விவரிக்கப்படுகிறான். கடவுளரின் ஆதரவைப் பெறும் பொருட்டு, அவன் நிலத்தைக் கொடையாகத் தந்தான். பொதுமக்களிடமிருந்து அபகரிக்கப்பட்ட பொன்னையும் பசுவையும் பிராமணருக்கு அளித்தான். கடலிலிருந்து கடல் வரையிலும் அவன் வெற்றிகொண்டு, தன் சந்ததிக்குப் புகழ் சேர்த்தான் என்று கூறப்படுகிறது. பல்லவரின் தெற்குப் பிராந்தியங்களை வெற்றி கொண்டிட சோழர்கள் முயன்றனர். ஆனால் தோற்கடிக்கப்பட்டு துரத்தியடிக்கப்பட்டனர். இக்ஸ்வாகுக்கள் பல்லவர்களைக் கட்டுப்பாட்டில் வைத்திட திரும்பத்திரும்ப மேற்கொண்ட முயற்சிகள் தோற்றன.

உண்மையில் ஆரம்ப காலப் பல்லவர் தம் பிரதேச எல்லைகளை பரந்து விரிந்ததாக விரிவுபடுத்தினர். அவர்தம் யுத்தங்களை தென் கிழக்கு ஆசியாவுக்குக் கொண்டு சென்றனர். அவர்களின் செல்வாக்கால் ஏராளமான அரசுகள் எழுந்தன. பல்லவர் கல்வெட்டுகளில் பயன்படுத்தப்பட்ட கிரந்த எழுத்து தென்கிழக்கு ஆசியாவில் பரவலாகப் பயன்படுத்தப்படலாயிற்று. விரிவான பிரதேச வெற்றி, தென்கிழக்கு ஆசியாவில் செல்வாக்கு விரிவாக்கம் பெற்றது, மற்றும் மையப்படுத்தப்பட்ட நிர்வாகப் பரிணாமம் என்பன ஆரம்ப காலப் பல்லவரின் சாதனைகளில் அடங்கும்.

மாபெரும் பல்லவர்

சிம்ம விஷ்ணு (கி.பி. 586- 610) பல்லவர் பெருமையினை நிறுவியவனாகக் கருதப்படுகிறான். அவன் வம்சாவளி அரசர்களின் காலம் பிரதேச விரிவாக்கம் மற்றும் பண்பாட்டுப் புகழினால் அடையாளப்படுத்தப்பட்டது. திராவிடம் மற்றும் தமிழ் சார்ந்தவை இவ்வரசர்களிடம் உரிய கவனம் பெறவில்லை. என்றாலும் தென்னிந்தியாவின் வேதப் பண்பாடு மற்றும் சமஸ்கிருத மொழியின் வரலாற்றில் இது ஒரு முக்கிய காலமாயிருந்தது.

வேளூர்பாளையம் செப்பேடுகளில் சிம்ம விஷ்ணு சிம்ம வர்மனின் மகன் என்றும், மத்தவிலாசப் பிரகசனத்தில் மாபெரும் அரசனாகவும் விவரிக்கப்படுகிறான். கல்விப் புரவலனாக அவன் இலக்கிய வளர்ச்சியை முன்னெடுத்தான். அவனது அவைப்புலவர்களில் கிரதார்ஜ்னியம் எழுதிய பாரவி இருந்தார். நெல் வயல்களும் பாக்கு மரங்களும், அணிகலன்களாகவுள்ள காவேரி நீரால் அலங்கரிக்கப்பட்ட சோழரை இளவரசனான அவன் தோற்கடித்தான் என்று விளக்கப்படுகிறது.

மாலயன், களப்பிரர், மாலவன், சோழர், பாண்டிய மன்னர்களை சிம்மவிஷ்ணு வீழ்த்தினான் என காசக்குடிச் செப்பேடுகளில் கூறப்படுகிறது. மாலயன் என்பவன் திருக்கோயிலூரை ஒட்டியுள்ள மலைநாட்டு ஆட்சியாளன். மலஞ்ச மானுடன் அடையாளப்படுத்தப்படுகிறான். மாலவன் மாலவராயனாக இருந்திருக்கலாம். இக்காலத்தில் களப்பிரர், தம் தலைநகரை காவேரி மீதுள்ள ஊரக புராவில் வைத்திருந்தனர். இவ்வரசுகளின் மீதான வெற்றி காரணமாக சிம்மவிஷ்ணு, உலகின் சிங்கம் என்று பொருள்படும் அவனிசிம்மன் பட்டத்தைப் பெற்றிருக்க வேண்டும்.

வைணவனாகிய அவன் பிராமணிய மதத்திற்கு ஆதரவளித்தான். பிராமணர்களுக்குத் தாராளமாய் உதவினான். (ம) அவனது மகன் மகேந்திர வர்மன் என்பதெல்லாம் அங்குள்ள கல்வெட்டுகள் மூலம் நிரூபணம் செய்யப்பட்டுள்ளன. அவன் குகைக் கோவில் எடுப்பித்தலையும் சிற்ப வளர்ச்சியையும் முன்னெடுத்தான். தன் ஆட்சிக்காக இறுதியில் கங்கர் அரசின் உள்நாட்டுப் போரில் அவன் தலையிட்டதாகத் தோன்றியது. ஆனால் அவன் ஆதரித்த இளவரசன் போரில் தோற்றான். இதனால் கங்கர் விரோதம் கொண்டனர். இத்தோல்வி ஏற்பட்டாலும், சிம்மவிஷ்ணுவின் ஆட்சிக்காலம் கலைகளிலும் சமாதானங்களிலுமான பருண்மையான சாதனைகளுக்கும் குறிப்பிடத்தக்கதாய் விளங்கிற்று.

முதலாம் மகேந்திர வர்மன் (கி.பி. 610- 630)

மகேந்திர விக்ரமன் என்றும் அறியப்பட்ட மகேந்திரவர்மன் கி.பி. 610 இல் அரியணை ஏறி, இருபதாண்டுகள் ஆட்சி புரிந்தான். மதம், கலை மற்றும் பண்பாட்டிற்குக் கணிசமான பங்களிப்புகள் செய்து தன் பிரதேசத்தை கீர்த்திமிக்கதாக ஆக்கினான். எனினும் போரில் அவன் தோல்வியாளனே! ஆனால் சக்திமிக்க எதிரிகளிடமிருந்து நாட்டின், பெரும்பகுதியைக் கட்டிக்காத்தான்.

இக்காலகட்டம், தென்னிந்தியாவில் மேலாண்மை பெறுவதற்காக, காஞ்சிப் பல்லவருக்கும் வாதாபிச் சாளுக்கியருக்கும் இடையிலான கடுமையான போட்டிக்காகக் குறிப்பிடத்தக்கது. நிலத்திலும் நீரிலும் இருவருமே மாபெரும் சக்திகள். அவர்களிடையே கங்கர்கள் உண்டு. அவர்கள் வழக்கமாக சாளுக்கியருடன் அணி சேர்ந்தனர். பல்லவர் வடக்கு நோக்கித் தம் விரிவாக்கத்தைச் செய்திடும் பேராசை மிகுந்திருக்க, சாளுக்கியர் தெற்கு நோக்கிய விரிவாக்கத்திற்கு ஆசைப்பட்டதால், மோதலுக்கான காரணம் அரசியலாகியிருந்தது. மேற்குச் சாளுக்கியரில் ஆற்றல்மிகு மன்னனான இரண்டாம் புலிகேசி, ஹர்ஷவர்தனனின் படையைத் தோற்கடித்து, நர்மதை ஆற்றினை தன் வடக்கு எல்லையாக்கினான் என அய்யஹொளே கல்வெட்டில் பதிவுள்ளது. இவ் வெற்றிக்குப் பின் அவன் தெற்கில் பல்லவருக்கு எதிராகத் திரும்பினான். இம்முயற்சியில் கீழைச் சாளுக்கியரும் கங்கரும் அவனுக்குத் துணை நின்றனர். முன்னேறி வந்து கொண்டிருந்த படைகள் வேங்கியைக் கைப்பற்றி காஞ்சிக்கு நெருங்கி வந்தது. எனினும் காசாக்குடிச் செப்பேடுகள் பதிவு செய்வது போல, பல்லவர்கள் புள்ளலூரில் பகைவரைத் தோற்கடித்தனர். காஞ்சி காப்பாற்றப்பட்டது. ஆனால் அவ்விரு அரசுகளுக்கு இடையிலான நீடித்த மோதலின் ஆரம்பத்தை அது குறித்தது. தன் அரசினைக் காப்பாற்றிய மகேந்திரவர்மன், கலாச்சார நடவடிக்கைகளை முன்னேற்றுவதில் தன்னை அர்ப்பணித்துக் கொள்ள முடிந்தது.

மகேந்திரவர்மனின் ஆட்சிக்காலம் மதமாற்றங்கள், மறுமாற்றங்களால் அடையாளம்கொண்டு, ஏராளமான மதப்பிரிவுகளின் வளர்ச்சியினைக் கண்டது. இக்காலத்தில் சைவம், வைணவம், சமணம் மற்றும் பௌத்தம் மக்கள் செல்வாக்குப் பெற்றிருந்தன. மதத்தின் பெயரால் பூசலைப் பரப்ப முன்வந்தவன் எள்ளி நகையாடப்பட்டதாக மத்தவிலாசப் பிரகசனத்தில் குறிப்பிடப்படுகிறது. ஆனால் நடைமுறையில் அப்படி இருக்கவில்லை. மகேந்திரவர்மன் சமணத்திலிருந்து சைவத்துக்கு மாறியவன், அவனை மதம் மாற்றிய அப்பரே, சமணத்திலிருந்து மாறி வந்தவர்தான். தன் மதமாற்றத்திற்குப் பின் மன்னன் சமணரை வதைத்தான். அவன் சமணப் பள்ளிகளைத் தகர்த்து, அங்கிருந்த பொருட்களை இந்துக் கோயில்களின் கட்டுமானத்திற்குப் பயன்படுத்தினான் என்று கூறப்படுகிறது. வதைபடுவதிலிருந்து தப்புவிக்கும் பொருட்டு, சமணர்கள் அடிக்கடி ஒரு மலையிலிருந்து இன்னொன்றுக்கு வெளியேறினர்.

இந்து மதத்திற்கு மாறியதிலிருந்து மகேந்திரவர்மன், வழிபாட்டிடங்களின் வளர்ச்சிக்காக தன் ஆட்சிக்காலத்தை செலவிட்டான். மகேந்திரபாணி கட்டிடக் கலை என்றழைக்கப்பட்டதை அபிவிருத்தி செய்தான். செங்கல், மரம் மற்றும் சாந்தில்லாமல் பாறைகளைக் குடைந்து பிரம்மா, விஷ்ணு மற்றும் சிவனுக்குக் கோயில்கள் எடுப்பித்ததாக அவன் மண்டகப்பட்டிலுள்ள கல்வெட்டில் கூறிக்கொண்டான். இது மரபிலிருந்து புரட்சிகரமான விலகலைக் குறித்தது. அதன்படி, மண்டகப்பட்டு, மாமண்டூர், மகேந்திரவாடி, திருச்சிராப்பள்ளி மற்றும் பல்லாவரத்தில் குடைவரைக் கோயில்கள் எழுப்பியவன் அவனாவான். பல்லாவரத்திலுள்ள பஞ்ச பாண்டவ குகைக் கோயிலும், காஞ்சி ஏகாம்பர நாதர் கோவிலின் தூண்களும், அவனுக்குரியனவாகக் கூறப்படுகிறது. இக்காலகட்டச் சிற்பம் நடன மங்கையர், துவாரபாலகர் மற்றும் அவதாரங்களால் அடையாளம் பெறுகின்றது. நேர்த்திக்காகவும், நிஜத்தன்மைக்காகவும் இவை குறிப்பிடத்தக்கவை. குடுமியான் மலையிலும் திருமயத்திலுமுள்ள இசைக் கல்வெட்டுகளும் இக்காலத்தனவாகக் கூறப்படுகின்றது. குகைக் கோவில்களின் கல்வெட்டுகளும் வண்ண ஓவியங்களும் இக்கலைகளில் அடைந்திருந்த முன்னேற்றத்தை பிரதிபலிக்கின்றன.

மகேந்திரவர்மன் ஓர் அறிஞன் மற்றும புலவர்களின் புரவலன். நகைச்சுவைக்குப் பெயர் பெற்ற மத்தவிலாசப் பிரகசனத்தையும் பாகவதாஜிக்கியம் என்பதையும் அவன் எழுதினான். மத்தவிலாசப் பிரகசனம் புத்த துறவிகளைப் பரிகசிப்பதாக இருப்பதால், மதம் தொடர்பான மக்களின் சமூக வாழ்வை உறுதிப்படுத்துவதாக கருதப்படுகிறது. ஓவியம் குறித்த விளக்கவுரையான தட்சிணசித்ரா அவனது தூண்டுதலால் எழுதப்பட்டது என நம்பப்படுகிறது. அத்துடன் புலவர்களுக்கும் வால்மீகி போன்ற இசைவாணர்களுக்கும் தன் ஆதரவை அளித்தான்.

மகேந்திரவர்மன் பன்முகம் கொண்ட சாதனையாளன் என்பதை இப்படைப்புகள் உணர்த்துகின்றன. அச்சாதனைகள் அமைதியின் கலைகளிலேதானே ஒழிய போரில் இல்லை. அவன் மேலைச் சாளுக்கியரிடம் நாட்டின் ஒரு பகுதியை இழந்திருந்தாலும், தமிழ்நாட்டில் தன் பிரதேசத்தின் மீது ஆட்சியின் பிடியை கைக்கொண்டிருந்தான். பாசனத்திற்காக சித்திரமேகா மற்றும் மகேந்திரவாடி ஏரிகளை அவன் வெட்டினான் என நம்பப்படுகிறது. எனினும் அவன் மக்களிடமிருந்து விலகியிருந்தான் என்பதை மறுதலிக்க இயலாது. அவன் செய்தவையெல்லாம்

தெய்வங்களுக்கும் பிராமணர்களுக்கும் சமஸ்கிருதத்துக்கும் தானே ஒழிய, பொதுமக்களுக்கும் தமிழ் மொழிக்குமாக அல்ல. உண்மையில் தன் நாட்டில் நிதியாதாரங்களை வெறிகொண்ட தன் கனவுகளைப் பின்தொடர்வதிலும் மற்ற மதப் பிரிவுகளை வதைப்பதிலுமே அவன் செலவிட்டான். இதன் காரணமாக நாட்டின் அமைதி பாதிப்புக்குள்ளானது.

முதலாம் நரசிம்மவர்மன் (கி.பி. 630 -668)

மகேந்திரவர்மனின் மகனும் வாரிசுமான நரசிம்மவர்மன் மிகப் பெரும் பல்லவ மன்னன் ஆவான். ஒரு வெற்றியாளனாகவும் இந்து மதத்தின் புரவலனாகவும் கோயில் முதலானவற்றை நிர்மாணிப்பவனாகவும் அவன் தன்னைச் சிறப்பித்துக்கொண்டான். மாமல்லன் என்றும் வாதாபி கொண்டான் என்றும் பரவலாக அறியப்பட்டுள்ள அவன், தன் அரசை விரிவுபடுத்தினான். ஆற்றல்மிகு கடற்படையை வளர்த்தெடுத்தான். குகைக்கோயில் எடுப்பித்தலை முன்னெடுத்தான் மற்றும் வைணவத்தின் வளர்ச்சியை ஊக்குவித்தான். திறமைசாலியான இம்மன்னனின் ஆட்சியின் கீழ் பல்லவர்கள் தம் கீர்த்தியின் உச்சத்தை எய்தினர்.

அவனது ஆட்சிக்கால ஆரம்பத்தில், மேலைச் சாளுக்கியர்கள் கங்கர்களுடன் சேர்ந்து தொண்டைமண்டலத்திற்குப் படையெடுத்துவந்தனர். இரண்டாம் புலிகேசியின் படை காஞ்சிக்கு முன்னேற, மணிமங்கலத்தில் பல்லவர்கள் கடுமையான தாக்குதல் தொடுத்தனர். இவ்வெற்றி கூரச் செப்பேடுகளில் விவரிக்கப்படுகிறது. இத்துடன் நில்லாமல், தன் தளபதி பரஞ்சோதி தலைமையில் எதிர்ப்படையெடுப்பை நிகழ்த்தினான் நரசிம்மவர்மன். இப்படை சாளுக்கியரை சுரமலாவில் வென்று, அவர்தம் தலைநகர் வாதாபியை தகர்த்தது. இவ்வெற்றி பற்றிய சாசனம் ஒன்றினை வாதாபியில் பொறித்துவிட்டு, போர்ப்பரிசாக வாதாபியின் கணபதி பிரதிஷ்டையுடன் திரும்பிற்று படை. பல்லவரின் இப்படையெடுப்பு வளர்ந்து வந்த சாளுக்கிய அதிகாரத்தைக் கட்டுப்படுத்தி, தொண்டை மண்டலத்தைக் காப்பாற்றிற்று. ஆயினும் இதனால் சாளுக்கியப் படையெடுப்பின் மிரட்டலை அகற்ற முடியவில்லை. தென்பகுதியிலான தன் ஈடுபாடுகளால், சாளுக்கிய அதிகாரத்தை அழித்தொழித்திடும் முயற்சியை நரசிம்மவர்மன் மேற்கொள்ளாது இருந்திருக்கக்கூடும்.

இலங்கைத் தீவில் தன் கூட்டாளி மானவர்மனுக்கு ஆதரவாக நரசிம்மவர்மன் ஓர் உள்நாட்டுப் போரில் தலையிட்டான். மானவர்மன் அத்தீவிலிருந்து துரத்தியடிக்கப்படவே, தொண்டை மண்டலத்தில் அடைக்கலம் புகுந்தான். பல்லவரின் வடதிசைப் படையெடுப்பில் அவர்களுக்குத் துணைநின்று, தன் அரசை மீட்டிட அவர்கள் உதவியை நாடினான். கடற்படையை வலுப்படுத்திய பல்லவர், யுத்த ஆயத்தமாக துறைமுகமான மாமல்லபுரத்தை கடல் வணிக மையமாக ஆக்கினர். அதன்படி, சாளுக்கியரின் மீதான வெற்றிக்குப் பின்னர், நரசிம்ம வர்மன் இரண்டு படையெடுப்புகளை நிகழ்த்தினான். முதல் படையெடுப்பில் தோற்று, இரண்டாவதில் இலங்கைப் படையை தோற்கடித்தான். மானவர்மன் அரியணையை மீண்டும் பெற, பல்லவர் செல்வாக்கு அத்தீவில் நிலைபெற்றது.

சாளுக்கியரால் ஏற்படுத்தப்பட்ட சூழல் மற்றும் இலங்கைப் படையெடுப்பு ஆகியவற்றை சாதகமாக்கிக்கொண்ட பாண்டியர்கள் மதுரைப் பிரதேசத்தில் தம் மேலாண்மையை நிலை நிறுத்தினர். காவேரிக்கு முன்னேறிச் சென்ற பாண்டியரின் படைகள் உறையூர்ச் சோழரின் படைகளை வென்றன. அப்புறம் அரச குடும்பங்களுக்கிடையிலான திருமண உறவின் மூலம் அவர்கள் சோழரை வென்றனர். இரு படைகளும் இணைந்து பல்லவரை எதிர்த்துப் போரிட்டு சங்கர மங்கையில் தோற்கடித்தன. நரசிம்மவர்மன் அப்படைகளைத் திருப்பியடித்திட முற்பட்டான். ஆனால் அவன் வென்றதாகத் தெரியவில்லை. அவனது ஆட்சிக் கால இறுதியில், வாதாபியில் நடந்த உள்நாட்டுப் போரில் குறுக்கிட்டான். ஆனால் கங்கர் எதிரிமுகாமை ஆதரித்ததால், அங்கும் தோற்றான். நாட்டில் நிலவிய கடும்பஞ்சம், பாண்டிய சாளுக்கியப் படைகளுக்கு எதிரான சண்டையில் சரிவுகளுக்குக் காரணமாயிருக்கக் கூடும்.

இருந்தபோதிலும், வணிகத்தை முன்னேற்றியதிலும் ஆலயங்களை நிர்மாணித்ததிலும் நரசிம்மவர்மன் குறிப்பிடத்தக்கவனாயிருந்தான். இதனால் நகரங்கள் எழுந்தன. காஞ்சி மிகப்பெரிய நகரமாகவும் மாமல்லபுரம் பெரிய வணிக மையமாகவும் விளங்கின. நரசிம்ம வர்மன் காலத்தில் தென்னிந்தியாவுக்கு வருகை புரிந்த சீனப்பயணி யுவான் சுவாங், 11 கி.மீ. சுற்றளவும் சுமார் 80 ஆலயங்களும், 100 மடாலயங்களுமுடைய நகரமாய் காஞ்சி இருக்கக் கண்டார். வெவ்வேறு பிரதேசங்களிருந்தான கப்பல்கள் மாமல்லபுரத்துக்கு வந்தன. நிலம் பண்படுத்தப்பட்டு வளப்பமாயிருந்தது என்றும் மக்கள் தீரமிக்கவர்களாவும், நம்பகமானவர்களாகவும் இருந்தனர் என்றும் அச்சீனப் பயணி குறிப்பிட்டிருந்தார்.

நரசிம்மவர்மன் வைணவனாக இருந்த போதும் சைவத்திற்கு ஆதரவளித்தான். அது நாயன்மார்கள் என்றழைக்கப்பட்ட சைவ முனிவர்கள் காலமாகும். அப்பர் சம்பந்தர் சுந்தரர் போன்றோர் அவர்களில் அடங்குவர். இந்து மத அமைப்பாக சைவம் எழுச்சி பெற்றதால், பௌத்தம் நலிந்தது. வதைக்கப்பட்டாலும், சமணத்தின் திகம்பரப் பிரிவு தொடர்ந்து செல்வாக்குப் பெற்றிருந்தது. சமணப் பள்ளிகள் மக்களுக்குக் கல்வி வழங்கின. தன் மதத்திற்கு ஆதரவாக நரசிம்மவர்மன், திருச்சிராப்பள்ளி, குடுமியான் மலை, நாமக்கல், திருமயம் போன்ற இடங்களில் குகைக் கோயில்களை வெட்டினான். இக்காலக் குகைக் கோயில்கள் அலங்கார வளைவுகளாலும் நேர்த்தியான தூண்களாலும், அடையாளப்படுத்தப்படுபவை. மகாபலிபுரத்திலுள்ள தர்மராஜா ரதம் அவனது ஆட்சிக்காலத்திற்குரியதாகக் கூறப்படுகிறது. இரதங்களும், மண்டபங்களும், குகைக் கோயில்களும், மகாபலிபுரத்தை ஒரு கலையரங்காக முன்வைத்தன. அவனது இறுதி ஆண்டுகள் இராணுவச் சரிவுகளைக் கொண்டிருப்பினும், சண்டை மற்றும் சமாதானத்திலான தனது பருண்மையான சாதனைகள் வாயிலாக, நரசிம்மவர்மன் தன்னை உயர்ந்தவனாக ஆக்கிக் கொண்டான். யுத்தம் நடத்துவது, பிராமணருக்கு உதவுவது மற்றும் ஆலயத்தை நிறுவுவது என்று அரசின் நிதியைத் திருப்பிவிட்டது, குடியானவர்களைப் பாழடித்து பஞ்சத்திற்கு இட்டுச் சென்றதை மறுக்க முடியாது.

பல்லவர் - சாளுக்கியர் மோதல்

கி.பி. ஏழாம் நூற்றாண்டில் தென்னிந்தியாவில் பல்லவரும் சாளுக்கியரும் இரு பெரும் அரசுகளாக விளங்கினர். இருவருமே இந்து அரசுகளாக, ஒரே பண்பாட்டுப் பாரம்பரியத்தைப் பகிர்ந்துகொண்டு, ஆனால் இணக்கமான உறவுகளின்றி இருந்தனர். ஒருவர் தெற்கு நோக்கியும், மற்றவர் வடக்கு நோக்கியும் கொண்டிருந்த பிரதேச விரிவாக்கக் கொள்கை, அவர்களை மோத வைத்தது. இவ்வரசுகளுக்கிடையே கங்கர், கடம்பர், அலம்பரர், மயூரர் என்னும் சிறிய அரசுகள் இருந்தன. எதிரெதிரான அரசுகள் அவர்களின் பிரதேசங்களில் தலையிட்டு, தத்தமது ஆளுகைகளின் கீழ் கொண்டுவர முற்பட்டன. இவ்வாறான விரிவாக்கக் கொள்கை, தென்னிந்தியாவில் அரசியல் மேலாதிக்கத்தை இலக்காகக் கொள் ளவே, சிறிய அரசுகளின் விவகாரங்களில் அவர்களின் குறுக்கீடு, இவ்விரு அரசுகளையும் நீடித்த யுத்த நிலைக்குக் கொண்டுவந்தது.

ஏழாம் நூற்றாண்டில் தொடங்கிய மோதல், மூன்று நூற்றாண்டுகளுக்குத் தணியாது நீடித்தது. தக்காணத்தில் சில ஆட்சியாளர்களின் கூட்டினை ஒடுக்கிய பிற்பாடு, இரண்டாம் புலிகேசி பல்லவ நாட்டிற்குப் படையெடுத்துச் சென்று காஞ்சிக்கு மிரட்டல் விடுத்தான். காசக்குடிச் செப்பேடுகள் கூறுவது சரியாயின், பல்லவ மன்னன் மகேந்திரவர்மன் தன் எதிரிகளை வென்று, தலைநகரைக் காப்பாற்றினான். சாளுக்கியரின் இரண்டாம் படையெடுப்பும் காஞ்சிக்கு முன்னேறிற்று. ஆனால் புள்ளலூரில் தோற்றது. இளவரசன் நரசிம்மவர்மனால் தலைமை தாங்கப்பட்ட படை வென்று காஞ்சியைக் காப்பாற்றியது. எனினும் பல்லவரின் வடபுலங்களின் கட்டுப்பாட்டினை சாளுக்கியர் தக்கவைத்துக்கொண்டனர்.

கி.பி. 630வாக்கில் முதலாம் நரசிம்மவர்மன் ஆட்சிப் பொறுப்பேற்றபிறகு, இரண்டாம் புலிகேசி பல்லவ அரசினை இணைத்துக்கொள்ள இன்னொரு முறை முயன்றான். காஞ்சிக்கு அருகாமைவரை வந்த புலிகேசிக்கு பல்லவர்கள் மணிமங்கலத்தில் பலத்த அடி தந்தனர். இச்சண்டையில் இலங்கையின் மானவர்மன் பல்லவருடன் அணிசேர்ந்திருந்தான். பின்வாங்கிச் சென்ற சாளுக்கியப் படை, பரியாளத்திலும், சூரமாரத்திலும் நடந்த சண்டைகளில் பெரிதும் பாதிப்புற்றது என கூரத்துச் செப்பேடுகளும் வேலூர் பாளையத்துச் செப்பேடுகளும் சுட்டிக்காட்டுகின்றன. இவ்வெற்றிகளால் ஊக்கம் பெற்ற பல்லவப் படை சாளுக்கிய நாட்டுக்குச் சென்றது. அது வாதாபியைத் தகர்த்து தன் சாகசங்களைப் பொறித்த வெற்றித் தூணை நிறுவி பெரும் செல்வத்துடன் திரும்பிற்று. சாளுக்கிய பிரதேசத்தின் மீதான கட்டுப்பாட்டினை பல்லவர்கள் தக்கவைத்திருந்ததாகத் தெரிகின்றது. ஆனால் தம் அதிகாரத்தை நிலைநாட்டுவதில் வெற்றி பெறவில்லை. இந்நிலைமை மேலைச் சாளுக்கியர் தம் செல்வாக்கைத் திரும்பப் பெறுமாறு உதவிற்று. இரண்டாம் புலிகேசியின் இரு புதல்வர்களுக்கிடையிலான உள்நாட்டுப் போரினால், சாளுக்கியரிடமிருந்து உடனடி மிரட்டல் எதுவும் இல்லாதிருந்தது. பல்லவர்கள் அவர்களில் ஓர் இளவரசனை ஆதரிக்க கங்கர்கள் ஆதரித்த இன்னொரு இளவரசனான விக்கிரமாதித்தன் அவர்களைத் தோற்கடித்தான். வெற்றிபெற்ற விக்ரமாதித்தன் பல்லவருக்கு எதிரான சண்டையைப் புதுப்பித்தான்.

காஞ்சியில், இரண்டாம் மகேந்திரவர்மன் கி.பி. 668இல், தன் தந்தை நரசிம்மவர்மனுக்குப் பின் பொறுப்பேற்றான். மேலைக்

கங்கரின் ஆதரவுடன் முதலாம் விக்கிரமாதித்தன் பல்லவ அரசிற்குள் படையெடுத்து வந்தான். இரண்டாம் மகேந்திர வர்மன் தலைநகரினை விட்டு ஓடினான் அல்லது யுத்தத்தில் மடிந்தான். சிக்கலான இத்தருணத்தில், இரண்டாம் மகேந்திர வர்மனின் மகன் பரமேஸ்வரவர்மன் (கி.பி. 669 -690) அரியணை ஏறினான். அவன் போராட்டத்தைத் தொடர்ந்தான். ஆனால் சரிவுகளைக் கண்டான். காஞ்சிக்கு அருகிலுள்ள மல்லியூரில் நிகழ்ந்த கடும் சண்டையில் பல்லவர்கள் மோசமாகத் தோற்றனர். காஞ்சியை ஆக்கிரமித்துக் கொண்ட சாளுக்கியர் நகரைக் கொள்ளையிட்டனர். அப்புறம் தன் படைகளைத் திரட்டிக் கொண்ட பரமேஸ்வரவர்மன் சாளுக்கியரைப் பழிவாங்கத் தீர்மானித்தான். இன்னொரு சண்டையில், உறையூருக்கு அருகே பல்லவர்கள் அவர்களைத் தோற்கடித்தனர். தன் படையினர் பலரை இழந்த விக்கிரமாதித்தன் பின்வாங்கினான். இதனால் பரமேஸ்வரவர்மன் காஞ்சியையும் நெல்லூர் வரையிலான பிரதேசத்தையும் திரும்பப் பெற்றுக்கொண்டான். அப்புறம் போராட்டத்தில் ஒரு தொய்வு வந்தது. பகையரசுகள் போரினால் நாசமாக்கப்பட்ட தம் அரசுகளை மறுகட்டுமானம் செய்வதில் தம்மை ஈடுபடுத்திக் கொண்டன. முதலாம் விக்கிரமாதித்தனின் பேரன் இரண்டாம் விக்கிரமாதித்தன் திறமைசாலியான இளவரசன் ஆவான். அவன் சாளுக்கியர் இழந்த கீர்த்தியைத் திரும்பப்பெற முடிவெடுத்தான். இழந்த பிரதேசங்களில் மறுவெற்றிகண்டபின், அவன் பல்லவரைத் தோற்கடித்து, காஞ்சிக்குள் நுழைந்தான். பரமேஸ்வரவர்மன் போரினைத் தொடர்ந்தான். ஆனால், பல்லவர் தேசத்திலிருந்து சாளுக்கியரை அகற்ற முடியாது தோற்றுப் போனான். போரில் ஏற்பட்ட தோல்வி பல்லவரின் நலிவுக்கு இட்டுச் சென்றது.

மேலைச் சாளுக்கியருக்கும் பல்லவருக்கும் இடையிலான மோதல்கள் அதிர்ஷ்டங்களின் மாற்றத்தை அடையாளப்படுத்தின. இரு அரசுகளுமே தொடர்ச்சியான போரில் சிக்கிக்கொண்டன. பிரதேசங்கள் ஆக்கிரமிக்கப்பட்டன அல்லது இல்லாது போயின. பல்லவர் தம் கீர்த்தியின் உச்சத்தில் வாதாபியைத் தகர்த்துவிட, சாளுக்கியர் காஞ்சியைக் கொள்ளையிட்டனர். சாளுக்கியர் திரும்பத்திரும்ப மேற்கொண்ட படையெடுப்புகளால் காஞ்சி மிக மோசமாகப் பாதிப்புக்குள்ளானது. எனினும் இப்போது பகையரசுகளின் வல்லமையை நடுநிலைப்படுத்திற்று. மண்டல அரசுகளுக்கும் மேலாக அவை வளர்ந்து வருவதினின்றும் தடுக்கப்பட்டன. அவர்தம் பகைமை, தக்காணத்தில் இராட்டிரகூடர்கள் மற்றும் தென்னிந்தியாவில் சோழர்கள்

எழுச்சிக்குக் காரணமாயிற்று. கீழ்நிலைச் சக்திகள் எழுச்சிகொண்டு முன்னுக்கு வரும் வகையில், பகையரசுகள் அரசியல் களத்திலிருந்து வெளியேறின.

கி.பி. 885இல் ஸ்ரீபுறம்பியத்தில் நடந்த போர் பல்லவர் மறைவு என்னும் நிகழ்ச்சிப் போக்கினைத் துரிதப்படுத்திற்று. கி.பி. 875 வாக்கில் இரண்டாம் நந்திவர்மன் இறக்கவும், அவனது மகன் நிருபதுங்கன் ஆட்சியிலமர்ந்தான். ஆனால் அவனது சகோதரன் அபராஜிதன் அரியணைக்குப் போட்டியிட்டான். சோழரும் கங்கரும் அபராஜிதனை ஆதரிக்க, பாண்டியர் நிருபதுங்கனை ஆதரித்தனர். கும்பகோணம் அருகே ஸ்ரீபுறம்பியத்தில் நடந்த போரில் அபராஜிதனால் தலைமை தாங்கப்பட்ட பல்லவர், பாண்டியரின் கூட்டுப் படையை வீழ்த்தினர். இரு தரப்பினரும் திரும்பப் பெற இயலாது போயிற்று. முதலாம் ஆதித்தனால் தலைமை தாங்கப்பட்ட சோழர்கள், சந்தர்ப்பத்தைச் சாதகமாய் பயன்படுத்திக் கொண்டு, அபராஜிதனைத் தோற்கடித்து, பல்லவப் பிரதேசங்களின் கட்டுப்பாட்டினைத் தக்கவைத்துக் கொண்டனர். இது பல்லவ அரசின் இறுதியைக் குறித்தது. பல்லவரின் நலிவை ஏற்படுத்திய காரணிகள், களப்பிரர், பாண்டியர், சோழர் மற்றும் சாளுக்கியருடனான தொடர்ச்சியான போர்கள் மற்றும் மதத்தில் ஆழ்ந்து போனது ஆகும். இவை மக்களின் பொருளாயத நலன்களைப் புறக்கணித்து, மதம் சார்ந்த சித்திரவதையாலோ நிர்வாகத்துடன் மக்களைத் தொடர்புகொள்ளச் செய்ய முடியாததாலோ அவர்களை அந்நியமாதலுக்கு இட்டுச் சென்றன. பிராமணிய அரசென்ற வகையில் மக்களின் நம்பிக்கையினையும் ஆதரவையும் பெற அவர்கள் ஒன்றுமே செய்யவில்லை.

கி.பி. ஆறிலிருந்து ஒன்பதாம் நூற்றாண்டு வரையிலும், கிருஷ்ணா நதியிலிருந்து காவேரி வரை விரிந்திருந்த பெரும் பிரதேசத்தை, பெரும் பகுதியான காலத்திற்கு பல்லவர்கள் ஆட்சி செலுத்தினர். பாண்டியராலும் சாளுக்கியராலும் மேற்கொள்ளப்பட்ட தலையீடுகளால், தெற்கிலும் வடக்கிலும் அவர்கள் தம் பகுதிகளை இழந்தனர். ஆட்சியாளர்கள் ஆரியமயமான திராவிடர்களாயிருக்க, மக்களோ திராவிட இனக்குழுவினராக, பெரிதும் தமிழராயும் தெலுங்கராயும் இருந்தனர். சமஸ்கிருதப் பண்பாட்டின் பிரதிநிதிகள் என்ற வகையில் அவர்கள், பிராமணியச் சம்பிரதாயங்களையும் நடைமுறைகளையும் முன்னெடுத்தனர். இதனால், திராவிடர் வாழ்க்கை முறை மீது அதிகரிக்கும் ஆரியப் பண்பாட்டின் தாக்கத்தை

பல்லவர்காலம் கண்ணுற்றது. இந் நிலைமை பல்லவரைப் பலவீனப்படுத்திற்று.

அரசியலமைப்பு, சமூகம் மற்றும் பண்பாடு

அரசியலமைப்பு

பல்லவரின் அரசியல் அமைப்பு மௌரிய குப்த அமைப்புகளின் பல கூறுகளைக் கொண்டிருந்தது. அரசனின் பொறுப்பு, அமைச்சரவை, நாட்டினை மண்டலங்களாகப் பிரித்தது, நிர்வாக அமைப்பு என்பன மௌரிய குப்தர்களின் நடைமுறைகளுக்கு இணையாயிருந்தன. உண்மையில், ஜயஸ்வால் குறிப்பிட்டுள்ளது போல், குப்தரின் சமஸ்கிருதப் பண்பாட்டின் பிரதிநிதிகளாகவே பல்லவர் இருந்தனர். சிவனின் வாகமான எருது அரசின் இலச்சினையாக எடுத்துக் கொள்ளப்பட்டது. தலைநகர் காஞ்சி எண்ணற்ற ஆலயங்களாலும் பிற சின்னங்களாலும் நிறைந்திருந்தது. இவையெல்லாம் பிராமணிய அமைப்பின் செல்வாக்கால் ஏற்பட்டவை எனப்படுகிறது. இருந்தும் மரபான தாக்கங்களையும் மறுப்பதற்கில்லை.

தெய்வீக உரிமை கோரிய மன்னன் அறுதியான அதிகாரங்களைப் பிரயோகித்தான். நிர்வாக, இராணுவ, நீதித்துறை அதிகாரங்களை ஒன்றிணைத்துத் தன்னிடத்தே கொண்டவனாக, அரசின் தலைவனாய் அவனிருந்தான். அவன் தன் விருப்பப்படி அமைச்சர்களையும் படைத்தலைவர்களையும் நியமித்தான். மக்களிடமிருந்து வரிவசூலித்தான். அதற்கு நீதித்துறை அதிகாரங்களைப் பயன்படுத்தினான். இருப்பினும், நிஜமோ கற்பனையோ, மரபுகளின்படி அவை மேற்கொள்ளப்பட்டன. பிரம்மனின் சந்ததிகள் என்று கூறிக்கொண்ட பல்லவர், ஆட்சிக்கான வாரிசுரிமையினை ஆண்வழியில் கொண்டிருந்தனர். மக்களை அடிமைப்படுத்தி அவர்கள் உல்லாசமாய் வாழ்ந்தனர்.

நிர்வாக விவகாரங்களில் அமைச்சரவை அரசனுக்கு ஆலோசனை கூறியது. அமேதியர் தலைமை அமைச்சராயிருக்க, புரோகிதர் அல்லது தலைமைப் பூசாரி அமைச்சரவையின் செல்வாக்குள்ள உறுப்பினராயிருந்தார். துறைவாரியான பகுப்பு இல்லாதபோதும், வருவாய், நில அளவை, குடியேற்றம், மற்றும் படைப் பிரிவுகளுக்குச் செயலாளர்கள் பொறுப்பில் நியமிக்கப்பட்டனர். நீதித்துறை உரிய கவனம் பெறவில்லை. எனினும் அதிகரணம் எனப்பட்ட நீதிமன்றங்களும், பஞ்சாயத்துகள் எனப்பட்ட

ஊரக அமைப்புகளும் வழக்குகளை விசாரித்து தமக்கே உரிய விதத்தில் விவகாரங்களைத் தீர்த்து வைத்தன. பாரபட்சம் மற்றும் ஊழலற்ற நீதிமன்றங்கள் பற்றி மத்தவிலாசப் பிரகசனம் கூறுகிறது. பல்லவர்கள் நீதிநூல்களைப் பின்பற்றி சாதி அடிப்படையிலான நீதிகளை கட்டாயப்படுத்தியதால், இது ஏற்புடையதாயில்லை. சட்டத்தின் முன்னே மக்கள் சமமாயில்லை. இதனால் சாதி அடிப்படையிலான ஏற்றத்தாழ்வுகளை நடைமுறைப்படுத்தவும் நலிவுற்ற மக்களை ஒடுக்கி வைக்கவுமான கருவிகளாக நீதிமன்றங்கள் துணைபுரிந்தன.

பல்லவர்கள் வெவ்வேறு வகையிலான வரிகளை வசூலித்தனர். நிலவருவாய் வருமானத்தின் பெரிய ஆதாரமாயிருந்தது. வரியைக் கணக்கிடும் முன்பு நிலங்கள் அளவை செய்யப்பட்டு வகைப்படுத்தப்பட்டன. ஆட்சியாளர்கள் குடியானவர்களிடமிருந்து நிலங்களை அபகரித்து இறையிலியாக பிரம்ம தேயம், தேவதானக் கிராமங்கள் என பிராமணர்களுக்கு அளித்ததால், புறச் சாதியினரான குடியானவர்கள் மேல் வரிச்சுமை விழுந்தது. பிராமணர்கள் கவலைகளின்றி வாழ்ந்தால்தான் சடங்குகளிலும், வழிபாடுகளிலும் தம்மை ஈடுபடுத்திக் கொள்ளமுடியும் என்பதே இதன் கருத்து. அது பிராமணிய அமைப்பில் இருந்ததால், அக்கிரகாரங்கள் அதிகமானால், மேலும் மேலும் பாசுரங்களும் கீர்த்தனங்களும் விண்ணகத்தை எட்டி, ஆட்சியாளர்களுக்குத் தெய்வங்களின் ஆசீர்வாதங்களைக் கொண்டு வரும் என்று நம்பப்பட்டது. இதன் பொருட்டு, பிராமணருக்கு அரசின் ஆதரவு தேவைப்பட்டது. நிலவருவாய் தவிர, அக்கிரகாரங்களைப் பராமரித்திடுவதற்கான வரி, வணிகம் மற்றும் தொழில் மீதான தீர்வைகள், பாசனம், திருமணம் மற்றும் கள் மீதான கலால்வரி போன்ற வரிகளையும் மக்கள் செலுத்த வேண்டியிருந்தது.

பிராமணியப் பண்பாட்டின் பிரதிநிதிகளான, பல்லவர், பெரிதும் நிலத்திற்கு அந்நியராகவே இருந்தனர். மக்களிடத்தே தம் அதிகாரத்தைச் செலுத்த மட்டுமின்றி, பகை அரசுகளிடமிருந்து நாட்டைப் பாதுகாக்கவும் படை தேவைப்பட்டது. மௌரிய குப்த அரசுகளில் இருந்தது போலவே, இராணுவம் தரைப்படை, குதிரைப்படை, தேர்ப்படை மற்றும் யானைப்படை என நான்கு பிரிவுகளைக் கொண்டிருந்தது. இவைதவிர, கடலாதிக்கம் கொண்ட பல்லவர், கடற்படை ஒன்றைப் பராமரித்தனர். கடல்கடந்த சாகசங்களுக்கு அது அடிக்கடி பயன்படுத்தப்பட்டது. குறுநில அரசுகளும் தமக்கான படைகளைக் கொண்டிருந்தன.

போர்க்காலங்களில் அவை மன்னரின் படையுடன் இணைந்து கொண்டன. என்றாலும் தன் சுதந்திரத்தை நிறுவிக்கொள்வதற்கான சந்தர்ப்பங்களுக்காக அவை காத்திருந்தன. இப்போக்கு பகையரசுகளிடத்தே மன்னரின் படைகளை பலவீனமானதாயும் எளிதில் தோற்கக் கூடியதாகவும் ஆக்கின.

பல்லவர்கள் நிர்வாக வசதிகளுக்காக தம் நாட்டினை மண்டலங்களாகவும், மாவட்டங்களாகவும் கிராமங்களாகவும் பிரித்தனர். மண்டலம் கோட்டம் எனவும், கிராமம் ஊர் எனவும் அழைக்கப்பட்டது. அரச குடும்பத்தினரும் செல்வாக்குள்ள பிரபுக்களும் வைஸ்ராய்களாகவும் ஆளுனர்களாகவும் விளங்கினர். தேவதான கிராமங்களும் பிரம்மதேய கிராமங்களும் பிராமணக் குடியேற்றங்களாகும். இரண்டாம் மகேந்திரவர்மன் கிராமங்களின் நிர்வாகத்துடன் உள்ளூர் மன்றங்களைத் தொடர்புப்படுத்திய சிறப்புக்குரியவனாக இருந்தான். உள்ளூர் நிர்வாகப் பொறுப்பில் ஊர்களின் ஊரவையும், கிராமங்களின் சபாக்களும் இருந்தன. ஊரவையின் துணைக்குழுக்கள் வாரியங்கள் என்றும் சபாக்களின் துணைக் குழுக்கள் சமூகங்கள் என்றும் அழைக்கப்பட்டன. எனினும், ஊரவையும், சபாவும், உள்ளூர் மக்களின் பிரதிநிதியன்று. சமூகப் பிரிவினைகளும் சாதியத் தனித்தன்மைகளும் சமமான பிரதிநிதித்துவத்தில் குறுக்கிட்டதன் காரணமாக இது நிகழ்ந்தது.

சமூக வாழ்க்கை

பிராமணர் கூறிக்கொண்டபடி பல்லவர் வர்ணாச்ரம தர்மத்தை நடைமுறைப்படுத்தினர். மற்றும் சாதியடிப்படையிலான சமூக அமைப்பை அங்கீகரித்தனர். பிராமணர், சத்திரியர், வைசியர், சூத்திரர் என்னும் நான்கு பிரிவினரான மக்கள் இந்தக் கிரமப்படி அந்தஸ்தும் செல்வாக்கும் பெற்றிருந்தனர். இத்தகைய சமூகப் பிரிவினைகள் (ம) தடுப்புகள் பற்றி காசக்குடிச் செப்பேடுகளும் கூரம் பெச்பேடுகளும் பேசுகின்றன. உள்ளூர் மக்கள் தீண்டத் தகாதவர் ஆதலால், இந்நான்கு பிரிவுகளுக்குள் வரவில்லை.

சமூக அமைப்பில் மிக உயரிய இடத்தில் பிராமணர் இருந்தனர். மத ரீதியிலான ஈடுபாடு மட்டுமின்றி அரசியல் ரீதியிலான அதிகாரத்தாலும் அவர்கள் அத்தகைய நிலையை அடைய முடிந்தது. அவர்கள் சைவ வைணவ பிராமணர் (ம) உள்ளூர் வடக்கு பிராமணர் பிற்காலங்களில் பிழைப்புத் தேடி வட புலத்திலிருந்து வந்து குடியேறினவர்கள் - என்று பிரிக்கப்பட்டனர். அவர்தம் நடவடிக்கைகள் மதம் சார்ந்தும் நிர்வாகம் சார்ந்தும் இருந்தன.

புரோகிதர்களாக அவர்கள் பூஜைகள், வேள்விகள் செய்தனர். கோயில் பூஜைகள் சீராக நடப்பவையாக இருக்க, வேள்விகள் அவ்வப்போது நிகழ்ந்தன. ஏனெனில் அஸ்வமேதம் போன்ற வேள்விகள் (அ) துலாபாரம் போன்ற சடங்குகள் அரிதாகவே மேற்கொள்ளப்பட்டன.

ஆளும் வர்க்கத்தினரான பிராமணர், நிர்வாகத்தில் அமர்த்தப்படும் பெரும் வாய்ப்புப் பெற்றிருந்தனர். அவர்கள் அமைச்சர்களாயும் அரசின் உயரதிகாரிகளாயும் பணியாற்றினர். உரிமைமிக்க சமூகத்தவர் என்ற வகையில் வாழ்வின் அனைத்து வசதிகளையும் அனுபவித்தனர். நிலங்கள் இறையிலிகளாக அவர்களுக்கு அளிக்கப்பட்டன. கொடைகளும் மான்யங்களும் அபரிமிதமாய் தரப்பட்டன. அவர்கள் சென்ற விடமெல்லாம் மரியாதையும் உயர்வும் குவிந்தன. தமிழரிடையே பிரமிப்பை ஏற்படுத்திய மந்திர தந்திர சுலோகங்களிலிருந்து தமது ஆற்றலைப் பெற்றுக்கொண்டு, லகுவானதும் மகிழ்ச்சியானதுமான வாழ்வு நடத்திட, இச்சலுகைகள் அவர்களுக்குத் துணைபுரிந்தன.

பிராமணருக்குக் கீழ்ப்பட்ட நிலையில் சத்திரியரும், வைசியரும் சூத்திரரும் இருந்தனர். சத்திரியர் அதிக எண்ணிக்கையில் இல்லாதபோதும், படைகளுக்கு வீரர்களை அனுப்பி, அரசனுக்காகப் போர் புரிந்தனர். அவர்களது போர்முறை மரபார்ந்ததாயிருந்தது. புதிய முறைகளை மேற்கொள்ளவும் உத்திகளை அபிவிருத்தி செய்யவும் அவர்கள் முக்கியத்துவம் தந்ததாகத் தெரியவில்லை. வைசியர் வணிகர்களாயிருக்க, சூத்திரர், கோயில்கள், அரண்மனைகள், அக்கிரகாரங்கள், படைப்பிரிவு போன்றவற்றில் பல்வேறான வேலைகளைச் செய்பவர்களாக இருந்தனர். தாழ்நிலையில் இருந்தாலும், பாரிய செல்வாக்குப் பெற்றிருந்தனர்.

சாதியமைப்பு மக்களின் பொருளாதார நடவடிக்கையை முறைப்படுத்தி, கட்டுப்படுத்திற்று. உரிமைகள் பெற்ற சாதி, அதிகாரம் செலுத்த, கீழ்நிலைச் சாதிகள் சமூகத்தை நிலைநிறுத்த பாடுபட்டன. இவ்வாறு பிராமணர் மதவியல்அரசியல் பிரபுத்துவத்தை உருவாக்கிக் கொண்டனர். அவர்கள் வாழ்ந்திட வீடுகளும் அவர்தம் தெய்வங்களுக்குக் கோயில்களும் தேவைப்பட்டன. ஆட்சியாளர்களின் பாதுகாப்புக்கும் வசதிகளுக்கும் அரண்மனைகளும் கோட்டைகளும் அவசியமாயின. இந்நிலவரம் கொத்தனார்களையும் கூலிகளையும் கட்டிடக் கலை நிபுணர்களையும் கைவினைக் கலைஞர்களையும் கொண்டுவந்து

சேர்த்தது. அக்கிரகாரங்களுக்கும் ஆலயங்களுக்கும் அரிசி, காய்கறிகள், பால், பூக்கள் எனத் தேவைப்பட்டன.

கோயில் நிலங்களில் பயிர் செய்யவும், பூஜைக்குப் பூக்கொணரவும் பாலுக்காகக் கால்நடை வளர்க்கவும் வேலையாட்கள் நியமிக்கப்பட்டனர். கோயில் (ம) அக்கிரகார நிலங்களின் பாசனத்திற்கு ஏரிகளும் கால்வாய்களும் தேவைப்பட்டன. ஆகவே ஆட்சியாளர்கள் குறிப்பாக முதலாம் மகேந்திரவர்மன் - உரிமை பெற்ற மக்களின் நலனுக்காக, ஆறுகளிலிருந்து கால்வாய்கள் வழிப்பாசனத்தை மேம்படுத்த அக்கறை கொண்டனர். தாழ்வாகக் கருதப்பட்ட மக்கள் உழைப்புச் சக்தியை நல்கினர். மழை போதுமானதாயிருந்த போது அவர்கள் நெல்லும் பருத்தியும் தானியங்களும் விளைவித்தனர். வறட்சி காலங்களில் இடம் விட்டு இடம் பெயர்ந்தனர். பஞ்சத்தால் மடிந்தனர். விவசாயம் தவிர்த்து, நெசவு, தச்சுத் தொழில், உலோக வார்ப்பு (ம) மண்பானை வனைதல் சார்ந்த தொழில்கள் நிலவின. இத்தொழில்களில் ஈடுபட்டவர்கள் இழிவாகப் பார்க்கப்பட்டதுடன், அரசுக்குக் கடுமையான வரிகளும் செலுத்தினர். அவர்தம் சேவைகளுக்கு அங்கீகாரம் இல்லை. தீண்டத்தகாதவர்களைப் போல அவர்கள் தனித்தனிக் கிராமங்களிலோ கிராமங்களின் மூலை முடுக்குகளிலோ வாழ்ந்தனர்.

வியாபாரிகள் வேளாண் தொழிற்பொருட்களை வணிகம் செய்தனர். திருட்டு, கொலை, அபாயங்களிலிருந்து அவர்கள் விடுபட்டு இருக்கவில்லை. நெடுஞ்சாலைக் கொள்ளை, திருட்டுகள் காரணமாக வணிகர்கள் அணிகளாகச் செல்ல வேண்டிய அவசியம் இருந்தது. ஏற்றுமதிகளும் இறக்குமதிகளும் கடல்வணிகத்தை அவசியமாக்கின. அரபு சீன வணிகர்கள் பல்லவருடன் கடல்வணிகத் தொடர்புகள் வைத்திருந்தனர். பொன், வெள்ளி, தாமிரத்திலான நாணயங்கள், எருது மற்றும் இரு கப்பல்களின் லட்சினையுடன் புழக்கத்தில் இருந்தன.

பொதுமக்களின் உணவு உடைப்பழக்க வழக்கங்கள் மிக எளிமையாயிருந்தன. ஏனெனில் வேறுவழியில்லை. அரிசியும் மாமிசமும் மக்களின் உணவாயிருந்தன. செல்வந்தர்கள் பல்வேறு அரிசி வகைகளில் ஆடம்பர உணவு உண்டனர். முரட்டுத்துணிகள் எளியவரைப் போர்த்தியிருக்க, பட்டும் ஆபரணங்களும் செல்வந்தரை அலங்கரித்தன.

பெண்களின் நிலை, சமூகத்திலிருந்து சமூகம், வர்க்கத்திலிருந்து வர்க்கம் வேறுபட்டது. இது பெரிதும் வறுமையினையும்

செல்வத்தையும் சார்ந்திருந்தது. பணக்காரப் பெண்டிர் பொன் வைரம் போன்ற நகைகளால் தம்மை ஒப்பனை செய்துகொள்ள, ஏழை மங்கையர் பனையோலைச் சுருள்களையும், பாசி கிளிஞ்சல்களையும் கொண்டு திருப்தியுற்றனர். மரபுக்கேற்றபடி பெண் தந்தையைச் சார்ந்தும், பின்னர் கணவனைச் சார்ந்தும், அப்புறம் மகனைச் சார்ந்தும், நடத்தப்பட்டாள். இதனால் அவள் ஒருபோதும் சுதந்திரமானவளாயில்லை. பல்லவ சமூகத்திலும் நிலைமை இதுதான். அச்சமூகத்தில் ஏற்பாடு செய்யப்பட்ட திருமணங்களும் இளவயதுத் திருமணங்களும் சாதாரணம்.

ஒரு பெண் ஓர் ஆடவனுடன் திருப்தியுற்றவளாய் இருந்துவிட, ஆண்களைப் பொறுத்தவரை, குறிப்பாக இளவரசர் உள்ளிட்ட பிரபுக்களைப் பொறுத்து அப்படிக் கூற இயலாது.

கட்டிடக் கலையும் கலைகளும்

கோயில் கட்டிடக் கலைக்கும் நுண்கலைகளுக்கும் பல்லவர்கள் செய்த முக்கியமான பங்களிப்புகள், அவர்தம் காலத்தினை வரலாற்றில் நினைவிருத்தக் கூடியதாக ஆக்கியுள்ளன. நிர்மாணங்கள், சிற்பம், ஓவியம் போன்ற கலைகளில் விதவிதமான வடிவங்களையும் பாணிகளையும் அவர்கள் ஆதரித்தனர் (ம) வளர்த்தனர். குகைக் கோயில்கள் கல்ரதங்கள் (ம) நிர்மாணிக்கப்பட்ட கோயில்கள் என்பன அவர்தம் கீர்த்திகளில் சிலவாகும்.

பல்லவர்கள் மாபெரும் ஆலயங்களையும், இதர கலைச்சின்னங்களையும் எழுப்பியவர்கள். திருச்சிராப்பள்ளி குகைக் கோயில்கள், மகாபலிபுரம் ரதங்கள் (ம) மகாபலிபுர கடற்கரை ஆலயங்கள் என்பன அவர்தம் தனித்த பாணிக்கும் கலை சார்ந்த முழுமைக்கும் குறிப்பிடத்தக்கவை. வெவ்வேறான பாணிகளுக்கு ஆதரவளித்த மன்னர்களின் பெயரால், மகேந்திரன் பாணி, மாமல்லன் பாணி, ராஜசிம்மன் பாணி (ம) அபராஜிதன் பாணி என்றழைக்கப்பட்ட, நான்கு பாணிகளை பல்லவர் வளர்த்தனர். முதலாம் மகேந்திரவர்மன் மகேந்திரன் பாணி கட்டிடக்கலையின் சிறப்புக்குரியவன். பல்லாவரம், மாமண்டூர், திருச்சிராப்பள்ளியிலுள்ள குகைக் கோயில்களும் குடைவரைக் கோயில்களும் எடுத்துக்காட்டுவது போல, அது எளிமையின் தனித்தன்மைமிக்கது. முதலாம் நரசிம்மவர்மன், மாமல்லன் (அ) மகாமல்லன் பாணி கட்டிடக் கலையுடன் தொடர்புப்படுத்தப்பட்டிருக்கிறான். மகாபலிபுரத்தின் பத்து

மண்டபங்களிலுள்ள குகைக் கோயில்களும் குடைவரைக் கோயில்களும் எடுத்துக்காட்டுவது போல், அது அலங்காரங்கள் மிக்கது. ராஜசிம்ம மன்னனின் பெயரால் உள்ள ராஜசிம்மன் பாணி, கல்லிலிருந்து செங்கல்லுக்கு மாறும் கட்டிடக் கலையின் இடைநிலைக்காலத்தைக் குறிக்கின்றது. கல்லுக்குப் பதிலாக செங்கல்லும் மரமும் பயன்படுத்தப்படலாயிற்று. காஞ்சியின் கைலாசநாதர் கோயிலும் வைகுண்டப் பெருமாள் கோயிலும் எடுத்துக்காட்டுவது போல், செங்கல் கட்டுமானம், உயர்ந்த கோபுரம், தட்டையான கூரைகளையுடைய அரங்குகளால் அது அடையாளப்படுத்தப்படும். பல்லவர் ஆலயங்களில் மிகவும் பெரியதான கைலாசநாதர் கோயில், கச்சிதமான அமைப்பும் நேர்த்தியான தோற்றமும் உடையது. வெவ்வேறிடங்களிலுள்ள குடைவரைக் கோயில்கள் எடுத்துக்காட்டுவது போல், அபராஜித பாணி, பல்லவரிலிருந்து சோழருக்கான இடைநிலைக் காலத்தை அடையாளப்படுத்தும்.

பல்லவர் கலைச்சின்னங்களின் கருத்திழை சார்ந்த சிற்ப விவரிப்புகள், அவற்றுக்கு மாட்சிமையை அளிக்கின்றன. மனிதர்கள், சிங்கம், யானை, குரங்கு போன்ற விலங்குகள், அர்ச்சுனன் தவம் (ம) கங்காவதாரம் போன்ற புராணக் கதைகள் குறிப்பிடத்தக்க தெளிவுடன் குகைகளிலும், மதில்களிலும், செதுக்கப்பட்டுள்ளன. தேர்ச்சிமிகு யதார்த்தத்துடன் வடிக்கப்பட்டிருக்கும் தேவர்கள், நாகர்கள் (ம) பறக்கும் தேவதைகளின் உருவங்கள் சிற்ப அழகில் வெவ்வேறான தினுசுகளை அளிக்கின்றன. உயர்த்திய கரங்களுடன் நிமிர்ந்து நிற்கும் ஒரு துறவிப் பூனையும், அதன் காலடியில் விளையாடிக் கொண்டிருக்கும் நம்பிக்கையான எலியும் செதுக்கப்பட்டிருக்கின்றன. சூரியன் துர்கை, துர்கை மகிஷன் போர், கிருஷ்ணன் கோவர்த்தன கிரியை உயர்த்துதல், விஷ்ணு பாம்பணையில் சாய்ந்திருத்தல், ஒரு குரங்குக் குடும்பம் ஆகிய சிற்பங்கள் நேர்த்தியுடன் உருவாக்கப்பட்டிருக்கின்றன. உண்மையில் பழங்கதை சார்ந்ததும் புராணம் சார்ந்ததுமான கருத்திழைகள் கலைநயத்துடன் பொறிக்கப்பட்டிருக்கின்றன.

இக்காலத்து ஓவியங்கள் மண்டபங்கள் கோயில்களின் தூண்களிலும் மதில்களிலும் கூரைகளிலும் காணப்படுகின்றன. மாமண்டூர் சாசனத்தில் ஓவியத்தில் மகேந்திரவர்மன் காட்டிய முனைப்பான ஆர்வம் குறிப்பிடப்படுகிறது. பல்லவர் ஓவியங்களுக்கான சிறந்த எடுத்துக்காட்டுகள் புதுக்கோட்டையிலுள்ள சித்தன்னவாசலும், குடுமியான் மலை (ம) திருக்கோகர்ணத்திலுள்ள

கோயில்களும் ஆகும். புராணப் பாத்திரங்களும், நர்த்தன மங்கையரும் வீணைவாசிப் போரும் ஓவியத்தின் வழக்கமான பாடுபொருளாயுள்ளனர். கைலாச நாதர் கோயிலில் சிவனின் தாண்டவ நடனம் உள்ளிட்ட நாட்டிய நிலைகள் விளக்கப் பட்டுள்ளன. கோயில் மண்டபங்கள் நாடக நிகழ்ச்சிகளுக்குப் பயன்படுத்தப்பட்டன. நாட்டிய மங்கையர் நடனம் ஆடி, இசைக்கருவிகளை இசைத்தனர்.

கற்பதும் கற்பிப்பதும் அதிக கவனம் பெற்றன. சமணரும் பௌத்தரும் பள்ளிகளை நிறுவி, சாதி பேதமின்றி, தமிழ் மொழியில் கற்பித்தனர். பிராமணிய ஒடுக்குதலால் அவர்கள் நலிவுற்றனர். ஆட்சியாளர்களால் பராமரிக்கப்பட்ட கடிகைகள் எனப்படும் தங்கிப்படிக்கும் நிறுவனங்களில், பிராமண மாணவர்கள் மட்டுமே அனுமதிக்கப்பட்டனர். சமண பௌத்தப் பள்ளிகளில், தத்துவம், யோகம், இறையியல், மருத்துவம் என்பன தமிழில் கற்பிக்கப்பட, கடிகைகளில் வேதங்கள், தர்ம சாத்திரங்கள், இதிகாசங்கள் என்பன சமஸ்கிருதத்தில் கற்பிக்கப்பட்டன. மக்களின் மொழியான தமிழுக்கு சமணர்கள் ஆதரவளித்தனர். மறுபுறத்தில் பிராமணர் மொழியான சமஸ்கிருதத்துக்கு பல்லவர் ஆதரவளித்தனர். பாரவி, தண்டி ஆகியோர் சமஸ்கிருதத்தில் பெரிய புலவர்கள். அவந்தி சுந்தரகதாசாரம், கிரதார்ஜினியம், மத்தவிலாசப் பிரகசனம் என்பன சமஸ்கிருத இலக்கியப் பனுவல்கள். குண்டலகேசி, நீலகேசி, வளையாபதி என்பன இக்காலத்தின் இதர நூல்கள். எனினும், இந்து அறிஞர்கள் தமிழைக் கைக்கொள்ளுமாறு தூண்டிவிட்டது சமண பௌத்தரை அவர்தம் மொழியான தமிழிலேயே எதிர்க்க வேண்டியிருந்ததே. பக்தி இயக்கத்தவர் தமிழை ஆய்வு செய்திட முற்பட்டது இந்த அவசியத்தால்தான். பல்லவர் விட்டுச் சென்றவை வளமானதாயும் பல்வேறானதாயும் இருந்தன. எனினும் அவை பிராமணியம் சார்ந்தவை (ம) சமூகத்தின் இழிந்த பிறவியினரைச் சுரண்டும் தன்மையிலானவை.

9

ஏகாதிபத்திய சோழர்கள்

பல்லவ பாண்டியரின் வீழ்ச்சி சோழரின் எழுச்சிக்குக் காரணமாயிற்று. களப்பிரரும் தொடர்ந்து பல்லவரும் சோழ மண்டலத்தை ஆண்டனர். ஆனால் அவர்களால் சோழர்களை அழிக்க முடியவில்லை. செப்பேடுகளும், கல்வெட்டுகளும் இலக்கிய நூல்களும் இக்கால மன்னரைப் பற்றி அடிக்கடி குறிப்பிடுகின்றன. உண்மையில், கும்பகோணம் அருகிலுள்ள பழையாறையில் தம் தலைநகரைக் கொண்டு குறுநில மன்னராக அவர்கள் செல்வாக்கினைப் பெற்றிருந்தனர். பாண்டியரின் வீராவேசமான போர்கள் பல்லவரைப் பலவீனமடையச் செய்ய, அவர்களுக்கிடையே சோழர்கள் சிறு அரசாகப் பிழைத்திருந்தனர். எனினும் கி.பி. ஒன்பதாம் நூற்றாண்டில், பல்லவ பாண்டிய அரசுகளுக்கிடையிலான அதிகார மோதல்கள், பலம் வாய்ந்த அரசாகச் சோழர்கள் புத்துயிர்ப்புப் பெறுவதற்கான சந்தர்ப்பங்களை முன்வைத்தன.

தகவல் ஆதாரங்கள்

சோழர் வரலாற்று ஆதாரங்கள் எண்ணற்றவை மட்டுமல்லாது, வெவ்வேறானவையும் கூட. சோழர்களின் கீழாக தென்னிந்திய வரலாறு, நிர்வாகம், பொருளாதாரம் (ம) தொடர்புடைய விஷயங்களின் மீது சாசனங்களும் நாணயங்களும் இலக்கிய நூல்களும் கணிசமான வெளிச்சம் பாய்ச்சுகின்றன.

கல்வெட்டுச் சாசனங்களும் செப்பேடுகளும் ஆட்சியாளரது சாதனைகளை விளக்குகின்றன. முதலாம் ராஜராஜன், ஆட்சியாளனின் பணிகளின் விபரமான பிரசாஸ்தியை வெளியிட்ட சிறப்புக்குரியவன். பிற்கால நிலவரங்களைக் கருத்தில் கொள்ளும் விதத்தில் அது காலத்திற்குக் காலம் புதுப்பிக்கப்பட்டது. சோழர்களின் காலக்கிரம வரிசையினைப்

பட்டியலிடுவதற்கு மட்டுமல்லாமல், அவர்தம் வரலாற்றினை மறுகட்டமைப்புச் செய்யவும், இப்பிரசாஸ்திகள் துணை நிற்கும். முக்கியமான சாசனங்களாக இருப்பவை திருவாலங்காட்டுச் செப்பேடுகள். சித்தாமலைக் கல்வெட்டுகள் (ம) உத்திரமேரூர்க் கல்வெட்டுகள். இவை மூன்றும் தவிர, தஞ்சாவூர் கோவில் கல்வெட்டுகள் உள்ளன. பாண்டிய, சேர, ராஷ்டிர கூடரின் சாசனங்களும் சோழர்கள் வரலாறு குறித்த விபரங்களைத் தெரிவிக்கின்றன.

கல்வெட்டியலுடன் சேர்ந்து நாணயவியலும் வரலாற்றாளனுக்கு உதவுகின்றன. சோழரின் புலிச்சின்னம் பொறித்த பொன், வெள்ளி, நாணயங்கள் வெளியிடப்பட்டன. உத்தமசோழனும் முதலாம் ராஜராஜனும் முதலாம் குலோத்துங்கனும் நிறைய நாணயங்களை வெளியிட்டனர். நிர்வாகம் குறித்த தகவல்களைத் தரும் இந்நாணயங்கள், உலோகக் கலையிலும் நாணயக் கலையிலும், அடைந்திருந்த முன்னேற்றத்தைச் சுட்டிக்காட்டுகின்றன.

இலக்கிய ஆதாரங்கள், உள்ளூரைச் சார்ந்ததாயும் பிற நாடுகளுக்குரியதாயும் இருக்கின்றன. சங்க இலக்கியம் ஆரம்பகாலச் சோழர் குறித்து, நிறையத் தகவல் தருகின்றன. இவ்வகையில் தேவார திருவாசகப் பாடல்கள் சோழர் காலத்தைக் குறிப்பிடுகின்றன. ஜெயங்கொண்டாரின் கலிங்கத்துப்பரணி முதலாம் குலோத்துங்கனின் கலிங்கப் படையெடுப்பை விவரிக்கிறது. சேக்கிழாரின் பெரிய புராணம் இரண்டாம் குலோத்துங்கனின் காலத்தைப் பேசுகிறது. அசோகரின் சாசனங்களும் கம்பரின் இராமாயணமும் சோழர் ஆட்சியைக் குறிப்பிடுகின்றன. கிரேக்கப் புவியியலாளர் டாலமியும் இக்காலத்து சோழ நாட்டைப்பற்றிய தகவல் தருகிறார்.

வெவ்வேறான இவ்வாதாரங்கள் சோழரின் வம்சாவளியை உருவாக்கிடவும், அவர்களது ஆட்சி நிலவரங்களை உறுதிப்படுத்திடவும் துணைபுரிந்துள்ளன. மிகவும் புகழ்பெற்ற சோழர் சாசனம், முதலாம் பராந்தகன் ஆட்சிக்காலத்து உத்திரமேரூர்க் கல்வெட்டு ஆகும். இந்த ஆதாரத்திலிருந்துதான் சோழரின் உள்ளாட்சிச் செயல்பாடு ஆராயப்படுகிறது. சோழர் குறித்த அநேகமாக ஒட்டுமொத்த விபரத்தையும் தருவதில் கல்வெட்டு நாணயவியல் விவரணத்தை இலக்கிய ஆதாரங்கள் இட்டு நிரப்புகின்றனவாகவும், அதற்குத் துணை நிற்பதாகவும் உள்ளன. அண்டை அயலார் (ம) பகை அரசுகளின் சாசனங்கள் கூடுதல் முக்கியத்துவம் பெற்றிருப்பவை.

சோழரின் புத்துயிர்ப்பு - முதலாம் பராந்தகன்

நீண்ட காலம் களப்பிரர் பல்லவரின் கீழ் வருந்திய சோழர்கள், ஒன்பதாம் நூற்றாண்டின் பிற்பாதியில் விஜயாலயச் சோழனின் ஆட்சியின் போது, அரசியல் முக்கியத்துவம் பெற்றனர். இலங்கைத் தீவிலான பாண்டியரின் ஈடுபாட்டைச் சாதகமாய் எடுத்துக்கொண்ட விஜயாலயன் (கி.பி. 850-871) பாண்டியருக்குக் குறுநில மன்னராயிருந்த முத்தரையரை வென்று, தஞ்சாவூரைக் கைப்பற்றித் தலைநகராக்கிக்கொண்டான். அவனது மகன் ஆதித்தன் (கி.பி. 871) சேர மன்னன் தாணுரவியின் மகளை மணந்து, அவன் நிலையை வலுப்படுத்தினான். சேரர்கள் சோழரை ஆதரித்து வெகுமதியாக மேலும் பிரதேசங்களைப் பெற்றனர். தன் வலிமையில் உறுதிப்பாடுமிக்க அவன் பல்லவரை எதிர்த்து, அபராஜிதனைத் தோற்கடித்துக் கொன்றான். இவ்வெற்றி சோழ அரசுடன் தொண்டை மண்டலத்தை இணைத்துக்கொள்ள வழிவகை செய்தது. இவ்வெற்றிக்குப் பின், ஆதித்தன் பாண்டியரிடமிருந்த கொங்கு நாட்டினை விரிவுபடுத்தினான். எனினும் கொங்கு நாட்டின் மீதான இவ்வெற்றி சோழ சேர உறவுகளில் நீண்ட கால பிணக்கை உண்டுபண்ணிற்று.

விஜயாலயச் சோழர் பரம்பரையில் ஆதித்த சோழனின் மகன் முதல் பராந்தகன் (கி.பி. 907-950) மிகப் பெரிய மன்னன் ஆவான். தன் தந்தையின் பிரதேச வேட்கையைப் பின்பற்றிய அவன் குறிப்பிடத்தக்க வெற்றபெற்று, சோழர் பெருமையை நிறுவியவனாக ஆனான். தந்தையைப் போலவே, அவனும் சேரருடன் கடல்சார் வணிகத்தில் அணிசேர்ந்து, அவர்களது ஆதரவுடன் தன் செல்வாக்கைப் பெருக்கினான். இப்போது சிறிய அரசாகிவிட்டிருந்த பல்லவருக்கு எதிராகச் சண்டையிட்டு, அவர்தம் செல்வாக்கினை ஒடுக்கினான்.

தென்கோடியில் அவன் பாண்டியரை வென்று கி.பி. 910இல் மதுரையை ஆக்கிரமித்தான். பாண்டிய மன்னன் இரண்டாம் நரசிம்மன் இலங்கைக்குத் தப்பிச் சென்று, இலங்கைத் தீவின் ஆட்சியாளருடன் உடன்படிக்கை செய்துகொண்டு, தன் தோல்விக்குப் பழிவாங்கிட முற்பட்டான். ஆனால், மதுரைக்கு இரண்டாம் முறை படையனுப்பிய பராந்தகன், பகை அரசுகளைத் தோற்கடித்தான். அதன்பின் பாண்டிய மன்னன் சேரரிடம் அடைக்கலம் புகுந்தான். இவ்வெற்றிக்குப் பின் பராந்தகன், மதுரையும் ஈழமும் கொண்டான் என்னும் விருது பெற்றான். கி.பி. 911 வாக்கில், பாண்டியருக்கு எதிரான போரில் சோழர்கள்

ஈடுபட்டிருந்த போது, ராஷ்டிரகூட மன்னன் மூன்றாம் கிருஷ்ணன் தஞ்சாவூரை நோக்கி வந்தான்.

ஆனால், திருவல்லத்தில் தோற்கடிக்கப்பட்டான். இப்போர்களின் விளைவாக, பராந்தகன் தன் அரசினை மன்னார் வளைகுடாவிலிருந்து, வடக்குப் பெண்ணாறு வரை விரிவுபடுத்தினான். எல்லைகளைப் பாதுகாத்திட தெற்கிலும், வடக்கிலும் அவன் படைப்பிரிவுகளை நிறுத்தினான். எனினும், தனது ஆட்சிக்கால இறுதியில், அவன் தோல்வியும் அவமானமும் அடைந்தான். ராஷ்டிரகூட மன்னன் மூன்றாம் கிருஷ்ணன், தக்காண அரசுகளுடன் சேர்ந்துகொண்டு, தஞ்சாவூருக்கு எதிராக வலுவான படையெடுப்பை நிகழ்த்தினான். கி.பி. 949இல் தக்கோலப் போரில் சோழர்கள் தோற்கடிக்கப்பட்டு, அவர்களது இளவரசன் ராஜாதித்தன் கொல்லப்பட்டான். ராஷ்டிரகூடர்கள் தஞ்சாவூரைத் தகர்த்து, சோழ தேசத்தை நாசமாக்கி, வடபுலங்களை இணைத்துக்கொண்டனர். இது பராந்தகனுக்கும் சோழர்களுக்கும் பலத்த அடியாக இருந்தது.

போரில் வெற்றி தோல்விகள் இருப்பினும், பராந்தகன் கலை இலக்கியங்களிலும் உள்ளூர் சுயாட்சி நிர்வாகத்திலும் அக்கறை கொண்டான். சைவன் என்ற வகையில் அவன் ஆலய நிர்மாணங்களை முன்னெடுத்தான். சிதம்பரம் நடராஜர் கோயில் மதக் கல்விக்கான மையமானது. அறிஞர்களுக்கு, குறிப்பாக வேங்கட மாதவருக்கு ஆதரவளித்து, அம்மன்னன் பண்டிதவத்சலன் என்னும் விருது பெற்றான். பிராமணியத் திற்குப் பலியானான். அவன் பிராமணருக்குத் தாராளமாக மானியங்கள் வழங்கினான். அவர்களுக்கு அவனளித்த ஆதரவு, தென்னிந்தியாவில் இந்துச் செல்வாக்கைப் பெருக்கிற்று. இன்னும், பராந்தகனின் நிர்வாக அமைப்பின் குறிப்பிடத்தக்க அம்சமாயிருந்தது கிராம சுயாட்சியாகும். இது உத்திர மேரூர் கல்வெட்டுகளில் குறிப்பிடப்பட்டுள்ளது.

பராந்தகனுக்கு அடுத்து வந்த ஆட்சியாளனின் கீழ் சோழர் நலிவுற்றனர். இது பாண்டிய ராஷ்டிரகூடர்கள் அடிக்கடி படையெடுப்புகள் மேற்கொண்டதால் ஆனதாகும். ஆட்சியாளர்கள் பலவீனமடைந்தாலும், அவர்கள் தொடர்ந்து பிராமணர்களுக்கு மானியங்கள் வழங்கினர். வழிபாட்டிற்கு ஆலயங்கள் நிர்மாணித்தனர். இதனால் அரசின் நிதி நிலையை வீணடித்து, மக்களின் நலனைப் புறக்கணித்தனர்.

சோழப் - பேரரசு ராஜராஜன்

ராஜராஜனின் ஆட்சிக்காலம் (கி.பி. 985-1014) போர், ராஜதந்திரம், நிர்வாகம், கட்டிடக்கலை, கலைகள் போன்றவற்றில், சோழரின் பன்முகச் சாதனைகளுக்காக, குறிப்பிடத்தக்கதாய் உள்ளது. விஜயாலயனது பரம்பரையின் பிந்தைய அரசர்களுள் ஒருவரான இரண்டாம் பராந்தகனின் மகனான அவன், பேரரசச் சோழரில் மிகப் பெரியவனாக விதிக்கப்பட்டிருந்தான். அரியாசனம் ஏறியபோது பாண்டியர், இலங்கையர், சேரர் ஆகியோரது கூட்டுப்படைகளால் தன் அரசு மிரட்டலுக்குள்ளாகி இருக்கக் கண்டான். ஆதலின் தன் நிர்வாகத்தை மாற்றியமைத்து, செல்வாக்கைத் திரட்டுவதில் தன்னை ஈடுபடுத்தினான். அதன்படி, தன் நிர்வாகத்தை அபிவிருத்தி செய்தான். தன் தரைப்படையினையும் கடற்படையினையும் வலுப்படுத்தினான். இதனைச் சாதித்தபின், வெற்றி (ம) விரிவாக்கம் என்னும் தன் பயணத்தை மேற்கொண்டான்.

ராஜராஜனின் கீழ் சோழரது ராணுவ கடற்படைகள் செய்த சாகசங்களை தஞ்சாவூர்ச் சாசனங்கள் விவரிக்கின்றன. தன் ஆட்சிக்கால ஆரம்பத்தில் அவன் அப்போதைய பாண்டிய நாட்டின் மீது படையெடுத்து பாண்டியரை அடக்கினான். மதுரையும் எஞ்சிய பாண்டிய நாடும் சோழப் பேரரசின் பகுதியாயின. அடுத்தது, பாண்டியருடன் சேரர்கள் கூட்டுச் சேர்ந்திருந்தனர். சுசீந்திரம் சாசனங்களில் குறிப்பிடப்பட்டிருப்பதுபோல, அறம்போலி வழியே முன்னேறிச் சென்ற சோழர்படை, விழிஞ்சியத்தில் சேரரைத் தோற்கடித்து வேணாட்டை இணைத்துக் கொண்டது. கடற்படைத் துணையுடன் சோழர்படை திருவனந்தபுரம் அருகிலுள்ள காந்தளூர்ச் சாலையில் சேர ராணுவத்தையும் கடற்படையையும் தாக்கி அழித்தது. சேர மன்னன் பாஸ்கர ரவிவர்மன் கொல்லத்திற்குத் தப்பியோடினான். அப்புறம் சோழர் படைகள் கொடுங்கல்லூர் வரையிலும் சென்று, தம் வெற்றியைக் கொண்டாடும் வகையில் அங்கே ஒரு சிவன் கோயிலைக்கட்டின. அடுத்தபடியாக, பாண்டிய சேரருடன் அடிக்கடி அணிசேர்ந்து கொண்ட தீவுக்கூட்ட அரசுகளை வெற்றிகொள்ள ராஜராஜன் தீர்மானித்தான். இலங்கையில் நடந்த ஒரு கலகத்தைச் சாதகமாக்கிக் கொண்டு, அங்கு ஒரு படையை அனுப்பினான். தீவின் வட பகுதியை ஆக்கிரமித்துக்கொண்ட சோழர்கள் அதற்கு மும்முடிச் சோழ மண்டலம் என்று மறு பெயரிட்டனர். வெற்றி பெற்ற படை அனுராதபுரத்தைக் கொள்ளையிட்டுத் தகர்த்தது. சோழரின் தலைநகராக பொலனருவை ஆக்கப்பட்டு, ஒரு சிவன் கோயில் கட்டப்பட்டது. கடலில்

தெற்குநோக்கி அனுப்பப்பட்ட ஒரு கடற்படை, சாசனங்கள் கூறுவது போல, மாலத்தீவுகள் எனப்பட்ட 12000 தொன்மையான தீவுக் கூட்டத்தை வெற்றிகொண்டது.

தெற்கில் தன்னை நிலைநிறுத்திக்கொண்ட பிற்பாடு, ராஜராஜன் திரும்பவும் வடபுலங்களை எதிர்த்துச் சென்றான். கங்கர், கீழைச் சாளுக்கியர், மேலச்சாளுக்கியர் (ம) கலிங்கருடன் அவன் மோத வேண்டியிருந்தது. கங்கர்கள் சோழருக்கு எதிராய் கொண்டிருந்த விரோதமும், எல்லைப்பிரதேசங்களில் அவர்கள் அடிக்கடி குறுக்கீடு செய்ததுமே, கங்கர்களுக்கெதிரான போர்க்காரணமாகும். சோழர்படை கங்கவாடியை ஆக்கிரமித்துக்கொண்டு, கங்கரிடமிருந்த மைசூர்ப் பிரதேசத்தின் பெரும்பகுதியையும் இணைத்துக் கொணடது. மேலைச் சாளுக்கியருக்கு எதிரான போரில், கீழைச் சாளுக்கியரது ஆதரவைப் பெறுவது அவசியம் என்று அவன் உணர்ந்தான். ஆளும் வம்சத்தின் இரு சகோதரருக்கிடையே உள்நாட்டுப் போர் மூளவும், மூத்த இளவரசன் சத்தியவர்மன் சோழர் உதவியை நாடினான். அதன்படி, ராஜராஜன் எதிரி இளவரசன் பீமனைத் தோற்கடித்து, சத்தியவர்மன் திரும்பவும் அரியணை ஏற உதவினான். கீழைச் சாளுக்கியருடனான இக்கூட்டணி சோழரை வலுப்படுத்தியதுடன், இருவம்சங்களின் சங்கமத்திற்கும் இட்டுச் சென்றது. இப்போது மேலைச் சாளுக்கியர்கள் சோழரிடத்து அவமானமடைந்தனர். ராஜராஜனின் படை அந்நாட்டின் மீது படையெடுத்துச் சென்று, துங்கபத்ரா மீதான பிரதேசங்களை இணைத்துக் கொண்டது. வடகிழக்கில் சோழர் கலிங்கத்தின் மீது படையெடுத்தனர். இப்படையெடுப்புகள் சோழப் பேரரசைப் பெரிதும் விரிவுபடுத்தின.

ராஜராஜன் விரிவான பிரதேசங்களை வெற்றிபெற்றதுடன், அவற்றின் திறமையான நிர்வாகத்துக்கும், வழிவகை செய்தான். இவ்வகையில் தன் பேரரசை அவன் சரியாக நிர்வாகம் செய்யும் பொருட்டு, மண்டலங்களாகவும் வளநாடுகளாகவும் பிரித்து, கிராமங்களை உள்ளூர் அமைப்புகளிடம் ஒப்படைத்தான். உண்மையில் அவன் உள்ளூர் சுயாட்சியை முன்னெடுத்து, அதனைத் திறன் மிக்கதாக ஆக்கினான். பேரரசின் நிதித் தேவைகளைக் கணக்கில் கொண்டு, நில அளவை, கணக்கீடுகள் செய்து வரிவசூலை மேம்படுத்தினான். கி.பி. 1000இல் அவன் நில அளவையை மேற்கொண்டான் என்பது முக்கியமானதாகும். சட்டம் ஒழுங்கைப் பராமரித்திடவும் நில கடல் எல்லைகளைப் பாதுகாத்திடவும், அவன் பெரிய ராணுவத்தையும் கடற்படையையும் வைத்திருந்தான். சோழரின் பிரதேச கடல்

சாகசங்களில் அவை ஆற்றல்மிக்கவை என்பதை நிரூபணம் செய்தன. கடல்கடந்த வணிகத்தை மேம்படுத்திடும் முயற்சியாக, அவன் சீனத்திற்கு வணிகக் குழுவை அனுப்பினான்.

அக்காலகட்டத்து மன்னர்களைப் போலல்லாது, ராஜராஜன் வரலாற்றுணர்வைக் கொண்டிருந்ததால், கல்வி, மதம், கலைகளை முன்னெடுப்பதில் தீவிர கவனம் காட்டினான். வரலாற்று அறிமுகங்கள் செய்வதைத் தன் சாசனங்களில் அவன் வழக்கமாய்க் கொண்டிருந்தான். உண்மையில் அவன் கடந்த காலத்தின் பரிச்சயத்தை உண்டுபண்ண முற்பட்டான். தென்கிழக்கு ஆசியாவின் சைலேந்திரப் பேரரசின் பௌத்த ஆட்சியாளனாகிய ஸ்ரீவிஜயனை, நாகப்பட்டினத்தில் ஒரு மடாலயம் கட்டுமாறு அனுமதித்தான். ஒரு சைவ மதத்தினன் என்ற வகையில் தன் மதத்தை முன்னேற்றிய அவன், சைவ இலக்கியத் தொகுதிகளின் பணியை ஆதரித்தான். ஆலயங்களை நிர்மாணித்தவனாக அவன் எடுப்பித்த தஞ்சைப் பெருங்கோயில், அவனது கலைச்சின்னங்களில் நன்கறியப்பட்டதாகும். இன்றைக்கும் கூட அது திராவிடக் கட்டிடக்கலையின் புகழ்வாய்ந்த உதாரணமாகத் திகழ்கிறது.

இச் சாதனைகள் இருப்பினும், அவன் காலத்து தென்னிந்தியாவின் பிற அரசர்களைப் போலவே, பிராமணியச் செல்வாக்கிற்கு உள்ளானான். பிராமணருக்குத் தாராள மானியங்கள் அளித்தல், வேத வேள்விகள் சடங்குகளை முறையாக நடத்துவதில் அரசின் நிதிகளை அவன் வீணடித்தான் எனச் சாசனங்கள் உணர்த்துகின்றன. சந்தர்ப்பவசமாக, அரசின் தயவினைச் சார்ந்திருந்த சோம்பேறி மக்கள் கூட்டத்தை அவன் உருவாக்கினான். அவனது துணிகரமான வெற்றிகளால் அவன் மாபெரும் பேரரசை நிறுவினான். ஆனால் பிரதானமாக பிராமணிய அமைப்பு மீதான அவனது பக்தியால், அதிகாரத்தை ஒருமுகப்படுத்தவில்லை. அவனுக்குப் பின்வந்த ஆட்சியாளர்கள் பேரரசை நிலைநிறுத்திட அடுத்தடுத்துப் போர்கள் மேற்கொள்ள வேண்டிவந்தது. பலவீனமான ஆட்சியாளர்களின் கீழே பேரரசு மறைந்துபோகும்படியாக, பிரதேசங்கள் சிதறிப்போயின.

ராஜேந்திர சோழன் (கி.பி. 1012 - 1044)

ராஜராஜனின் மகனும் வாரிசுமாகிய ராஜேந்திர சோழன் தன் தந்தையைப் போன்றே, போரிலும் ராஜதந்திரத்திலும் நிர்வாகத்திலும், சம அளவில் பெரியவனாயிருந்தான். பேரரசைச் சுவீகரித்திருந்த அவன், அதை மிகவும் விரிவாக்கி, சோழர்களை

இந்தியாவில் மிகப்பெரிய அரசர்களாக்கினான். கடல்கடந்த பகுதிகள் பேரரசில் இணைந்து, அதன் கீர்த்தியின் கொடுமுடியைத் தொட்டது. ராஜேந்திர சோழனின் யுத்தங்கள், மூன்று நோக்கங்களைச் சாதிப்பதை, இலக்காகக் கொண்டிருந்தன. 1. பாண்டியர், சேரர், இலங்கையர், கங்கர், சாளுக்கியர் என்னும் மரபார்ந்த பகைவரிடத்தே சோழர் செல்வாக்கினைப் பெருக்குதல். 2. கலிங்கத்திலிருந்து வங்கம் வரையிலும் சோழர் மேலாண்மையை விரிவாக்கம் செய்தல். 3. தென்கிழக்கு ஆசியாவில் வணிக மேலாண்மையை ஏற்படுத்துதல்.

உள்ளூர் அரசுகள் கலகம் புரிந்து, சோழர் மேலாண்மைக்குச் சவால்களை முன்வைத்ததால், அவனது ஆட்சிக்கால ஆரம்பத்தில், அதிகாரத்தை ஒருமுகப்படுத்துவதில், கடும்பிரச்சனை ஏற்பட்டது. ராஜராஜனால் தோற்கடிக்கப்பட்டிருந்தாலும் பாண்டிய, சேர, இலங்கையர் தம் வழிவழியான கூட்டுறவைப் பராமரித்து, கீழ்ப்படிய மறுத்தன. ஆகவே, கி.பி. 1020வாக்கில், ராஜேந்திரன் மதுரைப்பகுதிக்கு ஒரு படையை அனுப்பி, பாண்டியரை அடக்கினான். தன் பிள்ளைகளுள் ஒருவனை அங்கே அரசப்பிரதிநிதியாக நியமித்தான். மதுரையிலிருந்து தெற்குநோக்கிச் சென்ற சோழர்படை, கோட்டார், விழிஞ்சியம், காந்தளூர் என்னுமிடங்களில் நடந்த வரிசையான சண்டைகளில், சேரர் படைகளை வீழ்த்திற்று. மன்னன் பாஸ்கர ரவிவர்மன் ஒரு தீவுக்கு, தப்பியோடினான். வெற்றிகொண்ட பிரதேசத்தைச் சோழர்கள் தம் கட்டுப்பாட்டில் கொணர்ந்து, தமது மதுரை மண்டலத்தின் பகுதியாக்கினர். எனினும், சேரர்கள் தம்படைகளை மாற்றியமைத்து, தம் சுதந்திரத்தை திரும்ப நிலைநாட்டிட முயன்றனர்.

அப்போது சோழர் படை இரண்டாம் முறை யுத்தகளத்தில் புகுந்து, இரண்டாம் சேரப் பேரரசின் தலைநகர் மகோதயபுரத்தை அழித்தது. இவ்வெற்றியால் சோழர்கள் மேற்கின் வணிகத்தையும் பிரதேசத்தையும் கட்டுப்படுத்தினர். என்றாலும் சோழருக்கு எதிரான மரபார்ந்த கூட்டினை முறியடித்திருவதற்கு தீவுகளுக்கெதிரான யுத்தம் ஒட்டுமொத்த முடிவாக தோன்றிய விபரத்தைக் கரந்தைச் செப்பேடுகள் அளிக்கின்றன. ஈழத்திலிருந்து சிங்களர் பிரதேசத்திற்குள் படையெடுத்துச் சென்ற சோழர்படை, பகைச் சக்திகளைத் தோற்கடித்து, மன்னன் மகேந்திரனைக் கைதியாக்கியது. தீவினை வென்று, பேரரசின் பிரதேசமாகப் பிரகடனம் செய்தது.

இது நிகழ்ந்தது கி.பி. 1017இல். பௌத்த வரலாற்று நூலான மகாவம்சத்தில் சோழர்படைகள் இலங்கை நகரங்களை

நாசப்படுத்தியது குறிப்பிடப்பட்டுள்ளது. இச்சமயத்தில் கல்யாணிச் சாளுக்கியர் தம் செல்வாக்கினை நிலைநிறுத்தி தம் பிரதேசங்களைத் திரும்பப் பெற்றனர். இதனால் அவர்களுக்கு எதிராய் இன்னொரு படையெடுப்பு அவசியமாயிற்று. தன் நிலையை வலுப்படுத்தும் முயற்சியில், அவன் தன் மகளை வேங்கியின் கீழைச் சாளுக்கிய மன்னனுக்கு மணமுடித்துக் கொடுத்து, அவன் ஆதரவைப் பெற்றான். அப்புறம் அவன் கங்கரிடமிருந்த பாணாவசியைப் பெற்றான். மேலைச் சாளுக்கியரின் நாட்டுக்குள் ஊடுருவி, அவர்களை மாஸ்கியில் தாக்கினான். இப்போரில் கலிங்கர்கள் மேலைச் சாளுக்கியரை ஆதரித்தனர். போரின் முடிவு குறிக்க பதிவில்லை.

சோழர்கள் தோற்றதாகத் தெரிகிறது. எனினும் இரண்டாம் படையெடுப்பில் ராஜேந்திரன் மாஸ்கியில் சாளுக்கியரைத் தோற்கடித்தான். கல்யாணியின் மன்னன் ஜெயசிம்மன் மாஸகி (மாஸ்கி)யில் பின்வாங்கிச் சென்று மறைந்துகொண்டான் என்றும் ராஜேந்திரன் ஜெயங்கொண்ட சோழன் என்ற விருது பெற்றான் என்றும் சோழர் சாசனம் கூறுகிறது. இவ்வெற்றியின் விளைவாக, சோழப் பேரரசின் துங்க பத்திரை எல்லை பாதுகாப்பானதாக ஆக்கப்பட்டது.

கலிங்கர் மேலைச் சாளுக்கியரின் விரோதக் கூட்டணி, வட கிழக்கில் பெரும்படையெடுப்பை சோழர் மேற்கொள்ளுமாறு நிர்ப்பந்தித்தது. பழிவாங்கியே தீர வேண்டும் என்று தீர்மானித்த சோழர், கலிங்கத்தின் மீது படையெடுத்து அப்பிரதேசத்தைக் கொள்ளையிட்டனர். படைகள் ஒரிஸ்ஸாவிலிருந்து கங்கை நதிக்கு முன்னேறின. கோசலத்தினூடாகச் சென்று, தர்மபால, மகிபாலா என்னும் வங்க மன்னர்களைத் தோற்கடித்தன. வடபுலத்தில் இருவருடகால யுத்தங்களுக்குப் பின் வெற்றிகொண்ட ராணுவம் தாயகம் திரும்பிற்று.

இவ் வெற்றிகளின் நினைவாக, ராஜேந்திரன் புதிதாய் ஏரியொன்றை வெட்டி, கங்கையிலிருந்து கொண்டு வந்திருந்த நீரை அதில் கொட்டி, அதனைச் சோழ கங்கம் என்றழைத்தான். அத்துடன் கங்கை கொண்ட சோழன் என்ற விருது பெற்ற ராஜேந்திரன், கங்கை கொண்ட சோழபுரம் என்னும் புதிய தலைநகரை உருவாக்கினான். சோழர் கொடியை கங்கைக்கு கொண்டு சென்றது இச் சோழ மன்னனின் சிறப்பாகும். ஆனால் தன் வெற்றிகளை அவனால் ஒருமுகப்படுத்த முடிந்ததா என்பது உறுதிப்படவில்லை.

ஒரு துணிகரமான படையெடுப்பு என்றால் அது அவன், தென்கிழக்கு ஆசியாவில் உள்ள ஸ்ரீவிஜயம் (கடாரம்) மீது கடல் கடந்து மேற்கொண்டதாகும். காம்போஜத்தின் சூரியவர்மன் தனது பகையரசனுக்கெதிராக சோழரின் உதவியை நாடிய வேளை ஒரு சந்தர்ப்பம் வாய்த்தது. அதன்படி, ராஜேந்திரன் ஒரு கடற்படையை அனுப்பினான். அப்படை சுமத்திராவில் இறங்கி, ஸ்ரீவிஜயத்தின் படைகளைத் தோற்கடித்து, அதன் தலைநகர் கடாரத்தைக் கைப்பற்றிற்று. ஆக்கிரமிக்கப்பட்ட பிரதேசத்தை ஒரு சோழர் பகுதியாக்கி, சோழ இளவரசன் ஒருவனை அரசப் பிரதிநிதி ஆக்கியது. அந்நிய மிரட்டல்களுக்கு எதிராக கடல் கடந்துள்ள தன் பிரதேசங்களைப் பாதுகாப்பானதாக்கிடவும் வணிகத்தை முன்னெடுத்திடவும், ராஜேந்திரன் பர்மா மலேயாவுக்கும் ஒரு படையை அனுப்பினான். நல்லெண்ணக் குழு ஒன்றினைச் சீனத்திற்கு அனுப்பினான்.

உண்மையில், துணிகரமான படையெடுப்புச் சாகசங்களால் ராஜேந்திரன் பரந்துவிரிந்த பேரரசை உருவாக்கினான். சோழ பேரரசை இலங்கையிலிருந்து கங்கை வரையிலும், இந்துப் பெருங்கடலிலிருந்து பசிபிக் பெருங்கடல் வரையிலும் அவன் விரிவாக்கினான். இது வேறெந்த இந்திய மன்னனும் மேற்கொள்ளாத குறிப்பிடத்தக்க சாதனையாகும். என்றாலும், விரிவாக்கத்துடன் சேர்ந்து ஒருமுகப்படுத்தலும் நிகழ்ந்ததா என்று கூற இயலாது. இதன் காரணமாக சோழர்கள் தம் அதிகாரத்தை பிரயோகிப்பதையும் தம் பிரதேசங்களை நீண்ட காலத்திற்கு வைத்திருப்பதையும் தங்களுக்கு மீறியனவாகக் கண்டனர்.

சாகுபடியை முன்னெடுத்திட ராஜேந்திரன் பாசனத்திட்டங்களை நிறைவேற்றினான். சோழ கங்க ஏரி பாசனத்திற்காக உத்தேசிக்கப்பட்டது. கடல் கடந்த வாணிபத்தை முன்னெடுத்திடும் நோக்கமுடையது கடாரப் படையெடுப்பு. கலைகள், கட்டிடங்கலையின் ரசிகன் என்ற வகையில், அவன் கங்கைகொண்ட சோழபுரத்தை நிர்மாணித்து அதனை ஆலயங்களாலும் கலைச்சின்னங்களாலும் அலங்கரித்தான். சைவ சமயத்தினன் என்னும் விதத்தில் சிவாலயங்கள் கட்டினான். தன் தந்தை செய்தது போன்றே, பிராமணருக்கு ஆதரவாக தாராளமான அறக்கட்டளைகளை நிறுவினான். அவர்களுக்கென வேதப்பாடசாலைகளும், மடப்பள்ளிகளும் ஏற்படுத்தப்பட்டன. எனினும் சிலரை இப்படி நடத்தியது சமூக சமத்துவத்துக்கும் பொது

நலனுக்கும் எதிராக அமைந்தது. (ம) இது அரசின் வளங்களைச் சீர்குலைத்தது.

ராஜேந்திரனின் மூன்று புதல்வர்களும் ஒருவரை அடுத்து ஒருவராக அரியணை ஏறினர். அது நாட்டின் வெவ்வேறு பிரதேசங்களிலும் சிக்கல்கள் வெடித்த காலமாயிருந்தது. அவர்களது ஆட்சியில், மேலைச் சாளுக்கியருக்கு எதிராக குப்பத்தில் நடந்த சண்டையில் ராஜாதிராஜன் மடிந்தான். எனினும் இரண்டாம் புதல்வன் இரண்டாம் ராஜேந்திரன் அவர்களைக் கூடல் சங்கமத்தில் தோற்கடித்தான். சாளுக்கியருக்கு எதிரானப் போரைத் தொடர்ந்த வீர ராஜேந்திரன் கூடல் சங்கமத்தில் நடந்த இரண்டாம் சண்டையில் அவர்களது அரசன் சோமேஸ்வரனைக் கொன்றான். இவ்வெற்றிகளால் சோழப் பேரரசை சாளுக்கியருக்கு எதிராய் தற்காக்க முடிந்தது.

சோழ சாளுக்கியர் - குலோத்துங்கன்

பதினான்காம் நூற்றாண்டின் இரண்டாம் பகுதியில் சோழப் பேரரசு, சோழ சாளுக்கியரின் கீழ் கடந்து சென்றது. பிரதான வம்சாவழியில் ராஜாதிராஜன் பிள்ளையில்லாது இறந்துபோக, கீழைச் சாளுக்கிய மன்னனுக்கு ராஜராஜனின் மகளிடத்து பிறந்த குலோத்துங்கன் அரசுரிமை பெற முடிந்தது. அவன் அரியணை ஏறியதும், சோழப் பேரரசும் வேங்கி அரசும் ஒரு பொது ஆட்சியின் கீழ் ஒன்றுபட்டன. என்றாலும் உள்ளார்ந்த குறுநில அரசுகள் எழுப்பிய பிரச்சனைகளை அவன் தீர்க்கவேண்டி வந்தது. போர் (ம) ராஜதந்திரத்தால் தன் பரந்துவிரிந்த பேரரசை அவன் பராமரித்திட முற்பட்டாலும், வெற்றிகிட்டாது போயிற்று.

குலோத்துங்கனின் (கி.பி. 1070-1120) கீழ் சோழர்கள், பாண்டியர், சேரர், இலங்கையர் என்னும் கீழ்நிலை அரசுகளுக்கெதிராய் அடிக்கடி போரிட வேண்டியிருந்தது. சோழர்களின் உள்நாட்டுப் பிரச்சினைகளைச் சாதகமாக்கிக் கொண்டு, இவ்வரசுகள், ஒரு கூட்டணி அமைத்து, தம் சுதந்திரத்தினை நிலைநாட்டிட முற்பட்டனர். இந்நிலவரம் பேரரசின் தென்புலத்தில் போர்களுக்கு இட்டுச்சென்றது. சோழர் படை, பாண்டியருக்கு எதிராய் களமிறங்கிற்று. சிக்கலான தருணத்தில் எதிர்பார்த்தபடி இலங்கை உதவி கிடைக்கப் பெறாததால், பாண்டியர் கட்டுப்பட்டு திறை செலுத்தினர். மலைப்பகுதிகளாலும் சோழரின் படைக்கு எதிராய் ஏவப்பட்ட தற்கொலைப் படைகளாலும், சேரருக்கு எதிரான யுத்தம்

வேறு விதமாய் இருந்தது. எதிரெதிர் படைகள் கோட்டாரிலும் விழிஞ்சியத்திலும் மோதியபின், சோழர்கள் கொல்லம் வரையிலும் சென்றனர். என்றாலும் சேரரைப் பணியவைக்க முடியவில்லை. வெற்றி கொண்ட பிரதேசங்களில் படைப்பிரிவுகளை நிறுத்த வேண்டியிருந்தது. இலங்கைத் தீவில் விஜயாலயன் தென்பகுதிகளை மீளவும் ஆக்கிரமித்துக்கொண்டான். அடுத்த ஆட்சியாளன் வீரபாகு அனுராதபுரம் வரையிலான பல பகுதிகளை மீண்டும் கைப்பற்றினான். இதனால் சோழர்கள் தீவின் பெரும்பகுதியை இழந்தனர். கலிங்கத்திற்கு எதிராய் குலோத்துங்கன் இரு படைகளை அனுப்பினான். கி.பி. 1096இல் நடந்த முதல் படையெடுப்பில், அப்போது வேங்கிப் பிரதேசத்துப் பகுதியாயிருந்த, தெற்கு கலிங்கத்தின் கலகத்தை அடக்கியது. கருணாகரத் தொண்டைமான் தலைமையில் நடந்த இரண்டாம் படையெடுப்பு, பல நதிகளைக் கடந்து சென்றது என்பதை சமண முனிவர் ஜெயங்கொண்டாரின் கலிங்கத்துப் பரணி விளக்குகிறது. ஆனால் போர் முடிவு தீர்மானகரமாக இல்லை.

எனினும் ஆண்டுகள் செல்லச் செல்ல, நிலவரத்தைக் கட்டுக்குள் கொண்டுவருவது குலோத்துங்கனுக்கு மேலும் மேலும் சிரமமாயிருந்தது. இலங்கைத் தீவும் சேர தேசமும் தம் சுதந்திரத்தை நிலைநிறுத்திக் கொண்டன. இறுதி ஆண்டுகளில் அவன் மேலும் ஆட்சிப் பிரதேசங்களை இழந்தான். மேலைச் சாளுக்கியர் வேங்கியை ஆக்கிரமித்தனர். ஹொய்சாளர்கள் கங்கவாடியைப் பெற்று, சோழ மண்டலத்திற்குள் அத்துமீறினர். என்றாலும் குலோத்துங்கன் வாரணாசி (ம) கன்னோஜ் அரசுகளுடன் நட்பார்ந்த உறவு கொண்டிருந்தான். கி.பி. 1070இல் நாகப்பட்டின பௌத்த மடாலயத்தில் நடந்த விழா தொடர்பாக, சுமத்திராவிலிருந்த ஒரு தூதுக்குழு வந்தது.

பேரரசு பரப்பளவில் குறைக்கப்பட்டாலும், குலோத்துங்கன் சோழருக்கு அமைதி மிக்க நூற்றாண்டினை உறுதிப்படுத்தினான். கி.பி. 1086இல் நில அளவை மேற்கொண்ட அவன், சுமையான வரிகள் பலவற்றை ஒழித்தான். மேலும், வணிகம் (ம) பண்பாட்டின் வளர்ச்சியை முன்னெடுத்தான். சீனம் (ம) ஸ்ரீவிஜயத்துடனான வியாபாரம் செழித்தது. கலிங்கத்துப்பரணி எழுதிய சமணக் கவிஞர் ஜெயங்கொண்டார், பெரியபுராணம் இயற்றிய சேக்கிழார் போன்ற ஏராளமான புலவர்கள் அரசவையில் இருந்தனர். வைணவ ஆசாரியரான இராமானுஜர் இக்காலத்தே வாழ்ந்தார். சிவ பக்தனான குலோத்துங்கன் கோயில்கள் கட்டி, இசை, நாட்டியம் (ம) வழிபாடு

நடத்திட பெரும் மானியங்கள் வழங்கினான். சோழ மன்னரிடையே குலோத்துங்கனே மிகவும் தயை நிரம்பியவனாக இருந்திருப்பான். அவன் சுங்கம் தவிர்த்த சோழன் என்றழைக்கப்படலானான்.

விக்கிரம சோழன், இரண்டாம் குலோத்துங்கன், இரண்டாம் ராஜராஜன், ராஜாதிராஜன், மூன்றாம் குலோத்துங்கன் (என்போர் குலோத்துங்கனுக்குப்பின் ஆட்சிப் பொறுப்பில் இருந்தவர்கள். இவர்களில் சிலர் திறமைசாலிகளாய் இருந்தாலும், அதிகரித்துவந்த சிக்கல்களில் மாட்டியிருந்தனர். சமணர் (அ) பௌத்தர் என்னும் பொது எதிரி இல்லாத நிலையில், சைவர் வைணவர் என்று இரு சண்டையிட்டுக் கொள்ளும் குழுக்களாக இந்துக்கள் பிளவுபட்டிருந்தனர். அந்நிய அரசுகள் ஏதேனும் ஒரு குழுவினருடன் சேர்ந்துகொண்டு, பிரச்சனைகளில் தலையிட்டன.

கத்தோலிக்கர்களாகவும், புரோட்டஸ்டண்டுகளாகவும் கிறித்தவ உலகமும், சியாக்காளாகவும் சன்னிகளாகவும் இஸ்லாமிய உலகமும் இருந்தது போன்று நிலவரம் தோன்றியது. இம்மோதல்கள் செல்வாக்குள்ள பிரிவினரிடையே மட்டும் கட்டுண்டிருந்தாலும், அது சோழப் பேரரசை நலிவுக்குள்ளாக்கிற்று. அத்துடன், சோழர்கள் பொதுமக்களின் அனுதாபத்தை இழந்தனர்.

நீண்டகாலம் அதிகாரத்தில் திளைத்திருந்த அவர்கள், உயர்சாதியினருடன் சேர்ந்து, உல்லாசங்களிலும் ஆழ்ந்து போயினர். பொது மக்கள் மீதான அக்கறையும் பொருளாதார முன்னேற்றமும் கவனத்தைப் பெறவில்லை. அத்துடன், சகாக்களான பாண்டியரும், சேரரும் தம்மை அடையாளம் கண்டுகொள்ளும் வகையில், ஓர் அதிகாரக் கட்டமைவை உருவாக்குவதில் சோழர்கள் ஒருபோதும் தீவிர முயற்சி மேற்கொள்ளவில்லை. அதே சமயம், பாண்டியராயினும் சரி, சாளுக்கியரானாலும் சரி, தோற்கடிக்கப்பட்ட அரசுகளின் செல்வாக்கினை அழிப்பதில் ஒரு போதும் அவர்கள் வெற்றி பெறவில்லை. இவையெல்லாம் சோழரின் வீழ்ச்சியைத் தவிர்க்க முடியாததாக ஆக்கின. கி.பி. 1279இல் ஜடாவர்மன் தலைமையில் பாண்டியர், சோழ மன்னன் மூன்றாம் ராஜேந்திரனைத் தோற்கடித்து, சோழப் பேரரசின் தடயங்களை இல்லாதாக்கினர்.

நிர்வாக அமைப்பு

சோழப் பேரரசு, தென்னிந்தியாவின் பெரும்பகுதியுடன், அரபிக் கடல் (ம) பசிபிக் பெருங்கடல் தீவுகள் தாண்டியும் விரிந்திருந்தது.

பாரிய பிரதேசத்தைத் தம் கட்டுப்பாட்டில் வைத்திருக்கும் பொருட்டு, சோழர்கள் விரிவான நிர்வாக அமைப்பை வளர்த்தனர். அதன் பிரதான அம்சங்கள் மையப்படுத்தப்பட்ட அரசாங்கமும் கிராம சுயாட்சியும் ஆகும். தஞ்சாவூரும் கங்கை கொண்ட சோழபுரமும் தலைநகரங்களாயிருக்க, சோழரின் சொந்த நகரமாக பழையாறை உரிய முக்கியத்துவம் பெற்றது. சாசனங்களும் இலக்கிய நூல்களும் சோழர் நிர்வாகம் குறித்து நல்லதொரு விவரிப்பைத் தருகின்றன.

மத்திய அரசாங்கம்

சோழர்களின் பேரரசிய அமைப்பில் மன்னன் தன்னைப் பேரரசன் என்று அழைத்துக் கொள்ள, பிராமணர் அவனை விஷ்ணுவின் அவதாரமாக்கினர். ராஜகேசரி, பரகேசரி என்னும் விருதுப் பெயர்களுடன், அறுதியான அதிகாரங்கள் பெற்ற அவன், நிர்வாக அமைப்புக்குத் தலைமை தாங்கினான். ஆட்சியுரிமை தந்தையிடமிருந்து மகனுக்குச் சென்றது. நிர்வாகத்தை ஒழுங்குபடுத்திட, மன்னர் இளவரசன் ஒருவனை வாரிசுக்குரியவனாக்கி, நிர்வாகம், ராஜதந்திரம், யுத்தம் என்பவற்றில் அவனுக்குப் பயிற்சி அளித்தான். பல்லவ மன்னர் செய்தது போன்றே சோழ ஆட்சியாளரும், படாடோபமாக வாழ்ந்து, பெரும் பரிவாரங்களுடன் ஆட்சிப் பிரதேசங்களைச் சுற்றிவந்தனர். பேரரசின் நிர்வாகத்தில் அமைச்சர்கள், குறிப்பாக ராஜகுரு ஆட்சியாளனை வழிநடத்தினார். அரசதிகாரிகளில் பெரியதனம் என்னும் உயர்நிலையனரும், சிறியதனம் என்னும் கீழ்நிலையினரும் இருந்தனர். பேரரசரின் வாய்மொழி உத்தரவுகளைச் செவிமடுக்கும் செயலர்களான திருவைக் கேள்வியினர், அவற்றைச் செயல்படுத்துமாறு செயலர்களிடம் தெரிவிப்பர்.

அரண்மனை, அலுவலகப் பிரிவினர் (ம) படைபிரிவினரைப் பராமரித்திட மன்னன், வெவ்வேறான வழிகளிலிருந்து வரி வசூலித்தான். நிலவரி பிரதான வருவாய் ஆதாரமாயிருந்தது. நிலங்கள் அளக்கப்பட்டு மதிப்பீடு செய்யப்பட்டன. நிலப் பதிவேடுகள் பராமரிக்கப்பட்டன. வருவாயில் மூன்றில் ஒரு பகுதி, ரொக்கமாகவோ, பொருளாகவோ, அரசின் பங்காக வசூலிக்கப்பட்டது. இது தவிர, எண்ணெய் வணிகர்கள், நெசவாளர்கள், பொற்கொல்லர்கள், மண்பானை வனைபவர்கள் ஆகியோரிடமிருந்து அரசு வரி வசூலித்தது. வண்டிகளிடமிருந்து

பெறப்படும் சுங்கமும், உப்பு, காடுகள், சுரங்கங்கள் மீதான தீர்வைகளாக வசூலிக்கப்பட்டன. இவ்வரிகள் பெரிய அளவில்இருந்தன என்பதும் இவற்றில் சில உழைப்போரைப் பெரிதும் பாதித்தன என்பதும் தெளிவாகும். குலோத்துங்க சோழன் இவ்வொடுக்குமுறையிலான சுங்கத் தீர்வைகளை நீக்கி, மக்களுக்கு ஆறுதல் அளித்தான். இருந்த போதிலும் குடியானவர்கள், வரிவசூலிப்போரின் இம்சையிலிருந்து தப்பிட, கையூட்டு தரவேண்டியிருந்தது. உணவு தரவேண்டியிருந்தது. அவர்கள் ஒடுக்குமுறையிலான அமைப்பை எதிர்க்காமலேயே பாதிக்கப்பட்டதாகத் தோன்றியது.

அவ்விதம் வசூலிக்கப்பட்ட பணம், அரசவைக்கும், மாளிகைகள், கோட்டைகள் (ம) கோயில்களைக் கட்டவும், நிர்வாக மேலாண்மைக்கும் படைப்பிரிவுகளைப் பராமரித்திடவும் அக்கிரகாரங்களுக்கு உதவவும் செலவிடப்பட்டது. அரசு ஊழியர்களுக்கான ஊதியம் அவர்களுக்கு ஒதுக்கப்பட்ட நிலங்களின் மகசூலிலிருந்து தரப்பட்டது. பாசன வேலைகள் கட்டாய உழைப்பு மூலம் மேற்கொள்ளப்பட்டது. நெறியற்ற இவ்வணுகு முறையால், அரசுக்கு அவ்வளவாக நிதிப்பொறுப்பு இல்லாது போனது. எனினும், பாதுகாப்பும் தற்காப்பும் அதிகச் செலவினம் பிடித்தன. ராணுவம், கடற்படை, கோட்டைகள் (ம) படை நிலைகளுக்காகப் பணம் செலவிடப்பட்டது. மதமும் அரசின் அங்கமாய் இருந்ததால், ஆட்சியாளர்கள் ஏராளமான பணத்தை ஆலயங்களுக்கும் பிராமணக் குடியிருப்புகளுக்கும் தந்தனர். பொதுமக்களின் நலன் அரசின் கவனத்தை அவ்வளவாக ஈர்க்கவில்லை. பாசனத்திட்டங்கள் கூட ஆளும் (ம) புரோகித வர்க்கத்தினரைக் கவனத்தில் கொண்டே நிறைவேற்றப்பட்டன.

பேரரசின் தொலைதூரம்வரை பரந்திருந்த பிரதேசங்களைப் பாதுகாக்கும் பொருட்டு சோழர்கள், படைநிலைகளையும், கடற்படை (ம) ராணுவக் குடியேற்றங்களையும் பராமரித்தனர். பல்லவர்களைப் போலவே, சோழர்கள் தரைப்படை, குதிரைப்படை, யானைப்படை, (ம) கேந்திர முக்கியத்துவமுள்ள இடங்களில் கடற்படை ஆகியவற்றை வைத்திருந்தனர். ரதங்களும் ராணுவத்தின் பகுதியாயிருந்தன. யுத்தகாலங்களில் குறுநில அரசுகள் தம் படைகளுடன் பேரரசுப் படையுடன் சேர்ந்துகொண்டன. அரசனையும் இளவரசனையும் வீரர்களின் குழுவால் அமைக்கப்பட்ட மெய்க்காப்பாளர்கள் கவனித்துக் கொண்டனர். அரசனே படைப்பிரிவுகளுக்குத் தலைவன்,

அவனோ அவனால் நியமிக்கப்பட்டவனோ படைகளை யுத்தகளத்திற்குத் தலைமைதாங்கி நடத்திச் சென்றான். தளபதிகள் படைப்பிரிவுகளுக்குப் பொறுப்பாயிருந்தனர். கடற்படை படையெடுப்புகள் நடத்தி, கடற்பகுதிகளைக் கட்டுப்படுத்திற்று. குதிரைகள் அரேபியாவிலிருந்து இறக்குமதி செய்யப்பட, ராணுவத்திற்காக ரதங்கள் நாட்டிலேயே தயாரிக்கப்பட்டன. இவ்வளவு இருந்தும் யுத்தமுறை புராதனமாகவே இருந்தது. ஏனெனில் வாட்களும் கேடயங்களுமே சண்டையில் பிரதானமாய் பயன்படுத்தப்பட்டன.

கிராம சுயாட்சி சோழர் நிர்வாகத்தின் குறிப்பிடத்தக்க அம்சமாயிருந்தது, உள்ளூர் சுயாட்சியில் கிராமங்களுக்கு அளிக்கப்பட்டிருந்த சுயாட்சியாகும். சோழர்கள் தம் பேரரசை ஆறு மண்டலங்களாகவும், ஒவ்வொரு மண்டலத்தையும் கோட்டங்களாகவும், ஒவ்வொரு கோட்டத்தையும் நாடுகளாகவும் பிரித்திருந்தனர். ஒவ்வொரு நாடும் சுயாட்சி செய்து கொள்ளும் கிராமங்களின் குழுவாயிருந்தது. தேர்தல் அடிப்படையில் மக்கள் செல்வாக்குள்ள சட்டமன்றங்கள் அமைக்கப்பட்டன. உள்ளூர் நிர்வாகப் பொறுப்பு அவற்றிடம் தரப்பட்டன. அறிவியல் ரீதியில் இது ஒழுங்குபடுத்தப்பட்டதுடன், தவறுகள் நிகழாமல் தடுக்கப் பாதுகாப்புகளும் ஏற்படுத்தப்பட்டிருந்தன. உத்திரமேரூரிலும் உக்கலிலுமுள்ள சாசனங்கள், உள்ளூர் நிர்வாக அமைப்புகளின் கட்டுமானம் (ம) நடவடிக்கை குறித்து அதிகத் தகவல் தருகின்றன.

நாடுகள், ஊர்கள் (ம) கிராமங்களுக்குத் தலைவர்களும் மன்றங்களும் இருந்தன. நாட்டின் தலைவர் நாட்டார் என்றும் நாட்டின் மன்றம் நாட்டாமை என்றும் அழைக்கப்பட்டன. அரசாங்கத்தால் நியமிக்கப்பட்ட செல்வாக்குள்ளவர்களைக் கொண்டிருந்தது நாட்டாமை. ஊர் (அ) பிராமணரல்லாக் குடியானவரின் கிராமம் தனக்கென்று ஊரவையைப் பெற்றிருந்தது. கிராமம் (அ) பிராமணக் கிராமம் சபா வைத்துக்கொண்டிருந்தது. வணிகச் சமுதாயத்தினரின் கிராமம் நகரத்தைக் கொண்டிருந்தது. எனினும் கட்டமைப்பிலோ செயல்பாட்டிலோ இக்கிராம நிறுவனங்கள் ஒரு சீராக இல்லை. ஏனெனில் அவர்கள் தமக்கான நடைமுறையை தாமே வகுத்துக்கொண்டு, மாமூலிலிருந்து அதிகாரத்தைப் பெற்றுக்கொண்டனர். இந்நிறுவனங்களுடன் கூடுதலாக, ஒவ்வோரிடத்திலும் சமுதாய, மத (ம) தொழிற் குழுக்கள் நிலவின.

இக்கிராம நிறுவனங்கள் சோழ நாட்டில் மட்டுமின்றி எஞ்சிய தென்னிந்தியாவிலும் செயல்பட்டன. என்றாலும் இவற்றின்

ஆரம்ப வரலாறு தெரியவராமல் புதைந்துகிடக்கிறது. உத்திரமேரூர் சாசனங்களைத் தொகுத்துக் கொண்டிருந்த வேங்கய்யா, இவை வட இந்தியாவில் தோன்றி இருக்கவேண்டும் என்றார். அவரது பார்வையில், இது பாடலிபுத்திரத்தில் கிடைத்தவாறு, அரசாங்கத்திடமிருந்து கமிட்டிகளால் பெறப்பட்ட மாற்றுவடிவே. சபா நடவடிக்கைகளில் சமஸ்கிருத வார்த்தைகளைப் பயன்படுத்தியது, இதற்குக் காரணமாகக் கூறப்பட்டது. ஆனால் இது ஏற்புடைய தல்ல. சங்க இலக்கியத்தில் கூட மன்றம், பொதியில் என்னும் சொற்கள் காணப்படுகின்றன. ஆகவே, பழந்தமிழர் தமக்கேயான புராதன அவைகளைக் கொண்டிருந்தனர் (ம) உள்ளூர் நிறுவனங்களை முன்னெடுத்துச் செல்ல வேண்டும் என்னும் சோழரின் கொள்கை காரணமாகவே அவை முக்கியத்துவம் பெற்றன என்பது தெளிவாகிறது.

கிராம அவையின் உருவாக்கத்தில் வெவ்வேறு நடைமுறைகள் பின்பற்றப்பட்டன. மகாசபாவில் பிராமண உறுப்பினரே அனுமதிக்கப்பட்டனர். அனைவருக்கும் இருக்கைகள் போடப்பட்டன. பிற கிராமங்களில் கோட்டங்கள் (அ) வார்டுகள் மூலம் பிரதிநிதித்துவம் தரப்பட்டது. கோட்டத்திலுள்ள ஒவ்வொரு குடும்பமும், குடவோலை மூலம் தேர்ந்தெடுக்கப்படவேண்டிய பொருத்தமான நபர்களின் பெயர்களை அனுப்பிவைக்க வேண்டும் பெயர்கள் எழுதப்பட்ட பனையோலைச் சுருள்கள் குடத்தில் போடப்பட்டு குலுக்கி எடுக்கப்படுபவர் தேரந்தெடுக்கப்பட்டதாக அறிவிக்கப்பட்டார். இவ்விதம் தேர்ந்தெடுக்கப்பட 30 உறுப்பினர்கள் கிராம அவையில் பொறுப்பு வகிப்பார்கள். தேர்ந்தெடுக்கப்படுபவர் 35 வயதுக்கு மேலும் 70 வயதுக்கு உட்பட்டும், ஒரு வீடும் வரிகட்டுகின்ற ஒரு வேலி நிலமும் கொண்டவராய், மகாபாரதத்தை போதிக்கும் திறனுடையவராய், நல்ல நடத்தையும் ஒழுக்க சீலராயும் இருக்கவேண்டும். தேர்தலில் போட்டியிட ஆண்களைப் போலவே பெண்களும் தகுதிபெற்றிருந்தனர். ஒவ்வோராண்டும் உறுப்பினர்கள் மாற்றப்படுவார்கள். யாரும் தொடர்ச்சியாக மூன்றாண்டுகளுக்கு மேல் உறுப்பினராய் நீடிக்கலாகாது. கையாடல், துரோகம், திருட்டு போன்ற குற்றத்திற்குள்ளானவர்கள் தகுதி நீக்கம் செய்யப்பட்டனர்.

உறுப்பினர்களுக்கு எந்தப் படிகளும் தரப்படவில்லை. ஆனால் உயர்ந்த நடத்தையுடையவராக இருக்க வேண்டுமென்று எதிர்பார்க்கப்பட்டனர். இப்படி உயர்நிலையில் அவர்கள் வைக்கப்பட்டதால், பெருமக்கள் எனப்பட்டனர்.

கிராமச் சட்டமன்றமான சபா, கோயில் வளாகத்தில் கூடி கிராம நிர்வாகத்தை நடத்திற்று. அதிகாரங்கள் பரந்தும் வேறுபட்டும் இருந்தன. கிழராம அவை நிலமதிப்பீட்டில் ஆட்சியாளருக்குத் துணை நின்றது. வரிகளை வசூலித்து அரசாங்கத்திடம் செலுத்தியது. கோயில்நிலங்கள் என்றால், கோயிலுக்கு செலுத்தியது. அது மானியங்கள் பெற்றது. நிலங்களை வாங்கி விற்றது. மராமத்துப் பணிகளை மேற்கொண்டு பதிவேடுகளைப் பராமரித்தது.

குறிப்பிட்ட நடவடிக்கைகளுக்கென்று வாரியங்கள் இருந்தன. தெருக்களின் பொறுப்பு தோட்டவாரியத்திற்கு உரியது என்றால், ஏரிவாரியம் பாசனவசதிகளின் பொறுப்புக்கு உரித்தாயிருந்தது. தாழ்ந்த சாதிகளிடமிருந்து வரும் கட்டாய உழைப்பினர் மராமத்துப் பணிகளில் ஈடுபடுத்தப்பட்டனர்.

எஸ். கே. அய்யங்காரின் அபிப்ராயப்படி, நீதிமன்றமுறை நிலவிற்று என்றும், நிபுணர்களின் ஒத்துழைப்புடன் வழக்குகள் முடிவு கட்டப்பட்டன என்றும் தெரிகிறது. திருட்டுக்கும் கையாடலுக்கும் கணக்குகளைச் சமர்ப்பிக்காததற்கும் தண்டனைகள் விதிக்கப்பட்டன. நில நீர்ச் சச்சரவுகளுக்கும் குழு மோதல்களுக்கும் சமாதானங்கள் நிறைவேற்றப்பட்டன. அரசாங்கத்தின் கருவி என்ற முறையில், அது அரசனின் கட்டளைகளை உள்ளூர் மக்களுக்குக் கொண்டுசென்றது. மக்களின் விசுவாசத்தை மன்னனிடத்தே உறுதிப்படுத்தியது.

உண்மையில் கிராம சுயாட்சி, கிராமச் சமுதாயங்களின் செயல்பாட்டில் ஒழுங்கையும் நிலைத்த தன்மையையும் நிலைநாட்டியது. அரசியல் சீர்குலைவு (ம) சந்ததி மாற்றங்கள் என்னும் கால கட்டங்களில், கொந்தளிப்பு குழப்பங்களிலிருந்து ஓரளவுக்கு அது கிராமங்களைப் பாதுகாத்தது. என்றாலும் சாதி பேதங்கள் பிரிவினைகள் நிறைந்த சூழலில் அது எந்த அளவுக்கு சமத்துவம் கொண்டிருந்தது, மக்களிடத்தே எந்த அளவுக்கு நீதியுணர்வை வெளிப்படுத்தியது என்பதை உறுதிப்படுத்துவது சாத்தியமில்லை. சிலர் உரிமைகள் பெற்றவராயும் மற்றவர்கள் தாழ்ந்தவராயும் உள்ளபோது, உயர்ந்த ஒழுக்க நெறியைக் கொண்டு வருவது சிரமமாகும். எனினும் இவ்வுள்ளூர் நிறுவனங்கள் நிர்வாகத்தில் மையமாக்கப்படாத அமைப்பை முன்வைத்தன என்பதைக் குறிப்பிட வேண்டும்.

மத்திய அரசாங்கத்துக்கும் உள்ளூர் அதிகாரிகளுக்குமிடையே அதிகாரப் பிரிவினை நிலவியது. மத்திய அதிகாரிகள், உள்நாட்டுப் பாதுகாப்பு, எல்லைத் தற்காப்பு (ம) பண்பாட்டு

முன்னேற்றம் ஆகியவற்றைக் கவனிக்க, கிராம அவைகளோ, உள்நாட்டு ஒழுங்கு, சாலைகள் கால்வாய்களின் பராமரிப்பு, மதம் சார்ந்து நிறுவனங்களைக் கண்காணித்தல் ஆகியவற்றைப் பார்த்துக்கொண்டன. இந்நிறுவனங்கள் தொடர்ந்து இருந்துவந்து, மவுண்ட் எர்பின்ஸ்டன், சார்லஸ் மெட்கால்ஃப் போன்ற ஆங்கிலோ இந்திய நிர்வாகிகளின் பாராட்டுகளைப் பெற்றன. எல்பின்ஸ்டன் குறிப்பிட்டார். "ஓர் அரசின் விஷயங்களையெல்லாம் நுண்ணளவிலே இக்கிராம சமுதாயங்கள் கொண்டிருந்தன (ம) இவை பிற அரசாங்கக் கூறுகளெல்லாம் விலக்கிக் கொள்ளப்பட்டாலும், தம் உறுப்பினர்களைப் பாதுகாத்திடப் போதுமானவைகளாய் இருந்தன." சுதந்திரம் பெற்றதிலிருந்து பஞ்சாயத்து ராஜ்யம், இச்சுயாட்சி நிறுவனங்களைப் புதுப்பித்து மறுவாழ்வு அளித்திடும் முயற்சியைப் பிரதிநிதித்துவம் செய்கிறது.

சமூகம், பொருளாதாரம் (ம) பண்பாடு

சோழர் காலத்துக் கல்வெட்டுகளும் இலக்கியமும் தமிழரின் சமூக வாழ்க்கை (ம) கட்டிடக்கலைக்கும் கலைகளுக்கும் அவர்கள் செய்துள்ள பங்களிப்புப் பற்றிய சரியான விபரங்களைத் தெரிவிக்கின்றன. அரசின் பதிவேடுகள் கிடைக்கவில்லை. அவை பாதுகாக்கப்படாது இருந்திருக்கவேண்டும் (அ) படையெடுத்து வந்தோரால் அழிக்கப்பட்டிருக்க வேண்டும். எனினும், மாபெரும் வரலாற்றுச் சின்னங்கள், குறிப்பாகக் கோயில்கள், இன்றளவும் தாக்குப் பிடித்து, சோழரின் பண்பாட்டு மாட்சிமைக்குச் சாட்சியமளிக்கின்றன.

மன்னனே எல்லா நிலங்களின் உரிமையாளன் என்று கூறப்பட்டது. ஆனால் யதார்த்தத்தில் அது சமுதாயத்தின் சொத்தாகக் கருதப்பட்டது. ஒவ்வொரு கிராமத்திலும் குடியிருப்பு இல்லங்களுக்காக சிறிது நிலமும் வைக்கப்பட்டு, எஞ்சியது அவ்வப்போது சாகுபடிக்காக மறு பகிர்மானம் செய்யப்பட்டது. நிலங்களை அளவையிடுவதிலும் மதிப்பீடு செய்வதிலும் சோழர்கள் கணிசமான அக்கறை காட்டினர். குடியானவ உரிமையுடையது, சேவைக்குரியது (ம) மானியத்துக்குரியது என சாகுபடி நிலம் பாகுபடுத்தப்பட்டது. வெள்ளாளன் (அ) குடியானவன் வைத்திருந்தது குடியானவ உரிமையுடைய நிலம். இந்நில மகசூல் குடியானவனுக்குரியது, ஆனால் அவன் குறிப்பிட்ட அளவு படையைப் பராமரித்திடுவதற்காக (அ) சேவைக்காக

அரசனுக்கு வரிகட்ட வேண்டும். அரசுப்பணியாளர்களும் கிராமப் பணியாளர்களும் வைத்திருந்தது சேவைக்குத்தகை. கோயில்களுக்கும் அக்கிரகாரங்களுக்கும் கொடைகளாக வரியின்றி வழங்கப்பட்டவை மானிய நிலங்கள்.

சாகுபடியை அபிவிருத்தி செய்திடச் சோழர்கள் நடவடிக்கைகளை மேற்கொண்டனர். அணைகள், ஏரிகள், கால்வாய்களைக் கட்டினர். சோழகங்கம், வீர நாராயண ஏரி, மதுராந்தகம், சோழவாரிதி போன்றன அவற்றில் அடங்கும். கிராமிய நிர்வாக அமைப்புகளும் கிராம ஏரிகளை அமைத்து, சரியான பராமரிப்புக்கு ஏற்பாடு செய்தன. என்றாலும், இத்திட்டங்கள் ஆலயங்கள், கோட்டைகள், அக்கிரகாரங்களின் நலன்களையே உத்தேசமாய்க் கொண்டிருந்தன. கட்டாய உழைப்பும் கைதிகளின் உழைப்பும் சாதாரணமாக அமர்த்தப்பட்டன. கிராமங்களுக்குப் பாசன வசதியின் நன்மை கிடைக்கப்பெற்றால், அவை தீர்வை செலுத்துமாறு செய்யப்பட்டன. போதுமான அளவு நீர் கிடைக்கப்பெற்றால், அவை தீர்வை செலுத்துமாறு செய்யப்பட்டன. போதுமான அளவு நீர் கிடைக்கப்பெறாதபோதும், அவை தீர்வை செலுத்த வேண்டியிருந்தன. அடிக்கடி வளமான நிலங்கள் கையகப்படுத்தப்பட்டு, பிராமணருக்குத் தரப்பட்டன. இதனால் அரசு ஒடுக்குமுறையிலிருந்து குடியானவர் பாதுகாக்கப்படாது போயினர். மேலும், பாரிய நிலப்பரப்புகள் சேவை நிலங்களாயும், மானிய நிலங்களாயும், அளிக்கப்பட்டு, வரி விலக்கு தரப்பட்டன. எனவே குடியானவ நிலங்களுக்குக் கடுமையான வரி சுமத்தப்பட்டது.

மக்களில் அதிக எண்ணிக்கையிலானவர்களுக்கு வேளாண்மை வேலை தர, சொற்பமானவர்களுக்கே தொழில்துறைகள் வேலையளித்தன. பட்டும் பருத்தியும் கம்பளியும் ஆடைகள் தயாரிக்கப் பயன்படுத்தப்பட்டன. பொற்கொல்லரும் உலோகக் கொல்லரும் ஆபரணங்களும் உழவுக் கருவிகளும் தயாரிக்க, தச்சர்கள் படகுகளும் கப்பல்களும் உருவாக்கினர். அரசின் கட்டுப்பாட்டில் இருந்த உப்பளங்கள், உள்ளூர்த் தேவைக்கும் ஏற்றுமதிக்கும் உப்பு தயாரித்தன. துறைமுகங்களை இணைத்திட்ட நெடுஞ்சாலைகளினூடே மாட்டு வண்டிகள் அணிகளாகச் சென்றன. நாகப்பட்டினம், பூம்புகார், மாமல்லபுரம் (ம) வீரம்பட்டினம் என்பன முக்கிய கடற்துறைமுகங்களாக இருந்தன. நெடுஞ்சாலைகளில் தஞ்சாவூர்ப் பெருவழியும் கொங்குநாட்டுப்

பெருவழியும் பண்ணைப்பகுதிகளை துறைமுக நகரங்களுடன் பிணைத்தன.

சோழரின் பொருளாதாரத்திற்கு உள்ளூர் (ம) வெளிநாட்டு வணிகம் பங்களிப்பு செய்தது. பருத்தி பட்டுத்துணிகள், முத்துகள், நகைகள், தந்தம், கொட்டைகள் (ம) மிளகு முக்கிய ஏற்றுமதிப் பொருட்களாயிருந்தன. அரேபியாவிலிருந்து குதிரைகள் இறக்குமதியாயின. பொன், வெள்ளி (ம) செம்பு நாணயங்கள் பரிவர்த்தன சாதனங்களாயிருந்தன. நன்கறியப்பட்ட இரு நாணயங்களான பொன்னும் காசும், கடல்கடந்து வந்தவற்றிலிருந்த உருவங்களைப் பெற்றிருந்தன. களப்பிரரைப் போன்றே சோழர் தம் நாணயச் சாலைகளை வைத்திருந்தனர்.

அளவை (ம) எடைக் கருவிகளின் வரிசை புழக்கத்தில் இருந்தது. ஆனால் ஒட்டு மொத்தப் பேரரசிலும் அது ஒரு சீராக இல்லை. கடன்களுக்காக உறுதிப்பத்திரங்கள் எழுதிவாங்கப்பட்டன. கடனுக்கான வட்டி 15 சதம் வரை வசூலிக்கப்பட்டது. வணிகக் குழுக்கள் சந்தைகளைக் கட்டுப்படுத்தின. எனினும் பொருட்களின் விலைகள் அரசின் கட்டுப்பாட்டில் இருந்தன. நெடுஞ்சாலைகள் இருந்தாலும், அவை சரிவர இல்லை. வணிகக் குழுக்களின் மெய்க்காப்பாளர்களால் காவல் காக்கப்பட்டு, மாட்டுவண்டி வரிசைகளில் பொருட்கள் கொண்டு செல்லப்பட்டன. இது அக்கால கட்டத்துப் பாதுகாப்பு இன்மையால்தான். நெடுஞ்சாலைக் கொள்ளையிலிருந்தும் கொலையிலிருந்தும் பாதுகாத்திட பாதுகாப்பு அளிக்கப்படாத போதும், வண்டிகளுக்கும் படகுச் சுமைகளுக்கும் வணிகர்கள் அரசாங்கத்திடம் சுங்கவரி செலுத்தவேண்டியிருந்தது.

அரேபியா, பாரசீகம், பர்மா, சுமத்ரா (ம) சீனத்துடன் சோழப்பேரரசு வணிகத் தொடர்புகள் வைத்திருந்ததைச் சாசனங்களும் நாணயங்களும் உணர்த்துகின்றன. உள்ளூர் வணிகரும் அரேபியரும் வணிகக்குழுக்கள் மூலம் வியாபாரத்தைக் கட்டுப்படுத்துவதை வழக்கமாய்க் கொண்டிருந்தனர். அவர்கள் தென்கிழக்கு ஆசியாவின் ஸ்ரீவிஜயத்திற்குச் சென்று, அங்கிருந்து சீனத்தை அடைந்தனர். ஒரு சீனப் பேரரசர் தன் பிறந்த தின விருந்தில் சோழ வணிகர் கூட்டத்தினரை மகிழ்வித்தார். அக்காலத்திய உறவுகளின் முக்கியத்துவத்தை இது அங்கீகரித்ததாகத் தோன்றுகிறது.

சமூக ஏற்றத்தாழ்வும் பொருளாதார ஏற்றத்தாழ்வும் நிலவிய சமுதாய அமைப்புக்குச் சோழ மன்னர்கள் தலைமை தாங்கினர். கி.பி. ஐந்தாம் நூற்றாண்டில் தொடங்கி, களப்பிரர் ஆட்சியில்

நலிவடைந்து, பல்லவரின் கீழ் எழுச்சிபெற்ற பிராமணியச் செல்வாக்கு, சோழரின் கீழான தமிழரின் சமூக வாழ்வில் தன்னை நிலைநிறுத்திக் கொண்டது. உயர்குடிப் பிறந்தோருடனேயே உரிமைகள் அடையாளம் காணப்படும் வகையில், சமூக பேதங்கள் இறுக்கமான நிலையினை எட்டின. ஒவ்வொரு சாதியும் பல பிரிவுகளாக பிரிவுபட்டிருந்தது. தாழ்ந்த சாதிகள், நகர கிராமத்து மூலை முடுக்குகளுக்குத் துரத்தியடிக்கப்பட்டு, அடக்குமுறைக்கும் இன்னலுக்கும் ஆளாயின. வர்ணாச்ரமம், உட்பிரிவுகள், வலங்கை இடங்கைப் பேதங்களின், மீதமைந்த நான்குவகைச் சமூகம் உருவானது. பல்லவர் காலத்தில் இருந்தது போன்றே, பிராமணர், சத்திரியர், வைசியர் (ம) சூத்திரர் என வர்ணாச்ரமம் மக்களைப் பிரித்தது.

அத்துடன், ஒவ்வொரு பெரும் சாதியிலும் எண்ணற்ற உட்சாதிகள் எழுந்தன. சைவர்களும், வைணவர்களும் இந்துமதத்தின் இரு பிரிவுகளாய் இருந்தனர். வலங்கை இடங்கைப் பிரிவுகள் எவ்விதம் தோன்றின என்பது உறுதிப்படவில்லை. பொது வைபவங்களில் யாருக்கு முதல் மரியாதை என்பது குறித்து, பலிஜா (ம) நகரத்தார் என்னும் இரு வணிகச் சமுதாயங்களிடையே ஒரு பிரச்சனை எழுந்ததாக மரபு கூறுகிறது. கோமுட்டிகள், வள்ளுவர், சாணார் (ம) பறையர் பலிஜாக்களை ஆதரிக்க, செட்டிகள், பள்ளிகள், கைக்கோளர்கள் (ம) பாஞ்சாலர்கள் நகரத்தார்களை ஆதரித்தனர். அப்போது கரிகால்சோழன் இவ்விரு பிரிவினரையும் காஞ்சியிலுள்ள காமாட்சி அம்மன் கோயிலுக்கு வரவழைத்து, அவர்தம் தரப்புகளைக் கேட்டு, அவர்களைச் சமமானவர்களாக அறிவித்தான். தெய்வத்தின் வலப்பக்கமாய் (பலிஜாக்கள் என்றும், இடப்பக்கமாய் நின்றோர் இடங்கைச் சாதியினர் (நகரத்தார்கள்) என்று அழைக்கப்பட்டனர். வெள்ளாளர்கள், நாயக்கர்கள், ரெட்டிகள் (ம) பிராமணர்கள் நடுநிலைப்பிரிவினர் ஆயினர். பிரச்சனையைத் தீர்க்க முற்பட்டு, தீர்க்க முடியாது போயிற்று. மாறாக, அது மேலும் விவகாரங்கள் எழுவதற்கான வசதியான முத்திரைகளைத் தந்துவிட்டது. வலங்கையினர் இடங்கையினரை இழிவாக நோக்கினர். மோதிக்கொண்ட பிரிவினர், மோதல்கள், கொள்ளை, அழித்தல் என்பவற்றின் அடையாளம் கொண்ட சர்ச்சையின் மையமாக, காஞ்சியை ஆக்கினர்.

சோழர்கள் அரசர்களாயிருந்தாலும், புரோகிதர், அமைச்சர், அலுவலர் என்னும் விதத்தில், பிராமணர் உண்மையான அதிகாரம் பெற்றிருந்தனர். தமக்கே உரித்தான அக்கிரகாரங்களில் (அ)

சதுர்வேதி மங்கலங்களில், உணவையும் கல்வியையும் இலவசமாய்ப் பெற்று, அவர்கள் வாழ்ந்தனர். இப்பிராமணரின் நன்மைக்காக, மன்னர்கள் கோயில்களுக்கு கணிசமான மானியங்களைத் தந்தனர். தேவதாசிகளாகக் கோயில்களுக்குள் ஈர்க்கப்பட்டிருந்த கவர்ச்சியான யுவதியர், இசை, நடனம் (ம) தம் உடலால் பிராமணரை மகிழ்ச்சிப்படுத்தினர். மறுபுறத்தில், உற்பத்தியில் ஈடுபட்டிருந்த தொழிலாளர்கள் தீண்டத்தகாதவர்களாக ஒடுக்கப்பட்டனர்.

உழைக்கும் வர்க்கங்கள் அரசுக்காக உழைக்குமாறு கட்டாயப்படுத்தப்பட்டதையும், சாசனங்கள் சுட்டிக்காட்டுகின்றன. இந்த அநீதிகள் சமூகத்தில் அமைதியின்மையை ஏற்படுத்தி, வீடுகளுக்குத் தீவைக்குமாறும் கோயில்களை இடித்துத் தள்ளுமாறும் இட்டுச் சென்றது. சமூக இணக்கத்தை மீட்டெடுக்கும் முயற்சியாக, மூன்றாம் குலோத்துங்கன் வெவ்வேறு பிரிவினரின் உரிமைகளையும், பொறுப்புகளையும் பரிசீலித்து, கீழ் நிலையினருக்குச் சலுகைகள் தந்தான். இருந்தும், அமைதியை நிலைநாட்ட முடியாதிருந்தது. பறையர் வேளாண் பாட்டாளியாய் இருந்தனர். விவசாய நடவடிக்கைகளில் பெரும்பாலானதைச் செய்த அவர்கள் மக்கள் நலனுக்கு உதவினர். எனினும் அவர்களுக்குத் தரப்பட்ட வெகுமதி, சேரிகள் எனப்பட்ட அருவருப்பான மூலைமுடுக்குகளில் வறுமையிலும் பட்டினியிலும் உழலுமாறு விடப்பட்டதுதான். அடிமைகள் இருந்ததற்கான குறிப்புகள் உள்ளன.

பெரும்பாலான பண்ணைக்கூலிகள் அடிமைகளாய் (அ) கொத்தடிமைகளாய் வாழ்ந்தனர். குரூரமாய் நடத்தப்பட்டனர், விற்கப்பட்டனர். மீளவும் விற்கப்பட்டனர் என்பது தெளிவாகிறது. இவ்வடிமைகளில் அதிகமானோரைக் கோயில்கள் வைத்திருந்தன.

ஆணும் பெண்ணும் சமநிலையில் இருந்தனர் என்றுணர்த்தும் சான்றில்லை. கற்புநிலை பெண்டிருக்கு வற்புறுத்தப்பட்டதே ஒழிய ஆடவருக்கு இல்லை. ஸ்ரீதனம் (அ) வரதட்சணை அவளுக்குச் சொத்தாகத் தரப்பட்டது. மன்னர்களும் பிரபுக்களும் தங்களைக் கட்டுப்படுத்திக் கொள்ளாததால், பல மனைவியர் என்பது சாதாரணமாகக் காணப்பட்டது. அரசியர் நன்கொடைகள் அளித்தனர். ஆனால் அவை வழக்கமாக பிராமணருக்குத் தரப்பட்டன. மக்களின் சொத்திலிருந்து எடுத்துத் தரப்பட்டன. மத விழாக்களைக் கொண்டாடக் கோயில்கள் நாட்டிய மங்கையரை அமர்த்தின. அந்நாட்டிய மங்கையர் பெரிதும் வனப்புடன் திகழ்ந்தால், கோயிலுக்கு அர்ப்பணித்துவிடுமாறு பெற்றோர் தூண்டப்பட்டனர். அத்தேவதாசியர், எளிய வாழ்வு வாழ்ந்து, பொது நிகழ்வுகளில்

வசீகரமாய்த் தோற்றமளித்தனர். இளவரசரும் பிரபுக்களும் பூசாரிகளும் அவர்தம் தோழமையை நாடவே அவ்வமைப்பு இழிவடைந்து போனது.

சைவமும் வைணவமும் ஏற்றம் பெற, சமணமும், பௌத்தமும் நலிவுற்றன. சோழர்களைப் பிராமணர்கள் கட்டுப்படுத்தியதாலும், பகைமிக்க மதங்கள் வதைக்கப்பட்டதாலும், ஆலயங்கள் மடங்கள், அக்கிரகாரங்களின் நிர்மாணத்திற்காக அரசு நிதி திருப்பிவிடப்பட்டதாலும், இது தவிர்க்க முடியாததாக இருந்தது. சோழர்கள் சைவர்களாதலால், அவர்தம் மதம் சலுகையுடன் நடத்தப்பட்டது. சரியானாலும் தவறானாலும், ஆட்சியாளன் குறிப்பிட்டதொரு நிலைப்பாட்டை மேற்கொண்டுவிட்டால், போட்டி போட்டுக்கொண்டு ஆதரிப்பதே அறிஞர், ஞானியர், தத்துவாசிரியரின் வழக்கமான போக்காய் இருந்தது. அதற்கேற்ப, தொகுதி நூல்களும் தத்துவார்ந்த அமைப்புகளும் வரலாயின. கி.பி. பத்தாம் நூற்றாண்டில், நம்பியாண்டார் நம்பி மதப்பனுவல்களைத் திரட்டி, பதினோரு திருமுறைகளாகத் தொகுத்தார். சைவ சித்தாந்த தத்துவம் அக்காலத்தின் பங்களிப்பாகும். சைவத்திற்கு அடுத்த நிலையில், வைணவம் மக்கள் செல்வாக்குள்ள இந்து மதப் பிரிவாயிருந்தது. ஸ்ரீரங்கத்தில் வாழ்ந்த நாதமுனி, ஆழ்வார்களின் பாடல்களைத் தொகுத்து, வைணவர்களின் தத்துவ அமைப்பின் வளர்ச்சிக்குப் பங்களிப்பு செய்தார்.

யமுனாச்சாரியார் விசிஸ்டாத்வைதத்தை வளர்த்தெடுக்க, அவரது சீடர்களுள் ஒருவரான ராமானுஜர் வேதாந்த சாரம், வேதாந்த கிரஹம், வேதாந்த தீபம் போன்ற, இறையியல் நூல்களையும், உபநிடதங்களுக்கும் பகவத்கீதைக்கும் உரைகளும் எழுதினார். முக்தி பெறுவதற்கு பக்தி, வேள்வி (ம) சீலம் ஆகியவற்றை வற்புறுத்தினார். சங்கரர் உலகளாவிய ஒரு உயிரில் நம்பிக்கை வைக்க, ராமானுஜரோ ஈஸ்வரனிலும் அவனது அம்சங்களான ஆன்மாவிலும், பொருளிலும் நம்பிக்கை கொண்டார். வைணவர்கள் வடகலை, தென்கலை என்று இரண்டாகப் பிரிந்தனர். முன்னது சமஸ்கிருத வேதங்களுக்கும், பின்னது தமிழ் பிரபந்தங்களுக்கும் முக்கியத்துவம் தந்தன. மதப்பிரிவுகளுக்கு இடையிலான விரோதம், அடிக்கடி பூசல்களுக்கும் மோதல்களுக்கும் இட்டுச்சென்றது. உண்மையில், அரசும் ஆலயமும் அளித்த வசதி வாய்ப்புகளில் திளைத்த பிராமண மேட்டுக்குடியினர், சாதாரண மக்களிடமிருந்து தம்மைத் தனிமைப்படுத்திக்கொண்டு, இறையியல் தத்துவங்களின் மர்மங்களை விரிவாக ஆராய்ந்தனர். சமூக நலனுக்கான அறிவியல்

சிந்தனையை மேம்படுத்தாது, மோதல்களில் தம் ஆற்றலை வீணடித்தனர்.

இந்து மடங்களும் சமணப் பள்ளிகளும், புத்த விகாரைகளும் கல்வி நிறுவனங்களாகப் பணியாற்றின. அவை மாணவருக்கு மதக்கல்வி போதித்து, எழுதுதல், வாசித்தல், கணிதம், இலக்கணம், தத்துவம் போன்றவற்றைக் கற்பித்தன. ஆசிரியர்களுக்கு கிராமத்து நிலங்களில் சில துண்டுப் பகுதிகள் தரப்பட்டன. அறிஞர்களால் நன்கொடைகள் வழங்கப்பட்டன. எண்ணாயிரம், திருபுவனம், திருவாவடுதுறை என்னுமிடங்களில் உயர்கல்வி நிறுவனங்கள் இருந்தன. மானியங்கள் பெற்ற அவை, பிராமண மாணவர்களைச் சேர்த்தன. அவர்களுக்கு இலவசக் கல்வியும் தங்குமிடமும் அளித்தன. வேதம், வேதாந்தம், மீமாம்சை, சாத்திரங்கள் போன்றவற்றைக் கற்பித்தன. இங்கும் கூட திராவிடருக்கு எதிரான இனப்பாகுபாடு பேணப்பட்டது. கற்பித்தல், மரபார்ந்த பாடங்களுடன் கட்டுப்படுத்தப்பட்டது. இவ்வகையில், பிராமணப் பல்லவரோ திராவிடச் சோழரோ தமிழர்களுக்கு எந்த மாற்றத்தையும் செய்துவிடவில்லை. இருந்தபோதிலும், பல இலக்கிய நூல்களுக்காக இக்காலம் குறிப்பிடத்தக்கதாய் இருந்தது. சோழ மன்னரின் பிரசஸ்திகள், ஜெயங்கொண்டாரின் கலிங்கத்துப்பரணி, ஒட்டக்கூத்தரின் பரணி உலாக்கள் என்பன அவற்றின் வரலாற்றுத் தகவல்களுக்காகக் குறிப்பிடத்தக்கவை. தமிழரின் மிக முக்கிய காவியமான கம்பனின் இராமாயணம், அக் காலத்தின் தலைசிறந்த படைப்பாகும். ஆனால், தமிழர் தேசத்தில் திராவிட வீரர்களை இழிவு செய்து, ஆரியத் தலைவர்களைப் போற்றுவதற்கு அது வழிவகை செய்தது. சேக்கிழாரின் நூல்கள் மக்களிடையே ஆன்மிக வளர்ச்சியை நோக்கமாகக் கொண்டிருந்தன. நம்பியகப் பொருள், நேமிநாதம், வீரசோழியம், தண்டியலங்காரம், நன்னூல் ஆகியன இலக்கணநூல்கள். பேரகராதிகளுடன் சேர்ந்து இந்நூல்கள் தமிழ்மொழி வளர்ச்சிக்கும் தமிழர் உணர்வை அடிமைப்படுத்துவதற்கும் துணைநின்றன.

சோழர்கள் மாபெரும் கட்டிடக்கலையாளர்களாக இருந்தனர். தமது பரந்து விரிந்த பேரரசின் வெவ்வேறு மையங்களில், அவர்கள் கோயில்களையும் மாளிகைகளையும் கோட்டைகளையும் கட்டினர். இவ்வரலாற்றுச் சின்னங்களை தமிழ்நாடு, ஆந்திரதேசம், கேரளா, ஸ்ரீலங்கா என அவர்தம் பிரதேசத்திற்குட்பட்ட பகுதிகளில் காணலாம். இக்கட்டிடக் கலைப் பாரம்பரியம் பல்லவரிடமிருந்து சோழரின் கைகளுக்கு வந்து சேர்ந்து, பரிமாணத்தில் மட்டுமின்றி மாட்சிமையிலும் பரந்த வீச்சுகளைப் பெற்றது. கட்டுமானப்

பொருளாகக் கருங்கல் பயன்படுத்தப்பட்டாலும், சிற்ப வேலைப்பாடுகளில் நுணுக்கம் கவனம் கொள்ளப்பட்டது. கட்டுமான வேலைகளுக்கு அவர்கள் கட்டாய உழைப்பைப் பயன்படுத்தினர் என்பதை மறுதலிக்க முடியாது. உலகியல் நலனை இழந்து, பிராமணியச் செல்வாக்கின் கீழ் இப்பணிகளில் ஈடுபட்டனர் என்பதையும் மறுதலிக்க முடியாது. என்றாலும் கட்டிடக் கலைக்கும், கலைகளுக்குமான உழைப்பாளரின் பன்முகப்பட்ட பங்களிப்புகள், தென்னிந்தியாவின் பண்பாட்டுக் கலை முன்னேற்றத்தில் சோழர் ஆட்சிக்கு மகத்தான கீர்த்தியை வழங்கின.

சோழர் கோயில்களின் வரலாற்றில், பேரரசின் எழுச்சி, வளர்ச்சி (ம) வீழ்ச்சி நிலைகளை அடையாளப்படுத்திடும் மூன்று மாற்ற நிலைகள் நிலவின. ஆரம்பகட்ட ஆலயங்கள் விஜயாலயன் (ம) பராந்தகன் காலத்தில் நிர்மாணிக்கப்பட்டன. அவற்றில் சில திருச்சிராப்பள்ளி, புதுக்கோட்டை (ம) நார்த்தா மலையில் உள்ளன. அவை சிறியவை மட்டுமின்றி பணியில் எளிமையானவையும் கூட. பின்னர் ராஜராஜனால் பெரிய கோயிலும், ராஜேந்திரனால் சோழீஸ்வர ஆலயமும் கட்டப்பட்டன. தஞ்சாவூரில் பெரிய கோயிலைக் கட்டி முடிக்க ராஜராஜனுக்கு ஏழாண்டுகள் பிடித்தது. கி.பி. 1006இல் அதனை அவன் கட்டி முடித்தான். 500 அடி, 800 அடி நீள அகலமுள்ள அது, முப்பத்தைந்து சிறிய ஆலயங்களை உள்ளடக்கியது. இறங்கு முகத்தில் பதின்மூன்று அடுக்குகளுடன், 160 அடி உயரமுள்ள விமானத்தின் உச்சியில், 80 டன் எடையுள்ள தனியொரு கருங்கல் பாறை உள்ளது. அதனை உச்சிக்குக் கொண்டுசெல்ல ஒரு சாரம் அமைக்கப்பட்டதாக நம்பப்படுகிறது. அக்காலத்துச் சிறப்புகளாக இக்கோயிலிலுள்ள இதர அம்சங்கள் மண்டபங்கள், அரங்கங்கள் (ம) பிரமாண்டமான நந்தி ஆகியவை ஆகும். முதலாம் ராஜேந்திரன் தனது வட இந்தியப் படையெடுப்புக்குப் பின்னர், கங்கை கொண்ட சோழபுரத்தில் ராஜராஜேஸ்வரர் கோயிலை நிர்மாணித்தான். இக் கோயிலின் பெரிய அம்சமாயிருப்பது, எட்டு அடுக்குகளாக 160 அடி உயரத்தில் எழுந்துள்ள பிரமிட் வடிவிலான விமானமாகும்.

பெர்ஸி பிரவுனின் அபிப்ராயத்தில், பெரிய கோயில் திராவிட கைவினைக் கலையின் தனியொரு நேர்த்தியான படைப்பையும், ராஜேஸ்வரம் கோயில், தஞ்சாவூர்க் கட்டிடக் கலையின் பெண் அம்சத்தையும் பிரதிநிதித்துவப்படுத்துகின்றன. மூன்றாம் கட்டத்தில், கட்டிடக் கலை அளவிலும் பாணியிலும், நலிவை அடைந்தன. இச் சின்னங்களுள் திருபுவனம், தாராசுரம் கோயில்கள்

அடங்கும். கோயில்கள் தவிரச் சோழர்கள், தலைநகரிலும் மண்டல மையங்களிலும் மாளிகைகள் கட்டினர். அவை பிரமாண்டமாயும், அரச வசதிகளுக்கேற்ற அனைத்து அம்சங்களுடனும் இருந்ததாக இலக்கிய மரபுகள் சுட்டிக்காட்டுகின்றன. ஆனால், படையெடுப்பாளரின் காட்டுமிராண்டித்தனத்தால் அவை அழிந்துபோயின.

கோயில்களில் சிற்பமும், ஓவியமும் தன் வெளிப்பாட்டைக் கண்டன. பிரதிமைகள் தயாரிப்பு பெரிய தொழிலாக வளர்ந்து, அதன் பொருட்டு பொன், வெண்கலம், வெள்ளி, தாமிரம் (ம) கல் பயன்படுத்தப்பட்டன. வெவ்வேறு ஆலயங்களிலுள்ள கடவுளர் (ம) பெண் கடவுளரின் சித்திரங்கள், இக்கலையில் எட்டியிருந்த முன்னேற்றத்தைச் சுட்டிக்காட்டுகின்றன. மரபு, மத நூல்கள், மக்கள் வாழ்க்கை என்பவற்றிலிருந்து எடுக்கப்பட்ட நாட்டிய திருமண வைபவங்களின் விதவிதமான காட்சிகள், ஓவியத்துக்கு உரிய விஷயங்களாகத் துணை நின்றன.

மன்னர்களிடமிருந்தும் புரோகதர்களிடமிருந்தும் நாடகம், இசை, நாட்டியமும் ஆதரவைப் பெற்றன. மேடையில் நாடகங்கள் நடத்திடும் பயிற்சியளித்திட நாடக சாலைகள் இருந்தன. ஆலய மண்டபங்களில் நாட்டிய மங்கையர் நிகழ்ச்சிகள் வழங்கினர். முதலாம் ராஜராஜன் இசைவாணரை அமர்த்தி, அவர்தம் நலனுக்காக மானியங்கள் தந்தான். வீணை, சங்கு, புல்லாங்குழல் என்பன மக்கள் செல்வாக்குள்ள இசைக் கருவிகளாக இருந்தன. பக்தி இலக்கியமும் புராணங்களும் இந்நிகழ்ச்சிகளுக்கான விஷயத்தைத் தந்தன.

உண்மையில், தமிழரின் பண்பாட்டுப் பாரம்பரியத்தை வளப்படுத்துவதற்காக, சோழர்கள் கணிசமாக, பங்களிப்பு செய்தனர். அவை மரபார்ந்த விதத்தில் இருந்தமையால், புத்தாக்கமோ மாற்றமோ அவ்வளவாயில்லை என்பதை மறுக்க முடியாது. பிராமணியச் செல்வாக்கின் இறுக்கமான பிடியால், ஆட்சியாளரோ கைவினைக் கலைஞரோ, மரபார்ந்த கருத்துக்களிலிருந்து எந்தவொரு முக்கியத் திருப்பத்தையும் செய்யவில்லை. மேலும், பேரரசின் விரிவு, வளங்கள் (ம) காலத்தைப் போல, பண்பாட்டுக் கொடை அவ்வளவு மாட்சிமை கொண்டிருக்கவில்லை. அரசின் அதிகப்படியான நிதியாதாரங்களை அரசர்கள் அரச உல்லாசங்களுக்கும் அக்கிரஹாரங்களுக்கும் தேவதாசியருக்கும் திசைதிருப்பியதுதான் இதற்குக் காரணம்.

10

மதுரைப் பாண்டியர்

தமிழ்நாட்டின் மரபார்ந்த அரசுகளிடையே, பாண்டியருக்கு மிகவும் நீடித்ததும். ஆனால் மிகவும் ஏற்ற இறக்கமுள்ளதுமான காலம் இருந்தது. சுதந்திரமிக்க சந்ததியாகவோ கட்டுப்பட்ட குறுநில அரசாகவோ, சங்க காலத்திலிருந்து ஆப்கானிய வெற்றி வரையிலும், அநேகமாக பதினான்கு நூற்றாண்டுகள் அவர்கள் தொடர்ச்சியான வரலாற்றைப் பெற்றிருந்தனர். தம் அதிகாரத்தை இழந்த களப்பிரர், கி.பி. ஆறாம் நூற்றாண்டின் பிற்பகுதியில், தம் சுதந்திரத்தை உறுதிப்படுத்தினர். இது முதல் பாண்டியப் பேரரசின் நிர்மாணத்திற்கு இட்டுச் சென்றது. பல்லவருடன் சேர்ந்து பாண்டியர் களப்பிரர் செல்வாக்கை நாசப்படுத்தி, சோழர்களைக் கட்டுப்பாட்டில் வைத்தனர். எனினும் கி.பி. 910இல் சோழர் பாண்டியரைத் தோற்கடித்து, முதல் பேரரசை முடிவுக்குக் கொணர்ந்து, கட்டுப்பட்ட நிலைக்குக் குறைத்துச் சுருக்கினர். இந்நிலவரம் சோழப் பேரரசின் சிதைவுவரை நீடித்தது. பதின்மூன்றாம் நூற்றாண்டின் மத்தியில், பாண்டியர் தம் சுதந்திரத்தைத் திரும்பப் பெற்று, இரண்டாம் பேரரசை நிறுவினர்.

முதல் பேரரசு

சங்ககாலப் பாண்டியர், களப்பிரர் வருகையால் இருண்மைக்குள் போயினர். களப்பிரர் ஏற்றத்தின்போது, அவர்கள் உள்ளூர் சார்ந்த (ம) கீழ்நிலை அரசாக இருந்தனர். எனினும் ஆறாம் நூற்றாண்டின் மத்தியில், தெற்கில் பாண்டியரும் வடக்கில் பல்லவரும் களப்பிரரை எதிர்த்துப் போராடி, தம் பிரதேசங்களின் கட்டுப்பாட்டைத் தக்கவைத்துக் கொண்டனர். கி.பி. 575இல் பாண்டியர் தலைவன் கடுங்கோன், பாண்டிய மண்டலத்தின் சுதந்திரத்தை நிலை நாட்டினான். இது முதல் பாண்டிர் பேரரசின்

தொடக்கத்தைக் குறித்து, தொண்டைமண்டலத்தில் பல்லவரின் எழுச்சியுடன் பொருந்திப் போயிற்று. கடுங்கோனுக்குப் பின் வந்தோர், காவேரிப் படுகையின் கட்டுப்பாட்டிற்காக, பல்லவர் சாளுக்கியரை எதிர்த்து அடிக்கடி சண்டையிட வேண்டியிருந்தது. இவ்வரசர்களில் ஒருவனான சேந்தன் செழியன், சோழர் சேரரைத் தோற்கடித்தான். அவன் தன் அதிகாரத்தை ஒருநிலைப்படுத்தி, பாண்டிய அரசை காவேரி வரையிலும் விரிவுபடுத்தினான்.

கூன்பாண்டியன் என்று மக்களால் அழைக்கப்பட்ட அரிகேசரி மாறவர்மன் ஒரு ராஜதந்திரியாயும் வீரனாயும் இருந்தான். கி.பி. 640 இல் மாறவர்மனை அடுத்து ஆட்சிக்கு வந்த அவன், ஒரு சோழ இளவரசியுடனான திருமணத்தின் வாயிலாக, தன் நிலையை வலுப்படுத்திக் கொண்டான். சமணனாக இருந்த அவன், சைவத்திற்கு மாறிய பிறகு, சமணரைச் சித்திரவதை செய்தான். பல்லவர் சாளுக்கிய மோதலைச் சாதகமாக்கிக் கொண்டு, அவன் தன் பேரரசை வடக்கு நோக்கி விரிவுபடுத்தினான். ஆனால், அது பல்லவருடனான முரண்பாட்டை உண்டுபண்ண, இரு அரசுகளுக்கிடையே நீடித்த போர் தொடர்ந்தது. அவனை அடுத்து வந்த அரசர்களுள் ஒருவன் மாறவர்மன் ராஜசிம்மன். பல்லவ அரசில் நடந்த ஒரு உள்நாட்டுப் போரில் அவன், நந்திவர்மன் பல்லவமல்லனுக்கு எதிராய் சித்திரமேயனை ஆதரித்தான். சித்திரமேயனின் தோல்வி, பாண்டிய நாட்டின் மீதான பல்லவர் படையெடுப்பாக முடிந்தது. என்றாலும், ராஜசிம்மன் பல்லவரைத் தோற்கடித்து, கொங்கு நாட்டைக் கைப்பற்றினான். இரு அரசுகளுக்கிடையிலான போர், ராஜசிம்மனின் மகனும் வாரிசுமான ஜடிலப் பராந்தக நெடுஞ்செழியன் (கி.பி. 765-815) கீழ் தொடர்ந்தது. பல்லவருக்கு ஆதரவாகத் திரண்ட கூட்டுப்படைகளை, மாபெரும் வீரனான அவன் தோற்கடித்தான். இவ்வாறாக அவன் முத்தரையர்கள், அதியமான் (ம) வேணாட்டின் ஆரிய மன்னன் ஆகியோரை அடக்கினான். இவ்வெற்றிகளின் விளைவாக, தெற்கில் பாண்டியர் மேலாதிக்கத்தை அவன் நிலைநிறுத்தி, பல்லவரைக் கட்டுப்பாட்டுக்குள் வைத்தான். நெடுஞ்செழியனை அடுத்துவந்தோர், பல்லவர் சோழருக்கு எதிரானப் போரைத் தொடர்வதைச் சிரமமிக்கதாகக் கண்டனர். கி.பி. 920இல் பாண்டிய மன்னன் இரண்டாம் ராஜசிம்மனைப் பராந்தகச் சோழன் தோற்கடிகத்து, மதுரையைக் கைப்பற்றினான். இது பேரரசின் முடிவைக் குறித்தது. ராஜேந்திர சோழன் தன் புதல்வர்களுள் ஒருவனை, சோழ பாண்டியன் என்னும் விருதுப் பெயருடன்

பாண்டிய நாட்டில் அரசப் பிரதிநிதி ஆக்கி, பாண்டியர் நிலையை குறுநில அரசாகக் குறைத்துச் சுருக்கினான்.

இரண்டாம் பேரரசு

சோழருக்குக் கட்டுப்பட்ட அரசர்களாக பாண்டியர்கள், தென்கோடியில் வரம்புக்குட்பட்ட செல்வாக்குப் பிரதேசத்துடன் தம்மை நிறுத்திக் கொண்டனர். அவர்களுள் ஒரு தலைவனான மாறவர்ம சுந்தரபாண்டியன் சோழரை ஒரு முறை வென்றான். ஆனால் ஹொய்சாளர் குறுக்கீட்டினால், எந்தவொரு ஆதாயமும் பெற முடியாது போனான். பதின்மூன்றாம் நூற்றாண்டு மத்தியில், ஜடாவர்மன் சுந்தர பாண்டியன் மூன்றாம் ராஜேந்திர சோழனை வென்று, மதுரையிலிருந்து சோழரை வெளியேற்றி இரண்டாம் பாண்டியர் பேரரசை நிறுவினான். சாசனங்களும் இலக்கிய நூல்களும் வெளிநாட்டார் குறிப்புகளும் இப்பாண்டியர் வரலாறு குறித்த விபரத்தைத் தருகின்றன.

ஜடாவர்மன் சுந்தர பாண்டியன் (கி.பி. 1251–1260)

சோழப் பேரரசின் வீழ்ச்சி பாண்டியர்களுக்கு வாய்ப்புகளை அளித்ததுடன் கூடவே பிரச்சனைகளையும் ஏற்படுத்திற்று. அவர்களது வடதிசை விரிவாக்கத்தில் இருந்த தடைகளை அது அகற்றிற்று, அதே வேளையில், ஹொய்சளர், காடவர், காகதியர் என்னும் வடக்கின் ஆக்கிரமிப்பு அரசுகள், சோழரின் கூட்டாளிகளாகவோ வெற்றியாளர்களாகவோ, தெற்கிற்கு வந்தன. இவை ஜடாவர்மனின் முயற்சியைச் சவால்மிக்கதாக்கின, என்றாலும் அவன் ஆக்கிரமிப்புப் போரில் விரோத அரசுகளைத் தோற்கடித்து, பேரரசை விரிவுபடுத்தினான்.

முதல்கட்டமாக, அவன் சேரர் பக்கம் திரும்பினான். அவன் சோழருக்கு எதிராக இரு படையெடுப்புகளை நிகழ்த்தினான், ஒன்று, மூன்றாம் ராஜேந்திர சோழனை அடக்கவும், இரண்டாவது திறை வசூலிக்கவும் எனச் சாசனங்கள் சுட்டிக்காட்டுகின்றன. சோழர்கள் தோற்கடிக்கப்பட்டு, கட்டுப்பட்ட அரசாக்கப்பட்டனர். ஹொய்சாளர்கள் தம்மைக் கண்ணனூர் குப்பத்தில் நிறுவிக் கொண்டனர். ஆனால் நிறையப் படைவீரர்களை இழந்துபோயினர். சேந்தமங்கலம் நோக்கிச் சென்ற பாண்டியர் படை, காடவரைத் தாக்கித் திறை செலுத்துமாறு அவர்களைக் கட்டாயப்படுத்திற்று.

இவ்வெற்றிகளுக்குப் பின், ஜடாவர்மன் தெலுங்குச் சோழரையும் காகதியரையும் தோற்கடித்து, நெல்லூர் வரையிலான பகுதிகளைக் கைப்பற்றினான். கடல் கடந்து இலங்கைக்குச் சென்ற படை, கட்டுப்பட்ட நிலையை ஏற்குமாறு அந்நாட்டு மன்னனை நிர்ப்பந்தப்படுத்திற்று. புத்திசாலித்தமான இச்சாகசங்களால் ஜடாவர்மன் தென் இந்திய நாயகனாக எழுச்சி பெற்றான்.

கோயில்கள் (ம) பிராமணரால்தான் தன்னால் இவ்வெற்றிகளைப் பெற முடிந்தது என்று நம்பிய அவன், அவர்களுக்குத் தாராளமான மானியங்கள் வழங்கியும், பேரரசியத் தன்மையிலான விருதுகளைச் சூடிக்கொண்டும், தன் வெற்றிகளைக் கொண்டாடினான். இதனால் நன்மை பெற்ற கோயில்கள் சிதம்பரம் சிவன் கோயிலும், ஸ்ரீரங்கம் வைணவர் கோயிலும் ஆகும். சிதம்பரம் கோயிலில் ஒரு கோபுரமும் பொன்முலாம் வேய்ந்த கூரையும் நன்கொடைகளாயிருந்தன. ஸ்ரீரங்கத்தில் ரங்கநாதப் பெருமாளுக்கு மரகதமாலை அளிக்கப்பட்டது. கோயில் சரிதமான கோயில் ஒழுகு நூலில் இவை குறிப்பிடப்படுகின்றன.

மாறவர்மன் குலசேகரன்

தந்தை ஜடாவர்மனுக்குப் பிறகு ஆட்சிக்குரிய இளவரசன் மாறவர்மன் (கி.பி. *1268-1310*) பொறுப்பேற்றான். பாண்டிய வம்சத்தின் நான்கு சகோதரர்களான இளவரசர்களுடன் அவன் அதிகாரத்தைப் பகிர்ந்து கொண்டான் எனச் சாசனங்கள் உணர்த்துகின்றன. அவன் இளவரசனாயிருந்த போதோ, அரசன் ஆன பிறகோ நடந்த யுத்தங்கள் வெற்றிகள் பற்றியும் அவை குறிப்பிடுகின்றன. ஆனால், அச்சண்டைகள் நிகழ்ந்தனவா (ம) அவன் வென்றானா என்பன உறுதிப்படவில்லை. அவனது இருபதாம் ஆட்சியாண்டு சேரன்மகாதேவிச் சாசனம், மலைநாடு, சோழமண்டலம், கொங்கு தேசம், தொண்டைநாடு (ம) இலங்கை மீது அவன் பெற்ற வெற்றிகளைப் பேசுகிறது.

மலைநாட்டில் அவன் சேரரைத் தோற்கடித்து, கடல்துறைமுகமான கொல்லத்தைக் கைப்பற்றினான். இது அவனுக்குக் கொல்லம் கொண்டான் என்னும் விருதுப் பெயரைப் பெற்றுத்தந்தது. உண்மையில் களப்பிரர் வெற்றியால் சேரர் நலிவுற்றிருந்ததால், தம் கீர்த்தியைக் கொண்டாடும் அவர்தம் முயற்சிகள், சோழரால் தடுக்கப்பட்டன. இப்போது பாண்டியரின் படையெடுப்பு அவர்தம் நம்பிக்கைகளுக்கு மேலுமொரு அடி தந்தது. பாண்டியருக்கு எதிராக

எழுந்த உள்ளூர்ப் பிரச்சனைகளால், சோழ பல்லவ பிரதேசங்களுக்கு படையெடுப்புகள் மேற்கொள்ளப்பட்டன.

ஹொய்சாளர் ஆதரவுடன், சோழ வம்சத்து மூன்றாம் ராஜேந்திரன் நடத்திய கலகத்தை மாறவர்மனின் படைகள் நசுக்கின. இலங்கைக்கு அனுப்பப்பட்டிருந்த படை பல நகரங்களை நாசமாக்கி, புத்தரின் புனிதச் சின்னங்கள் உள்ளிட்ட பெரும் செல்வத்துடன் திரும்பிற்று. அப்புறம் இலங்கை மன்னன் மூன்றாம் பராக்கிரமபாகு மதுரை வந்து, புனிதச் சின்னங்களை ஒப்படைக்குமாறு மன்றாடினான். இலங்கை மன்னன் தொடர்ந்து விசுவாசம் காட்ட வேண்டும் என்று சொல்லி பாண்டிய மன்னன் அதற்கு இணங்கினான்.

மாறவர்மன் ஆட்சிக்காலத்தின்போது பாண்டியப் பேரரசுக்கு வருகை புரிந்த வெளிநாட்டுப் பயணியர், அந்நாடு பற்றி விவரித்துள்ளனர். இத்தாலியப் பயணி மார்கோ போலோ குறிப்பிட்டிருக்கிறார். பெரும் செல்வங்களைப் பெற்றுள்ள மன்னன் நிறைய ஆபரணங்களை அணிந்துள்ளான். மாபெரும் அரசை சாமர்த்தியமாக நிர்வகிக்கிறான். வணிகரும் பயணியரும் மகிழ்வுடன் அவனது நகருக்கு வரும் விதத்தில், அவர்களுக்கு அதிகச் சலுகைகள் அளிக்கின்றான். ஐந்து பாண்டியர் நாட்டை ஆள்வதாக அவர் பதிவு செய்துள்ளார். இவர்களில் மூத்தவனான மாறவர்மனுக்கு முன்னூறு மனைவியர் இருந்தனர். மக்கள் தொடர்ந்து தாம்பூலம் போட்டுத் துப்பிக் கொண்டிருந்தனர். மன்னர்களுக்கும் பிரபுக்களுக்கும் அது சூடம், வாசனைத் திரவியங்கள் கலந்து தரப்பட்டது. நிர்வாணமாய்த் திரிந்த யோகியர், புலனடக்கத்தால் நீண்ட காலம் வாழ்ந்தனர். தெய்வத்துக்காக அர்ப்பணிக்கப்பட்டிருந்த பல மங்கையர் கோயில்களில் இருந்தனர். தீய சகுனங்களை நம்பிய மக்கள் இறந்தோரை தகனம் செய்தனர்.

காயல் துறைமுகம் குறித்து, இந்த இத்தாலியப் பயணி "அது ஒரு மாபெரும் உன்னத நகரம், ஹோர்மோஸ், சிஸ், ஏதென், அரபு நாடுகளிலிருந்து கப்பல்கள் அங்கு வந்தன. குதிரைகளும் இதரப் பொருட்களும் விற்பனைக்காக கொண்டுவரப்பட்டன. அது வணிகர்கள் சந்திக்கும் இடமாயிருந்தது. இக்காலத்தே வாஸ்ஸஃப் என்னும் அரபு வணிகரும் இந்நாட்டுக்கு வருகை புரிந்தார். அரசன் ஆரோக்கிய மானவனாயும் செல்வந்தனாயும் இருந்தான். அவனது கருவூலம் பொன்னாலும் முத்துக்களாலும் நிறைந்திருந்தது. பரந்த பாய்மரங்களுடைய பெரும் கப்பல்கள் கடற்கரைக்கு அடிக்கடி வந்தன என்றும் குறிப்பிட்டுள்ளார்." விலை உயர்ந்த பொருட்களை ஏற்றிக்கொண்டு அவை, இந்து, சிந்து (ம) சீனாவிலிருந்து வந்தன.

ஐரோப்பாவில் காணப்பட்ட விலையுயர்ந்த பொருட்களெல்லாம் பாண்டிய தேசம் வந்து சேர்ந்தன.

அரசவையின் ஆடம்பரம் (ம) சிறப்பு, அந்நிய நாட்டவருக்கு அளிக்கப்பட்ட முக்கியத்துவம் போன்றவை குறித்து இப்பயணக் குறிப்புகள் பிரதிபலிக்கின்றன. எனினும், கொள்ளை வழிப்பறியின் அடையாளமுள்ள காலத்தின் அரசவையிலேதான் மாளிகைச் சிறப்பினை எதிர்பார்க்க முடியும். பயணியர் கிராமப்புறங்களுக்கு வருகை புரிந்ததாகத் தோன்றவில்லை. எனவேதான் தலைநகருக்கும் கிராமத்திற்கும் இடையிலான முரண்பாடு, இக்குறிப்புகளில் விவரிக்கப்படவில்லை.

மாறவர்மனின் கீழே இரண்டாம் பேரரசின் புகழ் அதன் கொடுமுடியைத் தொட்டிருந்தது. ஆனால், சரிவு துரிதமான நிகழ்வுகளாய் வந்து விட்டது. அரசனின் இறப்பைத் தொடர்ந்து, அவனது இரு மகன்கள், சுந்தரபாண்டியனுக்கும் வீரபாண்டியனுக்குமிடையிலான உள்நாட்டுப் போர் வந்தது. மாறவர்மன் தன் இளைய மகன் வீரபாண்டியனை ஆட்சிக்குரிய இளவரசனாக்க, சுந்தரபாண்டியனோ கி.பி. 1310இல் அரியணையை மீண்டும் அடைந்தான். இச்சம்பவங்களால் ஏமாற்றமுற்ற சுந்தரபாண்டியன், ஹொய்சாளரை எதிர்த்துப் போரிட்டுக் கொண்டிருந்த ஆப்கானியரின் உதவியை நாடினான். 1313இல் வேணாட்டின் ரவிவர்ம குலசேகரன் மதுரையைக் கைப்பற்றினான். அதனைத் தொடர்ந்து மாலிக்காபூர் தன் ஆப்கன் படைக்குத் தலைமை தாங்கி பாண்டிய நாட்டுக்குச் சென்றான். அதன் பின்னர் மதுரை, ஆப்கன் சுல்தானிய அரசின் பகுதியாகக் குறைத்துச் சுருக்கப்பட்டது.

இருப்பினும் பாண்டியர் ஒட்டுமொத்தமாக வரலாற்றுக் களத்திலிருந்து மாயமாகிவிடவில்லை. தொலைதூரப்பகுதிகள் அவர்தம் பொறுப்பில் இருந்தன. பதினான்காம் நூற்றாண்டு இறுதிவரையிலும் அவர்களது செல்வாக்கு இருந்ததை, மதுரை, ராமநாதபுரம், புதுக்கோட்டை மாவட்டங்களில் காணப்படும் சாசனங்கள் சுட்டிக்காட்டுகின்றன. பிற்கால ஆட்சியாளர்கள் மதுரைக்கு அருகிலுள்ள திருப்பத்தூரில் ஆலயங்கள் கட்டினர். பிராமணருக்காக கிராமங்களை நிறுவினர். திருநெல்வேலிப் பாண்டியர் பதினேழாம் நூற்றாண்டு வரையிலும் செல்வாக்குப் பெற்றிருந்தனர். தம் கீர்த்தியைப் புதுப்பித்திட, அவர்கள் மீண்டும் மீண்டும் முயன்றாலும், விஜயநகர ஆட்சிக்குட்பட்ட அரசாகவே இருக்க முடிந்தது. பிற்காலப் பாண்டியரில் அரிகேசரி

பராக்கிரமன் சிறிது காலம் மதுரையை ஆட்சி புரிந்தான். தென்காசி விஸ்வநாதர் ஆலயத்தின் ஒரு பகுதியைக் கட்டினான். பின்னர் வந்த ஆட்சியாளரால் அது கட்டி முடிக்கப்பட்டது.

அரசியல் சமூக வாழ்க்கை

கன்னியாகுமரியிலிருந்து காவேரிவரையிலும் பரவியிருந்த மதுரை நாடு, பாண்டியர் பேரரசின் தாயகமாயிருந்தது. அதன் அதிகார உச்சத்தில், நெல்லூர் வரையிலும் இந்தியாவின் தென்பகுதியைக் கொண்டிருந்தது. பாண்டியரின் கீழ் தமிழரின் சமூகப் பொருளாதார வாழ்க்கை, புவியியல் மதத்தாக்கத்திற்குள்ளானது. அண்டை அயலின் மரபும் வளர்ச்சிகளும்கூட தம் செல்வாக்கைக் கொண்டிருந்தன.

மன்னன் அனைத்து அதிகாரங்களையும் தன்னகத்தே கொண்டிருந்தான். மெய்க்காவல்கள் அவனைப் பாதுகாக்க, பிரபுக்கள் அவனுக்காகக் காத்திருந்தனர். அரசவையில் ஆயிரம் பேர் அவனுக்குத் துணை நின்றதாக வாஸ்ஸஃப் கூறியிருக்கிறார். தலைமை மந்திரி, மந்திரிகள் (ம) சேனாதிபதியால் மன்னன் வழிநடத்தப்பட்டான். வரிவசூலிப்பாளர், நில அளவையாளர், படைகளின் தளபதி, அரச கட்டளைகளைப் பதிவு செய்பவர்கள் போன்றோர் செயல்பட்ட தலைமைச் செயலகம் இருந்தது. அனைத்து இறுக்கங்களுடனும் கூடிய சாதி அமைப்பை நடைமுறைப்படுத்துவதில் தர்மம் குறித்து ஆலோசனை கூறுபவர்கள் மன்னனை வழிநடத்தினர். சோழ நாட்டினைப் போல, பாண்டிய நாடு மண்டலங்களாகப் பிரிக்கப்பட்டு, மண்டலங்கள் நாடுகளாக, உட்பிரிவாகிய கூற்றமாக பல கிராமங்கள் உருவாயின. மண்டலத்தில் மன்னனின் இடத்தில் நிர்வகித்தவர் ஆளுனர். சோழ மண்டலத்தில் நடைமுறையில் இருந்தது போல, குடவோலை மூலம் தெரிவு செய்யப்பட்ட மகாசபை பற்றி மானூர்ச் சாசனம் தெரிவிக்கின்றது. இம் மகாசபை பிராமண கிராமத்தினைத் தன் கட்டுப்பாட்டில் வைத்திருந்தது. திராவிடர் கிராமத்தின் பொறுப்பில் இருந்த அமைப்பு ஊரவை ஆகும்.

எண்ணற்ற மனைவியரையும் காமக் கிழத்தியரையும் கொண்டிருப்பது அரசனின் சாதாரண நடைமுறையாயிருந்தது. மாறவர்மன் குலசேகரன் முன்னூறு மனைவியரைக் கொண்டிருந்ததாக மார்கோபோலோ தெரிவிக்கிறார். நாட்டிலுள்ள அழகிய யுவதியரெல்லாம் அரண்மனைக்குக் கொண்டுவரப்பட்டு,

அவர்களில் பிடித்தமானவரை மன்னன் அந்தப்புரம் அழைத்துப்போனான் என்று அபிப்ராயம் கொண்டுள்ளார் அப்துல் ரஸாக்.

காம விவகாரங்கள் தவிர்த்து, வேட்டை, மல்யுத்தம், வாட்சண்டை, சதுரங்கம், இசை, நாட்டியம் போன்றவற்றில் ஆட்சியாளன் ஈடுபாடு கொண்டிருந்தான். தன்னை முத்து பவளங்களால் அலங்கரித்துக் கொள்வதில் அலாதியான ஈடுபாடு மிகுந்திருந்தான். முற்றிலும் பவளங்கள் போன்ற விலையுயர்ந்த மணிகள் பதித்த ஆரம் குறித்து பதிவு செய்யப்பட்டுள்ளது. மன்னன் அணிந்திருப்பது நகரின் சொத்தினை விட அதிகமானதாகும். நாட்டில் வறுமை நிலவியபோதும், மன்னன் தன் மாளிகை, பெண்கள், அரசவையிடத்தே அளப்பரும் செல்வத்தை வீணடித்து, நிர்வாகத்திற்கென்று அவ்வளவாக நேரத்தைச் செலவிடாதவனாக இருந்தான். இதனால் அவனது ஆலோசகர்களாயிருந்த பிராமணர், உண்மையான அதிகாரம் செலுத்தி அதன் நன்மைகளை அடைந்தனர். உண்மையில், மன்னன் மீது புனித நீரைத் தெளிக்கவும் கண்ணேறுபடாது அவனைக் காக்கவும் நூற்றுக்கணக்கில் பிராமணர் இருந்தனர்.

தனது நிர்வாக அமைப்பு, அந்தப்புரப் பெண்டிர், படைகள், கோயில்கள், அக்கிரகாரங்கள் என்பவற்றைப் பராமரித்திட அரசனுக்கு கணிசமான பணம் தேவைப்பட்டது. எனவே அவன் பரிதாபமிக்க மக்களிடமிருந்து பலவாறான வரிகளை வசூலித்தான். நிலவரி, அனைத்துத் தொழில்கள் மீதான வரி, முத்துக்குளித்தலிலிருந்து காப்புத்தொகை, துறைமுகங்களிலிருந்து சுங்கத் தீர்வை என்பவை அவற்றில் அடங்கும். கிராம அலுவலர்கள் குடியானவர்களிடமிருந்து வசூலித்து, கருவூலத்தில் செலுத்தினர். இவ்வருவாய் ஆதாரங்கள் அரசின் உலகியல் ஆதாரங்களின் அபிவிருத்திக்கு வாய்ப்பளித்தன. ஆனால் அரச நிர்வாகம், பிராமணர், தேவதாசியரிடத்தே வருவாய் வீணடிக்கப்பட்டதே ஒழிய, நாட்டின் அபிவிருத்திக்காகச் செலவிடப்படவில்லை. போர்ச்செலவு அரசின் செலவில் ஒரு பகுதியாயிருந்தது. காடுகளிலிருந்து யானைகளைப் பிடித்துவர வேண்டியிருந்தது. தேர்கள் செய்யப்படவேண்டியிருந்தன. குதிரைகள் அரேபியாவிலிருந்து வாங்கப்படவேண்டியிருந்தன. அடிக்கடி யுத்தங்கள் நடந்ததால், பெரியதொரு படையினை விழிப்பு நிலையில் வைத்து, அதற்கான அடிப்படைத் தேவைகளை அளிக்க

வேண்டியிருந்தது. யுத்தங்களில் மாண்ட வீரர்கள் நினைவாக வீரக்கற்கள் நடப்பட்டன.

பாசன நீர், மீன்பிடி உரிமைகள், கோயில் வைபவங்கள் தொடர்பான ஆட்சேபணைகள் நிலவியதாகக் குறிப்புகள் உள்ளன. எனினும் பிரச்சினைகளைத் தீர்த்திட, முறையான நீதித்துறை அமைக்கப் பெறவில்லை. உண்மையில் பழந்தமிழருக்கு சமநீதி குறித்த எண்ணமில்லை. அவர்களைப் பொறுத்தவரை தர்மம் என்றால் சாதி அடிப்படையிலான அநீதிதான். உள்ளூர் விவகாரங்கள் உள்ளூர்த் தலைவர்களால் தீர்க்கப்பட்டன. அரசவைக்கு மேல்முறையீடு செய்யப்பட முடியும், ஆனால் பாதிக்கப்பட்ட தரப்புகளின் ஒருபோதும் குறைகள் தீர்த்துவைக்கப்பட்டதில்லை.

சமூகமும் பண்பாடும்

நூற்றாண்டுக் கணக்கிலான பாண்டியர் நிர்வாகத்தினூடே தமிழரின் சமூக வாழ்க்கை, சீரான உருமாற்றத்தை அடைந்தது. ஆரம்ப நூற்றாண்டுகளின் புராதன நிலையிலிருந்து பதினான்காம் நூற்றாண்டின் சாதி சார்ந்த அமைப்பு வரையிலான, உருமாற்றமாக அது இருந்தது. சங்ககாலச் சமூகத்தின் வர்க்கக் கட்டுமானத்தின் மீது பிராமணியம் தன் செல்வாக்கை நிலைநிறுத்திடத் தொடங்கிற்று. ஆனால் பாண்டியரின் இரண்டாம் பேரரசின் கீழ், அது ஆலயங்கள், அக்கிரகாரங்கள் (ம) நிர்வாகத்தின் மீது தன்னை வலுப்படுத்திக் கொண்டு, பரஸ்பர விலக்குதலும் வெறுப்பும் மிகுந்த, சாதி அடிப்படையிலான அமைப்பாக சமூகத்தை வார்த்தெடுத்தது. ஆட்சியாளர்கள் தம் ஆதரவினை சாதியப் பிரிவினைகளின் எழுச்சிக்குத் தந்ததால், சமூகம் சாதி இந்துக்கள் (ம) தீண்டத்தகாதவர்களாகப் பிரிவினை கொண்டதால், சாதியமைப்பின் தீங்குகள், இறுக்கமான பரிமாணங்களைப் பெற்றன.

அத்துடன், வலங்கையினர், இடங்கையினர் என இந்துக்கள் பிரிந்தனர். இன்னொரு பிரிவினரின் தெருவழியே சிலையை எடுத்துப் போவது (அ) ஊர்வலம் போவது, தேர் (அ) குதிரையைப் பயன்படுத்துவது (அ) கொடியேற்றுவது, தகுதிநிலைக்கான மோதல்களை உண்டுபண்ணி இரத்தக்களரிக்கு இட்டுச்சென்றன. தம் உழைப்பால் சமூகத்திற்குத் துணைநின்ற, பள்ளிகள், பறையர், சக்கிலியர், சாணார், மறவர் ஆகியோர் தீண்டத்தகாதவர்களாகவும், நெருங்கக்கூடாதவர்களாகவும் ஒதுக்கப்பட்டதுதான் இன்னும் மோசமானதாகும். அவர்கள் அருவருக்கப்பட, அவர்கள் தம்

உடலுழைப்பால் அளித்த உணவும் சேவையும் மாசுற்றவையாகக் கருதப்படவில்லை என்பதே முரண்சுவையாகும்.

பாண்டியரின் கீழ் சமூகத்தில் பெண்கள் மதிக்கத்தக்கதும் ஆண்களுக்குச் சமமானதுமாக நிலை பெற்றிருந்தனர் என்றொரு கருத்து நிலவிற்று. ஒரு மன்னன் 300 அரசியர் வரை கொண்டிருக்க, எந்த அரசியும் ஒன்றுக்கு மேற்பட்ட ஆண்களை வைத்திருக்க அனுமதிக்கப்படவில்லை என்னும்போது இக்கருத்து ஏற்கத்தக்கதல்ல. சதி பெண்களிடத்தே திணிக்கப்பட்டதேயொழிய, ஆண்களிடத்தே அல்ல. ஒழுக்கம் தவறியவளை வேசி என்று இழிவு செய்த சமூகம், ஆண்கள் விஷயத்தில் அப்படியில்லை. கற்பு பெண்டிருக்கு வற்புறுத்தப்பட்டதே தவிர, ஆண்களுக்கல்ல. சொத்து சுவீகரிக்கப்பட்டது மகனால்தான், மகளால் அல்ல. ஆதலின் பாண்டியர் சமூகத்தில் பெண்களின் நிலை, சந்தேகத்திற்கிடமற்ற விதத்தில் சமமின்றி இருந்தது என்று முடிவு கட்ட முடியும். பிரபுக்கள் (ம) பூசாரிகளின் உல்லாசத்திற்காக, யுவதியர் கோயில் சேவையில் நிர்ப்பந்திக்கப்பட்டனர். அவர்தம் எண்ணிக்கை அதிகரித்து, வருவாய் குறையவும், அவர்கள் சமூகத்தின் மற்ற பிரிவு ஆண்களிடம் செல்லத் தலைப்பட்டனர். இதனால் தேவதாசிகள் வேசிகள் எனப்படலாயினர். இருந்த போதிலும், இளங்கோ அடிகள், பட்டினத்தார், அருணகிரிநாதர் போன்ற அக்கால எழுத்தாளர்கள் உருவாக்கிய பாடல்களின் பெரும் பாடுபொருளாயிருந்தது பாலுணர்வுதான். சமூக இறுக்கத்தினால் அக்காலங்களில் ஏற்பட்ட பாலுணர்வின் பசியை இது பிரதிபலித்தது.

இருந்த போதிலும், பாண்டியர் ஆதரவு காரணமாக, திராவிடர் மதத்திலிருந்து கிளைத்த, சைவம் வைணவம் என்னும் இருபிரிவுகளுக்கிடையே இந்து மதம் தழைத்தோங்கிற்று. வெவ்வேறு இடங்களில் அவை தமக்கான மடங்களையும் பள்ளிகளையும் கொண்டிருந்தன. கீழ்நிலையிலுள்ளதாக நடத்தப்பட்ட சமூகங்களின் மக்கள், ஏற்கனவே குறிப்பிட்டிருப்பது போல, ஆலயங்களில் வழிபடுவதற்கோ, கல்வி கற்கும் பொருட்டு தம் பிள்ளைகளை மடங்களுக்கு அனுப்பவோ அனுமதிக்கப்படவில்லை. தமக்கெனப் பேய்க் கோயில்கள் கட்டிக்கொண்டு வழிபட்ட அவர்கள், கல்வியைப் புறக்கணிக்குமாறு கட்டாயப்படுத்தப்பட்டனர். பிற்காலங்களில் பொதுமக்கள் காட்டிய சீற்றம், இஸ்லாம் (ம) கிறித்தவ சமயங்களில் அவர்கள் சேருமாறு இட்டுச்சென்றது. கூன்பாண்டியன் (ம) அடுத்துவந்த மன்னர்களின் கடுமையான சித்திரவதையால் சமணமும் பௌத்தமும் நலிவுற்றன.

மக்களின் ஆடைகள் எளிமையாயிருந்தன என்பது மட்டுமல்ல, அரைகுறையாயும் இருந்தன. பாண்டிய மண்டலம் வெப்பமிகுந்திருந்ததால் இது எதிர்பார்க்கக் கூடியதே. தையற்காரர்களும் இல்லை என்கிறார் மார்கோபோலோ. மன்னரோ படைவீரரோ அனைவரும் நிர்வாணமாயிருந்தனர் என்று விளக்குகிறார். சட்டையோ ஜாக்கெட்டோ எப்படித் தைப்பது என்று தெரியாததால், அவர்கள் அரை நிர்வாணமாயிருந்தனர் என்பது இயல்பே. பசுவை வணங்கிய மக்கள், வானியல், மாயாஜாலம் மந்திரத்தில் நம்பிக்கை கொண்டனர்.

இக்காலத்துப் பயணியர் வணிகம் குறித்தும் விவரித்துள்ளனர். கடல்கடந்த வணிகத்திற்குக் காயலும், முத்துக்குளித்தலுக்குத் தூத்துக்குடியும் குறிப்பிடத்தக்கன. கிழக்கு மேற்கு நாடுகளிலிருந்து விரிந்த பாய்மரங்களையுடைய பெருங்கப்பல்கள், விலையுயர்ந்த சரக்குகளை ஏற்றிக்கொண்டு, சீனா, சிந்து மற்றும் மேற்கிலிருந்து பாண்டிய நாட்டுக் கடற்கரைக்கு வந்தன. அரேபியாவிலிருந்து குதிரைகள் இறக்குமதி செய்யப்பட்டு, ஐரோப்பா, துருக்கி, கூராசன் (ம) பாரசீகத்திற்குப் பொருட்கள் ஏற்றுமதி செய்யப்பட்டன. பாண்டிய நாட்டின் வழியே அரேபியர் வணிகம் செய்தனர். சாசனங்களில் குறிப்பிடப்படும், வணிகச் சாத்துகள், அதிக ஆதாயத்தால் தழைத்தோங்கின. தங்க நாணயங்கள் பரிவர்த்தனைக் கருவிகளாயிருந்தன. ஒரு பக்கத்தில் பொறிப்பும் மறுபக்கத்தில் மீன் உருவமும் கொண்ட விதவிதமான நாணயங்கள் புழக்கத்தில் இருந்தன.

பாண்டியரின் கட்டிடக் கலையும் கலைகளும் உயர்நிலையிலான நேர்த்தியை வெளிக்காட்டுகின்றன. பிராமணரைத் திருப்திப்படுத்திட, மன்னர்கள் பெரிய அளவில் கோயில் கட்டுமானத்தை மேற்கொண்டனர். அவர்கள் வெவ்வேறிடங்களில் கோயில்களையும் குகைக்கோயில்களையும் நிர்மாணித்தனர். பிற்காலப் பாண்டியர், தொடர்ச்சியான சரிவால், தங்களை மதத்திற்காக அர்ப்பணித்துக்கொண்டனர். கோயில்களை நிறுவினர், பிராமணருக்காக கிராமங்களை ஏற்படுத்தினர். சமஸ்கிருதத்தை ஆதரித்தனர். ஆப்கானியர் மதுரையை வென்றாலும், ராமநாதபுரம், தஞ்சாவூர் (ம) திருநெல்வேலியின் பகுதிகளைப் பாண்டியர் தொடர்ந்து வைத்திருந்தனர். விஜயநகர ராயர்கள் தெற்கு நோக்கி தம் அதிகாரத்தை விரிவுபடுத்தும் வரையும், பதினாறாம் நூற்றாண்டு இறுதிவரையில் அரசியல் களத்திலிருந்து மறைந்து போகும்

வரையும், பாண்டியர் திருநெல்வேலியின் சில பகுதிகளில் வரம்புக்குட்பட்ட செல்வாக்குச் செலுத்தினர்.

பாண்டியர்கள் மதுரைக்கருகே திருப்பத்தூரில் சிவன் கோயிலை மீண்டும் நிர்மாணித்த சிறப்புடையவர்கள். விஜயநகரப் பேரரசின் தளபதி கம்பணனின் உடனிகழ் காலத்தவனான பராக்கிரம பாண்டியன், குற்றாலத்துக் கோயிலின் புதுப்பித்தலைச் செய்து, மண்டபங்கள் கட்டினான். அரிகேசரி பராக்கிரமன் தென்காசி விஸ்வநாதர் கோயிலைக் கட்டினான். இன்னொரு மன்னன் ஜடாவர்மன் குலசேகரன் இலஞ்சியில் ஒரு கோயிலை நிர்மாணித்தான். இந்த ஆட்சியாளர்கள், தொடர்ச்சியானதும் சீரானதுமான வீழ்ச்சி இருப்பினும், பாடல்கள் எழுதினர், மத இலக்கியத்தை முன்னெடுத்து வளர்த்தனர். மண்டபங்கள் கட்டினர், கோயில்களைப் பரவலாக்க முற்பட்டனர். உண்மையில், பிராமணிய அமைப்புகளுக்கு சொத்துகளைத் தானம் செய்வதை விடவும், சமூக நலனை மேம்படுத்துவதில், அவர்களுக்கு உயரிய நோக்கம் இல்லாதிருந்தது.

11

தமிழரின் சிதைவும் வீழ்ச்சியும்

பாண்டியரின் இரண்டாம் பேரரசு, கடந்த காலத்து மாபெரும் நிகழ்வுகளின் சங்கிலியில் இறுதிக்கட்டத்தினைப் பிரதிநிதித்துவப்படுத்திற்று. திராவிட அமைப்பு மறதிக்குள் ஒடுங்கிற்று. தமிழரின் புகழ் மறைந்தது, உள்ளார்ந்த முரண்பாடாக எழுந்த பிராமணிய அமைப்பு சமூகத்தில் தன்னை நிலைநிறுத்திக் கொண்டது. நாட்டில் ஏற்றம் பெறும்பொருட்டு, பிராமணர், திராவிடப் பூசாரிகள், அரசர்கள் (ம) தெய்வங்களின் சேவைகளைப் பயன்படுத்திக் கொண்டனர். சமூகத்தில் மிக உயரிய நிலைக்கு ஆசைப்பட்ட பாணர், உள்ளநிலையினையும் இழந்துவிட்டனர். ஆட்சியாளர்கள் படாடோபமான விருதுகளை ஏற்றுக்கொண்டு, பிராமணரின் ஆதரவைப் பெற்றிட ஒருவருடன் ஒருவர் போட்டியிட்டனர். அவர்கள் ஆலயங்களையும் அக்கிரகாரங்களையும் நிறுவி, நிலம், பணம், பொன் வடிவில் மானியங்கள் தந்தனர். வேள்வி, பூசாரியினையும் அரசனையும் ஒன்றுபடுத்திற்று. ஆனால் ஆப்கானியர் தென்பட்டதும் அனைவரும் ஓடிவிட்டனர். திராவிட அடையாளத்தை இழந்துபட்ட தெய்வங்கள், சமஸ்கிருதப் பெயர்களுடன் இந்து தெய்வங்களாக வழிபடப்படலாயின. அரசருக்கோ கடவுளருக்கோ தமிழ் தெய்வீக மொழியாக இல்லாது போயிற்று. சாதாரணத் தமிழ்மக்கள் பாடுபட்டது அவர்தம் நலனுக்காகவோ இருத்தலுக்காகவோ இல்லை. உண்மையில் முழு வீழ்ச்சியாயிருந்த அத்தாக்கத்திலிருந்து, அவர்களால் முழுமையாக மீண்டுவர முடியவில்லை. அக்கிரகாரங்களிலிருந்த பிராமணர், சமூகத்திலிருந்து தனிமைப்பட்டு, சொத்துக்கும் செல்வாக்கிற்குமான மையங்களாக ஆலயங்களை மாற்றிவிட்டனர்.

சமூகச் சிதைவு

பூர்வகுடி மக்கள் மீதான மரபார்ந்த வெறுப்பு (ம) சாத்திர நியமங்கள் ஒருபுறம் இருக்க, சாதிய அமைப்பை நடைமுறைப்படுத்தி பிரிவினை (ம) தீண்டாமை மூலம் அதனை இறுக்கமாக்குவதில் பிராமணர்கள் தமக்கானக் காரணங்களைக் கொண்டிருந்தனர். தம்மை ஆன்மிகவாதிகள், மேட்டுக்குடியினர் என்று கூறிக்கொண்டு, தம் தரநிலையை உயர்த்திக் கொள்ளத் தீர்மானித்தனர். அவர்கள் உடலுழைப்புச் செய்யாதபோதும், குடியானவரைச் சார்நதிருக்கும் அவசியம் இல்லாதிருந்தனர். ஏனெனில் ஆட்சியாளர்கள் ஆதரவளித்தனர். கலப்பினச் சூத்திரர் அவர்தம் கட்டளைகளை நிறைவேற்றினர். அவர்கள் செய்ய இருந்ததெல்லாம், மதத்திற்கெனத் தம்மை அர்ப்பணிப்பதே. மானியங்கள் பெருக, பெரும் வயல்களும் இலவசமான மடப்பள்ளிகளும் தேவதாசிகளும் கோயில்களுடன் வந்து சேர்ந்தன. இயல்பாகவே பிராமணர், தம் சாதுர்யம் நிரம்பின மையங்களை, வறுமை பீடித்த, கருப்புத் தோலுடைய மக்களிடமிருந்து, விலக்கிவைக்கவே தீர்மானித்தனர்.

திராவிடரை ஏளனமாய்ப் பார்த்த பிராமணர், அவர்களை சாதியற்றவர், தாழ்ந்த நிலையினர் என்றும், வெறுக்கத்தக்கவர்கள் என்றும்கூட குறிப்பிட்டனர். ஆட்சியாளராலும் கலப்பினப் பணியாளராலும் ஆதரிக்கப்பட்ட அவர்கள், இனப் பாகுபாடு (ம) பிரிவினையின் இறுக்கமான வடிவத்தைக் கட்டாயமாக்கினார்கள். தமிழர்கள் பிராமணக் குடியிருப்புகளிலிருந்து விலகிய, துண்டிக்கப்பட்ட இடங்களில் வாழுமாறு நிர்ப்பந்திக்கப்பட்டனர். ஒரு சவர்ண யுவதி, அவர்ண வாலிபனை மணமுடிப்பது அவமானமாகும். தாழ்ந்த சாதி வாலிபனுடான நெருக்கம் என்னும் அநியாயக் கொடுமையிலிருந்து அப்பெண்ணைத் தடுத்திட, குழந்தைத் திருமணம் வற்புறுத்தப்பட்டது. ஒரு சிறுமியை வயதானவனுக்கு மணமுடித்துக் கொடுப்பது சாதாரண நடைமுறையாயிருந்தது. அவள் மிகச் சீக்கிரமே விதவையாவது, முற்பிறவியிலான பாவத்தால் என்று கற்பிக்கப்பட்டது. கணவனின் சிதையில் பாய்ந்து தன்னை மாய்த்துக் கொள்ளும் கொடூரமான சதியை மேற்கொள்ளும் வழக்கம் இருந்தது.

குப்தர் காலத்தின் (கி.பி. 325- 550) தர்ம சாத்திரம், சீலமுள்ள பெண்ணுக்குள்ள ஒரே வழி அதுவே என்று அதனைப் போற்றுகிறது. விதவையர் உயிரோடு எரிக்கப்படுவதிலிருந்து மீட்பதை இந்துப் புரோகிதர்கள் மறுதலித்துவிட்டு, அதனை நிறுத்துவதற்காக பிரிட்டிஷ்காரருக்காகக் காத்திருந்தனர். தாழ்ந்த சாதிக்காரன் ஒருவன்

தவறுதலாக ஒரு பிராமணர் வீட்டுக்குள் நுழைந்துவிட்டால், அவன் பிராமணனால் கொல்லப்படுவதில்லை. அவன் தீட்டுப்பட்டுவிடுவான் என்பதால், அதற்குப் பதில், அவனது முகவர்களால் கொல்லப்படுவான்.

தீண்டாமை, அணுகமுடியாமை, பார்க்கக் கூடாமை ஆகியவற்றின் அடிப்படையிலான சாதியத் தீங்குகள் கேரளாவில், தமிழர்பகுதிகளில், மண்ணின் மைந்தர்களுக்கு எதிராக மிகவும் மூர்க்கத்துடன் நடைமுறைப்படுத்தப்பட்டது. அதிக எண்ணிக்கையிலான நம்பூதிரிகள் இருந்ததும், கள்ள உறவு சந்ததியினர் ஆளும்வர்க்கமாக எழுந்ததும்தான் இதற்குக் காரணம். தமிழ்நாட்டில் அது மூன்று சதம் எனில், கேரளத்தில் இருபத்தைந்து சதமாய் இருந்தது.

தமிழரின் இருப்போ அவர்தம் காலடித்தடங்களோ கூட சுற்றுப்புறத்தை மாசுபடுத்திவிடும் என்னுமளவுக்கு தமிழர்கள் வெறுக்கப்பட்டனர். தாழ்ந்த சாதியினன் சமைத்த உணவை உண்பது, அவனுடன் சேர்ந்து உண்பது (அ) அவன் எடுத்துவந்த நீரைக்குடிப்பது, அவன் வைத்திருந்த பாத்திரத்தைப் பயன்படுத்துவது (அ) அவன் வீட்டில் அடியெடுத்து வைப்பதெல்லாம் முற்றிலும் தீட்டாகும். சேர நாட்டில் தீட்டு தூரத்திலேயே காற்று மூலம் பட்டுவிட, எஞ்சிய தமிழகத்திலோ தொட்டால் தீட்டாகும். கீழ்சாதிக்காரன் ஆற்றின் மறுகரையில் நடப்பதை (அ) மர உச்சியில் இருப்பதை (அ) அதே மரத்தைத் தொட்டபடி இருப்பதை பிராமணன் ஒருவன் காண நேர்ந்துவிட்டால், தான் தீட்டுப்பட்டுவிட்டதாக எண்ணினான். தீட்டுப்பட்டோர், தம் வீடுகளில் நுழைவதோ தம் சாதியினருடன் சேர்ந்து உண்பதோ இயலாது. நாவிதரும் வண்ணாரும் அவர்களை விலக்குவர். அவர்கள் தம் பிள்ளைகளை மணமுடித்துக் கொடுக்க முடியாது. அவர்களது இறப்பின்போது எந்தச் சடங்கும் செய்ய இயலாது. பைத்தியம், குருடாதல், தொழுநோய் போன்ற தெய்விகத் தண்டனைகளும் தீட்டுப்பட்டோருக்குக் காத்திருக்கும்.

தீட்டிலிருந்து தப்புவிப்பதற்கான முன்னெச்சரிக்கைகள், தமிழரின் நாளாந்த வாழ்வின் மீது அதிகமான சோதனைகளைக் குவித்தன. *Removal of untouchability* (மலையாளம் 1963) என்னும் தனது நூலில் என்.ஆர்.கிருஷ்ணன், கேரளாவின் வெவ்வேறான தாழ்ந்த சாதியினருக்கு விதிக்கப்பட்ட தூரங்களைப் பட்டியலிட்டுள்ளார். ஒரு சாதி இந்துவிடமிருந்து ஒரு பறையன் 64 அடி விலகியும், ஒரு புலையன் 54 அடி விலகியும், ஒரு ஈழவன் 30 அடி

விலகியும் இருக்க வேண்டும். தூரத்தைத் தீர்மானிப்பதில், இரு தரப்பினருக்கு இடையே நீர்ப்பகுதி இருந்தால், அது கணக்கில் சேர்க்கப்படமாட்டாது. அசந்தர்ப்பமாகக் கூட தாழ்ந்த சாதியினன் உயர்சாதியினரைத் தீட்டாக்கிவிடாமல் தன்னைக் காத்துக்கொள்ள வேண்டும்.

பாதையில் நடந்து போகையில் அவர்கள் சப்தமிட்டுப் பின் புறப்பட வேண்டும். வயல்வழியே போகையில் மரக்கிளைகளை அடையாளமாய் வைத்திருக்க வேண்டும். அதட்டும் தொனியில் ஹோய் ஹோய் என்னும் வார்த்தைகளைக் கேட்க நேர்ந்தால், அவர்கள் ஓடிவிட வேண்டும். உயர்சாதியாளன் ஒருவன் தன் பயணத்தைத் தொடரும் விதத்தில், தீட்டிலிருந்து ஒருவனை விடுவிக்க, விரிவான குளியலும் சடங்குகளும் அவசியமாகும்.

அவமானப்படுத்தும் இழிவுகளுடன் மண்ணின் மைந்தர்கள் தாம் பிழைத்திருக்கும் பொருட்டு, உயர்குடிப் பிறப்பாளர் முன்னே வணங்கி விலகி நிற்க வேண்டும். தன்னைக் குறிக்க அடியேன், அடிமை, குழந்தைகளைக் குறிக்க குரங்குகள், குடிசைகளைக் குறிக்க மண்குடில்கள் என்னும் தம்மை இழிவுபடுத்தும் சொற்களை அவர்கள் பயன்படுத்த வேண்டியிருந்தது. அவர்கள் குழந்தைகள் கடத்தப்பட்டு, அடிமைகளாக விற்கப்பட்டன. அவர்தம் பெண்கள் மார்பகங்களை மூடிக்கொள்ளலாகாது. அவர்கள் செம்புப் பாத்திரங்களைத் தொடக்கூடாது. உயர்சாதியினரின் மொழியைப் பயன்படுத்தக்கூடாது. தம் உழைப்புக்காக ஊதியம் வேண்டக்கூடாது. ஓடையிலோ குளத்திலோ கிணற்றிலோ அவர்கள் குளிப்பதற்கு மாசுபட்டுவிடும் என்னும் பயத்தால், தடை ஏற்படுத்தப்பட்டிருந்தால் அழுக்குடன் வாழுமாறு நிர்ப்பந்திக்கப்பட்டதுதான் இன்னும் மோசமானது.

தமிழரின் சிதைவை நீட்டித்திடும் வகையில், அதனைக் கட்டாயப்படுத்துவது மன்னரின் ராஜதர்மம் என்றும் அதனைக் கர்மவினை (அ) விதி என்றும் பூசாரிகள் விளக்கினர். கட்டாய உழைப்பு, சோர்வு, பட்டினி, நோய் போன்றவற்றால் மக்கள் மடிந்தது இயல்பானதே. ஆனால் அவர்களை மீட்க மன்னரோ புரோகிதரோ போகவில்லை. மறுபுறத்தில், சாதியக் கட்டுப்பாடுகளை சிறிது மீறினாலும் அவர்கள் கொல்லப்பட்டனர். ஒரு பிராமணன் கொல்லப்பட்டால் ஒழிய, கொலை ஒரு குற்றமாகக் கருதப்படவில்லை. இத்தகைய குருட்டுத்தனமான சம்பிரதாயங்களும் நடைமுறைகளும் பகவத்கீதையிலிருந்து தம் ஆன்மிகப் பவித்திரத்தைப் பெற்றன. சாதிய அமைப்பு கடவுளரின்

தீர்மானம் என்று பகவத்கீதை வற்புறுத்திற்று. மண்ணின் மைந்தருக்கு எதிராய் கடவுளர் அவ்வளவு குரூரமாய் இருக்க, பூசாரிகளும் அரசரும், தமிழரை இழிவாக நடத்துவதில் சாதி ரீதியான அம்சங்களின் வரம்புகளை மீறினர்.

பறிமுதலும் வெளியேற்றுதலும்

அரசும் கோயிலும் தமிழருக்கு எதிராய் ஏவிவிட்ட ஒடுக்குமுறைகளில் நிலத்தைப் பறிமுதல் செய்ததும், நிலத்திலிருந்து சாகுபடியாளரை வெளியேற்றியதும் அடங்கும். மன்னன் -புரோகிதன் கூட்டின் விளைவாக, மிக மோசமான பொருளாதாரச் சுரண்டலுக்கு உள்ளாயினர். சமூக இழிவுடன் இது கூடுதலாகச் சேர்ந்துகொண்டது. ஏற்கனவே சுட்டிக்காட்டியபடி, வளமானதும் பண்படுத்தப்பட்டதுமான நிலத்தின் பெரும்பகுதியும் கோயில் சார்ந்த அமைப்புகளான பிராமணக் குடியேற்றங்களுக்கும் வேத பாடசாலைகளுக்கும் தேவைப்பட்டன. ஆனால் அவற்றை வாங்கிக் கொள்வதற்கான நிதியாதாரங்கள் பிராமணரிடத்தே இல்லை. அவற்றை வளர்தெடுக்கும் பொருட்டு உழைக்கும் விருப்பமும் இல்லை. எனவே குடியானவரிடமிருந்து நிலங்களைப் பெற்றுத் தருமாறும், நாளாந்தச் செலவுகளைச் சரிக்கட்டுவதற்கான நிதியாதாரங்களுக்கு ஏற்பாடு செய்து தருமாறும் அவர்கள் மன்னரை வேண்டினர். பிராமணரின் ஆசைகளை நிறைவேற்றிட மன்னர்கள் வழக்கத்திற்கு மாறான பதற்றம் கொண்டிருந்தனர். பிராமணருக்கான மானியங்களைப் பாதுகாத்தலே கடவுளிடமிருந்து கிட்டும் அரும்பெரும் வெகுமதி (ம) பிராமணர் சொத்தினை அபகரிப்பது பல தலைமுறை வாரிசுகளைக் கொன்று போடும் எனப் பாண்டிய மன்னன் ஜடிலவர்மன், (கி.பி. 768-814) காலத்திய சென்னை அருங்காட்சியச் செப்பேடுகளில் குறிப்பிட்டிருப்பது தெரிய வருகிறது. பூசாரிகளின் பேராசையும் ஆட்சியாளரின் நயவஞ்சகமும் சேர்ந்து, நில உரிமைகளை மீறியதுடன் குடியானவர் விதியை மூடி முத்திரையும் இட்டுவிட்டன.

நில உரிமை மக்களிடத்தே, குறிப்பாக வில்லவர், வேடர், இடையர் (ம) புலயரிடத்தே இருந்தன. உள்ளூர் மக்களின் நில உரிமைகளை தமிழர் (ம) ஆரிய மரபுகள் உறுதிப்படுத்தின. குடியானவரின் முக்கியத்துவத்தை திருவள்ளுவர் அடையாளம் கண்டிருந்தார். மக்களுக்கு உணவளிக்கும் உழவர்கள் சமுதாயத்திற்கு உயிரளிப்பவர்கள் என்று குறளின் 104வது அதிகாரத்தில் அவர்

அறிவித்துள்ளார். இளங்கோவடிகள் தனது சிலப்பதிகாரத்தில் இப்பார்வையை ஆதரிக்கிறார். வேளாண்மை மக்களுக்கு ஆனந்தத்தையும் அரசுக்கு செல்வத்தையும் தருகின்றது என்கிறார். காணியாட்சி (ம) காணியாட்சிக்காரர் என்னும் மரபார்ந்த சொற்கள் தன்னிச்சையான பாரம்பரியச் சொத்தினை அர்த்தப்படுத்தின. ஆரியக் கருத்தமைவுகள் தமிழ் மரபுகளை ஏற்றுக் கொண்டன. காட்டை வெட்டிப் பண்படுத்தி உழுதவனுடைய சொத்தே, பண்படுத்தப்படாத நிலம். நிலம் அரசனுடையதல்ல, மாறாக தம் உழைப்பின் பயனை அனுபவித்திடும் அனைவருடையதுமாகும். பழங்குடிக் கிராமங்களில் நிலம் சமுதாயத்திற்குரியது. ஆனால், பொதுவில் உள்ள நிலத்தில், வரையறுக்கப்படாத தன் பங்கிற்கு தொடர்புடைய நிலப்பகுதியை விற்கும் உரிமை, நில ஒதுக்கீட்டைப் பெற்றுள்ளவருக்கு உண்டு.

உயிர் வாழ்தலுக்காகப் போராடும் குடியானவர்கள், தம் நிலங்களை மேம்படுத்தி, அவற்றிலிருந்து கிடைத்த வருவாயைச் சார்ந்திருந்தனர். பிராமணரால் வறண்ட நிலத்தைப் பண்படுத்த முடியாததால், அதனை அவர்கள் விரும்பாது, நீரோடை சார்ந்த தோட்ட நிலங்களையும், பண்படுத்தப்பட்ட நிலங்களையுமே விரும்பினர். இந்து மதத்தினூடே ஆரியரை ஏற்றத்தில் வைத்திட்ட பக்தி இயக்கத்தின், பத்திலிருந்து பதின்மூன்றாம் நூற்றாண்டுவரையிலான காலத்தின் சாசனங்களும், செப்பேடுகளும், தமிழர்களை அவர்தம் நிலங்களிலிருந்து வெளியேற்றியதற்கும், அந்நிலங்களை அபகரித்துக் கொண்டதற்குமான குறிப்புகளால் நிறைந்துள்ளன. முப்பது பல்லவச் செப்பேடுகள் பல்லவ நாட்டின் வெளியேற்றங்களையும், பத்துப் பாண்டியர் செப்பேடுகள் பாண்டிய நாட்டின் வெளியேற்றங்களையும் கூறுகின்றன. இந்நிலங்கள் குடிநீங்கி எனப்படுகின்றன. வெளியேற்றப்பட்ட இந்நிலங்கள், சிறந்த பாசன வசதியுடைய, நெல்லும், பருத்தியும் விளையும், வளமானவை. குடியானவர் தம் உரிமையை இழந்ததோடு நில்லாது, குத்தகையாளர் நிலைக்குத் தள்ளப்படவும் செய்தனர். அவர்கள் தொடர்ந்து நிலத்தை உழுதிருக்க முடியும். ஆனால் புதிய நில உரிமையாளர்களுக்கு வருவாயில் மூன்றில் ஒரு பங்கினை குத்தகையாகவும், பிராமண சபாக்களுக்கு ஒரு முறை தீர்வைகளுடன் பன்னிரண்டாண்டுகளுக்கு ஒரு முறை குத்தகைப் புதுப்பித்தலுக்காகக் கூடுதல் தொகையினையும் குடியானவர் கட்டவேண்டியிருந்தது. சேரநாட்டிலுள்ள கவியூர்ச் சாசனம், கோயில் நிலங்களிலிருந்து குத்தகைதாரரை வெளியேற்றாது தடுக்கும் பாதுகாப்பு இருந்தது பற்றியும் பேசுகின்றது. ஆனால், பிராமணர்கள் கோயில் நிலங்களில்

பெரும்பாலானவற்றை தனிப்பட்ட நிலங்களாக மாற்றிவிட்டனர். அதன் காரணமாக இப்பாதுகாப்பு பொருத்தப்பாடு இல்லாது போனது.

தமிழர்களின் நிலங்களை அபகரித்ததுடனோ நிலங்களிலிருந்து அவர்களை வெளியேற்றியதுடனோ தமிழர் வேதனை முடிந்துபோகவில்லை. மேலும் சோதனைகள் அவர்களுக்காகக் காத்திருந்தன. ஏனெனில், அக்கிரகாரங்ளின் வளர்ச்சி (ம) கோயில்களின் செயல்பாடுகளின் பொருட்டு அவர்கள் மீது பெரும் சுமை சுமத்தப்பட்டது. எஸ். கிருஷ்ணசாமி அய்யங்கார் தனது *Hindu Administrative Institutions in South India (Madras,1925)* நூலில் இப்படிக் குறிப்பிட்டுள்ளார். “கிராமங்கள் அளவையிடப்பட்டன. எல்லைகள் குறிக்கப்பட்டன, இறையிலி நிலங்களாக அறிவிக்கப்பட்டவை அக்கிரகாரங்களாக மாற்றப்பட்டன.” ‘கொங்குதேச ராஜாக்கள்’ என்னும் கதைப்பாடல் மேலும், பிராமணக் குடியிருப்பாளரின் நன்மைக்காக, வீடுகள் கட்டப்பட்டன. தோட்டங்கள் போடப்பட்டன. கால்நடைகள் வழங்கப்பட்டன. பணியாளர்கள் அனுப்பப்பட்டனர். என்ற ஒரு தகவலையும் தருகின்றது.

கோயில் நிர்வாகம் (ம) பிராமணக் குடியேற்றங்களுக்கான பொதுச் செலவினத்தின் கனபரிமாணம் குறித்து, கி.பி. 866 னைச் சார்ந்த பார்வதிபுரம் சாசனமும் கி.பி. 1125னைச் சார்ந்த திருவல்லம் கோயில் சாசனமும் பேசுகின்றன. நாகர்கோயில் அருகே உழைக்குடிவிளை என்னும் குடியானவர் கிராமம் உள்ளூர் அரசனால் கையகப்படுத்தப்பட்டு, பார்வதிபுரம் என்று மறுபெயரிடப்பட்டு, பிராமண வழிபாட்டு மையமாக மாற்றப்பட்டது. பெரும் செலவில் ஓர் ஆலயம் நிறுவப்பட்டது (ம) நாளாந்த செலவினங்களைச் சரிக்கட்டிட, வளமானதும் பாரியதுமான நிலப்பகுதி ஒதுக்கப்பட்டது. பொன்னும் பணமும் கூட அன்பளிப்பாய்த் தரப்பட்டன. தெய்வத்திற்குப் பிரசாதம், அபிஷேகம், பூப்பறித்தல், திருவிழா நடத்துதல், வேதப்பாடசாலை செயல்படுத்தல் மடப்பள்ளிகள், தேவதாசியரை கோயில் சேவகரை ஆதரித்தல் என்பன அன்றாடச் செலவுகளுள் அடங்கும்.

திருவாங்கூரின் திருவல்லத்தில் ஆலயம் ஒன்றுக்கு குடமுழுக்குச் செய்தபோது, 10000 மூட்டை நெல்மகசூல் அளிக்கும் நிலங்கள் மானியமாய்த் தரப்பட்டன. தெய்வங்கள் பூசாரிகள், வேதவிற்பன்னர்கள், தேவதாசியர் (ம) சேவகர்களுக்கும் தாராளமாய் மானியங்கள் தரப்பட்டன. நடுச்சாம பூஜைக்குப்பின் கோயிலுக்கு வழங்கப்பட்ட உணவுப் பொருட்களின் பட்டியலைச்

சாசனங்கள் குறிப்பிடுகின்றன. கடவுளாலும் பக்தர்களாலும் விரும்பியுண்ணப்பட்ட, அக்கார அடிசில், நான்கு தேங்காய்கள், எட்டு வாழைப்பழங்கள், அரைப்படிக் கரும்புச்சாறு, ஒருபடி பால், அரைப்படி நெய் என்பதே. முப்பத்து மூன்று இசைக்கலைஞர்கள் (ம) நந்தாவிளக்கு ஆகியவற்றிற்காக தனி ஏற்பாடு செய்யப்பட்டிருந்தது. வேதப்பாடசாலையில், ஒருவேளைச் சாப்பாட்டிற்கு மூன்றறை மூட்டை அரிசி பிடிக்குமளவுக்கு பிராமண அறிஞர்கள் இருந்தனர்.

திருவனந்தபுரத்தில் குடியானவர்கள் வைத்திருந்த பெரும்பகுதிகள் பத்மநாபபுரம் சுவாமி ஆலய பராமரிப்புக்காக ஒதுக்கப்பட்டன. இவற்றில் பெரும்பகுதியை பிராமணர்கள் தனிப்பட்ட நிலமாக மாற்றிவிட்டனர். இருந்தும் 1970வாக்கில் கோயில் 28000 ஏக்கராவைத் தக்க வைத்திருந்தது. அறங்காவலர்களாகச் செயல்பட்ட நம்பூதிரிகள், கள்ள உறவுச் சந்ததிகள் மூலமாக குத்தகைதாரரிடமிருந்து குத்தகை (ம) அன்பளிப்புகளைப் பெற்றனர். நிதி (அ) சமூக (அ) மதம் சார்ந்து சிறியதொரு பிரச்சனை எழுந்தாலும் அவர்கள் வெளியேற்றப்பட்டனர்.

ஆட்சியாளரின் மதக்கொள்கை பொதுமக்களின் நலனுக்கு அழிவை ஏற்படுத்துவதாய் இருந்தது. நிலப்பறிப்பு, வெளியேற்றம், சித்திரவதை, கட்டாய உழைப்பு போன்றவற்றிற்கு அவர்கள் உள்ளாயினர். வருவாய் நல்கும், பண்படுத்தப்பட்ட நிலங்கள் இறையிலியாகவோ சலுகை விலையிலோ வழங்கப்பட்டதால், அரசின் வருவாய் சரிவுற்றது. இதற்கிடையே, பிராமணிய மத அமைப்புகளின் கட்டுமானத்திற்காக ஆட்சியாளருக்கு நிறைய வருவாய் தேவைப்பட்டது. இக்காரணங்களால் அதிகத் தீர்வைகள், கூடுதல் வரிகள் என்னும் நாசகார நடைமுறை அறிமுகப்படுத்தப்பட்டது. ஒடுக்குமுறையிலான வரிகள், தண்டனைகள் (ம) மரணத்திலிருந்து தம்மை விடுவித்துக்கொள்ளும் முயற்சியாக, எஞ்சிய நில உரிமையாளர்கள் தம் நிலங்களை கோயில்களுக்கும், அக்கிரகாரங்களுக்கும் ஒப்படைத்துவிட்டு, நிலமற்ற கூலிகளாக மாறினர். பிராமணிய வரலாற்றாளர்கள் இப்போக்கினை பக்திகாரணமானது என்று விளக்கியுள்ளனர். ஆனால், சேர நாட்டிலுள்ள பெருன்னா கோயில் அறங்காவலரிடத்தே தன் நிலங்களை வழங்கிய எதிரன் ஆவிரன் என்பவரின் முறையீடோ வேறு கதையை விவரிக்கிறது. திருவாங்கூர் தொல்லியல்துறை வரிசை (தொகுதி 5, பக்.35) யில் பதிவு செய்யப்பட்டுள்ளபடி, கி.பி. 951 ஆம் ஆண்டு கவியூர் சாசனத்தில் மேலே குறிப்பிட்ட

எதிரன் நினைவூட்டப்படுகிறான். "அறங்காவலர்கள் எதிரன் கவிரனையும், அவன் மனைவியையும் பாதுகாக்க வேண்டும். கோயிலுக்கு வழங்கப்பட்ட இச்சொத்துகள் அவன் மனைவிக்கும் பிள்ளைகளுக்கும் உரியவை." உரிமையை ஒப்படைத்தது, பக்தி காரணமாக அல்லாமல் கடுமையான வரிவிதிப்பினால் குடியானவர் மீது திணிக்கப்பட்ட, நெருக்கடியான நடவடிக்கையினையே பிரதிநிதித்துவப்படுத்திற்று. திருவாங்கூர் அரசில் பதின் மூன்றாம் நூற்றாண்டில் நிலவரி வசூலிக்கப்படாது நிறுத்தப்பட்டது. ஏனெனில் அப்போது குடியானவர்கள் தம் நிலங்களை கோயில்கள், மடங்கள், அக்கிரகாரங்களுக்கு ஒப்படைத்துவிட்டு நிலமற்றவர்கள் ஆகிவிட்டனர்.

நிலத்திலிருந்து வரி வசூலிக்க முடியாது போய் விடவே, ஆட்சியாளர்கள் வரிவிதிப்புக் கொள்கையை தனிநபர்கள், அவர்தம் சம்பிரதாயங்கள், பழக்க வழக்கங்கள், வாழ்வாதார வழிவகைகள் மற்றும் உடலின் அங்கங்கள் மீது கூடத் திருப்பிவிட்டனர். திருவாங்கூர் தமிழரிடமிருந்து வசூலிக்கப்பட்ட வெறுக்கத்தக்க வரிகள் சிலவற்றை, எம். இம்மானுவேல் என்பவர் தன் ஆய்வின் அடிப்படையில், *The Dravidian Languages - A Socio Historical Study (Nagercoil, 2002)* என்னும் நூலில் பட்டியலிட்டிருக்கிறார்.

ஒரு குழந்தையின் பிறப்பின் போதான பிறப்புவரி பட்டியலின் முதல்வரியாக, சிறு எழுத்துகளில்

தலைவரி

கால்வரி

முலைவரி

முடிவளர்ப்பதற்காக இளைஞருக்கு முடிவரி

மீசைவரி

சாணார்வரி

ஈழம்பச்சை

வெல்லவரி

தென்னங்கிடுகு வரி

வாள்வரி

தலைப்பாகை வரி

நகைவரி

தாலிவரி

மருந்துவரி

கூடைவரி

குடைவரி

குடிசைவரி

பால்கறக்கும் வரி

உழவுவரி

நெசவு வரி

கொத்தடிமைக்கூலி வரி

ஓணம் தீபாவளிப் பண்டிகை வரி

தகனவரி

மரணவரி (அ) புருஷார்ந்த வரி

ஒடுக்கும் தன்மையிலான இவ்வரிகளுடன் மக்கள் தம் இந்து நிலப்பிரபுக்களுக்கு நிலமானிய வரி கட்டுமாறு கட்டாயப்படுத்தப்பட்டனர். வரிகள் கட்ட முடியாமல் கேரளத்தமிழர் கிழக்கிலுள்ள வறட்டு நிலங்களை நோக்கியும், தெற்குத் தீவுகளை நோக்கியும் வெளியேறினர். மற்றவர்கள் சித்திரவதையிலிருந்து சாவு வரையிலான தண்டனைகளால் தொடர்ந்து பாதிக்கப்பட்டனர். மிக மோசமாக பாதிக்கப்பட்டோரில் நாடாரை உள்ளடக்கிய சாணார்களும் ஈழவர்களும் அடங்குவர். கி.பி. 1879 ஆண்டின் சென்னை இராஜதானி நிர்வாக அறிக்கை, கிழக்கின் வறண்ட நிலங்களிலிருந்து மேற்கிலுள்ள தம் தாயகத்திற்குத் தமிழர் திரும்பியதைக் குறிப்பிடுகிறது. பிரிட்டிஷாரின் கட்டளைகளால், பாரபட்சமான வரிகளும் கட்டாய உழைப்பும் அடிமை வணிகமும் ஒழிக்கப்பட்டதன் காரணமாக இத்திரும்புதல் சாத்தியமானது. தமிழகத்தின் எஞ்சிய பகுதிகளில், கோயில்கள் அக்கிரகாரங்களுக்கு எதிராக எதிர்ப்பு திருப்பிவிடப்பட்டது. தஞ்சாவூருக்கு அருகிலுள்ள பாபநாசத்தில் எழுந்த பிரச்சனைகளை தென்னிந்திய கோயில் சாசனங்கள் இலக்கம் 786 குறிப்பிடுகிறது. கலவரக்காரர்கள் கோயில் கருவூலத்தைக் கொள்ளையடித்தனர். கருவறையைத் தரைமட்டமாக்கினர், தெய்வப் பிரதிமைகளைத் தூக்கிச் சென்றனர். ராஜமகேந்திர சதுர்வேதி மங்கலத்து அக்கிரகாரத்தை எரித்தனர். தங்களுக்கு நில உரிமை செய்யாது போன நிலப்பதிவேடுகளை குடியானவர்கள் அழித்தனர்.

பிராமணர்கள் தாம்பத்தியம் தாண்டிய தம் சாகசங்களுக்கு தமிழகம் நம்பிக்கை பூமியாயிருக்கக் கண்டனர். இந்துமதப்

புரோகிதர்கள் என்றவகையில் அவர்கள் தம் ஒழுக்க நெறிகளையும் தீண்டாமை விதிகளையும் நடைமுறைப்படுத்தினர். ஆனால் தங்களைத் தடுத்துக்கொள்ளவோ கட்டுப்படுத்திக் கொள்ளவோ முற்படவில்லை. மறுபுறத்தில் தம் ஆன்மிக அதிகாரத்தையும் பொருளியல் ஆற்றலையும், தமிழர்களைச் சமூக ரீதியில் சுரண்டுவதற்குப் பயன்படுத்தினர். இதன் காரணமாக கள்ள உறவுச் சந்ததியினராக அதிக எண்ணிக்கையிலானவர்கள் தோன்றி, பிராமணிய அமைப்புக்கு வலிமையும் ஆதரவும் தந்திடும் ஆதாரமாகவும், தமிழருக்கு எதிரான ஒடுக்குமுறைக் கருவியாகவும் விளங்கினர்.

பெரிய சாதியினர் (ம) உண்மையான பிராமணர் என்ற விதத்தில் நம்பூதிரிகள் உயர்ந்த குருதியைக் கொண்டிருந்ததாகவும், நம்பூதிரியின் குருதி மூலமே ஆட்சியாளரைப் பிறப்பிக்க முடியும் என்றும் கூறிக்கொண்டனர். நம்பூதிரிகளின் வித்துடன் பிள்ளைகளைப் பெற்றெடுத்து, தம் அதிகாரத்தை நிலைநிறுத்த வேண்டும் என்பதுதான் அரசவையினருக்கு கேரளோல்பத்தியில் தரப்பட்டுள்ள வழிமுறையாகும். அதற்கேற்ப பிராமணர் அரசுசார்ந்த நிறுவனங்களில் தம்மை நிலைநிறுத்திக் கொண்டனர். அவர்கள் அரசர்களுக்கு அரச நீதியிலும் வர்ணாசிரமத்தில் வழிகாட்டவும், இளவரசர்களுக்குத் துணைநிற்கவும், கண்ணேறு போக்குவதற்காகப் புனிதநீர் தெளிக்கவும் வேண்டியிருந்தது, இந்நிகழ்வுப்போக்கில் அரசர்கள் தம் தமிழ் அடையாளத்தை இழந்து, கள்ள உறவுச் சந்ததி மன்னர்களானார்கள்.

அரச குடும்பங்களில் பிராமணர்கள் தம் குழந்தைகளைக் கொண்டிருந்தது இயல்பாயிருந்தது. ஆரம்பகாலப் பல்லவரும் சேரரும், பாண்டியரும், சோழரும், வகை மாதிரியான தமிழ்ப்பெயர்களைக் கொண்டிருக்க, பிற்கால ஆட்சியாளர்களோ சமஸ்கிருதப் பெயர்களைக் கொண்டிருந்தனர். அரச வம்சத்தினருக்கு என்ன நிகழ்ந்து கொண்டிருந்தது என்பதை இம்மாற்றம் பிரதிபலித்தது. கோயில்களில் பூசாரிகள் தேவதாசியருடன் சேர்ந்து வாழ்வது அதிசயமானதாக இல்லை. அழகும் பொலிவுமுள்ள யுவதியை எங்கே பார்த்தாலும், அவளை அவர்கள் ஆலயத்திற்கு இட்டுவந்து, பொட்டுக்கட்டி, தெய்வத்தின் மனைவி என்றனர். இது ஆண்டுக்கு ஒருமுறை நிகழ்ந்தது. கடவுளரின் மனைவியர் தவிர, கோயிலின் சேவைகளுக்காக தேவதாசியரை பூசாரிகள் சேர்த்துக் கொண்டனர். இசை, நாட்டியப் பயிற்சி பெற்றிருந்த அவர்கள் பூசாரிகளையும் பிரபுக்களையும் மகிழ்விக்க வேண்டும்.

அதன் பொருட்டு அவர்கள் ஊதியம் பெற்றனர். அவர்கள் அடிக்கடி வெளியாருக்கு தம் சேவையை விற்று பணம் வசூலித்தனர். ஆனந்தரங்கம்பிள்ளை தன் நாட்குறிப்பில் (தொகுதி 12 பக்கம் 152 மொழியாக்கம்) குறிப்பிடுவதுபோல, பதினெட்டாம் நூற்றாண்டில் கட்டணம் இரண்டிலிருந்து நான்கு பணமாய் இருந்தது. (ஏழு பணத்திற்கு ஒரு ரூபாய் பரிவர்த்தனையானது). கோயில் நிலங்களின் அறங்காவலர்கள் (ம) பரந்த நிலங்களின் பிரபுக்கள் என்ற முறையில் பிராமணர் வரம்பற்ற சந்தர்ப்பங்களை அனுபவிக்க, தமிழர்களோ வாரதாரர்களாயும் அடிமைகளாயும் குறுக்கப்பட்டு, அவர்தம் பெண்டிர் பிராமணனின் கட்டுப்பாட்டுக்குள் விழுந்தனர்.

பிராமணர்கள், குறிப்பாக நம்பூதிரிகள், தம் அளப்பரும் செல்வாக்கினை விரிவான அளவில் பயன்படுத்தினர். ஒரு நம்பூதிரிக் குடும்பத்தில் மூத்த சகோதரன், நான்கு நம்பூதிரிப் பெண்களை மணப்பதும், தீண்டத்தகாதோர் உள்ளிட்ட பல சாதிகளிலிருந்து எண்ணற்ற காமக்கிழத்தியரை வைத்துக்கொள்வதும் சாதாரணமாயிருந்தது. எஞ்சிய சகோதரர்கள், கடவுளரின் மனைவியர், தேவதாசியர், வேலைக்கார அடிமைக் குடும்பத்துப் பெண்டிர் எனப் பலரைப் பலியாக்கிக் கொண்டனர். நிலப்பிரபுக்கள் (ம) கோயில் அறங்காவலர்களாக தங்கள் வாரதாரர்களிலிருந்து எந்தப் பெண்ணையும் அழைத்துக்கொள்ளவும், அடிமைகளைக் காமக்கிழத்தியராக வைத்துக்கொள்ளவும், அதிகாரம் கொண்டிருந்தனர். தம் சேவகர்களை மணமுடித்துக்கொள்ள அனுமதித்த அவர்கள், அந்நிகழ்விலும் கூட அப்பெண்கள் அறங்காவலர்களுக்கும், நிலப்பிரபுக்களுக்கும் உடன்படச் செய்தனர். அவர்களது ஆசைகளுக்கு இணங்க மறுத்தால், குடில்களிலிருந்து வெளியேற்றப்பட்டனர் (அ) ஆட்களை அமர்த்திக் கொன்றனர்.

தீட்டு காரணமாக அவர்களே கொல்வதில்லை. சம்பந்தம் என்ற நிலையில் கணவருடன் சேர்ந்து பெண்களைப் புரோகிதரும் பகிர்ந்து கொண்டனர். அத்துடன் அவர்தம் ஆசீர்வாதங்களைப் பெறும் பொருட்டு, பெண்கள் முதல் இரவை அவர்களுடன் கழிக்குமாறு வற்புறுத்தினர். கோயில்களில் இலவச உணவுபோன்றே உல்லாசத்திலும் முதன்மை பெற்றனர். இதுவன்றியும் மேலும் பெண்களை வேண்டி, பிரபுக்களின் கதவுகளைத் தட்டினர். ஷேக் ஜெய்னுத்தீன் (ம) ஃபிரான்சிஸ்புக்கானன் என்போர் தம் பயணக் குறிப்புகளில் பிராமணரது வெட்ககரமான நடத்தை குறித்து அப்படிக் குறைப்பட்டிருக்கின்றனர்.

பிராமணர்கள் தமிழரிடமிருந்து கேரளத்தை வெற்றி கொண்டது, நில உரிமை மாற்றங்களால் அல்லாமல் தாம்பத்தியம் தாண்டிய உறவு விவகாரங்களால்தான். *Manifest Destiny* அல்லது தாம்பத்தியம் தாண்டிய உறவுகள் என எந்நிலையில் இருந்தாலும், ஹாவாய்க்கு என்ன நேர்ந்ததோ அதனுடன் இணையாக இருந்தது. அமெரிக்காவின் திமிங்கில வேட்டையாடுவோர் ஹவாய் பெண்களுடன் சேர்ந்து வாழ்ந்து, கலப்பின மக்களை உருவாக்கி, அமெரிக்காவுடன் இணைத்திட வழிவகை செய்தனர். தமிழரிடத்தே பிராமணர் தம் சட்டபூர்வ உரிமையைக் கோரியது தாம்பத்தியம் தாண்டிய உறவு நிலைகளின் வழியிலேதான். பிராமணரும் அவருக்குப் பிறந்த கலப்பினத்தவரும் அதிகரித்து ஆளும் வர்க்கத்தினராக எழவே, பரசுராமன் (அ) விஷ்ணுவின் அவதாரமான பரசுராமன், வடக்கிலுள்ள கோகர்ணத்திலிருந்து மேற்குக் கடற்கரை மீது கோடரியை வீசியெறிய, அது தென்கோடியில் கன்னியாகுமரியில் வந்து விழுந்தது. கடல் பின்வாங்க, நிலம் எழுந்தது. பரசுராம சேத்திரமான கேரளத்தை பரசுராமன் பிராமணருக்கு வழங்கினான்.

தமிழரிடமிருந்து பிராமணருக்கு நிலஉரிமை மாற்றப்பட்டதையோ, இடங்கள் (ம) ஆறுகளுக்குத் தமிழ்ப் பெயர்கள் இருப்பதையோ, இப்புராணக்கதை கணக்கில் கொள்ளவில்லை. தமிழர் கடவுளரான மாயோன் தன் தமிழ்ப் பிள்ளைகளுக்கு நிலத்தை வழங்காது அந்நிய ஆரியர்களுக்கு வழங்கியது புதிராக இருப்பதால், இது பிராமணியப் பம்மாத்து என்பதற்கான இன்னொரு உதாரணமே. மற்றவர்களது நிலத்தை ஆக்கிரமித்துக் கொண்டதை, பிராமணரும் அமெரிக்கரும் தெய்வ நியதி, தெய்வ விருப்பம், விதியின் விருப்பம் என்று விளக்கினர். இதனால் சேரநாடு தன் தமிழ் அடையாளத்தை இழந்திட்ட பெரும் நிகழ்வு ஏற்பட்டது.

தமிழ் (ம) சமஸ்கிருதத்திற்கிடையே கலந்துறவாடல் மலையாள மொழியின் பிறப்புக்குக் காரணமாயிற்று. சமண பௌத்தர்களால் கேரளத்துத் தமிழ் பிராகிருதத்தின் செல்வாக்கிற்கு உள்ளானது. சமண பௌத்தரைப் போலில்லாமல், நம்பூதிரிகள் தமிழரை ஏளனமாக நோக்கி, அவர்தம் மொழியை மிலேச்சரின் மொழி என்று கருதினர். அவர்கள் மண்ணின் மைந்தர்களை தீண்டத்தகாதவர்களாக மட்டுமல்லாது, பார்க்கக்கூடாதவர்களாகவும், நெருங்கத்தகாதவர்களாகவும் கருதினர். இத்தகைய புதிரான நிலையில் இந்த இரு மக்களுக்கிடையிலான தொடர்புறுத்தலாக ஹோய், ஹோய் என்னும் வார்த்தைகளே இருந்தன. பாதையில் தன்

இருப்பை உணர்த்தும் வகையில் மிலேச்சனாலும், அந்தமிலேச்சன் ஓடிவிடும் வகையில் நம்பூதிரியாலும் கத்திக் கூறப்பட்டன அவ்வார்த்தைகள். எனினும், தீண்டாமைக் கட்டுப்பாடுகள் நிலவினாலும், மிலேச்சரின் பெண்கள் பார்க்கக் கூடியவர்களாயும் நெருங்கக் கூடியவர் மட்டுமின்றி, தொடப்படக் கூடியவர்களாயும் தென்பட்டனர்.

நம்பூதிரி ஆணுக்கும் தமிழ்ப் பெண்ணுக்கும் இடையிலான பாலியல் வாழ்க்கை உரையாடலே இவ்விரு மொழிகளுக்கிடையேயான கலந்துறவாடலுக்கு வழிவகுத்து, மலையாளம் என்னும் மொழியைப் பிறப்பித்தது என்று தர்க்க ரீதியாக முடிவு கட்டலாம். பெண் தொடர்பு காரணமாக ஆரம்பகால மலையாளம் மணிபிரவாளம் எனப்பட்டது. கேரள வரலாற்றாளரான இலங்குளம் குஞ்சன்பிள்ளையின் அபிப்ராயப்படி, அது ஒரு பெண்ணைக் குறிக்கப் பயன்பட்ட சொல். மணி (வைரம் ஒரு நம்பூதிரி ஆண்) மற்றும் பவளம் (சிவப்புக் கல் ஒரு தமிழ்ப்பெண்) என்னும் சொற்களின் சேர்க்கை. தமிழர்கள் தந்தையைக் குடும்பத்தின் தலைவன் என்றும், ஆண்வாரிசு மூலம் சுவீகரித்துக் கொண்டதாலும் ஆணாதிக்க அமைப்புகளை அவர்கள் போற்றினர் (ம) முன்னெடுத்தனர். எனினும் நம்பூதிரிகள் தம்முடைய நலனில் பெண்ணின் நடைமுறையை முன்னெடுத்தனர். நம்பூதிரி வாழ்வில் பல துணைகளைப் பெற்றிருப்பதும் அதன் மறுதலையும் நம்பூதிரி வாழ்வில் பல துணைகளைப் பெற்றிருப்பதால் அதன் மறுதலையான நம்பூதிரி பெண்ணுக்கு தன் கணவரிடத்தேயான விசுவாசம் வற்புறுத்தப்படவில்லை தவிர்த்து. தன் கணவனிடத்தேயான விசுவாசம் ஒரு பெண்ணிடம் வற்புறுத்தப்படவில்லை.

ஆணும் பெண்ணும் யாருடன் யாரும் சேர்ந்து வாழ முடிந்ததால், சம்பந்தம், உறவுகள் மேலும் சிக்கல்களைக் கொண்டு வந்தன. இதர சமுதாயத்தவரும் இதனைப் பின்பற்றினர் என்பதுதான் இன்னும் மோசமானது. உடல்சார்ந்த தந்தையை அடையாளம் காண்பதில் உண்டான திகைப்பு, தாய்வழி சமூகமே சரியான மாற்று என்றாக்கியது. அதன்படி, சுவீகரித்தல் தாய்வழியில் நடந்தது. வாரிசுரிமை தந்தையிடமிருந்தல்லாமல் தாயிடமிருந்து மட்டுமே வந்தது. குடும்பத்தில் தந்தைக்கு எந்தப் பிரதான உரிமையும் இல்லாது போனது. நீண்ட காலத்திற்கு முன்பே இந்நடைமுறை கேரளத்தின் அரச குடும்பங்களுக்குள் நுழைந்துவிட்டது மற்றும் அது மலபாரிலிருந்து திருவாங்கூரின் வேணாடுவரை பரவிற்று.

பிராமணரின் தாம்பத்தியம் தாண்டிய உறவுகளின் இன்னொரு விளைவு, கலப்பினத்தவரின் பெரிய சமுதாய எழுச்சி. தமிழ்ப் பெண்ணிடத்தே ஒரு பிராமணனுக்குப் பிறந்த குழந்தை பிள்ளா எனப்பட்டது. கேரளத்தில் அது நாயர் (அ) பிள்ளா (ம) எஞ்சிய தமிழகத்தில் பிள்ளை என்பதுடன் பரிமாற்றிக் கொள்ளத்தக்கதாகியது. பிராமணத் தந்தை தன் முன்னே அது எடுத்துவரப்படுவதை அனுமதிப்பார். ஆனால் அவர் குளித்துவிட்டிருந்தால் அதனைத் தொடமாட்டார். சூத்திர சாதிக்குள் அனுமதிக்கப்பட்ட இக்குழந்தைகள், சமஸ்கிருத மரபுகளில் வளர்க்கப்பட்டனர். இதனால் இச்சூத்திரர் தம் சமஸ்கிருதத் தந்தைக்கு விசுவாசமாயும் அவரைக் குறித்துப் பெருமிதமும் கொண்டார்களே ஒழிய, தமிழ் அன்னை குறித்து அல்ல. *Description of Hindustan vol ll (London, 1880) P. 278* இல் வால்டர் ஹாமில்டன் குறிப்பிட்டிருக்கிறார். காமக்கிழத்தியரும் மெய்க்காவலரும் தேவைப்படவே நம்பூதிரிகள் நாயர்சாதியை உருவாக்கினார்கள்.

சருமமும், பண்புகளும், பழக்கங்களும் இக்கருத்துக்குத் துணைநின்றன. சாதாரணப் பூசாரிகள் கோயில் அறங்காவலர்களாக, நிலப்பிரபுக்களாக, நிர்வாகிகளாக அரண்மனைக் காப்பாளர்களாக உருமாறி, நம்பகமான வேலையாட்கள் தேவைப்பட்டவர்களாக இருந்தனர். அவர்களது கலப்பினத்தவர் இதனை நிறைவேற்றினர். பிராமணரது செல்வாக்கால், நாயரும் பிள்ளைகளும் நிர்வாகிகளாக வரிவசூலிப்பாளராக, நீதித்துறை அலுவலர்களாக, தம்மை நிலைநிறுத்திக் கொண்டனர். ஏனெனில் அதன் காரணமாக அவர்கள் தமிழரிடமிருந்து நிலங்களையும் செல்வங்களையும் பெற்றனர். பிராமணருக்குச் சேவை செய்த இச்சூத்திரர் இந்து மதத்தின் தூண்களாக எழுந்து, தீண்டாமை (ம) சாதியமைப்பின் பாதுகாவலர்களாக திகழ்ந்தனர். திருநெல்வேலிக்கருகிலுள்ள கள்ளிடைக்குறிச்சி சாசனம் (ம) எட்கர் தர்ஸ்ட்னனின் *The castes and Tribes of South India (1919)* தொகுதி 2 பக்.52 ஆகிய பதிவுகள் தீண்டாமை நடைமுறைகளில் எந்தவொரு சிறு தவறு நிகழ்ந்தாலும், நிலத்தை ஒப்படைப்பதில் தவறினாலும், தாழ்ந்த சாதியினரைக் கொல்லும் உரிமை நாயர்களுக்கும் பிள்ளைகளுக்கும் இருந்ததைக் கூறுகின்றன. தீண்டத்தகாதோரைக் கொன்றாலும் தண்டனையில்லாதிருந்த கலப்பினத்தவர், முகவர்களாகவும் பொது அலுவலர்களாகவும் செயல்பட்டு, தமிழர்களை நிலப்பறிப்புக்கும் சித்திரவதைக்கும் சாவுக்கும் உள்ளாக்கும் சுதந்திரம் பெற்றிருந்தனர். இதனால், நாயர்களும் பிள்ளைகளும் நிலப்பிரபுக்களாக எழுச்சிகொள்ள, கேரளத் தமிழர் அழிந்துபட்டனர். தமிழரின்

அழிவால் ஏற்பட்ட வெற்றிடத்தை நிரப்பிடவே அரேபியரும் சிரியரும் கடற்கரைக்கு வந்தனர்.

கேரளத்தில் தமிழரை நீக்கும் நிகழ்வுப்போக்கு கி.பி. 900 லிருந்து 1800வரை 900 ஆண்டுகள் நடந்தது. இந்து மதத்தில் மையங்கொண்ட பிராமணிய அமைப்பின் உதயம் (ம) எழுச்சியின் நேரடி விளைவால் இது ஏற்பட்டது. பக்தி இயக்கத்தின் தாக்கத்தால், இரண்டாம் சேரப் பேரரசில் நம்பூதிரிகள் தம்மை நிறுத்திக்கொண்ட போது, தமது கலப்பின அரசர்களின் கீழே ஓர் அரசியல் அமைப்பை வைத்திருந்தனர். பிராமணரின் புதிய அமைப்பு, நாயர்களின் தோற்றம், மலையாள மொழியின் வளர்ச்சி, தாய்வழிமரபை ஏற்றல் (ம) தமிழரை ஒடுக்கல் ஆகியன. சேர நாட்டிற்கு தமிழிலிருந்து வேறுபட்ட அடையாளத்தை அளித்தன. நம்பூதிரிகள் இதனைப் பரசுராமர் புராணத்தினால் வலுப்படுத்தினார்கள்.

பதினான்காம் நூற்றாண்டிலிருந்து பிராமணிய அமைப்பு தன் செல்வாக்கினைத் தென்மண்டலத்திற்கு விரிவுபடுத்திற்று. சில சம்பவங்கள் இந்நிலைக்குத் துணை நின்றன. கி.பி. 1314இல் வேணாட்டின் மன்னன் ரவிவர்மன் குலசேகரன் பிள்ளையின்றி இறந்தான். தன் மரணத்திற்கு முன்னர் அவன் மலபாரின் கோலத்திரி அரச குடும்பத்திலிருந்து இரு இளவரசியரைத் தத்தெடுத்துக் கொண்டான். அவர்களுடன் சேர்ந்து எண்ணற்ற பிராமணரும் நாயரும் தென்பகுதிக்கு வந்தனர். வேணாட்டின் மன்னன் ராமவர்மன் 1729இல் இறந்தபோது, இன்னொரு சம்பவம் நிகழ்ந்தது. அவன் மரணமடைந்தபோது, தன் இரு மகன்களையும் ஒரு மகளையும், தன் தங்கை மகனான, முப்பத்தோரு வயது மார்த்தாண்டவர்மாவிடம் ஒப்படைத்தான். ராமவர்மன் இறந்ததும், இரு இளவரசரும் தந்தைவழிச் சமூக அமைப்பின் காரணமாக, ஆட்சியுரிமை கோரினர். ஆனால் அவ்விளவரசருக்குத் தீங்கு செய்வதில்லை என்னும் தன் உறுதியை மீறிய மார்த்தாண்டவர்மா அவ்விருவரையும் கொன்றுவிட்டான். அதன்பின் அவர்களது தங்கையான இளவரசி தற்கொலை செய்துகொண்டாள். மார்த்தாண்டவர்மா ஆட்சிப்பொறுப்பேற்றது தாய்வழிச் சமூகத்தின் வெற்றியைக் குறித்தது. மூன்றாம் சம்பவம், மலபார் மீது மைசூர்ப் படையெடுப்பு பயத்தால் 30,000 பிராமணரும் நாயரும் திருவாங்கூருக்கு ஓடினர். தர்மராஜா அவர்களை தமிழர் நிலப்பகுதிகளில் குடியமர்த்தினார். நாயர்கள் நிர்வாகத்திலும் போர்ப்படைகளிலும் பொறுப்புகளைப் பெற்று, தமிழர் நிலத்தை ஆக்கிரமித்தனர். பத்தொன்பதாம் நூற்றாண்டின்

இறுதிவரையிலும் தமிழ் தொடர்ந்து பயன்படுத்தப்பட்டதை நெமோம் சார்நிலைப்பதிவுகள் சுட்டிக்காட்டுகின்றன.

பதின்மூன்றாம் நூற்றாண்டில் தமிழர் வீழ்ச்சி முழுமையுற்றது மட்டுமின்றி மாற்றமுடியாததாகவும் ஆனது என்பது தெளிவாயிற்று. பிராமணிய அமைப்பு இழைத்த குரூரங்களுக்கு அவர்கள் பலியாயினர். கடவுளரும் ஆலயங்களும் சமஸ்கிருதத்தில் புதிய பெயர்களுடன் பிராமணரின் பொறுப்புக்கு வந்துவிட்டன. உள்ளூர் மக்கள் தம் நிலங்களிலிருந்து பிரிந்து, மேலும் ஆலயங்களையும் அக்கிரகாரங்களையும் கட்டுமாறு செய்யப்பட்டு, நுழைவதற்கோ நெருங்குவதற்கோ மறுக்கப்பட்டனர். மண்ணின் மைந்தருக்கு எதிராக மேலும் கொடுமைகளை சாதியமைப்பு அறிமுகப்படுத்திற்று. பிராமணர்கள் தாங்கள் கருதிக்கொண்ட அந்தஸ்தினை அங்கீகரித்தனர். ஆனால் பரஸ்பர வெறுப்பென்னும் பாரிய அமைப்புக்குத் தலைமை தாங்கினர். இந்து சமூக அமைப்பில் எந்த அந்தஸ்துமில்லாத தமிழர், ஏற்கனவே குறிப்பிட்டபடி, கீழோர், புறச்சாதியினர், மிலேச்சர் என்று நடத்தப்பட்டனர். அதன்படி, அவர்கள் ஏளனமாகப் பார்க்கப்பட்டு, அவர்தம் இருப்பு அருவருக்கப்பட்டது. பிராமணர், நாயர் பக்கம் சாய்ந்த அரசர்கள், குடியானவரின் தோட்ட நிலங்களை அக்கிரகாரங்களுக்கும் ஆலயங்களுக்கும் ஒதுக்கிவிட்டு, நில உரிமையாளர்களை வாரதாரர்கள், குற்றேவல் செய்வோர்கள், அடிமைகள் நிலைக்கு குறுக்கிவிட்டனர்.

நிலங்கள் இறையிலியாக தந்துவிடப்படவே, ஆட்சியாளர்கள் ஒடுக்குமுறையான வரிவிதிப்பில் இறங்கினார்கள். சமண பௌத்தர்கள், எளிய (ம) தூய வாழ்வு வாழுமாறு மக்களுக்குக் கற்பித்து, சித்த ஆயுர்வேத மருத்துவ முறைகளால் சிகிச்சையளித்திட, பிராமணிய அமைப்பு பல்வேறு பரிமாணங்களில் ஒழுங்கீனத்தை மேற்கொண்டு, மக்கள் நோய்கண்டு மாண்டால், அது கர்மவினை என்றது. பிராமணிய மரபுகளில் பயிற்றுவிக்கப்பட்டு, தமிழரைக் கொல்லுமிடத்து தண்டனையிலிருந்து விடுவிக்கப்பட்ட கலப்பினத்தார், அடக்குமுறைக் கருவிகளாக செயல்பட்டனர். மிகவும் வேதனையான தருணத்திலும் பெண்கள் கருணை காட்டப்படாது, நகைகள் பறிக்கப்பட்டு, உயிரோடு எரிக்கப்பட்டனர். இழப்பும் உறுதிக்குலைவும் மன அடிமை நிலையை ஏற்படுத்தின. இத்தகைய நிலவரத்தில் தமிழரை வெற்றிகொண்டு அடிமைப்படுத்திவிடுவது அந்நிய அரசுகளுக்கு சிரமமானதாயில்லை.

12

சம்புவராயரும் ஆப்கானியரும்

பாண்டியரின் இரண்டாம் பேரரசின் வீழ்ச்சியுடன் தமிழரின் பேரரசியக் கீர்த்தி முடிவுற்றது. நீண்டகாலம் நாட்டின் சமூக பொருளாதார வாழ்வை அரித்தெடுத்துக் கொண்டிருந்த, பிராமணிய அமைப்பின் தீங்குகள், தம்மை நிலைநிறுத்திக் கொண்டன. பேரரசிய அமைப்பு சரிந்து விழவும், துணைநிலை அரசுகள் தம் சுதந்திரத்தைப் பெறுவதில் தடையின்றி காணப்பட்டன. ஆனால் அவர்கள் மரபார்ந்தபடி பிராமணிய அமைப்புக்கு ஆதரவு என்பதைப் பின்பற்றியதால், மக்களின் இன்னலுக்கு விடுதலை அளிக்கவோ நாட்டுக்கு ஒருமைப்பாடுதரவோ இயலாதிருந்தனர். தொடர்ச்சியான பிளவும் ஒருமைப்பாட்டின்மையும் அரசியல் வல்லமையைப் பாதித்தன. அத்துடன், ஆலயங்களிலும் அரண்மனைகளிலும் குவிந்திருந்த சொத்து, அந்நிய அரசுகளைத் தூண்டிவிட்டன. இதனால், அடுத்தடுத்த படையெடுப்பு அலைகளுக்கு நாடு இரையானது. துவார சமுத்திரத்தின் ஹொய்சாளர் வடமேற்கு மண்டலத்தை ஆக்கிரமித்தனர். இந்நெருக்கடியின் உச்சத்தில் ஆப்கன் படையெடுப்புகள் நடந்தன.

சம்புவராயர்கள்

திகிலும், நிச்சயமற்ற தன்மையும் சேர்ந்த இக்காலத்தில், துணைநிலை அரசுகள் தமக்கான பிரதேசங்களை அமைத்துக்கொண்டன. இவற்றிடையே சம்புவராயர்களே மிக முக்கியமாயிருந்தனர். வன்னிய சமூகத்தின் சம்புவராயர்கள் திண்டிவன சம்பு குலத்தவர் என்று கூறப்படுகின்றனர். துணைநிலை அரசினர் என்ற விதத்தில் அவர்கள் குறுநில மன்னர்களாக பல்லவர்க்கும், அப்புறம் சோழருக்கும் இறுதியில் பாண்டியருக்கும் சேவை செய்தார்கள். அவர்கள் சோழருக்கு எதிராய் பல்லவர்

பக்கத்திலும், பாண்டியருக்கு எதிராய் சோழர் பக்கத்திலும் நின்று போரிட்டனர். சோழர் வீழ்ச்சியுறவும், பாண்டியரின் மேலாண்மையை ஒத்துக்கொண்டனர். எனினும், மதுரை நாட்டின் உள்நாட்டுப் போர்களைச் சாதகமாய் எடுத்துக்கொண்டு, கி.பி. 1320இல் தம் சுதந்திரத்தை உறுதிப்படுத்தினர். சம்புவராயர்கள் விரிஞ்சிபுரத்தில் தலைநகரையும், ராஜகம்பீரமலையில் வலுவிடத்தையும், படைவீட்டில் கோட்டையினையும் பெற்றிருந்தனர். ராஜகாம்பீர மலை என்னும் அவர்களது பிரதேசம் ராஜகம்பீர ராஜ்யம் எனப்பட்டது. பல்லவரது தொண்டை மண்டலத்தின் பெரும்பகுதியும் இதில் அடங்கியது.

ஆற்காடு, செங்கல்பட்டு, திருவண்ணாமலை மண்டலங்களில் காணப்படும் பல சாசனங்கள் சம்புவராயருக்கு உரியவையாகக் கூறப்படுகின்றன. என்றாலும் அவர்தம் வரலாற்றுக்கான இரண்டாம் நிலை ஆதாரங்கள் சொற்பமே ஏ.கிருஷ்ணசாமியின் *The Tamil Country under Vijayanagar* (ம) *Tondaimandalam* என்னும் இரு ஆய்வு நூல்களே உள்ளன. சம்புவராய மன்னர்களின் நீண்ட பட்டியலைத்தரும் சாசனங்கள் உறுதியான கால வரிசையை அளிப்பதில்லை. இந்த அரசர்கள் வரிவசூலிப்பதிலும், கோயில்கள் பராமரிப்பிலும் அக்கிரகாரங்களுக்கு நில மானியங்கள் தருவதிலும் ஈடுபட்டிருந்ததை இந்த ஆய்வுகள் உணர்த்துகின்றன. எனினும், பாண்டியப் பேரரசின் வீழ்ச்சிக்கும் விஜயநகரப் பேரரசின் நிர்மாணத்திற்கும் இடைப்பட்ட காலத்தில், நாட்டின் வடமண்டலத்தை அவர்கள் ஒருமைப்படுத்தி வைத்தனர். இவ்வம்சத்தின் முதலாவது சுதந்திர அரசன் குலசேகர சம்புவராயன். அவன் பாண்டியர் ஆதிக்கத்தைத் தூக்கியெறிந்து, தொண்டைமண்டலத்தில் தனக்கென்று ஓர் அரசை அமைத்துக்கொண்டான். நீண்டகாலம் பல்லவராலும் தொடர்ந்து பாண்டியராலும் கட்டுப்படுத்தப்பட்ட அரசியல் அமைப்புக்கு எதிரான தமிழர் எதிர்வினையை இது பிரதிநிதித்துவப்படுத்திற்று. அடுத்த மன்னன், ஏகாம்பரநாத சம்புவராயன் நாட்டினை 1321லிருந்து 18 ஆண்டுகள் ஆட்சிபுரிந்தான். ஆற்காட்டினை உரிமையாக்கிக் கொண்ட அவன், காகதியரிடமிருந்து காஞ்சியை வென்று, பெரிதும் விரிவுபடுத்தினான். எனினும் 12 ஆண்டுகாலமாக அவன் தன் அதிகார நலிவை அனுபவித்தான். இது ஆப்கானியரின் படையெடுப்பால் நிகழ்ந்தது எனப்படுகிறது முகமதியப் படையெடுப்பு ஒன்று பற்றியும் அதன் காரணமாக மக்கள் அல்லல்பட்டது பற்றியும், அவனது சாசனங்களுள் ஒன்று கூறுகிறது. பாதுகாப்பின் பொருட்டு மக்கள் தம் கிராமங்களிலிருந்து தப்பி ஓடிவிடும் அளவுக்கு வாழ்வும் சொத்தும் நாசப்படுத்தப்பட்டிருந்தன.

என்றாலும் இஸ்லாமியப் படைகள் பின் வாங்கியபிறகு, சம்புவராயர்கள் ஆப்கானியர் ஆக்கிரமித்திருந்தவற்றை மீட்டு, மிரட்சி தருவதான சகல லோக சக்கரவர்த்தி என்னும் விருதினைச் சூடிக்கொண்டதாகத் தெரிகிறது. 1339 இல் ஏகாம்பரநாதனின் மகன் ராஜநாராயண சம்புவராயன் அரியணை ஏறினான். அவன் தொண்டைமண்டலத்தில் மேலும் பகுதிகளைச் சேர்த்துக்கொண்டு, சம்புவராயர்களை மதிக்கத்தக்க அரசர்களாக்கினான். நிலங்களின் அளவை, வரிவசூல், கோயில் நிர்மாணம் (ம) பிராமணருக்கு மானியம் என்பவற்றில் சம்புவராயர்கள் ஆழ்ந்திருந்தனர் என்பதற்குமேல் தெளிவான பார்வை உள்ளவனாக அவன் இல்லை. இந்நிகழ்வுப்போக்கில் அவர்கள் மக்களை அந்நியப்படுத்தினர். ஆப்கானியரும் தெலுங்கரும் வெற்றியாளராய்த் தோன்றிய போது, பிராமணர் எந்த உதவி செய்ததாகவும் தெரியவில்லை. 1352இல் குமார கம்பணன் தலைமையிலான விஜயநகரப் படை சம்புவராயரை அடக்கி, அவர்தம் பிரதேசங்களை ஆக்கிரமித்தது. அப்போது தெலுங்கு அரசர்களின் ஆட்சி பின்தொடர்ந்தது.

ஆப்கானியப் படையெடுப்புகள்

சம்புவராயர்கள் தொண்டைமண்டலத்தில் தம் அதிகாரத்தை பிரயோகித்துக் கொண்டிருந்த போது, பாண்டியர் உள்ளூர் அரசாக இருந்தனர். ஆப்கானியர் பாண்டியரிடமிருந்து அதிகாரத்தைப் பறித்து, பாண்டிய மண்டலத்தில் தம் ஆட்சியை நிறுவினர். டெல்லி சுல்தானிய அரசு தென்கோடிக்கு விரிவு கொண்டதால், மதுரை சுல்தானிய அரசு இடம் பெறலாயிற்று. ராமன் ராமேஸ்வரத்திற்கு தன் படையைத் தலைமை தாங்கிச் சென்ற புராணக் கதைக்குப் பிறகு, அது போன்றதொரு முயற்சியை தென்கோடி இராமேஸ்வரத்தில் மேற்கொண்டவன் மாலிக் காபூர்தான்.

மாலிக் காபூரின் படையெடுப்பு

மாலிக்காபூரின் தலைமையின் கீழாக, டெல்லியின் சுல்தான் அலாவுதீன் கில்ஜி அனுப்பிய ஆப்கன் படை, 1311இல் தமிழ்நாட்டிற்கு வந்தது. மாலிக் காபூர் அடுத்தடுத்து, தேவகிரியின் யாதவர்களையும், வாரங்கல்லின் காகதியர்களையும் எனத் தெற்கின் இந்து அரசுகளை அடக்கினான். சுந்தர பாண்டியன் (ம) வீரபாண்டியன் என்னும் சகோதரர்களுக்கிடையிலான

உள்நாட்டுப் போரினால் திசை திருப்பப்பட்டிருந்த பாண்டியர், அவனது படையெடுப்புக்கான அடுத்த இலக்காயிருந்தனர். இப்படையெடுப்பினை மேற்கொள்ள, ஆப்கானியருக்குச் சில காரணிகள் இருந்தன. உள்நாட்டுப் போரில் உதவுமாறு சுந்தரபாண்டியன் விடுத்திருந்த அழைப்பு, ஆப்கானியருக்கு எதிராக ஹொய்சாளருக்கு வீரபாண்டியன் செய்திருந்த உதவி, கோயில்களிலும் அரண்மனைகளிலும் திரண்டிருந்த செல்வம் தம் அதிகாரத்தை விரிவுபடுத்தும் ஆசை (ம) தமிழகத்தில் நிலவிய குழப்பம் என்பனவே அக்காரணிகள்.

ஹொய்சாளரைத் தோற்கடித்த பிற்பாடு மாலிக் காபூர் தன் படையை தொப்பூர் கணவாய் வழியாக தமிழ்நாட்டுக்கு இட்டுச் சென்றான். சம்புவராயரோ பாண்டியரோ படையெடுத்து வரும் ஆப்கானியரை எதிர்க்க எந்த முயற்சியும் செய்யவில்லை. சிதம்பரம், ஸ்ரீரங்கம், மதுரை (ம) இராமேஸ்வரம் என்னும் பெரிய ஆலயங்கள் நிறைந்த, கவனமாய்த் தெரிவு செய்யப்பட்டிருந்த வழித்தடத்தினூடே ஆப்கானியர் முன்னேறி வந்தனர். வீரபாண்டியன் காட்டுக்குள் ஓட, சுந்தரபாண்டியனோ தன் செல்வங்களைத் திரட்டிக்கொண்டு, பெயர் தெரியாத இடத்திற்கு தப்பிவிட்டான். வேணாட்டின் மன்னன் ரவிவர்மன் குலசேகரன் ஆப்கானியருடன் போரிட்டு, அவர்களைப் பின்வாங்குமாறு செய்தான் என்று ஒரு மரபு கூறுகிறது. ஆனால் இது வஸ்ஸாஃபினாலோ அமிர் குஸ்ருவாலோ அரண் செய்யப்படவில்லை. அத்துடன், சிறிய ஜமீன் போன்ற வேணாடு, உதவியின்றி ஆப்கானியப் படையை எதிர்த்திடும் திராணி பெற்றிராதது ஆகும். என்றாலும் மாலிக் காபூர் கோயில்களைக் கொள்ளையிட்டான். அக்கிரகாரங்களை நாசமாக்கினான் (ம) குவிந்த செல்வத்துடன் திரும்பினான்.

இப்படையெடுப்பு, தெற்கின் இந்து அரசுகளுடைய பலவீனத்தை அம்பலப்படுத்திற்று. அவர்களது படை பயன்படாது போனதென்றால், ஒடுக்கப்பட்ட மக்களோ, அவர்களுக்கு ஆதரவாக கலகம் செய்ய மறுதலித்துவிட்டனர். மேலும் படையெடுப்புகள் நடந்தன. 1318இல் சுல்தான் முபாரக் ஷாவின் கட்டளைப்படி குஸ்ரூகான் தென்கோடிக்கு படையெடுத்தான். ஆனால் கனத்த மழையாலும், சுல்தானுக்கும் தளபதிக்கும் இடையிலான வேறுபாடுகளாலும், அப்படை பின்வாங்கிற்று. அப்போது சம்புவராயர்கள் தம் சுதந்திரத்தை மீண்டும் நிலைநாட்டிட, காகதியர்கள் காஞ்சியை மீண்டும் ஆக்கிரமித்தனர். இந்நிலைமைகள்,

டெல்லி சுல்தான் ஜியாஸ் உத்தீன் துக்ளக்கை, இன்னொரு படையை அனுப்புமாறு கட்டாயப்படுத்திற்று.

சுல்தானின் மகன் உலுக்கான் படைக்குத் தலைமை தாங்கினான். அவன் வாரங்கல்லின் காகதியர்களைத் தோற்கடித்து, அவர்களைக் காஞ்சியிலிருந்து பின்வாங்குமாறு நிர்ப்பந்தித்தான். சம்புவராயர்கள் எந்த எதிர்ப்பும் தெரிவிக்காது இருக்க, மதுரையைத் தன் கட்டுப்பாட்டில் கொண்டிருந்த பராக்கிரம பாண்டியன், மலைகளுக்கு ஓடினான். பாண்டியர் தலைநகரைக் கைப்பற்றிய வெற்றிகரமான படை, ராணுவ நிலைகளை அமைத்து அப்பகுதிகளைக் கட்டுப்பாட்டில் வைத்தது. மாபர் என்றழைக்கப்பட்ட அப்பிரதேசம், துக்ளக்குகளின் டெல்லி சுல்தானிய அரசின் 23வது பிரதேசமாயிற்று. டெல்லி திரும்பிய உலுக்கான் சுல்தான் முகம்மது பின் துக்ளக்காக அரியணை ஏறினான்.

மதுரை சுல்தானரசு

மதுரை, டெல்லி சுல்தானரசின் தென்கோடி பிரதேசமாயிற்று. அது டெல்லியிலிருந்து தொலைதூரத்தில் இருந்தமையால், தம் தலைநகரிலிருந்து அதனை நிர்வகிப்பதை ஆப்கன் சுல்தான்கள் சாத்தியமற்றதாகக் கண்டனர். அத்துடன் டெல்லி சுல்தானரசு, சீர்குலைந்திருந்தது. மங்கோலியப் படையெடுப்புகள், தலைநகரை டெல்லியிலிருந்து தேவகிரிக்கு மாற்றியது. (ம) கங்கை -யமுனை தோவப்பில் ஏற்பட்ட பிரச்சனைகள் சேர்ந்து, தொலைதூரப் பிரதேசங்களை ஆளுகை புரிவது டெல்லிப்படைகளுக்குச் சாத்தியமின்றி இருந்தது. இக்காரணங்களால் மதுரை சுல்தானரசு உதயமாகி, தன் சுதந்திரத்தை உறுதிப்படுத்த முடிந்தது. கங்காதேவியின் சமஸ்கிருத நூல் மதுராவிஜயம், வெளிநாட்டுப் பயணியர் குறிப்புகள், மதுரை சுல்தான்களின் நாணயங்கள் (ம) இக்காலக்கட்டத்து வரலாற்றுச் சின்னங்கள், மதுரை சுல்தானரசு குறித்து அளவான தகவல் தருகின்றன.

1335இல் மாபாரின் கோட்வால் சையத் அப்சன் ஷா தன் சுதந்திர அரசினைப் பிரகடனம் செய்து, ஒரு சுல்தானரசை நிறுவினார். இதனைக் கேள்விப்பட்டதுமே சுல்தான் முகம்மது பின் துக்ளக் டெல்லியிலிருந்து ஒரு படையை அனுப்பினான். ஆனால் அப்படை கிளம்பவில்லை என்கிறார் அப்சன் ஷா. அப்புறம் முகம்மது பின் துக்ளக் படையின் நேரடிக்கட்டுப்பாட்டினை ஏற்றுக்கொண்டு, தேவகிரி, வாரங்கல் வழியே மதுரைக்கான தன் படையெடுப்பைத்

தொடங்கினார். படையினர் வாரங்கல்லை அடைந்ததும், காலரா பரவிவிடவே, சுல்தான் சுகவீனமானார். அச்சமயத்தில் பஞ்சாபில் கலகச் சூழல் எழுந்ததாகச் செய்தி கண்ட முகம்மது பின் துக்ளக், தன் திட்டத்தைக் கைவிட்டு, டெல்லி திரும்பினார். இந்நிகழ்வினால் மதுரை சுல்தானரசு டெல்லியின் மிரட்டலிலிருந்து விடுபட்டது.

எனினும், தென்கோடியில் ஹொய்சாளர்களின் தலைமையிலான இந்து அரசுகள், ஆப்கானியர் ஆட்சியிலிருந்து மதுரையை விடுதலை செய்திடத் தீர்மானித்தன. ஆரம்ப காலங்களில் துவாரசமுத்திரத்தின் ஹொய்சாளர்கள் சோழர்களுக்கும் சாளுக்கியர்களுக்கும், கட்டுப்பட்டவர்களாக இருந்தனர். ஆனால் கி.பி. பன்னிரண்டாம் நூற்றாண்டில் தம் சுதந்திரத்தை தமிழ்நாட்டிற்கு விரிவுபடுத்திய அவர்கள், திருவண்ணாமலையைக் கைப்பற்றி தமது உள்ளூர்த் தலைநகரை கண்ணனூர் குப்பத்தில் நிறுவினர். மன்னன் வீரவல்லாளன் தலைமையிலான ஹொய்சாளர் படை, மதுரையிலிருந்து ஆப்கானியரை அகற்றிவிடுவது எனத் தீர்மானகரமாக முயன்றது. இதனால் இப்பகை அரசுகளிடையே அடிக்கடி மோதல்கள் நடந்தன. எனினும் மதுரை சுல்தானரசு ஹொய்சாளப் படையெடுப்புகளை வெற்றிகரமாகத் தடுத்தது.

1340இல் அஹ்சன் ஷா, தனக்கு எதிரான சதிக்குப் பலியாகி மடிந்தான். அடுத்த சுல்தான் உதையி, ஹொய்சாளருக்கு எதிரான சண்டையைத் தொடர்ந்தான். ஆனால் ஒரு சண்டையில் அம்புபட்டு இறந்துபோனான். அஹ்சன் ஷாவின் மருமகன் கியாஜிதீன் தாமகனி (1341-42) மதுரை சுல்தான்களில் ஆற்றல் மிகுந்தவனாயிருந்தான். அவனது ஆட்சிக்காலத்தில் ஹொய்சாளர்கள் மேலும் பகுதிகளைக் கைப்பற்றி, மதுரை நோக்கி முன்னேறினர். கண்ணனூர் குப்பத்துக்கு அருகில் நடந்ததொரு கடும் சண்டையில், ஆப்கானியப் படை தோற்றுவிடும்போலிருந்தது. எனறாலும். ஒரு புத்திசாலித்தனமான தந்திரம் செய்த தாமகனியின் படைகள், பின்வாங்குவதான பாவனை செய்து, எதிர் தாக்குதலை நிகழ்த்தி இந்துப்படைகளைச் சிதறடித்தன. மூன்றாம் வீரவல்லாளன் கைதியானான். எண்பது வயது மன்னன் கழுவேற்றப்பட்டு, அவனது உடலம் மதுரைக் கோட்டையில் தொங்கவிடப்பட்டது. இவ்வெற்றியைத் தொடர்ந்து சுல்தான் இந்துக்கள் மீது பயங்கரமான பழிவாங்கலைத் தொடங்கினான். கங்காதேவியின் மதுரை விஜயத்தின்படி, வயதோ பாலினமோ பாராது மக்கள் படுகொலை செய்யப்பட்டனர். மொராக்கோவின் பயணி இபின் பதூதா, சாலையோரங்களிலும் கழுமரங்களிலும் கழுவேற்றப்பட்ட உடலங்களைக் கண்டார். துண்டிக்கப்பட்ட

பெண்டிர், சிறார் உடல்கள் இவற்றில் அடங்கும். வைகையின் வெள்ளம் இவ்வுடல்களைக் கடலுக்கு அடித்துச் சென்றது சில உடல்கள் இலங்கைக் கரையை எட்டின. இஸ்லாமியரும் தென்னந்தோப்புகளை நாசப்படுத்தி, அக்கிரகாரங்களைக் கொள்ளையிட்டு, மக்களிடையே பீதியை உண்டுபண்ணினர்.

உள்ளூர் மக்களின் நிலையைக் கேள்விப்பட்டு மனம் நெகிழ்ந்தும், இந்து அரசுகளின் கோரிக்கைகளை ஏற்றும், விஜயநகரப் பேரரசர் புக்கர், தன் மகன் குமார கம்பணன் தலைமையில் ஒரு வலுவான படையை சுல்தானரசை தாக்கும் பொருட்டு அனுப்பினார். விஜயநகரப் படை ஸ்ரீரங்கத்திலும், மதுரையிலும் சுல்தானரசின் படைகளைத் தோற்கடித்தது. இதனால் மதுரை சுல்தான் அரசின் கணிசமான பகுதிகள் விஜயநகரின் கட்டுப்பாட்டின் கீழ் வந்தன. என்றாலும் ஆப்கானியர் மதுரையின் ஒரு பகுதியை ஆண்டுகொண்டு, கி.பி. 1378 வரையிலும் தொடர்ந்து நாணயங்களை வெளியிட்டனர். விஜயநகரப் பேரரசர் இரண்டாம் புக்கர், பெரியதொரு சண்டையில் சுல்தான்களில் கடைசியானவரான அல்லாவுதீன் சிக்கந்தரைத் தோற்கடித்து, மதுரையை இணைத்துக்கொண்டார். இது சுல்தானரசின் இறுதியைக் குறித்தது.

எஸ்.கே. அய்யங்கார் போன்ற வரலாற்றாளர்கள், முஸ்லிம்களின் படையெடுப்பு என்பது ஒரு கொள்ளை என்பதற்கும் மேலானதில்லை என்று ஒதுக்கித் தள்ளியுள்ளனர். ஆனால் இது ஒரு முக்கிய நிகழ்வின் குறைந்த மதிப்பீடே. உண்மையில் ஆப்கானியர், பாண்டியர் அதிகாரத்திற்கும், அவர்தம் இரண்டாம் பேரரசுக்கும் இறுதி அடி கொடுத்தனர்.

அத்துடன் இந்து அரசுகளின் பலவீனத்தையும் அது அம்பலப்படுத்திற்று. கண்ணனூர் குப்பத்தில் 6000 பேருடைய முஸ்லிம் படை, ஒரு லட்சம் பேருடைய ஹொய்சாளப் படையை வென்றது. சுல்தான்களின் இத்தகைய புத்திசாலித்தனமான வெற்றி, உள்ளூர் அரசுகளின் தார்மிக பலத்திற்கு கடும் அடி தந்தது. மேலும் முஸ்லீம்களின் வெற்றி, சீர்கேடு மற்றும் அழிவான நிலவரத்தைத் தோற்றுவித்தது. அவர்கள் நிராதரவான மக்களைப் படுகொலை செய்தனர், நகரங்களைக் கொள்ளையிட்டனர். செல்வங்களையும் கலைப் பொருட்களையும் கொண்டு சென்றனர். அத்துடன் முஸ்லீம்களின் வெற்றி தமிழ்நாட்டில் இஸ்லாம் பரவிடத் துணை நின்றது. தம் அரசியல் அதிகாரத்தை சாதகமாக்கிக் கொண்ட

முஸ்லீம்கள், மக்களை தம் மதத்தின் பால் ஈர்த்தனர். மசூதிகளை நிறுவினர். இந்துக் கோயில்களைக் கூட மசூதிகளாய் மாற்றினர்.

அவர்கள் வெளியிட்ட நாணயங்களும், அவர்கள் நிறுவிய மசூதிகளும், கல்லறைகளும் அவர்தம் ஆட்சியின் தடயங்களாக தங்கியிருக்கின்றன. இறுதியாக ஆப்கானியரின் வெற்றிகள் விஜயநகரப் பேரரசின் விரிவாக்கத்திற்கு இட்டுச் சென்றன. பிராமணரையும் தமிழரையும் பாதுகாக்கிறோம் என்ற சாக்கில் அவர்கள் வந்து, தங்கிவிடத் தீர்மானித்தனர். பேரரசு வீழ்ந்ததும், நாயக்க அரசுகள் அதிகாரத்தைச் சுவீகரித்தன. அவர்களது ஆதரவால், எல்லாத் தீங்குகளையும் உடைய பிராமணிய அமைப்பு இந்நிலத்திற்குத் திரும்பிற்று. பொதுமக்களோ தம் சோதனைகளுக்கு முடிவு காணாது இருந்தனர்.

13

விஜயநகர விரிவாக்கம்

தெற்கில் இஸ்லாமிய விரிவாக்கம், விஜயநகரத்தில் ஓர் இந்துப் பேரரசின் உதயமாக அதன் எதிர்வினையைக் கொண்டிருந்தது. ஹரிஹரர் முதலாம் புக்கர் என்னும் சங்கம சகோதரர்கள், இந்து தர்மத்தை நிலைநாட்ட வேண்டும் என்ற தீர்மானத்துடன், 1336இல் துங்கபத்திரை நதிக்கரையில், விஜயநகரத்தை காம்பிளியின் குட்டி அரசின் தலைநகராக நிறுவினர். சீக்கிரமே பெரும் பேரரசாக வளர்ந்த அது, கன்னடியரின் நிலத்திலிருந்து தெலுங்கர் தமிழர் நிலத்திற்குத் தன் செல்வாக்கை விரிவுபடுத்தியது. இடப்பெயர்கள், பல்வேறு மொழிகளான சாசனங்கள், கலைப்பொருட்கள், கட்டிடக்கலைச் சின்னங்கள், சமஸ்கிருதம், தெலுங்கு (ம) பிறமொழிகளிலான பாரிய இலக்கியச் செல்வம் (ம) வெளிநாட்டுப் பயணியர் குறிப்புகள் என்பன விஜயநகரத்தின் கீழான தென்னிந்திய வரலாற்றுத் தகவலுக்கான அபரிமித ஆதாரமாயுள்ளன.

கம்பணனின் படையெடுப்பு

விஜயநகரத்தின் எழுச்சி தமிழ்நாட்டில் சம்புவராயர்களின் ராஜகம்பீர ராஜ்யம் (ம) ஆப்கானியரின் மதுரை சுல்தானரசு என்னும் இரு சுதந்திர அரசுகள் நிறுவப்பட்டதுடன் பொருந்திப் போயிற்று. ஆப்கானியரின் கொடுங்கோன்மையிலிருந்து, மதுரை நாட்டினை விடுவிக்க தீவிரமாய் முயன்ற ஹொய்சாளர்கள் தோற்றுப்போயினர். கர்நாடகத்திலிருந்து வந்த அரசர்களான விஜயநகர ராயர்கள், ஹொய்சாளரது தர்க்கப்பூர்வ வாரிசுகளாகத் தம்மைக் கருதிக்கொண்டு, தமிழ்நாட்டில் ஹொய்சாளர்கள் முடிவுறாது விட்டுச் சென்ற பணியை முடித்திடத் தீர்மானித்தனர். மேலும், மதுரை சுல்தான்கள் கோயில்களைத் தகர்த்தும் அக்கிரகாரங்களைக்

கொள்ளையிட்டும் இந்துக்களின் உணர்வுகளைப் புண்படுத்தியும் இருந்ததால், அவர்களது செய்கை சகிக்கமுடியாததாக இருந்தது. இந்து மதத்தின் பாதுகாவலர்களாக, விஜயநகரத்தின் ஆட்சியாளர்கள், தென்கோடி இந்துத் தலைவர்களின் கோரிக்கைகளைச் செவிமடுத்து, இஸ்லாமிய அதிகாரத்தை அழிப்பது தம் கடமை என்று கொண்டனர். அத்துடன், தம் பேரரசியச் செல்வாக்கினை ஒட்டுமொத்தத் தீபகற்பத்திற்கும் விரிவுபடுத்திடும் பேராசையால் ராயர்கள் வழிநடத்தப்பட்டனர். இதற்கு மதுரை சுல்தானரசுடன், தொண்டை மண்டலத்திலும் கொங்குநாட்டிலுமிகுந்த இந்து அரசுகளை இணைப்பது அவசியமாயிற்று.

தமிழ்நாட்டின் அரசுகளை ஒடுக்கிட விஜயநகரப் படைகள் படையெடுப்புகளின் வரிசையை மேற்கொண்டன. பேரரசர் முதலாம் புக்கர், வெற்றிகொள்ளும் பணியைத் தன் மகன் வீரகம்பணனிடம் ஒப்படைத்தார். கம்பணனின் மனைவி கங்காதேவி மதுரை விஜயத்திலும், ராஜநாதன் சாலுவாபுதயத்திலும் கம்பணனின் சாகசங்களைப் பேசுகின்றனர். அவை ஒருதலைப்பட்சமான புகழ்ச்சி என்ற போதிலும், தமிழ் நாட்டின் மீதான கம்பணனின் படையெடுப்புபற்றி மாடம்பாக்கச் சாசனமும் குறிப்பிடுகிறது. கங்காதேவி கூறுகிறார், சம்புவராயருக்கு எதிராய் படையெடுத்துச் சென்று காஞ்சியில் தன்னை நிலைநிறுத்திக் கொள்ளுமாறு புக்கர் தன் மகனுக்கு ஆலோசனை கூறினார். "வன்னிய மன்னனை நீ அடக்கிவிட்டால், மதுரையிலுள்ள முஸ்லிம்களின் அதிகாரத்தை முறியடிப்பது உனக்கு எளிதாகும்". அதன்படி 1362இல் சம்புவராயருக்கு எதிராய் படையெடுத்துச் சென்ற கம்பணன், அவர்தம் தலைநகரம் விரிஞ்சிபுரத்தைத் தாக்கினான். ராஜகம்பீர மலைக்கு ஓடிச் சென்ற சம்புவராயர் படை, சரணடைய வேண்டியதாயிற்று. இவ்வெற்றிக்குப் பின் கம்பணன் திருவண்ணாமலையையும் காஞ்சியையும் கைப்பற்றினான். இந்நிகழ்வுகள் தொண்டைமண்டலத்தில் சம்புவராயர் மேலாண்மையின் முடிவைக் குறித்தன.

வெவ்வேறு கட்டங்களில் கம்பணன் கொங்கு நாட்டையும் சோழ மண்டலத்தையும் கைப்பற்றினான். குமார கம்பணன் குறித்து கொங்கு நாட்டில் இரு சாசனங்களும், தஞ்சாவூரில் இன்னும் இரண்டும் இருக்கின்றன. கம்பணன் மதுரைக்குப் படையெடுத்துச் செல்லும் முன்னரே, கொங்கு நாட்டைக் கைப்பற்றிக் கொண்டதையும், ஆனால் சம்புவராயர் மீதான வெற்றிக்கு ஒரு தசாப்தம் கழிந்த பின்பே அதனை இணைத்துக்

கொண்டான் என்றும், அவை சுட்டிக்காட்டுகின்றன. இப்பிரதேச ஆதாயங்களே மதுரை மீதான படையெடுப்புக்கு ஆயத்தப்படுத்தின.

"மதுரை விஜயத்தில்" கங்காதேவி மதுரை சுல்தான்கள் இழைத்த அக்கிரமங்களைப் பேசி, தென்கோடிக்குக் கம்பணன் படையெடுத்து வந்ததற்கான நியாயத்தைத் தருகிறார். இந்நூலில் எடுத்துக்காட்டப்படும் ஒரு மரபின்படி, அவன் முன் மர்மம் நிறைந்த பெண்ணொருத்தி தோன்றி, முஸ்லீம்களின் அடாவடிச் செயல்களை விவரித்து, பாண்டியர் இறையாண்மையின் அடையாளமான வல்லமை வாய்ந்த வாளினைத் தருவித்தாள். அப்போது அவள் கூறினாள், பாண்டியர் சந்ததி இப்போது தன் வல்லமையினை இழந்துபோயுள்ளது. உன் வலுவான கரங்களில் இதனை வைக்கும்படி அகஸ்திய முனிவர் அனுப்பினார். கம்பணன் தன் செயலில் வெல்ல வேண்டும் என்று ஆசீர்வதித்துவிட்டு, அவள் மறைந்து போனாள். அதற்கேற்ப 1370இல் கம்பணன் செஞ்சியிலிருந்து தன் தெற்கு நோக்கிய படையெடுப்பில் ஈடுபட்டான். ஸ்ரீரங்கத்தில் வழிபாடு மீண்டும் நிகழுமாறு செய்துவிட்டு, படை மதுரை நாட்டிற்குள் நுழைந்தது. சமயவரம் (ம) கண்ணனூர் குப்பத்தில் நடந்த சண்டைகளில் விஜயநகரப் படையிடம் முஸ்லீம்கள் மீண்டும் தோற்க, சுல்தான் சண்டையில் மடிந்தான். இப்படிப் பலியானவன் சுல்தான் முபாரக் ஷா என்பது மதுரையிலிருந்து நாணயங்கள் வெளியிடப்பட்ட காலக்கிரமத்தின் இடைவெளியிலிருந்து தெரியவருகின்றது. என்றாலும் சுல்தானரசு அழிக்கப்படவில்லை. முபாரக் ஷாவுக்கு அடுத்துவந்தோர், தம் பிரதேசத்தின் பகுதிகளைத் தொடர்ந்து வைத்திருந்தனர். கடைசிச் சுல்தான் சிக்கந்தர் ஷாவை, விஜயநகரத்தின் பேரரசர் இரண்டாம் ஹரிஹரர் (1376-1404) தோற்கடித்துக் கொன்றார். 1378இல் மதுரை நாட்டின் வெற்றியை நிறைவு செய்தார்.

குமார கம்பணனின் தலைமை தமிழகத்து விஜயநகர ஆட்சி வரலாற்றின் பிரகாசமான அத்தியாயமாகக் கருதப்படவேண்டும் என்று ஏ.கிருஷ்ணசாமி *The tamil country under vijayanagar* என்னும் நூலில் குறிப்பிட்டுள்ளார். இக்கூற்றுக்கு ஆதரவாக அவர், அவன் முஸ்லீம்களின் கேடான ஆட்சியிலிருந்து நாட்டைக் காப்பாற்றினான். கோயில்களைப் பாதுகாத்தான், இந்து தர்மத்தை நிலை நிறுத்தினான் (ம) அமைதியையும் ஒழுங்கினையும் மீட்டான் என்கிறார். ஆனால் இவை உண்மையில்லை, விஜயநகர ஆட்சியை தெற்கில் விரிவுபடுத்தினான் என்பது உண்மை. எனினும் ஒரு வெற்றியாளனாக, இந்து சம்புவராயர்களுக்கும்

இஸ்லாமிய ஆப்கன்களுக்குமிடையே, தனித்தன்மை எதனையும் அவன் வெளிக்காட்டவில்லை. அத்துடன் மக்களின் நிலங்களை கோயில்கள் அக்கிரகாரங்களின் நன்மைக்காக அளித்தானே அல்லாமல், இந்து தர்மம் என்பது சாதிய அடிப்படையிலான சமூக இன்னலைப் பாதுகாத்து வைப்பது என்பதில் மாற்றமில்லாமல் சமூக முன்னேற்றத்திற்குக் குந்தகம் செய்யும் பிற்போக்குக் கருத்தமைவாகவே இருந்தது. அவனும் அவனுக்குப்பின் வந்தோரும் தமிழ்நாட்டுக்குக் கிளர்ச்சிகளை அடக்கிட அடுத்தடுத்து படையெடுப்புகள் நிகழ்த்த வேண்டியிருந்ததால், சட்டம் ஒழுங்கைப் பாதுகாப்பது புராணக் கதையாக இருந்தது. அதிகபட்சமாக, ஓர் அந்நிய ஆட்சியிலிருந்து இன்னொன்றிற்கான மாறுதலையே அவன் செய்தான். அதனால், தமிழ்நாடு அந்நிய ஆதிக்கத்தின் கீழ் தொடர்ந்து உழன்றது.

விஜயநகர ஆட்சி

எனினும் பதினான்காம் நூற்றாண்டில் இறுதித் தசாப்தத்தில் விஜநகரின் நகர அரசு, மதுரை வரையிலான வெற்றிகளுடன் பேரரசாக உருமாறிற்று. மூன்றாவது மன்னன் இரண்டாம் ஹரிஹரன் *(1379 - 1406)* பேரரசிய விருதுகளைச் சூடிக்கொண்டான். முள்ளகலில் தலைநகரத்தைக் கொண்ட மகாமண்டலேசுவரராக கம்பண உடையாரும், அதிலிருந்து 1400 வரை விருபண உடையாரும் பணியாற்றினர். கம்பணனும் அவனது மகன் எம்பணனும் அவனது மருமகன் பிரகாசமும் வெவ்வேறு காலகட்டங்களில் மதுரை நிர்வாகத்தின் பொறுப்பில் இருந்தனர். கம்பணன் தமிழ்நாட்டில் 132 சாசனங்கள் அளவுக்கு விட்டுச் சென்றான். அவன் ஆலயங்களுக்கும் அக்கிரகாரங்களுக்கும் அளித்த மானியங்களைப் பற்றியே அவை பெரிதும் பேசுகின்றன.

கம்பணன் தமிழ்நாட்டு அரசுகளை அடக்கி, நிர்வாகத்தை மாற்றியமைத்தான். அவன் சம்புவராயர்களை தோற்கடித்தாலும், அவர்களது தலைவன் ராஜநாராயணன் தன் பிரதேசத்தை விஜயநகரின் குறுநில மன்னர்களாக ஆளுமாறு அனுமதித்தான். இந்தத் தலைவன் இறந்ததும், இப்பகுதியில் தனது நேரடிக் கட்டுப்பாட்டை நிறுவினான். அவன் பாண்டியரைத் தேடிக் கண்டறிந்து மதுரையின் அரியணையை அவர்களிடம் ஒப்படைத்தான் என்று ஒரு கூற்று உண்டு. ஆனால் இதனை உறுதிப்படுத்தும் ஆதாரமில்லை. இஸ்லாமியரிடம் மதுரை வீழ்ந்த பிறகு, பாண்டியர்

தலைநகரை விட்டு ஓடிவிட்டனர். 1371இல் மதுரையில் பாண்டியரே இல்லாது போயினர். 1371லிருந்து கம்பணனும் அவனது மகன் எம்பணனும், அவனது மருமகன் பிரகாச உடையாரும் 33 ஆண்டுகளுக்கு மதுரையை ஆண்டனர் என மதுரைத் தலவரலாறு தெளிவுபடுத்துகிறது.

“கம்பண உடையார் தன் தெற்குப் படையெடுப்பை மேற்கொண்டார். துலுக்கரை அழித்தார், நாடெங்கிலும் சீரான அரசாங்கத்தை ஏற்படுத்தினார். முன்பிருந்தது போன்றே ஆலயங்களில் எல்லாம் வழிபாடு புதுப்பிக்கப்படும் வகையில், ஆய்வுக்கும் மேற்பார்வைக்குமாக பல நாயக்கன்மார்களை நியமித்தார்” என்று திருக்காலக்குடிச் சாசனம் குறிப்பிடுகிறது. கோயில்களும் அக்கிரகாரங்களும் முக்கியத்துவம் பெற, விஜயநகர ஆட்சியின் கீழ் மதுரை கடந்து சென்றது என்று முடிவுகட்ட முடியும்.

எப்படி இருப்பினும், விஜயநகர அதிகாரத்தின் விரிவாக்கத்திற்கும் திரட்சிக்கும் உள்நாட்டு வெளிநாட்டு மிரட்டல்கள் சவால்களை முன்வைத்தன. வருந்திக் கொண்டிருந்த சோழர்கள், நலிவடைந்து கொண்டிருந்த தம் நிதியாதாரங்களைத் திரும்ப ஒழுங்குபடுத்தி, தம் செல்வாக்கினை மீண்டும் நிறுவிட முற்பட்டனர். திருச்சிராப்பள்ளி ராமநாதபுரம் பகுதியின் தென்னாட்டு ஆட்சியாளர்கள், ராயர்களின் ஆதிக்கத்தை மீறினர். கடற்கரைப்பரதவர் கிறித்தவத்தைத் தழுவி, தம் விசுவாசத்தைப் போர்ச்சுக் கீசியரிடம் மாற்றிக் கொண்டனர். பாண்டியர்கள் தென்காசியில் ஒரு பிரிவினரும் கயத்தாறில் இன்னொரு பிரிவினருமாக இரண்டாகப் பிரிந்தனர். இவ்விரு பிரிவுகளுக்கிடையில் அடிக்கடி நடந்த மோதல்கள் நாட்டில் சீர்குலைவை ஏற்படுத்தின.

தென்காசிப் பாண்டியர் விஜயநகரின் அதிகாரத்தை ஏற்றுக்கொள்ள, கயத்தாற்றுப் பாண்டியர் கலகக்காரர்களுடன் அணி சேர்ந்து கொண்டனர். தென்மேற்கு மண்டலத்தில் பஞ்ச திருவடிகள் எனப்படும் திருவாங்கூர் ஆட்சியாளர்கள், ஒருவருக்கொருவருடன் மோதிக் கொண்டதுடன், கிழக்குப் பக்கத்தில் பாண்டிய நாட்டில் அத்துமீறல்களும் செய்தனர். தெற்குத் திருவாங்கூரின் வேணாட்டு மன்னன் தென்காசியின் பெரும்பகுதியைக் கைப்பற்றி, களக்காட்டில் இரண்டாவது தலைநகரை ஏற்படுத்தினான். இதனால் விஜயநகர ராயர்களால் தென் கோடியில் தம் அதிகாரத்தை நீண்ட காலமாக நிலைநிறுத்த முடியாதிருந்தது. ஒரிஸ்ஸாவின் கஜபதிகளும் பாமினி அரசின் சுல்தான்களும் வடக்கு எல்லை வழியாக விஜயநகரத்தில் ஆக்கிரமிப்புகள் செய்து கொண்டிருந்ததால் இது சிரமமானதாய்த் தோன்றிற்று.

பேரரசர் இரண்டாம் ஹரிஹரரின் ஆட்சியின் போது, அவரது துணைத்தலைவன் விருபணன் தம் ஆட்சியைப் புதுப்பிக்க முயன்ற சோழ பாண்டியரை எதிர்த்துச் சண்டையிட்டான். அவர்கள் தோற்கடிக்கப்பட்டு, கட்டுப்படுமாறு குறுக்கப்பட்டனர். பதினைந்தாம் நூற்றாண்டின் மத்தியில், ஒரிஸ்ஸாவின் கஜபதிகளும் பாமினி அரசின் சுல்தான்களும் விஜயநகருக்குள் வெகுவாக அத்துமீறினர். ஒரிஸ்ஸாவின் படைகள் உதயகிரியைத் தாண்டி காஞ்சியை நோக்கி முன்னேறின. ஆலயங்களைக் கொள்ளையிட்டுப் பெரும் செல்வத்துடன் திரும்பின. பாணாதிராயன் தலைமையிலான பாணர்கள், காஞ்சியைக் கைப்பற்றினர். ஆனால் விஜயநகரின் ஆளுனர் நரசிம்ம சாளுவனால் துரத்தியடிக்கப்பட்டனர். இதனைத் தொடர்ந்து நிகழ்ந்தது பாமினிப் படையெடுப்பு. மூன்றாம் சுல்தான் முகம்மதின் படைகள் காஞ்சிக்குச் சென்று, கோயில்களைக் கொள்ளையிட்டன. வடக்குப் பகுதியின் மிரட்டல்கள், தென்கோடியின் பிரச்சனைகள் நிறைந்த நிலைமை ஆகியவை இருந்தும், விஜயநகர மன்னன் நரசிம்ம நாயக்கன் 1497 இல் மதுரை மீது படை எடுத்துச் சென்றான். அவன் மறவரையும் பாண்டியரையும் அடக்கி, திறை வசூலித்தான். எனினும் அவன் திரும்பிய பிறகு, தமிழ் அரசுகள் பேரரசிய அதிகாரத்துக்குக் கட்டுப்படவில்லை.

ஆகவே பேரரசர் கிருஷ்ணதேவராயர் (1509-30), வையப்ப நாயக்கன், விஜயராகவ நாயக்கன் (ம) வெங்கடப்ப நாயக்கன் என்னும் மூன்று தளபதியர் தலைமையில் ஒரு படையை அனுப்பி, முறையே செஞ்சி, தஞ்சாவூர் (ம) மதுரையில், திரும்பவும் அதிகாரத்தை நிறுவிடுமாறு கட்டளையிட்டார். அவர்கள் கலக அரசுகளை அடக்கி, பேரரசிய அதிகாரத்தை நிறுவி, இப்பகுதிகளின் நாயக்கர்களாக ஆட்சிப் பொறுப்பேற்றனர். இதன் விளைவாக, செஞ்சி, தஞ்சாவூர் (ம) மதுரையில் தலைநகரங்களையுடைய மூன்று நாயக்கப் பிரிவுகளாக தமிழ்நாடு பிரிக்கப்பட்டது. வடமண்டலம் சந்திரகிரியில் தலைநகருடன். பேரரசிய ஆட்சியின் கீழ் தொடர்ந்து இருந்தது. இருப்பினும் விரோதக் கூட்டுகளால் ராணுவ நடவடிக்கைகள் தொடர வேண்டியிருந்தன.

தமிழர் எதிர்ப்பு

சோழ மண்டல ஆளுனர் செல்லப்ப சாளுவ நாயக்கர், பரமக்குடியின் தும்பிச்சி நாயக்கர் (ம) திருவாங்கூரின் மார்த்தாண்ட வர்மா ஆகியோர் விஜயநகருக்கு எதிராக ஓர் அணியை உருவாக்கினர்.

அச்சுதராயர் பேரரசர் ஆவதற்காக ராமராயரை எதிர்த்து நின்றார் செல்லப்பர். ஆனால் அரியணை ஏறிய அச்சுதராயர், ராமராயருடனான விவகாரத்தினைத் தீர்த்துக்கொண்டு, செல்லப்பர் புறக்கணித்தார். இதனால் ஆத்திரமுற்ற செல்லப்பரை கலகக்காரராக மாறினார். பேரரசால் தோற்கடிக்கப்பட்டு, திருவாங்கூரின் ஆதரவுடன், தெற்கு நோக்கி ஓடி, பாண்டியரிடமிருந்து தென்காசியைக் கைப்பற்றினார். பாண்டிய மன்னன் ஸ்ரீவல்லபன் பாதுகாப்பு கோரி அச்சுதராயரிடம் மேல்முறையீடு செய்தான். அதற்கேற்ப, திருவண்ணாமலைக்குப் படையுடன் வந்த ராயர், கலக அரசுகளுக்கு எதிரான நடவடிக்கைகளுக்கு உத்தரவிட்டார். படைத்தலைமையேற்ற சின்னத்திருமலை, ஆரல்வாய்மொழியில் திருவாங்கூர்ப் படைகளைத் தோற்கடித்து, பாண்டிய அரியாசனத்தை ஸ்ரீவல்லபனுக்கு மீட்டுத் தந்து, செல்லப்ப (ம) தும்பிச்சி நாயக்கர்களை சரணடையுமாறு செய்தான். நன்றிமிகுந்த ஸ்ரீவல்லபன் தன் மகளை அச்சுதராயருக்கு மண முடித்துக் கொடுத்தான்.

அச்சுதராயரின் மரணத்தையொட்டி நிகழ்ந்த உள்நாட்டுச் சிக்கலைச் சாதகமாக்கிக் கொண்டு, தெற்கத்தைய அரசுகள் விஜயநகர ஆதிக்கத்தைத், தூக்கி எறிந்திட இன்னொரு முயற்சி செய்தன. இதற்கிடையே பரதவர்கள் கிறித்தவத்தைத் தழுவி, போர்ச்சுக்கீசிய அதிகாரத்தை ஒத்துக்கொண்டனர். எனவே பேரரசர் சதாசிவராயரின் அமைச்சர் ராமராயர், 1544இல் ராமராய வித்தலர் (ம) சின்ன திம்மர் என்னும் இரு சகோதரரின் கூட்டுத் தலைமையில் ஒரு வலுவான படையை அனுப்பினார். சந்திர கிரியில் அணிவகுக்கத் தொடங்கிய படை நாகூரை அடைந்து, கத்தோலிக்கருக்கு எதிரான நடவடிக்கைகளை ஆரம்பித்தது. தாம் கைப்பற்றிய செல்வத்துடன் ஸ்ரீரங்கம் சென்ற படையினர், அதனை தெய்வத்திற்கு அளித்தனர். காவேரியைத் தாண்டிய படையினர், தென்னாட்டின் கலக அரசுகளுக்கு எதிராகச் சண்டையிட்டு, அவர்களை அடக்கி, கப்பம் கட்டுமாறு கட்டாயப்படுத்தினர். மேலும் தெற்கு நோக்கி வந்த அவர்கள் கயத்தாற்றுப் பாண்டியரைத் தோற்கடித்து. தாம் ஆக்கிரமித்த பிரதேசங்களைத் தென்காசிப் பாண்டியரிடம் ஒப்படைத்தனர். ஆரல்வாய்மொழி வழியே திருவாங்கூருக்குள் நுழைந்த வித்தலர் நாசம் ஏற்படுத்தினார். உயிர் (ம) சொத்து சேதம் குறித்த விபரத்தை ஃபிரான்சிஸ் சேவியர் அளித்திருந்தார். படகர்கள் என்றழைக்கப்பட்ட விஜயநகரப் படைகள் கிராமங்களைத் தரைமட்டமாக்கி, அட்டூழியங்கள் செய்தன. மக்கள் கொல்லப்பட்டனர் (அ) காடுகளில் புகலிடம் செல்லுமாறு நிர்ப்பந்திக்கப்பட்டனர். திருவாங்கூர்ப் படையினர்,

கோட்டாறுக்கு அருகே படையெடுப்பாளரைத் தடுத்து நிறுத்த முற்பட்டுத் தோற்கடிக்கப்பட்டனர் என சுசீந்திரம் ஆலயத்தின் இரு கல்வெட்டுகள் சுட்டிக்காட்டுகின்றன. மன்னன் விஜயநகரிடமுள்ள தன் விசுவாசத்தை ஒத்துக்கொண்டு, கப்பம் செலுத்தி, மலைகளின் கிழக்குப் பக்கமுள்ள பகுதிகளைத் தென்காசிப் பாண்டியருக்குப் பிரித்தளித்தான். தன் சாதனைகளை நினைவுபடுத்தும் வகையில், தாமிரபரணிக் கரையில் ஒரு வெற்றித் தூணை வித்தலன் நட்டுவித்தான்.

1545இல் வித்தலன் மீனவர்களின் கடற்கரைக்குப் போனான். போர்ச்சுக்கீசியர் தம் குடியிருப்புகளை மணப்பாடு, புன்னைக்காயல், வேம்பார் (ம) தூத்துக்குடியில் வைத்திருந்தனர். அவர்கள் பரதவர்களை இயற்கை வழிபாட்டிலிருந்து கத்தோலிக்க மதத்திற்கு மாற்றி, அவர்தம் விசுவாசத்தைப் பெற்று, வரிகள் வசூலித்தனர். முத்துக்குளிப்பிலிருந்து நின்றுவிட்ட வருவாய், கிறித்தவருக்கெதிராகத் திருச்செந்தூர் பிராமணரின் முறையீடுகள் ஆகியன சேர்ந்து ராயரைக் கோபமூட்டின. ஃபிரான்சிஸ் சேவியரின் கடிதங்கள், மீனவர் கடற்கரையைத் தாண்டிச் சென்று படகர் கிராமங்களைக் கொள்ளையிட்டதை உணர்த்துகின்றன. கிறித்தவர்கள் காடுகளுக்கும் தீவுகளுக்கும் தப்பியோடவே, பெரும் வெற்றிபெற இயலவில்லை. படைகள் விலக்கிக் கொள்ளப்பட்டதும், போர்ச்சுக்கீசியரும் பரதவரும் கடற்கரைக்குத் திரும்பினர்.

இப்போது போர்ச்சுக்கீசியர், ராமேஸ்வரம் செல்லும் யாத்திரிகரிடமிருந்து வரிவசூலிக்கத் தலைப்பட்டனர். எனவே போர்ச்சுக்கீசியரை எதிர்த்து நிலத்திலிருந்து கடலில் கூட்டு நடவடிக்கை மேற்கொள்ள, இராப்பலி என்னும் பெயரிலான முஸ்லீம் கொள்ளையனின் உதவியை வித்தலன் பெற்றான். 1553இல் நிலத்திலிருந்தும் கடலிலிருந்தும் ஒரே நேரத்தில் தாக்குதல்கள் தொடுக்கப்படவே, போர்ச்சுக்கீசியர் தோற்கடிக்கப்பட்டனர். அவர்தம் கப்பல்கள் நாசமாக்கப்பட்டு, குடியிருப்புகள் கைப்பற்றப்பட்டன. இப்போது பரதவர்கள் 70,000 பகோடாக்கள் விஜயநகருக்கும் கப்பம் கட்டிட இசைந்தனர். ஒரு பகோடா என்பது மூன்று ரூபாய்களுக்குச் சமம், ஒரு நட்சத்திரப் பகோடா மூன்றரை ரூபாய்க்குச் சமம்.

அப்போது போர்ச்சுக்கீசியர் கொச்சியிலிருந்து ஒரு படையை அனுப்பி, இஸ்லாமியரைத் தோற்கடித்து, போர்க்கைதிகளை விடுவித்துக் கொண்டனர். இச் சம்பவம் விஜயநகரின் பெருமிதத்திற்கு கடும் அடியாக இருக்க, திருவாங்கூர் மன்னரை

பேரரசிய அதிகாரத்திற்கு கட்டுப்படாதிருக்கும துணிவைத் தந்தது. வித்தலன் திருவாங்கூருக்கு அனுப்பிய படை தோல்விகளையே சந்தித்தது.

பெருமளவிலான ராணுவ நடவடிக்கைகள், தமிழ்நாட்டில் படகர்கள் அதிக எதிர்ப்பைச் சந்தித்தனர் என்பதையே சுட்டிக்காட்டுகின்றன. திரும்பத் திரும்ப நிகழ்ந்த படையெடுப்புகள், சொத்துகள் நாசமாவதற்கும் விரிவான அளவில் உயிரிழப்புக்கும் காரணமாயின. முஸ்லிம்களுக்கு எதிரான ரட்சகர்களாக அவர்கள் வருகை புரிந்தாலும், தமிழரின் நம்பிக்கையைப் பெற்றிடும் விதத்தில் ராயர்கள் எதுவும் செய்யவில்லை. தமிழகத்தில் தம் ராணுவ இருப்பினை வைத்திருக்கும் மட்டும், அவர்களால் தம் அதிகாரத்தைப் பராமரிக்க முடிந்தது. 1565இல் தக்காணச் சுல்தான்கள் விஜயநகரப் படைகளைத் தலைக்கோட்டை அருகே தோற்கடித்தனர். இதனால் ராயர்கள் தம் பெருமளவு செல்வாக்கை இழக்க, பேரரசு நலிவின் கட்டத்தில் நுழைந்தது. உள்ளூர் ஆளுனர்களான நாயக்கர்கள், நிலவரத்தைச் சாதகமாக்கிக் கொண்டு, தம் சுதந்திரத்தை நிலைநிறுத்தினர். இதனால் தமிழ்நாட்டில் செஞ்சி, தஞ்சாவூர் (ம) மதுரை நாயக்க அரசுகள் தோன்றின.

நிலப்பிரபுத்துவத்தின் நாயன்கரா* அமைப்பு

தமிழ்நாட்டின் மீது ராயர்கள் பிரயோகித்த விஜயநகர ஆதிக்கம், பதினான்காம் நூற்றாண்டின் மத்தியிலிருந்து பதினெட்டாம் நூற்றாண்டின் மத்தி வரையிலும் நீடித்தது. இந்நான்கு நூற்றாண்டு காலம், இந்தியாவில் பிரிட்டிஷ் ஏகாதிபத்திய காலத்தைவிட இரு மடங்குகளுக்கும் மேலானதாகும். இவ்வளவு நீண்டகாலம் இருப்பினும், மக்களின் நலன்கள் மற்றும் அவர்களது அக்கறைகள் தொடர்பாக அது எதனையும் விட்டுச் செல்லவில்லை. விஜயநகரம் தமிழகத்தில் இஸ்லாத்துக்கு எதிரான மீட்பராகத் தோற்றமளித்தது. ஆனால் சீக்கிரமே ஒடுக்குகின்ற அமைப்பாகிவிட்டது. குடியானவரைச் சுரண்டுதல், பிராமணிய மேலாதிக்கத்தைத் திரட்டுதல் (ம) தெலுங்கு காலனித்துவத்தை முன்னெடுத்தல் ஆகியவற்றை நோக்கமாகக் கொண்ட ராணுவச் சர்வாதிகாரத்தை அது உருவாக்கிற்று. இதனால் ராயர்கள் தன் அரசாங்கத்தை தமிழருக்குச் சேவை புரியும் கருவியாக அல்லாமல், ஒடுக்குமுறைச் சாதனமாக குறுக்கிவிட்டனர்.

அரசாங்கத்தின் செயற்பாடு, மக்களின் சமூக வாழ்க்கை குறித்து, இக்கால இலக்கியமும் சாசனங்களும் விளக்கங்களை அளிக்கின்றன. நாயக்கர்கள் தம் அதிகாரத்தை விரிவு செய்ததுடன், தம் நிர்வாக நிறுவனங்களையும் தமிழ்நாட்டில் அறிமுகம் செய்தனர். அவர்தம் அரசியல் அமைப்பு ஹொய்சாளர் (ம) காகதியருடையவை போன்றிருந்தது. இவ்வரசுகள் செய்தது போன்றே, விஜய நகர அரசர்கள் அதிகாரமெல்லாம் மைய அரசாங்கத்தில் குவிந்த, நாயக்கர் (ம) பாளையக்காரர்களைச் சார்ந்த, நில மானியத்தை வளர்த்தெடுத்த, மையப்படுத்தப்பட்ட முடியாட்சியை உருவாக்கினர். பல்லவரும் சோழரும் பாண்டியரும்கூட பேரரசிய அமைப்பைக் கொண்டிருந்தனர். என்றாலும் உள்ளூர் சுயாட்சிக்கும், அதிகாரங்கள் மையப்படாமல் இருக்கவும் வழிவகை செய்திருந்தனர். மாறாக விஜயநகர அமைப்பு, தமிழரின் மரபார்ந்த நிறுவனங்களை அகற்றிவிட்டு, தங்களுடையவற்றை (அ) தக்காண மரபுகளைச் சார்ந்திருந்தது.

பேரரசைக் கட்டிக்காத்து தமிழர் மீதான கட்டுப்பாட்டைப் பெற்றிருக்க, ராயர்கள் திறம்பட்ட அமைப்பின்பால் உரிய கவனம் செலுத்தினர். நிர்வாகத் தேவைகளுக்கும், நிலமானியத்தின் மீதான ராணுவவாததிற்கும் என பேரரசின் கோட்டத்தின் மீது அதிகார, அமைப்பு அமைந்தது. ராயர்கள் நாயன்கரா அமைப்பு (அ) நாயக்கர்களின் அரசாங்கத்தை வளர்த்தெடுக்க, நாயக்கர்களோ பாளையக்காரர்களின் கீழேயான ராணுவக் குத்தகையை முன்னெடுத்தனர். விஜயநகர ஆட்சியில் தமிழ்நாடு சந்திரகிரி, படைவீடு, திருவதிகை, சோழ (ம) பாண்டிய ராஜ்யங்களாகப் பிரிக்கப்பட்டிருந்தது. சந்திரகிரியும், படைவீடும் பெரிய நிலப்பகுதிகளாதலால் மகாராஜ்யங்கள் எனப்பட்டன. மற்றவை ராஜ்யங்கள் எனப்பட்டன.

மதுரை ராஜ்யத்திற்குத் தெற்கே தென்காசி (ம) திருவாங்கூர் என்னும் கட்டுப்பாட்டுக்குட்பட்ட அரசுகள் இருந்தன. ராஜ்யம் வளநாடுகளாகவும். வளநாடு நாடுகளாகவும் பிரிக்கப்பட்டன. மேலகரம் என்பது 50 கிராமங்களின் தொகுதி. ராஜ்யத்தின் ஆளுனர் மகா மண்டலேசுவரர் ஆவார். அரச குடும்பத்தினரே வழக்கமாக இப்பொறுப்புகளில் நியமிக்கப்படுவர். என்றாலும் இரண்டாம் தேவராயர் காலத்திலிருந்து, கீழ்மட்டத்திலுள்ள ஆளும் குடும்பத்தினரும் பிரபுக்களும்கூட ஆளுனர்களாய் நியமிக்கப்பட்டனர். கம்பணன், விருபணன், சாளுவ நரசிம்மன், நரச நாயக்கன், செல்லப்பன் என்போர் தமிழ்நாட்டு மண்டலங்களின்

நன்கறியப்பட்ட ஆளுனர்கள். மகா மண்டலேசுவரருக்கு உதவி புரிய பல அலுவலர்கள் இருந்தனர். அவர்களில் முக்கியமானவர் மகாபிரதானி.

மகா மண்டலேசுவரர் தனக்கென்று நீதிமன்றம் வைத்திருந்தார். வரிகளை விதித்தார். நாணயங்களை வெளியிட்டார். போர்ப்படையைப் பராமரித்தார். அவர் இடமாறுதல் செய்யப்படலாம் என்றாலும் அது வழக்கமாக மேற்கொள்ளப்படுவதில்லை. பேரரசரின் பிரதிநிதி என்ற வகையில், நாயக்குகள் எனப்பட்ட ராணுவம் சார்ந்த நிலமானியதாரரைக் கட்டுப்படுத்தினர். ஆயகர் அமைப்பின் கீழே கிராமம் கொண்டுவரப்பட்டது. இவ்வமைப்பு 12 அலுவலர்களால் நிர்வகிக்கப்பட்டது. கிராமணி என்ற தலைவனுக்கு கர்ணமும் தலையாரியும் உதவியாளர்களாய் விளங்கினர். நிலப்பரிமாற்றங்கள் ஆயகர்களின் ஒப்புதலுடனேதான் மேற்கொள்ளப்பட வேண்டும் என்பதால், லஞ்சத்திற்கும் ஊழலுக்கும் பெரும் வாய்ப்பு காணப்பட்டது. இந் நியமனங்களில் தெலுங்கர்களுக்கு முன்னுரிமை தரப்பட்டது. அவர்கள் ஊழல் புரிந்து பெரும் செல்வம் சேர்த்தனர்.

கிருஷ்ண தேவராயரின் ஆட்சிக் காலத்தில் தொண்டை மண்டலம் மாவட்டங்களாகப் பிரிக்கப்பட்டு, ராணுவ ஒப்பந்தத்திலிருந்து நாயக்குகளிடம் ஒப்படைக்கப்பட்டன. எனினும் நாளடைவில் இந்நாயக்குகள் நில ஆக்கிரமிப்புகள் மூலம் சக்தி மிக்கவர்களாகி, பேரரசிய அதிகாரத்தை ஏற்க மறுத்தனர். வையப்ப நாயக், துபாகி கிருஷ்ணப்ப நாயக், விஜயராகவ நாயக், வெங்கடாத்ரி நாயக் ஆகிய தளபதிகளின் கீழ் ஒரு படையை கிருஷ்ண தேவராயர் தென்பகுதிக்கு அனுப்பியதாக மக்கன்சி சுவடிகள் மூலம் தெரிகின்றது. படை வேலூரை அடைந்து, அங்கிருந்து செஞ்சிக்குப் போய், நாயக்குகள் செலுத்த வேண்டிய கப்பத்தை நிர்ணயித்தது.

இத்தீர்வை ஒட்டி, கிருஷ்ண தேவராயர் தன் அதிகாரத்தைச் செலுத்த, நாயன்கரா அமைப்பு திறனுள்ளதாக இருக்கக் கண்டார். அதற்கேற்ப அவர் தமிழ்நாட்டை செஞ்சி, தஞ்சாவூர் (ம) மதுரை என்னும் மூன்று பெரிய நாயக் அமைப்புகளாகப் பிரித்து, அவற்றை மூன்று வெவ்வேறான நாயக்குகளிடம் ஒப்படைத்தார். இவ்வாறு ராஜ்யங்கள் நாயக்குகளின் கட்டுப்பாட்டிலுள்ள நாயகட்டினம்களால் இடம்பெயரச் செய்யப்பட்டன. கீழ் நிலைத் தலைவர்களாயிருந்த பாளையக்காரர்கள், பாளையங்கள் எனப்படும் எஸ்டேட்டுகளை வைத்திருந்தனர்.

நாயன்கரா அமைப்பின் எழுச்சி, மகாமண்டலேசுவரர்களின் நிர்வாகத்தை மறையச் செய்து, ஒடுக்குமுறையின் கொடுமைகளுக்கு புதுப் பரிமாணத்தைத் தந்தது. விஜய நகரச் சாசனங்களில் நாயன்கரா என்னும் சொல் அடிக்கடி இடம்பெறுகிறது. அமர நாயன்கரா என்பதன் குறுகிய வடிவமே நாயன்கரா. குறிப்பிட்ட வருவாயைச் செலுத்தும் ஒரு ராணுவத் தலைவனுக்கு வழங்கப்பட்ட ஒரு பிரதேசப் பகுதியே அது. ஓர் அமர நாயகத்தை வைத்திருப்பதற்கு "அமர மகலே" என்று பெயர். வருவாயைச் செலுத்துதல் (ம) ராணுவ காவல் சேவை செய்தல் என்ற நிபந்தனையின் பேரில் ஒரு கீழ்நிலை தளபதிக்கு மன்னர் வழங்கிய நிலமானியத்தை அமர நாயகா (அ) நாயன்கரா அமைப்பு பிரதிநிதித்துவப்படுத்திற்று.

பேரரசின் ராணுவ வருவாய் நிர்வாகம், நிலமானியத்தின் அடிப்படையில் அமைக்கப்பட்டது. தன் பிரதேசத்திலுள்ள நிலம் அனைத்துக்கும் மன்னனே உரிமையாளன். அதனை தன் மக்களுக்குப் பிரித்தளிப்பதும் மீட்டுக் கொள்வதுமான உரிமை அவனுக்குண்டு என்பது இடைக்கால சித்தாந்தமாகும். விஜயநகர மன்னர்கள் இதனைக் கறாராகப் பின்பற்றினர்.

வெளிநாட்டுப் பயணியான ஃபெர்னாவோ நூனிஸ் இப்படிக் குறிப்பிட்டுள்ளார். "நிலமனைத்தும் மன்னனுக்குரியது, அவனது கைகளிலிருந்து படைத்தலைவர்கள் கைப்பற்றுகின்றனர். அவர்கள் வாரதாரர்களிடம் ஒப்படைக்க, வாரதாரர்கள் பத்தில் ஒரு பங்கினைத் தம் பிரபுவுக்கு செலுத்துகின்றனர். அவர்களுக்கென்று நிலம் கிடையாது. ஏனெனில் ஒட்டுமொத்த அரசும் மன்னனுக்குரியது" நிலம் நாயகாவிடம் ஒப்படைக்கப்பட்டபோது, அதனை முடியாட்சிக்குரியதாக மாற்றிடும் உரிமை மன்னனுக்கு இருந்தது. கீழ்நிலை அலுவலர் தன் கடமையைச் செவ்வனே செய்து தன் பிரபுவை திருப்திப்படுத்தி வந்தால், வழக்கமாக அது செய்யப்படுவதில்லை.

நாயக்குகளிடம் சில கடமைகளும் பொறுப்புகளும் ஒப்படைக்கப்பட்டிருந்தன. பேரரசைப் பாதுகாப்பதும் தற்காப்பு அளிப்பதுமே அவர்களின் பிரதானக் கடமை. குறிப்பிட்ட அளவிலான தரைப்படையினர் குதிரைகள் (ம) யானைகளை அவர்கள் சேர்த்துப் பராமரிக்க வேண்டும். யுத்த காலங்களில் இவற்றை மன்னரின் சேவைக்கு வழங்க வேண்டும். உள்நாட்டுப் பாதுகாப்பளித்திட, அவர்கள் கிராமச் சமுதாயங்களிடமிருந்து, காவல் அமைப்பை எடுத்துக் கொண்டு, ஒரு காவலர் படையை நிறுவி, முரட்டு வடிவில் நீதி வழங்கினர். நாயக்குகள்

கிராமங்களுக்கும் அக்கிரகாரங்களுக்கும் மானியங்கள் வழங்கினர். கோயில்கள் கட்டினர். வழிபாட்டிற்கு வழிவகை செய்தனர் (ம) வழக்கமான நடைமுறையாக மதத்தை ஆதரித்தனர். இப்பொறுப்புகளை நிறைவேற்றுவதிலான செலவினங்கள், தமது பிரதேசங்களின் வருவாயிலிருந்து சரிக்கட்டப்பட்டன. தாங்கள் வசூலித்ததில் பாதியைச் சக்கரவர்த்தியிடம் செலுத்திவிட்டு, மீதியை தம் செயல்பாடுகளுக்குப் பயன்படுத்தினர்.

ராயர்களுக்கும் நாயக்குகளுக்கும் இடையே நிலவிய ஏற்பாட்டின் தன்மையை சென்னை அருங்காட்சிய ஆவணங்கள் கூறுகின்றன. விருபணனின் கீழிருந்த ஒரு சில நாயக்குகளும் குறிப்பிடப்படுகின்றனர். எனினும் அம்முறையை சீரானதாக ஆக்கியவர் கிருஷ்ண தேவராயரே. தமிழ் அரசுகளை அடக்கி, விஜயநகர அதிகாரத்தினை நிலைநாட்டிடும் முயற்சியாக, அதனை அவர் விரிவான அளவிலே தமிழ்நாடு மீது திணித்தார். அச்சுத ராயரின் கீழாக சுமார் 200 நாயக்குகள் இருந்தனர். அவர்களில் அதிகமானோர் தமிழ்நாட்டில் இருந்தனர். அவர்களில் மதுரை, தஞ்சாவூர், செஞ்சி (ம) இக்கேரி நாயக்குகள் மிக ஆற்றல் வாய்ந்தவர்களாயிருந்தனர்.

நிலமானிய முறையை அறிமுகப்படுத்திய நாயன்கரா அமைப்பு, அரச குடும்பத்தவரையும் செல்வாக்குள்ள குறுநில மன்னர்களையும் அர்ப்பணிப்புள்ள பணியாளர்களையும் நியமித்து அவர்களுக்கு வெகுமதி செய்யுமாறு வழி வகை செய்தது. அத்துடன், பேரரசியச் சேவைக்கான படையினரை வழங்கி, சட்டம், ஒழுங்கினைப் பராமரித்திடும் அதிகப்படியான பொறுப்பிலிருந்து பேரரசரை விடுவித்தது. ஆனால் நாளடைவில் அம்முறை, பேரரசுக்கு மட்டுமல்லாமல் மக்களுக்கும் நாசகரமாய் இருந்தது. போதுமான வசதி வாய்ப்புகளுடன் பயிற்சி பெற்றுள்ள, தயார் நிலை இராணுவத்தை மத்திய அரசாங்கத்திற்கு வழங்கிடத் தவறியது. மேலும் தற்காப்பின் பொருட்டு அரசு ஒரு சில குறுநில மன்னர்களைச் சார்ந்திருக்குமாறு செய்தது. இதனால் பேரரசு பகை அரசுகளுடன் பலவீனமாய் நின்றது. அத்துடன், தம் கோட்டைகளையும், படைகளையும் கட்டுப்பாட்டில் வைத்திருந்த நாயக்குகள் தம் சுதந்திரத்தினை நிலைநாட்டுவது சாத்தியம் என்று கண்டனர். இந்நிலைமை பேரரசின் சிதைவுக்கு இட்டுச் சென்றது. தமிழரிடத்தேயான இவ்வமைப்பின் மோசமான தாக்கம் வலுவாய் இருந்தது. அனைத்து நிலங்களினதும் உரிமையாளன் என்று கூறிக்கொண்ட மன்னன், புது மேய்ச்சல் நிலங்கள் தேடித் திரிந்த

மக்களிடையே அவற்றைப் பிரித்தளித்தான். இதனால், தமிழர்கள் தம் நிலங்களின் மீதான உரிமைகளை இழந்து, பிராமணிய அமைப்பிலும் வெறும் வாரதாரர்களாய் விடப்பட்டனர். இதன் விளைவாக பெருமளவில் தெலுங்கு காலனியமாதல் வந்தது.

மேலும், அது சுரண்டலுக்கும் ஒடுக்குதலுக்குமான ஈவிரக்கமற்ற அமைப்பினை முன்வைத்தது. ராயர்கள் தம்முடையவர்களை, வழக்கமாகத் தெலுங்கரையும் கன்னடியரையும் நாயக்குகளாக ஆக்கினர். புதியவர்களாயும் சாகசக்காரர்களாயும் இருந்த அவர்கள், தமிழர்பால் அனுதாபம் இன்றி நிராதரவான மக்களிடமிருந்து எவ்வளவு கறக்க முடியுமோ அவ்வளவு கரப்பதற்காக, அதிகப்படியாகத் தம் மக்களை வரவழைத்தனர். இச் சாகசக் காரர்கள், விளைச்சலில் பத்தில் ஒன்பது பகுதியைக் குடியானவர் செலுத்துமாறு கட்டாயப்படுத்தினர் என்று ஆர். சீவெல் *"A Forgotten Empire"* என்னும் தன் நூலில் பதிவு செய்துள்ளார். தம் வெற்றியாளர்களால் இம்சைக்குள்ளான தமிழர், தம் கிராமங்களைக் காலிசெய்து, காடுகளிலும் வெற்று நிலங்களிலும் தங்கினர். இதன் விளைவாக, தமிழ்நாட்டின் வடக்கு மண்டலமும், மற்ற இடங்களிலுள்ள வளமான கிராமங்களும் தெலுங்கரின் உடைமையாயின. வரவிருந்த நூற்றாண்டுகளில் தமிழ் மக்கள் மீதான தெலுங்கரின் மேலாதிக்கத்துக்கு இது காரணமாயிற்று. நடைமுறையில் பிராமண மேலாதிக்கத்துடன் இணைந்ததாக தெலுங்கர், மேலாதிக்கம் இருந்தது. இவற்றுடன் நாயன்கரா அமைப்பு சேர்ந்து கொண்டு, சபாக்களும் ஊர்களும் தம் அதிகாரங்களையும் உரிமைகளையும், கடமைகளையும் இழக்குமாறு செய்தது. அதிகபட்ச வருவாய் வசூலித்திடவும், அவர்கள் ஆயகர்கள்* எனப்பட்ட தம் அலுவலர்களை நியமித்து, அவர்களிடம் உள்ளூர் அதிகாரத்தை ஒப்படைத்து சன்மானமாக இறையிலி நிலங்களையோ, மானியங்களையோ தந்தனர். பிராமணருக்கு சதுர்வேதி மங்கலங்கள் அமைக்கப்பட்டதற்கேற்ப, தெலுங்கர்களுக்கு நாயகமங்கலங்கள் ஏற்படுத்தப்பட்டன. உண்மையில், தமிழரின் பிரதிநிதித்துவ அமைப்புகள், தெலுங்கரின் நிலமானிய நிறுவனங்களால் இடப்பெயர்ச்சி செய்யப்பட்டன.

சமூக வாழ்க்கை

இஸ்லாமிய ராணுவ வாதம் (ம) மதவெறி, இந்துப் பண்பாட்டிற்கு முன்வைத்த சவால்களை ஒட்டி பிராமணிய அமைப்பின் காப்பாளர்களான விஜயநகர ராயர்கள், மரபார்ந்த விழுமியங்களையும் நடைமுறைகளையும், பாதுகாக்கவும், காப்பாற்றவும் முற்பட்டனர். இதனால், பல நூற்றாண்டுளாக குவிந்து வந்த சமூகக் கொடுமைகள், விஜயநகர ஆட்சியின் கீழ் புதிய வலிமைக்கான ஆதாரத்தைப் பெறலாயின.

ஆட்சியாளர்களின் கொள்கை காரணமாக, வர்ணாச்ரம தர்மத்தின் பிராமணிய சித்தாந்தத்தின் மீதமைந்த சமூக இறுக்கம், கடுமையான பரிமாணங்களைப் பெற்றது. குறிப்பிட்ட சமூகங்களின் உள்ளார்ந்த ஒருமைப்பாட்டினைச் சுட்டுவதாக, நபர்களின் பெயர்களுடன் சாதிய விருதுகள் சேர்க்கப்பட்டன. கடந்த காலத்தில் இருந்தது போன்றே, சாதியப் பேதங்களால் உண்டான பரஸ்பர வெறுப்பு (ம) தீண்டாமையின் பாரிய அமைப்புக்குப் பூசாரிகள் தலைமை தாங்கினர். தம் மதப் பற்றுதல் (ம) மொழி நெருக்கத்தால் தெலுங்கு பிராமணர்கள், ஆட்சியாளரிடத்தே அதிகப்படியான செல்வாக்கினைச் செலுத்தினர். அவர்கள் அரச ஆதரவினால் தமிழ்நாட்டில் குடியேறியவர்கள். ஆட்சியாளர்கள் அவர்களுக்கு மடப்பள்ளிகளில் இலவச உணவளித்தும், மானியங்களும், பொறுப்புகளும், நிலங்களும் தந்தும் அவர்களை மகிழ்ச்சிப்படுத்தினர்.

பார்போசாவைப் பொறுத்தவரை, அவர்கள் சாப்பிடுவதை அனுபவித்தார்களே ஒழிய வேலை செய்யவில்லை. நல்லதொரு சாப்பாட்டிற்காக ஆறுநாள் பயணித்தனர். தமிழ்ப் பிராமணர்கள் செய்தது போன்றே, தாழ்ந்த சாதியினர் விளைவித்ததை அவர்கள் உண்டனர். ஆனால் விளைவித்தோரைத் தீண்டத்தகாதவர்களாக இழிவாக நோக்கினர். புதிய அதிகார அமைப்பு, உயர் சாதியினரில், இன்னொரு பிரிவாக பலிஜாக்களை, ரெட்டிகளை, ராஜுக்களை உருவாக்கிற்று. இடையராயிருந்த கம்பளத்தார்கள் நாயக்குகளாக எழுச்சி பெற்றனர். ராணுவ அதிகாரம் கொண்டிருந்த அவர்கள், தமிழ்க் குடியானவர்கள் மீது வரிச்சுமை ஏற்றினர். உல்லாச வாழ்க்கை வாழ்ந்தனர். இந்த ஆளும் சமுதாயங்களுடன் நெருங்கி இருந்த முதலிகளும் பிள்ளைகளும் சௌராஷ்டிரர்களும், தெலுங்கு ஆட்சியாளர்களுக்கும் தமிழ் மக்களுக்கும் இடைப் பட்ட அந்தஸ்தில் இருந்தனர். ஆட்சியாளரின் நலன்களை முன்னெடுத்துச் செல்லும் பொருட்டு, அவர்கள் நிர்வாகத்தில் பணியாற்றினர். அவர்களில்

பலர் உற்பத்தியிலும் வணிகத்திலும் கூட ஈடுபட்டனர். விஜயநகரின் ஒடுக்குமுறையைத் தாங்கிக் கொள்ள வேண்டியவர்களாக தமிழ் சமூகத்தினர் இருந்தனர். இதன் காரணமாக அவர்கள் பிராமணிய அமைப்பில் இருந்தது போன்றே உழன்று அழிந்தனர்.

எனினும், விஜயநகரக் காலகட்டம் இந்துமதத்தின் புதுப்பித்தலையும் வளர்ச்சியையும் கண்ணுற்றது. ஏனெனில் இருண்ட வேளையில்தான் மதம் வளர்ந்தோங்குகிறது, அதேவேளையில், பகைப் பிரிவுகளுக்கிடையே பெரும்பிளவு நிலவத் தொடங்குகிறது. மதுரை சுல்தான்களால் நாசமாக்கப்பட்ட கோயில்களை, ராயர்கள் மறுநிர்மாணம் செய்து, கூடுதல் பணிகள் செய்து, முஸ்லீம் படையெடுப்புகளின் போது பாதுகாப்பாக வைக்கப்பட்ட சிலைகளை மீட்டு. முறையான வழிபாட்டிற்கு வழிவகை ஏற்படுத்தி, நிலம் நகைகள், பணம் சார்ந்த கொடைகளால் அவ்வமைப்புகளை வளப்படுத்தினர். எனினும் தமிழர்கள் தங்களின் மிகப் புனிதமானதும் செல்வம் நிரம்பியதுமான திருப்பதி ஸ்ரீவெங்கடேசுவரர் ஆலயத்தை இழந்துபோயினர். தமிழகத்தின் வடபகுதியில் தெலுங்கர் காலனியத்தால், திருமலை, திருப்பதி, திருச்சானூர், காளகஸ்தியிலுள்ள புகழ்வாய்ந்த கோயில்கள், தெலுங்கர் வசமாயின. இது தமிழர்களுக்கு ஈடு செய்ய முடியாத இழப்பாகும். அதன் பின் அவர்கள் ஆற்றல் குறைந்த கடவுளருடனும் எளிய கோயில்களுடனும் திருப்தியடைய வேண்டியதாயிற்று. இருப்பினும் அவர்கள் இப்போது தெலுங்கரின் கட்டுப்பாட்டிலுள்ள கோயில்களுக்கு தொடர்ந்து யாத்திரை சென்று, தம் வெற்றியாளரின் நன்மைக்காக தம் சம்பாத்தியங்களை உண்டியலில் இடுகின்றனர் (ம) தம் சோதனையின் பகுதியாக கோயில் பணியாளரிடமிருந்து அடிக்கடி அடிகள் பெறுகின்றனர்.

அரச ஆதரவின் கீழாக இந்துமதம் ஏற்றம் பெறவே, இஸ்லாத்திடமிருந்து அது எந்தவொரு கடுமையான சவாலையும் எதிர்கொள்ளவில்லை. இதனால் பிளவுகளும் எதிர்ப் பிளவுகளும் ஏற்பட்டன. பெரும்பாலான இந்துக்கள் சைவர்களாக இருந்திட, ஆட்சியாளரும், பிறரும் வைணவர்களாயிருந்தனர். வீர சைவர்களாகப் பிரிந்து போயிருந்தனர். சமஸ்கிருதத்தையும் வேதங்களையும் பயன்படுத்துவது, சித்தாந்தங்களுக்கு விளக்கமளிப்பது ஆகியவற்றில் அவர்களிடையே வேறுபாடுகள் நிலவின. வைணவர்கள், வடகலை, தென்கலையாகப் பிரிந்தனர். வடகலைப்பிரிவு சமஸ்கிருத வேதங்களை மதநூல்களாகப் பயன்படுத்தி, சாதிய வேற்றுமைகளை அங்கீகரித்தது. தென்கலைப்

பிரிவு தமிழ்ப் பிரபந்தங்களை மதநூல்களாகப் பின்பற்றி, சாதியமைப்பில் அலட்சியம் கொண்டதாகத் தோன்றிற்று. வடகலைப் பிரிவின் மிகப் பெரிய அறிஞர் வேதாந்த தேசிகர். சமணமும் பௌத்தமும் தமிழ்நாட்டில் தொடர்ந்து நிலவியிருந்தன. ஆனால் இந்து ஆட்சியாளரின் அதிக வரி வசூலிப்பாலும் தொடர்ந்த சித்திரவதையாலும் அவர்தம் செல்வாக்குப் பெரிதும் குறைந்தது.

ஏற்கனவே, குறிப்பிடப்பட்டுள்ள மரபுகளின் படி, யேசு கிறித்துவின் சீடர்களுள் ஒருவரான புனித தாமஸ், மலபார்கரையை அடைந்து, அப்புறம் கிழக்குப் பக்கமாய் நகர்ந்து, கி.பி. முதலாம் நூற்றாண்டின் மத்தியில் மைலாப்பூரில் தாமஸ் மலை என்று பின்னர் அழைக்கப்படவிருந்த குகையில் புகலிடம் கொண்டிருந்தபோது உள்ளூர் மக்களால் கொல்லப்பட்டார். அவரது கல்லறையைக் கண்டறியும் முயற்சியில் போர்ச்சுக்கீசிய யேசு சபையார் சாந்தோம் வந்து சேர்ந்தனர். கிறித்தவத்தைப் போதித்த இயேசு சபையார் பலரை மதம்மாற்றினர். என்றாலும், மீனவர் கரையின் பரவர்களை மதமாற்றியதே கிறித்தவ மக்கள் தொகையைப் பெருக்கியது. பழமைவாத இந்துக்களுக்குப் பரதவர்கள் மிக மோசமானவர்களாயிருக்க, விஜயநகர ஆட்சியாளர்களோ அவர்களை வருவாய்க்கான ஆதாரமாகக் கண்டனர்.

மதுரை சுல்தானரசு வீழ்ந்த பிற்பாடு, பல முஸ்லீம்கள் கடற்கரை சென்று, மீன் பிடிப்பகுதிகளின் கட்டுபாட்டைப் பெற்றனர். அவர்கள் மீன் பிடித்தலில் கட்டுப்பாடுகளைக் கொண்டுவந்து, முத்து வணிகத்தில் ஏகபோகம் பெற்று, வரிகளை விதித்து, பரதவர்களை ஒடுக்கினர். 1532இல் மோதல்கள் நடந்து, முஸ்லீம்கள் பரதவரைப் படுகொலை செய்தனர். இருந்தாலும், விஜயநகரின் ஆட்சியாளர்கள், பாதிக்கப்பட்ட பரதவருக்கு உதவியோ நிவாரணமோ செய்யவில்லை. அப்போது, மலபாரின் கிறித்துவர் ஒருவர் சொன்ன யோசனைப்படி, 15 பட்டங்கட்டிகள் எனப்படும் மீனவர் தலைவர்கள் குழுவாக கொச்சியிலுள்ள போர்ச்சுக்கீசியரைச் சந்தித்து, அவர்தம் உதவியை நாடி, கிறித்தவராக ஒப்புக் கொண்டனர். அதன்படி 20,000 பரதவர் கத்தோலிக்கராய் மாறினர். இப்போது போர்ச்சுக்கீசிய கப்பல் வரிசை ஒன்று மீன்பிடிப் பகுதியில் தோன்றி, இஸ்லாமியக் கப்பல்களைத் தகர்த்து, கடற்கரையிலிருந்து முஸ்லீம்களைத் துரத்தியடித்தது. இதனால், போர்ச்சுக்கீசியர் கடற்கரையில் தம் அதிகாரத்தை நிறுவி, பரதவரை தம் குடிமக்களென்று கூறிக்கொண்டனர். மீன்பிடிக் கரையிலிருந்து கிறித்தவம் தஞ்சாவூருக்கும் திருவாங்கூருக்கும் பரவிற்று.

இவ்வகையில் ஃபிரான்சிஸ் சேவியரும் இதர இறைப்பணியாளரும் கணிசமான பங்களிப்புச் செய்தனர். இம்மதத்தின் பரவலால் பீதியுற்ற திருச்செந்தூர்ப் பிராமணர், பேரரசர் தலையிட வேண்டுமென்று முறையிட்டனர். அப்புறம் வித்தலன் மீன்பிடி கடற்கரைக்குப் பலமுறை படையெடுத்தான். முஸ்லீம்களின் ஒத்துழைப்புடன் கிறித்தவரை அடக்கினான். பேரரசின் சரிவுக்குப் பின்னே, நாயக்குகள் கிறித்தவருக்கு எதிரான இம்சைகளை ஏவினர். ஆனால், ஆற்காட்டு நவாபின் எழுச்சியாலும் ஐரோப்பியச் செல்வாக்கினாலும் அது தணிந்தது.

மதுரையின் சுல்தானரசு வீழ்ந்து, விஜயநகரில் இந்துப் பேரரசு எழுந்ததும், இஸ்லாம் இந்நாட்டில் தாக்குப் பிடித்திருந்தது. குதிரைகளை இறக்குமதி செய்வதற்காக மட்டுமின்றி, கிறித்தவரை சித்திரவதை செய்வதற்காகவும், கடலாற்றலுக்காகவும் விஜயநகர ஆட்சியாளர்களுக்கு அவர்களின் ஆதரவு தேவைப்பட்டது. முஸ்லீம்கள் வணிகர்களாகவும், மாலுமிகளாகவும், ராணுவத்தினராகவும் தங்கிவிட இது உதவிற்று. விஜயநகரத்தின் வீழ்ச்சியும் கர்நாடகத்தில் முஸ்லீம் அரசுகளின் வருகையும், அவர்தம் நடவடிக்கைக்குச் சாதகமான நிலையை ஏற்படுத்தின. அவர்கள் மசூதிகளை எழுப்பினர், வணிக மையங்களை ஏற்படுத்தினர். மக்களில் செல்வாக்குள்ளவர்களாக எழுந்தனர்.

வேளாண்மையும் வணிகமும்

வேளாண்மையும் வணிகமும் மரபார்ந்த வழிகளில் முன்னேறிச் சென்றன. நிலங்கள் நன்செய், புன்செய் என்று பிரிக்கப்பட்டு, அதன்படி நன்செய் பயிர்களும், புன்செய் பயிர்களும் விளைவிக்கப்பட்டன. பாதுகாப்பு, மதம், ஆடம்பரம் போன்றவற்றிலேயே மூழ்கியிருந்த ராயர்கள், குடியானவரின் நலன் பற்றி அக்கறைப்படவேயில்லை. மாறாக, நிலம் அபகரித்தல், (ம) சுரண்டலின் வாயிலாக அவர்களை நலிவுறச் செய்தனர்.

தமிழ்நாட்டில் குடியமர்ந்த தெலுங்கர்கள், பழமரங்களை வளர்த்து, மாம்பழ வகைகளைப் பரவலாக்கினர். கடந்த காலத்திலிருந்து கைக்கொள்ளப்பட்ட பாசன வசதிகள் இருந்த போதிலும், அவை வரம்புக்குட்பட்டனவாய், புராதனமாய்க் காணப்பட்டன. தம் சொந்த மக்களுக்கு அவசியம் என்று உணர்ந்து கொண்ட போதன்றி பிற தருணங்களில் விஜய நகர அரசர்கள் இவற்றை அபிவிருத்தி செய்யவில்லை. குடிசைத் தொழில்கள் சிலருக்கே வேலை

வாய்ப்பளித்தன. இந்நாட்டில் குடியேறிய சௌராஷ்டிரர்கள், நேர்த்தியான ஜவுளி ரகங்களை நெசவு செய்து, பிரபுக்களுக்கு அளித்தனர். உப்பிலியர் உப்பளங்களில் பணி செய்தனர். வெல்லம், மண்பானை (ம) நகைகளும் தயாரித்து விற்கப்பட்டன.

வணிகச் சாத்துகள் வழக்கமாக வணிகத்தைக் கட்டுப்படுத்தின. மாட்டு வண்டிகளும் படகுகளும் போக்குவரத்து சாதனங்களாயிருந்தன. மத்திய, மண்டல ஆட்சியாளர்கள் வெளியிட்ட வெவ்வேறான நாணயங்கள் புழக்கத்தில் இருந்தன. வராகன் (ம) பகோடா என்பவை தங்க நாணயங்கள், மிகவும் கலைநயமிக்கவை. தமிழரும் தெலுங்கருமான செட்டிகள், மேற்குக் கரையுடனும் மலேயாவுடனும், விலையுயர்ந்த கற்கள், முத்துக்கள், பொன், வெள்ளி, வணிகம் செய்தனர். சோழமண்டலக் கரையைச் சேர்ந்த பல செட்டி வணிகர்கள் மலாக்காவில் வசித்தனர் என்கிறார் பார்போஸா. அவர்கள் பெரும் வயிற்றுடன் செல்வந்தராயிருந்தனர். இடுப்புக்கு மேல் ஒன்றுமில்லாமல், இடுப்புக்குக் கீழே பருத்தி ஆடைகள் அணிந்தனர். வெளிநாட்டு வணிகம் இஸ்லாமியரால் கட்டுப்படுத்தப்பட்டது. கடல் ஆதிக்கத்தைப் புறக்கணித்த ராயர்கள், கிறித்தவப் பரதவரைக் கட்டுப்பாட்டில் வைத்திருக்க, முஸ்லீம்களைச் சார்ந்திருக்க வேண்டியிருந்தனர். போர்ச்சுக்கீசியர் கடல் கடந்த வணிகத்தைக் கைப்பற்றி, கடற்கரையில் நிலைபெற்ற போது, இந்நிலைமை மாறிற்று. ஐரோப்பியரின் வருகையை முன்வைத்த சந்தர்ப்பங்களை (அ) சவால்களை எதிர்கொள்ள ராயர்கள் எம் முயற்சியும் மேற்கொண்டார்களா என்பதற்கு எந்த ஆதாரமும் இல்லை.

விஜயநகர ராயர்களின் கீழ் தமிழ்நாட்டில் அரசியல் சமூக மாற்றங்கள், முஸ்லீம் வெற்றிக்கெதிரான எதிர்வினையை பிரதிநிதித்துவப்படுத்தின. அது கடந்த காலத்தை நோக்கிய ஒரு பின்வாங்கலாக இருந்தது. ஆனால் அது தெலுங்கரின் நன்மைக்காக இருந்ததேயன்றி தமிழரின் நன்மைக்காக அல்ல. தமிழருக்கு அது எஜமானர்களின் மாற்றமே. தமிழரின் அரசியல் சமூக வரலாற்றில் விஜயநகர ஆட்சி கீர்த்தியற்ற காலமே என்று முடிவுகட்ட முடியும். விஜயநகரப் படைகள் தமிழகத்தில் மக்களின் மீட்பராகத் தோன்றினர். அதன்படி, அவர்கள் ஆப்கானிய அதிகாரத்திலிருந்து நாட்டை விடுதலை செய்து, இந்து ஆட்சியை மீளவும் நிலைநாட்டினர். சோழர்கள் பாண்டியர்கள் காலத்தில் இருந்தது போன்றே, நாடு ஒருமைப்படுத்தப்பட்டு, மையப்படுத்தப்பட்ட முடியாட்சியின் கீழ் கொண்டு வரப்பட்டது.

ஆனால், ஆரம்பகட்டத்தில் இருந்தது போலின்றி, தமிழகம் ஒரு பேரரசின் பகுதியாகவே இருந்தது. பிராமணியத்தின் பக்தர்களான புதிய அரசர்கள், வர்ணாச்ரம தர்மம் (ம) தீண்டாமையின் அடையாளங்கொண்ட மரபுக்கே நாட்டினைக் கொண்டு சென்றனர்.

சாதி அடிப்படையிலான பிரிவினைவாதம், பொது மக்களை இழிவுபடுத்துதல், தீண்டத்தகாதோரைச் சுரண்டுதல், வல்லமையுடன் திரும்பிவந்த போட்டிக் குழுக்களை சித்திரவதை செய்தல் ஆகியவற்றின் மீதமைந்தனவாகச் சமூகத் தீங்குகள் இருந்தன. ஆலயங்களை நிர்மாணிக்கவும் அக்கிரகாரங்களை வளர்க்கவும் அரசாங்க முயற்சி திருப்பிவிடப்பட்டது (ம) மக்கள் நிதி திருப்பிவிடப்பட்டது. அவர்கள் மத்திய (ம) மண்டல அரசாங்கங்களில் அதிகாரம் பெற்றிருந்தனர். அவர்கள் கிராமங்களில் கிராமச் சமுதாயங்களை வெளியேற்றினர். தொலைதூரங்களுக்குப் போய், கிராமங்களைக் கைக்கொண்டு, ஆயுதந்தாங்கிய குழுக்களை அமைத்து, நிலப்பிரபுக்களாக மாறினர். அவர்கள் நிறுவிய, குடியிருப்புகள் தமிழரின் தாயகத்தில் தெலுங்குக் குடியேற்றங்கள் ஆயின. நிர்வாகத்திலும் ராணுவத்திலும் அவர்களுக்குச் சேவை புரிந்த தமிழர்கள், கீழ்நிலை அந்தஸ்து பெற்றுவிட, மற்றவர்கள் வெறுமனே வாரதாரர்களாயும் உழவர்களாயுமே உருமாறினர்.

கட்டிடக் கலையும் கலைகளும்

விஜயநகரப் பாணியிலான கட்டிடக் கலையும், கலைகளும், அதன் உச்சத்தைத் தொட்டது தமிழ் நாட்டிலேதான். பேரரசின் பிறமண்டலங்களோடு ஒப்பிடுகையில் தமிழ் மண்டலத்தின் வரலாற்றுச் சின்னங்களும், கலைப்பொருட்களும், அதிக எண்ணிக்கையிலானவையாயும் பல்வேறானவையாயும் மட்டுமல்லாது, பிரும்மாண்டமானவையாயும் அதிசயிக்கத்தக்கவையாகவும் இருந்தன. மக்கள் பிராமணிய அமைப்பிடம் சரண் புகுந்ததும், கட்டாய உழைப்பினை விரிவாகத் திரட்டியதும் (ம) நான்கு நூற்றாண்டுகளுக்கும் மேலான பரந்தபட்ட நிலப்பறிப்புமே இதற்கான காரணங்கள். கன்னட தெலுங்குத் தோற்றுவாயுடன் நெருக்கமுடைய ராயர்கள், தமிழகத்தில் செய்தது போன்று, விரிவான அளவில் கட்டாய உழைப்பினைத் தம் தாயக பூமியில் மேற்கொண்டிடத் துணியவே இல்லை. கேரளம், பேரரசின் அங்கமாக நடத்தப்பட்டாலும், மலைப்பாங்கான அப்பிரதேசத்தில் ராயர்கள் திடமான கட்டுப்பாட்டினைப் பெற்றிடவில்லை. எனவே

கிழக்கு மண்டலத்தில் மேற்கொண்டது போன்ற பரிசோதனையை, மேற்கு மண்டலத்தில் நடைமுறைப்படுத்த முடியாதிருந்தது.

ராயர்கள் தமிழகமெங்கிலும் பெரிய அளவிலே கோயில்களையும் மாளிகைகளையும், கோட்டைகளையும், பிறவற்றையும் கட்டினர். அவர்கள் கட்டிடக்கலை, சிற்பம், ஓவியம் (ம) நுண்கலைகளை முன்னெடுத்தனர். பண்பாட்டு நடவடிக்கையின் வெவ்வேறு மையங்களாக இருந்தவற்றுள் வேலூர், காஞ்சி, சிதம்பரம், ஸ்ரீரங்கம், திருவண்ணாமலை, மதுரை, ஸ்ரீவில்லிபுத்தூர், ராமேஸ்வரம் என்பன அடங்கும்.

தென்னிந்திய பாணியிலான கலையும் கட்டிடக் கலையும் பிரதேச செல்வாக்குகளைக் கொண்டிருந்தன என்பதை மறுதலித்திட இயலாது. பல்லவர், சோழர் பாணிகள் தென்னிந்தியக் கலைகளிலும், கட்டிடக் கலையிலும் தம் நிச்சயமான தாக்கத்தைப் பெற்றிருந்தன. என்றாலும், குறிப்பான அம்சங்கள் விஜயநகர பாணிக்கு அதன் தனிப்பண்பை அளித்தன. இவ்வாறாக விஜயநகர ஆட்சியாளர்கள் கோயில் என்னும் ஒற்றைப் பரிமாண வெளியிலே, கோயில் வளாகத்தை வளர்த்தெடுத்தனர். கோயில் வளாகத்தில் துணைநிலைக் கோயில்களும் மண்டபங்களும், அரங்கங்களும் இடம் பெறலாயின. தேரின் மனப்பதிவை ஏற்படுத்திவிடும் விதத்தில், கல்யாண மண்டபத்துடன் சக்கரங்களும் குதிரைகளும் சேர்க்கப்பட்டன. தூண்களின் கீழே கவிழ்க்கப்பட்ட தாமரையும், மேலே அலங்காரப் பேழையும் இடம்பெற்றன. விலங்குகளின் உலகிலிருந்து யானைகள், குதிரைகள், கரடிகள், குரங்குகள், பறவைகளின் வரிசைகளும், சமூக வாழ்விலிருந்து கோலாட்டம் போன்ற நாட்டிய வடிவ வரிசைகளும், சிற்பக் கலையின் தனித்தன்மையான சிறப்பைத் தரும் வகையில் கற்களில் செதுக்கப்பட்டன. கோபுரத்தின் கீழ் ஆலய நுழைவாயிலில், கோயிலின் புனிதத்தைக் குறிக்கும் விதத்தில் கங்கை யமுனையைப் பிரதிநிதித்துவப்படுத்தும் துவாரபாலகர்கள் என்னும் பெண் உருவங்கள் வைக்கப்பட்டன. நுழைவாயில்களின் மேலே கோபுரங்கள் உயர்ந்து நின்றன. கர்நாடகம், ஆந்திரம், கேரளம் ஆகியவற்றில் பேரரசின் பிற மண்டலங்களுடன் ஒப்பிடுகையில், ஏழு, ஒன்பது (அ) பதினோரு அடுக்குகளுடன், சிகரத்துடன் முடிவுறுவதாக கோபுரம் இருந்தது. தமிழ்நாட்டில் விஜயநகர கலைக்கும் கட்டிடக் கலைக்கும் இப்பண்பு நலன்கள் மாட்சிமையைத் தந்தன. எனினும் மையக் கருத்திழைகளில் கடந்த கால மரபுகளிலிருந்து குறிப்பிடும்படியான விலகல் ஏதும் இல்லை.

திடமான இந்துக்களாகிய விஜயநகர ராயர்கள், ஆலயங்களின் வளர்ச்சிக்கும் மதத்தைச் செழுமைப்படுத்துவதற்கும், கைவினைக் கலைஞர்களையும் உழைப்பாளர்களையும் அமர்த்தினர். தமிழரின் நிலங்கள் இயற்கையின் சீற்றங்களால் அடிக்கடி சோதனைகளுக்குள்ளானதால், அவர்கள் மதம், வழிபாடு, சடங்கு, சம்பிரதாயங்களில் பெரிதும் ஈடுபாடு கொண்டிருந்ததை விஜயநகரின் முனிவர்கள் பார்த்தனர். பஞ்சங்கள், தொற்றுநோய்கள், வறுமை, அறியாமை போன்றவை நாட்டினை துயரத்தின் நிலமாக மட்டுமின்றி, பழங்குடித் தன்மையின் இருப்பிடமாகவும் ஆக்கியிருந்தது. இதனால் மக்கள் தம் தேவைகளை நிறைவேற்றிக் கொள்ள, கடவுளரையும், பெண் தெய்வங்களையும் தொடர்ந்து வேண்டிக்கொள்ளும் தேவையில் இருந்தனர். இப்பின்புலத்தில் பிராமணிய அமைப்பின் செல்வாக்கு கூடுதல் உந்துதலாயிருந்தது. உண்மையில் கோயில், பூசாரியாலும் மன்னராலும் கட்டுப்படுத்தப்பட்டாலும், மத, சமூக, பண்பாட்டு நடவடிக்கையின் மையமாயிருந்தது. விஜயநகர ராயர்களுக்கு தமிழ்நாட்டுக் கோயில்களுடனான தொடர்பு, மத (ம) அரசியல் என்னும் இரட்டை நோக்கத்தை நிறைவேற்றிற்று. தம் மதத்தின் பாதுகாவலர்களாக அவர்கள் வழிபாட்டினை வளர்த்தெடுக்க விரும்பினர். தெய்வங்களின் ஆசியுடன் தம் பாதுகாப்பையும் நலனையும் உறுதிப்படுத்திக் கொள்ள முற்பட்டனர். இரண்டாவதாக, குருட்டு நம்பிக்கையால், மக்கள் வழிநடத்தப்பட்ட காலகட்டத்தில் மதத்திற்கு ஆதரவும், வழிபாட்டிற்குத் துணை நிற்றலும், மக்களது ஆதரவையும் விசுவாசத்தையும் பெற்றிடுவதில் திறம்படச் செயலாற்றின. இந்நிலத்திற்குப் புதியவர்களான தெலுங்கர்கள், வெளியிலிருந்து வரும் மிரட்டல்களிலிருந்தும் உள்நாட்டுச் சவால்களிலிருந்தும் தம் இருப்பினைத் தக்க வைத்துக்கொள்ள, தமிழரின் விசுவாசம் தேவைப்படுவதை உணர்ந்தனர். இவர்களின் பணி வழிபாட்டிடங்களை நிர்மாணிப்பது, சமூகத்தின் ஆன்மிகத் தலைவர்களான பிராமணருக்கு வேலை வாய்ப்பளிப்பது, தேவதாசியர் மூலம் பிரபுக்களை மகிழ்விப்பது, பொதுமக்களிடையே திகைப்பை ஏற்படுத்துவது என்பதாகும். ஆகவே, தெலுங்கு ஆட்சியாளர்கள் தம் ஆட்சிக் காலமெல்லாம், வழிபாட்டின் சாதனங்களையும் வடிவங்களையும் வளர்த்தெடுப்பதை தம் கடமையாகக் கொண்டிருந்தனர். இதனால் பிரதிமைகள் தயாரிப்பும் கோயில் கட்டுமானங்களும் அரசின் நடவடிக்கையில் பெரிய களனாயிருந்தன.

அதன்படி, விஜயநகர அரசர்களும் மண்டலங்களின் நாயக்குகளும், நிலவிய கோயில்களை விரிவாக்கி வளப்படுத்தினர். அவர்கள் கோயில்களில் ராஜகோபுரங்களையும், பல தூண்களுடைய மண்டபங்களையும் கட்டுவித்தனர். இதில் நன்மையடைந்த ஆலயங்களில் மதுரை, ஸ்ரீரங்கம், சிதம்பரம், காஞ்சிபுர ஆலயங்கள் அடங்கும். அம்பாசமுத்திரம், நாங்குனேரி, சின்னமனூர், திருப்பத்தூர் என்பன பிற கோயில்கள். மதுரை மீனாட்சி கோயில் பாண்டியரின் தோற்ற ஆதாரமுடையது. ஆனால் இன்றுள்ள நிலையில், விஜயநகர காலத்தைச் சேர்ந்தது. ராயர்களும் நாயக்குகளும் பழங்காலக் கோயிலைப் பெரிதும் திருத்தியமைத்து, மாபெரும் வளாகமாக ஆக்கினர். வடிவில் அது செங்கோணப் பாங்கானது.

கிழக்கிலிருந்து மேற்காக இரு புறங்களிலும் 852 அடிகள் மற்றும் 834 அடிகளையும் மீனாட்சி கோயில் வடக்கிலிருந்து தெற்காக 729 அடிகள் மற்றும் 720 அடிகளையும் கொண்டது. சுந்தரேசுவரருக்கு ஒன்றும் மீனாட்சிக்கு இன்னொன்றுமாக இரு கருவறைகளை உடையது. இவை ஒவ்வொன்றும் நான்கு சிறிய கோபுரங்களை உடைய மூன்று பிரகாரங்களால் சூழப்பட்டவை. பிரமிட் சாயலில் கோபுரங்கள், செங்கோணப் பிரகாரங்கள், பன்முகத்தில் மண்டபங்கள், அலங்கார வேலைப்பாடுகளுடன் தூண்கள் என்பவை கோயிலின் வகை மாதிரியான அம்சங்களாகும். கிழக்குக் கோபுரத்தின் முன்னுள்ள புதுமண்டபம் திருமலை நாயக்கரால் கட்டப் பெற்றது. ஒவ்வொன்றும் நேர்த்தியான சிற்பங்களையுடைய நான்கு வரிசைத் தூண்களை உடையது.

156 ஏக்கர் நிலப்பரப்பிலுள்ள ஸ்ரீரங்கம் ஆலயம் தென்னிந்தியக் கோயில்களில் மிகப் பெரியதாகும். கோபுரங்கள், பிரகாரங்கள், மண்டபங்கள் என விஜயநகரப் பேரரசர்கள் கோயிலில் நிறையச் சேர்த்தனர். கர்நாடகத்திற்கு சீரங்கப்பட்டினம் எப்படியோ, அப்படியே தமிழகத்திற்கு ஸ்ரீரங்கம். இரண்டுமே காவிரியால் ஏற்படுத்தப்பட்ட தீவுகளின் மேலமைந்தவை. திராவிட மதத் தோற்றுவாயுடைய சிதம்பரத்தின் ரங்கநாதர் கோயிலும் விஜயநகர ஆதரவைப் பெற்றது. இரண்டு தளங்களிலான கலைக் கூடங்களால் சூழப்பட்டிருக்கிறது இந்தக் கோயில். கிருஷ்ண தேவராயர் வடக்குக் கோபுரத்தின் பெரும்பகுதியைக் கட்டுவித்தார். இக்கோயிலின் ஆயிரக்கால் மண்டபம் இன்னொரு விஜயநகரப் பங்களிப்பாகும். சுப்பிரமணியர் ஆலயத்தை ஒட்டியுள்ள முகப்பலங்காரம், பேரரசின் பிற்கால ஆட்சியாளர் ஒருவரால்

நிர்மாணிக்கப்பட்டதாகத் தெரிகிறது. காஞ்சியின் ஏகாம்பரநாதர் கோயிலில் கிருஷ்ண தேவராயர் பிரமாண்டமான ஒரு கோபுரத்தை எடுப்பித்தார். வரதராஜப் பெருமாள் கோயில்களின் பகுதிகளையும் ராயர்கள் கட்டினர். இக்காலகட்டத்தில் நிர்மாணிக்கப்பட்ட கோபுரங்களும், மண்டபங்களும் கோயில் வளாக விரிவுக்குத் துணை நின்றன. உண்மையில் அரசர்கள், எண்ணற்ற சேர்மானங்கள் மறுகட்டுமானங்கள் வாயிலாக, தமிழ்நாட்டிலுள்ள கோயில்களின் உன்னதத்திற்கும் பன்முகத் தன்மைக்கும் பெரிதும் பங்களித்தனர்.

ராயர்களும் நாயக்குகளும் தம் வாழ்க்கைக்காக மட்டுமின்றி அந்தப்புர மகளிருக்காகவும் வெவ்வேறு இடங்களில் மாளிகைகள் கட்டினர். பெரிதும் இடிபாடுகளாயுள்ள இத்தகைய பல மாளிகைகள், மண்டலமெங்கும் காணப்படுகின்றன. அவை வழக்கமாக, இஸ்லாமியத் தாக்குதலுக்குள்ளான இந்துப் பாணியான, இந்தோ சராசெனிக் பாணி கட்டிடக் கலையிலானவை. சந்திரகிரி, செஞ்சி, தஞ்சாவூர், திருச்சிராப்பள்ளியிலுள்ள கூடங்கள் இதன் அடையாளங்கள். மதுரை நாயக்கர்களால் நிறுவப்பட்ட திருமலை நாயக்கர் மகால், திராவிட, இஸ்லாமிய என்னும் இரு பாணியிலான கட்டிடக் கலையை ஒருங்கே கொண்ட, விரிவார்ந்த அமைப்பாகும். நாற்கூட்டரங்கம், தர்பார் மண்டபம், அரியாசன அறை, வளைவுகளைக் கொண்ட பிரதானக் கட்டிடம், 450 x 250 அடிகளுடையது. வளைவுகளைத் தாங்கியுள்ள தூண்கள் உருவத்தில் பிரமாண்டமாய், தோற்றத்தில் நேர்த்தியாய், நாற்பதடி உயரத்தில் கருங்கல்லால் ஆனவை. அதனை அடுத்துள்ள சுவர்க்க விலாசம் என்னும் கட்டிடம் ஒரு மசூதி போலக் கட்டப்பட்டது. மகாலின் மத்தியில் உயர்ந்துள்ள மைய விதானம், தரையிலிருந்து எழுபது அடி உயரத்தில் இருக்கிறது. இம்மாளிகை கட்டிடக் கலை (ம) சுற்றுலா மையமாகத் திகழ்கிறது.

உள்நாட்டுப் பாதுகாப்புக்கும் வெளிநாட்டுத் தற்காப்புக்குமாக, அரசர்கள் பல கோட்டைகளை எழுப்பினர். அவ்வகையில் மலையில் அமைந்தது கிரிதுர்கம், காட்டிலமைந்தது வனதுர்கம், நீரால் சூழப்பட்டது ஜலதுர்கம், சமவெளியில் இருப்பது தல துர்கம் எனப்பட்டன. நாயக்கர்களும் பாளையக்காரர்களும் வெவ்வேறு வடிவிலான கோட்டைகளை நிறுவினர். இவ்வகையில், செஞ்சி கிரிதுர்கம், ஆனைமலை வனதுர்கம், வேலூர் ஜலதுர்கம், பாஞ்சாலங்குறிச்சி தலதுர்கம் ஆகும்.

சிற்பமும் ஓவியமும்

சோழர்களைப் போன்றே ராயர்களும் நாயக்குகளும் தம் நினைவை நீட்டிக்கச் செய்யும் வகையில், சிற்ப ஓவியக் கண்காட்சியைச் சித்தரிக்கவும், வெவ்வேறான மையக்கருத்திழைகளைச் செதுக்கி வரைந்திடவும், சிற்பிகளையும் ஓவியர்களையும் அமர்த்தினர். கோயில் தேர்கள் சிற்பங்களால் நிறைந்துள்ளன. இச்சிற்பங்கள் அபரிமிதமாய் இருப்பினும், உயர்ந்த கலைப்பண்புகளைப் பெற்றிருப்பது அரிதே. அவற்றில் பல கொச்சை நிரம்பியவை. கலைவரலாற்றாளர் ஃபெர்கூசனைப் பொறுத்தவரை, அவை காட்டுமிராண்டித்தனமானவையும் கூட. சமூக இறுக்கங்களால் தமிழர்கள் வளர்த்துக் கொண்ட புனைவியல் அணுகுமுறைச் சூழலில், அவர்களின் ஒப்புதலைப் பெற்றிருந்ததாகத் தோன்றின.

நாயக்குகள் மதுரையில் உருவச் சிற்பங்களுக்குப் பங்களிப்புச் செய்தனர். தமிழ் நாட்டில் விஜயநகரபாணி உருவச்சிற்பங்களில் மிகவும் ஆரம்ப காலத்தில் அறியப்பட்டிருந்தது, திருப்பருத்திக் குன்றத்துக் கோயிலிலுள்ள இரண்டாம் புக்கரின் தளபதி உருவமாகும். தன் நாயகரிடத்தே பெரும் பணிவும் பக்தியும் மிகுந்து, சேவை செய்யும் ஆர்வங் கொண்டிருப்பதாக அவன் விவரிக்கப்பட்டிருக்கிறான். ஆட்சியாளர்கள் தம் பணியாளர்களை எவ்வளவு திகைப்பில் வைத்திருந்தனர் என்பதை அது மறைமுகமாய் தெரிவிக்கின்றது. மதுரைப் புது மண்டபத்தில், விசுவநாத நாயக்கர் முதல் திருமலை நாயக்கர் வரையிலான அடுத்தடுத்த பத்து அரசர்களின் முழு உருவச் சிலைகள், அவர்தம் அரச இலச்சினைகளுடன் செதுக்கப்பட்டுள்ளன.

அவர்களில் சிலர் வகைமாதிரியான விஜயநகர குல்லாய் அணிந்திருக்க, மற்றவர்கள் குல்லாய் (அ) தலைப்பாகை அணிந்துள்ளனர். திருமலை நாயக்கரின் உருவம் அழகர் கோயில், திருப்பரங்குன்றம், ஸ்ரீவில்லிபுத்தூரிலும் காணப்படுகிறது. இவ்வுருவச் சிற்பங்கள் நாயக்கர்களின் உருவமைதிகளை வெளிக்காட்டுகின்றன. கோயில்களின் பிரகாரங்களில் மற்ற ஆட்சியாளர்கள் (ம) அமைச்சர்களின் எண்ணற்ற உருவங்கள் இடம் பெற்றுள்ளன. ஸ்ரீரங்கம் ஆலயத்தில் அக்காலத்தின் மிக நேர்த்தியான உருவச் சித்தரிப்புகள் உள்ளன. வேட்டி கட்டிய ஓர் ஆணும், சேலை அணிந்த ஒரு பெண்ணுமாக, மிக யதார்த்த உருவங்களாய் அவை இருக்கின்றன. கருட மண்டபத்தில் நாயக்க மன்னர் உருவச் சித்தரிப்புகள் காணப்படுகின்றன. கும்பகோணம் (ம) பட்டீஸ்வரத்திலுள்ள கோயில்கள் எண்ணற்ற உருவச்

சித்தரிப்புகளுக்குக் குறிப்பிடத்தக்கவை. தஞ்சை நாயக்கர்களும் அவர்தம் அரசியரும் அமைச்சரும், அவர்களது பிரதேச ஆலயங்களில் மாட்சிமையுடனும் நேர்த்தியுடனும் வடிவமைக்கப்பட்டுள்ளனர்.

விஜயநகர ஓவியங்கள், ஆரம்பகாலத்திலிருந்ததை, குறிப்பாக சோழர் ஓவியங்களை விடவும் மிக வேறுபட்டிருக்கவில்லை. ஆரம்பகாலங்களில் ஏற்கனவே உள்ள படிமங்கள் மீது மெல்லிய படலம் பூசப்பட, விஜயநகர காலத்தில், எடுப்பாகத் தோன்றுவதற்காக, வெவ்வேறான வண்ணங்களில் அலங்கார அம்சங்கள் தீட்டப்பட்டன. சோழர் காலத்தில் நிறமிகள் நீருடன் கலக்கப்பட்டு, ஈரமான சுண்ணச் சாந்தின் மேல் பூசப்பட்டன. விஜயநகர காலத்தில் சுண்ணாம்பு நீருடன் கலக்கப்பட்ட நிறமிகள், உலர்ந்த சுண்ணச் சாந்து மேல் பூசப்பட்டன. இக்கால ஓவியங்கள் சுவர்கள், மேற்கூரைகள், கோபுரங்கள், விமானங்களில் காணப்பட்டன. தஞ்சாவூர் பிரகதீசுவரர் கோயிலில் சோழர்கால ஓவியங்கள் மீது ஓர் ஓவிய வரிசை தீட்டப்பட்டிருந்தது காணப்பட்டது. காஞ்சிபுரம் வரதராஜர் ஆலயத்திலும் கூட இக்கால ஓவியங்கள் காணப்படுகின்றன. வழக்கமாக ஒரு கோயிலின் பிரதான தெய்வத்துடன் தொடர்புடைய உருவங்கள் சுவர்கள் மீது வரையப்பட்டன. சிவன் கோயில்களுக்கு சைவப் புராணங்களின் கதைகளும், விஷ்ணு கோயில்களுக்கு விஷ்ணு புராணங்களின் கதைகளும் ஓவியத்திற்கான மையக்கருத்திழைகளாகப் பயன்பட்டன. மரபுடன் தொடர்புடைய புராணங்களான மகாபாரம் ராமாயண இதிகாசங்கள் கூட ஓவியங்களுக்கான விஷயங்களை வழங்கின. வர்த்தமான ஆலய மண்டபங்கள் சமணத் தீர்த்தங்கரர்களின் வாழ்க்கை குறித்த ஓவியங்களைக் கொண்டுள்ளன. சமணரிடமிருந்து அவை கைப்பற்றப்பட்டவை என்று சுட்டிக்காட்டும் வகையில், திருமண வைபவங்கள், தேவலோகப் பெண்டிரின் நடனங்கள், கோலாட்டம் போன்றவை தீட்டப்பட்ட காட்சிகளில் சிலவாகும். விஜயநகர ராயர்கள் இயேசு சபையினரின் வரைந்தவற்றின்மீது மிகுந்த கவனம் செலுத்தினர். இரண்டாம் வெங்கடரின் வேண்டுகோளின்படி, சாந்தோமின் இயேசு சபையார் அலெக்ஸாண்டர் ஃப்ரேயை சந்திரகிரியிலுள்ள அவரது தலைநகருக்கு அனுப்பினர். இயேசு கிறிஸ்துவின் வாழ்க்கைச் சித்திரங்களைத் தீட்டுவதில் யேசு சபை ஓவியர் காட்டிய திறனை பேரரசர் பாராட்டினார். இன்னொரு யேசு சபை ஓவியர் ஃபோன்ட்போனா வழங்கிய யேசு கிறிஸ்து ஓவியம் மன்னரின் மாளிகையில் பார்வைக்கு வைக்கப்பட்டது. அத்துடன் மன்னரின் வேண்டுதலால் அவரின் சித்திரத்தை அவ்வோவியர் தீட்டினார்.

உண்மையில் இக்கால கட்டத்தில் மதம் சார்ந்த கருத்தமைவுகளும், மரபார்ந்த கருத்துகளும் ஓவியங்களுக்குத் தூண்டுதலளித்தன. சமயச்சார்பற்ற கருத்துகளும் இருந்தன. ஆனால் மத விஷயங்களுடன் ஒப்பிடுகையில், அவை சொற்பமே. வண்ணம், தோற்றநிலை (ம) வடிவம் பெரும் கவனத்தை ஈர்த்தன. அந்த ஓவியர்கள் மேற்கொண்ட அழகுபடுத்தலும் அலங்காரப்படுத்தலும், விஜயநகர ஆட்சியாளர்களின் கீழே நடைமுறையிலிருந்த அலங்காரத் தன்மையை அறிந்து கொள்வதற்கு, வாய்ப்பளித்தன.

கல்வியும் இலக்கியமும்

விஜயநகர ஆட்சியாளர்கள் கல்வி, இலக்கிய வளர்ச்சியை முன்னெடுத்தனர், அக்கல்வி தமிழில் அல்லாமல், சமஸ்கிருதத்திலும் தெலுங்கிலும் நடந்தது. நாட்டில் பள்ளிகள் இயங்கின, அவை சாதி இந்து மாணவர்களுக்கு, குறிப்பாக பிராமணருக்கு கற்பித்தன. ஒடுக்கப்பட்ட சமுதாயத்தினர் ஏளனமாகப் பார்க்கப்பட்டதால், அவர்தம் குழந்தைகள் விஜயநகர ஆட்சிக்காலத்திலும் கூட இப்பள்ளிகளில் அனுமதிக்கப்படவில்லை. மக்களில் பெரும்பாலோர் கல்வியற்றவர்களாகவும், அறிவற்றவர்களாகவும் இருந்தனர். ஏனெனில், ஆட்சியாளர்கள் அவர்களை முன்னேற்றிட ஏதும் செய்திடவில்லை. கிணறுகள், நீரோடைகளருகே அவர்கள் அனுமதிக்கப்படாததால், அவர்கள் அருவருப்பான வாழ்க்கை வாழ்ந்தனர்.

ராயர்கள் தெலுங்கிற்கும் சமஸ்கிருதத்திற்கும் ஆதரவளித்தனர். தெலுங்கு இலக்கியத்திற்கு அது பொற்காலமாயிருந்தது. தெலுங்கு இலக்கிய நடவடிக்கையின் மையமாய் தஞ்சாவூர் விளங்கியது. சாயனரும் அவரது சகோதரர் மாதவரும் வேதங்களுக்கு உரைகள் எழுதினர். தமிழ்நாட்டின் மீது குமார கம்பணனின் வெற்றியை விவரிக்கும் மதுரை விஜயத்தை கங்காதேவி இயற்றினார். இரண்டாம் தேவராயரும் சாளுவ நரசிம்மரும் சமஸ்கிருத அறிஞர்களாகப் பெயர் பெற்றனர்.

அவர்தம் பங்களிப்பு இம்மொழியை வளப்படுத்திற்று. மணவாள மாமுனியும் வேறுபல வைணவ அறிஞர்களும் வைணவ நூல்களுக்கு விளக்கவுரைகள் எழுதினர். மெய்கண்டாரும், சிவரூபானந்த தேசிகரும் சைவம் பற்றி எழுதினர். இவ்வாறாக இக்காலகட்டம் மத இலக்கியத்தில் கணிசமான முன்னேற்றத்தைக் குறித்தது. விஜயநகர மக்களில் தமிழர் கணிசமாய் இருந்த

போதிலும், ஆட்சியாளர்கள் அவர்தம் மொழியைப் புறக்கணித் தனர். அத்துடன் இக்கால எழுத்து, மதத்தின் மீது மையமிட்ட மரபார்ந்த வழியில் சென்றது. மக்களின் வாழ்க்கை தீவிர கவனம் பெறவில்லை. அத்துடன் எழுத்தாளர்கள், மையக்கருத்துகளை தெரிவு செய்வதிலோ பாத்திரங்களை விவரிப்பதிலோ, எந்தவொரு அசலான தன்மையினையும் வெளிப்படுத்தவில்லை. கட்டிடக்கலை, கலைகள் (அ) இலக்கியம் எதுவாயினும் நிலை இதுதான். கடந்த காலத்தைக் கீர்த்திமிக்கதாகக் கருதும் போக்கால், முன்னோக்கிச் செல்வதாக அமையாது, பின்னோக்கிப் போவதாகவே உள்ளடக்கம் இருந்தது. ஆகவே மரபிலிருந்து எந்தவொரு உடைப்பும் ஏற்படவில்லை. இப்போக்கு முன்னேற்றத்தின் மீது, குறிப்பாக ஐரோப்பிய அரசுகள் சமூகத்திற்கும் பண்பாட்டிற்கும் சவால்களை முன்வைத்தபோது, தன் இருண்ட நிழலைக் கவித்தது.

14

தெலுங்கு நாயக்கர்கள்

விஜயநகர ராயர்களின் வீழ்ச்சி (ம) துவார சமுத்திரத்தின் ஹொய்சாளர்கள், மதுரையின் சுல்தான்கள், தென்காசியின் பாண்டியர்களது உடைமைகளின் சிதைவுகளின் மீது தமிழ் நாட்டில் ஏராளமான தெலுங்கு அரசுகள் எழுந்தன. அவர்களில் மிகவும் ஆற்றல்வாய்ந்தவர்கள் செஞ்சி, தஞ்சாவூர் (ம) மதுரை நாயக்கர்கள். ஆற்காட்டு நவாபுகள் தம் செல்வாக்கினை தென்கோடிக்கு விரிவுபடுத்தியபோது, தமிழகத்தில் நாயக்கர்களின் ஆட்சி ஏதேனும் ஒரு பகுதியில் 1736 வரை நீடித்தது. மேற்கு மண்டலத்தில் எழுந்த சிறிய குறுநில அரசுகளில் திருவாங்கூரும் கோழிக்கோடும் குறிப்பிடத்தக்கவை. எங்கு பார்த்தாலும் பிராமணிய அமைப்பு முழுவலுவில் இருந்தது.

நாயக்கர் வரலாற்று ஆதாரங்கள்

தமிழ்நாட்டு நாயக்கர்களின் வரலாற்றிற்கான தகவல் ஆதாரங்கள், பெரிதும் கல்வெட்டு சார்ந்தும் இலக்கியம் சார்ந்தும் இருப்பவை. கல்வெட்டு ஆதாரங்கள் கோயில்களின் மதில்களில் உள்ள கல்வெட்டுகள் (ம) செப்பேட்டு மானியங்களாகும். இலக்கிய ஆதாரங்களில் யேசு சபையாரின் கடிதங்கள், அரசவைப் புலவர்கள் எழுதின சரிதங்கள், உள்ளூர் திருவிழாக்களில் பாடப்படுவதற்காகப் புனையப்பட்ட கதைப்பாடல்கள், ஐரோப்பிய வணிகரின் ஆவணங்கள் ஆகியன அடங்கும். ஐரோப்பியரது கடிதங்கள் தவிர. இதர ஆதாரங்கள், நாட்கள் (அ) சம்பவங்கள் குறித்துத் துல்லியமானவை அல்ல. சாசனங்கள் உடனிகழ்கால அக்கறையுடையவை. ஆனால் கதைப்பாடல்கள் குறித்து அப்படிச் சொல்ல இயலாது. ஏனெனில், அவை பிற்காலங்களில் கூட இயற்றப்பட்டிருக்கலாம். இந்த

ஆதாரங்கள் தமிழர்களது தேசத்தில், நாயக்க அரசுகளின் எழுச்சியும் வீழ்ச்சியும் குறித்து விரிவான விபரத்தை அளிக்கின்றன.

தமிழ், தெலுங்கு, கன்னடம், சமஸ்கிருதத்தில் சாசனங்கள் காணப்படுகின்றன. காலின் மெக்கன்ஸி தனது *Collections*-இலும், ராபர்ட் சீவெல் தனது *Listes of AntiQuities* -இலும், வி. ரங்காச்சாரியா தனது *Inscriptions of the Madras Presidency*-யிலும் பர்கெஸ் (ம) நடேசசாஸ்திரி தமது *Tamil and Sanscrit Inscriptions* நூலிலும், நாயக்க அரசுகளின் வரலாறு தொடர்பான இச்சாட்சிய நகல்களை முன்வைக்கின்றனர். இவற்றில் பல, பிராமணருக்கும் கோயில்களுக்கும் அரசர்களும் குறுநில மன்னரும், அளித்த மானியங்கள் பற்றிப் பேசுவன. வரிவிதிப்பு, பாசனம், உள்ளூர் நிறுவனங்கள், மராமத்துப் பணிகள், அறவழி அமைப்புகள் போன்றவை குறித்தும் அவை குறிப்பிடுகின்றன. நாயக்க அரசுகள் எண்ணற்ற கோயில்களை, சத்திரங்களை, மண்டபங்களைக் கட்டின (அ) திருத்தியமைத்தன. இவற்றில் பல அழிந்துபட்டன, இருப்பினும் சில எஞ்சியுள்ளன. இந்நினைவுச் சின்னங்களும் அவற்றின் மீதுள்ள ஓவியங்களும், நாயக்கர்களின் கால சமூக, பொருளாதார, பண்பாட்டு வரலாறு குறித்து அறிந்துகொள்ள துணைபுரிகின்றன.

இலக்கிய ஆதாரங்களில் சரிதங்கள், கதைப் பாடல்கள், நினைவுக் குறிப்புகள், கடிதங்கள் ஆகியன அடங்கும். வில்லியம் டெய்லர் உள்ளூர் ஆவணங்களில் பலவற்றைத் தொகுத்து 1835இல் தனது *Oriental Historical Manuscrits*-இல் பிரசுரித்தார். அவரது மேற்கத்தைய சாய்வின் காரணமாக, அவரின் மொழி பெயர்ப்புகள் அசலான அர்த்தத்தை எப்போதும் தருவதில்லை என்பதை மறுதலிக்க முடியாது. கர்னல் மெக்கன்ஸியும் நிறையச் சரிதங்களையும் நினைவுக் குறிப்புகளையும் சேகரித்திருந்தார். எது அசலானது எது போலியானது, எது பயனுள்ளது எது பயனற்றது என்பவற்றிற்கிடையே அவர் தெளிவாகப் பாகுபடுத்திப் பார்க்காது போனாலும், அவரது சேகரிப்புகள் நாட்டின் மரபுகள் குறித்துப் பேசுகின்றன.

Mackenzee Manuscripts என்றறியப்படும் அவை, தெலுங்கு அரசுகளின் வரலாறுபற்றி விதவிதமான தகவலைத் தருகின்றன. மிருத்யுஞ்சயா சுவடிகளும் பாண்டியன் சரிதமும் அக்கால வரலாற்றின் மீது ஒளிபாய்ச்சுவதுடன், சம்பவங்களின் நாட்களை யும் தருகின்றன. தஞ்சாவூரி ஆந்திர ராஜுலு சரித்திரா என்னும் தெலுங்கு நூலும், ரகுநாத பையோதயம் என்னும் சமஸ்கிருத நூலும்

தஞ்சாவூர் நாயக்கர் வரலாறு குறித்து மதிக்கத்தக்க தகவல் அளிக்கின்றன. சாகித்யரத்னாகரா, ருக்மணி பரியைம் என்னும் சமஸ்கிருத நூல்களும் தகவல் தருகின்றன. கந்திர நரசராஜ விஜயா, சிக்கதேவராஜ விஜயா, சிக்கதேவராஜ வம்சாவளி என்னும் கன்னட நூல்கள் நாயக்க அரசுகள் மீது மைசூரின் செல்வாக்கு கொண்டிருந்த வீச்சுபற்றி புகழ்ச்சி மொழியில் விவரிக்கின்றன. வரலாற்றுத் தவகல்கள் முன்வைக்கப்படும் நேர்த்தியான மொழியின் பொருட்டும், அவை தரும் வளமான விஷயத்தின் பொருட்டும், அவை முக்கியமானவை.

யேசுசபையார் ரோமுக்கு எழுதிய கடிதங்கள் கடித ஆதாரங்களாகும். இலத்தீன், இத்தாலி, போர்ச்சுக்கீசிய மொழிகளில் எழுதப்பட்டு, ஜே.கே.பெர்ட்ராண்ட் பாதிரியாரால் பிரெஞ்சில் மொழி பெயர்க்கப்பட்டு, *La Mission du Madurai* என்னும் தலைப்பில் நான்கு தொகுதிகளாக வெளியிடப்பட்ட ஜான் லாக்மனின் *travels of the Jesuits* (ம) ஜான் நியுஹோஃபின் *Voyages and Travels into Brazil and East Indies* ஆகியன தென்னிந்தியாவில் இயேசு சபையாரின் நடவடிக்கைகளை விவரிக்கின்றன. J.Z. கியர்னாண்டர்ஸின் *Religious and Missionary Intelligence* தென்னிந்தியாவில் புராட்டஸ்டண்ட் இறைஊழியம் குறித்த விவரிப்பாகும். இக்கடிதங்கள் மதம்பற்றி மட்டுமின்றி நாட்டின் அரசமைப்பு, சமூகம், பொருளாதாரம் குறித்தும் பேசுகின்றன. செஞ்சியில் நாயக்கர் ஆட்சி, தெலுங்கருக்கும் மறவருக்குமிடையிலான மோதல் (ம) மதுரைக்கும் தஞ்சாவூருக்கும் இடையிலான சண்டைகள் குறித்த விவரணங்களையும் அவை தருகின்றன. உள்ளூர் மொழியைக் கற்றறிவதில் அவர்கள் காட்டிய மிகுந்த ஆர்வம், விரிவான படிப்பு, மக்களின் பழக்கவழக்கங்கள் குறித்த நெருங்கிய அறிவு ஆகியன சேர்ந்து இவர்களை இவ்விறைப்பணியாளர்களாக ஆக்கின. உள்ளூர் கடிதங்கள் முன்வைக்கும் வெளிச்சத்தில் அவர்களது விவரிப்புகள் நம்பத்தக்கனவாக நிரூபணம் பெறுகின்றன.

இவை தவிர, இஸ்லாமிய எழுத்தாளர்களின் பதிவுகளும் ஐரோப்பியக் குடியிருப்புகளில் பாதுகாக்கப்பட்ட ஆவணங்களும் உள்ளன. *A Forgotten Empire* என்னும் நூலில் ராபர்ட் சீவெலால் மொழிபெயர்க்கப்பட்டுள்ள ஃபரெனாவோ நூனிஸ் (ம) டோமிங்கோ பயஸின் பயணக்குறிப்புகள், தென்னிந்தியாவில் நாயக்கர் இஸ்லாமியர் வரலாறு குறித்து கூடுதல் விபரங்கள் தருகின்றன. தொழிற்சாலைப் பதிவுகளில் போர்ச்சுக்கீசியர், டச்சுக்காரர், டென்மார்க்கினர் (ம) ஆங்கிலேயருடையவை

அடங்கும். நாயக்க அரசர்களுடன் அவர்கள் பரிமாறிக் கொண்ட கடிதங்கள், மன்னர்களிடமிருந்து பெற்ற மானியங்கள் என்பன அரசியல் சமூக நிலைமைகளை உறுதிப்படுத்திக்கொள்ள உதவக்கூடியவை.

செஞ்சி நாயக்கர்கள்

தொண்டைமண்டலத்தின் இராணுவ அரண்களுள் ஒன்றாக ஜிஞ்ஜி எனப்படும் செஞ்சி இருந்தது. மரபின் படி, 1442இல் விஜயநகர அரசர் ஒருவர் பழைய சோழர் அடித்தளத்தின் மீது இக்கோட்டையைக் கட்டினார். கேந்திர முக்கியத்துவமிக்க இருப்பிடம் காரணமாக இது ஒரு முக்கிய படைக்காவல் நிலையமாக வளர்ந்தது. வையப்ப நாயக்கரை நிர்வாகியாகக் கொண்டு, இம்மண்டலத்தின் தலைநகராக கிருஷ்ண தேவராயர் இதனை ஆக்கினார். தமிழ்நாட்டில் முதல் நாயக்க அரசின் எழுச்சியை இது குறித்தது. போதுமான சான்றுகள் இன்மையால், எப்போது நாயக்க அரசு நிறுவப்பட்டது. அடுத்தடுத்து, இடம் பெற்ற நாயக்கர்கள் யார்யார் என்று கண்டறிவது சாத்தியமில்லாது இருக்கிறது. கி.பி. 1526லிருந்து வையப்ப நாயக்கர் ஆட்சி செய்தார் என்று சாசனங்கள் கூறுவதால், செஞ்சி நாயக்க அரசின் தொடக்கமாய் இந்த ஆண்டினை எடுத்துக் கொள்ள வேண்டும். வையப்ப நாயக்கர் தன் வெற்றிகளை நிலைப்படுத்திய பிற்பாடு, செஞ்சி நிர்வாகத்தை தன் சகா துபக்கி கிருஷ்ணப்ப நாயக்கரிடம் ஒப்படைத்துவிட்டு தன் தலைநகருக்குத் திரும்பினார் என்கிறார் சி.எஸ்.ஸ்ரீநிவாச்சாரி. எனவே செஞ்சி நாயக்கர்களில் துபக்கி கிருஷ்ணப்ப நாயக்கரே உண்மையான நிறுவனர் என்று அவர் கருதுகிறார். தென் ஆற்காடு மாவட்டம் ஜம்பையிலும், சித்தூர் மாவட்டம் காலவகுண்டத்திலும் காணப்படும் சாசனங்கள், வையப்ப நாயக்கர் தொடர்ந்து கோயில்களுக்கு மானியங்கள் அளித்தார், அக்கிரகாரங்கள் கட்டினார் என்று உணர்த்துகின்றன. ஆதலின் அவர் அப்பிரதேசத்தைத் தொடர்ந்து நிர்வகித்தார் என்று நம்புவது அறிவுடைமையே. கிருஷ்ண தேவராயர் (ம) அச்சுத நாயக்கர்களின் உடனிகழ் காலத்தவரான அவர், பேரரசிய அதிகாரத்திற்கு விசுவாசமாயிருந்தார் (ம) தமிழர்கள் மீதான தெலுங்கர் மேலாதிக்கம் வலுப்படத் துணைநின்றார்.

இக்காலச் சாசனங்களில், வையப்பரை அடுத்து வந்த மன்னர் பெத்த கிருஷ்ணப்பா என்று இடம் பெறுகிறது. மெக்கன்ஸி

சுவடிகளில் துபக்கி கிருஷ்ணப்பா என்றும் செஞ்சி வரலாறு குறித்த கதைபாடலில் வெறுமனே கிருஷ்ணப்பா என்றும் இவர் குறிப்பிடப்படுகிறார். துபக்கி (ம) பெத்த என்பன முன்னொட்டுகளேயாதலால், இரண்டுமே துபக்கி கிருஷ்ணப்ப நாயக்கரையே குறிப்பிடுகின்றன என்று யூகிக்கிறார் கிருஷ்ணசுவாமி. இம்மன்னருக்குப் பின்வந்தோர் வெவ்வேறான ஆவணங்களில் வெவ்வேறாகக் குறிப்பிடப்படுகின்றனர். மெக்கன்ஸி சுவடிகள் இவர்களது பெயர்களை ராமச்சந்திர நாயக்கர், முத்தியாலு நாயக்கர் (ம) வெங்கடப்ப நாயக்கர், இவர் இரண்டாம் கிருஷ்ணப்ப நாயக்கர் எனவும் அழைக்கப்பட்டார் என்று கூறுகின்றன. செஞ்சியின் இந்த ஆரம்பகால அரசர்கள் கோட்டைகளை வலுப்படுத்தினர். கோயில்களைத் திருத்தி அமைத்தனர். கல்வியை மேம்படுத்தினர் (ம) தம் வெற்றிகளை நிலைநிறுத்தினர்.

செஞ்சி நாயக்கர்களின், மிகவும் ஆற்றல் வாய்ந்தவராகக் கருதப்படும் இரண்டாம் கிருஷ்ணப்ப நாயக்கர் (1570-1600) முதலாம் கிருஷ்ணப்ப நாயக்கரின் பேரனும் கொண்டம நாயக்கரின் மகனும் ஆவார். சாசனங்களில் வெங்கடப்ப நாயக்கர் என்றும் இயேசு சபையினரின் கடிதங்களிலும் தெலுங்கு இலக்கியத்திலும் கிருஷ்ணப்ப நாயக்கர் (அ) முத்துகிருஷ்ணப்பா என்றும் குறிப்பிடப்படும் அவர், விஜயநகரின் பேரரசர் முதலாம் வெங்கடரின் உடனிகழ்காலத்தவராவார். 1606ஆம் ஆண்டின் இயேசு சபைக் கடிதம் ஒன்று, அக்கடிதம் இப்படிப் பேசுகிறது. "செஞ்சியின் மன்னரான அவர் அதிக ஆற்றல்களாகப் பிரித்து சிறிய நாயக்கர்களிடம் ஒப்படைத்தார். வேலூர், திருவடி, தேவகோட்டையின் ஆட்சியாளர்கள் அவருக்குக் கப்பம் கட்டினர். தாராளவாத ஆட்சியாளரான அவர், மக்கள் குடியேற்றத்திற்காக நகரங்களை நிர்மாணித்தார். சாகுபடியை முன்னெடுத்தார். எல்லா மதத்தினருடனும் சகிப்புடன் இருந்தார். வலுவான படை வைத்திருந்தார். அவர் வெள்ளாற்றின் கரையிலே கிருஷ்ணப்பட்டினம் என்னும் நகரை உருவாக்கி, பல்வேறு மதத்தினரை அங்கு குடியேறுமாறு அழைத்தார். விரிந்த மனங்கொண்ட அவர், தேவாலயம் கட்டுவதற்காக இயேசு சபையாருக்கு மானியம் தந்தார். சித்தாமூரில் ஆலயங்கட்டிக்கொள்ள சமணரை அனுமதித்தார். திண்டிவனத்தில் ஆலயம் நிறுவிக்கொள்ள சைவரை அனுமதித்தார். அதே சமயம் அவர் வைணவத்தை முன்னெடுத்தார். திருமலை தாத்தாச்சாரியார் என்னும் வைணவ அறிஞரை ஆதரித்தார்.

இயேசு சபையின் பிமெண்டா பாதிரியார் கொச்சியிலிருந்து சாந்தோம் செல்லும் வழியில் நாயக்கர் நாட்டிற்கு கால்நடையாக வந்து சேர்ந்தார். இந்தியாவில் தான் பார்த்திருந்த நகரங்களில் செஞ்சி மிகப்பெரியது. போர்ச்சுக்கலின் லிஸ்பன் தவிர்த்து, மிகப்பெரியது என்று குறிப்பிட்டிருந்தார். எனினும் நாள்தோறும் சடங்குகளும் சம்பிரதாயங்களும் நிகழ்ந்து வந்ததால், சிதம்பரமே மிக மூட நம்பிக்கையான நகரம் என்று விவரித்திருந்தார். சிதம்பரத்திலும் செஞ்சியிலும் நாயக்க மன்னரைச் சந்தித்து விட்டு தன் மனப்பதிவுகளை அவர் பதிவு செய்திருந்தார். “அவருக்கு முன்னே எங்களை அழைத்துவருமாறு ஆணையிட்டார். எங்களுக்கு முன்னே வரிசையாகச் சென்ற 200 பிராமணர்கள் மன்னருக்கு எதிரான பில்லி சூனியத்தைப் போக்க புனித நீர் தெளித்தனர். நாயக்க மன்னர் இரு திண்டுகளில் சாய்ந்தபடி பட்டுவிரிப்பின் மீது அமர்திருந்தார். நீண்ட பொன்னாகரம் அணிந்திருந்தார். அவர் செஞ்சியில் கோட்டைக்கும், கொத்தாளங்களும் மணிக்கோபுரங்களுமான ஊடுருவ முடியாதிருந்த அரண்களுக்கும் வருகை புரிந்தார்.”

இக்காலகட்டங்களிலேதான் போர்ச்சுக்கீசியரும் டச்சுக்காரரும், தமிழ்நாட்டின் வணிகக் கட்டுப்பாட்டை அடைந்திட கடும்போட்டியில் இறங்கினார். கிருஷ்ணப்ப நாயக்கர் டச்சுக்காரருக்கு மானியமளித்து, கடலூரில் ஒரு தொழிற்சாலை அமைத்திட அனுமதித்தார். அது பின்னாளில் ஆங்கிலேயர் கட்டுப்பாட்டில் புனித டேவிட் கோட்டையானது. எனினும் பேரரசர் முதலாம் வெங்கடரின் அரசவையில் போர்ச்சுக்கீசியரின் சதியாலோசனைகளால், பேரரசிய அரசுகள் டச்சுக்காரரை நாட்டைவிட்டு வெளியேற்றின. சில ஆண்டுகளுக்குப் பிறகு, வலிமையுடன் திரும்பிய டச்சுக்காரர்கள், திருப்பாப்புலியூரிலும் பழவேற்காட்டிலும் தொழிற்சாலைகள் நிறுவிட பேரரசரிடமிருந்தும் நாயக்கர்களிடமிருந்தும் அனுமதி பெற்றுவிட்டனர்.

விஜயநகர பேரரசின் சிதைவை சாதகமாக்கிக்கொண்ட கிருஷ்ணப்ப நாயக்கர் தன் சுதந்திரத்தை நிலை நிறுத்திட முற்பட்டார். பீஜப்பூர் கோல்கொண்டா சுல்தான்கள் மேற்கொண்ட ஆக்கிரமிப்புகள் முதலாம் வெங்கடரை தன் வட எல்லைகளின் தற்காப்பில் மூழ்கியிருக்குமாறு செய்தது. தன் நிலையைத் திடப்படுத்திக் கொள்ள, செஞ்சியைச் சேர்ந்த வேலூரில் தன் செல்வாக்கை ஏற்படுத்திக் கொள்ள முயன்றார். 1604இல் இக்கோட்டையைக் கைப்பற்றி முன்னேறிச் சென்றார். பெரிதும் மனம் நொந்துபோன

நாயக்கர் கப்பம் கட்டுவதை நிறுத்தினார். அப்போது யச்சம்ம நாயக்கர் தலைமையிலான பேரரசியப் படை செஞ்சிக் கோட்டையை முற்றுகையிட்டது. கடும் சண்டையில் இறங்கிய நாயக்கர் தோற்கடிக்கப்பட்டு சிறையிலடைக்கப்பட்டார். வெங்கடரின் மனைவி தலையீட்டின் பேரில் அவர் கப்பம் கட்டி தன் உயிரைக் காத்துக் கொண்டார். இந்த அவமானத்தால் பெரிதும் ஏமாற்றமுற்ற அவர் மணிமகுடத்தைத் துறந்து, ஸ்ரீரங்கத்தில் ஓய்வுகால வாழ்க்கை வாழ விரும்பினார். இக்கட்டத்தில் தஞ்சாவூர் மதுரை நாயக்கர்கள், பேரரசரிடம் தம் செல்வாக்கைப் பயன்படுத்தி கைதியாயுள்ள மன்னரை விடுவிக்க முயன்றனர். ரகுநாதபுயோதயம் கூறுகின்றபடி, தஞ்சாவூரின் ரகுநாத நாயக்கர் வற்புறுத்தியதற்கேற்ப பேரரசர், கிருஷ்ணப்ப நாயக்கரை விடுவித்து மீண்டும் அரியணை ஏறச் செய்தார்.

கிருஷ்ணப்ப நாயக்கர் சிறையிலிருந்தபோது, விஜயநகரத் தளபதி வேங்கடர் செஞ்சியை நிர்வகித்தார். பாசன வசதியை மேம்படுத்திட அவர் சென்ன சாகரம் என்னும் ஏரியை வெட்டினார். அவரது வாரிசுதாரர்களான வந்தவாசி வெங்கடப்பர் (ம) பூந்தமல்லி அய்யப்பன் ஆகியோரிடமிருந்துதான் ஆங்கிலேயர் சென்னப்பட்டனம் என்றழைக்கப்பட்ட மெட்ராஸ் பட்டனத்தை உடைமையாக்கிக் கொண்டனர். கிருஷ்ணப்ப நாயக்கருக்கு அடுத்து வந்தவர்கள் வரதப்ப நாயக்கரும் அய்யப்ப நாயக்கரும் ஆவார்கள். பீஜப்பூர் படைகள் 1649இல் கடைசி மன்னரைத் தோற்கடித்து செஞ்சியைக் கைப்பற்றின. இதனால், செஞ்சி நாயக்கராட்சி முடிவுக்கு வந்தது.

தஞ்சாவூர் நாயக்கர்கள்

கி.பி. 1532இல் தஞ்சாவூர் நாயக்கர்கள் ஆட்சிக்கு வந்தனர். விஜயநகரப் பேரரசர் அச்சுதராயரின் அரசியருள் ஒருவரின் தங்கையை செவ்வப்ப நாயக்கர் மணந்து கொண்டதால் தனக்கு வரதட்சணையாகக் கிடைத்த சோழ மண்டலத்தை 1502இல் அவர் உடைமையாக்கிக் கொண்டார் என தஞ்சாவூரி ஆந்திர ராஜுலு சரித்திரா (ம) தஞ்சாவூரி வாரி சரித்திரா என்னும் தெலுங்கு நூல்கள் தெளிவுபடுத்துகின்றன. இவ்வாறு செவ்வப்ப நாயக்கர் தஞ்சாவூரில் நாயக்கர் ஆட்சியின் நிறுவனர் ஆனார். அவரது பிரதேசம் தஞ்சாவூரையும் தென் ஆற்காட்டின் ஒரு பகுதியையும் கொண்டிருந்தது. திருச்சிராப்பள்ளி அவரது மண்டலத்தில் இருந்தது.

ஆனால் வல்லத்தைப் பெற்றுக் கொள்ளும் பொருட்டு, அதனை அவர் மதுரையிடம் பரிமாற்றிக் கொண்டார். போர்ச்சுக்கீசியருக்கும் திருவாங்கூருக்கும் எதிரான போர்களில் அவர் பேரரசுக்கு உதவினார். பின்னர் தலைக்கோட்டை யுத்தத்தில் பாமினி அரசுகளுக்கு எதிராய் நின்றார். அக்காலத்தின் பிற இந்து மன்னர்கள் செய்தது போன்றே, செவ்வப்ப நாயக்கர் கோயில்களுக்கு மானியங்கள் வழங்கினார். அக்கிரகாரங்கள் நிறுவினார். பெருமளவில் பிராமணர் உணவு பெற்றிட மடப்பள்ளிகள் கட்டினார்.

*1580*இல் அச்சுதப்ப நாயக்கர் (*1580 - 1614*) தன் தந்தை செவ்வப்ப நாயக்கரை அடுத்து அரியணை ஏறினார். *1565* தலைக்கோட்டைப் போரில் விஜயநகரப் பேரரசு தோற்றாலும், தஞ்சாவூர் தொடர்ந்து அதற்கு விசுவாசமாயிருந்தது. சக ஆண்டு *1505* புதுக்கோட்டைச் செப்பேடு, வல்லம் பிரகார (வல்லம்) யுத்தத்தில் மதுரைப் படைகளைத் தோற்கடிப்பதில் அச்சுதப்ப நாயக்கர் விஜயநகருக்குத் துணைநின்றார் என்று சுட்டிக் காட்டுகிறது. இதனால் தஞ்சாவூர் (ம) மதுரை என்னும் இரு நாயக்க அரசுகளுக்கிடையே கடும் பகைமை நிலவிற்று. போர்ச்சுக்கீசியருக்கு எதிரான சண்டையில் அச்சுதப்பர், யாழ்ப்பாணத்து நாயக்கரை ஆதரித்தார். ஆனால், யாழ் நாயக்கர் தோல்விகண்டு, தஞ்சாவூரில் அடைக்கலம் புகுந்தார். இந்த அவமானத்திற்குப் பின்னர் அவர் மத ஈடுபாடுகளில் தன்னை அர்ப்பணித்துக் கொண்டார். தமிழ்க் குடியானவர்கள் பாதிக்கப்படும் வகையில், அச்சுதப்பரும் அக்கிரகாரங்களை நிறுவினார். பிராமணருக்கு மானியங்களை வழங்கினார். ஆயிரம் பிராமணருக்கு அன்றாடம் உணவளித்தார் எனப்படுகிறது. பிராமணர் மூலமாக கடவுளரின் அருளைப் பெற அவர் முயன்றாலும், அவர் ஆட்சிக் காலம், மீண்டும் மீண்டும் யுத்தங்கள், சீர்குலைவுகள், சரிவுகள் நிகழ்ந்ததாயிருந்தது.

செஞ்சியின் இரண்டாம் கிருஷ்ணப்பரின் உடனிகழ் காலத்தவரான ரகுநாத நாயக்கர் (*1600 - 1634*) தஞ்சாவூர் நாயக்கர்களில் மிகவும் ஆற்றல் பெற்றிருந்தார். தந்தை அச்சுதப்பரின் ஆட்சிக்காலத்தில் ஆட்சிக்குரிய இளவரசராக, படைவீரராயும் நிர்வாகியாகவும் பயிற்சி பெற்றார். தந்தை வழிகாட்டியதற்கேற்ப, தக்காணப் படைகளால் முற்றுகையிடப்பட்டிருந்த பெனுகொண்டாவைப் பாதுகாக்கப் படையை நடத்திச் சென்று, விஜய நகரைக் காப்பாற்றினார். பேரரசர் முதலாம் வேங்கடர், செஞ்சியின் இரண்டாம் கிருஷ்ணப்ப நாயக்கரை சிறையிலிருந்து விடுவித்திடும் கோரிக்கைக்கு உடன்பட்டார். *1614*இல் அவர் அரியணை ஏறினார். அவர் தன்

சகோதரரைக் கொன்று அந்நாட்டை உடைமையாக்கிக் கொண்டார் என போர்ச்சுக்கீசியக் கடிதங்கள் தெரிவிக்கின்றன. ஆனால் வேறெந்த ஆதாரத்திலும் இக்குறிப்பு இடம் பெறவில்லை.

ராகுநாத நாயக்கர் திறமைமிக்க தளகர்த்தராயும் அறிவார்ந்த ஆட்சியாளராயும் தன்னைச் சிறப்புக்குரியவராக ஆக்கிக் கொண்டார். முதலாம் வேங்கடரிடம் அவர் கொண்டிருந்த விசுவாசத்தால், விஜயநகரின் மீது ஆக்கிரமிப்புகள் செய்த கோல்கொண்டா படைகளை எதிர்த்தும், தொப்பூர்ச் சண்டையில் மதுரைப் படைகளை எதிர்த்தும் அவர் போரிட்டார். இச்சண்டைகளில் அவரடைந்த வெற்றிகள், நாயக்கர்களில் பெரிதும் ஆற்றல் மிக்கவராக அவரை ஆக்கின. சோளகரை எதிர்த்தும் ஒரு படையெடுப்பை நிகழ்த்தினார். கொள்ளிடம் ஆற்றுக்கு வடக்கே அமைந்துள்ள பிரதேசத்தின் ஆட்சியாளரே சோளகர் என்று நம்பப்படுகிறது. செஞ்சி நாயக்கரின் ஆதரவுடன் அவர் தஞ்சாவூரில் பிரச்சனைகளை ஏற்படுத்தினார். இதனால் ரகுநாத நாயக்கரின் படைகள் வில் அம்பு வாள்கள் ஏந்தி, மூலிகை மருந்துகளை எடுத்துக்கொண்டு, கலகப்படையின் வலுவிடத்தைத் தாக்கின. சோளகர் சரணடைய, துணைக்கு வந்த செஞ்சி கிருஷ்ணப்ப நாயக்கர் அவமானத்துடன் பின்வாங்கினார்.

தஞ்சாவூர்ப் படைகள் இலங்கையில் போர்ச்சுக்கீசியரை எதிர்த்துச் சண்டையிட்டன. யாழ்ப்பாணத்து ஆட்சியாளர் தோற்கடிக்கப்பட்டு, தன் அரசிலிருந்து போர்ச்சுக்கீசியரால் வெளியேற்றப்பட, அவர் தஞ்சாவூர் நாயக்கரின் ஆதரவை நாடினார். அதற்கேற்ப ரகுநாத நாயக்கர் தேவகோட்டையிலிருந்து தன் படையுடன் கடற்கரையோரமாகச் சென்று, மன்னார் வளைகுடாவை படகுகளால் தாண்டி, போர்ச்சக்கீசியரைத் தோற்கடித்து, யாழ் மன்னனை மீண்டும் அரியணை ஏற்றினார். எனினும், இவ்வெற்றி தற்காலிகமானதாகவே இருந்தது. ஏனெனில் போர்ச்சுக்கீசியர் வலிமையுடன் திரும்பி, யாழ்ப்பாணத்தை மீண்டும் கைப்பற்றினர். தஞ்சாவூர்ப் படைகள் திரும்பவும் யாழ்ப்பாணத்தின் உதவிக்குச் சென்று, தோற்றுப் பின்வாங்கின.

ரகுநாத நாயக்கரின் ஆட்சிக்காலம், கீழைச் சந்தையில் ஏற்றம் பெற, ஐரோப்பிய அரசுகளிடையே கடும் போட்டியைக் கண்டது. வஞ்சனைகளாலும், ஒடுக்குமுறைகளாலும், உள்ளூர் அரசுகள் அடிக்கடி போர்ச்சுக்கீசியரைத் துரத்த முயன்ற, அடிக்கடி டச்சுக்காரர்கள் ரகுநாத நாயக்கரிடமிருந்து தென்கபாடத்தைப் பெற்றனர். தரங்கம்பாடிக்கும் நாகப்பட்டினத்துக்கும் இடையிலுள்ள

டிரிமிலிபாடத்தில் ஒரு கோட்டை கட்டிக்கொள்ளவும் முற்பட்டனர். ஆனால் வெளிநாட்டு அரசுகளுடனான உறவில் சிக்கல்களை வரவழைத்துவிடும் என்னும் பயத்தால் நாயக்கர் அனுமதி மறுத்தார். இரு ஐரோப்பிய அரசுகளுக்கு இடையிலான மோதல், அவர்தம் வணிக வளர்ச்சியைப் பெரிதும் பாதித்தது. ஆங்கிலேயர். “டச்சுக்காரர்கள் போர்ச்சுக்கீசியக் கப்பல்களுக்குக் கடலில் நாசம் விளைவித்தனர், ஆனால், தரையில் டச்சுக்காரர்கள் நிலைகொண்டு விடுவதைத் தடுக்கும் பொருட்டு, போர்ச்சுக்கீசியர் இரகசியத் திட்டங்களை வகுத்தனர்” என எழுதியுள்ளனர்.

தன் நாட்டில் குடியிருப்பை ஏற்படுத்திக் கொள்ளுமாறு ரகுநாத நாயக்கர் டென்மார்க்கினரையும் அனுமதித்தார். 1620இல் அவர்கள் தரங்கம்பாடியில் டென்ஸ்போர்க்கினை நிறுவினர். 1622இல் இங்கே ஒரு கோட்டையைக் கட்டிக்கொண்டு, அதிகப்படியான வணிகத்தைக் கைப்பற்றினர். டென்மார்க் நாட்டவர் பெற்ற வெற்றி, இந்த அரசில் தங்களுக்கு ஓரிடம் பெற்றுக்கொள்ள ஆங்கிலேயரைத் தூண்டிற்று. வண்ண வண்ணமாய், மலிவான விலையில் நல்ல துணிமணிகள் கிடைப்பதையும், இக்கடற்கரை ஏராளமான மிளகினை உற்பத்தி செய்வதையும் பார்த்த அவர்கள், காரைக்காலில் ஒரு தொழிற்சாலை தொடங்க விரும்பினர். ஆனால் “பேராசை கொண்ட நாயக்கர் ஆண்டு தோறும் பெரும் அன்பளிப்புகளை” எதிர்பார்க்கக் கண்டனர். அத்துடன் மிளகு அதிக அளவிலும் கிடைக்கவில்லை. இந்த யோசனைகளாலும் போர்ச்சுக்கீசியரின் சதிகளாலும், அவர்கள் தம் முயற்சியைக் கைவிட்டனர். இருந்த போதிலும், பலவான ஐரோப்பிய அரசுகளை பரஸ்பரப் போட்டியில் வைத்து, அதன் மூலம் தன் நலன்களைப் பாதுகாத்துக் கொள்வதற்காக, நாட்டின் வணிகத்தில் ஒவ்வொரு நாட்டிற்கும் ஒரு பங்கு கிடைத்திட ரகுநாத நாயக்கர் ஊக்குவித்தார் என்று தோன்றுகிறது.

அவரது அரசவையில் அறிஞர் பெருமக்கள் இருந்து, அரசின் சலுகைகளை நாடினர். அவரின் ஆட்சிக்காலத்தைப் புகழ்ந்து யக்ஞ நாராயண தீட்சிதர். “நாட்டிலிருந்து வறுமை நீங்க, தஞ்சாவூர் லட்சுமியின் இல்லமாயிற்று” என எழுதினார். எனினும், நாட்டில் ஒடுக்கும் தன்மையிலான வரிவிதிப்பு நிலவியதால், இக்கூற்றுக்கு நம்பகத்தன்மை அளிப்பது சிரமமாகும். இருப்பினும் புகழ்ச்சி மீதான ஆட்சியாளரின் பலவீனம் (ம) இக்கலையில் புலவர்களின் தேர்ச்சி ஆகியன இலக்கிய வளர்ச்சிக்குத் துணை நின்று, பகுத்தறிவை அடக்கிவைத்தது என்பதை மறுப்பதற்கில்லை. ரகுநாத நாயக்கரின் அரசவையும் விதிவிலக்கில்லை என்பதில்

ஆச்சரியமில்லை. மன்னன் கூட்டுவித்த பண்டித பரிஷத்தில் கல்வி நிரம்பிய ஆண்களும் பெண்களும், ஒருவருடன் ஒருவர் போட்டியிட்டு தம் புலமையைப் பொழிந்தும் தள்ளினர். தற்செயலாக இது, தஞ்சாவூர் ஒரு கல்வி மையமாவதற்கு உதவிற்று. யக்ஞகான வகைப்பட்ட நாடகத்திற்கான பங்களிப்பில் குறிப்பிடத்தக்க தெலுங்கு இலக்கியத்தின் தெற்குப் பிரிவு, இக்கால கட்டத்தில் எழுச்சி கொண்டது. சமஸ்கிருதமும் ஆதரவு பெற்றது. ஆனால் தமிழ் புறக்கணிக்கப்பட்டது. மற்ற நாயக்கர்கள் செய்தது போல, ரகுநாத நாயக்கரும் தமிழர்களின் பாதிப்பில், பிராமணருக்கு பெரிய மானியங்கள் வழங்கினார். புரோகிதராயும் அமைச்சராயும் கோவிந்த தீட்சிதர் பெரும் செல்வாக்கு மிகுந்திருந்தார். மன்னரும் அவரது அமைச்சரும் சேர்ந்து, தம் மக்களின் நலனைக் கவனிப்பதை விடுத்து, தம் மதத்தின் வளர்ச்சிக்காக, அரசின் நிதியைத் திருப்பிவிட்டனர்.

ரகுநாத நாயக்கர் மரணமடைந்ததும், அவரது மகன் விஜயராகவர் ஆட்சிக்கு வந்தார். தக்காண அரசுகளுக்கான போர்களில் விஜயநகரம் ஆழ்ந்திருந்தாலும், இரண்டாம் வேங்கடபதி (ம) மூன்றாம் ஸ்ரீரங்கர் என்னும் பேரரசர்களிடத்தே அவர் விசுவாசம் கொண்டிருந்தார். தொடர்ந்து போரில் ஈடுபட்டிருந்த அவர், மக்கள் நலனைப் புறக்கணித்தார். பெரிதும் ஊக்குவிக்கப்பட்ட பீஜப்பூர் (ம) மதுரைப் படைகள் நாட்டை நாசமாக்கின. இதனால் மக்கள் பயங்கரமாகப் பாதிப்புற்றனர். இறுதியில் மதுரைப் படைக்கு எதிரான சண்டையில் மன்னரே மாண்டு போனார். இவ்வம்சத்தின் இறுதி அரசராக இருந்தவர் செங்கமலதாஸ். அவரிடமிருந்து மராத்தியர் அரியாசனத்தைப் பெற்றனர்.

மதுரை நாயக்கர்கள்

பேரரசர் கிருஷ்ண தேவராயர் தனது இறுதி ஆட்சியாண்டில் மதுரை நாயக்கர் ஆட்சியை அமைத்தார் என்று நம்பப்படுகிறது. விஸ்வநாத நாயக்கருடன் *(1529-1564)* தொடங்கிய மதுரை, பல அரசரின் ஆட்சியைக் கண்டது. நிதியாதாரங்களைத் திரட்டிட ஒடுக்கும் தன்மையிலான வரிவிதிப்பில் ஈடுபட்டு, காமக்கிழத்தியர், பூசாரிகள் (ம) படைப்பிரிவினரிடத்தே அவற்றை வீணடிப்பதே ஒவ்வொரு நாயக்கரது ஆட்சிக்காலத்திலும் ஒரு வகைமாதிரியாய் இருந்தது. அவர்கள் மிகப் பெரிய அந்தப்புரத்தை வைத்திருந்தனர். பிராமணருக்கு உணவளித்தனர். திறமையற்ற படையைப் பராமரித்தனர். ஆனால் மக்கள் நலன்களைப் புறக்கணித்தனர்.

விஸ்வநாத நாயக்கர் தமிழ் அரசுகளுக்கு எதிராக யுத்த வரிசையை நடத்தினார். தமிழரின் நலனைக் காட்டிக்கொடுத்த அரியநாத முதலி, திருநெல்வேலியின் பஞ்ச பாண்டியருக்கு எதிரான சண்டைகளிலும் உள்ளூர் அரசுகளை அடக்கியதிலும், தன் எஜமானருக்குத் திறம்பட உதவினார். முதலாம் கிருஷ்ணப்ப நாயக்கர் *(1564-1572)* தன் தந்தை விஸ்வநாத நாயக்கருக்கு அடுத்துப் பொறுப்புக்கு வந்தார். தக்காண முஸ்லீம் அரசுகளுக்கு எதிராக, விஜயநகரப் பேரரசுக்கு உதவியாக, அரியநாத முதலி தலைமையில் அவர் ஒரு படையை அனுப்பினார். ஆனால் தலைக்கோட்டைக்கருகே நடந்த போரில் அது தப்பியோடிற்று. அடுத்து பிற நாயக்கர்கள் வரிசையாக இடம்பெற்றனர். அவர்கள் வீரப்ப நாயக்கர் *(1572-1595)* இரண்டாம் கிருஷ்ணப்ப நாயக்கர் *(1595-1601)*, மற்றும் முத்துக் கிருஷ்ணப்ப நாயக்கர் *(1601-1609)*, முத்து வீரப்ப நாயக்கர் *(1609-1623)*.

வழக்கம் போலவே அவர்தம் நிர்வாகம், போர்கள் மோதல்கள் அது போன்றே, பிராமணருக்கும் கோயில்களுக்கும் மானியங்கள் அன்பளிப்புகள் என்று நிறைந்து காணப்பட்டது. மறவர் நாட்டில் அமைதியை ஏற்படுத்துவதில் தோற்றுப்போன முத்துக்கிருஷ்ணப்பர், சடைக்கத் தேவரை சேதுபதியாக்கி ராமநாதபுரம் நிர்வாகத்தை மாற்றியமைத்தார். தஞ்சாவூருக்கு எதிராய் போர் புரிவது அவசியம் என்றுணர்ந்த அடுத்த அரசர் முத்துவீரப்பர், தலைநகரை மதுரையிலிருந்து திருச்சிராப்பள்ளிக்கு மாற்றினார். ஆனால் மைசூர் அரசர் இம்மோதலைச் சாதகமாக்கிக் கொண்டு, தன் நாட்டு எல்லைகளை தமிழ்நாட்டுக்குள் முன்னேற்றினார். திருமலை நாயக்கர்*(1625-1659)* தன் தமையன் முத்துவீரப்ப நாயக்கரைத் தொடர்ந்து மதுரையின் மன்னரானார். யேசுசபையார் கடிதங்களைப் பதிப்பித்த பெர்ட்ராண்ட், மதுரை நாயக்கமன்னர்களில் மிக முக்கியமானவராக அவரைக் கருதுகின்றார். மதுரை வரலாற்றின் சிக்கலான தருணத்தில் அவர் அதிகாரத்திற்கு வந்தார். விஜயநகரப் பேரரசு துரிதமாய் நலிவுற்றுவர, பீஜப்பூர் கோல்கொண்டா அரசுகள் அதிகப்படியான ஆக்கிரமிப்புத் தன்மை கொள்ளலாயின. தஞ்சாவூர் நாயக்கர் விரோதப் போக்கை மேற்கொள்ள, மைசூர் உடையார்கள் வடக்கு மண்டலங்களை மிரட்டினர். கிழக்கில் ராமநாதபுரம் சேதுபதியும் மேற்கில் கேரள அரசரும் கொந்தளிப்பில் இருந்தனர். இச்சூழல்களால் வருவாயில் மூன்றிலொரு பங்கிலிருந்து சரிபாதிவரை பேரரசுக்குக் கப்பமாகக் கட்டி, நிதியாதாரங்களை வீணடிக்க வேண்டாம் என்று திருமலை நாயக்கர் கண்டார். ஆகவே, பேரரசருக்கான கப்பத்தை நிறுத்தி, மதுரைக்கு சுந்திர அந்தஸ்தினைப் பெற்றார். வடக்கிலிருந்து வரும் படையெடுப்புகளுக்கு திருச்சிராப்பள்ளி அதிகம் உள்ளாவதால்,

அவர் தலைநகரை மதுரைக்கு மாற்றி, வடக்கு எல்லையில் அரண்களை நிறுவி, 30000 பேர் கொண்ட படையை உருவாக்கினார். உண்மையில் சுதந்திரத்தை நிலைநிறுத்தியது அப்போதைய போக்குகளின் உச்சத்தை பிரதிநிதித்துவப்படுத்திற்று.

அவரது ஆட்சிக்காலத்தின் ஆரம்பத்திலே, உள்ளூர் அரசுகளுக்கு எதிராக ஒரு போர் வரிசையினையே அவர் நடத்தினார். மைசூரின் பேராசை மிகுந்த அரசரான சாம்ராஜ உடையார், வடமேற்கில் சேலத்தையும், இதர பிரதேசங்களையும் கவர விரும்பினார். ஹாராசுர நந்தி ராஜா என்பவரால் தலைமை தாங்கப்பட்ட அவரது படை திண்டுக்கல் வரையிலும் முன்னேறிற்று. ஆனால், கன்னிவாடி பாளையக்காரரின் துணையுடன் நாயக்கர் படைகள் படையெடுப்பாளரைத் தோற்கடித்து விரட்டியடித்தன. 1635இல் திருவாங்கூர் அரசர் உன்னி கேரள வர்மா கப்பம் கட்ட மறுத்ததால், மதுரைப்படை அவருக்கு எதிராகப் போரிட்டது. திருமலை நாயக்கர் நாஞ்சில் நாட்டுமீது படையெடுத்து, கிராமங்களில் கொள்ளையிட்டார். ஆனால் கப்பம் வசூலிக்கப்பட்டதா என்பது உறுதிப்படவில்லை. ராமநாதபுரத்தில் உள்நாட்டுப் போர் மூண்டது. குட்டன்சேதுபதி (1625- 1635) மரணத்தால், அவரது மகன் இரண்டாம் சடைக்கத்தேவர் ஆட்சியாளர் ஆனார். அவர் கப்பத்தை நிறுத்திவைத்ததால், அரியணைக்குப் போட்டியிட்ட, சேதுபதியின் சகோதரர் தம்பியை திருமலை ஆதரித்தார்.

ராமப்பையனால் தலைமை தாங்கப்பட்ட நாயக்கர் படை, ராமநாதபுரம் சென்று, ஒரு பாலம் கட்டி, தீவுக்குப் போய், சடைக்கத்தேவரைக் கைதியாகப் பிடித்தது. இப்போரில் போர்ச்சுக்கீசியர் நாயக்கரை ஆதரிக்க, டச்சுக்காரர்கள் மறவரை ஆதரித்தனர். அதற்குப் பதிலாக, போர்ச்சுக்கீசியர் கிறித்தவத்தைப் பரப்பவும், தேவாலயங்களைக் கட்டிக் கொள்ளவும், திருமலை நாயக்கர் அனுமதித்தார். ராமப்பையன் கதைப்பாடல் இப்படையெடுப்பு, வன்னியரின் தலைமையிலான மறவர்களின் சாகசங்கள் பற்றி விவரிக்கிறது. சேதுபதி சிறைப்பட்டபோது, மக்கள் கலகம் செய்தனர். நிலவரத்தைக் கட்டுப்படுத்த இயலாது, திருமலை சடைக்கத்தேவரை நாட்டுக்குத் திருப்பி அனுப்பினார். ஆனால் சடைக்கத்தேவர் அவரது கலகக்காரச் சகோதரனால் கொல்லப்பட்டார். பிறகு நாயக்கர் மறவர் நாட்டினை தம்பிக்கும் அவரது சகோதரர்கள் ரகுநாதத் தேவருக்கும் தனாக்கத் தேவருக்கும் பிரித்தளித்தார். தன் இரு சகோதரரின் இறப்புக்குப் பின் ரகுநாதத் தேவர் ஒட்டுமொத்த ராமநாதபுரத்தின் சேதுபதியானார்.

முஸ்லீம் அரசுகளுக்கு எதிராக விஜயநகரை ஆதரித்தார் திருமலை. எனினும் கப்பத்தை நிராகரித்ததால் பேரரசர் மூன்றாம் ஸ்ரீரங்கர் மதுரையை ஒடுக்கத் தீர்மானித்தார். கோல்கொண்டாவின் ஆதரவைப் பெற்று திருமலை தன் அரசைக் காப்பாற்றினார். இப்போது, கோல்கொண்டாவுடன் உடன்பாடு கொண்ட பீஜப்பூர் படையை வீழ்த்தினார். இந்த விரோதத்தைச் சமாளித்து முடித்ததும், விஜயநகரமும் மைசூரும், சேர்ந்து மதுரையை எதிர்க்கலாயின. அப்போது அவர் மூன்றாம் ஸ்ரீரங்கருக்கு எதிராக பீஜப்பூரின் கூட்டினைப் பெற்றார். பதிலடியாக, பேரரசுடன் அணிசேர்ந்திருந்த, மைசூரின் காந்திரவ நரசராஜா சத்தியமங்கலத்தின் மீது படையெடுத்து, மதுரைக்கு முன்னேறி வந்தார். மைசூர்ப்படை மக்களைக் கொன்று குவித்து, சிறைப்பட்டோரின் மூக்குகளை அரிந்தது. இச்சிக்கலான வேளையில் திருமலை நாயக்கர் உதவி வேண்டி சேதுபதி ரகுநாத தேவரை நாடினார்.

மதுரை (ம) ராமநாதபுரத்தின் கூட்டுப்படைகள் திண்டுக்கல் அருகே மைசூர்ப்படையை எதிர்த்துக் கடும் போரிட்டு, மாபெரும் வெற்றி பெற்றது. ஒவ்வாரு தரப்பும் சுமார் 12,000 பேரை இழந்தது. வெற்றி பெற்ற படைகள் பின்வாங்கிச் சென்ற படையைத் தொடர்ந்து சென்று மைசூரை நாசப்படுத்தின. இத்தீர்மானமான வெற்றி மதுரையை முழு அழிவிலிருந்து காப்பாற்றியது. திருமலை நாயக்கரின் வெளிநாட்டுக் கொள்கை குறித்து வரலாற்றாளர்கள் முரண்பட்ட தீர்ப்புரைகளை வழங்கியிருக்கின்றனர். இஸ்லாமிய அரசுகளுடன் அணிசேர்ந்து, நாயக்கர் தன் மதத்தையும் நாட்டையும் காட்டிக் கொடுத்துவிட்டதாக ரங்காச்சாரி அவரைத் துரோகியாகச் சாடுகிறார். இறுதியில் அவர் அடிமையானது மட்டுமல்லாது, பிற இந்து அரசர்களையும் இழிவான மிலேச்சரின் அடிமைகளாகுமாறு செய்தார் என்று அவர் மேலும் கூறுகிறார்.

மறுபுறத்தில் சத்தயநாத ஐயர் இந்நாயக்க மன்னரின் கொள்கையினைப் பாராட்டியுள்ளார். அந்நிய ஆக்கிரமிப்பை எதிர்த்து நாட்டைக் காப்பாற்ற வலுவில்லாது போயிருந்த பேரரசுக்கு விசுவாசமாயிருந்ததில் மதுரை எந்த நன்மையும் பெறவில்லை என்கிறார். உண்மையில், தனது வஞ்சனைகளால் பேரரசர் தக்காண அரசுகளைப் போலவே சந்தேகத்துக்குரியவராக மாற்றியிருந்ததால், நிலவத்திற்கு ஏற்ப செயல்படுவது தவிர்த்து திருமலை நாயக்கருக்கு வேறு வழியில்லாது போயிற்று. கொள்கையை விடவும் சந்தர்ப்பவாதமே மேலோங்கிற்று. தனது கூட்டுச் சேர்க்கைகளால் திருமலை, விஜயநகரத்தின் வீழ்ச்சிக்குப் பங்களித்து, இதர இந்து

அரசுகளின் விரோதத்தை வரவழைத்துக் கொண்டார் என்பதை மறுதலிக்க முடியாது.

அடிக்கடி யுத்தங்கள் நடந்த போதிலும், திருமலை நாயக்கர் மதுரை நாட்டில் அமைதி காத்து, பலத்த எதிர்ப்புகளின் மத்தியில் நாட்டினைக் கட்டுக்கோப்பாக வைத்திருந்தார். கலை, கட்டிடக் கலை, மதம் ஆகியன ஊக்கம் பெற்றன. கோயில்கள், சத்திரங்கள், கோபுரங்கள், மாளிகைகள் கட்டினார். அவர் நிறுவிய மகால், தெலுங்கு ஆட்சியின் நினைவுச் சின்னமாக விளங்குகிறது. அரண்மனைகளையும் கோட்டைகளையும் கட்டிட முக்கியத்துவம் தரப்பட்டதே ஒழிய, பொது மக்களின் நலனை முன்னேற்றிட எம் முயற்சியும் மேற்கொள்ளப்படவில்லை. வைகை ஆற்றிலிருந்து கூத்தியார்குண்டுக்கு அவர் ஒரு கால்வாய் வெட்டியது உண்மையே, ஆனால் அது அவரது காமக்கிழத்தியரின் நன்மையின் பொருட்டு உத்தேசிக்கப்பட்டது.

இந்து மதத்திற்கு ஆதரவளித்த அவர், பிற மதங்களுக்குச் சம பாதுகாப்பு அளித்தாரா என்று தெரியவில்லை. அலுவலர்கள் (ம) குறுநில மன்னர்களின் விரோதப் போக்கால், கத்தோலிக்க இறைஊழியர் டி நோபிலி கிறித்தவத்தைப் போதிப்பதில் பட்ட சிரமங்கள் குறித்து இயேசு சபையார் கடிதங்கள் பேசுகின்றன. இதனால் அவர் மதுரையிலிருந்து சேந்தமங்கலத்திற்குக் கிளம்புமாறு கட்டாயப்படுத்தப்பட்டார். வெளிநாட்டு வணிகம் ஐரோப்பிய அரசுகளின் கட்டுப்பாட்டின் கீழ் நடந்தது. போர்ச்சுக்கீசியருக்கும், டச்சுக்காரர்களுக்கும் இடையிலான பகைமையால், திருமலைநாயக்கர் போர்ச்சுக்கீசியரை ஆதரித்தார். பதிலடியாக டச்சுக்காரர்கள் திருச்செந்தூர் கோயிலைக் கைப்பற்றி, 1658இல் தூத்துக்குடி துறைமுகத்தைப் போர்ச்சுக்கீசியரிடமிருந்து ஆக்கிரமித்துக் கொண்டனர். இது நாயக்கர்களின் பெருமிதத்திற்கு ஓர் அடியாக விழுந்தது.

திருமலை நாயக்கருக்கு அடுத்துவந்த அரசர்கள் இரண்டாம் முத்துவீரப்ப நாயக்கர், சொக்கநாத நாயக்கர் (ம) மூன்றாம் முத்துவீரப்ப நாயக்கர், அவர்தம் ஆட்சி போர்களும் சீர்குலைவுகளுமாயிருந்தது. தஞ்சாவூரை ஆக்கிரமித்துக்கொண்ட சொக்க நாதர், மைசூருக்கும் மறவர்களுக்கும் எதிரான சண்டைகளில் சரிவுகளை அடைந்தார். அடுத்து வந்த காலம், நாயக்கர்களுக்கு சீரான நலிவாய்ப் போயிற்று. 1736இல் கடைசி ஆட்சியாளர் மீனாட்சியை அரியணையிலிருந்து இறக்கி, சந்தாசாகிப் அரசை ஆக்கிரமித்துக் கொண்டார். சிவகங்கைக்குத் தப்பியோடிய நாயக்கர்கள் அங்கே உழன்று மடிந்துபோயினர்.

15

நாயக்கர்களின் வீழ்ச்சி-
பாளையக்காரர்களின் எழுச்சி

1565இல் தலைக்கோட்டைக் கருகே நடந்த தீர்மானகரமான யுத்தத்தில், பீஜப்பூர், கோல்கொண்டா, அகமது நகர் (ம) பிடார் என்னும் பாமினி சுல்தானரசுகளின் கூட்டுப் படைகள் விஜயநகரப் பேரரசின் படையைத் தோற்கடித்தன. தமிழ்நாட்டின் நாயக்க அரசுகள் பேரரசின் உதவிக்காகத் தம் படைகளை அனுப்பியிருந்தன. ஆனால் தோல்வியைப் பகிர்ந்து கொண்டன. இது பேரரசின் பெருமிதத்திற்கு அடிவிழச் செய்து, சிதைவின் போக்கை துரிதப்படுத்திற்று. பேரரசியப் படையைத் தலைமை தாங்கிச் சென்ற ராமராயர் யுத்தத்தில் மடிந்தார். அவரது சகோதரர்கள் திருமலையும், வெங்கடாத்திரியும் பாதுகாப்பாகத் தப்பியோடிவிட்டனர். அவர்கள் 1570இல் தலைநகரை விஜயநகரிலிருந்து பெனுகொண்டாவிற்கு மாற்றினர். பேரரசர் சதாசிவ ராயரை பொறுப்பிலிருந்து இறக்கிய திருமலை, தனது ஆரவீடு வம்சத்தின் ஆட்சியை நிறுவினார். இவ்வம்சத்தினரில் திருமலை (1570-1571) முதலாம் ஸ்ரீரங்கர் (1572-1585), வேங்கடர் (1585-1614) இரண்டாம் ஸ்ரீரங்கர் (1615) மற்றும் மூன்றாம் ஸ்ரீரங்கர் (1642-1672) ஆகியோர் இடம்பெறுகின்றனர். ஆரவீடு வம்சத்தினரின் வரலாறு, தென்னிந்தியாவில் தொடர்ச்சியான யுத்தங்களின் அடையாளம் கொண்டிருந்தது. பீஜப்பூரும் கோல்கொண்டாவும் தம் வெற்றிகளை தென்திசைக்குள் விரிவுபடுத்த, தமிழ்நாட்டின் தெலுங்கு அரசுகளோ தம் சுதந்திரத்தை நிலைநாட்டின.

உள்நாட்டுப் போர்

தலைக்கோட்டைப் போருக்குப் பிந்தைய காலம் தென்கோடியின் வரலாற்றில் இரு போக்குகளைக் கொண்டிருந்தது. பாமினி அரசுகள் தம் வெற்றிகளை

விரிவுபடுத்திட மேற்கொண்ட தீர்மானகரமான முயற்சி (ம) நாயக்க அரசுகளின் மீது தம் அதிகாரத்தை வலுப்படுத்தும் பொருட்டு எஞ்சிய விஜயநகரம் மேற்கொண்ட இம்முயற்சிகள் ஆரம்ப நிலை வெற்றிகளுக்குப் பின்னர், அறுதியில் தோற்றன. பீஜப்பூரும் கோல்கொண்டாவும், அடிக்கடி சண்டையிட்டுக் கொண்டாலும், விஜயநகரை முழுவதுமாக அழிப்பது என்னும் இலக்கைத் தொடர்ந்து வைத்திருந்தன. நாயக்க அரசுகளும் தங்களுக்குள் மோதிக் கொண்டு, பேரரசுக்கு எதிராயும் சண்டையிட்டதால், தமது அழிவுக்கே பெரிதும் பங்களிப்புச் செய்தன.

சிதைந்து போன பேரரசுக்கு மறுவாழ்வு தரும் முயற்சியில் பேரரசர் திருமலை, நிர்வாக அமைப்பை மாற்றினார். அவர் அதனை மூன்றாகப் பிரித்தார் உதயகிரியில் தலைநகரைக் கொண்ட தெலுங்கர் நாடு, அவரது மகன் ஸ்ரீரங்கர் பொறுப்பில் விடப்பட்டது. ஸ்ரீரங்கப்பட்டினத்தைத் தலைநகராகக் கொண்ட கன்னட நாடு, அவரது இன்னொரு மகன் ராமனின் பொறுப்பில் விடப்பட்டது. சந்திரகிரியைத் தலைநகராகக் கொண்ட தமிழ்நாடு, அவரது மூன்றாவது மகன் முதலாம் வேங்கடரின் பொறுப்பில் விடப்பட்டது.

திருமலைக்கு அடுத்து வந்தவர்களான முதலாம் வேங்கடரும் முதலாம் ஸ்ரீரங்கரும், நாயக்கர்களையும் பாமினி அரசுகளையும் எதிர்த்துச் சண்டையிட்டனர். திறமையான அரசரான முதலாம் வேங்கடர், தஞ்சாவூரின் துணையுடன் செஞ்சி (ம) மதுரை நாயக்கரைத் தோற்கடித்தார். 1604இல் அவர் தன் தலைநகரைச் சந்திரகிரிக்கு மாற்ற, அதன் விளைவால் அரசியல் நடவடிக்கை மையம் தமிழ்நாட்டிற்கு நகர்ந்தது.

விஜயநகரின் வரலாற்றில் துன்பியல் திருப்பத்தைக் கொண்டுவந்தது, உள்நாட்டுப்போர்தான். வேங்கடருக்கு ஆறு மனைவியர் இருந்தாலும், ஓர் ஆண்மகவு வாய்க்கவில்லை. பேராசையும் வஞ்சனையுமிக்க அரசியருள் ஒருத்தி, வேலைக்காரப் பெண் மூலம் ஒரு குழந்தையைத் தத்தெடுத்து, தன் மகனாகக் கூறிக்கொண்டாள். அவன் வளர்ந்து, அவ்வரசியின் சகோதரர் ஜக்கராயரின் மகளை மணந்து கொண்டான். எனினும் பேரரசர், 1614இல் தன் இறப்புக்கு முன்னதாக, தன் மூத்த அண்ணன் ராமனின் மகனை வாரிசாக அறிவித்தார். அதன்படி இவ்விளவரசன் இரண்டாம் ஸ்ரீரங்கராக முடிசூட்டப்பெற்றான்.

செஞ்சி மதுரை நாயக்கர்களுடைய ஆதரவில் ஜக்கராயர் தன் மருமகனது நோக்கத்தை உயர்த்திப் பிடித்தார். செல்வாக்குள்ள இன்னொரு குறுநில மன்னர் யச்சம நாயக்கர், தஞ்சாவூர் நாயக்கர் ஆதரவுடன், இரண்டாம் ஸ்ரீரங்கரின் நோக்கத்தை முன்னிறுத்தினார். பேரரசர் உள்ளிட்ட அரச குடும்பத்தினரை ஜக்கராயர் கொன்றதும் உள்நாட்டுப் போர் மூண்டது. எனினும் யச்சம நாயக்கர், இரண்டாம் ஸ்ரீரங்கரின் மகனான ராமனை மீட்டுவிட்டார். இரண்டு வருடங்கள் நீடித்த உள்நாட்டுப் போர், திருச்சிராப்பள்ளிக்கு அருகிலுள்ள இன்றைய தோகூர் என்னும் தோப்பூரில் 1616இல் நடந்த சண்டையில் முடிவு பெற்றது. யச்சம நாயக்கர் ஜக்கராயரைத் தோற்கடித்து கொன்றுவிட்டு, 1617இல் இளவரசன் ராமனை பேரரசர் ராமதேவராயராக முடிசூட்டினார். சந்தர்ப்ப வசமாக, ஜக்கராயரை ஆதரித்த மதுரை (ம) செஞ்சி என்னும் இரு பகை அரசுகள் மீது பேரரசின் தீய நாட்கள் முடிவுற்றுவிடவில்லை. ஜக்கராயரின் சகோதரர் யதிராயர் ராமதேவராயருடன் சமாதானமாகி, தன் மகளை மணமுடித்துக்கொடுத்து, செல்வாக்கான இடத்தைப் பெற்றார். அப்புறம் யச்சம நாயக்கருக்கும் யதிராயருக்கும் இடையே பகைமை வளர, பேரரசு திரும்பவும் சீர்குலைந்தது.

செஞ்சி நாயக்கர்களின் வீழ்ச்சி

1573இல் ஆரம்பத்தில் விஜயநகரப் பேரரசைத் தங்களுக்குள் பிரித்துக் கொள்ளும் நோக்கத்துடன், பீஜப்பூரும் கோல்கொண்டாவும், ஓர் உடன்பாட்டுக்கு வந்தன. மைசூரின் பெரும்பகுதியான பீடபூமிப் பிரதேசத்தையும் தமிழ்நாட்டின் மத்திய மண்டலத்தையும் பீஜப்பூர் எடுத்துக் கொள்ளவும், மேற்குத் தொடர்ச்சி மலைகளின் கீழுள்ள, செஞ்சி வரையிலான கிழக்கு மண்டலத்தை கோல்கொண்டா எடுத்துக் கொள்ளவும், அவ்வுடன்பாடு வகை செய்தது. இந்த ஆக்கிரமிப்புத் திட்டத்தின்படி இவ்விரு அரசுகளும் தெற்கு நோக்கித் திரும்பத் திரும்ப தாக்குதல் நடத்தி உதயகிரியை ஆக்கிரமித்து, தெலுங்கு நாட்டின் கட்டுப்பாட்டினைத் தக்க வைத்துக்கொண்டது. அப்போது பேரரசர் மூன்றாம் ஸ்ரீரங்கர் 15 லட்சம் பகோடாக்களுக்காக பீஜப்பூரை வென்று, உதயகிரியை மீண்டும் கைப்பற்றிவிட்டார். தன் வலிமையில் புதிய நம்பிக்கையைப் பெற்றுவிட்ட பேரரசர், நாயக்க அரசுகளிடத்தே தன் இறையாண்மையை நிலைநிறுத்திடத் தீர்மானித்தார். பேரரசின் அடாவடியான போக்கினைச் சகித்துக்கொள்ள இயலாத திருமலை நாயக்கர், தஞ்சாவூர் (ம) செஞ்சியுடன் இரகசிய அணியை

அமைத்துக்கொண்டார் என இயேசு சபையினர் கடிதங்கள் சுட்டிக்காட்டுகின்றன.

எனினும், தஞ்சாவூர் மன்னர் விஜயராகவர் தன் கூட்டணியினரைக் காட்டிக் கொடுத்து, பேரரசரிடம் அத்திட்டத்தை அம்பலப்படுத்தினார். தஞ்சாவூர் (ம) பிற குறுநில அரசுகளின் துணையுடன், ஸ்ரீரங்கர் 1645இல் செஞ்சியை நோக்கிப் படையெடுத்தார். அக்டோபர் 1645இல் எழுதப்பட்ட கடிதம் கூறுகிறது. தன் பிரபுக்களையெல்லாம் கட்டுப்பாட்டுக்குள் கொண்டு வந்து செஞ்சி (ம) மதுரைப் படைகளைப் பேரரசர் தோற்கடித்தார். இச்சிக்கலான தருணத்தில் மதுரையும் செஞ்சியும் கோல்கொண்டா (ம) பீஜப்பூரிடம் உதவி கோரின.

இக்கோரிக்கையினை ஏற்று, நெருக்கடியில் ஆதாயம் அடைவதற்காக, மீர்ஜும்லா தலைமையில் ஒரு படையினை கோல்கொண்டா அனுப்பிட, முஸ்தபா கானின் தலைமையில் ஒரு படையினை பீஜப்பூர் அனுப்பிற்று. 1646இல் மீர்ஜும்லா தன் படையுடன் தெற்குநோக்கி முன்னேறினார். மூன்றாம் ஸ்ரீரங்கர் நாயக்கர்களுக்கு எதிரான தன் முகாமைக் கைவிட்டு வடக்குப்பகுதிக்கு விரைந்தார். ஆனால், அவர் முஸ்தபா கானிடம் தோற்று, பெருந்தொகையைக் கப்பமாகக் கட்டுமாறு கட்டாயப்படுத்தப்பட்டார். தெற்கிற்குத் திரும்பிய அவர் மதுரையுடன் அணிசேர முற்பட்டார். ஆனால் பரஸ்பரப் பொறாமைகளும் பழைய சந்தேகங்களும் சேர்ந்து அவர்கள் ஒன்றுபடுவதைத் தடுத்தன. அப்போது மூன்றாம் ஸ்ரீரங்கர் மைசூருக்குத் தப்பி ஓடினார்.

வேலூர், கோல்கொண்டாவின் கட்டுப்பாட்டுக்குள் வந்தது. இவ்வெற்றிக்குப் பின் கோல்கொண்டாப் படைகள், நாயக்கர் அரசுகளை மிரட்டின. 1648இல் மீர் ஜும்லா கோல்கொண்டா படைகளை செஞ்சிக்கு எதிராக திரட்டிச் சென்றார். இப்போது மதுரையின் திருமலை நாயக்கர், கோல்கொண்டாவுக்கு எதிராக பீஜப்பூரின் ஆதரவைப் பெற்றார். மதுரை பீஜப்பூரின் கூட்டுப் படைகள் செஞ்சியை மீட்கச் சென்றன. எனினும் ஒரு படைக்குத் தலைமை தாங்கி, ஒரு சக முஸ்லீம் தனக்கெதிராக வந்துகொண்டிருந்ததைக் கண்ட மீர்ஜும்லா, உடன்பாடொன்றை ஏற்படுத்திக்கொண்டு, பீஜப்பூர் படைகளை நிலவரத்தை கட்டுப்படுத்துமாறு விட்டுவிட்டு, கடப்பாவுக்கு ஓய்வெடுக்கச் சென்றுவிட்டான். பீஜப்பூர் படை வேலூரைக் கைப்பற்றி, செஞ்சியை முற்றுகையிட்டு, 1649இல் ஆக்கிரமித்துக் கொண்டது.

இது செஞ்சி நாயக்கர் அரசின் அழிவைக் குறித்தது. பெருமிதத்துடன் செல்வம் நிரம்பியவரான செஞ்சியின் மன்னர் ரூப் நாயக்கர், தனது உல்லாசமானதும், ஆடம்பரமானதுமான பழக்கங்களால், நாட்டின் நிர்வாகத்தை ஒதுக்கித் தள்ளி, நாசத்தை வரவழைத்துக்கொண்டார் என்கிறது *Basatin - I - Salatin* என்னும் பாரசீக நூல்.

செஞ்சியின் வீழ்ச்சி நாயக்க அரசுகளின் வரலாற்றில் ஒரு திருப்புமுனையைக் குறித்தது. அது தெலுங்கரின் செல்வாக்கைப் பலவீனப்படுத்தி, பீஜப்பூரைத் திடப்படுத்தியது. பீஜப்பூர் படைகள் கேந்திர முக்கியத்துவமிகுந்த ஒரு கோட்டையினையும், ஒரு செல்வந்தப் பிரதேசத்தையும் பெற்றன. அவை நகரைக் கொள்ளையிட்டு ஆட்சியாளரின் செல்வங்களை எடுத்துச் சென்றன. அவை இருபது கோடி ரூபாயாகவும், பெருமளவிலான பொன்னும் நகைகளாகவும் இருந்தன. அப்படைகள் விடாது தாக்குதலை மேற்கொண்டு நகரை இடிபாடுகளாய் விட்டுச்சென்றன. இயேசு சபைப் பணியாளர் ஆண்ட்ரூஃபிரைரி 1666 இல் பால் ஒலிவாவுக்கு அனுப்பிய கடிதத்தில் குறிப்பிட்டார்.

“செஞ்சி அரசாங்கத்தில் முகமதியப் படைகள் மேற்கொண்ட குரூரத்திற்கு எதுவும் இணையாகாது. என் கண்களால் நானே கண்டதை என்னால் சொல்ல முடியவில்லை.” கொள்ளையிட்ட செல்வத்தால் பீஜப்பூர் சுல்தான் மசூதிகளை நிறுவினார். முஸ்லீமாக மதமாற்றம் செய்தார். *Basatin - I - Salatin* மேலும் கூறுகிறது:

“சிலைவழிபாடும் நூற்றுக்கணக்கான ஆண்டுகளின் விசுவாசமின்மையும் தவிர வேறேதுமற்ற நாடு, மன்னரின் முயற்சிகளாலும் ஆசீர்வாதத்தாலும் இஸ்லாத்தின் வெளிச்சத்தால் ஒளிர்ந்தது.” பீஜப்பூர் படைகள் செஞ்சியிலிருந்து தெற்கு நோக்கி வந்து, தஞ்சாவூர் (ம) மதுரையை தகர்த்து, அவற்றைச் சரணடையுமாறு கட்டாயப்படுத்தின. தேவ்நாட் குறிப்பிடுகிறார், “கோல்கொண்டா அரசர் அவருக்கு வசதியாகப்பட்ட பிரதேசங்களைக் கைப்பற்ற, பீஜப்பூர் மன்னர் தனக்கருகிலிருந்த பிரதேசத்தை ஆக்கிரமித்து, நாகப்பட்டின முனைவரை தொடர்ந்து சென்றார்.”

தஞ்சாவூர் நாயக்கர்களின் வீழ்ச்சி

மதுரையும் தஞ்சாவூரும் தமிழ்நாட்டிலிருந்த தெலுங்கு அரசுகளாகும், எனினும் அவற்றிடையேயான பரஸ்பர உறவு

கடும் பகைமை கொண்டிருந்தது. விஜயநகர அரச குடும்பத்துடன் உறவு கொண்டிருந்த தஞ்சாவூர் நாயக்கர்கள் பேரரசில் கணிசமான செல்வாக்குக் கொண்டிருந்தனர். போர்க்காலங்களிலும் அது போன்றே சமாதான காலங்களிலும் பேரரசர்களுக்கு தம் சீரான ஒத்துழைப்பை நல்கினர். மாறாக மதுரை, தனித்துநிற்கும் கொள்கையுடன், கப்பத் தொகையை நிறுத்தி வைப்பதும், சுதந்திர அந்தஸ்தைத் தேடுவதுமாக இருந்தது. வெளிநாட்டுக் கொள்கையிலான வித்தியாசங்களுடன், பிரதேசப் பேராசைகளும் சேர்ந்து, தற்கொலைத்தனமான யுத்தங்களில் அவற்றை ஈடுபடவைத்து, அவற்றின் நிதியாதாரங்களை வற்றடித்தது.

தலைக்கோட்டை யுத்தத்தில் பேரரசியப் படை தோற்றதால், மதுரையின் வீரப்ப நாயக்கர் பேரரசரிடத்தேயான தன் விசுவாசத்தை விலக்கிக் கொண்டார். இத்துணிகர நடவடிக்கை பதிலடியை வரவழைத்தது. தஞ்சாவூரின் துணையுடன் விஜய நகரப் படைகள் வல்லத்தில் நடந்த சண்டையில் மதுரைப் படையை வீழ்த்தின என்று சக ஆண்டு 1505ஐச் சேர்ந்த புதுக்கோட்டைச் செப்பேடுகள் குறிப்பிடுகின்றன. பிந்தையதொரு யுத்தத்திலும் தஞ்சாவூரின் அச்சுதப்ப நாயக்கர் மதுரையை எதிர்த்து பேரரசுடன் இணைந்து கொண்டார். பதிலடி தரும் வகையில் மதுரையின் முத்துவீரப்ப நாயக்கர் தஞ்சாவூர் மீது படையெடுத்து, சமரசம் ஏற்படுத்திக் கொள்ளுமாறு நிர்ப்பந்திக்கப்பட்டார். ஹீராஸ் பாதிரியார், "இவ்விரு அரசுகளுக்கிடையிலான மோதல் முற்றி, வேங்கடப்பரின் ஆட்சிக்காலத்தில் வெடித்து, இரண்டிலொன்று மறையுமட்டும் தீராது தொடர்ந்தது" என சரியாகவே குறிப்பிட்டுள்ளார்.

இவ்விரு அரசுகளுக்கிடையிலான பகைமை, பேரரசின் உள்நாட்டுப் போரின் போது தீவிரப் பரிமாணம் பெற்றது. முத்து வீரப்ப நாயக்கர் ஜக்கராயருடன் அணிசேர்ந்து தஞ்சாவூர் மீது படையெடுத்தார். லீயான் பெஸ்ஸி எழுதினார், "மதுரை நாயக்கர் தஞ்சாவூர் மன்னருடன் போரிடுவதற்காக தன் அரசவையினையும் படைகளையும் 1616இல் திருச்சிராப்பள்ளிக்கு மாற்றினார்." தோப்பூரில் நடந்த சண்டையில் தஞ்சாவூரின் ஆதரவு பெற்ற யச்சம நாயக்கர் படைகள், ஜக்கராயரையும் மதுரையையும் தோற்கடித்ததால் இந்தச் சண்டையும் தஞ்சாவூருக்குச் சாதகமாகவே முடிந்தது. மூன்றாம் ஸ்ரீரங்கர் நாயக்க அரசுகளுக்கு எதிராகப் படை எடுத்தபோது, திருமலை நாயக்கர் தஞ்சாவூர் (ம) செஞ்சியுடன் சேர்ந்து கூட்டணியை அமைத்தார். ஆனால் தஞ்சாவூர், அணியிலிருந்து விலகி பேரரசரை ஆதரித்தது.

மதுரையுடன் சேர்ந்திருந்த செஞ்சியின் வீழ்ச்சிக்குப் பின்னே, தஞ்சாவூர் மதுரைக்கெதிராக பீஜப்பூருடன் ஒத்துழைத்தது.

பீஜப்பூர் படைகள் தஞ்சாவூர் மீது திடீர் தாக்குதல் தொடுத்து, தஞ்சாவூர், மன்னார்குடி (ம) வல்லம் நகரங்களைக் கைப்பற்றின. தன் செல்வங்களையெல்லாம் பாதுகாப்பான இடத்திற்கு கொண்டு போக இயலாத விஜயராகவர், அவற்றை வல்லத்தில் போட்டுவைக்க, கள்ளர்கள் கொண்டு போய்விட்டனர். மன்னர்களின் பேராசையாலும், ஏழைகளின் உழைப்பாலும் விளைந்த கனிகளான இக்கருவூலங்கள், மக்களுக்கெல்லாம் கண்ணியமான வாழ்வை அளித்தன என்பதை இதனைப் போரின் மிகவும் மகிழ்ச்சியான சம்பவமாக கருதுகிறார். ப்ரோயென்ஸா. முஸ்லீம்கள் தம் செல்வாக்கை நிறுவினர். ஆனால் அவர்களது ஒடுக்குமுறை மரணத்தை ஏற்படுத்தி, பெருமளவிலான அழிவை உண்டாக்கியது. பிரேதங்களின் மத்தியில் திரிந்த பீஜப்பூர் படையினர் தொற்றுநோய்க்குப் பலியாயினர். பஞ்சமும் தொற்றுநோயும் படையெடுப்பாளர்களைத் தஞ்சாவூரிலிருந்து விரட்டியடித்தன. விஜயராகவர் இத்தலைநகருக்குத் திரும்பினார். அப்போது மதுரையின் சொக்கநாத நாயக்கர், காட்டிக் கொடுத்த துரோகத்தின் பொருட்டுத் தஞ்சாவூர் நாயக்கரைத் தாக்க சரியான தருணம் அது என்று கருதினார்.

70000 படையினருடன், சொக்கநாதர் தஞ்சாவூருக்குப் படையெடுத்துச் சென்றார். ஆரம்ப நிலை வெற்றிகள் பெற்ற அவர், மைசூருடனும் மறவர்களுடனுமான யுத்தங்கள் காரணமாக, அந்தச் சண்டையில் தாக்குப்பிடிப்பது சாத்தியமில்லை என்று கண்டார். மதுரைப் படைகள் வீழ்ச்சி கண்டு பின்வாங்கின. இத்திருப்பத்தை சாதகமாக்கிக்கொண்டு, பீஜப்பூரின் ஆதரவு பெற்ற தஞ்சாவூர், திருச்சிராப்பள்ளிக்கு எதிராய் பெரிய படையை அனுப்பியது. அதன் கோட்டையைத் தகர்க்கும் முயற்சி பலிக்காது போகவே, படைநாட்டை நாசப்படுத்தி, மக்களைக் கொன்று குவித்து, கைதிகளை அடிமைப்படுத்திற்று. போருக்குப் பதிலாக மரணத்தை விரும்பிய மக்கள், வீடுகளில் புகுந்து தீவைத்துக்கொண்டு மடிந்தனர். எனினும் 1673இல் மதுரைப்படை எதிர்த்தாக்குதல் தொடுத்தது. வேங்கட கிருஷ்ணப்பரின் தலைமையிலான பெரும்படை வல்லத்தைக் கைப்பற்றி, தஞ்சாவூரைத் தகர்த்தது. தஞ்சாவூரின் ஆட்சியாளரான விஜயராகவர் தன் அந்தப்புரத்திற்குத் தீயிட்டுவிட்டு, தானும் போரில் மாய்ந்தார். சொக்கநாதரின் வெற்றி கடுமையான ஒரு எதிரியைக் களத்திலிருந்து அகற்றி, நீண்ட நாளைய கனவின்

நிறைவேற்றத்தைக் குறித்தது. எனினும் இது ஒரு தற்காலிக வெற்றியே. ஏனெனில் தஞ்சாவூர் கிளர்ந்தெழுந்து சுதந்திரத்தை நிலைநாட்டிற்று.

மதுரையின் சிதைவு

திருமலை நாயக்கரின் மதுரை அரசு, தமிழ்நாட்டின் பெரும்பகுதியைக் கொண்டிருந்தது. கன்னியாகுமரியிலிருந்து காவேரி வரை விரிந்து, சேலம், பாரமகால், கோயம்புத்தூர் போன்ற பிறமண்டலங்களையும் உள்ளடக்கி இருந்தது. மறவர் (ம) திருவாங்கூர் அரசுகள் கட்டுப்பட்டவை, எனினும் ஆக்கிரமிப்புகளும் சீர்குலைவுகளும் அதன் இருப்புக்கு எச்சரிக்கை விட, இந்நிலைமை மாறிற்று. அதே வேளையில் நாயக்கர்கள் தமிழரையும் அந்நியப்படுத்தினர். ஏனெனில், கோட்டைகளையும் அரண்மனைகளையும் நிறுவிட, தமிழரைக் கட்டாய உழைப்புக்கு உட்படுத்தி, வளமான நிலங்களிலிருந்து அவர்களை வெளியேற்றி, அவர்களுக்கு எதிராக ராணுவ நடவடிக்கைகளை முடுக்கிவிட்டனர்.

விஜயநகரப் பேரரசின் சிதைவுகளிலிருந்து எழுச்சிபெற்ற அரசுகளிடையே, மைசூர் ஆற்றல்மிக்க அரசாக எழுந்தது. பேரரசர் இரண்டாம் வேங்கடரின் ஒப்புதலுடன் சென்னைப்பட்டினத்தை இணைத்துக்கொண்ட மைசூரின் சாம்ராஜ உடையார், தன் அரசின் எல்லைகளை விரிவாக்கிச் சென்று, மதுரையின் மண்டலங்களையும் கவர்ந்திட ஆசைப்பட்டார். அத்துடன், விஜயநகருக்கும் பீஜப்பூருக்கும் இடையிலான போர்களில் மைசூர் பொதுவாக விஜயநகருடன் அணிசேர, மதுரை பீஜப்பூருடன் சேர்ந்து நின்றது. இயல்பாகவே இரு அரசுகளும் பழிவாங்கும் சந்தர்ப்பங்களுக்காக காத்திருந்தன. இவ்விரு அரசுகளுக்கிடையிலான மோதலுக்கான பொதுக்காரணத்தை இந்த அம்சங்கள் உருவாக்கின. மதுரைக்கு எதிராய் ஆக்கிரமிப்புக் கொள்கையை திருப்பிவிட்டவர் தேவராய உடையாரே (1659 - 1672). அவரை அடுத்துவந்த சிக்கதேவராயர் (1672 - 1704) இக்கொள்கையைத் தீவிரமாய்ப் பின்தொடர்ந்தார்.

சொக்கநாத நாயக்கர் திறமையான வீரராயினும் அவசரக்காரராயும் தொலைநோக்கு இல்லாதவராயும் இருந்ததால், நிலைமை சாதகமாய்த் தோன்றியது. அருகாமையிலிருந்த அரசுகளுடன் அவர் அடிக்கடி போரிட்டு வந்தது, அவரது அதிகாரத்தைப் பலவீனப்படுத்த, அவரின் அரசு சீக்கிரம் நொறுங்கிவிடுவதாய் தோன்றியது. 1676இல் ஈரோட்டில் நடந்த சண்டையில், மதுரைப்

படைகளைத் தோற்கடித்த சிக்கதேவராயர், சத்தியமங்கலத்தை ஆக்கிரமித்துக் கொண்டார். 1690இல் அவர் பாரமகால் (ம) மதுரையின் பெரும்பகுதியை வென்று, தெற்கு நோக்கி தன் பிரதேசத்தை விரிவுபடுத்தினார். மைசூர்த் தளபதி குமாரராஜனின் தலைமையில் ஒரு படை திருச்சிராப்பள்ளி வந்து சேர்ந்தது. ஆனால், தோற்கடிக்கப்பட்டு, பின்வாங்குமாறு செய்யப்பட்டது. எனினும் மங்கம்மாளின் (1689-1706) ஆட்சியின் போது, சிக்கதேவராயர் சேலம், கோவை வெற்றியை நிறைவேற்றினார். இதனால் மதுரை தன் பிதேசத்தின் முக்கிய பகுதியை இழந்தது.

தெற்கில் திருவாங்கூரின் ராஜா ரவி வர்மாவும் அட்டிங்கல் ராணியும் கப்பங்கட்டுவதை நிறுத்தினர். நிலுவைத் தொகைகளை வசூலிக்க ராணி மங்கம்மாவால் அனுப்பப்பட்ட படை கல்குளம் வரை சென்றது. அது தோற்கடிப்பட்டது. அப்புறம் அவர் நரசப்பையன் தலைமையில் இன்னொரு படையை அனுப்பினார். அது மன்னரைத் தோற்கடித்து, நிலுவைத்தொகைகளை அவர் கட்டுமாறு கட்டாயப்படுத்திற்று. அட்டிங்கல் ராணியை டச்சுக்காரர்கள் பாதுகாப்பாக அகற்றிவிட்டதால், அங்கே கப்பம் வசூலிக்கும் முயற்சி தோற்றது. வடகிழக்கில், நாயக்கர்களிடமிருந்து தஞ்சாவூரின் கட்டுபாட்டைத் தக்க வைத்திருந்த மராத்தியர்கள் எல்லைப்பகுதிகளை ஆக்கிரமித்தனர்.

ஆகவே, மராத்தியருக்கு எதிராய் படையெடுத்த நரசப்பையன் தஞ்சாவூர் மன்னர் ஷாஜியைத் தோற்கடித்து, ஆனால் திரும்பவும் அணிசேர்ந்து கொள்ளும் வகையில் சாதகமான நிபந்தனைகளை விதித்தார். தஞ்சாவூரையும் மதுரையையும் அழிக்கும் எண்ணத்துடன் மைசூர் அரசர்கள் காவேரியின் குறுக்கே மிகப் பெரும் அணையைக் கட்டினர். இப்போது மதுரையும் தஞ்சாவூரும் மைசூருக்கு எதிரான கூட்டு யுத்தத்திற்குத் தீர்மானித்தன. ஆனால் கனத்த மழையால் அணை சரிந்தது. இது போரைத் தவிர்த்தது. இச்சம்பவங்கள் மதுரைக்கும் சாதகமானவையாகத் தோன்றின. எனினும் நிர்வாகத்தை இவற்றில் ஆழ்ந்து போகச் செய்திருந்ததால் மறவர்கள் தம் சுதந்திரத்தை நிலை நிறுத்துவது சாத்தியம் என்று கண்டனர்.

தெலுங்கர்களுக்கு மறவரின் எதிர்ப்பு

தெலுங்கு அரசுகள் தமிழர் அரசுகளை அடக்கி, மக்களை அடிமை நிலைக்குக் குறுக்கியதால், பெரிதும் நாயுடுகள், ரெட்டிகள், ராஜீக்கள் என்னும் எண்ணற்ற தெலுங்கர் குடியேற்றங்கள்

நிகழ்ந்தன. அவர்கள் ஆண்களை அழித்தொழித்து, பெண்களை அடிமைப்படுத்தி, வளமான நிலங்களை ஆக்கிரமித்தனர். அழிந்து போய்விடும் பயத்திற்குள்ளான மக்கள் வறண்ட பகுதிகளுக்குச் சென்றனர். ஒடுக்கப்பட்ட மக்கள் மகால்கள், கோட்டைகள், கோயில்கள் நிர்மாணத்தில் தம் தெலுங்கு எஜமானருக்குச் சேவை புரியுமாறு கட்டாயப்படுத்தப்பட்டனர். வெளியேற்றத்திற்கும் ஒடுக்குமுறைக்கும் சரணடையுமாறு செய்யப்பட்டனர். தெலுங்கர் ஒடுக்குமுறையிலிருந்து நாட்டினை விடுவித்திட தமிழர்கள் மீண்டும் மீண்டும் மேற்கொண்ட போராட்டங்கள் பற்றி, இயேசு சபை ஆவணங்களும் ராமப்பையன் அம்மானை கதைப்பாடலும் நாடார் மன்னரும் நாயக்க மன்னரும் போன்ற நூல்களும் கூறுகின்றன. போர்ச்சுக்கீசியரின் ஆதரவு பெற்ற பரதவர்கள் நாயக்கர்களுக்கு எதிராகச் சண்டையிட்டு அடக்கப்பட்டனர். மறுபுறத்தில், மறவர்கள் திகைத்துவிடும் அனுபவங்கள் பெற்றிருந்தாலும், தம் சுதந்திரத்தை மீண்டும் பெறும் மட்டிலும் தம் தீரமிகு போராட்டத்தை நடத்தி வந்தனர். உண்மையில் நாட்டின் வரலாற்றில் இருண்ட காலத்தில் அவர்கள் தமிழர் பண்பாடு, விடுதலை என்னும் இலட்சியத்தை உயர்த்திப் பிடித்தனர்.

பாண்டியரை ஒடுக்கிய விஸ்வநாத நாயக்கர், மதுரைக்குக் கிழக்கிலுள்ள பிரதேசங்களில் தன் அதிகாரத்தை விரிவுபடுத்துவதில் தோற்றுப் போனார். மறவர்நாடு குழப்பத்திலும் சிக்கலிலும் இருந்து வந்ததை மெக்கன்ஸி சுவடிகள் குறிப்பிடுகின்றன. இம்மக்களின் விசுவாசத்தைப் பெற்றிடும் வகையில், மதுரையின் முத்துகிருஷ்ணப்ப நாயக்கர், சடைக்கத் தேவர் என்னும் மறவர் தலைவரை சேதுபதியாக உயர்த்தினார். அவரும் அவரை அடுத்து வந்த குட்டன் சேதுபதியும் அரைபாதி சுதந்திர நிலையில் இருந்து, கட்டுப்பாட்டின் அடையாளமாக கப்பம் செலுத்தினர்.

எனினும் கி.பி. 1635இல் குட்டன் சேதுபதியை அடுத்து சடைக்கத் தேவர் வந்ததும் நிலைமை மாறிற்று. அவர் தெலுங்கரின் ஆதிக்கத்தை நிராகரித்து, கப்பம் கட்ட மறுத்தார். அப்புறம் திருமலை நாயக்கர், இரண்டாம் சடைக்கத் தேவரின் ஒன்றுவிட்ட சகோதரரான தம்பியை சேதுபதியாக அங்கீகரித்து ராமப்பையன் தலைமையில் ஒரு படையை கிழக்கே அனுப்பினார். இப்போராட்டத்தில் நாயக்கர்கள் போர்ச்சுக்கீசியரின் ஒத்துழைப்பைப் பெற, மறவர்கள் டச்சுக்காரர்களின் ஆதரவைப் பெற்றனர். அடக்க முடியாத வன்னி தலைமையில் மறவர்கள், அரியாண்டிபுரத்திலும் புகலூர் கோட்டையிலும் எதிரியை எதிர்த்துப்

போராடினாலும், சரிவுகளைச் சந்தித்தனர். நாயக்கர் படைகளால் பின் தொடரப்பட்ட சேதுபதி, ராமேஸ்வரம் தீவுக்குத் தப்பி ஓடினார். பாம்பனில் நடந்த கடும் சண்டையில் வன்னி வென்றாலும், சீக்கிரமே பெரியம்மை கண்டு இறந்துவிட்டார். தலைவனின்றி விடப்பட்ட மறவர்கள் சமாதானம் நாடினர். ராமப்பயைன் சடைக்கத் தேவரை மதுரைக்குக் கைதியாக இட்டுச் சென்றார். ஆனால மறவரிடத்தே நாயக்கர் அதிகாரத்தை நிலைநிறுத்திடும் அவரின் முயற்சி, மேலும் எதிர்ப்பைக் கிளப்பிற்று. அவர்கள் தம்பியைத் தம் ஆட்சியாளராக ஏற்க மறுத்தனர். இப்போது எதிர்ப்பு இயக்கத்தின் தலைவராக ரகுநாத தேவர் எழுச்சி கொண்டார். இன்னொரு படையெடுப்பு வீணென்று கண்ட திருமலை நாயக்கர், சடைக்கத் தேவரிடம் அரியணையை ஒப்படைத்தார். ஆனால் பின்னவர் தம்பியுடனான மோதலில் மாண்டார். இச்சந்தர்ப்பத்தைப் பயன்படுத்திக்கொண்ட திருமலை நாயக்கர் மறவர் நாட்டினை ரகுநாத தேவர், தனாக்கத் தேவர் (ம) தம்பி ஆகியோரிடையே பிரித்தளித்தார்.

கடைசி இரு மன்னர்களும் சீக்கிரமே இறந்துபட, நாடு திரும்ப ஒன்றுபட்டது. புத்திசாலியும் ஆனால் ஈவிரக்கமற்றவருமான கிழவன் சேதுபதி (1674 - 1710) என்று அழைக்கப்பட்ட வருமான ரகுநாத தேவர், கலகக்காரர்களை அடக்கி, தன் அதிகாரத்தை நிலைநிறுத்தினார். தன் நிலையை வலுப்படுத்திய பின்னர், தனக்காக ஆதாயங்கள் பெற்றிடும் நோக்கில், அந்நிய ஆக்கிரமிப்புகளுக்கு எதிராக மதுரை நாயக்கருக்கும் தஞ்சை மராத்தியருக்கும் ஆதரவளித்தார். தன் வல்லமையில் நம்பிக்கை கொண்ட அவர், தெலுங்கருக்குக் கப்பம் கட்ட மறுத்தார். அதனால் 1702இல் நரசப்பையன் தலைமையிலான ஒரு படையை ராணி மங்கம்மாள் மறவர் நாட்டிற்கு அனுப்பினார். ஆனால், தஞ்சாவூர் ஷாஜியுடன் அணிசேர்ந்த சேதுபதி, நரசப்பையனைத் தோற்கடித்துக் கொன்றார். இவ் வெற்றியால் மறவர் தம் செல்வாக்கை மீண்டும் பெற்றனர். இந்த ஆதரவுக்குப் பதிலாக ராமநாதபுரம், பட்டுக்கோட்டையைத் தஞ்சாவூருக்குப் பிரித்தளித்தது. எனினும் 1709இல் மராத்தியருடனான போரில் கிழவன் சேதுபதி அவர்களைத் தோற்கடித்து, தஞ்சாவூரிலிருந்து அறந்தாங்கியை மீண்டும் ஆக்கிரமித்தார். இவ்வெற்றிகள் மறவருக்கு தம் அந்தஸ்தையும் சுந்திரத்தையும் பெற்றுத் தந்தன.

இச்சாதனைகள் இருந்தபோதிலும், கிழவன் சேதுபதியின் கொள்கையில் ஒரு கறையாக விழுந்தது, அவர் கிறித்தவர்களை

வதைத்ததுதான். இயேசுசபை பணியாளர் ஜான் டி பிரிட்டோ, இளவரசர்களுள் ஒருவரைத் தன் மதத்திற்கு மாற்றிட முற்பட்டதால் 1693இல் அவரது ஆணைப்படி, அவரது அமைச்சர் முருகப்பபிள்ளை பாதிரியாரைத் தூக்கிலிட்டார். தூக்கிலிடுவதற்கு முன்பு பாதிரியார் பிரிட்டோ எழுதினார் "நான் பொறுமையின்றி மரணத்தை எதிர்பார்த்துக் கொண்டிருக்கிறேன். அதுதான் எனது ஆசையாக எப்போதும் இருந்து வந்திருக்கிறது. இப்போது அது என் பணிக்கும் தியாகத்திற்குமான மிக உயர்ந்த பரிசாய் இருக்கிறது. நான் குற்றம் சாட்டப்பட்டிருப்பதெல்லாம், உண்மையான தேவனின் விதியைப் போதித்ததற்கும், வழிபாட்டாளர்களை அவர்தம் சிலைகளிலிருந்து இழுத்துவந்ததற்கும்தான். சிப்பாய்கள் என்னைக் கவனிக்கின்றனர். இனியும் என்னால் எழுத இயலாது..." இத் தூக்குத் தண்டனை, பக்தி நிறைந்த ஓர் ஊழியரைக் கொலை செய்த குற்றத்தை நாட்டிற்குப் பெற்றுத் தந்தது. 1710இல் கிழவன் சேதுபதியின் இறப்பின் போது, அவரது 47 மனைவியரும் தற்கொலை செய்யுமாறு கட்டாயப்படுத்தப்பட்டனர். மார்ட்டின் பாதிரியார் தன் அறிக்கையில் கூறியுள்ளபடி, இக்கள்ளங்கபடமற்ற பெண்டிர் சிதைக்குள் குதித்த பிற்பாடு தம் அழிவிலிருந்து தப்பித்திட படாதுபாடுபட்டனர். "அங்குமிங்குமாக விரைந்தும், போராடியும் சண்டையிட்டும், ஒருவர் மீது ஒருவர் முட்டிமோதியும் சிதையின் விழிம்புக்கு வந்திட வீணாய் அல்லாடினர். தம் கூச்சல்களால்களாலும், காது பிளக்கும் அலறல்களாலும் காற்றை நிறைத்தனர்" அவர்கள் மடிந்து தீ அணைந்ததும் அவர்தம் அஸ்தியை எடுத்து பிராமணர் ராமேஸ்வரம் கடலில் கரைத்தனர். பலியானவர்களின் ஆபரணங்களை வைத்துக்கொண்டனர். இதுதான் சதியின் குரூரம்.

கிழவன் சேதுபதியின் மகன் விஜயரகுநாதர் அரசராக முடிசூடிக் கொண்டார். ஆனால் கிழவன் சேதுபதியின் கள்ளக்குழந்தை பவானி சங்கரன் அரியணைக்குப் போட்டியிட்டான். இந்த உள்நாட்டுப் போரில் தஞ்சாரவூரும் புதுக்கோட்டையும் பவானி சங்கரனை ஆதரித்தன. தொற்று நோயினால் விஜயரகுநாதர் மாண்டுவிட, அவரது வாரிசான தாண்டதேவர், மதுரை (ம) புதுக்கோட்டை ஆதரவுடன் உள்நாட்டுப் போரினைத் தொடர்ந்தார். கலகக்காரரின் வலுவிடமான அறந்தாங்கியை அவர் தாக்கி, பவானி சங்கரனைத் தஞ்சாவூருக்குத் துரத்தினார். ஓர் உடன்பாட்டின்படி, பாம்பாற்றுக்கு வடக்கிலுள்ள பகுதியைப் பிரித்தளித்திட ஒப்புதல் அளித்ததற்கு மாற்றாக, தோல்வியுற்ற தலைவனுக்கு மேலும் உதவிட தஞ்சாவூர் இசைந்தது. அதன்படி, தஞ்சாவூர்ப் படைகள் தாண்டத் தேவரைத் தோற்கடித்துக் கொன்று, ராமநாதபுரத்தைக் கைப்பற்றி, பவானி

சங்கரனை ஆட்சியிலமர்த்தின. எனினும் உறுதியளித்த பிரதேசத்தை புதிய சேதுபதி பிரித்தளிக்காது போகவே, இன்னொரு எதிரியான கட்டயத்தேவருடன் தஞ்சாவூர் அணிசேர்ந்து பவானி சங்கரனைத் தோற்கடித்து சிறைப்பிடித்தது.

இப்போது கட்டயத் தேவர் சேதுபதியாகி, பாம்பாற்றுக்கு வடக்கிலுள்ள பகுதியைப் பிரித்து தஞ்சாவூருக்கு அளித்தார். மதுரை, ராமநாதபுரத்தை இழந்தது, ஆனால் உள்நாட்டுக் குழப்பங்களாலும், வெளிப்புறச் சதிகளாலும், சேதுபதியின் அரசு குழப்பத்தின் சூழலில் சிக்கியிருந்தது. எனினும் நலிந்து கொண்டிருந்த தெலுங்கர் தம் செல்வாக்கைத் திரும்பப் பெறுவது சாத்தியமில்லை என்று கண்டனர். ஆற்காட்டுப் படைகளின் தலைவனாக சந்தா சாகிப் நாட்டினை 1736இல் ஆக்கிரமிக்கும் வரையிலும், மதுரை நாயக்கர்கள் உழன்று கொண்டிருந்தனர்.

பாளையக்காரரும்* காவல் அமைப்புகளும்

நாயக்கர் காலம், பாளையக்கார அமைப்பு எனப்படும் அரசியலமைப்பைக் கண்டது. நாயன்கரா அமைப்பினைப் போன்ற பண்பும், ஆனால் தகுதிநிலையில் கீழ்ப்பட்டதுமான அது, ஏற்ற இறக்கமான இருப்பைக் கொண்டிருக்குமாறு விதிக்கப்பட்டது. தமிழில் 'பாளையம்' என்றும் தெலுங்கில் 'பாளமு' என்றும் அழைக்கப்பட்ட அதற்கு ஆயுதந்தாங்கிய முகாம் என்று பொருள். பாளையத்தை வைத்திருந்தவன் பாளையக்காரன். மன்னருக்குக் கப்பம் செலுத்துதல், தம் மாவட்டங்களில் நீதி வழங்குதல், மன்னருக்கு உதவும் வகையில் படைகளைப் பராமரித்தல் என்னும் பாளையக்காரர்களின் கடமைகள், இடைக்கால ஐரோப்பாவின் நிலமானியப் பிரபுகளுடைய கடமைகளை ஒத்திருந்தன. ஆனால், மொகலாய இந்தியாவின் ஜாகிர்தாரர்கள்* (ம) ஜமீன்தாரர்*களுடையவற்றிலிருந்து பெரிதும் வேறுபட்டிருந்தன. எஸ்டேட்களைக் கொண்டிருந்ததுதான் இக்குறுநில மன்னர்களின் அதிகாரத்திற்கான அடிப்படை.

ஜாகிர்தாரரின் பிரதானக் கடமை, மன்னருக்கு ராணுவ சேவை ஆற்றுவதாயிருக்க ஜமீன்தாரருடையது வாரம் செலுத்துவதாயிருந்தது. பாளையக்காரருடையதோ இவ்விரண்டையும் இணைத்ததாயிருந்தது. இக்கடமைகளின் ஒன்றுசேர்க்கையும் அவ்வப்பொது எழுந்த உரிமைகளும் சேர்ந்து, பாளையக் காரர்களின் பரந்த செல்வாக்கிற்குக் காரணமாயின. விஜயநகர அமைப்பில் மதுரை, தஞ்சாவூர் (ம)

செஞ்சி நாயக்கர்கள் என்னவாயிருந்தனரோ அதனை நாயக்கர்கள் அமைப்பில் பாளையக் காரர்கள் வகித்தனர்.

பாளையக்காரர் அமைப்பின் எழுச்சிக்கு பல காரணங்கள் கூறப்படுகின்றன. நாயக்கர்கள் நாட்டினை ஆக்கரமித்தபோது ஆளும் வர்க்கங்கள் தம் அந்தஸ்தினை இழந்துபட்டன. அவர்தம் அதிகாரத்தை ஏற்றுச் சரணடைந்தவர்கள் பாளையக்கார அமைப்புகளுக்குள் ஈர்க்கப்பட்டனர். அத்துடன் தெலுங்கர் நாட்டிலிருந்து தங்களுடன் வந்து குடியேறிய செல்வாக்குள்ள குறுநில மன்னர்களை நிலைநிறுத்தி, தம்முடைய அர்ப்பணிப்புள்ள சேவையால், தனிச்சிறப்பாயிருந்தவர்களுக்கு வெகுமதி அளித்திட நாயக்கர்கள் விரும்பினர். ஆதலின் அவர்கள் எஸ்டேட்களை நிறுவி, பாளையக்கார குத்தகையில் அவர்களிடம் ஒப்படைத்தனர். இதனால் பல பாளையக்காரர்கள் உருவாயினர். முக்கிய பல பாளையக்காரர்களில் ராமநாதபுரம், சிவகங்கை, உடையார்பாளையம், அரியலூர், பாஞ்சாலங்குறிச்சி என்பன அடங்கும்.

நிர்வாக அமைப்பு

பாளையக்காரர், தனது பாளையத்தின் பரப்பும் நிதியாதாரங்களும் எப்படி இருந்தாலும், தனக்கென்று ஓர் அரசாங்கத்தை நிர்வகித்தார். அரசின் பெயரளவிலான அலுவலர்களில் முதன்மையானவர் பிரதான் (அ) தளவாய்* எனப்பட்டார். ஒவ்வொரு முக்கிய நிகழ்வின் போதும் அவர் தர்பார் நடத்தினார். அவர் ஸ்தானாதிபதிகள் என்னும் அமைச்சர்கள் மூலம் மன்னருடனும் இதர ஆட்சியாளர்களுடனும் அலுவலக ரீதியில் தொடர்பு கொண்டார். பாளையக்காரர் வரிகளை வசூலித்து, நீதி பரிபாலனத்தில் தலைமை வகித்து, சட்டம் ஒழுங்கைப் பராமரித்து, தனக்கென்று படைகளை வைத்திருந்ததால், அநேகமாக ஓர் அரசரைப் போலவே செயல்பட்டார். அவர் சில பொருளாதாரப் பணிகளையும், தர்ம காரியங்களை நிறைவேற்றுதல், காடுகளை அகற்றுதல், மராமத்துப் பணிகளை மேற்கொள்ளுதல், கிராமங்களை நிர்மாணித்தல் ஆகியவற்றை ஏற்றும் செயல்பட்டார். சுருக்கமாகச் சொல்வதானால், பாளையக்காரர் தன் பாளையத்தின் நிர்வாகியாக, தன் படைகளின் தளகர்த்தராக, ஆட்சியாளருக்கு குடிவாரம் செலுத்துபவராக, தன் மக்கள் மத்தியில் விவசாயியாக இருந்தார்.

ஒரு நிலப்பிரபு செய்தது போல பாளையக்காரர் தன் எஸ்டேட்டின் ஒரு பகுதியை, வழக்கமாகச் சிறந்த நிலத்தை, தன் சாகுபடிக்கென்று ஒதுக்கி, எஞ்சியதை ஷெரோகார் எனப் பொதுவாக அழைக்கப்பட்ட தலைமை மக்களிடையே, ராணுவச் சேவையின் நிபந்தனையின் பேரில் பிரித்தளித்தார். ஷெரோகாரின் ஆதரவாளர்கள் சமாதான காலத்தில் நிலத்தில் சாகுபடி செய்தும், சண்டையின்போது ஆயுதம் தாங்கியும் உதவினர். இந்த ஏற்பாட்டினால், குறுகிய நேரத்தில் பாளையக்காரரால் கணிசமான படையினரைத் திரட்ட முடிந்தது. உதாரணமாக, ராமநாதபுரம் சேதுபதிக்கு எட்டு தினங்களுக்குள்ளாக 30000 முதல் 40000 வீரர்களைத் திரட்டுவது சிரமமாயிருக்கவில்லை.

நடைமுறையின்படி, நிலத்தின் சாகுபடி பள்ளர்கள் என்னும் சாதியினரிடம் ஒப்படைக்கப்பட்டது. பிரபுக்களின் தோட்டத்திலிருந்த பண்ணை அடிமைகளுக்கு இணையானவர்கள் இவர்கள். பாளையக்காரரின் நிலங்களை உழுத பள்ளர்கள், தம் பிழைப்புக்கென்று சிறிது தானியம் பெற்றனரே ஒழிய, விளைச்சலில் குறிப்பிட்டதொரு பங்கினைப் பெறவில்லை. மறுபுறத்தில் ஷெரோகாரின் வயல்களில் பணிபுரிந்தோர், அறுவடையில் குறிப்பிட்ட பங்கினைப் பெற்றனர். களத்தில் பணிபுரிந்தோர் எஸ்டேட்டுடன் பிணைக்கப்பட்டிருக்கவில்லை. ஆனால், அவர்தம் வறுமை, தம்மை நீண்ட காலத்திற்கு விற்கும்படி அவர்களைக் கட்டாயப்படுத்திற்று. அத்தகைய நேர்வில் பின்பற்றப்பட்ட வழமைப்படி, நிலஉரிமையாளர்களை, வாங்கிய கடனுக்காக, பணியாளர்களை இன்னொரு எஜமானரிடத்தே அடமானம் வைத்தல், அன்றாட வேலைக்காக மற்றவரிடத்தே வாடகைக்கு அனுப்புதல், இன்னொருவர் அடிமைத்தளையில் வைத்திருக்கும் வகையில் விற்கவும் கூடிய உரிமை எல்லாம் பெற்றிருந்தார்.

இருந்தும், தம் சேவைகளை விற்ற பள்ளர்களின் நிலை, அடிமைகளை விடவும் மேலானதாகவே இருந்தது. அவர்கள் கட்டாயத்திற்கு உள்ளாக்கப்படாமலும் தம் சுதந்திரத்தை வாங்கிக்கொள்ளும் உரிமையுள்ளவர்களாகவும் இருந்தனர். இதனால், உயிர் வாழ்தலுக்கான அற்ப ஆதாரமே பெற்றிருந்தும் வறுமையிலிருந்து விடுவிக்கப்பட வேண்டும் என்னும் பேராசையில் தூண்டுதல் பெற்ற பள்ளர்கள் தம் வாழ்வைப் பாதுகாத்திடத் தேவையான அளவுக்குத் தம் தேவைகளைச் சுருக்கிக் கொண்டனர். அப்போதுதான் அவர்தம் சேமிப்பு எதிர்காலத்தில் ஒரு நாளில் தம் சுதந்திரத்தை வாங்கிக் கொள்ளுமாறு அவர்களுக்குத் துணை நிற்கும். ஒரு தொகையைப் பெற்றுக்கொண்டு (அ) பிரச்சனையில்

தான் சிக்கியிருக்கையில், அவர்களை விடுவித்திட எஜமானர் இசைவு தந்த போது இது நிகழ்வதுண்டு. அடிமைத்தளையிலிருந்து விடுதலையைப் பெற்ற பிற்பாடு இப்பணியாளர்கள் அவர்தம் மாறிய நிலையிலிருந்து எதிர்பார்க்கப்பட்ட துடிப்புடன் நிலங்களில் சாகுபடி செய்தனர்.

விளைச்சலில் பாளையக்காரரின் பங்கு பொட்டுசிலாவு பொதுச்செலவு என்னும் பொருளில் வழங்கப்பட்டது. அது மகசூலில் 50சதம் என்று கணக்கிடப்பட்டது. மண்வள அடிப்படையில், பாளையக்காரரின் பங்கு மாமூல் (அ) வழக்கத்தினால் ஒழுங்குபடுத்தப்பட்டது. ஆனால் வரையறுக்கப்படாத அத்தொடர், ஒவ்வொருவிதமான தவறிழைப்பதற்கான வேண்டுதலாக யதார்த்தத்தில் பயன்படுத்தப்பட்டது. வரிகளில் ஏற்ற இறக்கங்கள், புன்செய் நிலங்களை மதிப்பிடுவதில் நிலையான தரநிலை இன்மை, வசூல்களில் இருந்த சிக்கலான விவரணங்கள் ஆகியவையே, பாளையக்காரர் பிரதேசங்களின் வருவாய் நிர்வாகத்திலிருந்த உண்மையான தீங்குகளாகும். குடியானவர்கள் தம் பங்கிற்கு, ஆக்கிரமிக்கும் தீங்குகளை எதிர்த்து நழுவலான தந்திரங்களைச் சார்ந்திருந்தனர். அலுவலர்கள் கவனிக்காதபடியோ (அ) அளவையாளரை வைத்துக்கொண்டு, பதிவேடுகளில் உள்ளதை விடவும் அதிக அளவு நிலத்தை ஒரு விவசாயி உடைமையாக்கிக் கொண்டிருந்தது பொது நடைமுறையாக இருந்தது. குடியானவன் வரி கொடுக்காத கூடுதல் பகுதி அவன் வரி கொடுத்த நிலப்பரப்பில் 50 முதல் 100சதம் வரை இருந்தது. இத்தகைய வழிமுறைகளால்தான் குடியானவர்கள் பிழைத்திருக்க முடிந்தது.

பாளையக்காரர்களின் ராணுவ அமைப்புடன், காவல் என்றழைக்கப்பட்ட போலீஸ் அமைப்பும் நிலவிற்று. கவனித்தல் என்னும் பொருளுடையது காவல் (ம) இக்கடமையைச் செய்தவர் காவல்காரர் (அ) தலையாரி எனப்பட்டார். இக்காவல் அமைப்பு ஆங்கிலோ சச்ஸனிய *hue and Cry,* இங்கிலாந்திலிருந்த *hue and Cry*-க்கு தென்னிந்தியாவிலிருந்த இணை அமைப்பாகும். மொகலாய படையெடுப்புகள் நிகழும் வரையிலும், பாளையக்கரார் (ம) காவல் அமைப்புகள் இரு இணை நிறுவனங்களாக இருந்தன. விஜயநகரின் பாளையக்காரர்கள், மரபார்ந்த தமிழ்நாட்டின் காவல்காரர்களுடன் எந்தத் தொடர்பும் இல்லாதவர்கள். நினைவுக்கெட்டாக் காலத்திலிருந்தே ஒவ்வொரு கிராமமும் அதன் காவல்காரர்களைக் கொண்டிருந்தது. அவர்கள்

கிராமச் சமுதாயங்களால் (அ) கிராமங்களைப் பாதுகாக்கும் பொருட்டு அரசர்களால் நியமிக்கப்பட்டனர். காவல்காரர்களின் சேவைகளுக்கு ஸ்தலக் காவல் என்னும் ஊதியம் தரப்பட்டது. அது அவர்கள் பாதுகாத்த பயிரின் ஒரு பகுதி (அ) அதற்குப் பதிலான பணமாகும். "திருடனைப் பிடிக்க திருடனை நிறுத்து" என்னும் கொள்கைமீதமைந்தது காவல் அமைப்பு. அதற்கேற்ப, திருடனைப் பிடிக்கும் பொறுப்பு கள்ளர், மறவர் போன்ற மக்களிடம் ஒப்படைக்கப்பட்டது. அவர்கள் இக்காலகட்டத்தில் கொள்ளையடிப்பதைத் தம் தொழிலாகக் கருதினர். வழக்கமான திருடனுக்கு இது ஒரு பொறுப்புணர்வை வழங்கிற்று. இவ்வாறாக தானே சரிசெய்து கொள்ளும் பரிகாரத்தால் ஒரு சமூகத் தீங்கினைச் சரிசெய்திட இது முற்பட்டது.

பாளையக்காரர் (ம) காவல் என்னும் இரு அமைப்புகளும் ஒன்றையொன்று நிறைவு செய்தன. பாளையக்காரர்கள் மன்னருக்கு இராணுவ சேவை அளித்து வெளிநாட்டுப் படையெடுப்புகளுக்கு எதிராக நாட்டுக்குப் பாதுகாப்பு அளித்தனர். காவல்காரர்களோ போலீஸ் கடமைகளை நிறைவேற்றி, உள்நாட்டு ஒழுங்கினைப் பாதுகாத்தனர். பாளையக்காரர்கள், பாளையக்காரரின் பிரதேசங்களுக்குரியவர்களாய் இருக்க, காவல்காரர்கள் அரசாங்க நிலங்களுக்குக் காவல் புரிந்தனர். இவ்விரு நிறுவனங்களுமே மக்களால்தான் ஆதரித்து நிறுத்தப்பட்டன. அவை ஒவ்வொன்றையும் தனித்தனியே திறம்படச் செயலாற்றுமாறு கவனித்துக் கொள்வது மன்னரின் கடமையாகும். இவ்விரு அமைப்புகளின் தனித்துவமான இருப்பு, அவற்றின் செல்வாக்கு மீறுவதைத் தடுப்பதற்காக மட்டுமின்றி மன்னரின், அதுபோலவே மக்களின் நலன்களைப் பாதுகாப்பதும் அவசியமானதாக இருந்தது.

எனினும், மொகலாயப் படையெடுப்புகளின்போது நடந்த கொந்தளிப்புகள் (ம) பின்னர் ஏற்பட்ட கலகங்கள் இவ்விரு அமைப்புகள் ஒன்றிணைதலுக்குச் சாதகமான நிலைமைகளை உருவாக்கின. நிறுவப்பட்ட அமைப்பின் சிதைவு, மக்களை உலகளாவிய பெருந்தீயின் தீங்கிற்கு உள்ளாக்கியது. தனது பிரச்சனைகளாலேயே திசைதிருப்பப்பட்டிருந்த மத்திய அரசாங்க, காவல்காரர்கள் தம் கடமையை நிறைவேற்றும் விதத்தில், பாதுகாப்பிற்காக ஆற்றல்மிக்க பாளையக்காரர்களை மீண்டும் அமர்த்தினர் (அ) அவர்களை வெளியேற்றி தம் வேலையாட்களை அமர்த்தினர். அவர்கள் முன்வந்து கொடுக்கும் தேசக்காவலைப் பெற்றுக்கொண்டனர். புதிய பொறுப்பினை ஏற்றுக்கொண்டதன்

மூலம், மேலும் உரிமைகளும் புதியதொரு வருவாய் ஆதாரத்தையும் அவர்கள் பெற்றதால் அவர்தம் செல்வாக்கு வளர்ந்தது.

பாளையக்காரர் யுத்தமுறை

மன்னரிடத்தேயான கடப்பாடுகள் அவர்தம் வழக்கமான வாழ்க்கைமுறை, ஒப்பீட்டளவிலான உயர்வுக் கருத்துகள், பகட்டிலான நாட்டம் என்பன அவர்களை தமது படைப்பிரிவை பராமரிக்குமாறு செய்தன. தம் உரிமைகளை நிலைநிறுத்தவும், பொது நிகழ்வுகளில் தாம் சாட்சியமளிப்பதற்கும் படைபிரிவினரை பெருமளவில் இடம்பெறச் செய்வது அத்தியாவசியமானது என்று அவர்கள் கருதினர். படைகள் இயல்பாகவே அவர்தம் நிதியாதாரங்களில் பெரும்பகுதியை விழுங்கின.

பாளையக்காரர்கள் பொதுவாக, சுதந்திரம் (ம) கொந்தளிப்பின் உணர்வைப் போற்றினர். அவர்களது உரிமைகளின் வரையறை இல்லாதது, அவர்கள் கருதிக்கொண்ட அதிகாரம், அவர்கள் நிறுவிய அரசு என்பன அவர்களை ஆட்சியாளர்களுக்கு எதிராக அடிக்கடி நிறுத்தின. கோட்டைகள், சில பழைய துப்பாக்கிகள் அளவான சாதனங்கள் ஆகியவற்றால் அவர்களின் அண்டை அயலார்களைக் கவனித்துக்கொள்ள இயலாதவர்கள், தங்களைச் செழுமைப்படுத்திக் கொள்ளும் நாட்டத்திலுள்ள சாகசக்காரர் களின் செல்வாக்கிற்கு தம்மை உள்ளாக்கிக் கொண்டனர். இச்சுய தேடல் உள்ளவர்களின் விசேடமொழி அவர்தம் எஜமானரின் வீர உணர்வைப் பெருக்கிற்று.

அவர்களது ராணுவச் சார்பு நிலையினர் மூன்று பிரிவுகளாயிருந்தனர். அமரும் ஏவலர், கட்டுபுடி ஏவலர். (ம) கூலிக்கு வரும் ஏவலர். முதலிரு பிரிவினரும் நிலமாகப் பிரதிபலன் அடைய, மூன்றாவது பிரிவினர் முற்றிலுமாக பணமோ தானியமோ பெற்றனர். அமரும் ஏவலர்களுக்கு பரம்பரை அடிப்படையில் நிலங்கள் அளிக்கப்பட்டன. மிகவும் சாதகமான தொகையாக நிர்ணயிக்கப்பட்டு, வெளியேறுவதற்கான வாரத்தை மட்டுமே செலுத்தி, தம் கிராமங்களின் வாரத்தை ஒன்று சேர்ந்து கட்டிட வேண்டியவர்களாயிருந்தனர். இருபது (அ) முப்பது நபர்களின் குழுக்களாக ஒரு சர்தார் (அ) அலுவலரின் கட்டுப்பாட்டில் வைக்கப்பட்டிருந்த இந்த ஏவலர்கள், தங்கள் எஜமானருக்கு சேவை செய்திடுவதாக உறுதி எடுத்துக்கொள்ள வேண்டியிருந்தனர். பாளையக்காரரின் அழைப்பாணையை நிறைவேற்றுவதுடன்,

தம் கிராமங்களில் திருட்டில்லாமல் தடுக்க வேண்டியது அவர்தம் கடப்பாடுகள்.

அவர்கள் தம் கடமைகளை நிறைவேற்றிடத் தகுதியற்றவர்களாகக் கண்டறியப்பட்டால், தம் சேவைகளையும் நிலங்களையும் இழந்துவிடுவார்கள். கட்டுபுடி ஏவலர்களுக்கும் நிலங்கள் வழங்கப்பட்டன. அவற்றின் காலம் வழிவழியாக வந்தது. ஆனால் அது உரிமை என்பதை விடவும், விருப்பு வெறுப்பின் அடிப்படையிலானது. உண்மையில் விவசாயிகளான அவர்கள் ராணுவ சேவை செய்துகொண்டிருந்தனர். அற்பமான ஊதியங்களுக்குப் பதிலாக தரிசு நிலங்கள் ஒதுக்கப் பெற்றனர். அவர்கள் தம் சொந்த செலவில் வேல்கம்புகளும் நாட்டுத் துப்பாக்கிகளும் வாங்கிக்கொண்டு, பாளையக்காரருக்குச் சேவை செய்தனர் (ம) அவர்தம் பராமரிப்பில் விடப்பட்ட கிராமங்களில் கொள்ளையடிக்கப்பட்ட எந்தவொரு பொருளையும் மீண்டும் ஒப்படைக்க வேண்டியவர்களாக இருந்தனர்.

அவசரநிலைக் காலங்களிலேதான் கூலி அடிப்படையிலான ஏவலர்கள் அமர்த்தப்பட்டனர். துடிப்பான சேவையின்போது இந்த ஆயுதந்தாங்கியோரெல்லாம் இதர உரிமைகள் தவிர்த்து, பணமும் தானியமும் பெற்றனர். ஆயுதந்தாங்கிய பலருக்கு பாளையக்காரர் பயிற்சி தந்தார். அவர்களது எஜமானது அதிகாரத்தைப் பாதுகாத்தலுடன் ஏவலர்களின் நலன்களும் அடையாளப்படுத்தப்பட்டன. தம் தலைவரின் உரிமைகளை முதன்மையானவையாகக் கருதிய ஏவலர்கள், அவரது ஆணைகளைச் சட்டமாகவே எண்ணினர். பாளையக்காரர் அவர்களுக்குக் கட்டளையிட்டதும், அவர்கள் அப்படியே நிறைவேற்றினர். அத்தகைய நேர்வுகளில் அவர்கள் கொலை கொள்ளையினையும் கடமையாகவே கருதினர். அதன் பொருட்டு அவர்களது தலைவர் தான் பொறுப்பேற்க வேண்டியிருந்தது.

பாளையக்காரர்கள் பாதுகாப்பின் பொருட்டு பருத்திவிளையும் மண்மீதோ, மலைகளின் மீதோ மண்ணும் கல்லும் சேர்த்துக் கோட்டைகள் கட்டினர். கோட்டைகளைத் தடுப்புகளாலும் மரங்களாலும் சுற்றி வளைத்து வைத்தனர். ஆனால், பலத்த தாக்குதலுக்கு வீழ்ந்துவிடுபவையாகத் தோற்றமளித்தன. அவர் தம் படையினர் இரு பிரிவினராய் வேல்கம்பு தாங்கியவரும், நாட்டுத் துப்பாக்கி தாங்கியவருமாக இருந்தனர். பொதுவாகப் பயன் படுத்தப்பட்ட ஆயுதங்களில் பெரிய துப்பாக்கிகள், படைவீரன்

துப்பாக்கிகள், கவசங்கள், வாட்கள், வேல்கம்புகள், நாட்டுத் துப்பாக்கிகள் அடங்கும்.

பதினெட்டிலிருந்து இருபது அடி நீளமுள்ள மூங்கில் ஈட்டிதான் வேல்கம்பு. அவர்கள் கவண், ஈட்டி, குத்துவாள், எறிபழைவில், அம்பு ஆகியவற்றையும் பயன்படுத்தினர். முட்டையின் வெண்கருவுடன் களிமண் சேர்த்துச் செய்த களிமண் உருண்டைகள் குண்டுகளாகப் பயன்பட்டன. எதிரிகளின் முகாம்களுக்குள் வழக்கமாக வீசப்படும் ஏவுகணைகள் கூட உபயோகத்தில் இருந்தன. பாளையக்காரர்கள், குறிப்பாக கள்ளர் நாட்டினர் பயன்படுத்திய ஒரு விசித்திர ஆயுதம் வளைத்தடி (அ) பூமராங் ஆகும். பிறைவடிவிலான அவ்வாயுதத்தின் ஓர் இடது முனை கனமாயும் மற்றது கூராயும் இருந்தது. மரம், இரும்பிலான அது வெளிவளைவில் 24 அங்குலமும், மையவளைவில் 18 அங்குலமும் கொண்டதாகும். இலேசான வேகத்தில் எதிரியை நோக்கி எறிவர். அக்கருவியில் ஏற்றப்பட்ட சுழலாற்றல் அது எய்யப்பட்ட இலக்கிலிருந்து எறிந்த இடத்திற்குக் கொண்டு வந்து சேர்த்துவிடும் எய்யப்பட்டவரிடம் மாட்டிக்கொள்ளாது. என்றாலும், இவ்வாயுதங்களெல்லாம் குறுகிய தூரமே சென்று தாக்குபவைதான்.

மோதல் காலங்களில் எதிரெதிர் தரப்புகள் வெற்றியடையும் பொருட்டு, தம் மந்திரவாதிகளை அழைத்து பில்லி சூனிய வித்தைகளையெல்லாம் செய்யுமாறு ஏற்பாடு செய்யும். போட்டி போடும் வித்தைக்காரர்கள் ஒருவரை ஒருவர் விஞ்ச முற்படுவர், ஆனால் ஒன்று மற்றதை அழித்துவிடுவதால் இருந்த நிலையே மீளும். கடைசியில் ராணுவ பலமும் யுத்த தந்திரமுமே களத்தில் தீர்மானகரமாய் விளங்கின. இருப்பினும் வெற்றி பெற்ற தரப்பின் மந்திரவாதிகள் கீர்த்தியின் பெரும் பகுதியைப் பகிர்ந்து கொள்வர்.

பாளையக்காரர்கள் ஒரு போதும் உச்சகட்ட சண்டையில் இறங்கியதில்லை. மேலானபடை மிரட்டியதெனில், அவர்கள் தம் அடர்ந்த காடுகளில் தற்காப்பு நிலைகளை மேற்கொண்டனர். புதர்களில் பதுங்கியிருந்து படையெடுத்து வருவோரைத் துணிகரமாகத் தாக்கி அழிவை ஏற்படுத்தினர். எதிரியின் குதிரைப்படை திடீர் தாக்குதல் தொடுத்தால், பாளையக்காரரின் வேல்கம்பு தாங்கியோர், கவண்கல் பிரிவினரைச் சேர்த்துச் சூழந்து கொண்டு, தாக்கும் குதிரை மீது வேல்கம்பைப் பாய்ச்சினர். கவண்கல் பிரிவினர் நெருக்குகின்ற எதிரிக்கு எதிராகத் தம் தலைகளுக்கு மேலே அவ்வப்போது கல் எறிய, ஒரே சீராக அமர்ந்த வேல்கம்பினர் தம் கால்களுக்கிடையிலான பொந்தில் வேல்கம்பின்

ஏதேனும் ஒரு நுனியைப் பதிப்பர். பீரங்கிப் படைத் தாக்குதல் முன்னே நிராதரவாய் நின்றாலும், சீறிவரும் குதிரைகளையும், சமயங்களில் தரைப்படையினரையும் கூட, இவ்வாறு அவர்கள் எதிர்த்துச் சண்டையிட்டனர். எளிதான தற்காப்பிற்கு உத்தரவாதம் அளிக்கும் வகையில் பாளையக்காரர்கள் தம் கோட்டைகளைக் கட்டியிருந்தனர். எதிரி அவர்களது வலுவிடத்தை முற்றுகையிட்டுவிட்டால், அவர்களது படையினர் தடுப்புகளின் பின்னே கிடந்து எதிர்த் தாக்குதல் தொடுத்தனர். பாசறைகளில் நிறுத்தப்பட்டிருந்த படைகள் தீரமுடன் சண்டையிட, கோட்டை கொத்தளங்களின் மீதுள்ள கவண் கல்லினர் நெருங்கிவரும் படைமீது தாக்குதல் செய்தனர். இதற்கிடையே வேல் கம்பினர் தம் வேல்கம்புகளை அவர்களின் பத்திரமான மாடங்களில் இருந்து எடுத்தனர். கோட்டைகளின் வாசலை நோக்கி நெருங்குகின்ற தாக்குதலாளர்களால் வேல் கம்பினரை நெருங்கவே முடியாது, எப்போது அடிவிழும் என்று அவர்களால் சொல்லவே முடியாது. தம்மிடையே அளவான சாகசங்களே இருந்தபோதிலும், பெரும் சண்டைகளில்கூட பாளையக்காரர்கள் சரியான எதிர்ப்புக் காட்டினர்.

1650- 1760க்கு இடைப்பட்ட காலம் பாளையக்காரரின் செல்வாக்கில் முன்னெப்போதுமில்லாத வளர்ச்சியைக் கண்டது. மராத்தியர், மொகலாயர் படையெடுப்புகளால் ஏற்பட்ட கொந்தளிப்பான அரசியல் நிலையே இப்போக்கிற்குக் காரணம். முடிவுறாத சண்டைகளின் பீதிகளிலிருந்து தப்பித்திடும் முயற்சியில், கிராமங்கள் பாளையக்காரரின் பாதுகாப்பை நாடின. இதற்கிடையே, ஏற்கனவே அவர்தம் பாதுகாப்பை ஏற்றிருந்த கிராமங்கள் சீர்குலைவுகளைத் தடுத்திடும் வகையில் பாளையக்காரர் மேற்கொணட அதிகப்படியான பாதுகாப்பிற்கு ஏற்றவிதத்தில் கூடுதலாக தொகை செலுத்தின. மேலும் கிராமங்கள் அதிகப்படியாக தொகையினை அளித்ததுமான இரட்டை நிகழ்வுப் போக்கு, பாளையக்காரர் தம் விவகார எல்லையை விரிவுபடுத்தத் துணை புரிந்தது.

பாளையக்காரரின் சேவைகளுக்கு பதிலாக, ஆட்சியாளரோ ஆளுனரோ அளித்த வெகுமதிகளும் அவர்தம் நிதியைப் பெருக்கின. அதற்கேற்ப பாளையக்காரர்கள் ஆட்சியாளருக்கு உதவினர். தம் கடமையாக அல்லாமல் வெகுமதிகள் பெற்றிடுவதால்தான், நிர்வாகிகளும்கூட பாளையக்காரருடன் சேர்ந்து சதி செய்தனர். பாளையங்களை அதிகரிப்பதில் உடந்தையாயிருந்தனர். வரிவசூலில் தலையிட்டனர். இதனால் பாளையக்காரர் தாம் விரும்பிய வருவாயினையே அரசாங்கத்திற்கு அனுமதித்தனர்.

இக்கொடுமைகளுக்கு உத்தரவாதமளித்திடும் விதத்தில் அவர்கள் தம் ஆதாயத்தின் ஒரு பகுதியை அலுவலர்களுக்குத் தந்தனர். இது பொது வருவாயினை பிரித்துக் கொள்வதேயன்றி வேறொன்றுமில்லை. கொள்ளையும் வன்முறையும் உடந்தையுடன் நடந்தது மட்டுமின்றி வெளிப்படையாகவும் அதற்கு உதவப்பட்டது. பாளையக்காரர் செய்த அதிகப்படியான ஆக்கிரமிப்புகள் பொதுமக்கள் அங்கீகாரம் பெற்றன (அ) அதிகாரத்தின் இரகசிய ஊக்குவிப்பைப் பெற்றன. சிலவற்றை நல்லவழியிலும் மற்றவற்றை தீய வழியிலும் என இப்படியான வழிமுறைகளால் பாளையக்காரர் தம் நிதியாதாரங்களைப் பெருக்கிக் கொண்டனர். தம் பாளையங்களின் எல்லைகளை விரிவாக்கிக் கொண்டனர்.

இவ்வளர்ச்சிகள் பாளையக்காரரின் பண்பு நலனில் ஆழ்ந்த செல்வாக்கைக் கொண்டிருந்தன. பாளையக்காரர்கள் தம்மைப் பொது மக்களின் பணியாளர் வர்க்கம் என்பதிலிருந்து உள்நாட்டு ராணுவ அமைப்பாக மாற்றிக் கொண்டனர். அவ்வமைப்புக்கு பொதுமக்கள் நிதியளித்தனர் (ம) அவர்தம் சேவைக்கு மன்னன் இழப்பீடு அளித்தான். தம் இராணுவ அமைப்புகளை வலுப்படுத்தியும், கிராமங்களை இராணுவ நிலைகளாக மாற்றியும், அவர்கள் படிப்படியாக தம்மை சுதந்திரமானவர்களாக ஆக்கிக் கொண்டனர். மாறிய சூழலில் கிராமத்தினரின் வரிச்சுமை அதிகப்படியாக ஏறியது. இப்போது பாளையக்காரர் தேசக் காவல் என்னும் பெயரில் வித்தியாசமான வரிவிதித்தார். வரிகள் பெருகியதன் விளைவாக மன்னரின் சலுகைகளாலும், கிராமத்தினரின் தாராளத்தாலும் அடிக்கடி விதிக்கப்படக் கூடிய சொற்பமான ஆரம்ப கால தேசக் காவல், பாரமிகுந்த இம்சையாகிருந்தது.

பாளையக்காரர்கள் தேசக் காவலுடன் வேட்டை, திருமணச் செலவுகள், அன்பளிப்புகள் என்பது போன்ற பல்வேறு இனங்களின் பெயரால் கட்டணங்கள் விதித்தனர். இவ்வரிகளுக்கு மக்கள் இணங்கிப் போகாவிட்டால் சவுக்கடியும் சித்திரவதையும் மேற்கொள்ளப்பட்டன. ஒட்டுமொத்த கிராமமும் சிறைப்படுத்தப்பட்டது. ஒவ்வொரு தொழிலும் விலக்கப்பட்டது. கால்நடைகள் விரட்டப்பட்டன (ம) மக்கள் கைதிகளாக்கப்பட்டனர். இவ்வாறு இவ்வமைப்பு சீர்கெட்டு, சேவையினிடத்தே அதிகாரம் தலைதூக்கி நின்றது.

நாயக்கர்களும் மக்களும்

நான்கு நூற்றாண்டுகளுக்கு மேலாக, பெரிதும் நாயுடு ரெட்டி சமுதாயங்களான, நாயக்கர் (ம) பாளையக்காரர் என்னும் தெலுங்கு அரசுகள் தமிழ்நாட்டின் அரசியல் களத்தில் மேலாதிக்கம் செலுத்தின. முதலில் இஸ்லாமியரின் நெருப்புக்கும் வாளுக்கும் தப்பி, அகதிகளாக தமிழரின் நாட்டுக்குள் அவர்கள் வந்தனர். வடுகர்கள் (அ) வடக்கத்தியார் எனச் சாசனங்களிலும் இலக்கியத்திலும் குறிப்பிடப்பட்ட அவர்களில் கோசர்களும் சேர்ந்திருந்தனர். அவர்கள் அரசியல் அதிகாரமாக எழுந்து, தமிழரை கீழ்நிலை அந்தஸ்திற்கு குறுக்கியதிலிருந்து, அவர்தம் ஊடுருவல் அதிகரித்தது. பீஜப்பூர், கோல்கொண்டாவின் தெற்கு நோக்கிய முனைப்பு சாவினையும் அழிவினையும் பரப்பியபோது, தெலுங்கர்கள் மேலும் தமிழ்நாட்டிற்குள் நுழைந்தனர். புதிதாய் வந்தவர்களால் பெரிதும் வலுப்படுத்தப்பட்டும், பேரரசிய அதிகாரத்தின் மறைவை சாதகமாக்கிக் கொண்டும், தமிழ்நாட்டில் தெலுங்கு அரசுகள் தம் சுதந்திரத்தை நிலைநிறுத்தின. பிராமண அமைப்புக்கு தம் ஆதரவை அளித்தன. தமிழரை இன்னல்களுக்கு ஆளாக்கின. இதனால் தமிழரின் வீழ்ச்சி தொடர்ந்த நிகழ்ச்சிப் போக்கைப் பெறுவதாயிற்று.

இவ்வரசுகளின் நிர்வாகம், நாயக்கர் (ம) பாளையக்காரரைக் கொண்ட மன்னரின் அமைப்பில் மையங்கொண்டது. அரசியல் கோட்டங்களின் தளகர்த்தர்கள் அரச குடும்பத்தவராயிருந்தனர். அனைவருமே தெலுங்கு கோசர் பிரிவிலடங்கினர். நிர்வாகத்தின் தலைவராயிருந்தவர் நாயக்கர். எதேச்சதிகாரியான அவர் பகட்டாக வாழ்ந்தார். உல்லாசமாய்த் திரிந்தார். பெரிய அந்தப்புரத்தை வைத்திருந்தார். தமிழ்க்குடியானவரைப் புறக்கணித்து பிராமணருக்குத் தானமளித்தார். மதுரை நாயக்கர் 700 மனைவியரை வைத்திருந்தார் என்றும், அவரது இறப்பின்போது அவரது சிதையில் எல்லா மனைவியரும் உடன்கட்டை ஏறினர் என்றும் 1628இல் ஓர் இஸ்லாமியப் பயணி குறிப்பிடுகிறார். அப்போதைய அரசர் முத்துவீரப்ப நாயக்கர் என்று தெரிகிறது. திருமலை நாயக்கர் 200 மனைவியரையும், கிழவன் சேதுபதி 47 மனைவியரையும் வைத்திருந்தனர் (ம) இப்பெண்களெல்லாம் தம் கணவரது இறப்பின்போது உடன்கட்டை ஏறினர் என இயேசு சபையார் கடிதங்கள் தெளிவுபடுத்துகின்றன. மக்கள் நலன், மன்னர் என்ன செய்தனர் என்பதைப் பொறுத்தது. ஆனால் உல்லாசம் நாடிய இக் கொடுங்கோலர்களுக்கு மக்களைக் கவனிக்க நேரமில்லை.

என்றாலும், மன்னருக்கு அமைச்சர்களும் பிரபுக்களும் உதவினர். அவர்களும் தம் அரசரின் அனைத்துக் கேடுகளையும் பின்பற்றினர். தலைமை அமைச்சர் தளவாய் எனப்பட்டார். நிர்வாக, இராணுவ அதிகாரங்கள் இரண்டினையும் அவர் பெற்றிருந்தார். தஞ்சாவூரின் கோவிந்த தீட்சிதரும், மதுரையின் ராமப்பையரும் அக்காலத்தில் நன்கறியப்பட்ட தளவாய்களில் அடங்கினர். வருவாய் அமைச்சர் பிரதான் என்றும், முதன்மைச் செயலர் ராயசம் என்றும், கணக்காளர் கணக்கன் என்றும், வெளியுறவுச் செயலர் ஸ்தானாபதி என்றும் அழைக்கப்பட்டனர்.

தேசம் நாடுகளாயும், நாடு சீமைகள் (அ) மாகாணங்களாயும், சீமை கிராமங்களாயும் பிரிக்கப்பட்டன. மதுரை நாட்டிலிருந்த திருநெல்வேலி, திருச்சிராப்பள்ளி (ம) சத்தியமங்கலம் என்னும் மூன்று பெரிய மாகாணங்கள் ஒவ்வொன்றும் ஓர் ஆளுனரின் கீழ் வைக்கப்பட்டன. நாடுகள் (ம) மாகாணங்களின் நிர்வாகத்திற்கு வெவ்வேறு அந்தஸ்திலான அலுவலர்களிடம் ஒப்படைக்கப்பட, கிராமங்கள் கிராம அலுவலர்களின் கீழ் ஒப்படைக்கப்பட்டன. கோயில் நிர்வாகம் (ம) படைப்பிரிவு வேலைகளில் தெலுங்கர் முன்னுரிமை பெற்றனர். இது தமிழ்நாட்டில் அதிகப்படியான தெலுங்கு மக்கள் வரத் துணைநின்றது.

வரிவசூலிப்பு (ம) கப்பம் பெறுதல் வாயிலாக மன்னன் தம் வருமானத்தைப் பெற்றான். மன்னனுக்குரிய நிலங்களிலிருந்து வரிகள், பாளையக்காரர்கள் தந்த கப்பம், ஏற்றுமதி, இறக்குமதி வரிகள், முத்து சங்கு குளித்தல் வரிகள் என்பவை வருவாய் ஆதாரங்கள். மதுரை நாட்டில் பல பாளையக்காரர்கள் இருக்க, தஞ்சாவூரில் அப்படியில்லை. மகசூலில் நான்கிலொரு பங்கு அரசின் மரபார்ந்த வரியாயிருக்க, அரசு சரிபாதிக்கு மேல் அவரது நிலைக்கு ஏற்ப, சமயங்களில் பத்தில் ஒன்பது பங்கு வரை வசூலித்தது. மதுரையைவிட செஞ்சியில் நிலவரி அதிகம் என்று ஏ.ஜே. ஸ்டுவர்ட் உறுதிப்படுத்துகிறார். பணமாகவோ, பொருளாகவோ செலுத்தப்பட்ட வழக்கமான வரிகளுடன் ஒடுக்குமுறையிலான இன்னல்களுக்கும் மக்கள் உள்ளாக்கப்பட்டனர். இயேசு சபையார் சரியாகச் சுட்டிக்காட்டியுள்ளவாறு நாயக்கர் ஆட்சி மிகவும் கொடிய சர்வாதிகாரத்தைக் கொண்டிருந்தது. சவுக்கு, பெருவிரலால் நசுக்கும் கருவி போன்ற சித்திரவதைக் கருவிகள் மக்களை வதைத்தன. வரி கட்டாதவரின் கண்களில் கொதிக்கும் நெய்கூட கொட்டப்பட்டது. இந்த அக்கிரமங்களெல்லாம் வழக்கமாக மேற்கொள்ளப்பட்டன.

வரிகள் கெடுபிடியாக வசூலிக்கப்பட்டாலும், பொது மக்களின் நிதிகள் மிகவும் அலட்சியத்துடன் அந்தப்புரங்களிலும் அக்கிரகாரங்களிலும் வீணடிக்கப்பட்டன. நாயக்கர்கள் விஜயநகரப் பேரரசுக்கு கப்பம் கட்டினர். ஆனால் தம் சுதந்திரத்தை நிலைநாட்டியதும் அதனை விலக்கிவைத்து சேமித்தனர். மேலும், பிராமணருக்குத் தானம், கோயில்களுக்கு மானியங்கள், ராணுவப் பராமரிப்பு எனச் செலவிட்டனர். கோட்டைகளை நிறுவுதல், ஆலயங்கள் கட்டுதல், கல்விக்கான பங்களிப்பு என்றும் ஈடுபாடுகள் கொண்டனர். பாசனக் கால்வாய்கள் அபிவிருத்தி, சாலைகள் போடுதல், கல்வியை ஊக்குவித்தல், ஏழைகளிடத்தே கருணை என்பனவெல்லாம் புறக்கணிக்கப்பட்டன. அப்படி நிறைவேற்றப்பட்டுவிட்டால் அவை பொதுமக்களுக்கு நன்மையளிப்பவையல்ல என்பது போல இருந்தன. உண்மையில் நாளுக்குநாள் வீதிகளில் செத்துக் கிடந்தோரை பணியாளர்கள் அகற்ற வேண்டியிருந்தது.

ராணுவமும், உளவு அமைப்புகளும், நாயக்கர் நிர்வாகத்தின் வல்லமையின் முதன்மை ஆதாரங்களாயிருந்தன. தரைப்படை, குதிரைப்படை, யானைப்படை (ம) ஒட்டகப் படை என்று ராணுவம் அமைந்திருந்தது. படைகள் தம்முடன் வெவ்வேறான ஆயுதங்கள், கூடாரங்கள், மூலிகைகள் எடுத்துச் சென்றனர். போர் ஆயுதங்களில் வில்லம்பு, ஈட்டி, வாள் என்பன இடம்பெற்றன. நாயக்கர்கள் போர்ச்சுக்கீசியரிடமிருந்து யானைகளையும், அரேபியர்களிடமிருந்து குதிரைகளையும், வாங்கினர். போர்ச்சுக்கீசியர் இலங்கையிலிருந்து யானைகளை இறக்குமதி செய்து தர, அரேபியர் அரேபியாவிலிருந்து குதிரைகளை இறக்குமதி செய்தனர். தம் படைகளை வைத்திருந்த பாளையக்காரர்கள், தேவைப்பட்டபோது மன்னருக்கு உதவினர். அதன்படி பீஜப்பூர் (ம) கோசர்களுக்கு எதிராக மதுரைக்கு உதவும் பொருட்டு, கன்னிவாடி பாளையக்காரரும், ராமநாதபுரம் சேதுபதியும் சென்றனர். இராணுவம் பலம் பெற்றிருந்தாலும் யுத்த களத்தில் திறனின்றி இருந்தன. நாயக்கர்கள், குறிப்பாக, தஞ்சாவூர் நாயக்கர்கள் இலங்கை விவகாரங்களில் ஆர்வங்கொண்டனர். என்றாலும் கடலைக் கட்டுப்படுத்துவது அவ்வளவாக அவர்தம் கவனத்தை ஈர்க்கவில்லை. எனினும் அவர்கள் உளவு அமைப்புக்கு உரிய மதிப்பளித்தனர். எண்ணற்ற உளவாளிகள் நாட்டில் மாற்றுடைகளில் திரிந்து, எதிரிகள் (ம) மக்களைக் குறித்த ரகசியத் தகவல்களைச் சேகரித்து அரசர்களிடம் தெரிவித்தனர்.

நீதி பரிபாலனம் முக்கியத்துவம் பெறவில்லை. அது கிராமங்களில் கிராமத் தலைவர்களிடமும் உள்ளூர் அமைப்புகளிடமும் விடப்பட்டன. பட்டேல் விவகாரங்களைத் தீர்த்து, போலீஸ் கடமையில் பங்கேற்று வரிகள் வசூலித்தார். சம்பிரதாயங்களும் மரபுகளும், அவருக்கு வழிகாட்டின. முடிவுகள் எடுப்பதில் பஞ்சாயத்து அவருக்கு உதவியது. கடற்கரைப் பிரதேசத்தில் போர்ச்சுக்கீசியர் (அ) டச்சுக்காரர் அதிகாரம் செலுத்தினர். இருப்பினும் நாயக்கர்கள் தர்ம சாலைகள் எனப்படும் முறைசாரா நீதிமன்றங்களை தலைநகரங்களில் பராமரித்தனர். பிரதானிகள் நீதிபதிகளாகச் செயல்பட்டனர். பெரும்பாலான வழக்குகள் தாவா மூலம் தீர்க்கப்பட்டன.

கடுமையான வழக்குகளில் அபராதங்கள் விதிக்கப்பட்டன. சிறைத்தண்டனைகள் தரப்பட்டன. நாயக்கர்களிடம் சிறை அமைப்பு ஏதும் இருந்ததாகத் தெரியவில்லை. ஏனெனில் கைதிகள் தண்ணீரோ உணவோ தரப்படாமல் பழைய சத்திரங்களில் வைக்கப்பட்டனர் (அ) கொளுத்தும் வெயிலில் வயல்களில் கட்டி வைக்கப்பட்டனர்.

மரபார்ந்த சாதிகளாகப் பிரிக்கப்பட்டிருந்த சமூகத்திற்குள், அந்தஸ்து அடிப்படையில், சவர்ணத்தினர் (அ) சாதி இந்துக்கள் அனுமதிக்கப்பட்டனர். கடந்த காலம் போன்றே உள்ளூர் மக்கள் சாதிக்குப் புறம்பானவர்களாக (அ) தீண்டத்தகாதவர்களாக நடத்தப்பட்டனர். மக்கள் தமிழோ, தெலுங்கோ பேசினர். பெரிதும் இந்து மதத்தையோ இஸ்லாத்தையோ பின்பற்றினர். ஆளும் வர்க்கத்தினரான தெலுங்கர் ஆடம்பரமாய் வாழ, பெரும்பான்மையினரான மக்களோ பரிதாப வாழ்க்கை வாழ்ந்தனர். கடற்கரை மக்களை ஏமாற்றுக்காரர்கள், வஞ்சனைமிக்கவர்கள் என்று ஜான் நியோஹோஃப் விவரிக்க, முரடர்கள் (ம) அறிவிலிகள் என்று சித்தரிக்கிறார் பீட்டர் மார்டின். ஏனெனில் அவர்களுக்குக் கல்வி வாய்ப்பு மறுக்கப்பட்டிருந்தது. இதனால் மக்கள் பழிக்குப் பழி என்னும் விதியைக் கறாராகப் பின்பற்றினர். தகராறு எழுந்து, யாரேனும் ஒருவர் கொலை செய்துவிட்டால், எதிர்த் தரப்பும் அதனைச் செய்தாக வேண்டும். மனைவியைப் பொருட்படுத்தாத ஆண், இரண்டு மூன்று வேசியரை வைத்துக்கொண்டு சமயங்களில் பதினாறோ பதினெட்டோ பிள்ளைகள் பெற்றுக் கொண்டான்.

நாயக்கர்களின் கீழாகச் சமூகம் எப்படியிருந்தது என்பது குறித்து ஐரோப்பியப் பயணியர் இப்படித்தான் குறிப்பிட்டுள்ளனர்.

"சராசரி மனிதன் இடையில் ஒரு துணியும் தலையில் ஒரு துணியும் அணிந்துகொண்டது தவிர்த்து, வேறேதையும் உடுத்திக் கொள்ளவில்லை. அவன் சாதாரண காலிகோ துணி உடுத்தினான். நாகரிக மோஸ்தர்மிக்க நங்கையர் வெளியூர்களுக்குச் சென்றபோது தங்க மோதிரங்களும் கைவளையல்களும் அணிந்தனர். அவர்கள் அருவருப்பாய் இருந்தனர்" என்று இயேசு சபையார் எழுதியுள்ளனர். பெண்கள் தம் கூந்தலைக் கொண்டை போட்டுக் கொண்டனர். கிராமத்துச் செல்வந்தர் சோறும் கறியும் சாப்பிட்டனர். தண்ணீர் தவிர வேறெதனையும் அருந்தவில்லை. சதியும் பர்தாவும் அதிகப்படியான பெண்டிரை பரிதாபமிக்கவர்களாக்கின. பெரும்பான்மையான மக்கள் தனித்தனியே கிராமங்களில் ஓலைக்குடில்களில் வசித்தனர். என்றாலும் பெருமளவு செல்வந்தர்களும், பெரிதும் வருவாய்த்துறைப் பணியாளர்களும், கிராமத்துத் தலைவர்களும் முற்றங்களுடன் கூடிய சதுர வீடுகளில் வசித்தனர்.

மக்கள் விவசாய வேலைகள் ஆரம்பித்திட பருவ மழையை சார்ந்திருந்தனர். அக்டோபர், நவம்பரின் மேலக்காற்று மலைகளிலுள்ள மணலை அள்ளிக் கடற்கரையில் கடுமையாக வீச, மக்கள் கண் திறந்து பார்க்கவே சிரமப்பட்டனர். வெப்பகாலங்களில் எரியும் உலையிலிருந்து வீசுவது போன்ற காற்றடித்தது. கன்னியாகுமரிக்கருகிலும் மேற்குக் கடற்கரையிலும் அதிக மழை பெய்ய, பிற இடங்களில் பெய்யவில்லை. எனவே மக்கள் நதிகள், ஏரிகள், கிணறுகளைப் பாசனத்திற்காகப் பயன்படுத்தினர். தம் வயல்களை ஈரமாக வைத்திருக்க பகலும் இரவுமாக எருதுகளையும், எருமைகளையும் பயன்படுத்தி உழைத்தனர். கால்நடை வளர்ப்பு, நெசவு, சாயமேற்றுதல், முத்துக்குளித்தல் என்பன இதர தொழில்கள்."

முட்புதர்கள் தவிர்த்து புல்லோ பூண்டோ முளைக்காத வறண்ட நிலங்களை இயேசு சபையார் நிறையப் பார்த்தனர். எனினும் மதுரை கோட்டார் (ம) செஞ்சி என்னும் நகரங்கள் எல்லா வசதிகளும் பெற்றிருந்தன. கடற்கரை, முயல்களாலும் கௌதாரிகளாலும் நிரம்பியிருந்தது. பூனைகள், அளவு பெரியதான எலிவகைகள் நாய்களைப் போன்று ஒன்றையொன்று அடித்துக் கொண்டன. பாம்புகளும் கரடிகளும், புலிகளும் ஓநாய்களும் கிராமங்களில் அலைந்து திரிந்தன.

வைணவர்களாகிய நாயக்கர்கள் தம் மதத்தை ஆதரித்தனர். சமணத்தையும் சைவத்தையும் சகித்துக்கொண்ட அவர்கள், பொதுவாக கிறித்தவர்களை வதைத்தனர். மதுரை இறை

ஊழியத்தைச் சார்ந்த இயேசு சபையார், பொதுமக்களுடன் தம்மை அடையாளங்காணும் வகையில், கறியோ மீனோ முட்டையோ தின்னாது, மது அருந்தாது இருந்தனர். உள்ளூர் மக்கள் வசித்தது போல வைக்கோல் வேய்ந்த சாதாரண குடிசைகளில், படுக்கையோ நாற்காலியோ என எதுவுமின்றி வசித்தனர். இருந்தும் அவர்கள் வதைக்கப்பட்டனர். அடிக்கடி பற்கள் பிடுங்கப்பட்டு சிறைகளில் அடைக்கப்பட்டனர். ஜான் டி பிரிட்டோ தூக்கிலிடப்பட்டார். இருந்த போதும் இயேசு சபையார் மதம் மாற்றினர். நிறையத் தேவாலயங்களை நிறுவினர். நாயக்கர்கள் சமஸ்கிருதம், தெலுங்கு, அறிவியல் (ம) கணிதக் கல்வியை முன்னெடுத்தனர். ஆலயங்கள், மடங்கள், வேதப்பாட சாலைகளுக்கு மானியங்கள் தந்தனர். மற்ற சமுதாய மக்கள் எந்தக் கல்வி பெறும் உரிமையும் மறுக்கப்பட்டனர். மக்களில் பெரும்பான்மையோர் அறியாமையிலும் புழுதியிலும் உழன்றதில் ஆச்சரியம் இல்லை.

இயற்கை விநாசங்களும் அரசு ஒடுக்குமுறையும் மக்கள் வாழ்க்கையைச் சகிக்க முடியாததாக்கின. பஞ்சமும், வறட்சியும், தொற்று நோய்களும், அடிக்கடி வந்து மக்களில் அதிகபடியானோர்களைத் துடைத்தழித்தன. பாதிக்கப்பட்டோர் நிர்வாகத்திடம் இருந்து, நிவாரணமோ, ஆறுதலோ எதுவும் பெறவில்லை. அடிக்கடி நிகழ்ந்த யுத்தங்கள் பரிதாப நிலையின் தீவிரத்தை அதிகரித்தன. விஜயநகரப் பேரரசின் உள்நாட்டுப் போரின் போது பிரேதங்கள் அடக்கம் செய்யப்படாது ஆற்றின் கரைகளில் கிடந்தன.

1665இல் இயேசு சபையார் எழுதிய ஒரு கடிதம் முகம்மதிய படையெடுப்பின் தாக்கங்களை விவரிக்கின்றது. “முகமதியரின் வருகை குறித்த நமது அச்சம் சீக்கிரமே உணரப்பட்டது. அவர்கள் உண்டாக்கிய சீர்குலைவுகள், அவர்கள் இழைத்த குரூரங்கள், அவர்தம் வழியிலே அவர்கள் பரப்பிய நிராதரவு நிலை, ஒவ்வொரு இருதயத்திலும் பீதியை ஏற்படுத்தின. பெருமளவில் அவர்தம் பெண்டிரையும் குழந்தைகளையும் கொன்றுவிட்டு தம் வாள்களை தம் உடல்களில் செருகி வீழ்ந்திட்டனர். இத்தகைய துயர்மிகு மரணத்திற்கு ஒட்டுமொத்த மக்களும் ஆளாயினர். பிற கிராமங்களில் மக்கள் வீடுகளில் புகுந்து கொண்டு தீயிட்டு மடிந்து போயினர்.” 1676ஆம் ஆண்டின் இன்னொரு கடிதம், அடுக்கடுக்கான யுத்தங்களைத் தொடர்ந்து ஏற்பட்ட ஒரு பஞ்சத்தைப் பற்றிப் பேசுகிறது. “எங்கு பார்த்தாலும் நாசம், மரணத்தின் தனிமை.” உண்மையில், கொடுமையே ஒவ்வொரு நாளின் நிலையாக இருந்தது.

பூசாரிகளும் அரசர்களும் புரட்டர்களும் கொள்ளையர்களும் அடிமை வணிகர்களும் ஒன்று சேர்ந்து போர், பஞ்சம் (ம) தொற்றுநோயால் பாதிக்கப்பட்டோரின் துயரங்களைப் பெருக்கினர். தம் தீண்டாமை விதிகளுடன் பிராமணர், சுரண்டலைத் தொடர்ந்தனர். ஆட்சியாளர்களாயிருந்த தெலுங்கர்கள் தமிழரை வெற்றிகொள்ளப்பட்ட மக்களாய்க் கருதினர். அதிகப்படியான வரிகளால் தம் ஒடுக்குமுறைக் கொடுங்கோன்மையைத் தொடர்ந்தனர். தமிழ்நாட்டில் தெலுங்கரின் விரிவாக்கத்தால் தமிழரை, அவர்தம் நிலங்களைக் கைப்பற்றிய (அ) அவர்களை அழித்த சாகசக்காரர்கள் வந்தனர். பெண்களைத் தேடிப்பிடித்து அடைத்து வைத்தனர். தெலுங்கர் தமிழ் ஆண்களை ஒட்டுமொத்தமாய்ப் படுகொலை செய்துவிட்டு, பெண்களைத் தம் காமக்கிழத்தியராய்க் குறுக்கிவிட்டனர் எனத் திண்டுக்கல் (ம) திருநெல்வேலியிலுள்ள பல கிராமங்களின் உள்ளூர் மரபுகள் சுட்டிக்காட்டுகின்றன. இந் நிகழ்வின் விளைவாக, மரபார்ந்த தமிழகத்தின் வடமண்டலத்தை தெலுங்கர் முழுதாக ஆக்கிரமித்து, பிற மண்டலங்களிலும் திரளாக குடியமர்த்தினர். தெலுங்கர் வளமான நிலங்களைக் கைக்கொண்டும், தமிழர் பெரிதும் வறண்ட நிலங்களை வைத்திருப்பதுமான இன்றைய நிலை, இக்காலத்தில் மேற்கொள்ளப்பட்ட வெளியேற்றங்கள் (ம) அக்கிரமங்களால் என்று கூறப்படுகிறது. மக்களுக்கு மேலும் சோதனைகள் காத்திருந்தன. ஒவ்வோர் இரவிலும் காடுகளிலிருந்து 500 முதல் 600 பேர் கொண்ட கொள்ளையர் கும்பல்கள் கிராமங்களுக்கு வந்து கொள்ளையிட்டன. இயேசு சபையின் கடிதம் ஒன்று கூறுகிறது "பொதுச் சாலைகளில் கேடுகெட்ட நபர்கள் நிறைந்திருந்ததால் ஓரிடத்திலிந்து இன்னோரிடத்திற்குப் போவது அபாயகரமானதாயிருந்தது. ஒவ்வொருவரும் தமது பொருள் மட்டுமின்றி உயிரே போய்விடும் என்று பயந்தனர்."

இதற்கிடையே டச்சுக்காரரும் ஆங்கிலேயரும் மக்களை அடிமை நிலைக்குக் கொண்டுபோயினர். இயேசு சபையார் பின்வருமாறு பதிவு செய்துள்ளனர். "இந்தியர்களின் வறுமை நிலை குறித்து குரூரமாய் எண்ணிய டச்சுக்காரருக்கு நித்திய அவமானம் உண்டாகட்டும். நிறையான உணவு என்னும் தூண்டில் போட்டு அவர்களைக் கடற்கரைக்கு ஈர்த்து வந்து, அப்புறம் அவர்கள் எண்ணிக்கை பெருகியதும், தம் கப்பல்களில் ஏற்றி, மற்ற நாடுகளில் அடிமைகளாய் விற்க கொண்டு சென்றனர்." உண்மையில் தெலுங்கர் நிர்வாகம், தமிழ்நாட்டு வரலாற்றில் இருண்ட காலத்தைப் பிரதிநிதித்துவப்படுத்திற்று.

16

மராத்தியர், மொகலாயர், ஐரோப்பியரின் வணிகம்

நாயக்க அரசுகளின் வீழ்ச்சி அதிகமான அந்நியக் குறுக்கீட்டு முயற்சிகளுடன் ஒரு சேர நிகழ்ந்தது. பிராமணிய சமுதாயம் தமிழ் மக்களை இழிநிலை அடைந்தவராக, பிளவுண்டதாக விட்டுச்செல்ல, பெரியதொரு அரசு எதுவும் இல்லாது போனது நாட்டினை அந்நிய வெற்றிகளுக்கு இலக்காக்கிற்று. குழு மோதல்களை சாதகமாக்கிக் கொள்ளும் முயற்சியில் உள்ளூர் அரசுகளே அந்நிய இடையீடுகளை வரவேற்றன. இதனால் படையெடுத்து வரும் ராணுவங்களிடமே அவை பணிபுரிந்தன. அதற்கேற்ப பாமினி சுல்தான்களும் மராத்தியரும் மொகலாயரும் தமிழ்நாட்டுக்குள் தம் படைகளை அனுப்பி, அதனை மோதல் களமாக்கினர். பாமினி சுல்தான்கள் அடிக்கடி ஆக்கிரமிப்புகள் செய்திட, மராத்தியர் தஞ்சாவூரையும், செஞ்சியையும் பெறுவதில் வெற்றி பெற்றனர். அடுத்துவந்த மொகலாயர் ஆற்காட்டினை ஆக்கிரமித்தனர். மராத்தியரிடமிருந்து செஞ்சியைக் கைப்பற்றினர் (ம) 1736இல் மதுரையைத் தம்முடையதாக்கிக் கொண்டனர். மொகலாயர் வெற்றிகள் ஆற்காட்டு நவாப்களின் எழுச்சியை ஏற்படுத்தின. இந்த உள்நாட்டுக் குழப்பங்கள், ஐரோப்பியச் செல்வாக்கு நிறுவப்படுவதற்கான அடித்தளத்தை ஆயத்தப்படுத்தின. வணிகர்களாக வந்த ஐரோப்பியர், வியாபாரத்தையும் செல்வாக்கையும் முன்னெடுத்துச் சென்றிட அரசியலையும் அதிகாரத்தையும் சார்ந்திருப்பது அவசியம் என்று கண்டனர்.

மராத்தியரின் அடாவடிக் கைப்பற்றுகை

மதுரை சொக்கநாத நாயக்கருக்கும் அவரது ஆளுநர் தஞ்சாவூர் அழகிரி நாயக்கருக்கும் இடையிலான மோதல், மராத்தியர் குறுக்கீட்டை வரவழைத்தது. மதுரைப் படையிடம்

தஞ்சாவூர் வீழுமுன்பே கடைசி அரசரான விஜயராகவரின் மனைவி, நாகப்பட்டினத்திலுள்ள டச்சுக் குடியிருப்புக்கு தன் இளைய மகன் செங்கமலதாஸைப் பாதுகாப்பின் பொருட்டு அனுப்பியிருந்தார். சொக்கநாத நாயக்கருக்கு எதிரான அழகிரி நாயக்கரின் கலகத்தில் ஒரு வாய்ப்பைக் கண்டுகொண்ட, வீழ்ச்சியுற்ற நாயக்கர்களின் ஆதரவாளர்கள், செங்கமலதாஸுக்கு ஆதரவாக குறுக்கீடு செய்யுமாறு பீஜப்பூரின் சுல்தான் அடில் ஷாவிடம் முறையிட்டனர். தன் எஜமானர் அழகிரி நாயக்கரைக் காட்டிக் கொடுத்த வெங்கண்ண ஐயர், செங்கமலதாஸின் முகாமில் இணைந்து அந்நியக் குறுக்கீட்டை வரவழைப்பதில் முக்கிய பங்காற்றினார். அடில்ஷா தன் தளபதி ஏகோஜியை படையெடுத்துப் போகுமாறு தஞ்சாவூருக்கு அனுப்பினார். வெங்கோஜி என்றழைக்கப்பட்ட ஏகோஜி, ஷாஜி போன்ஸ்லேக்கு துக்காபாயினிடத்தே பிறந்தவர். அய்யம்பேட்டையில் நடந்த சண்டையில் ஏகோஜி அழகிரி நாயக்கரைத் தோற்கடித்து, தஞ்சாவூரைக் கைப்பற்றி முடிசூடினார். இதன் பொருட்டு நிறைய பரிசுகளையும் ஜாகீர்களையும் பெற்றார்.

1676இல் அடில் ஷாவின் இறப்பால், ஏகோஜி தானே அரியணை ஏறி தஞ்சாவூரில் மராத்தியர் ஆட்சியை ஏற்படுத்தினார். ராபர்ட் ஓர்மே பின்வருமாறு குறிப்பிட்டுள்ளார். "1680ஆம் ஆண்டில் தஞ்சாவூர் அரசர் தாக்குதல் தொடுக்க, திருச்சிராப்பள்ளி மன்னரால் அடக்கப்பட்டார். மதுரை மன்னர் உதவிக்காக மராட்டியரை நாடினார். அப்போது மராட்டியம் முழுதும் கொடிகட்டிப் பறந்த புகழ்வாய்ந்த சிவாஜி, ஒரு திறமையான படையை தன் சகோதரனுடன் அனுப்பினார். அவர்கள் அரசாங்கப்பேற்க, சீக்கிரமே சிவாஜி தன்னைத் தஞ்சையின் அரசனாகப் பிரகடனம் செய்து கொண்டார்." ஆனால் பீஜப்பூர் சுல்தான் இடால்கானின் கட்டளைப்படி ஏகோஜி தலைமையிலான படை, கி.பி. 1674இல் செங்கமலதாஸுக்கு ஆதரவாக வந்தது என்கிறது தஞ்சாவூரின் ஆந்திர ராஜுலு சரித்திரம். 1676-77இல் ஏகோஜி அரசினைக் கைப்பற்றினார் என ஆங்கிலேய கிழக்கிந்தியக் கம்பெனிப் பதிவேடுகளும் சுட்டிக்காட்டுகின்றன.

தஞ்சாவூர் மாவட்டமும் காவேரிக் கழிமுகத்தின் இதர பகுதிகளும் சேர்ந்ததான, புதிதாய்ப் பெற்ற பிரதேசத்தின் மீது ஏகோஜி தன் ஆட்சியை நிலைப்படுத்தினார். அவர் தன் ஜாகீராக வைத்திருந்த பெங்களூருவை தன் உடைமைகளுள் ஒன்றாக ஆக்கிக் கொண்டார். எனினும் மதுரை நாயக்கர்கள் மற்றும் இஸ்லாமியரின் விரோதப் போக்கால் மைசூரின் சிக்கதேவராயருடன் ஓர் உடன்படிக்கை செய்து

கொண்ட அவர், 1687இல் மூன்று லட்சம் ரூபாய்க்கு பெங்களூருவை விற்றார். தன் நிலையை வலுப்படுத்திக் கொள்ளும் நோக்கில் அவர், மராத்தியத்திலிருந்து மராத்தியரையும், பிராமணரையும் வரவழைத்து நிர்வாகத்தை மாற்றியமைத்தார். தமிழ்க்குடியானவர்களிடமிருந்து வளமான நிலங்களை பெற்றுக்கொண்ட புதிய எஜமானர்கள், அவற்றை மராத்தியரிடமும் பிராமணர்களிடமும் ஒப்படைத்தனர். இதனால் வளமாயிருந்த குடியானவர்கள், பெரிதும் கள்ளர் சமுதாயத்தினர், குடியானவர் நிலைக்குக் குறுக்கப்பட்டனர். "ஏகோஜி நான்கில் மூன்று பங்கினை வரியாகப் பெற்றார். பணமாக வசூலித்தார். வரிகளை உயர்த்தும் பொருட்டு விலைகளை தன் போக்கில் ஏற்றினார். கோயில்களின் செல்வங்களை தனக்கென்று அபகரித்துக்கொண்டார்" என்றெழுதுகிறார் பிரிட்டோ பாதிரியார். ஏறுமாறான குறிப்புகளை ஆய்வு செய்த ஜதுநாத் சர்கார், ஏகோஜியின் ஆட்சி அழகானது என்கிறார். ஆனால் ஆண்ட்ரி ஃபிரைரி பாதிரியார் ஏகோஜியை "தன் காதலைவிட வேறு தெய்வமற்றவர்" என்று விவரிக்கின்றார்.

தென்னிந்தியாவில் மராத்தியர் ஆற்றல்மிக்க அரசாக எழுச்சி கொண்டிருந்த காலமாக இது இருந்தது. சதாராவிலும் கோலாப்பூரிலும் தங்களை முன்னோடி அரசாக நிறுவிக் கொண்டிருந்த அவர்கள், கிழக்குக் கடற்கரையில் அரசியல் ஆதாயத்தை நாடினர். ஏகோஜிக்குப் பிறகு தமிழ்நாட்டில் தன் அதிருஷ்டத்தைத் தேடியவர், அவரது மாற்றாந்தாய் மகனான சிவாஜி. 1676ஆம் ஆண்டின் இறுதியில் 30000 குதிரைகளையும், 40000 வீரர்களையும் திரட்டிய சிவாஜி, தென்னகம் நோக்கிய படையெடுப்பைத் தொடங்கினார். தன் வெற்றிகளில் பாதியைப் பிரித்தளிப்பதாகக் கூறி கோல்கொண்டா சுல்தானின் ஆதரவைப் பெற்றார் என்று நம்பப்படுகிறது. திருப்பதியை அடைந்தபிறகு 5000 குதிரைப்படை வீரர்களை முன்கூட்டியே காஞ்சிபுரத்திற்கு அனுப்பினார். பீஜப்பூர் படைகளை வென்றார். சிரமமின்றி செஞ்சியைக் கைப்பற்றினார். பீஜப்பூரில் ஆப்கானியருக்கும் தக்காண முஸ்லீம்களுக்கும் இடையிலான மோதல் சிவாஜிக்குப் பெரிதும் துணை நிற்பதாக ஆயிற்று. உடன்பாட்டின்படி கோல்கொண்டா சுல்தான் செஞ்சி பிரித்தளிக்கப்படுவதை எதிர்பார்த்திருக்க, சிவாஜியோ தான் வென்றவற்றைத் தக்கவைத்துக் கொண்டார். செஞ்சியிலிருந்து ஒரு படையை வேலூருக்கு அனுப்பிவிட்டு, தானே தஞ்சாவூருக்கு விரைந்தார்.

தஞ்சாவூரின் ஆட்சியாளரும் தன் மாற்றாந்தாய் மகனுமான ஏகோஜியை சிவாஜி சந்தித்தார். தங்கள் தந்தையின் ஜாகீர்களைப் பகிர்ந்து கொள்வது குறித்து அவர்கள் விவாதித்தனர். அதில் பிரச்சனைகள் எழுந்தன. பதிலடியாக சிவாஜி கொள்ளிடத்தின் மீதுள்ள பகுதியை ஆக்கிரமித்தார். இதற்கிடையே வேலூர் முற்றுகை நீடித்து 1678இல் கோட்டை மராத்தியரிடம் சரணடைந்தது. தமிழ்நாட்டில் பத்துமாதங்கள் இருந்துவிட்டு, தான்வென்ற பகுதிகளின் நிர்வாகத்தை அவரது தம்பி சாந்தாஜிடம் ஒப்படைத்துவிட்டு தாயகம் திரும்பினார். கிழக்குக் கடற்கரையிலிருந்து சிவாஜி புறப்பட்டதும், ஏகோஜி சாந்தாஜியின் படைகளைத் தாக்கித் தோற்கடித்தார். ஓர் உடன்படிக்கைப்படி, ஏகோஜி தஞ்சாவூரைத் தக்கவைத்துக் கொள்வதென்றும், சாந்தாஜி செஞ்சியை வைத்துக் கொள்வது என்றும் முடிவானது. 1680இல் பீஜப்பூர் சுல்தானுடன் அணி சேர்ந்ததற்கு பிரதிபலனாக, தான் கீழைக் கடற்கரையில் வெற்றி பெற்ற தஞ்சாவூர் உள்ளிட்ட பிரதேசங்களை சிவாஜி சுல்தானுக்கு உடைமையாக்கினார். இந்நிகழ்வினால் மனமுடைந்து போன ஏகோஜி அரசு விவகாரங்களைக் கைவிட்டு துறவு மேற்கொள்ள எண்ணினார். ஆனால் சிவாஜி தன் சகோதரனுக்கு ஆறுதல் கடிதம் எழுதி தன் அரசினைக் கவனித்துக் கொள்ளுமாறு வேண்டிக் கொண்டார். 1680இல் சிவாஜி இறந்து போனார். இதனால் ஏகோஜி தன் அரசின் சுதந்திரமான மன்னரானார். இந்நிகழ்வுகளின் விளைவாக செஞ்சி (ம) தஞ்சாவூர் என்னும் இரு தெலுங்கு அரசுகளும் மராத்தியர் பிரதேசங்களாயின. உண்மையில் மராத்தியர் தமிழ்நாட்டில் தெலுங்கரை மறையச் செய்தனர்.

மொகலாய ஆக்கிமிப்பு

1680இல் சிவாஜி இறந்ததும் அவரது மகன் சாம்பாஜி மராத்திய மன்னனாக முடிசூட்டிக் கொண்டார். புதிய அரசர் தன் மைத்துனரை 1681இல் செஞ்சியின் ஆளுனராக நியமித்தார். எனினும், நிலவரம் சிக்கலானதாகத் தோன்றிற்று. ஏனெனில் 1688இல் மொகலாயர் பீஜப்பூரையும் கோல்கொண்டாவையும் ஆக்கிரமித்தனர். 1689இல் சாம்பாஜியைச் சிறைப்பிடித்தனர். மராத்தியர் அரசின் இருப்பினை மிரட்டினர்.

1688இல் மொகலாயப் படையினர் தமிழ்நாட்டை வந்தடைந்தனர். அவர்கள் பூந்தமல்லியையும் வந்தவாசியையும் ஆக்கிரமித்து,

மராத்தியரை தெற்கு நோக்கி விரட்டினர். அடிக்கடி நிகழ்ந்த மோதல்களும் தீராத கொள்ளைகளும் நாட்டைச் சீரழித்து, பஞ்சத்தை உண்டுபண்ணின. மொகலாய ஆக்கிரமிப்பை எதிர்ப்பதென்று தீர்மானமாயிருந்த மராத்திய ஆளுனர் ஹர்ஜி ராஜா, செஞ்சிக்கோட்டையினைத் திடப்படுத்தினார். ஆனால் அவர் 1689இல் மடிந்துவிட்டார். அப்புறம் அவரது விதவை அம்பிகாபாய் ஆளுனர் பொறுப்பேற்றார். இச்சமயத்தில் அவுரங்கசீப் சாம்பாஜியைத் தூக்கிலிட்டு, ராய்கரிலுள்ள மராத்தியத் தலைநகருக்கு மிரட்டல் விட்டார். நிலைமை மோசமாகவே சாம்பாஜியைத் தொடர்ந்து ஆட்சிப் பொறுப்புக்கு வந்த அவரது சகோதரர் ராஜாராம், தன் தலைநகரை மாற்ற தீர்மானித்தார். மாற்றுடையில் மலைப்பகுதிகளின் வழியே ராஜாராமும் அவரது பரிவாரமும் 1689இல் செஞ்சி வந்து சேர்ந்தனர். அம்பிகா பாயிடமிருந்து பொறுப்பைப் பெற்றுக் கொண்ட அவர், மராத்தியரின் தலைநகராக செஞ்சியை ஆக்கி, தனக்கென்று ஓர் அரசாங்கத்தை ஏற்படுத்தி, தென்கோடிக்கு மொகலாயர் வருவதைத் தடுத்து நிறுத்த கொரில்லா யுத்தத்தை நடத்தினார்.

1690இல் ஜுல்பிகார் கானின் தலைமையிலான மொகலாயர் படை தமிழ்நாட்டில் மராத்தியரை எதிர்த்துப் போரிட்டது. மராத்தியப் படைகள் மீது வெற்றிகளின் வரிசையைப் பெற்றுவிட்ட கான், செஞ்சியை மிரட்டினார். ராஜாராம் தஞ்சைக்குத் தப்பிச் சென்று அரசர் ஷாஜியுடன் தங்கினார். எனினும் மொகலாயர் லகுவாக வெற்றி பெற இயலவில்லை. ஏனெனில் செஞ்சிக் கோட்டை உட்புக முடியாததாக இருந்ததால், உடனடித் தாக்குதல் தொடுக்க அவர்கள் தயங்கினர். அப்போது ஜுல்பிகார் கான் தென்கோடிக்குப் படையெடுத்தார். படையெடுக்கும் மிரட்டலை வைத்தே அவர் தஞ்சாவூர் மன்னர் ஷாஜி(ம) மதுரையின் அரசி மங்கம்மாவிடமிருந்து பெரும் தொகைகளைப் பெற்றுவிட்டார். அவர் திரும்பியதும், மராத்தியர் படை செஞ்சியை முற்றுகையிட்டது. ஆனால் கோட்டையின் பாதுகாப்பு ஏற்பாடுகள் வலுவாய் இருக்கவே, அவர்கள் முயற்சி பலிக்கவில்லை. 1697இல் நவம்பரில் ஜுல்பிகார் கான் தாக்குதலை மீண்டும் தொடர்ந்தார். இரண்டாம் நிலை தளபதி தாவூத்கான் வீறுடன் தாக்கினார். செஞ்சிக்குத் திரும்பிய ராஜாராம் குடும்பத்துடன் வேலூருக்குத் தப்பிவிட்டார். 1698இல் ஷாஜி மொகலாயரிடம் வீழ்ச்சி கண்டார்.

செஞ்சியை இழந்தது மராத்தியருக்குப் பலத்த அடி தந்தது. தமிழ்நாட்டில் மொகலாயர் அதிகாரம் திரட்சி கொள்ளத் துணைநின்றது.

1698இல் கர்நாடக நவாபாக நியமிக்கப்பட்ட ஜுல்பிகார் கான், செஞ்சி மீது தன் அதிகாரத்தை நிலைநிறுத்தினார். அந்நகருக்கு நஸ்ரத்கோடா (அ) வெற்றி நகரம் என்று பெயரிட்டு, நாட்டின் நிர்வாகத்தை மாற்றியமைத்து, தாவூத் கானை ஃபௌஜ்தாராக நியமித்தார். தெற்கத்தைய அரசுகளுக்கு எதிராக படையெடுப்புகள் நிகழ்த்தி, தஞ்சாவூர், மதுரை, ராமநாதபுரம் (ம) சிவகங்கை மீது தன் செல்வாக்கை ஏற்படுத்தினார். 1701 நவம்பர் ஆரம்பத்தில் ஜுல்பிகார் கான் டெல்லிக்குத் திரும்பினார். அவரை அடுத்து நவாப் ஆன தாவூத் கான், அதிகாரக் குவிப்பை நிறைவு செய்தார். அவர் செஞ்சி நகரில் வீதிகளை அமைத்து கோட்டையைப் புதுப்பித்தார். எனினும் அவ்விடம் சுகாதாரமற்றதாயிருக்கவே, தலைநகரை பாலாற்றங்கரையிலுள்ள ஆற்காட்டிற்கு மாற்றினார். மராத்தியரிடமிருந்து வேலூரைக் கைப்பற்றிக் கொண்ட அவர், தஞ்சாவூர் (ம) மதுரையை கப்பம் கட்டும் அரசுகளாக்கினார். அவர் டெல்லி திரும்பியதும், பேரரசர் ஔரங்கசீப், சதத்துல்லாகானை அடுத்த நவாபாக நியமித்தார். மொகலாயப் பேரரசின் சிதைவை சாதகமாக்கிக் கொண்ட புதிய ஆட்சியாளர், தம் வம்சமான நெவாயெட்களை ஆளும் இல்லமாக நிறுவினர்.

மொகலாயர் செஞ்சியை ஆக்கிரமித்திருந்தாலும், கலகக்காரர் தலைவன் ராஜா தேசிங்கிடமிருந்து (ஜெய்சிங்) கடும் எதிர்ப்பை எதிர்கொண்டனர். கோட்டை வீழ்ந்த பின்னர், சக்கரவர்த்தி நிர்வாகப் பொறுப்பில் கோட்டைப் படைத் தலைவனை நியமித்தார். அவர்களுள் ஒருவர் 1700இல் நியமிக்கப்பட்ட ராஜா ஸ்வரூப் சிங். ரஜபுத்திர வம்சத்தினரான ஸ்வரூப் சிங், மொகலாய அந்தப்புர இளவரசியர் ஒருவருடன் தொடர்புடையவராய் இருந்திருக்கக் கூடும். பேரரசியப் படைக்கான சேவையில் முக்கியமானவராக எழுந்த அவர், செஞ்சியின் கட்டுப்பாட்டைப் பெற்றதும், கப்பம் கட்டுவதை நிறுத்தி வைத்தார். 1714இல் அவர் இறந்ததும் ராஜாதேசிங்கு செஞ்சியின் ஆளுனரானார். தமிழ்க் கதைப்பாடலான தேசிங்குராஜன் கதை, இம்மன்னரின் தந்தையாக தேரணி சிங்கைக் குறிப்பிட, ஆங்கிலேய ஆவணங்கள் ஸ்வரூப் சிங்கைக் குறிப்பிடுகின்றன. ஒரு வேளை தேரணிசிங் என்பது ஸ்வரூப் சிங்கின் இன்னொரு பெயராய் இருக்கலாம்.

எழுபது லட்சம் ரூபாய்களாகக் கணக்கிடப்பட்ட வரிபாக்கியை செஞ்சியிடமிருந்து வசூலிக்குமாறு பேரரசர் ஃபாருக்ஸியார் நாவப் சதாத்துல்லாகானுக்கு ஆணையிட்டார். அதற்கேற்ப நவாப் தன் தூதுவர் தோடர்மாலை செஞ்சிக்கு அனுப்பினார். இளைஞரான தேசிங் அவரை அவமதித்து விட்டார். இதை ஓர் அவமானமாய்க் கருதிய நவாப், தேசிங்கைத் தண்டிக்க தீர்மானித்தார். பல பாளையக்காரரர் உதவியுடன் படைக்குத் தலைமை தாங்கி அவர் ஆரணியை அடைந்தார். மோதலைத் தவிர்க்கும் முயற்சிகள் தோற்றன. 25 வயது இளைஞரான தேசிங் தன் மனைவியிடம் விடைபெற்று, வராகநதி வெள்ளத்தைத் தாண்டி படைகளைத் திரட்டிப் போராடினார். தொடக்க நிலை வெற்றிக்குப் பிறகு அவர், நவாப்பின் முதன்மைப் படையை எதிர்த்துச் சென்றார். செஞ்சிக்கு அருகே கதலி மலையில் போரிடுகையில் தேசிங்கு மடிய, அவரது மனைவி உடன்கட்டை ஏறினாள். இப்போது கோட்டைக்குள் நுழைந்த சதத்துல்லாகான் மொகலாய அதிகாரத்தை மீண்டும் நிலைநிறுத்தினார். தேசிங்கின் மனைவியின் நினைவாக ஆற்காடு அருகே ஒரு நகரை நிறுவி ராணிப்பேட்டை என்று பெயரிட்டார். துணிச்சலுடன் அவசரமும் கொண்ட நவாபின் படைகளை எதிர்த்து, ரஜபுதன இளைஞன் காட்டிய தீரத்தினை தமிழின் கதைப்பாடல் தேசிங்கு ராஜன் கதை பதிவு செய்துள்ளது.

செஞ்சியை வெற்றிபெற்ற பிறகு, மொகலாயர் மதுரையை எதிர்த்துப் புறப்பட்டனர். 1732 இல் மதுரை விஜயரங்க சொக்கநாதர் (1689-1732) இறந்ததும் நாட்டில் பிரச்சனைகள் எழுந்தன. அவர் அரசுக்கு தன் அபிமான அரசி மீனாட்சியை வாரிசாக்கியிருந்தார்.

நெருக்கடி நிலவரத்தை ஓர் அரசியால் சமாளிக்க இயலாது என்னும் எண்ணத்தில் உள்நாட்டுக் குழப்பங்கள் எழுந்தன. அரசியின் சகோதரர்கள் வேங்கட நாயக்கரும் பெருமாள் நாயக்கரும், ஊழல் நடவடிக்கைகளுக்காக செல்வாக்குள்ள பல அலுவலர்களை வெளியேற்றவோ சிறைப்பிடிக்கவோ செய்ததால், பாதிக்கப்பட்டோரின் எரிச்சலுக்கு உள்ளாகி பிரச்சனை கடுமையானது. நாரணப்ப அய்யரின் வழிகாட்டுதல்படி, அவர்கள் மறைந்த மன்னரின் ஒன்றுவிட்ட சகோதரர் பங்காரு திருமலையுடன் துணிகரமான சதி செய்தனர். திடீர் தாக்குதல் மூலம் திருச்சிராப்பள்ளியைக் கைப்பற்றி பங்காருவை அரியணை ஏற்றிடத் தீர்மானித்தனர். இதனை அரசி தரப்பினர் உடனே அறிந்து கொண்டதால் அச்சதி பிசுபிசுத்தது. பங்காரு தெற்கில் தப்பியோடிவிட, சந்தேகத்திற்குரியவர்களையெல்லாம்

நிர்வாகத்திலிருந்து வெளியேற்றி, அரசி தன் நிலையைப் பலப்படுத்தினார். மொகலாயர் பங்காருவுக்குத் துணை நிற்கக்கூடும் என்னும் பயத்தால் அலைக்கழிக்கப்பட்ட அரசி, மூன்று லட்சம் ரூபாய் மதிப்பிலான அன்பளிப்பை வழங்கி ஆற்காட்டு நவாப் தோஸ்த் அலியால் அனுப்பப்பட்ட மொகலாயப் படைத் தளபதி சஃப்தர் அலி மூலம் தன் விருதின் அங்கீகாரத்தைப் பெற்றார். இதற்கிடையே பங்காரு மதுரையில் ஒரு போட்டி அரசாங்கத்தை நிறுவி தன்னை அரசராக அறிவித்து, நாரணப்ப ஐயரை அமைச்சராக நியமித்தார்.

1733இல் பங்காருவும் நாரணப்ப ஐயரும் தம் படையுடன் மதுரையிலிருந்து திருச்சிராப்பள்ளி சென்றனர். மைசூர் படைகள் முன்கூட்டியே தீர்மானிக்கப்பட்டிருந்த திட்டத்தின்படி, மேற்கிலிருந்து நாயக்கர் தலைநகருக்கு வந்தன. இவ்விருமுனைத் தாக்குதலின் சவால் இருப்பினும், அரசியின் படை ஆற்றலுடன் இயங்கின. அது பங்காருவின் துருப்புகளைத் தோற்கடித்துவிட்டு வடபுலம் திரும்பி மைசூர்க்காரர்களைச் சிதறடித்தது. முதல் கட்டப் போர் அரசிக்குச் சாதகமாய் முடிவுற்றது. நாரணப்ப அய்யர் தன் படைகளை மீண்டும் ஒழுங்கமைத்து திண்டுக்கல் நோக்கிப் புறப்பட்டார். அரசியின் படை எதிரியின் வருகையைத் தடுத்து நிறுத்தக் கிளம்பிற்று, ஆனால் மைசூரின் சக்திமிக்க படை திருச்சிராப்பள்ளியில் மறித்ததால் பின்வாங்க நேரிட்டது. இப்போது நாரணப்ப அய்யர், அரசியிடம் ஓர் உடன்பாட்டுக்கு வருமாறு கேட்கும் நிலையில் வலுவாய் இருந்தார். தன்னை அமைச்சராக நியமிக்க வேண்டும். பங்காருவின் மகன் விஜயகுமாரரை ஆட்சிக்குரிய இளவரசனாக அங்கீகரிக்க வேண்டும், பங்காருவுக்கு ஒரு மாவட்டத்தை ஒதுக்க வேண்டும் என்பது உடன்பாட்டின் சாராம்சம். நாரணப்ப அய்யர் சஃப்தர் அலிக்குப் பெரும் வெகுமதி தந்து உடன்பாட்டிற்கான அவரின் ஒப்புதல் பெற்றார்.

எனினும், அவ்வொப்பந்தம் நிறைவேற்றப்படவில்லை. மதுரையிலிருந்த பங்காரு, உடன்பாடு பற்றிக் கேள்விப்பட்டதும் திருச்சிராப்பள்ளி வந்து உடன் பாட்டை நிராகரித்தார். அரியாசனத்தைப் பெற்றுவிடும் முயற்சியில் 30,00,000 ரூபாயை சஃப்தர் அலிக்கு அன்பளிப்புத் தந்து அவரது ஆதரவைப் பெற்றார். மொகலாயத் தளபதி இப்போது அரசி விவகாரத்தைக் கைவிட்டு கோட்டையைக் கைப்பற்ற தீர்மானித்தார். எனினும் தன் செயலை நிறைவேற்ற இயலாது என்று சந்தேகம் கொண்டு தரகராக மாறி, இரு தரப்பு நிலைகளையும் கேட்டு விசாரிப்பதான

பாவனை காட்டி, முன்கூட்டியே முடிவு செய்திருந்த தீர்மானத்தை அறிவித்தார். பங்காரு மணிமகுடத்திற்குரியவர் என்றும் மீனாட்சி அவ்வுடன்பாட்டுக்கு ஒப்புதல் தரவேண்டும் என்றார். ஒருவரின் முடிவு எதேச்சதிகாரமானது என்பதை மறுதலிக்க முடியாது. ஏனெனில் இது அங்கீகாரத்தை மீறுவது மட்டுமின்றி, பங்காருவுக்குச் சாதகமானதும் கூட அரசி இத்தீர்ப்பை ஒதுக்கித் தள்ளியதில் ஆச்சரியம் ஒன்றுமில்லை. எனினும் 1733இல் சஃப்தர் அலி பங்காருவை மதுரை மன்னராகப் பிரகடனம் செய்து, படைகளின் பொறுப்பை தன் மைத்துனர் சந்தாசாகிப்பிடம் ஒப்படைத்துவிட்டு ஆற்காடு திரும்பினார். திருச்சியில் அரசியின் அரசாங்கம் (ம) மதுரையில் பங்காருவின் அரசாங்கம் என்னும் போட்டி அரசாங்கங்கள் தொடர்ந்து நிலவின.

திருச்சிராப்பள்ளி கோட்டையைத் தகர்க்கப் போவதாக பங்காரு மிரட்டல் விடுத்தபோது, நிலவரம் சந்தாசாகிப்புக்குச் சாதகமாய் திரும்பிற்று. மிகவும் கலவரமுற்ற மீனாட்சி உதவி கோரி சந்தாசாகிபை நாடினார். ஒரு கோடி ரூபாய் பெற்றுக்கொண்டு நெவாயெட் தளபதி ராணுவ ஆதரவளிக்க இசைந்தார். நெவாயெட்களின் அணுகுமுறையிருந்த ஒரு சீரற்ற தன்மை வெளிப்பட்டது. இருந்தும் போட்டி நாயக்க அரசுகள் போராட்டத்தைத் தொடர்ந்தன. விசுவாசத்துடன் ஆதரவளிப்பதாக சந்தாசாகிப் அரசியிடம் உறுதியளித்தது. பொய்மையான குரான் மீது தரப்பட்ட பொய்யான வாக்கு என்பது அம்பலமானது. சந்தாசாகிபின் ஏமாற்றுவேலை குறித்துச் சந்தேகிக்காத அரசி, அந்நியப்படைகளை தன் ஆட்சிப் பகுதிகளுக்குள் அனுமதித்தார். அரசியின் படைகளைத் தன் படைகளுடன் சேர்த்துக் கொண்ட சந்தாசாகிப் பங்காருவின் படைகளைத் தாக்கி சிதறடித்தார். சிறைக்கைதிகளுள் ஒருவரான பங்காரு ஆற்காட்டிற்கு அனுப்பப் பட்டார். அரசியிடம் அனுப்பப்பட்ட நாரணப்ப ஐயர், பின்னர் கொல்லப்பட்டார். உள்நாட்டுப் போர் முடிந்து அரசி தன் செல்வாக்கைத் திரும்பப் பெற்றதாய்த் தோன்றிற்று.

ஆற்காட்டிற்குச் சென்ற சந்தாசாகிப், 1736 ஜனவரியில் பங்காருவுடனும் பெரிய படையுடனும் திருச்சிராப்பள்ளி திரும்பினார். இப்போது அவரின் கேடுகெட்ட திட்டம் வெளிப் பட்டது. தன் உறுதிமொழியை அப்பட்டமாக மீறி, திடீரென்று தாக்கி கோட்டையைக் கைப்பற்றினார். அரசியைச் சிறைவைத்து பங்காருவை 'மன்னர்' என்னும் வெற்றி விருதுப் பெயருடன் அரியணை ஏற்றினார். 1736ஆம் ஆண்டின் இப்புரட்சி மதுரை

நாயக்கர் நிர்வாகத்தை முடிவுக்குக் கொண்டுவந்து, நவாப் ஆட்சியை ஆரம்பித்து வைத்தது. திருச்சிராப்பள்ளி வெற்றியை திடப்படுத்திக் கொண்டபின் சந்தாசாகிப் மற்ற அரசுகளின் படைகளுடன் மோதினார். தஞ்சாவூர் மீது படையெடுத்து பெரும் தொகையை கப்பமாக விதித்தார். மேற்கு நோக்கிச் சென்று, கடந்த காலத்தில் மைசூர் மன்னர் மதுரையிடமிருந்து ஆக்கிரமித்திருந்த பிரதேசங்களைக் கைப்பற்றினார்.

இதற்கிடையே நாயக்கர்கள் தம் வல்லமையைத் திரட்டி, விஜயகுமாரரை மதுரை மன்னராகப் பிரகடனம் செய்தனர். இதனைக் கேள்விப்பட்ட சந்தாசாகிப் மீனாட்சியை அரியணை ஏற்றி, அரசியின் பெயரால் ஒரு படையைப் போட்டி அரசாங்கத்திற்கு எதிராக அனுப்பினார். அது விஜயகுமாரரின் துருப்புகளைத் தாக்கித் தோற்கடித்தது. மதுரை அருகே மகனது படைகளுடன் சேர்ந்து கொண்ட பங்காரு, அம்மய நாயக்கனூரில் தன் இறுதி முயற்சியை மேற்கொண்டார். ஆனால் தோற்கடிக்கப்பட்டார். தம் பூசல்களின் பலன்களை அறுவடை செய்து கொண்ட தந்தையும் மகனும், பாதுகாப்பின் பொருட்டு சிவகங்கைக்குத் தப்பியோடினர். சில மறவர் தலைவர்கள் அவர்களுக்கு ஆதரவாக சில கிராமங்களை ஒதுக்கி அவர்களை மீட்க முன்வந்தனர். நாட்டின் நேரடிக்கட்டுப்பாட்டைப் பெறுவதில் எந்தத் தடையினையும் காணாத சந்தாசாகிப், அரசியைப் பதவியிறக்கி மொகலாயர் பெயரில் மதுரை நவாபாக தன்னை அறிவித்துக் கொண்டார். விரக்தியுற்ற மீனாட்சி தற்கொலை செய்து கொண்டார்.

வாலாஜா அரசர்களின் வாழ்க்கை வரலாற்று ஆசிரியர் பர்ஹான் இபின் ஹாசன், சமாதானம் நிலைநாட்டுபவராக திருச்சிராப்பள்ளி சென்ற சந்தாசாகிப், ஒரு சகோதரனின் நட்பிழையை நெய்து, அல்லா பெயரில் உறுதி செய்து மேற்கொண்ட உடன்படிக்கையை மீறி கோட்டையைக் கைப்பற்றியதை சரியாகவே கண்டிக்கிறார். எனினும் நவாபுக்கு அது கணிசமான உடைமையாயிருந்தது. ஒரு புறத்தில் அது, இருநூற்றாண்டுகால நாயக்க அரசின் இருப்பின் அழிவை அடையாளப்படுத்திற்று. இன்னொரு புறத்தில், கர்நாடகம் திருநெல்வேலி வரை விரிவாக்கம் கொள்ளுமாறு இட்டுச் சென்றது. அந்நியராட்சியின் கீழ் நீண்ட சங்கிலியில் அது இன்னொரு பிணைப்பை ஏற்படுத்திற்று.

சாயாஜி புனேயின் மராத்தியரிடம் உதவி கோரினார். தம் குடும்பத்தைச் சார்ந்தவரான சாயாஜியின் விதிகண்டு மராத்திய மன்னர் சாஹு நெகிழ்ந்து போனார். அத்துடன், மைசூர்

புதுக் கோட்டை மறவர் (ம) ஆகிய தெற்கின் இந்து அரசுகள், தெற்கிலிருந்து மொகலாயரை விரட்டியடிப்பதில் ஒத்துழைப்பதாகக் கூறி மராத்தியரை அழைத்தன. ஹைதராபாத்தின் நிஜாம் ஆஸஃப் ஜாவும் படையெடுப்பு மேற்கொள்ளுமாறு மராத்தியரைத் தூண்டினார். தன் ஒப்புதல் இல்லாது நெவாயெட்டுகள் பிரதேசங்களை ஆக்கிரமித்தது கண்டு கோபமுற்று, ஆனால் டெல்லியின் அரசியல் சதிகளால் தடுக்கப்பட்டு, நவாபுகளைக் கட்டுப்படுத்தும் பொறுப்பை மராத்தியரிடம் விட்டுவிட்டார். மறுபுறத்தில் மராத்தியர் வரிவசூலிப்பிற்காக இச்சந்தர்ப்பத்தைப் பயன்படுத்திக்கொள்ள விரும்பினர். எனினும் கடந்த காலத்தைப் போலவே இப்போதும் சாதக அம்சமாயிருந்த மராத்தியரை அழைத்தது உள்நாட்டுப் பூசல்தான். திருச்சிராப்பள்ளியில் சந்தாசாகிப்பால் ஏற்படுத்தப்பட்ட சுதந்திர அரசும், தஞ்சாவூரில் சஃப்தர் அலி செய்த குறுக்கீடும், இரு தளபதிகளுக்கிடையிலான கடும் போட்டியை பிசுபிசுத்துப் போக வைத்தது. வயதான நவாப் தோஸ்த் அலி, நாட்டின் நிர்வாகத்தை நாட்டுக்காகப் போராடியவர்களிடம் ஒப்படைத்துவிட்டு, மதத்திற்குத் தன்னை அர்ப்பணித்துக்கொண்டார். இரு நெவாயெட் பிரிவுகளுக்கிடையிலான பகைமை வெளிப்புற ஆக்கிரமிப்பை வரவழைத்தது.

மே 1740இல் மராத்தியர் தமிழ் நாட்டில் பாளையம் இறங்கினர். ராகுஜி போன்ஸ்லே (ம) ஃபதேசிங் என்னும் இரு தளகர்த்தர்கள் 40,000 முதல் 50,000 வரையிலான குதிரைகளைக் கட்டுப்பாட்டில் வைத்திருந்தனர். படையெடுத்துவரும் ராணுவத்தின் திடீர் தோற்றம் நாடெங்கிலும் திகிலைப் பரப்பிற்று. தஞ்சாவூரிலிருந்து சஃப்தர் அலியிடம் உதவி வேண்டி தோஸ்த் அலி அவசர செய்தி அனுப்பினார். ஆற்காட்டில் ஒரு திருமணத்தில் கலந்து கொள்ள, திருச்சிராப்பள்ளியிலிருந்து புறப்பட இருந்த சந்தாசாகிப்பிடம் பீதியூட்டும் இச்செய்தி வந்து சேர்ந்தது. சஃப்தர் அலியும் சந்தா சாகிப்பும் தம் படைகளைத் திரட்டும் முன்பாக, வயதான நவாப் தன் படையினருடன் வடக்கே சென்று சந்திரகிரி அருகே தன்னை திடப்படுத்திக்கொண்டார். மே 20 அன்று, மராத்தியர் நவாப் படைகளைத் தாக்கி தோஸ்த் அலியையும் அவரது மகன் ஹாஸன் அலியையும் கொன்றனர். அவர்தம் படைகளை வீழ்த்தினர். வெற்றிபெற்ற ராணுவம் துரிதமாய் ஆற்காட்டிற்கு முன்னேறியது. பகையரசுகள் மேல் மராத்தியர் பெற்ற பெரும் வெற்றிகளுள் இது ஒன்றாகும்.

இதற்கிடையே சஃப்தர் அலியும் சந்தாசாகிப்பும் முறையே தஞ்சாவூரிலிருந்தும், திருச்சிராப்பள்ளியிலிருந்தும் ஆற்காடு நோக்கிப் புறப்பட்டனர். சந்தாசாகிப் அன்பளிப்பைப் பெற்று, சிறை வைக்கப்பட்டிருந்த சாயாஜியை விடுவித்தார். நவாப் வீழ்ந்த செய்தி கேட்டதும் அவர் வேலூர் கோட்டைக்கு ஓய்வெடுக்கச் சென்றார். சந்தாசாகிப் வேலூரில் சஃப்தர் அலியுடன் இணைந்து கொண்டார். பொது அபாயம் என்பதன் அழுத்தம் காரணமாக, தம் வேறுபாடுகளை மறந்து போன இரு தளகர்த்தர்களும், ஆக்கிரமிப்பாளரை வெளியேற்ற வழிமுறைகளை யோசித்தனர். பிரெஞ்சுக்காரரின் ஆதரவைப் பெற்றுவிடலாம் என்று எதிர்பார்த்து, பாண்டிச்சேரி சென்ற அவர்கள் எந்த உதவியையும் பெறவில்லை. பிரெஞ்சு குடியிருப்பில் சில தினங்களைக் கழித்துவிட்டு, இருவரும் செஞ்சிக்குப் புறப்பட்டனர். அங்கிருந்து சஃப்தர் அலி ஆற்காட்டை நோக்கிப் புறப்பட, சந்தாசாகிப் திருச்சிராப்பள்ளிக்குத் திரும்பினார். மராத்தியர் ஆற்காட்டிலிருந்து வெளியேறினால், ஒரு கோடி ரூபாய் தருவதாக சஃப்தர் அலி ஒப்பந்தம் செய்து கொண்டார். திருச்சிராப்பள்ளியில் சந்தாசாகிப்பின் அரசினை அடக்கிவிட்டால், மராத்தியருக்கு நான்கு லட்ச ரூபாய் அன்பளிப்பு தந்து விடுவதாக அவ்வொப்பந்தத்தில் ஓர் இரகசிய பிரிவினையும் அவர் சேர்த்துக் கொண்டார். திருச்சிராப்பள்ளியை அவர்களே எடுத்துக் கொள்ளவும் இசைவு தந்தார். அரசி மீனாட்சி, சந்தா சாகிப்பால் காட்டிக் கொடுக்கப்பட, சந்தாசாகிப்போ சஃப்தர் அலியால் காட்டிக் கொடுக்கப்பட்டார். உடன்படிக்கையின்படி, மராத்தியர் ஆற்காட்டிலிருந்து வெளியேறினர் சஃப்தர் அலி தன்னை நவாபாக முடிசூட்டிக் கொண்டார்.

திருவண்ணாமலையில் சற்றுத் தங்கிய மராத்தியர், லட்சக்கணக்கிலான பக்தரை ஈர்க்கும் கார்த்திகை திருவிழாவை ஒட்டி, நகரைக் கொள்ளையிட்டனர். ஏராளமான பொருட்களுடன், கூட்டியின் மராத்தியர் தலைவரான முராரிராவின் 10,000 குதிரைப் படையைச் சேர்த்துக் கொண்டு, 1741 பிப்ரவரியில் அவர்கள் திருச்சிராப்பள்ளிக்குப் புறப்பட்டனர். மராத்தியர் குதிரைப்படையின் முதன்மைப்பிரிவு கோட்டை அருகே நிலைகொண்டு, கோட்டையுடனான தகவல் தொடர்புகளை துண்டித்தன. வடக்கு எல்லைகளைக் காத்திட, புத்தாசாகிப் தலைமையிலான நெவாயெத்துருப்புகள் மதுரையிலிருந்து விரைந்தன. ஆனால் ராகுஜி போன்ஸ்லே மணப்பாறையில் அவர்களைத் தடுத்து நிறுத்தினார். ஒன்பது மணிநேரம் நீடித்த கடும் சண்டையில் மராத்தியர் வென்றனர். புத்தாசாகிப்பும்

சதக்சாகிப்பும் சண்டையில் மடிய, ஒவ்வொரு முகாமும் 3000 பேருக்கும் அதிகமாக இழந்தன. மராத்தியரின் தீர்மானகரமான இவ்வெற்றி, அவர்களது திருச்சிராப்பள்ளி முற்றுகைக்கு உதவிற்று. பலமான எதிர்ப்பு இருந்தும் சந்தாசாகிப் தன் வலுவான கோட்டையை ஒரு மாதத்திற்கும் மேலாக தற்காப்புச் செய்தார். 1741 மார்ச் 16 அன்று மராத்தியர், கொத்தளங்களில் ஏறி ஓய்ந்து போன பாசறையினரை திடுக்கிடச்செய்து கோட்டையைக் கைப்பற்றினர். வெற்றியாளர்கள் சந்தாசாகிப்பை அவரது மகன் ஆபித் அலியுடன் கைதிகளாக சதாராவுக்குக் கொண்டு சென்றனர். வென்ற பிரதேசங்களின் ஆட்சியாளராக முராரிராவை ராகுஜி நியமித்தார். திருச்சிராப்பள்ளியில் நெவாயெத் ஆட்சியின் இறுதியை இது குறித்தது. மராத்தியர் இங்கிருந்து தெற்கே படையெடுத்து, மதுரை மீது தம் அதிகாரத்தை நிறுவினர். அவர்கள் ஆலயங்களில் வழிபாட்டினைப் புதுப்பித்தனர். பிராமணரை கோயில்களுக்குள் வரவழைத்தனர். உள்ளூர்த் தலைவர்களது ஆதரவைப் பெற்றனர் (ம) தம் செல்வாக்கைத் திரட்டிக் கொண்டனர்.

நிஜாமின் படையெடுப்பு

எனினும், ஹைதராபாத் நிஜாமின் படையெடுப்பு மராத்திய ஆட்சியின் முற்போக்கான திடப்படுத்தலை தடுத்து நிறுத்திற்று. தமிழ்நாட்டின் மீது மொகலாயர் அதிகாரத்தை மீண்டும் உறுதிப்படுத்துவதே அவரது படையெடுப்புக்கான காரணம். உள்ளூர் நிலவரம் சாதகமானதாகத் தோன்றிற்று. சந்தாசாகிப்பின் தோல்வியைத் தொடர்ந்து வந்த ஆண்டுகள் நெவாயெத்களின் வரலாற்றில் மிகவும் கேடானவை. அவர்கள் திறமைசாலியான ஒரு தளகர்த்தரது சேவையுடன், கேந்திர முக்கியத்துவமுள்ள வலுவிடத்தையும், அரசில் பாதியையும் இழந்தனர். செல்வாக்கான சந்தாசாகிப் இல்லாததால், வேலூரின் அரசன் முர்தஸா அலியும் சஃப்தர் அலியும் ஒரு விழாவில் தங்களுக்கான சந்தர்ப்பத்தைக் கண்டு கொண்டனர். இச்சதிகார அரசனும் சஃப்தர் அலியின் மைத்துனனுமான முர்தஸா அலி, தூங்கிக் கொண்டிருந்த தன் மைத்துனரைக் கொன்றுவிட்டு, ஆற்காடு சென்று அரியணை ஏறினார். எனினும், இறந்துவிட்ட நவாபின் படைகள் இக்கொடிய சதிச் செயலின் பார்வையாளர்களாக நின்றுவிடாமல், ஆக்கிரமிப்பாளரைத் தலைநகரிலிருந்து வெளியேற்றி மறைந்த நவாபின் கைக்குழந்தை சையத் முகமதை இரண்டாம் சதத்துல்லாகான் ஆக அரியணை

ஏற்றின. நெவாயெத்துகளைப் பலவீனப்படுத்திய அதிகாரத்திற்கான இப்போராட்டம், மராத்தியரிடையே இதுபோன்ற நிலையுடன் பொருந்திப் போனது. பேஷ்வா பாலாஜி பாஷ்ராவும், ராகுஜி போன்ஸ்லேவும் தலைமைக்கான கடுமையான போட்டியில் இறங்கினர். இதில் பாஜிராவ் இறுதியில் வென்றார். மராத்திய அரசுகளின் கவனத்தைப் பெரிதும் ஈர்த்த இம் மோதல், திருச்சிராப்பள்ளியில் முராரிராவை ஆதரவற்றவராக விட்டுவிட்டது. இச்சாதக நிலையை தன் நலனுக்குப் பயன்படுத்திக் கொள்ள நிஜாம் இப்போது தீர்மானித்தார்.

1743இன் ஆரம்பத்தில் நிஜாம் ஆசாஃப் ஜா, இரண்டு லட்சம் தரைப்படை (ம) எண்பதாயிரம் குதிரைப்படைக்குத் தலைமை தாங்கி, எதிர்ப்பின்றி ஆற்காட்டுக்குச் சென்று தன் அதிகாரத்தை மீண்டும் நிலைநாட்டி, இரண்டாம் சதத்துல்லாகானை நவாபாக உறுதிப்படுத்தினார். காஜா அப்துல்லாகானை மன்னரின் வேட்பாளராக நியமித்தார். அது ஒரு புத்திசாலித்தனமான நடவடிக்கையாயிருந்தது. இருந்த நிலையைப் பாதுகாத்து அவர் நெவாயெத்துகளை அமைதிப்படுத்தினார். அந்த சமயத்தில், மன்னரின் காப்பாளராக நியமிக்கப்பட்ட தன் வாரிசு மூலம், நிர்வாகத்தின் கட்டுப்பாட்டினைப் பெற்றார். 1743இல் இந்த ஏற்பாட்டினைச் செய்துவிட்டு, நிஜாம் வேலூர் சென்று அங்கிருந்து திருச்சிராப்பள்ளி சென்றார். படையெடுப்பாளரை எதிர்த்துப் போராடிய முராரிராவ், ஆறு மாதகாலம் கோட்டையைக் காத்து வந்தார். தன் ஆதாரங்களை இழந்து, சகாக்களால் கைவிடப்பட்டுக் கடைசியில் கோட்டையிலிருந்து வெளியேற இசைந்தார். பதிலுக்கு நிஜாம் அவருக்கு இரண்டு லட்சம் ரூபாய் தந்து, கூட்டி (ம) பெனுகொண்டா அரசனாக அவரை அங்கீகரித்தார். இதனால் நிஜாம், திருச்சிராப்பள்ளி (ம) மதுரையை உடைமையாக்கினார்.

1744இல் காஜா அப்துல்லா இறந்ததும், நிஜாம் தன் தளகர்த்தர் அன்வர் உத்தின்னை இரண்டாம் சதத்துல்லாகானின் காப்பாளராக நியமித்தார். எனினும் சீக்கிரமே பத்துவயது இளவரசனை துயரம் ஆட்கொண்டது. 1744 ஜூனில் இரண்டாம் சதத்துல்லாகான் ஒரு மணவிழாவில் கலந்துகொண்ட போது, அன்வர் உத்தின் (ம) முர்தஸா அலி ஆகியோர் முன்னிலையிலேயே குத்திக் கொல்லப்பட்டார். இப்போது அன்வர் உத்தின் ஆட்சிக்கு வந்தார். அன்வர் உத்தீன் (ம) முர்தஸா அலி ஆகிய இருவர் இக்கொடுஞ் செயலில் உடந்தையாக இருந்திருப்பதை மறுதலிக்க முடியாது. இருப்பினும் கொலையாளியைத் தண்டிப்பதை விட தன்

செல்வாக்கினைப் பாதுகாப்பதிலேயே ஆர்வம் கொண்டிருந்த நிஜாம், வாலாஜா மன்னர்கள் இல்லத்தவரான அன்வர் உத்தினை அடுத்த மன்னராக நியமித்தார். வாலாஜாக்களின் ஆட்சி துயர நிகழ்வுகளின் மத்தியில் தொடங்கிற்று. அது நெவாயெத்துகளை அதிகாரத்திலிருந்து தூக்கி எறிந்தது. மேலாண்மை பெறுவதில் ஆங்கிலேய பிரெஞ்சு போராட்டத்தின் மீது மையம் கொண்டிருந்த நிகழ்வுகளில் அவர்கள் முக்கியப் பங்காற்ற இருந்தனர்.

ஐரோப்பியச் செல்வாக்கின் ஆரம்பங்கள்

விஜயநகரின் காலத்திலே தமிழ்நாட்டின் கடற்கரை மீது ஐரோப்பியர் முதன் முறையாகத் தோன்றினர். முதலில் வந்து சேர்ந்தவர்கள் போர்ச்சுக்கீசியர் அவர்களுக்கு அடுத்து வந்தவர்கள் டச்சுக்காரர், டென்மார்க்கினர், ஆங்கிலேயர் (ம) பிரெஞ்சு நாட்டவர். இது தென்னிந்திய வரலாற்றின் தனித்தொரு சம்பவமல்ல மாறாக, இந்தியா முழுமைக்கான பொது அம்சமாய் இருந்தது. விஜயநகரப் பேரரசின் சீரழிவும் உள்நாட்டுக் குழப்பங்களும் பிரச்சனைகளை முன்வைத்தது போன்றே ஐரோப்பிய வியாபாரிகளுக்கு வாய்ப்புகளை அளிக்கவும் செய்தன. இவற்றைக் கவனித்திட எந்தத் தனியொரு அதிகார ஆளுமையினையோ, அமைதியான சூழலில் தம் வணிகத்தைத் தொடர்வதை அனுமதித்திடும் ஓர் அமைப்பினையோ அவர்கள் எதிர்பார்க்க முடியாதிருந்ததால் அவை பிரச்சனைகளை முன்வைப்பனவாக இருந்தன. அவரகள் ஒருவரை எதிர்த்து இன்னொருவர் செயல்பட முடியும் வணிக அரசியல் சலுகைகளையும் பெறமுடியும் என்பதால், அவர்கள் வாய்ப்புகளை கூடுதலாகக் கண்டனர்.

மக்கள் வறுமையில் வாழ்ந்ததால், நாட்டின் வளமான நிலங்கள் அளித்த காய்கறிகள், பழங்கள், அரிசி, மீன் போன்ற பல்வேறான பொருட்களை சந்தையில் குறைந்த விலைக்குத் தந்தர். எண்ணற்ற நகரங்கள் நேர்த்தியான பருத்தி ஆடைகளை உற்பத்தி செய்தது மட்டுமின்றி, பருத்தி, மரம், பொன் (ம) விலையுயர்ந்த கற்களுக்கான சந்தைகளாயும் விளங்கின.

வாசனைத் திரவியங்கள், கிராம்பு, மிளகு, அவுரி, முத்து, பட்டு, காலிகோ துணி போன்றவை ஐரோப்பியருக்குத் தேவைப்பட்டன. இப்பொருட்களை விற்று பெரும் ஆதாயங்களை அடைய முடியும் என்று கண்டனர். எனினும், அவர்கள் தம் வணிகத்தில் தமிழரின் வாழ்வுக்கு அடையாளமான வறுமை, எளிமை (ம) நொய்மைத்

தன்மை எல்லாம் தடைகளாக இருக்கக் கண்டனர். உலகம் அதிகம் உற்பத்தி செய்த வணிக இனங்களில், தமிழருக்கு ஆர்வமூட்டும்படி செய்திட, அவர்தம் பழக்கவழக்கங்களை மாற்றுவது சீரானதும் பொறுமைமிகுந்ததுமான முயற்சிகளால்தான் ஆகும்.

போர்ச்சுக்கீசியர் மலபார் கரை மீது கோழிக்கோட்டை அடைந்தனர். 1510இல் கோவாவைப் பெற்ற அவர்கள் அதை இந்தியாவில் தன் தலைநகராக்கிக் கொண்டனர். கிழக்குக் கரையோரத்தில் குடியிருப்புகளை நிறுவுவது அடுத்துத் தொடர்ந்தது. போர்ச்சுக்கீசியரது நோக்கம் பெரிய பிரதேசங்களைக் கைக்கொள்வதல்ல. அவர்தம் நிதியாதாரங்கள் அதற்கு இடமளிக்காது. மாறாக, மன்னர்களிடத்தே உடன்பாடுகள் மூலம் கிழக்குச் சந்தையைக் கட்டுப்படுத்துவதே. அவர்கள் மதவியல் நடவடிக்கைகளுக்கும் சம முக்கியத்துவம் தந்தனர். மக்களை கத்தோலிக்க மதத்திற்கு மாற்றிட யேசு சபையாருக்கு ஆதரவளித்தனர்.

1522இல் போர்ச்சுக்கீசியர் சாந்தோமில் ஒரு குடியிருப்பை ஏற்படுத்தினர். புனித தாமஸ் கொல்லப்பட்ட இடத்திலே ஒரு தேவாலயத்தை நிர்மாணிக்க விரும்பியதால், அவர்களது அக்கறை மதம் சார்ந்ததாகவே ஆரம்பித்தது. கிழக்குக் கரையிலே புனித தாமஸின் தேவாலயம் இருந்தது என உள்ளூர் கிறித்தவர்களிடமிருந்து கேள்விப்பட்ட கோவாவின் போர்ச்சுக்கீசிய அரசப் பிரதிநிதி ஃபிரான்சிஸ்கோ அல்மெய்தா, அதனைக் கண்டறியுமாறு 1507இல் தன் மகனை அனுப்பினார் என காஸ்பெர் கொரியா பதிவு செய்தார். அவர்தம் அறிக்கைப்படி, இரு போர்ச்சுக்கல் மன்னரின் உத்தரவுப்படி, அத்தேவாலயம் மறு நிர்மாணம் செய்யப்பட்டது (ம) மதில்கள் எழுப்பப்பட்டன.

எனினும், பிந்தைய ஆண்டுகளில் அம்மதில்கள் கடலலைகளால் அடித்துச் செல்லப்பட்டன. சீக்கிரமே அவர்கள் அதனை ஒரு வணிக மையமாகவும் வளர்த்துவிட்டனர். செஞ்சி மண்டலத்தில் போர்ட்டோ நோவோவில் (கடலூர் துறைமுகத்தில்) ஒரு குடியிருப்பை நிறுவி, அதனைத் துறைமுகமான ஆக்கினர். தஞ்சாவூர் செவ்வப்ப நாயக்கரின் நிர்வாகத்தின் போது அவர்கள் நாகப்பட்டினத்தில் தங்கிட, அது பெரும் நகராக வளர்ந்தது.

1597இல் இங்கு வருகை புரிந்த பிமெண்டா பாதிரியார் எழுதினார். "சீனர், வங்காளம், பெரு (ம) மலாக்கா கரைகளிலிருந்து பல ஆண்டுகள் தங்கி இருந்தனர்." இருப்பினும், தெற்குக்

கரையிலேதான் போர்ச்சுக்கீசியர் கணிசமான ஆதாயங்கள் அடைந்தனர். பெரும் உழைப்பாளிகளான பரதவர்கள், விஜயநகரப் பேரரசின் நிதியாதாரங்களுக்குப் பெரிதும் உதவினர். என்றாலும் அவர்கள் விஜயநகர அரசர்களால் ஒடுக்கப்பட்டு, இதர சமுதாயங்களின் தயவில் விடப்பட்டனர். பரதவர்களுக்கும் முஸ்லீம்களுக்குமிடையே அடிக்கடி மோதல்கள் நிகழ்ந்தன. அத்தகைய ஒரு மோதலில் சுமார் 7000 பேர் மாண்டனர். விஜயநகரப் பேரரசுகள் பாதுகாப்பளிக்காது போனதால், அவர்கள் கொச்சியின் போர்ச்சுக்கீசியரிடம் உதவி கோரினர்.

போர்ச்சுக்கீசியர் 1583இல் Fishery Coast- னை அடைந்து, துறைமுக நகரின் உரிமையாளர்களாக நிறுவிக்கொண்ட பின், பரதவரின் விசுவாசத்தைப் பெற்றனர். எல்லாப் பரதவரும் ஒரே நாளில் ஞானஸ்நானம் பெற்று, கிறித்தவத்தைத் தழுவி போர்ச்சுக்கீசிய அதிகாரத்தை அங்கீகரித்தனர். இச்சம்பவம் 1700இல் 50,000 மக்களுடன் தூத்துக்குடியை செல்வாக்குள்ள ஒரு துறைமுக நகரமாக்கியது. என்றாலும், அவர்கள் நிலைமையை மாற்றியவை, நாயக்கர் (ம) டச்சுக்காரர்களுடன் அவர்கள் செய்த மோதல்களே. விஜயநகரப்படைகள் Fishery Coast இல் குடியிருப்புப் பகுதிகளைத் தாக்கின.

யாழ்ப்பாண அரசருக்கு ஆதரவாகப் போர்ச்சுக்கீசியரை எதிர்த்து, தஞ்சாவூரின் ரகுநாத நாயக்கர் ஒரு படையெடுப்பை மேற்கொண்டார். அது தோல்வியுற்றாலும், போர்ச்சுக்கீசியர் தஞ்சாவூரில் தம் செல்வாக்கை இழந்தனர். 1658இல் டச்சுக்காரர்கள் நாகபட்டினத்தையும் இதர குடியிருப்புகளையும் கைப்பற்றி, கிழக்குக்கரைச் சந்தையின் கட்டுப்பாட்டில் வைத்தனர். இவற்றின் விளைவாக தமிழ்நாட்டில் போர்ச்சுக்கீசியரின் செல்வாக்கு நலிவுற்றது.

டச்சுக்காரரும் டென்மார்க் நாட்டவரும்

டச்சுக்காரரும் டென்மார்க் நாட்டவரும் போர்ச்சுக்கீசியரின் கடுமையான எதிரிகளாக கடற்கரை வந்தனர். துடிப்பானவர்களாயும் உலகளாவிய பார்வை கொண்டவர்களாயும், கோட்டைகளை நிறுவி ஆசிய அரசுகளுடன் உடன்பாடு கொள்ளுமாறு தம் அரசாங்கத்தால் அறிவுறுத்தப்பட்டும் வந்த டச்சுக்காரர்கள், வலிய நிலையிலிருந்து போர்ச்சுக்கீசிய மேலாண்மைக்குச் சவால் விட்டனர். தமிழ்நாட்டில் அவர்களது ஆரம்ப நிலை அனுபவம் ஏமாற்றம் அளித்ததாக

இருப்பினும், தீர்மானகரமான முயற்சியின் விளைவால் பல பகுதிகளில் தம் செல்வாக்கை நிறுவினர்.

1595இல் நான்கு கலன்களுடன் நெதர்லாந்திலிருந்து புறப்பட்ட டச்சுக்காரர், மலபார் கரையை அடைந்து அங்கிருந்து தம் கப்பல்களை கிழக்குக்கரைக்கு அனுப்பினர். செஞ்சியின் கிருஷ்ணப்ப நாயக்கரின் அனுமதியுடன் அவர்கள் 1608இல் தேவனாம்பட்டனத்தில் ஒரு தொழிற்சாலையை நிறுவினர். பின்னாளில் அது புனித டேவிட் கோட்டை என்னும் ஆங்கிலேயர் குடியிருப்பானது. 1610இல் உள்ளூர் நாயக்கர் ஒருவரிடமிருந்து அவர்கள் பழவேற்காட்டைப் பெற்று அதனைத் தம் வலுவிடமாய் மாற்றினர். எனினும், அவர்களுக்கு எதிராலான போர்ச்சுக்கீசியரின் வஞ்சனையால், பேரரசர் முதலாம் வேங்கடர் செஞ்சி நாயக்கரை அனுப்பி தேவனாம்பட்டினக் கோட்டையைத் தகர்க்கச் செய்தார். நாயக்கர் படைகள் செய்த தாக்குதல் (ம) இக்குடியிருப்பினைத் தகர்த்தது பற்றி ஆங்கிலேய ஆவணங்கள் கூறுகின்றன. இதனைத் தொடர்ந்து தேவனாம்பட்டினத்திலும் போர்ட்டோ நோவோ விலும் தங்கிட மீண்டும் கிருஷ்ணப்ப நாயக்கரிடம் அனுமதி கோரினர். அது நிறைவேறவில்லை. இதில் ஏமாற்றமுற்ற டச்சுக்காரர் பதிலடி கொடுக்கத் தீர்மானித்தனர். 1606இல் மலாக்கா யுத்தத்தில் போர்ச்சுக்கீசியர் கப்பற்படையை அவர்கள் தோற்கடித்து, நாகப்பட்டினம் (ம) தூத்துக்குடி உள்ளிட்ட பகைவர் குடியிருப்புகளை அடக்கினர். 1689இல் நாகப்பட்டினத்தை இந்தியாவில் தம் உடைமைகளுக்கான தலைநகரம் ஆக்கினர்.

அவர்கள் தம் குடியிருப்புகளை வலுப்படுத்தி, தம் செல்வத்தைக் கவனமாக நிர்வகித்து, பெரும் ஆதாயங்கள் அடைந்தனர். இருப்பினும் பிந்தைய ஆண்டுகளில் அடிமை வணிகத்தில் ஈடுபட்டு அரசவைச் சூதுகள் செய்தனர். இவை அவர்தம் பெயரைக் கெடுத்தன. இந்தியாவில் பிரிட்டிஷாரின் எதிர்ப் பாலும், கிழக்கு இந்தியத் தீவுகளில் கவர்ச்சியான வணிக வாய்ப்பு இருந்தமையாலும், அவர்கள் படிப்படியாக தமிழக கரையிலிருந்து விலகி கிழக்கு இந்தியத் தீவுகளுக்கு நகர்ந்தனர்.

1620இல் டென்மார்க் மன்னர் நான்காம் கிறிஸ்டியன் டென்மார்க் நாட்டவரை தஞ்சாவூருக்கு அனுப்பினார். ஓவி கீடி தரங்கம்பாடியில் ஒரு குடியிருப்பை ஏற்படுத்திட, அதனை டேன்ஸ்போர்க் என்றழைத்தனர். மதவியல் காரணங்களால் அவர்கள் வணிகத்தில் ஆர்வங்கொண்டனர். (ம) டேனிஷ் லூத்தரன் மிஷனை நிறுவினர். லூத்தரன்கள் தேவாலயங்களை நிறுவி, இயேசு சபையாரின்

இறைஊழிய நடவடிக்கைகளுக்கு ஆற்றல் வாய்ந்த சவால் விடுத்தனர். இருந்தபோதிலும் அவர்தம் தாயகத்திலிருந்து பணம் கிடைப்பதும் கப்பல் வருகையும் சீரற்று இருக்கவே, அவர்கள் செல்வாக்கினையும் ஆர்வத்தையும் இழந்தனர். இதனால் அவர்கள் கணிசமான முன்னேற்றம் அடைய முடியவில்லை.

ஆங்கிலேய கிழக்கிந்தியக் கம்பெனி

1600இல் ஆங்கிலேய கிழக்கிந்திய கம்பெனி இந்தியாவுடனான வாணிபத்திற்கு அரச உரிமைச் சாசனம் ஒன்றைப் பெற்றது. வணிகத்தைக் கைப்பற்றிட அது கடும் முயற்சி மேற்கொண்டது. ஆனால், உள்நாட்டுப் பகைமையாலும் ஐரோப்பியச் சதிகளாலும் சிரமங்களை எதிர்கொண்டது. கொங்கணம், மலபார் (ம) கிழக்கு இந்தியத் தீவுகளில் இலாபகரமான வணிகத்தைப் பெறும் முயற்சியில் தடை கண்ட அது பகைவரின் செல்வாக்கிலிருந்து தொலைதூரத்திலிருந்த, கரையோர தமிழ்நாடு (ம) கரையோர ஆந்திரத்தின் பக்கம் திரும்பியது. இப்பகுதிகள் வணிகம் சார்ந்தும் அரசியல் சார்ந்தும் பாரிய சந்தர்ப்பங்களை வழங்கி, நம்பிக்கை தரும் நிலமாக வெளிப்பட்டன. அவர்களுக்குத் தேவையானது இங்கே உற்பத்தியானது (ம) அவர்தம் முயற்சியைச் சிரமமானதாக்கியிருக்கக் கூடிய ஒற்றுமை இல்லாதிருந்தது. இதனால் கடற்கரை எங்கிலும் ஆங்கிலேயர் எண்ணற்ற குடியேற்றங்களை நிறுவினர். கோல்கொண்டா (ம) மசூலிப்பட்டனத்திலும் அதனைச் சுற்றிலும், குடியிருப்புகளையும் கோட்டைகளையும் நிறுவிக்கொள்ள பேரரசர் மூன்றாம் வேங்கடரின் கீழேயிருந்த பூந்தமல்லி நாயக்கரான வெங்கடப்பரிடமிருந்து 1639இல் தாரமர்ல ஒரு மானியம் பெற்றார். அந்த இடம் எவ்வித காட்சியழகும் இல்லாது மணலும் சகதியுமாயிருந்தது. ஆனால் கப்பல்களை நிறுத்தம் செய்யும் வாய்ப்பு இருந்தது. 1640இல் கட்டப் பெற்ற சிறிய கோட்டை விரிவுபடுத்தப்பட்டு புனித ஜார்ஜ் கோட்டை எனப்பட்டது. ஆண்டுதோறும் அளிக்கும் தொகைக்குப் பதிலாக ஆங்கிலேயர்கள், சந்திரகிரி அரசர், விஜயநகரப் பேரரசர் (ம) கோல்கொண்டா சுல்தான் ஆகியோரிடமிருந்து மெட்ராஸ் மீதான உரிமையை உறுதிப்படுத்திக் கொண்டனர். வணிகர்கள் (ம) மாலுமிகளின் குடியிருப்பிலிருந்து தமிழர் (ம) தெலுங்கரின் நகரமாக துரித வளர்ச்சியடைந்ததன் வாயிலாக மெட்ராஸ், காஞ்சி, வேலூர் (ம) ஆற்காட்டினை விஞ்சிற்று. 1653இல் புனித ஜார்ஜ் கோட்டை இந்தியாவில் பெந்தாமிலிருந்து தன்னிச்சையான தனி ராஜதானியாயிற்று.

ஆரோன் பேக்கர், முதல் ஆளுனராக நியமிக்கப்பட்டார். 1654இல் சோழ மண்டலக் கரையில் ஆங்கிலேயரின் தலைமையகமாக அது ஆக்கப்பட்டது.

மேலும் இடங்களைப் பெற்றுக் கொள்ளும் வகையில் புனித ஜார்ஜ் கோட்டையின் ஆளுனர் தாமஸ்யேல், செஞ்சியின் மராத்திய அரசர் ராஜாராமுடன் உடன்படிக்கை செய்து கொண்டார். அவர் பிராமண அமைச்சருக்குக் கணிசமாகக் கையூட்டு தந்து, தேவனாம்பட்டினம் (ம) கடலூருக்கான அனுமதி பெற்றார். பாண்டிச்சேரிக்கருகில் அமைந்து இருந்த தேவனாம்பட்டினம் நம்பிக்கையூட்டும் குடியேற்றமாய் வளர்ந்தது. புனித டேவிட் கோட்டை என்று பெயர் பெற்றது. தஞ்சாவூரில் தொழிற்சாலைகள் கட்டிட ஆர்வங்காட்டிய ஆங்கிலேயர்கள், உள்ளூர் ஆட்சியாளர்கள் பேராசை பிடித்தவர்களாய் இருந்ததாலும், ஐரோப்பிய போட்டி பலமாய் இருந்ததாலும் அந்த எண்ணத்தைக் கைவிட்டனர். 1749இல்தான் அவர்களால் தேவகோட்டையைப் பெற முடிந்தது. தூத்துக்குடிக்கு அருகே காயல் துறைமுகத்திலும் மேற்குக்கரை அருகே அட்டிங்கல்லிலும் குடியிருப்புகள் அமைத்துக் கொள்ளுமாறு மதுரையின் ராணி மங்கம்மாள் ஆங்கிலேயரை வரவழைத்தாள்.

மதுரைக்குக் கப்பம் கட்டிவந்த அட்டிங்கல் ராணி, கப்பத்தை நிறுத்தி டச்சுக்காரர் பாதுகாப்பை ஏற்றுக்கொண்டார். டச்சுக்காரரை எதிர்த்து ஆங்கிலேயரை வைத்து ஆட்டிவைக்க மங்கம்மாள் விரும்பினார். மிளகு வணிக வாய்ப்பை எண்ணி ஆங்கிலேயர் அட்டிங்கல்லில் சிறிது ஆர்வங்காட்டினர். ஆனால் டச்சுக்காரர்களின் போட்டியால் வாய்ப்பை நிராகரித்தனர்.

வணிகம் பெருகி எதிர்பார்த்ததை விடவும் கூடுதல் ஆதாயம் கிடைக்கவே, பிரிட்டிஷார் வலுப்பெற்று அரசியல் பேராசைகளை வளர்க்கத் தொடங்கினர். 1687லேயே கம்பெனி "வரவிருக்கும் எல்லாக் காலத்திற்குமாக இந்தியாவில் பெரியதும், நன்கு வேரூன்றியதுமான நிச்சயமான ஆங்கிலேய தன்னாட்சியை நிறுவிடும் வகையில் உள்நாட்டு (ம) ராணுவ அதிகாரத்தின் அரசமைப்பை நிறுவி, பெரும் வருவாயை ஏற்படுத்திப் பெற்றுக் கொள்ளுதல்" என்ற தன் திட சித்தத்தை அறிவித்தது. வர்த்தகத்திலிருந்து அரசியலை நோக்கியதான இப்பெரும் மாறுதல் தமிழ்நாட்டிலும் பிற இடங்களிலும் அதன் தாக்கத்தைக் கொண்டிருந்தது என்பதில் வியப்பில்லை.

பிரெஞ்சு கிழக்கிந்தியக் கம்பெனி

பிரான்ஸின் பதினான்காம் லூயி மன்னரின் அமைச்சர் கோல்பெர்ட்டின் முன் முயற்சியாலேதான் 1664இல் பிரெஞ்சு கிழக்கிந்தியக் கம்பெனி, கிழக்கு நாடுகளுடனான வணிகத்தின் பொருட்டு ஆரம்பிக்கப்பட்டது. பிரதேசங்களை வெற்றிகண்டு ஆக்கிரமிக்கும் உரிமைகள் பெற்ற அக்கம்பெனி, அரசியல் சக்தியாக எழுச்சிகொள்ள தீர்மானகரமாயிருந்தது. 1674இல் அவர்கள் பீஜப்பூர் சுல்தானிடமிருந்து பாண்டிச்சேரியைப் பெற்று, அதனை இந்தியாவில் தமது தலைநகராக்கினர். பின்னாட்களில், 1739இல் பிரெஞ்சு ஆளுனர் டூமாஸ் சந்தாசாகிப்புடன் அணிசேர்ந்து, காரைக்காலினைக் கம்பெனிக்குப் பிரித்தளிக்குமாறு தஞ்சாவூர் மன்னர் ஷாஜியைக் கட்டாயப்படுத்தினார். அரசியல் பேராசைகளால் பீடிக்கப்பட்டிருந்த பிரெஞ்சுக்காரர்கள், வணிகத்தைப் புறக்கணித்து இந்தியாவுடனும் இதர ஐரோப்பிய அரசுகளுடனுமான யுத்தங்களில் சிக்கிக்கொண்டனர். அரசியல் அதிருஷ்டம் தோற்கவே வணிகச் சிதைவு பின் தொடர்ந்தது.

உண்மையில் ஐரோப்பிய அரசுகள் அனைத்துமே தமிழ்நாட்டில் தம் வணிக, அரசியல் அக்கறைகள் கொண்டிருந்தன. வணிகர்கள் என்ற வகையில் அவர்கள் ஏற்றுமதி, இறக்குமதி வணிகத்தில் ஈடுபாடு கொண்டனர். பருத்தித் துணிகள், அடிமைகள், மிளகு (ம) வெடி உப்பு ஆகியவற்றை ஏற்றுமதி பாகங்களிலிருந்தும், பெரும்பாலும் கிடைத்த கம்பளியாடைகள், கூடாரத்துணிகள், செங்கல், தானியம் போன்றவற்றை விற்றனர். அவர்களின் வலுவிடங்களான சாந்தோம், நாகப்பட்டினம், தரங்கம்பாடி, மெட்ராஸ், பாண்டிச்சேரி எல்லாம் தமிழ்நாட்டில் இருந்தன. மைசூர், மராத்தியர், நிஜாம் என இந்தியாவின் பெரிய அரசுகளால் சூழப்பட்டிருந்த தமிழ்நாடு, ஐரோப்பிய அரசுகளுக்கு கேந்திர முக்கியத்துவம் பெற்றதாயிருந்தது. ஏனெனில், இப்பிரதேசத்தின் கட்டுப்பாடு, போட்டி ஐரோப்பிய அரசுகளுடன் இயங்குவதற்கு மட்டுமல்லாமல், வல்லமைமிக்க நிலையிலிருந்த இந்திய அரசுகளுடன் இயங்குவதற்கும் அவசியமானதாய்த் தோன்றிற்று. பின்வந்த காலத்தில் அது சதி (ம) மோதலின் போர்க்களனாக உருமாற்றப்பட்டது என்பதில் வியப்பேதும் இல்லை.

17

திருச்சிராப்பள்ளிக்கான போட்டி

ஐரோப்பிய வர்த்தகர்கள் தம் அரசியல் செல்வாக்கில் ஆதாயம் அடைந்து கொண்டிருக்க, கடற்கரையோரமாயுள்ள பெரும்பாலான தமிழ்நாடு, கர்நாடக அரசு என்றும் அழைக்கப்பட்ட ஆற்காடு நவாப் அரசின் பகுதியாயிற்று. கேரளம் தனிப்பிரதேசமாக உருமாறிற்று. தஞ்சாவூர், மராத்தியர் ஆண்ட அரசாயிருக்க, வடமேற்கு மண்டலம் மைசூரின் அங்கமாயிருந்தது. கர்நாடக அரசு என்பது கன்னியாகுமரியிலிருந்து தெலுங்கர் நாட்டில் ஓங்கோலுக்கு அப்பாலுள்ள குண்டலக்கம்மா ஆறு வரையிலும் பரவியிருந்தது. ஆங்கிலேயர் மெட்ராஸையும், பிரெஞ்சுக்காரர் பாண்டிச்சேரியையும், டச்சுக்காரர் நாகப்பட்டினத்தையும், டென்மார்க் நாட்டினர் தரங்கம்பாடியையும் தமது முதன்மை இருப்பிடங்களாக வைத்திருந்தனர்.

முதல் கர்நாடக யுத்தம் (1746 - 1748)

ஐரோப்பாவிலும், அதுபோன்றே தமிழ்நாட்டிலும் ஏற்பட்ட நிலவரங்கள் தென்னிந்தியாவில் கர்நாடக யுத்தங்கள் எனப்பட்ட உள்நாட்டுப் போர்களுக்கு இட்டுச் சென்றன. ஆரம்பத்தில் அவை இந்தியத் தன்மையை விடவும், ஐரோப்பியத் தன்மை பெற்றிருந்தன. ஆனால் ஆண்டுகள் செல்லச் செல்ல, இந்திய (ம) ஐரோப்பியத் தன்மைகள் இரண்டையும் கொண்டன. இதன் விளைவாக, தென்னிந்தியாவிலும் பிற இடங்களிலும் உள்ள போட்டி அரசுகள் மீது பிரிட்டிஷார் ஏற்றம் பெற்றனர்.

1740இல் ஐரோப்பாவில் மூண்ட ஆஸ்திரிய வாரிசுரிமைப் போர், பிரிட்டனுக்கும் பிரான்ஸுக்கும் இடையிலான மேலாண்மைப் போராட்டத்தின் ஆரம்பத்தைக் குறித்தது. 1746 இல் ஆற்காடு நவாப் அன்வர் உத்தின் நிர்வாகத்தின்

போது, தமிழ்நாட்டிற்கு அது விரிவுபடுத்தப்பட்டது. ஆனால் நவாப் மேற்கொண்ட விரிவாக்கம் (ம) நிலைநிறுத்தலின் நிகழ்வுப் போக்கு, உள்நாட்டுப் போர் மூண்டதால் கடும் சரிவைக் கண்டது. சந்தாசாகிப் தலைமையின் கீழான நெவாயெத்துகளின் எதிர்வினை, அன்வர் உத்தினின் வாலாஜா வம்சத்திற்கு கடும் மிரட்டலை வெளியிட்டது.

1746இல் பிரான்ஸும் பிரிட்டனும் ஒரு யுத்த நிலையில் இருக்க, பிரெஞ்சு கடற்படை ஆங்கிலேயரிடமிருந்து மெட்ராஸை ஆக்கிரமித்தது. இது நவாப் அன்வர் உத்தினின் ஒப்புதல் இன்றி மேற்கொள்ளப்பட்டதால் அவர் பிரெஞ்சுக்காரரைத் தண்டிக்க முடிவு செய்தார். அதன்படி, அவர்தன் மகன் மாபூஸ்கானின் தலைமையில் ஒரு படையை பிரெஞ்சு நாட்டவருக்கு எதிராக அனுப்பினார். அடையாறில் நடந்த சண்டையில் பராடிஸ் தலைமையிலான சிறிய பிரெஞ்சுப் படைப்பிரிவு நவாபின் படையை சிதறடித்தது. ஒரு படைக்கு எதிரான படைப்பிரிவின் வெற்றி, போரிடும் இயந்திரம் என்ற வகையில் இந்திய ராணுவம் உபயோகமற்றது என்பதை அம்பலப்படுத்தியது மற்றும் ஐரோப்பிய அரசுகளுக்கு வெளிப்படுத்தியதாயிருந்தது. இப்போது பிரெஞ்சுக்காரர் இங்கிலாந்திடமிருந்து புனித டேவிட் கோட்டையைக் கைப்பற்ற முயன்று தோற்றனர். அப்புறம் ஆங்கிலேயர் பாண்டிச்சேரிக்கு ஒரு படையை அனுப்ப, அதுவும் தோற்றது. 1748இல் ஐக்ஸ் லா சாபெல்லெ உடன்படிக்கை ஆஸ்திரிய வாரிசுரிமைப் போரினை முடிவுக்குக் கொண்டு வந்ததும், ஆங்கிலேயர்கள் நவாபுக்குத் தர வேண்டிய பகடித் தொகையான 1200 பகோடாக்களை நிறுத்தினர். பிரெஞ்சு நாட்டவருக்கு எதிராய் அவர் நகரைப் பாதுகாக்கத் தவறியமைக்காகவும், ஓர் உடன்படிக்கை மூலம் அது உடைமையானது என்பதாலும் நிறுத்தினர்.

யுத்தத்திற்குப் பிறகு ஆங்கிலேயரும் பிரெஞ்சுக்காரரும் வைத்திருந்த துருப்புகளை, பருவகால தொடக்கம் வரை அனுப்பிவைக்க முடியாதிருந்தது. செலவினங்களைச் சரிக்கட்ட தம் படைகளை இந்திய அரசுகளின் சேவைக்காக ஒதுக்க முற்பட்டனர். இதனால், தஞ்சாவூரின் வாரிசுரிமைப் போரிலுல் பிரிட்டிஷ் குறுக்கீடும், கர்நாடக வாரிசுரிமைப் போரில் பிரெஞ்சு நாட்டவர் குறுக்கீடும் நிகழ்ந்தன. தஞ்சாவூரில் ஆங்கிலேயர்கள், அரசர் பிரதாப் சிங்கிற்கு எதிராக சாயாஜியை ஆதரித்தனர். அதன்படி 1749இல் கேப்டன் கோப் தேவகோட்டைக்கு படையெடுத்துச் சென்றார். ஆனால் அது தோற்றது. மேஜர் லாரன்ஸ் இரண்டாம் முறை படையெடுத்தார். அவர் தேவகோட்டையைத் தாக்கினார். ஆனால்

பதிலடி தரப்பட்டது. மறுதாக்குதலில் கோட்டை வீழ்ந்தது. பிரதாப் சிங்குடன் செய்து கொண்ட உடன்பாட்டின்படி தேவகோட்டையைத் தக்க வைத்துக்கொண்ட ஆங்கிலேயர், சாயாஜியைக் கைவிட்டனர். இச்சம்பவம் பெரிய நிகழ்வுகளுக்கு இட்டுச் செல்லவில்லை. எனினும், இரு ஐரோப்பிய அரசுகளுமே 1749ஆம் ஆண்டின் இரண்டாம் நாடக யுத்தம் மூண்டதும் உள்நாட்டு மோதல்களில் மாட்டிக் கொண்டன.

இரண்டாம் கர்நாடக யுத்தம் (1749 - 1754)

ஆற்காட்டில் அன்வர் உத்தினை எதிர்த்து சந்தாசாகிப் தானே நவாப் பொறுப்புக்குப் போட்டியிட்டார். தன் எதிரியை மராத்தியர் விடுவிக்கக் கூடாது என்பதற்காக சஃப்தர் அலி கப்பம் கட்டி வந்ததால், நெவாயெத்களின் தலைவர் சதாராவில் நீண்ட காலம் சிறைக்காவலில் வைக்கப்பட்டிருந்தார். ஆனால் சஃப்தர் அலி இறந்தபிறகு, மராத்தியரைத் திருப்திப்படுத்த வேண்டும் என எந்த நவாபும் அக்கறைப்படவில்லை. இதனால் ஏழரை லட்சரூபாய் ரொக்கமாகப் பெற்றுக்கொண்டு சந்தாசாகிப்பையும் அவரது மகன் ஆபித் சாகிப்பையும் விடுவித்திட ராகுஜி போன்ஸ்லே இசைந்தார்.

நெவாயெத்துகளின் தளகர்த்தர். பாண்டிச்சேரியில் தன் குடும்பத்தில் வைத்திருந்த நகைகளின் பேரில் அத்தொகையைத் தருமாறு பிரெஞ்சுக்காரரை வேண்டினார். முதலில் யோசித்த டூப்ளே, பின்னர் நெவாயெத்துகளின் கோரிக்கைகளைப் புரிந்துகொண்டார். ஏனெனில் அவர்கள் நாட்டில் இன்னும் கணிசமான செல்வாக்குப் பெற்று வேலூர் உட்பட பல படைநிலைகளை வைத்திருந்தனர். அவர் சதாராவுடன் தொடர்பு கொண்டு அத்தொகை தர இசைந்து, நெவாயெத் தலைவர்களை 1748இன் தொடக்கத்திலேயே விடுவித்தார். இவ்வேளையில் நிஜாம் ஆஸஃப் ஜாவின் அபிமான மகளுடைய மகனான முஸாஃபர் ஜங் என்னும் போட்டியாளன் உருவானான். அவன் தன் தாத்தாவின் கட்டளைகளின்படி ஹைதராபாத்தின் நிஜாம் பொறுப்பிற்கு தானே போட்டியிட்டான்.

உள்ளூர் சார்ந்ததும் இங்கொன்றும் அங்கொன்றுமாய் இருந்ததுமான இம் மோதல்கள், வெவ்வேறான அரசுகள் நெருங்கிய போது பெரும் போராட்டங்களாய் வளர்ந்தன. சந்தாசாகிப்பின் விடுதலையில் டூப்ளே காட்டிய ஈடுபாடு, ஆற்றல்மிக்க ராணுவப் பிரிவின் உருவாக்கத்திற்கு உட்கருவாய் விளங்கிற்று. சதாராவிலிருந்து ஆற்காடு வரும் வழியில், முஜாஃபர் ஜங்கிற்கு உதவி, பெத்தனூரின்

கலகத் தலைவரைத் தோற்கடித்த சந்தாசாகிப், அடுத்த காலடியை எடுத்து வைத்தார். அவர் இந்தச் சண்டையில் தன் மகன் ஆபித் சாகிப்பை இழந்தார். முஜாபர் ஜங் சந்தாசாகிப்பை ஆற்காடு நவாபாக நியமித்தார். செஞ்சி, திருச்சிராப்பள்ளி, தஞ்சாவூர் (ம) மதுரை ஆகியவற்றைக் கொண்டிருந்தது ஆற்காடு ஆட்சிப்பிரதேசம். பிரெஞ்சுக்காரரும், நெவாயெத்துகளும், முஸாஃபர் ஜங்கும் ஒரு கூட்டமைப்பை ஏற்படுத்தி, ஆற்காட்டிலிருந்து வாலாஜாக்களை வெளியேற்றிட ஆயத்தமாயினர்.

திருச்சிராப்பள்ளி முற்றுகை

1749 ஜூனில் சந்தாசாகிப்பும் முஸாஃபர் ஜங்கும் தத்தமது படைகளுக்குத் தலைமையேற்று ஆற்காட்டில் படையிறங்கினர். முன்பே பிரெஞ்சு நாட்டினர் இக்கூட்டமைப்பில் சேர்ந்து விட்டிருந்தனர். எதிரி நெருங்கிவருவதை அறிந்த நவாப் அன்வர் உத்தீன், தன் பிள்ளைகள் மாபூஸ்கானையும், முகம்மது அலியையும் சேர்த்துக்கொண்டு, ஆற்காட்டைக் காப்பாற்ற திருச்சிராப்பள்ளியிலிருந்து வந்தார். 1749இல் ஆம்பூர் அருகே நடந்த சண்டையில் இக்கூட்டமைப்பு நவாபைத் தோற்கடித்துக் கொன்றது. மாபூஸ்கான் கைதியாக, முகம்மது அலி தப்பிவிட்டார். சந்தாசாகிப் ஆற்காட்டைக் கைப்பற்ற, முகம்மது அலி திருச்சிராப்பள்ளிக் கட்டுப்பாட்டினைத் தக்கவைத்துக் கொண்டார். முகம்மது அலி திருச்சிராப்பள்ளிக்குத் தப்பிச் செல்லும் மட்டிலும், ஆங்கிலேயரும் பிரெஞ்சுக்காரரும் தென்னிந்திய அரசுகளுடனான தம் உறவுகளில் இயல்பாகவே பிரத்யேகமாயிருந்தனர். ஆனால் பிரெஞ்சுக்காரர் பெற்ற ஏற்றம், ஆங்கிலேயரின் அச்சங்களைக் கிளறிவிட்டு தாங்கள் எதிர்க்க முற்பட்ட முகாமில் சேருமாறு அவர்களைக் கட்டாயப்படுத்திற்று. திருச்சிராப்பள்ளியின் வலுவான கோட்டை மீது முகம்மது அலியின் கட்டுப்பாடு இல்லாது போயிருந்ததால், பிரிட்டிஷ் குறுக்கீட்டின் வீச்சு சிறியதாகத் தோன்றிற்று.

ஐரோப்பிய அரசுகளின் அணி சேர்க்கைகளை துரிதத் தன்மை தீர்மானித்தாலும், ஒவ்வொரு போட்டியாளரும் தனது நபரின் நியாயத்தை நிலைநாட்டுவதில் எந்த வாய்ப்பையும் விட்டுவிடாதிருந்தனர். ஆனால் அவர்தம் கூற்றுகள் யதார்த்தம் சார்ந்ததாயில்லை. சந்தாசாகிப் திருச்சிராப்பள்ளியின் வெற்றியாளராகவும் நெவாயெத்துகளின் உரிமைமிக்கப் பிரதிநிதியாகவும் இருந்தார். மாறாக முகம்மது அலி ஓர்

ஆக்கிரமிப்பாளராய் இருந்தார். ஏனெனில் அவர் தனது அண்ணன் மாபூஸ்கானிடமிருந்து அதிகாரத்தைக் கைப்பற்றி ஆட்சியைச் சுவீகரித்தவர். முஸாஃபர் ஜங்கிடமிருந்து அதிகாரத்தைப் பெற்றதாக சந்தா சாகிப் கூறிக்கொள்ள, நாஸிர் ஜங்கிடமிருந்து பெற்றதாக முகம்மது அலி கூறிக்கொண்டார். ஹைதராபாத்தின் அரியணைக்கான போட்டியாளர்களின் உரிமைகள் மாயத்தன்மை தவிர்த்து வேறெதுவும் அற்றதாய் தோன்றியதால், இங்கே பிரச்சனை சிக்கலானதாகத் தென்பட்டது. நாஸிர் ஜங்கின் உரிமை கோரல்கள் அவரது அண்ணன் காஸி உத்தினுடைய உரிமைகளுடன் மோதி நிற்க, முஸாஃபர் ஜங்கினுடையவை அவரது சித்தப்பா பெரியப்பாக்களுடையவற்றுடன் மோதின. எனினும் இருவருமே தம் உரிமை கோரல்களை ஆஸஃப் ஜாவுக்கு ஏற்றிக்கூறினர். ஆனால் நிஜாமே மொகலாயர் உரிமைகளை ஆக்கிரமித்துக் கொண்டவராதலால், இது உண்மைத் தகவல்களைப் பரிகசிப்பதாகும்.

1749 அக்டோபரில் சந்தாசாகிப் ஆம்பூரிலிருந்து திருச்சிராப்பள்ளிக்குப் படையுடன் சென்றார், பலமிக்கப் படையினரைத் திரட்டிடும் காலமோ, வழிவகைகளோ முகம்மது அலியிடம் இல்லை. அவரது விஷயத்தில் ஆங்கிலேயர் எந்தவொரு திடமான அக்கறையும் காட்டவில்லை. ஏனெனில் ஐக்ஸ் லா சாபெல்லே உடன்பாட்டில் அவர்கள் மும்முரமாய் இருந்தனர். எனினும் சந்தாசாகிப் சந்தர்ப்பங்களை தனக்கு ஆதாயமாக்கிக் கொள்ளத் தவறினார். மாறாக, கப்பங்கள் திரட்டுவதற்காக உடையார்பாளையம், அரியலூர் (ம) தஞ்சாவூருக்கு எதிராகப் படையெடுத்தார். தஞ்சாவூரிலிருந்து மதுரைக்கு ஒரு படையை அனுப்பி தெற்குப் பகுதிகளை ஆக்கிரமித்தார். இப்போது முகம்மது அலிக்கு ஆதரவாக நாஸிர் ஜங் ஆற்காட்டிற்கு வந்தார். போர் எச்சரிக்கையை உணர்ந்த சந்தாசாகிப் தன் அணிகளை விலக்கிக் கொண்டு பாண்டிச்சேரி சென்றார். முகம்மது அலி, நாஸிர் ஜங்கின் முகாமில் இணைய மேஜர் லாரன்ஸ் தலைமையிலான தூதுவரகம் உடன்பாட்டை வேண்டி நிஜாமிடம் காத்துக் கிடந்தது. அச்சம் காரணமாக முஸாஃபர் ஜங் நிஜாமிடம் சரணடைந்தார். சந்தா சாகிப் (ம) பிரெஞ்சுக்காரரின் நோக்கம் தோற்றுவிட்டதாய்த் தோன்றிற்று.

இச்சிக்கலான வேளையில் ஓர் உடன்பாட்டைச் செய்து கொள்ளும் போர்வையில், டூப்ளே தன் தளபதியரை நாஸிர் ஜங்கின் முகாமிற்கு அனுப்பி ஒரு சதிச் செயலுக்காக முகாமின் தளகர்த்தர்களுடன் தொடர்பை ஏற்படுத்திக் கொண்டார். எந்த உடன்பாடும்

எட்டப்படாததால், பிரெஞ்சுக்காரர் நிஜாமின் படைகளை இருளில் தாக்கி சுமார் 1000 பேரைக் கொன்றனர். மிகவும் மிரண்டுபோன நிஜாம், பிரெஞ்சு தூதுவரகத்தை விரட்டிவிட்டு ஆற்காட்டிற்குத் திரும்பினார். சதிகளும் பேரங்களும் இன்னும் தொடர, அவரது தளகர்த்தர்களே நாஸிர் ஜங்கைக் கொன்றனர். அதனை தளகர்த்தர்களும் பிரெஞ்சுக்காரரும் அறிவித்தனர். புதிய ஆட்சியாளர், சந்தாசாகிப்பை தன் நிஜாமாக அறிவித்ததை உறுதிப்படுத்தி காரைக்கால் (ம) பாண்டிச்சேரிக்கு அருகிலுள்ள கிராமங்களை பிரெஞ்சுக்காரருக்குப் பிரித்தளித்தார். பிரெஞ்சுக்காரர் (ம) அவரது அணிகளின் மீது அதிர்ஷ்டம் புன்னகைத்ததாய்த் தோன்றியது. புஸ்ஸி தலைமையிலான ஒரு படையை முஸாபர் அலியுடன் அனுப்பி ஹைதராபாத் சிக்கலைத் தீர்க்கவும், லா டூர் தலைமையிலான படையை சந்தாசாகிப்புடன் அனுப்பி ஆற்காட்டில் பிரச்சனையைத் தீர்க்கவும் முற்பட்டார் டூப்ளே.

டூப்ளேயின் வியூகங்களால் அவிழ்த்துவிடப்பட்ட தொடர்ச்சியான எதிர்வினை திடுதிப்பென்று முடிந்து போகவில்லை. நாஸிர் ஜங்கைக் கொன்றுவிட்டு, தாராளமான வெகுமதிகளை எதிர்பார்த்துப் பெரிதும் ஏமாந்த தளகர்த்தர்கள், இப்போது முஸாஃபர் அலிக்கு எதிராய் சதி செய்து, கடப்பாவுக்கு அருகிலுள்ள ராஜ்சவுத்தில் அவரைக் கொன்றனர். எனினும், புஸ்ஸியினால் மேற்கொள்ளப்பட்ட துரித நடிவடிக்கை, பிரெஞ்சு (ம) சந்தாசாகிப்பிற்கு ஆதரவாகவே நிலைமைகளை வைத்திருந்தது. அவர், ஆஸஃப் ஜாவின் மூன்றாவது மகன் சலாபத் ஜங்கை அடுத்த நிஜாமாக அறிவித்து, ஹைதராபாத்தில் பிரெஞ்சுக்காரர் செல்வாக்கை ஏற்படுத்தினார். சம்வங்கள் தனக்கு எதிராய் நகர்வதைக் கண்ட முகம்மது அலி, நிஜாமின் முகாமைக் கைவிட்டு திருச்சிராப்பள்ளிக்குத் திரும்பினார். அவர் நாஸிர் ஜங்கின் துருப்புகளில் சிலரைப் பெற்று திருச்சிராப்பள்ளியில் தன் நிலையைத் திடப்படுத்திக்கொண்டு, ஆங்கிலேயரின் உதவியை நாடினார். புனித ஜார்ஜ் கோட்டையின் ஆளுனர் சாண்டர்ஸ், ஆங்கிலேயரது அமிழ்ந்து கொண்டிருந்த பெருமிதத்தைக் காப்பாற்றுவதற்கான வாய்ப்பினை இதில் கண்டார். அவர் கேப்டன் கோப்பின் தலைமையில் ஒரு படையை உடனே திருச்சிராப்பள்ளிக் கோட்டைக்கு அனுப்பினார்.

திருச்சிராப்பள்ளியைக் கட்டுப்படுத்துவற்கான முக்கிய போராட்டம் 1751 மார்ச்சில் ஆரம்பித்தது. நெவாயெத்துகள் (ம) பிரெஞ்சுக்காரர்களின் கருணையில் தென்னிந்தியா கிடந்ததாய்த் தோன்றிற்று. ஆனால் திருச்சியிலுள்ள கோட்டை, அவர்தம்

மேலாண்மைக்குச் சவால் விட்டது. போட்டியின் ஆரம்பத்தில், சந்தாசாகிப் தன் எதிரியை விடவும், பலமிக்கவராய்த் தோன்றினார். அவரிடத்து உயரிய படைப்பிரிவும் பிரெஞ்சுக்காரரின் செயலூக்கமிக்க ஆதரவும் நிஜாமின் ஒத்துழைப்பும் ஆற்காட்டின் மீதான கட்டுப்பாடும், அது போன்றே மதுரை மீதான கட்டுப்பாடும் இருந்தன. மறுபக்கத்தில் முகம்மது அலியிடத்தே, சிறிய படையும் ஆங்கிலேயரின் ஆதரவும் உள்ளூர் அரசுகளின் ஒத்துழைப்பும் இருந்தன. பலியாகாத ஒரு கோட்டையைப் பெற்றிருப்பதுதான் அவரது மிகப்பெரிய சொத்தாக இன்னும் இருந்து, அவரது எதிரிகளின் ராணுவ மேன்மையைச் சரிக்கட்டியது.

1751 மார்ச்சில் போட்டி தொடங்கியது. சந்தாசாகிப் கோட்டையைத் தகர்க்க முயன்றார். ஆனால் பிரெஞ்சுக்காரர் துணிகரம் காட்டவில்லை. அவர் தஞ்சாவூரின் ஒத்துழைப்பை நாடித் தோற்றார். அப்புறம் அதன் மீது படையெடுத்து திருவாரூர், மன்னார்குடி (ம) கும்பகோணம் மாவட்டங்களை ஆக்கிரமித்துக்கொண்டார். அதனைத் தொடர்ந்து மைசூர் பக்கம் திரும்பினார். மைசூரின் அரசர் 2000 குதிரை (ம) 5000 காலாட்படையினரை திருச்சிராப்பள்ளியைக் கைப்பற்றும் பொருட்டு அனுப்ப இசைந்தார். ஆண்டுக்கு மூன்று லட்ச ரூபாயை ஈட்டித் தரும் பிரதேசத்தை அதன் பொருட்டு பிரித்தளிக்க வேண்டும் என்பது உடன்பாடு. எனினும் இந்த உடன்பாடு நிறைவேறவில்லை. மைசூருடனான அணி சேர்க்கை பிரெஞ்சுச் செல்வாக்கினைச் சரிக்கட்டிவிடும் என்று பயந்ததால், டூப்ளே இவ்வுடன்பாட்டை ஏற்காது இருந்திருக்கலாம். இது மைசூர் ராஜாவுக்கு சினத்தை ஏற்படுத்தி, அவரை முகம்மது அலியுடன் உடன்பாடு கொள்ளுமாறு உந்தித் தள்ளிற்று.

மைசூரின் குறுக்கீடு

மைசூருடனான அணி சேர்க்கையை டூப்ளே நிராகரித்ததால் ஏற்பட்ட நிலவரத்தை முகம்மது அலி சாதகமாக்கிக் கொண்டார். அவரிடத்தே சந்தாசாகிப் துணிகரம் காட்டாதபோதும், வஞ்சனை சந்தேகத்திற்கிடமின்றி அவரது போட்டியாளரிடத்தே நிழலாடியது. அவர் கவர்ச்சியான முன்மொழிவுகளுடன் தன் தூதுவரை ஸ்ரீரங்கப் பட்டனத்திற்கு அனுப்பினார். ராணுவ உதவிக்கு அவர் நிர்ணயித்த விலை, மதுரையினை அதன் பகுதிகளுடன் பிரித்தளிக்க வேண்டும். பரப்பளவிலும் செல்வ ஆதாரங்களிலும் இப்பிரதேசம் மைசூருக்குத் தாழ்ந்ததாய்த் தோன்றவில்லை. மைசூர் ராஜா இதனை ஏற்று,

நெவாயெத்களிடமிருந்து ஆற்காட்டினை மறுவெற்றி கொள்ள, முகம்மது அலிக்கு உதவிட இசைந்தார். இத்திட்டத்தில் எந்தத் தோல்வியும் நிகழ்ந்துவிடக்கூடாது என்பதன் பொருட்டு மைசூரின் ஆர்டென்ஹல்லியை வாலாஜாக்களுக்குப் பிரித்தளிக்க ராஜாவின் ஒப்புதலை முகம்மது அலி பெற்றார். இந்த அணியுடன் அனுபவம் வாய்ந்த மராத்திய தளபதி முராரிராவ், ஒழுங்கமைதி மிக்க தன் குதிரைப்படையுடன் இணைந்து கொண்டார். முராரிராவ் இப்போது மைசூரின் சேவையிலிருந்தார். ஆனால் அவர் வாலாஜாக்களுக்கு உதிவிடத் தீர்மானித்தபோது, அவர் நிஜாமிடம் சரண்செய்த திருச்சிராப்பள்ளியின் மீது தன் அதிகாரத்தை மீண்டும் நிலைநாட்டுவதற்கான பேராசை இருந்தது. மைசூருக்கு வழங்குவது அதிக விலையாயினும், உடன்பாட்டு விபரங்கள் முகம்மது அலிக்குச் சாதகமாகவே தோன்றின. போரில் அவர் வென்றால் ஆற்காட்டைப் பெற முடியும். தோற்றால் ஒரு எஸ்டேட்டைப் பெற்றிடும் வாய்ப்பு இன்னும் உண்டு.

மைசூரிடமிருந்து ராணுவ உதவி பெறுவது பிரகாசமாய்த் தோன்றவே, முகம்மது அலி பின்வரும் யோசனையை புனித ஜார்ஜ் கோட்டை ஆளுனர் சாண்டர்ஸிடம் முன்வைத்தார். "ஆற்காட்டு மண்டலத்தில் மெட்ராஸை நோக்கியதாக சிக்கலை ஏற்படுத்திட முடிந்தால், அது எதிரிகளைக் குழப்பி விரக்தியுறச் செய்துவிடும் என்பது சாத்தியமே. ஆதலின் தீர்மானத்திற்குக் கையொப்பம் இடுவீர்கள் என்று நம்புகிறேன்." அநேகமாக ஆற்காடு பாதுகாப்பற்று இருந்ததால் இந்த யோசனை நேரத்தே முன்வைக்கப்பட்டதாயும் மதிப்பு வாய்ந்ததாகவும் தோன்றிற்று. அதன்படி *1751* ஆகஸ்டில் சாண்டர்ஸ், ராபர்ட் கிளைவ் தலைமையில் *500* பேர் கொண்ட படையை, புனித டேவிட் கோட்டையிலிருந்து ஆற்காட்டிற்கு அனுப்பினார். முற்றிலும் ரகசியமாய் வைக்கப்பட்டது இத்திட்டம், ஏனெனில் இதன் வெற்றி அதனைச் சார்ந்திருந்தது. இதனால் ஒரு வாரம் கழியும் முன்பாக இச்செய்தி டூப்ளேயிடம் சென்று சேரவில்லை.

கடுமையான எதிர்ப்பேதும் இல்லாது கிளைவ் ஆற்காட்டைக் கைப்பற்றினார். துணிகரமான மூத்த படைவீரர்களின் சிறியதொரு படை, நெவாயெத்துகளின் தலைநகரை உடைமையாக்கிக் கொண்டது என்பது உண்மையிலேயே குறிப்பிடத்தக்க நிகழ்வே. ஆனால் பிரெஞ்சுக்காரரும் அவர்களது அணியினரும் இந்நிகழ்வின் முக்கியத்துவத்தை மதிப்பிடுவதில் மாறுபட்டனர். ஆற்காட்டை இழந்ததை டூப்ளே கடுமையாகக் கருத, சந்தாசாகிப்போ

முக்கியமற்றதொரு கொள்ளை என்று கருதினார். திருச்சிராப்பள்ளிக் கோட்டையின் வீழ்ச்சிக்குப் பின் அது முடிந்துவிடும் என்பதாக கருதினார். ஒரு தலைநகரம் என்ற விதத்தில், ஆற்காட்டை இழந்தது, உண்மையிலேயே சந்தாசாகிப்புக்கு கடுமையான அடியே. ஆனால் அது அவ்வளவு கேந்திர முக்கியத்துவம் பெற்றதல்ல. அதன் வீழ்ச்சி திருச்சிராப்பள்ளி முற்றுகையில் எந்தத் தாக்கத்தையும் பெற்றிருக்கவில்லை. சந்தாசாகிப்பின் மகன் ரேஸாசாகிப்பின் தலைமையிலான 2000 குதிரைப்படைப் பிரிவு ஆற்காட்டைத் திரும்பக் கைப்பற்ற திருச்சிராப்பள்ளியிலிருந்து சென்று தோற்றது. எனினும் முற்றுகையிட்ட படையினரிடம் கிளைவ் சரணடைவது சாத்தியமென்று தோன்றியதால் நிலவரம் பிரிட்டிஷாருக்குச் சிக்கலானதாகத் தோன்றிற்று.

1753இல் பெரிதும் எதிர்பார்க்கப்பட்ட மைசூர்ப் படைகள் திருச்சிராப்பள்ளியை அடைந்தன. தம் திறமையை விடவும் அகங்காரத்திற்குப் பெயர் பெற்றிருந்த இரு தளபதியரான, நஞ்சா ராஜா (ம) வீரண்ணா என்பவர்கள் தலைமையிலான 5000 குதிரை (ம) 10000 காலாட்படைப் பிரிவினர் கொண்டது மைசூர்ப் படை. மைசூர்ப்படையினரில் பிரெஞ்சு ராணுவத்தால் பயிற்றுவிக்கப்பட்டு, ஹைதர் அலியால் தலைமை தாங்கப்பட்ட சிறு பிரிவே சீரான படையினரைக் கொண்டிருந்தது. எல்லாம் சேர்ந்து முராரி ராவ் தலைமையில், பயிற்றுவிக்கப்பட்ட 6000 குதிரைப் படை வீரர் வந்து சேர்ந்தனர். இத்துருப்புகளுடன், முகம்மது அலியின் உடனடி உதவிக்காக 80000 ரூபாயை நஞ்சா ராஜா அனுப்பி வைத்தார். மைசூர்ப் படைகளின் வருகை, நெவாயெத்துகள் (ம) பிரெஞ்சுக்காரருக்கு எதிராக நிலவரத்தை மாற்றியது. அதிருஷ்டம் எப்போதும் வருவது போல ஊர்வலமாய் வருகின்றது. அது போலவே, மேலும் அரசுகள் வாலாஜாக்களுக்கு உதவிட விரைந்தன. தஞ்சாவூர் மன்னர் 3000 குதிரை (ம) காலாட்படை வீரரை அனுப்ப, புதுக்கோட்டைத் தொண்டைமான் 400 குதிரை (ம) 3000 காலாட்படை வீரரை முகம்மது அலிக்கு அனுப்பினார். வாலாஜாக்களின் முகாமிற்குள் இவ்வளவு பெரும் படையினர் வந்து குவிய, ராமநாதபுரம் சேதுபதி கட்டயத்தேவர் அனுப்பிய பயிற்சி பெறாத 4000 வீரர்கள் சந்தாசாகிப்பிடம் வந்து சேர்ந்தனர். அதிகாரத் தராசின் தட்டு வாலாஜாக்களுக்குச் சாதகமாய் மாறிற்று.

அக்டோபரில் முராரிராவின் சகோதரர் பூஜிங்கராவின் தலைமையிலான 5000 குதிரைப்படைப் பிரிவை நஞ்சா ராஜா

ஆற்காட்டுக்கு அனுப்பினார். அது முற்றுகையின் 53வது நாள். மைசூர்ப் படைகள் வந்த மாத்திரத்தில் கிளைவும் அவரது வீரர்களும் கோட்டையிலிருந்து வெளிப்பட்டு, மராத்தியருடன் சேர்ந்து ஆற்காடு, ஆரணி, (ம) காவேரிப்பாக்கத்தில் நடந்த வரிசையான சண்டைகளில் ரேஸா சாகிப்பைத் தோற்கடித்தனர். இவ்வெற்றிகளின் பின்னர், மராத்தியரும் பிரிட்டிஷாரும் திருச்சிராப்பள்ளிக்கு வெற்றிகரமாக அணிவகுத்துச் சென்று முகம்மது அலியுடன் இணைந்து கொண்டனர். அடுத்து வந்த மாதங்களில் மேஜர் லாரன்ஸ் தலைமையிலான 1500 ஆங்கிலேயத் துருப்புகளை உள்ளடக்கிய படை வாலாஜா வலுவிடத்தை அடைந்தது. ஓராண்டுக்கு முன்னர் கோட்டை மீது சந்தாசாகிப் தொடங்கிய முற்றுகையின் வீழ்ச்சியை இது குறித்தது.

அடுத்து இடம்பெற்ற நிகழ்வுகள் சந்தாசாகிப் (ம) பிரெஞ்சுப் படைகளை முடமாக்கின. 1752 ஏப்ரலில் முராரிராவும் கிளைவும் காரைக்காலுடனான பிரெஞ்சுத் தொடர்பைத் துண்டித்து, சமயவரத்தில் நெவாயெத்துகளை வீழ்த்தினர். பிரிட்டிஷ் படைகள் ஸ்ரீரங்கம் அருகே பிரெஞ்சுப் படையினரைத் தோற்கடித்தன.

ஆகஸ்டில் சந்தாசாகிப் (ம) பிரெஞ்சுப் படைகளின் எதிர்ப்பு சரிந்தது. சந்தாசாகிப்பின் முகாம் முழுதுமாக சுற்றி வளைக்கப்படவே தப்பித்தல் சாத்தியமற்றது என்பதை அவர் கண்டார். தஞ்சாவூரின் மானக்ஜி (ம) முராரிராவ் ஆகியோருடனான இறுதிக்கட்ட உடன்பாட்டின் படி, நெவாயெத் தளபதி காரைக்காலிலுள்ள பிரெஞ்சுக் குடியிருப்புகளுக்கு தன்னைப் பக்கிரி வேடத்தில் பாதுகாப்பாகக் கூட்டிச் செல்வதற்காக ஒரு தொகை அளித்திட உறுதி தந்தார். பிரெஞ்சுத் தளபதி ழாக்லா சந்தாசாகிப்பின் பாதுகாப்புக்கு உறுதியளிக்குமாறு மானக்ஜியை வினவ, மானக்ஜி மேஜர் லாரன்ஸுடன் ரகசிய ஆலோசனை செய்து, தமது பலியாளின் விதியைத் தீர்மானித்தார். 1752 ஜூன் 17 அன்று அவர் நெவாயெத்துகளின் தலைமையைத் தூக்கிலேற்றினார். இத்துன்பியல் நிகழ்வு நெவாயெத்துகளின் நம்பிக்கைகளைத் தகர்த்தது.முகம்மது அலி ஆற்காட்டுக்கு வெற்றிகரமாகத் திரும்பினார்.

நெவாயெத்துகள் (ம) பிரெஞ்சுப் படை மீதான வெற்றிக்குப் பின்னே முகம்மது அலியுடனான உடன்பாட்டின்படி, திருச்சிராப்பள்ளியைப் பிரித்தளிக்குமாறு நஞ்சா ராஜா கோரினர். இக்காலத்தே மதுரை என்றழைக்கப்பட்ட இப்பிரதேசம் காவேரியிலிருந்து கன்னியாகுமரிவரையிலும் விரிந்திருந்தது. கோயம்புத்தூர் (ம) சேலத்தை உள்ளடக்கிய கொங்கு நாட்டினை மைசூர் ஏற்கனவே

பெற்றிருந்ததால், திருச்சிராப்பள்ளியை இணைத்துக்கொள்வது அதன் பெருமிதத்தினையும் அதிகாரத்தினையும் அதிகரித்திருக்கும். ஆனால் நவாபுக்கு தன் வார்த்தையை நிறைவேற்றிடும் உத்தேசமில்லை. நஞ்சா ராஜா யுத்தத்திற்காக செலவிட்டிருந்த தொகைக்காக கோட்டை தவிர்த்த திருச்சிராப்பள்ளியை அடகு வைத்திட முகம்மது அலி முன்வந்தார். ஆனால் மைசூர் தலைமையோ கோட்டை உள்ளிட்ட ஒட்டு மொத்தப் பிரதேசம் (அ) தன் செலவினங்களைச் செலுத்துமாறு கோரியது. கோட்டையில்லாத நாடு தலையில்லாத உடல் என்றும் (ம) உடன்பாட்டின் விதிகளைக் கருத்தில் கொண்டும் நஞ்சா ராஜா அக்கோரிக்கையை முன்வைத்தது நியாயமே. ஆனால் நவாபோ வேறு எதையும் முன்வைக்கவில்லை. மைசூர் அரசரின் கோரிக்கைக்கு சந்தா சாகிப், "நாடு மொகலாயருக்கு உரியது. எனவே தன்னால் எந்தப் பகுதியினையும் பிரித்திட இயலாது" என்னும் விசித்திர பதிலைத் தந்தார்.

நாட்டின் மீது மொகலாயருக்கு ஏதேனும் உரிமை இருக்குமென்று நவாப் எண்ணி இருந்திருந்தால், அவர் ஏற்கனவே வைத்திருந்த அக்கறைகளைக் கைமாற்றித் தருவதே அவர் செய்ய வேண்டியதானது. இதனால் நஞ்சாராஜா தனக்கு ஒரு கோடி ரூபாயை அளிக்கவேண்டும் என்று மெட்ராஸ் கவுன்ஸிலிடம் வேண்டினார். ஆனால் ஆளுனர் ஸாண்டர்ஸ், முகம்மது அலி நஞ்சா ராஜா இருவருமே குற்றஞ்சாட்டப்பட வேண்டியவர்கள் என்றார். தனக்குரியதல்லாததை ஏற்க இசைந்ததற்காகப் பின்னவரையும், இந்த வாதத்தில் சாரமில்லாது போகவே மொகலாயர் உரிமைகள் பற்றி முகம்மது அலி பரிசீலித்திருந்தால், மொகலாயர் பிரதிநிதி நிஜாம் சலாபத் ஜங்கின் உத்தரவுகளுக்கேற்ப, அவர் நாட்டினை சந்தாசாகிப்பிடம் ஒப்படைத்திருக்கவேண்டும் என்று நஞ்சா ராஜா சரியாகவே கூறினார். இக்குற்றச்சாட்டுகளும் எதிர் குற்றச்சாட்டுகளும் இயல்பாகவே எந்த உடன்பாட்டிற்கும் இட்டுச் செல்லவில்லை.

பெரிய பிரதேசத்தைக் கைக்கொள்ளும் பேராசையால், நஞ்சா ராஜா கோட்பாட்டை விடவும் துணிகரத்தால் வழிநடத்தப்பட்ட ஒரு தலைவரால் முன்வைக்கப்பட்ட. மிகப் பெரிய பரிசை ஏற்றுக்கொண்டார் என்பது வெளிப்படை. அந்நோக்கம் சாதாரண அரசியலில் நேர்மையானது என்றாலும், அவரது கூற்றை ஆதரித்திட முராரிராவ் தவிர்த்து வேறு யாரையும் அவரால் பார்க்க இயலவில்லை. முராரிராவ் தரும் ஒத்துழைப்பு நஞ்சா ராஜாவின் திறமையைப் பொறுத்தது. ஆங்கிலேயரும்

தஞ்சாவூரின் பிரதாப் சிங்கும் புதுக்கோட்டையின் தொண்டைமானும் நவாபை ஆதரித்தனர். ஆங்கிலேயருக்கு எதிராக இன்னொரு யுத்தத்தை நடத்துவதற்காக இச் சந்தர்ப்பத்தைப் பயன்படுத்திட டூப்ளே தீர்மானித்தார். மைசூருக்கு ஆதரவான இப்போரில் பிரெஞ்சுப் படை பங்கேற்புக்கு நிதி ஏற்பாடு செய்யுமாறு அவர் நஞ்சா ராஜாவிடம் கூறினார். ஆனால் நஞ்சா ராஜா தயங்கினார். எனவே, புஸ்ஸி தலைமையிலான நிஜாம் படையை மைசூருக்கு எதிராக அனுப்பி, தேவைப்படும் அனுமதியைப் பெறப்போவதாக டூப்ளே மிரட்டல் விடுத்தார். இப்போது பிரெஞ்சு தரப்பு, சந்தா சாகிப்பின் மகன் ரேஸாசாகிபை ஆற்காட்டு நவாபாக அறிவித்து, எம்.அஸ்ட்ரக் தலைமையிலான ஒரு பிரெஞ்சுப் படையை, மைசூர்ப் படையினருடன் சேர்ந்து கொள்ளுமாறு அனுப்பிற்று. ஸ்ரீரங்கம் தீவில் தம் வல்லமையை நிறுவிக்கொண்ட மைசூர் படை, பிரெஞ்சுக்காரர் (ம) முராரிராவின் மராத்தியரது ஆதரவுடன் 1752 அக்டோபரில் தாக்குதல் நடவடிக்கைகளைத் தொடங்கியது. நவாப் படைகள் வைத்திருந்த ராணுவ நிலைகளை அது கைப்பற்றி, கோட்டையை நெருங்கி முற்றுகையிட்டது. 1753 ஜூலையில் நடந்த அடுத்தடுத்த சண்டைகளில் முகம்மது அலி படை வீரர்களைச் சிதறியோடச் செய்தார். இதன் விளைவாக, பிரெஞ்சுப் படைகள் ஸ்ரீரங்கத்திற்கும் மைசூர் படைகள் மணப்பாறைக்கும் பின்வாங்கின.

மழை காரணமாக மைசூர் (ம) பிரெஞ்சுப் படையினர் அடுத்த சில தினங்கள் தம் முகாம்களில் அமைதியாயிருந்தனர். ஆனால் நவம்பர் 29 அன்று காலை 3 மணிக்கு மைசூர் (ம) பிரெஞ்சுத் துருப்புகள் 600 பேர் கோட்டையின் பாளை முகட்டுக்கு ஏறிவிட்டனர். யாருக்கும் புலப்படாமல், உட்பகுதிகளுக்கு நுழைந்தனர் மூத்த வீரர்கள். அதில் ஓர் ஏணி உடைந்து போகவே, பெரும் எண்ணிக்கையில் இரு மதில்களுக்கு இடையிலான குறுகிய வெளியில் மாட்டிக் கொண்டனர். மறைந்திருக்கும் எதிரியைக் கண்டுவிட்ட காவலன் ஒருவன் ஒட்டுமொத்த பாசறையினையும் எச்சரிக்கை செய்துவிட்டான். அவர்கள் தாக்கத் தொடங்க, அது சாகசக்காரர்களை திக்குமுக்காடச் செய்தது. தப்பித்து விடும் பதற்றத்தில் கீழே இறங்குவதற்காக விரைந்திட, தங்களை மீட்டுக் கொள்ள அவர்களால் ஏணியையோ கயிறையோ காண முடியவில்லை. பாசறையினரைத் திகைக்க வைக்கும் பொருட்டு, படையெடுப்பாளர்கள்தான் தாங்கள் முன்னேறிச் சென்றபோது ஏணிகளை அகற்றிக்கொண்டே போயிருந்தனர். எனவேதான் அவசர நிலையில் எந்தவொரு முன்னெச்சரிக்கையினையும்

மேற்கொள்ள இயலாது போயிற்று. 104 சாகச வீரர்கள் மடிந்தனர். அதற்குச் சமமான எண்ணிக்கையினர் நம்பிக்கை இழந்து குதித்தனர். காயங்களின்றி யாரும் தப்ப முடியவில்லை. 397 பேர் சரணடைந்தனர். காத்திருந்த படையினரில் 600 பேரை பாசறைப் படையினர் கொன்றனர். கோட்டையை ஆச்சரியத்தில் மூழ்கடிக்கும் முயற்சி இசைகேடாக முடிந்தது. சந்தர்ப்பவசத்தால் தான் கோட்டையைக் காப்பாற்ற முடிந்தது போலும்.

திரும்பத்திரும்ப ஏற்பட்ட சரிவுகள் (ம) நெருக்கடியான நிதிநிலைகளால் தரும சங்கடத்திற்குள்ளான நஞ்சா ராஜாவின் அணிகள் போட்டியிலிருந்து விலகிக் கொண்டன. 1754 மே மாதத்தில் முராரி ராவ் முகாமிலிருந்து வெளியேறினார். டூப்ளேயின் தந்திரங்களில் விரக்தியுற்ற பிரெஞ்சு அரசாங்கம், பாண்டிச் சேரியிலுள்ள அவரிடத்திற்கு கோடெஹீயை அனுப்பிற்று. அக்டோபரில் கோடெஹீ கடற்கரையை அடைந்ததும், ஆங்கிலேயருடன் உடன்பாடொன்றைச் செய்துகொண்டு, விரோதங்களை நிறுத்தி வைத்தார். நஞ்சா ராஜா மெட்ராஸ் கவுன்ஸிலுடன் தனியே தொடர்பு கொண்டார். திருச்சிராப்பள்ளியை மைசூரிடம் ஒப்படைத்ததால், அங்கு நடந்த ராணுவ நடவடிக்கைக்கு ஏற்பட்ட செலவினம் முழுவதையும் தான் தருவதாக அவர் முன்வந்தார். நவாபினால் செலுத்தப்பட்ட இத்தொகை 35 லட்ச ரூபாயாகும். நிதி நெருக்கடியாலும், திருச்சிராப்பள்ளி மீது நிஜாமின் படையெடுப்பு மிரட்டலாலும், இம் முன்மொழிவை ஏற்றிடும் விருப்பத்தை மெட்ராஸ் கவுன்சில் வெளிப்படுத்திற்று. எனினும், இப்பிரச்சனை ஆங்கிலேயர் (ம) நவாபின் அடிப்படை நலன்கள் சார்ந்ததாயிருக்கவே, மெட்ராஸ் ஆளுனர் பிகாட் பிரபு, லண்டனிலுள்ள இயக்குனர் குழுவின் ரகசியப் பிரிவினது முடிவுக்கு விட்டுவிட்டார்.

சலாபத் ஜங் கர்நாடகத்தின் மீது படையெடுக்கக் கூடும் என்று மெட்ராஸ் கவுன்ஸில் பயந்த போதும், புஸ்ஸியின் ஆதரவுடன் அவர் தகுந்த பாதுகாப்பற்ற மைசூரைத் தாக்கினார். மைசூருக்கு ஏற்பட்ட மிரட்டல், திருச்சிராப்பள்ளியிலிருந்து அதன் படைகளைத் திரும்புமாறு கோரிற்று. நம்பிக்கை இழந்த யுத்தத்தில் இருந்து தன்னை விடுவித்துக் கொள்ள நஞ்சா ராஜாவுக்கு மறைமுகமாய் உதவிற்று. அதற்கேற்ப 1755இல் நீண்ட நாளாகப் போற்றிவந்த தன் பணியைக் கைவிட்டு நஞ்சா ராஜா தன் படையினருடன் மைசூர் திரும்பினார். எனினும் அவர் மைசூருக்கும் சேவை செய்தவராக இல்லை. ஏனெனில் அதன் பாதுகாப்புக்கு அவர் சென்று சேரும்

முன்னர், சலாபத் ஜங் ராஜாவைத் தோற்கடித்து 52 லட்சம் ரூபாய் வசூலித்துவிட்டார்.

கர்நாடகத்துடனான மைசூரின் அணிசேர்க்கையும் பிந்தைய மோதலும் மாபெரும் கனபரிமாணம் மிகுந்தவை. அவற்றின் உடனடி விளைவு, வாலாஜாக்களின் பெருமிதத்தை உயர்த்தியதுதான். முகம்மது வெற்றிகரமாய் எழுச்சி பெற்று, திருச்சிராப்பள்ளியினைப் பாதுகாப்பாய்ப் பெற்றுவிட்டார். சீக்கிரமே கர்நாடக நவாப் என்னும் தன் விருதுப் பெயருக்கு மொகலாய அங்கீகாரம் அடைந்துவிட்டார். எனினும், மைசூரிடத்தேயான அவரது கடப்பாட்டினை அப்பட்டமாக மீறியதன் விளைச்சலே அவரின் வெற்றி என்பதை மறுதலிக்க இயலாது. மைசூரின் ஆட்சியாளர்கள் திருச்சிராப்பள்ளியை உடைமையாக்கிக் கொள்ளும் பேராசையை நீண்ட காலம் கொண்டிருந்தனர். இம்மோதலில் தலையிட்ட நஞ்சா ராஜா, மைசூரின் மரபு வழியைப் பின்பற்றினார். ஆனால் முடிவு நாசகரமானதாய் இருந்தது. நீண்டகால மோதலும் எந்தவொரு இழப்பீட்டையும் பெற முடியாததும், மைசூரின் சாரத்தை உறிஞ்சி எடுத்துவிட்டது (ம) ராஜாவின் பெருமிதத்தைக் கடுமையாகக் குறைத்துவிட்டது. நிஜாம் (ம) பேஷ்வாக்களின் படையெடுப்புகளுக்கு அரசு இரையாகிற்று. அதனால் ஏற்பட்ட குழப்பம் சாகசக்காரர்களின் எழுச்சிக்கு உதவிற்று.

திருச்சிராப்பள்ளியில் நஞ்சா ராஜாவிடம் பணியாற்றியவரும், மராத்தியருக்கு எதிரான போர்களில் தன்னைத் தனிச் சிறப்பாக்கிக் கொண்டவருமான ஹைதர் அலி, 1761இல் ஆட்சியைப் பிடித்தார். நஞ்சா ராஜாவின் செல்வாக்கைக் குறைத்த முகம்மது அலி, ஹைதர் அலி வலுவான எதிரியாக ஏற்றம் கொள்ள உதவினார். அவர் காற்றினை விதைத்து சூறாவளியை அறுவடை செய்தார். மைசூருடனான மோதல்களின் இறுதி விளைவுகள் வாலாஜாக்களிடத்தே கடுமையாக எதிர்வினை ஆற்றின. மைசூருக்கும் கர்நாடகத்துக்கும் இடையிலான உறவில், அவை கசப்பின் தடயத்தை விட்டுச் சென்றன.

பிரிட்டிஷ் பேரரசின் அடித்தளம்

இரண்டாம் கர்நாடக யுத்தத்தின் போது, 1751 மார்ச்சிலிருந்து 1755 ஏப்ரல் வரை நடந்த திருச்சிராப்பள்ளியில் நடந்த போர், நான்கு ஆண்டுகளுக்கும் மேல் நீடித்தது. அது இரு கட்டங்களாக நடந்தது. முதல் கட்டத்தில் பிரெஞ்சுக்காரர், நெவாயெத்துகள் (ம)

நிஜாம் ஆகியோரின் கூட்டணி, ஆங்கிலேயர்கள், வாலாஜாக்கள் (ம) மைசூர் என்னும் ஒருங்கிணைவை எதிர்கொண்டது. இறுதியில் சந்தாசாகிப் தூக்கிலிடப்பட்டார். அவரது அணிகள் தோற்கடிக்கப்பட்டன. வாலாஜாக்கள் கர்நாடகத்தை உரிமையாக்கிக் கொள்ள, ஆங்கிலேயர்கள் தென்னிந்தியாவில் தம் செல்வாக்கை நிலைநிறுத்தினர். இரண்டாம் கட்டத்தில் ஒரு ராஜதந்திர புரட்சி நிகழ்ந்தது. ஏனெனில் மைசூர், பிரெஞ்சுக்காரர் (ம) முராரிராவின் அணி, ஆங்கிலேயர்கள் வாலாஜாக்கள் (ம) முராரிராவின் மராத்தியரின் அணியுடன் மோதி நின்றது. இறுதியில் டூப்ளே இந்தியாவிற்கு திருப்பி வரவழைக்கப்பட்டார். அவரது அணிகள் தோற்கடிக்கப்பட்டன. இவ்விரண்டுகட்ட போராட்டத்தின் விளைவால், ஆங்கிலேயர், ஐரோப்பியர் (ம) தென்னிந்தியாவிலுள்ள இந்திய அரசுகள் என்னும் போட்டி அரசுகளிடத்தே தம் மேலாண்மையை நிறுவினர். இரண்டாண்டுகளுக்குப் பிறகு, 1757இல் அவர்கள் சென்னையிலிருந்து ஒரு படையை அனுப்பி வங்காளத்திற்கு தம் செல்வாக்கை விரிவுபடுத்தினர்.

இக்காலத்தின் பெரிய அரசுகள் தென்னிந்தியாவின், குறிப்பாக தமிழ்நாட்டின் கட்டுப்பாட்டிற்காக இருபெரும் போர்களை நிகழ்த்தின. மொகலாயர்கள் மராத்தியருக்கு எதிராக கடும் போராட்டத்தை மேற்கொண்டனர். ஆனால் இழந்தனர். இது மராத்தியரை வடக்கே நகருமாறு செய்தது. ஆனால் ஆப்கானியருடனான போராட்டத்தில் சிக்கிக் கொண்டனர். இந்நிலையை சாதகமாக்கிக் கொண்ட ஆங்கிலேயரும், பிரெஞ்சுக்காரரும் கர்நாடகத்தின் மீதான கட்டுப்பாட்டைத் தக்க வைத்திட முற்பட்டு, பெரும் மோதலில் நுழைந்தனர். அவர்கள் வடபுலத்தல் நுழைய ஏதுவாக, தீர்மானகரமான ஒரு வெற்றி அவசியமானதாய்த் தோன்றிற்று. அதைத்தான் திருச்சிராப்பள்ளி ஆங்கிலேயருக்கு நிறைவேற்றித் தந்தது. இச்சண்டையில் பிரிட்டிஷார் பிரெஞ்சுக்காரரைத் தோற்கடித்து, மைசூரைப் பணியச் செய்து, நிஜாமை நடுநிலை வகிக்க வைத்து, கர்நாடகம் (ம) தஞ்சாவூர் மீதான கட்டுப்பாட்டைப் பெற்றனர். தெற்கில் மேலாண்மை பெற்று, திடமாகக் கால்பதித்துவிட்ட பிரிட்டிஷாருக்கு, தம் ஏகாதிபத்திய வீச்சினை விரிவுபடுத்துவது சுலபமானதாய்த் தோன்றவில்லை. அக்காலத்து அரசியல் அதிகாரச் சூழலில், பிளாசியில் கிடைத்த வெற்றி, திருச்சியில் கிட்டிய வெற்றியிலிருந்து முளைத்ததே தவிர வேறொன்றுமில்லை. உண்மையில் இந்தியாவில் பிரிட்டிஷ் பேரரசுக்கு அடித்தளமிட்டது திருச்சிராப்பள்ளியே தவிர பிளாசியன்று.

மூன்றாம் கர்நாடகப் போர் (1758 - 1760)

மூன்றாம் கர்நாடகப் போரில் மேலாண்மை பெற்றிட ஆங்கிலேயரும், பிரெஞ்சுக்காரரும் இறுதிக்கட்டப் போராட்டத்தை நடத்தினர். 1756இல் ஐரோப்பாவில் இவ்வரசுகளிடையே ஏழாண்டுப் போர் மூண்டது. ஆனால், ஆங்கிலேயர்கள் வங்காள நிர்வாகத்திலும், பிரெஞ்சுக்காரர் கடலோர ஆந்திரத்திலும் மூழ்கியிருக்கவே, கர்நாடகப் போர் தாமதித்தது. எனினும், லாலிப் பிரபுவின் தலைமையில் பிரெஞ்சுத் துருப்புகள் பாண்டிச்சேரிக்கு 1758இல் வந்து சேர்ந்தது, விரோதங்களின் தொடக்கத்தைக் குறித்தது.

உடனடியாக, லாலிபிரபு நிலவழியாகவும் நீர் வழியாகவும் புனித டேவிட் கோட்டையைத் தாக்கிக் கைப்பற்றினார். இவ்வெற்றிக்குப் பின், சென்னை மீதான படையெடுப்புக்கான ஆயத்தப் பணிகளில் ஈடுபட்டார். டி'அச்சே தலைமையிலான பிரெஞ்சுப் படைப்பிரிவு சண்டையிட்டுத் தோற்று அடித்துச் செல்லப்பட்டது. இப்போது பிரிட்டிஷார் பக்கமிருந்து தாக்கியவர். சர் அய்ரி கூட். இவர் 1760இல் வந்தவாசிச் சண்டையில் லாலி பிரபுவைத் தோற்கடித்தார். இதைத் தொடர்ந்து பாண்டிச்சேரி, செஞ்சி (ம) இதர இடங்களிலுள்ள பிரெஞ்சுக் குடியிருப்புகள் வீழ்ந்தன. இதனால் பிரெஞ்சு அதிகாரம் சரிந்தது. 1763இல் மேற்கொள்ளப்பட்ட பாரிஸ் உடன்படிக்கை, கைப்பற்றப்பட்ட பகுதிகளை பிரெஞ்சுக்காரரிடம் ஒப்படைக்க வழிவகை செய்தது.

முதல் கர்நாடகப் போருடன் தொடங்கிய பணியை மூன்றாம் கர்நாடகப் போர் நிறைவு செய்தது. முதல் போர் ஆங்கிலேயருக்குத் தோல்வி எனில், இரண்டாவதும், மூன்றாவதும் வெற்றியே. பிரெஞ்சுப் பேரரசுக்கான கனவு தோல்வியுற, ஆங்கிலேயர் தென்னிந்தியாவில் மேலாண்மை பெற்றனர். நெவாயெத்துகள் அரசியல் களத்திலிருந்து மறைந்துவிட, பிரிட்டிஷாரின் ஆதரவுடைய வாலாஜாக்கள், அவர்களின் ஆதாயங்களை விரிவுபடுத்தி ஒன்று திரட்ட முற்பட்டனர்.

18

வாலாஜாவின் விரிவாக்கமும் மறைவும்

ஆற்காட்டு நவாப்புகளாகிய வாலாஜாக்கள் விரிவாக்கக் கொள்கையை பின்பற்றினர். ஆனால் ஆங்கிலேயரின் அதிகார எழுச்சியால் மறைந்து போயினர். இவ்வம்சத்தின் நிறுவனர் அன்வர் உத்தின் (1744-49) மஸ்ஜித்-இ-முகம்மதி என்னும் அழகிய மசூதியை திருச்சிராப்பள்ளியில் நிர்மாணித்தார். ஹத்ரத் நதார் வலி என்னும் சய்யித் ஞானியின் நினைவாக, நதார் நகர் என்று அதற்கு மறுபெயரிட்டார். அவர் தஞ்சாவூரிலிருந்து கோயிலோடை (ம) இளங்காட்டினை இணைத்துக் கொண்டு, மதுரையில் தன் செல்வாக்கினை ஏற்படுத்தி திருநெல்வேலி பாளையக்காரரைத் தோற்கடித்தார். எனினும் அவரிடம் அதிகாரத்தை இழந்திருந்த நெவாயெத்துகள், பிரெஞ்சுக்காரர் துணையுடன் ஆம்பூர் சண்டையில் அவரைக் கொன்றனர். சந்தாசாகிப் தலைமையிலான நெவாயெத்துகள் ஆற்காட்டில் தம்மை நிறுவிக் கொண்டனர். ஐரோப்பியத் தலையீடு கொண்ட கடுமையான போராட்டத்திற்குப் பிறகு, வாலாஜாக்கள் ஆளும் குடும்பமாக எழுச்சி பெற்று கர்நாடகத்திற்குள் திருச்சிராப்பள்ளி (ம) ஆற்காட்டு சுபேதாரிகளை ஒன்றுபடுத்தினர்.

நவாப் முகம்மது அலி தன் அதிகாரத்தை பரந்துபட்டதாக விரிவுபடுத்தும் பேராசை மிகுந்திருந்தார். அவர் கான்சாகிப் வைத்திருந்த மதுரை, மைசூரிலிருந்த கொங்கு நாடு ஆகியவற்றை கைப்பற்றவும், பாளையக்காரரை அடக்கவும், தஞ்சாவூரை உடைமையாக்கிக் கொள்ளவும், இலங்கைக்குத் தன் அதிகாரத்தை விரிவாக்கவும் விரும்பினார். திருச்சிராப்பள்ளியில் அவர் பெற்ற வெற்றிக்குப் பின், தன் திட்டங்களை நடைமுறைப்படுத்திட தீர்மானகரமான முயற்சி மேற்கொண்டார். அதன்படி 1756 இல் அவர் வேலூருக்கு ஒரு படையை அனுப்பி, வாலாஜாவின்

இறையாண்மையை ஒத்துக்கொள்ளுமாறு முர்தஸா அலியைக் கட்டாயப்படுத்தினார். அடுத்த ஆண்டில், நெவாயெத் ஆட்சியாளர் சஃப்தர் அலியின் மைத்துனர் துக்கியா சாகிப் வசமிருந்த வந்தவாசியை அடக்கினர். 1765இல் கிழக்கிந்தியக் கம்பெனியின் உதவியுடன் திருச்சிராப்பள்ளியின் அருகிலுள்ள அரியலூர் (ம) உடையார்பாளையம் பாளையங்களை இணைத்துக் கொண்டார். மேலும் திருவாங்கூருடன் அவர் செய்துகொண்ட உடன்பாட்டின்படி, செங்கோட்டையையும் கன்னியாகுமரியையும் அந்த அரசுக்கு விற்று, ஆண்டுக்கு 4000 சக்கரங்கள் கப்பமாகப் பெற்றுக்கொள்ள இசைந்தார். மைசூரிடமிருந்து கரூரையும் திண்டுக்கல்லையும் கம்பெனி உதவியுடன் ஆக்கிரமித்துக் கொள்ள முற்பட்டார். ஆனால் போர் மூண்டுவிடும் என்னும் பயத்தால், மெட்ராஸ் கவுன்ஸில் அதற்கு உடன்படவில்லை. சிலோனின் கண்டி மன்னன் திருநெல்வேலியைச் சேர்ந்த அரசனாயிருந்ததால், அவரைத் தனக்குக் கட்டுப்பட்டவராகக் கூறி அவரிடமிருந்து கப்பம் வசூலித்திட, நவாப் கம்பெனியின் உதவியை நாடினார். ஆனால் அது பலிக்கவில்லை.

கான்சாகிப்பின் கலகம்

1755இல் மைசூருக்கு எதிரான போரின்போது முகம்மது அலி, மதுரை மீது வாலாஜாவின் அதிகாரத்தை நிலைநிறுத்தத் தீர்மானித்து, தன் அணியினரான ஆங்கிலேயரின் ஆதரவைப் பெற்றார். கர்னல் ஹெரான் (ம) மாபூஸ்கானின் தலைமையிலான பெரும் படையை அவர் தென்புலத்திற்கு அனுப்பினார். பிப்ரவரியில் அப்படைகள் மணப்பாறைப் பாளையக்காரரைத் தாக்கி அடக்கின. கள்ளர்நாடு வழியே அணிவகுத்துச் சென்று, பத்தான் தலைவர் மியானாவின் கட்டுப்பாட்டிலிருந்த மதுரையை ஆக்கிரமித்து, திருநெல்வேலி பாளையக்காரருக்கு எதிராய் களமிறங்கின. பெரும்பாலான பாளையக்காரர்களைத் தோற்கடித்த ஹெரானும் மாபூஸ்கானும், பாளையங்கோட்டை கட்டபொம்மனிடமும், நெல்கட்டும் சேவல் பூலித்தேவனிடமும் தோல்வியுற்றனர். எனினும் வாலாஜாக்கள் இம்மண்டலத்தின் பெரும்பகுதியைத் தம் கட்டுப்பாட்டுக்குள் கொண்டு வருவதில் வெற்றி பெற்றனர். முகம்மது அலி தன் சகோதரன் மாபூஸ்கானை, மதுரை (ம) திருநெல்வேலியின் கப்பம் வசூலிப்பாளராக நியமித்தார். மாபூஸ்கானால் பாளையக்காரரை அடக்குவது சாத்தியமில்லாது போகவே, நவாபும் கம்பெனியும், சாமர்த்தியமிக்க தளகர்த்தர் கான்சாகிப்பை மதுரைக்கு அனுப்பி, கலகக்காரர் மீதான தம் அதிகாரத்தை நிறுவினர். 1759 மே மாதத்தில்

மெட்ராஸ் கவுன்சில், நவாபின் ஒப்புதலுடன் மதுரை ஆளுனராக கான்சாகிப்பை நியமித்தது.

நிர்வாகப் பொறுப்பேற்ற பிற்பாடு கான்சாகிப் நாட்டில் அமைதியை மீண்டும் நிறுவிட முற்பட்டார். எல்லைப்புறங்களில் கொள்ளையடித்துக் கொண்டிருந்த ஹைதர் அலி படைகளை வெளியேற்றினார். 1761 இன் ஆரம்பத்தில் அவர் பூலித் தேவனைத் தோற்கடித்து அவரது கோட்டையைக் கைப்பற்றினார். இப்போது எஞ்சியிருந்த பாளையக்காரர்கள் பணிந்துபோய் அரசாங்க அதிகாரத்தை ஏற்றுக்கொண்டனர். பாளையக்காரர் மீதான வெற்றி காரணமாக, போரினால் சிதறுண்டு போயிருந்த பொருளாதாரத்தையும் நிர்வாகத்தையும் கான்சாகிபினால் மாற்றியமைக்க முடிந்தது. அதன்படி அவர் நாட்டிற்கு அமைதியை அளித்து, சீர்குலைவின்போது கைவிடப்பட்ட கிராமங்களின் மறுவாழ்வை மேற்கொண்டார். பயிர்சாகுபடிக்கு பண உதவி செய்த அவர், கால்வாய்களைச் சீர்படுத்தினார். காடுகளைத் திருத்தி, அதிக நிலங்களை விவசாயத்திற்குக் கொண்டுவந்தார். இந்நல்வாழ்வு நடவடிக்கைகள், தம் பொருளாதாரத்தை மேம்படுத்திக் கொள்வதில் குடியானவர்களுக்குத் துணை நின்றன. வணிகமும் உற்பத்தியும் கூட அவரது கவனத்தை ஈர்த்தன. பாண்டியரும் சோழரும் செய்தது போலவே அவர் வர்த்தகர்களுக்கு ஓய்வில்லங்கள் கட்டித்தந்தார்.

இன்னல்களிலிருந்து அவர்களைப் பாதுகாத்தார் (ம) நெசவாளர்களுக்குக் கடன்கள் அளித்துத் துணை நின்றார். கோயில்களுக்கு மானியங்கள் அளித்தும் வழிபாடுகளைப் புதுப்பித்தும் இந்துக்களிடம் இணக்கமானார். உழைப்பாளரும் உற்பத்தியாளரும் சமூகத்திற்கு வலிமையினையும் வசதியையும் தருவதால், அவர்களே அரசின் அபிமானக் குழந்தைகளாய் இருக்க வேண்டும் என்பதே அவரது பொன்மொழியாயிருந்தது. உண்மையில் கான்சாகிப்பின் நிர்வாகத்தில் திறமையும் எழுச்சியும் மிகுந்திருந்தது. அவரது நீதி பரிபாலனம் ஆட்சேபணை செய்யப்படவில்லை (ம) குற்றவாளிகள் தப்பித்திடும் வாய்ப்பு இல்லாதிருந்தனர். பிந்தைய காலங்களில் மக்கள் அவரது முறையினை புதுப்பிக்குமாறு கூறுமளவுக்கு, அவரது நடவடிக்கைகளின் புகழ் நிலவியிருந்தது.

சமாதானத்தின் சிறிய இடைவெளிக்குப் பின், நாடு மீண்டும் படையெடுப்புகளுக்குப் பலியாயிற்று. திருவாங்கூர், சிவகிரி, வடகரை (ம) பாஞ்சாலங்குறிச்சியின் ஆட்சியாளர்கள் மதுரைக்கு எதிராய் ஒரு கூட்டமைப்பை ஏற்படுத்தினர். 1762 இல் திருவாங்கூர் படையினர் தோவாளையிலிருந்தும் செங்கோட்டையிலிருந்தும்

திருநெல்வேலி மீது படையெடுத்தனர். பாளையக்காரர்களோ பிற இடங்களில் கலகம் செய்தனர். அப்புறம் மறவர் துணையுடன் கான்சாகிப் வடகரையில் படையெடுப்பாளர்களுடன் சண்டையிட்டார். சீக்கிரமே திருவாங்கூர் படையினர் பின் வாங்கினர். பின்னர் அவர் அறம்போலி நோக்கி நகர்ந்து, திருவாங்கூரின் தர்மராஜாவுடன் பத்து மோசமான மோதல்களில் இறங்கினார். படையெடுப்பாளர்கள் தம் படைநிலைகளை அப்புறப்படுத்தி, அவமானத்துடன் பின்வாங்கினர். பின் வாங்கிய படையினரைத் தொடர்ந்து நெய்யாற்றங்கரை வரை கான்சாகிப் செல்ல, அங்கே ராஜா சமாதான உடன்படிக்கைகள் செய்து கொண்டார். 1763 பிப்ரவரி 21 அன்று கையெழுத்தான உடன்பாட்டின்படி, இரு அரசர்களும் சமாதானத்தை ஏற்று தமது பிரதேசங்களின் மீதான அந்நிய ஆக்கிரமிப்பின் போது பரஸ்பரம் ஒத்துழைப்பது என முடிவு செய்தனர்.

கான்சாகிப், திருவாங்கூர் யுத்தம் முடிவுற்றதுமே மதுரை திரும்பி தன் பாதுகாப்பு ஏற்பாடுகளை வலுப்படுத்த முற்பட்டார். நவாப் (அ) மெட்ராஸ் கவுன்ஸிலின் ஒப்புதல் இன்றி திருவாங்கூருடன் அவர் மேற்கொண்ட போர்கள், சந்தேகங்களை எழுப்பின. அப்போது கலகத்திற்கான ஆயத்தங்கள் தொடங்கின. கான்சாகிப் சக இஸ்லாமியராக இருந்தபோதிலும், முகம்மது அலி அவரை வெறுத்தார். மதுரை ஆளுனர் பிகோட் பிரபு நவாபின் கட்டுக்குள் கான்சாகிபை விட்டுவிட தீர்மானித்தபோது, நிரடலான உறவு நிலை வளர்ந்தது. மெட்ராஸ் கவுன்ஸிலை உயர்நிலை அமைப்பாகக் கருதிய கான்சாகிப், அதற்கேற்ப கப்பம் கட்டினார். ஆனால் 1762இல் பிகோட் கப்பத்தினை நவாபிடம் செலுத்துமாறு அவருக்குக் கட்டளையிட்டார். கம்பெனியின் ஊழியர் ஒருவரை, அவர்பால் அனுதாபமற்ற ஆட்சியாளரின் அதிகாரத்திற்கு ஆட்படுத்துவதே இது. கர்வமும் பெருமிதமும் மிகுந்த கான்சாகிப் நவாபுக்கு அடிபணிவதில்லை என முடிவெடுத்தார். நவாபின் கருவூலத்தில் கான்சாகிப் கப்பம் கட்டாததால் அவரை மெட்ராஸுக்கு வரவழைத்தார் பிகோட். திருவாங்கூர் படைகளைத் துரத்தியடித்தபிறகு உத்தரவுக்குப் பணிவதாகக் கான்சாகிப் பதிலளித்தார். தன் யுத்தங்களில் பெரும் ஆபத்தினை மேற்கொண்ட தன் தளகர்த்தரைப் பாராட்டாத பிகோட் பிரபு, திருவாங்கூருடனான கான்சாகிபின் அணுகுமுறையைக் கண்டித்து மதுரைக்கு எதிரான ராணுவ நடவடிக்கைகளுக்கு ஆணையிட்டார்.

படையெடுப்பு மிரட்டல் விடப்பட்ட கான்சாகிப், மதுரைக் கோட்டையைச் சீர்படுத்தினார். புதிய படைவீரர்களைச் சேர்த்தார். வடக்கு எல்லையைக் காவல்காக்க கள்ளர்களை நியமித்தார். உதவி கோரி ஹைதர் அலி, நிஜாம் (ம) பிரெஞ்சு நாட்டவருக்குக் கடிதம் எழுதினார். மதுரையில் பணியாற்றும் வகையில் 4000 வீரர்களையும், 2000 குதிரைகளையும் அனுப்ப ஹைதர் அலி இசைந்தார். முறையே ஆற்காடு (ம) திருச்சிராப்பள்ளி மீது இரு அரசுகளும் ஒரே நேரத்தில் தாக்குதல் தொடுத்திட தீர்மானித்தன. நிஜாம் முப்பது லட்சம் ரூபாய் கட்ட வேண்டும் என்று நிபந்தனை விதிக்கவே, நிஜாமின் ஆதவைப் பெற்றிடும் கானின் முயற்சி வெற்றி பெறவில்லை. எனினும் பிரெஞ்சு நாட்டவருடன் ஓர் ஒப்பந்தம் செய்துகொண்ட அவர், 1763 மார்ச்சில் மதுரையின் கொத்தளங்களில் அவர்களது கொடியைப் பறக்கவிட்டார். இவற்றின் விளைவாக ஓர் உள்ளூர்க் கலவரம் சிக்கலான வடிவம் எடுத்தது.

என்றாலும் கலகத்தின் வெற்றி அணிகளின் அபாயகரமான ஆதரவைச் சார்ந்திருந்தது. பிரெஞ்சுக்காரர் உதவி அளித்தனர். ஆனால் 1763 ஆகஸ்டில், ஏழாண்டுப் போரினை முடித்து வைக்கும் பாரிஸ் உடன்படிக்கை நிறைவேற்றப்பட்ட செய்தி பாண்டிச்சேரியை எட்டியதும், அவர்கள் தம் ஆதரவை விலக்கிக் கொண்டனர். இதற்கிடையே மைசூரின் நிலவரங்கள் குழப்பமடையவே, கான்சாகிப்பிற்குத் துணையாக கணிசமான படையினை அனுப்புவது ஹைதர் அலிக்குச் சாத்தியமாயிருந்தது.

1763 ஆகஸ்டில் கலகக்காரர்களுக்குத் துணையாக ஹைதர் அலியால் அனுப்பப்பட்ட படைகள் துரத்தியடிக்கப்பட்டன. 1764 ஏப்ரலில் ஸ்ரீவில்லிபுத்தூரை ஆக்கிரமித்துக்கொண்ட படைகள், கான்சாகிப் மீதான விசுவாசத்தைக் கைவிடுமாறு பாளையக் காரர்களை நிர்ப்பந்தித்தன. தொண்டிக்கு வந்து கிழக்கிலிருந்து தாக்கத் தொடங்கிய ஆங்கிலேயர் படைப்பிரிவு, கிழக்குப் பகுதிகளின்மேல் கட்டுப்பாட்டைப் பெற்றது. 1764 ஜுனில் ஒரு படையுடன் நவாபும் பம்பாய்ப் படைப்பிரிவினரும் மதுரை வந்து சேர்ந்தனர்.

மதில்களின் பல்வேறு இடங்களில் தாக்குதல் படையினர் ஆக்கிரமித்தனர். மறுபுறத்தில் கலகப்படையினர் மதில்களின் அரண்களுக்குள் பதுங்கியபடி, எதிரிகள் மீது ஈட்டிகளைப் பாய்ச்சினர் (அ) கற்களையும் கையெறிகுண்டுகளையும் எறிந்தனர். ஆங்கிலேயர் படையினரில் 160 பேர் கொல்லப்படும் வரை முற்றுகை நீடித்தது. உச்சியை எட்ட முடியாத அவர்கள் அவமானத்துடன் பின்வாங்கினர். இத்தாக்குதலின் தோல்விக்குப்

பிறகு நவாப் (ம) கம்பெனிப் படைகள் கோட்டையை முற்றுகையிட்டன. திண்டுக்கல்லுக்குப் பாதுகாப்பாய்ச் சென்றிட அனுமதியளிக்கும் பட்சத்தில், கான்சாகிப் மதுரையிலிருந்து வெளியேறிவிடுவார் என எம். மார்ஸந்த் என்னும் பிரெஞ்சு அலுவலர் உறுதிதர முன்வந்தார். கான்சாகிபைச் சரணடையச் செய்வது தோற்றுப்போகவே, கோட்டைக் காவலர்களுடன் சதி செய்து கான்சாகிபைப் பிடித்துவிட்டனர். எனவே கலகக்காரர்கள் கோட்டையை ஒப்படைத்து பொதுமன்னிப்புப் பெற்றனர். அக்டோபர் 14 அன்று கோட்டைக்குள் நுழைந்த நவாப், 16 அன்று கான்சாகிபை தூக்கிலேற்றச் செய்தார். பாளையங்கோட்டை சரணடைந்ததும் மதுரை நாட்டின் வாலாஜா வெற்றி நிறைவுற்றது. ஹைதர் அலி திண்டுக்கல்லில் தன் செல்வாக்கினை வலுப்படுத்த, கான்சாகிப் அது போன்ற நடவடிக்கையினை மதுரையில் முயன்று பார்த்தார். ஆனால் ஹைதர் அலி வெல்ல, சாகிப் தோற்றார். ஒப்பீட்டளவிலான நவாபின் வலிமை என்பதை விடவும், பிரிட்டிஷ் ஆதரவால்தான் இது நடந்தது.

அரசுகளை இணைத்துக் கொள்ளல்

முகம்மது அலியின் யுத்தங்களில் தஞ்சாவூர் மராத்தியர் கணிசமான உதவிகள் புரிந்தனர். ஆனால் நோக்கம் நிறைவேறியதும் அவர் அரசுக்கு எதிராக மாறினார். 1763இல் பிரதாப் சிங் இறந்ததும், அவரது மகன் துளஜா அரியணை ஏறினார். கீழ்நிலை இளவரசராயிருந்த அவர் போர்க்குணமும் துணிகரமும் கொண்டு தன் சுதந்திரத்தை நிலைநாட்டி அரசின் எல்லைகளை விரிவுபடுத்திடும் பேராசை பெற்றிருந்தார். மறுபுறத்தில் முகமது அலியோ, ஏதோவொரு காரணம் காட்டி வளமான இப்பிரதேசத்தை இணைத்துக் கொள்ள முற்பட்டார். ஒரு நெருக்கடியை உண்டுபண்ணத் தீர்மானித்து முதல் மைசூர் யுத்தத்தின் போது, (1765 -1768) ஹைதர் அலிக்கு எதிராக உதவி செய்யத் தவறியதற்கான இழப்பீடாக 25 லட்ச ரூபாய் தருவதற்கு மன்னனை நிர்ப்பந்தம் செய்திட ஆங்கிலேயரின் உதவியைக் கோரினார். ஹைதர் அலியுடன் இணைந்து கொள்ளுமாறு பாளையக்காரர்களை ஊக்குவித்தார் என்று சில குற்றச்சாட்டுகளை ஆதரித்தார். இந்நாட்டு வழமைக்குரியதாகவே கட்டாயத் தீர்வை இருந்தது என முகம்மது அலி நியாயப்படுத்தினார். படையெடுப்பு அனுமானம் தஞ்சாவூர் மீது டெமோக்ளின் வாளென தொங்கிக் கொண்டிருக்க, ராமநாதபுரம் மீது படையெடுத்த துளஜா, மங்களகுடி, அனுமந்த்குடி

(ம) அர்மோகம் ஆகிய இடங்களைக் கைப்பற்றினார். தலைநகரம் வீழ்ந்து போகும் என்று மிரண்டு போன அரசி, அனுமந்த்குடியை விட்டுக்கொடுத்தும் 1,30,000 ரூபாய் செலுத்தியும் சமாதானத்தை ஏற்படுத்திக் கொண்டார். வெற்றிகரமான படை இப்போது சிவகங்கை நோக்கிச் சென்றது. துளஜாவின் படையெடுப்பினை தன் அரசுக்கு எதிரானதாகக் கண்டித்த முகம்மது அலி, சார்நிலை அரசுகளுக்கு இடையேயான உறவில் அமைதியை நிலைநாட்டுவது தன் உரிமை என்றார்.

அரசினை வெல்வதற்கான உதவிக்குப் பதிலாக, ஆங்கிலேயரின் ராணுவச் செலவை ஏற்பதுடன், கம்பெனிக்கு 35 லட்சம் ரூபாய் அன்பளிப்பாய் அளிக்கவும் நவாப் ஒத்துக்கொண்டார். எந்த வொரு அன்பளிப்பையும் கோரிக்கையாகவோ, நிபந்தனையாகவோ முன்வைக்க விரும்பவில்லை என்றும், நல்லெண்ணத்துடன் நவாப் முன்வரும் பட்சத்தில் ஏற்றுக்கொண்டு, இயக்குனர்கள் குழுவிற்கு ஆலோசனை கூறுவேன் என ஆளுனர் ஜோஸியாஸ் துப்ரெ குறிப்பிட்டார். ஆங்கிலேயரிடமிருந்து ஆட்சேபணையை எதிர்கொள்ளாத முகம்மது அலி, மராத்தியரின் எதிர்ப்பை எதிர்த்து நின்றார். தஞ்சாவூர் மீது நவாப் படையெடுத்தால், மன்னரிடமிருந்து 5 லட்ச ரூபாய் முன்பணம் பெற்றுக்கொண்ட மராத்திய தளகர்த்தர் திரிம்புக் ராவ், ஆற்காடு மீது படையெடுப்பதாக மிரட்டல் விடுத்தார். எனினும், நவாப் 4 லட்ச ரூபாய் அன்பளிப்பாக அளித்து, படையெடுப்பினின்றும் விலகி நிற்குமாறு செய்துவிடவே, சூழ்நிலை அவருக்குச் சாதகமாகிவிட்டது. மார்க் வில்க்ஸ் குறிப்பிட்டது போல, உண்மையான மராத்தியனைப் போல திரிம்புக் ராவ் தன்னை இரு தரப்புகளுக்கும் விற்றுவிட்டார்.

1771இல் நவாப் (ம) கம்பெனியின் படைகள் சேர்ந்து தஞ்சாவூர் மீது படையெடுத்தன. கர்னர் ஜோஸப் ஸ்மித் படையெடுப்புக்குத் தலைமை தாங்க, நவாபின் மகன் உம்துத் அல் உமாரா நிர்வாகத்தைக் கட்டுப்படுத்தினார். தாக்குதலில் முதல் இலக்காயிருந்தது வல்லம். முறையானதும் வலுவானதுமான கோட்டையாயிருந்த வல்லம், தஞ்சாவூருக்குத் தென்மேற்கில் 6 மைல் தூரத்தில் இருந்தது. ஒரு விரிசலை உண்டுபண்ணிய பிறகு, படைகள் சில தடவை சுட்டன. ஆனால் ஆள் அரவமின்றி இருந்தது. 25 அன்று கர்னர் ஸ்மித் தலைநகர் மீது முறையான முற்றுகையைத் தொடங்கினார். பெரிய மைதானத்தில் திரண்ட மன்னரின் படையினர் கம்பெனித் துருப்புகளைத் தாக்கினர். ஆனால் கம்பெனியின் தொடர்பு சாதனங்களைத் துண்டிப்பதில் சரிவுகளை அடைந்தனர். படையினர்

கொத்தளங்களின் மீதிருந்த துப்பாக்கிகளைப் போட்டுவிட்டு இரவுத் தாக்குதல் தொடுத்த போது, கோட்டை வலுவாக காவல் காக்கப்பட்டிருந்ததைக் கண்டனர். உடனே ஓர் உடன்படிக்கை தொடங்க, சமாதானம் உண்டானது. அரசினை இணைப்பது என்னும் படையெடுப்பின் நோக்கம் நிறைவேறாமலேயே யுத்தம் அரைபாதியிலேயே நின்றுபோனது.

இவ்வுடன்படிக்கையால் நவாபுக்கு பிரதேச (ம) நிதி ஆதாயங்கள் கிட்ட, கம்பெனிக்கு வணிக நலன்கள் கிடைத்தன. நவாப் கோயிலாடி, இளங்காடு, ஆரணி (ம) தேர்வனூர் ஆகியவற்றைப் பெற்றார். கோயிலாடி அணைக்கட்டினைப் பெற்றதன் வாயிலாக நாவாப், அரசின் பாசன வசதி மீதான கட்டுப்பாட்டினைப் பெற்றார். வழக்கமான கப்பத்தை மன்னர் செலுத்த வேண்டியிருந்தது. ஆனால் அவரது நிதியாதாரங்களுக்கு ஏற்ற விகிதாச்சாரப்படி தீர்வைக் குறைப்பு ஏற்கப்படவில்லை. முற்றுகை வெற்றிகரமாக முன்னேறி வந்ததைக் கருதுகையில், கோட்டை வீழ்ந்துவிடும் என்று நம்பிட எல்லாக் காரணங்களும் இருந்தன. மராத்தியர் படையெடுப்பு மீதான அச்சத்தால், தான் விரோதங்களிலிருந்து விலகிக்கொண்டதாக மெட்ராஸ் கவுன்ஸில் விசாரணையின் போது முகம்மது அலி தெரிவித்ததனை ஒதுக்கித் தள்ளினார். இரகசிய ஒப்பந்தம் மூலம் ஆற்காட்டுப் பிரதேசம் மீது படையெடுத்திட அவர் மராத்தியரைத் தூண்டுதலும் செய்தார். ஆக்கிரமிப்பை முறியடித்திட மெட்ராஸ் கவுன்ஸில் தன் உதவியை நவாபுக்கு அளிக்க முன்வந்தது. ஆனால் நவாப் கௌரவமாக அதனை மறுதலித்துவிட்டார். போலியான படையெடுப்பு (ம) தஞ்சாவூர் முற்றுகையை சட்டென்று முடிவுக்குக் கொண்டு வந்ததன் நோக்கத்தை இது தெளிவுபடுத்தும்.

உண்மையில் மன்னருடன் உடன்படிக்கை செய்துகொள்வதற்கு நவாபுக்கு இரு காரணிகள் இருந்தன. அரசின் மீது வெற்றி கொள்வதன் மூலம் பூனாவின் மராத்தியரிடத்தே நற்பெயர் வாங்க விரும்பினார். மராத்திய தளகர்த்தர் திரிம்புக்ராவ் சமாதான உடன்படிக்கையை விரும்பி, அவ்வெண்ணத்தை நவாபுக்குத் தெரிவித்ததால் இது அவசியமாயிற்று. மேலும், அத்தருணத்தில் வெற்றி என்பது தஞ்சாவூர் மீதான பிரிட்டிஷாரின் அதிகாரத்தை நிறுவுவதாகும் என்பதே அவரது மனதை அழுத்திக் கொணடிருந்தது. இப்பயத்திற்கு அடிப்படை இல்லாமலில்லை. ஒரு படையெடுப்புக்கு உதவி கோரி நவாப் வேண்டியதும், மெட்ராஸ் கவுன்ஸில் தன் அபிப்ராயத்தை இயக்குநர்கள் குழுவுக்குத் தெரிவித்தது.

மன்னருக்கு உபயோகமாகும் வகையிலான வரம்புகள் (ம) நிபந்தனைகளுக்கு உட்பட்டு, தம் பொறுப்பிலேயே அதனைத் தக்கவைப்பது (அ) இறையாண்மையைத் தக்கவைப்பது, அதன் நிர்வாகத்தில் தற்போதைய மன்னரையோ வேறு யாரையோ நிறுத்துவது, கம்பெனிக்குச் சரியாயிருக்கும். மெட்ராஸ் கவுன்சிலின் மீது தொடர்ந்து கண் வைத்திருதத முகம்மது அலி, ஆங்கிலேயரின் சதிகளை அறிந்திருப்பார் என்பதை மறுப்பதற்கில்லை. கவுன்ஸிலின் தலையீடு குறித்த பயமின்றி, தன் சண்டை (ம) அதன் தொடர்ச்சியான நிலை மூலம் தனக்கு உகந்தபடி எவ்வகையிலும் தன் அதிகாரத்தைப் பிரயோகிக்க இயலும் என நவாப் கற்பனை செய்துகொண்டார்.

தஞ்சாவூர்ப் படையெடுப்புக்குப் பின், நவாப் மறவர் நாடுகளை இணைத்துக் கொள்ளத் தீர்மானித்தார். நாயக்கர் ஆட்சியின் போது இவ்வரசுகள் சுதந்திர நிலையைப் பராமரித்தன. மறவர் ஆட்சியாளர்கள் அரசு கிராமங்களை ஆக்கிரமித்தனர். தம் காடுகளில் மோசமான கொள்ளையரைப் பதுக்கினர். கப்பம் கட்டுவதை நிறுத்திவிட்டனர் என 1771இல் முகம்மது அலி மெட்ராஸ் கவுன்ஸிலில் புகார் செய்தார். நவாபின் அபிப்ராயங்களை ஏற்றுக்கொண்ட கம்பெனி. அவர்களை அபாயகரமான குற்றவாளிகள் என்று அறிவித்து, அவ்விரு அரசுகளை அழித்திட ராணுவ உதவியளிக்கத் தீர்மானித்தது.

1772 ஜனவரியில் வாலாஜா (ம) ஆங்கிலப் படைகள் சிவகங்கை மீது படையெடுத்தன. தொண்டியை ஆக்கிரமித்துக்கொண்ட அவை, மராத்தியர் படையெடுப்பு குறித்த அச்சத்தால் நடவடிக்கைகள் புதுப்பிக்கப்படவே, ராமநாதபுரம் மீது படையெடுத்தன. ஜோஸப் ஸ்மித் தலைமையிலான ஒரு பிரிவு மறவர் தலைநகரை ஆக்கிரமித்துக்கொள்ள, போன்ஜோர் தலைமையிலான இன்னொன்று திருபுவனத்தை ஆக்கிரமித்தது. இரு அரசுகளின் படையும் சந்தித்துக் கொள்வதை இது தடுத்தது. ஜூன் 2 அன்று, படையினர் ராமநாதபுரத்தைத் தாக்க, 3000 பேர் கொண்ட மறவர்படை தாக்குதலில் மடிந்தது. படையெடுப்பாளர்கள் நகரைக் கொள்ளையிட்டு, பன்னிரண்டு வயதான சேதுபதி முத்துராமலிங்கத்தையும் அரசியையும் கைது செய்தனர்.

இருமுனைத் தாக்குதல் சிவகங்கையின் அழிவையும் கொண்டுவந்து சேர்த்தது. 1772 ஜூனில் ஸ்மித் கிழக்கிலிருந்து அச்சமஸ்தானத்தைத் தாக்க, போஞ்ஜோர் மேற்கிலிருந்து தாக்கினார். ராஜா உதயதேவர் காளையார் கோவில் காடுகளில் பதுங்கிக் கொண்டார். தொடர்ந்து

மூண்ட சண்டையில் ஆங்கிலேயர் சிவகங்கைத் துருப்புகளை தோற்கடித்தனர் (ம) வலுவிடங்களை ஆக்கிரமித்தனர். சண்டையில் மன்னர் தோற்க, அவரது விதவை பழனிக்கு அருகிலுள்ள விருபாட்சிக்குத் தப்பி ஓடிவிட்டார். இவற்றின் விளைவாக வாலாஜாக்கள் மறவர் நாடுகள் மீது தம் அதிகாரத்தை நிலை நிறுத்தினர்.

இவ்வெற்றிக்குப் பின்னர் நவாப், தஞ்சாவூரை இணைத்துக்கொள்ளத் தீர்மானித்தார். 1773இல் அவர் மன்னருக்கு எதிராகப் பல குற்றச்சாட்டுகளை முன்வைத்தார். தன் ராணுவத்தை எதிர்ப்பதில் சேதுபதிக்கும், ராஜா உதயதேவருக்கும் துளஜா துணைபுரிந்தார். தன் ஒப்புதலின்றி டச்சுக்காரருக்கும், டென்மார்க் நாட்டவருக்கும் கிராமங்களை அடமானம் வைத்தார். ஆற்காட்டின் மீது படையெடுக்குமாறு ஹைதர் அலியையும், மராத்தியரையும் தூண்டிவிட்டார் என்பன அக்குற்றச்சாட்டுகள். தான் தஞ்சாவூர் அரசை துடைத்தொழிக்காது போனால், மராத்தியரும் பிரெஞ்சு நாட்டவரும் அதனை தம் செல்வாக்கு மண்டலமாக மாற்றி, தம் பொதுப் பாதுகாப்பை அழிப்பார்கள் என நவாப் மெட்ராஸ் கவுன்ஸிலை எச்சரித்தார். ராணுவ உதவிக்குப் பதிலாக நிறைவேற்றப்படாத முந்தைய வாக்குறுதியான 35 லட்ச ரூபாய் அன்பளிப்புத் தருவதை உறுதிப்படுத்தியும், தன் செலவில் கம்பெனியின் மூன்று பிரிவுகளைப் பராமரிப்பதாகவும் உறுதியளித்தார். துப்ரெவுக்கு அடுத்து தலைமைப் பொறுப்புக்கு வந்த அலெக்ஸாந்தர் விஞ்ச் (1773-75) கம்பெனியின் கொள்கைக்கேற்ப நவாபை ஆதரிப்பது எப்போதும் நிறைவான விஷயம் எனக் குறிப்பிட்டார். அன்பளிப்பைப் பொறுத்தவரை, மேன்மைமிக்க தாங்கள் நல்லெண்ணத்தினாலும் நட்பினாலும், கம்பெனிக்கு அன்பளிப்பாகத் தர விரும்புவதை, விருப்பத்துடன் பெற்று, அதன்படி அவரகளுக்கு ஆலோசனை கூறுவேன் என்றார். துளஜாவுக்கு எதிரான குற்றச்சாட்டுகள் என நவாப் எண்ணியிருந்தவை, அரசு மீதான வெற்றியினை நியாயப்படுத்து வதை நோக்கமாகக் கொண்ட விளக்கங்களாகவே தோன்றின. உண்மையில் 1773இல் தஞ்சாவூர் ராணுவ நடவடிக்கையினைக் கோருவதாக நவாபிடம் எந்த மிரட்டலையும் விடுக்கவில்லை. உண்மையில் மன்னரின் கையாலாகாத நிலை நவாபின் பேராசை (ம) கம்பெனி உடந்தையாயிருந்தது எல்லாம் சேர்ந்து அரசின் விதியை மூடி முத்திரையிட்டன.

1773 ஆகஸ்டில் ஜோஸப் ஸ்மித் தலைமையிலான கம்பெனி (ம) நவாப் படைகள் தஞ்சாவூர் மீது படையெடுத்தன. தூர்குடி (ம) சிங்காரப் பேட்டையை ஆக்கிரமித்துக் கொண்ட அவை, தலைநகரை நெருங்கி நின்றன. மேஜர் ஃப்ளெட்சர் தலைமையிலான முன்னோடிப் படை தஞ்சாவூர்ப் படையை வியப்பிலாழ்த்தியது. மூண்ட சண்டையில் தஞ்சாவூர்த் தரப்பில் 1000 பேர் கொல்லப்படவோ, காயம்படவோ செய்தனர். ஃப்ளெட்சர் 15 பேரை இழந்தார். முற்றுகை மூன்று வாரங்களுக்கு நீடித்தது. மதில்களில் செய்யப்பட்ட விரிசல்கள் மூலம் படைகள் தாக்குதலுக்குத் தயாராயின. வெயிலின் தகிப்பு அதிகமாயிருந்ததாலும், மாலையில்தான் தாக்குதல் இருக்கும் என்று எதிர்பார்ப்பு இருந்ததாலும், 20,000 பேர் கொண்ட மன்னரின் படை உணவருந்தச் சென்றது. ஆனால் ஸ்மித் உடனடியாக அனைவரையும் வியப்பிலாழ்த்தி, இழப்பேதுமில்லாமல் கோட்டையைக் கைப்பற்றினார். துளஜாவும் உறவினர்களும் அமைச்சர்களும் கைதிகளாயினர். நன்றியுள்ள நவாப் கம்பெனிக்கு 35 லட்ச ரூபாய் அன்பளிப்பாக அளித்ததுடன், மூன்று படைப்பிரிவுகளை தன் பொறுப்பில் பராமரித்தார்.

இவ்விணைப்புக்குப் பின், தஞ்சாவூர் நிர்வாகத்தை மறுசீரமைக்க நவாப் சிரமப்பட்டார். நிர்வாகத்தில் தனது நபர்களை நியமித்தார். கால்வாய்களை மராமத்து பார்த்தார். சாகுபடிக்குக் கடன்கள் வழங்கினார். நெல் விதைகளை அளித்தார். மக்கள் கடன்களைத் தீர்த்தார். தஞ்சாவூர்ப் படையினருக்குச் சேர வேண்டிய ஊதிய நிலுவைகளைத் தந்தார் (ம) கோட்டையின் பழுதுகளைச் சரி செய்யத் தொடங்கினார். எனினும், ஒடுக்கும் தன்மையிலான வரிவிதிப்புகள் இந்நன்மைகளை ஒன்றுமில்லாதவை ஆக்கின. மூன்றாண்டு நிர்வாகத்தில் அவர் அரசிடமிருந்து 120 லட்சம் அளவுக்கு சேகரித்துவிட்டார். 1775இல் அவரது நிர்வாக ஆண்டில், நவாபாலும் அவரால் நியமிக்கப்பட்டவர்களாலும் வசூலிக்கப்பட்டது 81 லட்ச ரூபாயாகும். பிரிட்டிஷ் ஆட்சியின் கீழ் அமைதியும் ஒழுங்குமான 75 ஆண்டுகள் வரை இத்தொகை எட்டப்படவில்லை. மராத்திய ஆட்சியாளர்கள் வசூலித்திருந்த அதிகப் படியான வருவாய் 1761இல் 57.5 லட்சமாகும். மறவர்களும் கடும் வரித்தீர்வையை அனுபவித்தனர். நவாப் ராமநாதபுரத்தை அலிநகர் என்றும் சிவகங்கையை ஹுசைன் நகர் என்றும் பெயர் மாற்றினார். இயற்கையாகவே மக்கள் வாலாஜா கொள்கையை எதிர்த்தனர்.

பிரதேச இணைப்புக்குப் பின்னர், தன் அதிகாரத்தை நிலைநிறுத்திடவும் கம்பெனியின் செல்வாக்கிலிருந்து தன்னை விடு வித்துக் கொள்ளவும் தீர்மானகரமான முயற்சி மேற்கொண்டார். 12000 துருப்புகள், ஏழு குதிரைப்படைப் பிரிவுகள் (ம) பீரங்கிப் படை உள்ளிட்ட ஓர் ராணுவ இயந்திரத்தை அவர் கட்டமைத்தார். கோட்டைகள் பழுதுபார்க்கப்பட்டன. படைத்தலைவராக தன் மகன் அமிர் உல் உமாராவை நியமித்து, படைகளுக்குப் பயிற்சி அளிக்க ஐரோப்பிய அலுவலர்களை ஏற்பாடு செய்தார். தன் செல்வாக்கினை நிறுவிக்கொண்டதும், ஒட்டுமொத்த கர்நாடகத்தையும் அமிர் உல் உமாராவின் கீழ் கொண்டுவரவும், வங்காளத்தின் நவாப் பொறுப்பை தன் மூத்த மகன் உம்துத் அல் உமாராவுக்குப் பெற்றுத்தரவும் குறிக்கோள் கொண்டார். மேலும் 1763இல் பாரிஸ் உடன்படிக்கை அங்கீகரித்துள்ளபடி, இங்கிலாந்து மன்னருக்கு இணையான தன் தரநிலையை எடுத்துரைத்தார். (ம) மொகலாயர்களால் ஏற்றுக்கொண்டபடி தன் இறையாண்மைக்கு அழுத்தம் தந்தார். ஐரோப்பிய அரசுகளுக்கு தன் சுதந்திர நிலையை திருப்திப்படுத்தவும், பிரிட்டிஷ் செல்வாக்கை முறியடிக்கவும் அவர் பிரெஞ்சு, டச்சு (ம) டென்மார்க் நாட்டவருடனும் நேரடி உறவுகளை ஏற்படுத்திக் கொண்டார்.

பிரிட்டிஷாரின் குறுக்கீடு

ஏற்றமும் இறக்கமுமான காலகட்டத்திற்குப் பிறகு வாலாஜா மன்னர் வம்சத்தினர் வீழ்ச்சிப் பாதையில் நுழைந்தனர். ஆங்கிலேய கிழக்கிந்தியக் கம்பெனி தன் மேலாண்மையை உறுதிப்படுத்திற்று. தஞ்சாவூரினை மராட்டியரிடம் மீட்டுத் தந்தது. மைசூருடன் போர் மூண்டது. கர்நாடகத்தின் வருவாயினை ஒதுக்கீடு செய்து பொறுப்பேற்றுக் கொண்டது (ம) வாலாஜா வம்சத்தினரிடையே உடன்பாடொன்றினை நிர்ப்பந்தித்தது. எல்லாம் சேர்ந்து பிரிட்டிஷாரின் மேலாண்மைக்கு பங்களிப்பு செய்தன. இதன் விளைவாக வாலாஜா வம்சத்தினர் நாட்டில் அரசியல் காரணியாக இல்லாது போயினர்.

1773இல் தஞ்சாவூர் வெற்றியில், மெட்ராஸ் கவுன்ஸிலின் நடவடிக்கைகளை கம்பெனியின் இயக்குனர் குழு கண்டித்தது. துளஜாவிடம் அரசினை மீட்டுத் தருமாறு பிகோட் பிரபுவை அனுப்பியபோது ஒரு திருப்புமுனை ஏற்பட்டது. அம்மாற்றத்தை ஏற்படுத்திட பிகோட் பிரபு நவாபின் இசைவை நாடினார்.

ஆனால் ஓய்ந்து போன முகம்மது அலி, கம்பெனியின் முடிவு தன் கண்ணியத்தையும் நலன்களையும் புண்படுத்திவிட்டது என்று தெள்ளத் தெளிவுபட அறிவித்து, கட்டளைகளைத் திரும்பப் பெறுமாறு கோரினார். பிகோட் பிரபுவின் தீர்மானகரமான தன்மையைப் புரிந்துகொண்ட முகம்மது அலி, கம்பெனியின் கட்டளைகளை நிறைவேற்றுவதற்கு எதிர்ப்பு தெரிவிக்காதிருக்க ஒத்துக்கொண்டு இசைவுக்கான மறுதலிப்பில் விடாப்பிடியாக இருந்தார். 1776 பிப்ரவரியில் கம்பெனியின் துருப்புகள் நாட்டின் கட்டுப்பாட்டினைப் பெற்றன. அரியணையை துளஜாவுக்கு மீட்டுத் தரும் வைபவத்திற்கு பிகோட் பிரபு தலைமை தாங்கினார். அரசின் மீது புதியதொரு ஒப்பந்தத்தை கம்பெனி கட்டாயப்படுத்திற்று. கம்பெனியின் எதிரிகளுக்கு எந்த உதவியும் செய்வதில்லை என்றும், மெட்ராஸ் கவுன்சிலின் இசைவின்றி எந்த ஒரு நாட்டுடனும் உறவு ஏற்படுத்திக் கொள்ளக்கூடாது என்றும் மன்னர் ஒப்புக்கொண்டார். பாதுகாப்பின் பெயரால் தன் அருகிலுள்ள கோட்டைகளுக்குப் பிரிட்டிஷார் காவலிருக்க அவர் அனுமதித்தார். இதற்கு ஈடாக ஆண்டுக்கு 12 லட்ச ரூபாய் செலுத்த மன்னர் இசைந்தார் மற்றும் ஆண்டுக்கு 2.5 லட்ச ரூபாய் வருவாய் தரும் நாகூரினைப் பிரித்தளித்தார்.

மறவர் நாடுகளில் கலகம் மூண்டதும், வாலாஜா அதிகார விரிவாக்கம் இன்னொரு தடையினைப் பெற்றது. ஆறாண்டுகாலம் நவாப் ஆட்சி செய்தும் மக்களை வெற்றிகொள்ள அவர் தவறிவிட்டார். குடியானவரும் படைவீரர்களுமான மறவர்கள், படையெடுப்பவரை எதிர்த்துப் போரிடுவதும், சந்தர்ப்ப சூழல்களுக்கு ஏற்ப வயல்களுக்குத் திரும்புவதுமான தெரிவு கொண்டிருந்தனர். தம் அரச நிறுவனங்கள் தூக்கி எறியப்பட்டதும், நிலங்கள் கையகப்படுத்தப்பட்டதும், அவர்களை மோதல் களத்திற்கு உந்தித் தள்ளின. கள்ளர் குடிகளுடன் அணிசேர்ந்து காடுகளில் பதுங்கி சர்க்கார் பிரதேசங்களில் கொள்ளையிட்டனர். ஆங்கிலேயர் நிறுவிய முகாம்களிலும் வாலாஜாக்களின் கோட்டைகளிலும் தாக்குதல் நடத்தினர். மாப்பிளாத் தேவர் தலைமையிலான பிரதேசத்தை ஆக்கிரமித்து, நிர்வாகத்தை அரண்மிகுந்த இடங்களுக்குத் துரத்திவிட்டனர்.

சிவகங்கையிலும் கலகம் நடந்தது. நவாபுடைய படைகளுக்கு எதிரான போரில் மாண்ட உடையாத்தேவரின் சேவகர்களான வெள்ள மருதுவும் சின்ன மருதுவும், ஹைதர் அலியின் துருப்புகளது ஆதரவுடன் சர்க்கார் பிரதேசத்தை ஆளரவமின்றிச் சூறையாடினர்.

அவர்கள் சிவகங்கைக்கு முன்னேறி வரவும் மக்கள் அவர்கள் பின் திரண்டனர். அவர்கள் நவாபின் துருப்புகளை துரத்தியடித்து, உடையாத்தேவரின் மகள் வெள்ளச்சியை சிவகங்கை அரசியாக பிரகடனப்படுத்தினர். மருது சகோதரர்கள் அமைச்சர்களாக நிர்வகித்தனர். நிலைமை கட்டுக்கடங்காது போகவே, முகம்மது அலி முத்துராமலிங்கத் தேவரை சிறையிலிருந்து விடுவித்து சேதுபதியாக்கினார். மறவர் நாடுகளின் ஆட்சியாளர்களாக முத்துராமலிங்க தேவரையும் வெள்ளச்சியையும் அங்கீகரித்த ஆங்கிலேயர் சமாதானத்தை ஏற்படுத்தினர். இதன் விளைவாக வாலாஜா வம்சத்தினர் இப்பிரதேசங்களின் கட்டுப்பாட்டினை இழந்தனர்.

ஒப்படைப்பும் பொறுப்பேற்பும்

மைசூருக்கு எதிரான ஆங்கிலேயரின் யுத்தங்கள் தமிழ்நாட்டின் மீது நேரடித் தாக்கம் கொண்டிருந்தன. 1780இல் இரண்டாம் மைசூர்ப்போர் வெடித்தது. போரினைத் திறம்பட நடத்தும் பொருட்டு நவாபின் பிரதேச வருவாயினை கம்பெனியிடம் ஒப்படைக்குமாறு மெட்ராஸ் கவுன்ஸில் ஆலோசனை கூறிற்று. அதனை எதிர்த்த முகம்மது அலி பின்னர் ஒரு சமரசத்திற்கு வந்தார். அதன்படி, 5 ஆண்டுகளுக்கு அவர் வரிவசூலை செலுத்தி அதில் ஆறில் ஒரு பகுதியை தன் சொந்த செலவுகளுக்கு வைத்துக் கொண்டார். இதுதான் ஒப்படைப்பு, இக்காலகட்டத்தில் வருவாய் குழு, போருக்காகப் பணம், தானியங்கள் (ம) அவர்களின் ஆட்சியாளரது நலன்கள் நலிவுற வரிகளை வசூலித்தது. ஆங்கிலேயர் தம் அதிகாரத்தைத் திரட்டிக்கொள்ள இச்சந்தர்ப்பத்தைப் பயன்படுத்திக் கொண்டனர்.

இதற்கிடையே இவ்வொப்படைப்பினை மாற்றிட முகம்மது அலி தீவிரமானார். மிகுந்த முயற்சிக்குப் பின்னர் கம்பெனி இசைந்தது. ஆனால அவர் புதியதொரு உடன்படிக்கையில் கையொப்பமிட வேண்டியிருந்தது. 1787 உடன்படிக்கையின் படி ஆங்கிலேயரால் ஏற்படுத்தப்பட்ட பாதுகாப்பு நிர்வாகத்திற்கு ஆதரவாக ஒவ்வோராண்டும் ஒன்பது லட்சம் நட்சத்திர பகோடாக்கள் செலுத்த ஒத்துக் கொண்டார். ராணுவ அமைப்புக்கு அவர் செலவிட்டது நடைமுறையில் அவரைக் கட்டுப்படுத்தவும் பராமரிக்கப்பட்டது. தஞ்சாவூரில் குறுக்கீடு செய்யும் பொருட்டு கம்பெனி வாரிசு உரிமைப் போரினை ஏற்படுத்திற்று. இரண்டாம் மைசூர்ப்

போரின்போது ஹைதர் அலி நாட்டினை நாசமாக்கி அரசின் பொருளாதாரத்தை ஒன்றுமில்லாமல் ஆக்கினார். வயதேறிவந்தும் வாரிசு இல்லாதும் போன துளஜராஜா, சரபோஜியை தத்தெடுத்து அரியணைக்குரியவனாக்கி அவனது மாற்றாந்தாய் மகன் அமர்சிங்கை நடைமுறை ஆட்சியாளனாக அமர்த்தினார். 1787இல் அவர் காலமானார். மன்னரின் மரணத்தை அறிந்ததுமே ஆளுனர் ஆர்கிபால்ட் கேம்பல் தஞ்சாவூருக்கு விரைந்து, தத்தெடுப்பினை சட்டவிரோதம் என்றறிவித்து, அமர்சிங்கை அரியணை ஏற்றினார். இதற்குப் பிரதியுபகாரமாக புதிய ஆட்சியாளர் 1787 ஒப்பந்தத்தை ஏற்றுக் கொண்டார். அதன்படி தன் அரசின் பாதுகாப்பின் பொருட்டு அவர் ஆங்கிலேயருக்கு ஆண்டுதோறும் 4 லட்சம் நட்சத்திரப் பகோடாக்கள் செலுத்த வேண்டும். கர்நாடகத்திற்கு ஒன்றும் தஞ்சாவூருக்கு இன்னொன்றுமாக இரு உடன்படிக்கைகள் தமிழர் மாவட்டங்கள் மீது கடும் அமைதியைத் திணித்தன. ஆட்சியாளர்கள் மக்களை ஒடுக்கி, கம்பெனியின் அதிகாரம் திரட்சிகொள்ள பங்களிப்புச் செய்தனர்.

1790 ஏப்ரலில் திப்புசுல்தான், ஆங்கிலேயருக்கு நெருங்கிய அரசான திருவாங்கூர் எல்லைப் பகுதியைத் தாக்கினார். இதன் விளைவாக கவர்னர் ஜெனரல் கார்ன்வாலீஸ், மைசூருக்கு எதிராக மராத்தியர் (ம) நிஜாமுடன் சேர்ந்து முக்கூட்டு அணியை ஏற்படுத்தி படைகளைத் திரட்டினார். இது மூன்றாம் மைசூர்ப் போரின் தொடக்கத்தைக் குறித்தது. காவேரிக்கரை வழியாகச் சென்ற திப்பு சுல்தான் ஸ்ரீரங்கத்தை நாசமாக்கினார். எனினும் கூட்டணிப் படைகள் மைசூரை மிரட்டியதும் பின்வாங்கினார். மைசூர்ப் படையெடுப்பு தனித்ததாக, பெரிதும் மைசூர்ப் பிரதேசங்களுக்குட்பட்டதாக இருந்தது. இருந்தும் 1787 உடன்படிக்கையிலுள்ள அவசரநிலை சட்டப்பிரிவுகளை அமலாக்கிட ஆங்கிலேயருக்கு இது ஒரு சந்தர்ப்பத்தை அளித்தது. கர்நாடக (ம) தஞ்சாவூர் அரசர்கள் செலுத்திவந்தது, விரிவான ராணுவ நடவடிக்கைகளை ஈடுகட்டப் போதுமான தாயில்லை. போரினைத் திறம்பட நடத்துதல் என்னும் பெயரில், கர்நாடகம் (ம) தஞ்சாவூரின் வரிவசூலிப்பை 1790இல் கம்பெனி ஏற்றுக்கொண்டது. இதுதான் பொறுப்பேற்றல். வருவாயைப் பராமரிக்க ஏற்படுத்தப்பட்ட பொறுப்பேற்கும் வருவாய் குழு, வரிவசூல் மீது கண்காணிப்புச் செய்தது.

மூன்றாம் மைசூர் யுத்தம் குறுகிய காலமே நீடித்ததால், நிர்வாகத்தினை நவாபிடமும் மன்னரிடமும் மீட்டுத் தருமாறு 1792இல் கம்பெனியை நிர்ப்பந்தப்படுத்திற்று. எனினும், அதே

காரணத்தின் பொருட்டு அவர்கள் மீது அது மேலும் கடுமையான உடன்படிக்கைகளை - 1792இன் கர்நாடக உடன்படிக்கை (ம) 1793இன் தஞ்சாவூர் உடன்படிக்கைகளைத் - திணித்தது. இவ்வுடன்படிக்கைகளின் படி, ஆங்கிலேயர் அவர்தம் பிரதேசங்களிலெல்லாம் தம் ராணுவத்தை நிறுத்தினர். எல்லாக் கோட்டைகளையும் காவல் செய்தனர் (ம) பாளையக்காரர்களை தம் நேரடி அதிகாரத்தின் கீழ் கொண்டு வந்தனர். ஆங்கிலேய ராணுவத்திற்கு ஆதரவாக நவாப் 9 லட்சம் நட்சத்திரப் பகோடாக்களும் மன்னர் 3.5 லட்சம் பகோடாக்களும் தர இசைந்தனர். இவ்விரு உடன்படிக்கைகளும் இரு அரசுகளையும் வெறும் துணைநிலை அரசுகளாக்கி, கம்பெனி பாளையக்காரரை ஒடுக்க வைத்து, நாட்டின் மீதான தம் கட்டுப்பாட்டினை இறுக்கிக் கொள்ள வழிவகை செய்தன.

19

கம்பெனி தமிழ்நாட்டினைப் பெற்றுக் கொள்ளுதல்

ஆங்கிலேய கிழக்கிந்தியக் கம்பெனி தனது படிப்படியானதும் ஆனால் சீரானதுமான செல்வாக்கின் வளர்ச்சி காரணமாக, தமிழ்நாட்டின் மீது தன் நேரடி நிர்வாகத்தை நிறுவிற்று. போர்கள், உடன்பாடுகள் (ம) ராஜதந்திரம் மூலமாக இது சாதிக்கப்பெற்றது. நாயக்கர்கள், பீஜப்பூர், கோல்கொண்டா (ம) மராத்திய அரசுகளுடன் ஏற்படுத்திக்கொண்ட உடன்படிக்கைகளின்படி, அவர்கள் வர்த்தக ஒப்பந்தங்களை மேற்கொண்டனர். கர்நாடக (ம) தஞ்சாவூர் ஆட்சியாளர்களின் ஆதரவுடன் போட்டி ஐரோப்பியர் மீது தம் மேலாண்மையை நிலைநிறுத்தினர். பிரெஞ்சுக்காரரின் மிரட்டலிலிருந்து விடுபட்ட அவர்கள், உள்ளூர் அரசுகள் பக்கம் திரும்பி, அவற்றை ஒன்றுமில்லாதவையாக ஆக்கினர். சந்தாசாகிப், நஞ்சா ராஜா (ம) பிரெஞ்சுக்காரருக்கு எதிரான சண்டையில் ஆற்காடு நவாப் முகம்மது அலிக்கு உதவி செய்ததற்கு ஈடாக, 1767இல் அவர்கள் ஜாகிர் (அ) செங்கல்பட்டு என்று அழைக்கப்பட்டதை பெற்றுக்கொண்டனர். 1792லும் 1799லும் பிரிட்டிஷ் படைகள் மைசூரின் திப்புசுல்தானை தோற்கடித்து, தமிழ்நாட்டின் மேற்குமண்டலத்தை பெற்றுக் கொண்டன. 1799இல் தஞ்சாவூர் மராத்தியரிடத்தே ஓர் ஒப்பந்தத்தைத் திணித்த ஆங்கிலேயர், தம் அரசினை விட்டுப் பிரியுமாறு அவர்களைக் கட்டாயப்படுத்தினர். இந்நோக்கத்திற்காக ஏற்படுத்தப்பட்ட கர்நாடக ஒப்பந்தத்தின்படி, ஒரு நவாபுடன் கையெழுத்திட்டு. 1801இல் அவர்கள் எஞ்சிய தமிழ்நாட்டினை நேரிடையாகப் பெற்றுக்கொண்டனர்.

கொங்கு நாட்டினை இணைத்துக் கொள்ளல்

சேலம், தர்மபுரி, கோயம்புத்தூர், சத்தியமங்கலம் (ம) பெரும்பாலான திண்டுக்கல்லைக் கொண்டிருந்த கொங்குநாடு, மதுரை நாயக்க அரசின் பகுதியாயிருந்தது. ஆனால் மைசூர் உடையார்களால் இணைக்கப்பட்டிருந்தது. உடையார்களின் வீழ்ச்சிக்குப் பின்னே, மைசூருடன் சேர்ந்து இப்பிரதேசங்கள், ஹைதர் அலி (ம) திப்பு சுல்தானின் கட்டுப்பாட்டின் கீழ் வந்தன. மைசூரும் ஆங்கிலேயரும் ஒருவரை ஒருவர் எதிர்த்து நான்கு பெரும் யுத்தங்கள் செய்தனர். முதல் போரின் (1767-1769) போது கம்பெனிப் படைகள் கொங்கு நாட்டின் பகுதிகளை நாசப்படுத்தினாலும், கையகப்படுத்த இயலவில்லை. 1780இல் இரண்டாம் போர் மூண்டதும், பிரிட்டிஷ் படைகள் இப்பிரதேசத்திற்குள் நுழைந்தன. அவை கோயம்புத்தூர், கரூர் (ம) தாராபுரத்தைக் கைப்பற்றின. ஆனால், 1754இல் மங்களூர் உடன்படிக்கை கையெழுத்தானதும் அவற்றை மைசூரிடம் ஒப்படைத்தன. 1782இல் இப்போர் நடந்துகொண்டிருக்கையில் ஹைதர் அலி இறந்துபோக, திப்புசுல்தான் அரியணை ஏறினார்.

கம்பெனிக்கு நெருக்கமான திருவாங்கூர் மீது மைசூர் படையெடுத்தது, மூன்றாம் மைசூர்ப் போருக்கு (1790-1792) இட்டுச் சென்றது. கவர்னர் ஜெனரல் காரன்வாலீஸ் பிரபு மராத்தியர் (ம) நிஜாமுடன் அணிசேர்ந்து மைசூருக்கு எதிரான ராணுவ நடவடிக்கைகளில் இறங்கினார். மோதலின் தலைமைக் களனாக கொங்கு நாடு விளங்கியது. திருச்சிராப்பள்ளியிலிருந்து முன்னேறி வந்த ஜெனரல் மெடோவ்ஸ், கரூரையும், கோயம்புத்தூரையும் அடிபணியச் செய்தார். கர்ணல் ஸ்டூவர்ட், திண்டுக்கல்லை முற்றுகையிட்டு படைப்பிரிவை சரணடையுமாறு நிர்ப்பந்தித்தார். ஆனால் 1790 செப்டம்பரில் 40,000 துருப்புகளுக்குத் தலைமை தாங்கிவந்த திப்பு, ஈரோடு உள்ளிட்ட பிரிட்டிஷார் முன்னேறியிருந்த நிலைகளிலிருந்து பிரிட்டிஷ் படைகளைத் துரத்திவிட்டு, தோப்பூர் வழியாக கர்நாடகம் சென்றார். இதற்குப் பதிலடியாக காரன்வாலீஸ் பிரபு ஸ்ரீரங்கப்பட்டினத்தின் மேல் படையெடுப்பு நிகழ்த்தினார். தன் தலைநகர் மிரட்டலுக்கு உள்ளாகவே, சுல்தான் சமாதானம் நாடினார். 1792இல் கையெழுத்தான ஸ்ரீரங்கபட்டின உடன்படிக்கைப்படி, திப்பு தன் பிரதேசத்தில் பாதியை ஒப்படைத்தார். மலபாருடன் சேர்த்து, திண்டுக்கல், சேலம் (ம) பாரமகால் என்னும் தமிழக மாவட்டங்களையும் ஆங்கிலேயர் பெற்றனர்.

1798-99இல் ஆங்கிலேயர் மைசூரை எதிர்த்து நான்காவது போரை நடத்தினர். பிரெஞ்சு நாட்டவரின் அணி சேர்க்கையை விரும்பிய சுல்தான், பிரிட்டிஷாரின் பாதுகாப்பை ஏற்க மறுதலித்துவிட்டார் என கவர்னர் ஜெனரல் வெல்லெஸ்லி அறிவித்தார். இதனடிப்படையில் அவர் நிஜாம் ஆதரவுடன் மைசூருக்கு எதிராய் யுத்தம் செய்தார். வேலூர், மலபார் (ம) ஹைதராபாத்திலிருந்து வந்த மூன்று படைப்பிரிவுகள் ஸ்ரீரங்கப்பட்டனத்தை முற்றுகையிட்டன. போரின் போது திப்பு இறந்துவிட, அவரது பிள்ளைகள் கைதிகளாக வேலூருக்குக் கொண்டு செல்லப்பட்டனர். கர்னல் பிரவ்னின் தலைமையிலான ஒரு படைப்பிரிவு, கரூர், ஈரோடு (ம) அரவக்குறிச்சியிலுள்ள தமிழ்நாட்டைச் சேர்ந்த திப்புவின் கோட்டைகளை ஆக்கிரமித்தது. தனது கூட்டணியிலிருந்த நிஜாமின் ஆதரவுடன் மேற்கொள்ளப்பட்ட ஒப்பந்தப்படி, மைசூர் தமிழ் நாட்டில் வைத்திருந்த கரூர், ஈரோடு, தாராபுரம் (ம) கோயம்புத்தூர் உள்ளிட்ட பாரிய பிரதேசங்களை கம்பெனி பெற்றுக் கொண்டது. மூன்றாம், நான்காம் மைசூர்ப் போர்களின் விளைவாக, ஒட்டுமொத்த கொங்கு நாடும் ஆங்கிலேயரின் கட்டுப்பாட்டுக்குள் வந்துவிட்டது.

பாளையக்காரரை ஒடுக்குதல்

ஒப்படைப்பு (ம) பொறுப்பேற்றலின் போது ஆங்கிலேயர் பாளையக்காரர் மீது நேரடி அதிகாரத்தைப் பிரயோகித்தனர். 1792ஆம் ஆண்டு கர்நாடக உடன்படிக்கைப்படி, பாளையக்காரர் விவகாரங்களை நிர்வகிக்கும் உரிமையை அவர்கள் பெற்றனர். பாளையக்காரர்கள் வழக்கமான வரித்தொகையுடன் அடிக்கடி பங்களிப்புகளும் அன்பளிப்புகளும் கம்பெனிக்குத் தரவேண்டியிருந்தது. ஐரோப்பிய எஜமானர்களின் இல்லங்களுக்கு முட்டைகள், கோழிகள், ஆடுகளென எடுத்துச் செல்லுமாறு வருவாய் பணியாட்கள் கட்டாயப்படுத்தப்பட்டனர். மறுபுறத்தில் பாளையக்காரர்கள் தம் மரபுப்படி சுதந்திர உணர்வு கொண்டிருந்தனர். ஆயுதங்கள், கோட்டைகளுடன் அவர்கள், தம் உரிமைகள் மீதான அத்துமீறல்களின் பால் சினந்தெழுந்தனர். பாளையக்காரரை அடக்கும் வகையில் நவாபின் அதிகாரத்தின் கீழாகவோ, தானே முன்வந்தோ கம்பெனி அடிக்கடி படையெடுத்தது. இம்மோதல்களும் சூறையாடல்களும் பாளையக்காரரை அவர்தம் நோக்கத்திலிருந்து அந்நியப்படுத்தி, அவர்களை விரோத நிலைக்கு உந்தித் தள்ளியது. அவர்கள்

கூட்டமைப்புகளை ஏற்படுத்தி, படையெடுப்புகளுக்கு எதிராகப் போரிட்டனர். 1797-98இல் பாஞ்சாலங்குறிச்சியின் வீரபாண்டிய கட்டபொம்மனும், சிவகங்கையின் மருது பாண்டியனும் திருநெல்வேலி பாளையக்காரரை ஆங்கிலேயருக்கு எதிராக ஒன்று திரட்டினர். இது 1798ஆம் ஆண்டு பாளையக்காரர் கலகத்திற்கு இட்டுச்சென்றது.

1761இல் பிறந்தவரும் தெலுங்கு வம்சாவளியைச் சேர்ந்தவருமான வீரபாண்டிய கட்டபொம்மன், தன் தந்தை ஜெகவீரபாண்டிய கட்டபொம்மன் இறந்ததும், 30 வது வயதில் பாஞ்சாலங்குறிச்சியின் பாளையக்காரர் ஆனார். கம்பெனியின் நிர்வாகிகள் ஜேம்ஸ் லண்டனும் காலின் ஜாக்ஸனும் அவர் படிக்காதவர் என்றாலும் சமாதானத்தை விரும்புபவராகக் கருதினர். எனினும் ஏராளமான சம்பவங்கள் கம்பெனியுடன் அவரை மோதுமாறு செய்தன. இக்காலகட்டத்தில் கப்பம் வசூலித்தல், மோதலுக்கான காரணமாக நீடித்ததும், வலுவானதுமான அடிப்படையாயிருந்தது. இவ்வுரிமையை வைத்திருந்த ஆற்காட்டு நவாப், 1792ஆம் ஆண்டு கர்நாடக உடன்படிக்கைப்படி, இதனை ஆங்கிலேயரிடம் ஒப்படைத்துவிட்டார். இவ்வுரிமையை நடைமுறைப்படுத்துவதில் நவாப் எதிர்கொண்ட சிரமமும், இதிலுள்ள வாய்ப்பைப் பயன்படுத்தினால் பாளையக்காரரின் செல்வாக்கைக் குறைத்துவிடலாம் என கம்பெனி திட்டமிட்டதும்தான் இம்மாற்றத்தை ஏற்படுத்தின. 1798 செப்டம்பரில் பாஞ்சாலங்குறிச்சியிலிருந்து வரவேண்டிய கப்பம் நிலுவைகளாக நின்றதால், அகங்காரமும் துடுக்குத்தனமுமிக்க ஆட்சித்தலைவர் ஜாக்ஸன் கடுமையான மொழியில் வீரபாண்டியனுக்குக் கடிதங்கள் எழுதினார்.

1798 மே 31இல் பாஞ்சாலங்குறிச்சியிலிருந்து வரவேண்டிய தீர்வை 3310 பகோடாக்கள். நாடு கடும் பஞ்சத்திற்குள்ளாகி இருந்ததால், கப்பம் கட்டுவதற்கான வரியை மக்களிடமிருந்து வசூலிப்பது பாளையக்காரருக்குச் சிக்கலாயிருந்தது. வீரபாண்டியனைத் தண்டிக்கும் வகையில் ஒரு படையை அனுப்ப வேண்டும் என ஆட்சித் தலைவர் ஜாக்ஸன் விரும்ப, மெட்ராஸ் கவுன்ஸிலோ ஒத்துக்கொள்ளவில்லை. மைசூர் திப்பு சுல்தானுக்கு எதிரான போரில் பயன்படுத்துவதற்காக கம்பெனி ஏற்கனவே திருநெல்வேலியிலிருந்து தன் படைவீரர்களை அனுப்பியிருந்ததால், அவ்வேளையில் மோதலை தவிர்க்க அலுவலகத்திற்கு வரவழைக்குமாறு அது அறிவுறுத்திற்று.

அதன்படி இரு வாரங்களுக்குள் ராமநாதபுரத்தில் தன்னை வந்து பார்க்குமாறு வீரபாண்டியனுக்கு 1798 ஆகஸ்டு 18 அன்று ஜாக்ஸன் ஓர் ஆணையினை அனுப்பினார். இந்த அழைப்பாணையை அனுப்பிவிட்டு, ஆட்சித்தலைவர் திருநெல்வேலியில் சுற்றுலா மேற்கொண்டார். ஆகஸ்டு 27 அன்று அவர் திருக்குற்றாலம் வந்தபோது, கட்டபொம்மன் தன் பரிவாரங்களுடன் காத்திருந்தார். ஆனால் ஆட்சித்தலைவர் சந்திப்புக்கு அனுமதிக்கவில்லை. கட்டபொம்மன் இதனை இப்படிக் குறிப்பிட்டார். “பணத்தை சேகரித்தேன். கிஸ்தி கட்டுவதற்காக என் உடல்நிலையை மீறியும் நான் புறப்பட்டபோது, ஜாக்ஸன் திருக்குற்றாலம் வந்துவிட்டார். உடனே கம்பெனிக்குச் செலுத்தவேண்டிய கிஸ்தித் தொகையுடன் அங்கு வந்து சேர்ந்தேன்.” பாளையக்காரர்களிடமிருந்து கிஸ்தி தொகைகளை வசூலிக்க சொக்கம்பட்டி, சாப்டூர், சாத்தூர் (ம) ஸ்ரீவில்லிபுத்தூர் ஆகிய ஊர்களுக்கு வந்த போதெல்லாம், ஆட்சித் தலைவரைச் சந்திக்க வீரபாண்டியன் முற்பட்டார். ஆனால் அவரை ராமநாதபுரத்தில்தான் சந்திக்க முடியும் என்று கூறப்பட்டுவிட்டது. அவமானப்பட்டாலும், ஜாக்ஸன் சென்ற வழித்தடத்தில் 23 நாட்கள் 400 மைல் தூரம் பயணித்து செப்டம்பர் 19 அன்று ராமநாதபுரம் வந்தடைந்தார் வீரபாண்டியன். அன்றே வீரபாண்டியனைப் பார்க்க அனுமதித்த ஜாக்ஸன், கணக்கு நிலுவைகளைப் பரிசீலித்து கட்டபொம்மன் பெரும்பகுதி நிலுவைகளைக் கட்டிவிட்டதால், 1090 பகோடாக்களே பாக்கியுள்ளது என்பதைத் தெரிந்து கொண்டார். அமர இருக்கைகள் தரப்படாததால் பாளையக்காரரும், அவரது அமைச்சர் சிவசுப்பிரமணிய பிள்ளையும் அகங்காரம் பிடித்த ஆட்சித்தலைவர் முன் 3 மணிநேரம் நிற்க வேண்டியிருந்தது. ஆனால் இன்னும் அவர்களை வெளியேற அனுமதிக்காது கோட்டைக்குள்ளேயே இருக்குமாறு செய்தார் ஆட்சித்தலைவர். சில படைவீரர்கள் பாளையக்காரரைக் கைது செய்ய இருப்பதாகத் தோன்றிற்று. உடனே வீரபாண்டியனின் செவிட்டு, ஊமைத்தம்பி ஊமைத்துரை, காத்திருந்த தன் சகாக்களிடையே எச்சரிக்கையை ஏற்படுத்தினார். பாளையக்காரரும் அவரது அமைச்சரும் நபர்களை விலக்கிக்கொண்டு வர, அவர்களின் ஆதரவாளர்கள் உதவிக்கு விரைந்தார்கள். வாயிலில் மோதல் ஏற்பட, சிலர் கொல்லப்பட்டனர். சிவசுப்பிரமணியபிள்ளை கைதாக, கட்டபொம்மன் தப்பிவிட்டார்.

இதற்கிடையே ஆளுனர் எட்வர்ட் கிளைவ், கம்பெனியின் அதிகாரத்திற்கு அடிபணிய வேண்டும் என பாளையக்காரருக்கு பிரகடனம் ஒன்றினை வெளியிட்டார். சரணடைந்தால் சரியான

நீதி விசாரணை, மறுதலித்தால் அரசாங்கத்தின் அதிருப்திக்கு உள்ளாக நேரிடும் என்று அப்பிரகடனத்தில் அவர் மிரட்டியிருந்தார். வீரபாண்டியன் தரப்பிலுள்ள சந்தேகங்கள் தீரவேண்டும் என்பதற்காக, அவர் ஜாக்ஸனை தற்காலிகப் பணிநீக்கம் செய்தார் (ம) சிவசுப்பிரமணியபிள்ளையை விடுவித்தார். இதனை அடுத்து கட்டபொம்மன் பணிவது எனத் தீர்மானித்தார். இவ்விவகாரத்தை விசாரிக்க நியமிக்கப்பட்ட குழு முன் அவர் தோன்றினார். விசாரித்த குழு பாளையக்காரரை கலகக் குற்றச் சாட்டுகளிலிருந்து விடுவித்தது, ஆட்சித் தலைவரைக் கண்டித்தது. அவர் பின்னர் பணியிலிருந்து நீக்கப்பட்டார். இப்போது ஜாக்ஸனின் இடத்தில் எஸ்.ஆர். லூாயிங்ஸ்டன் ஆட்சித்தலைவராக நியமிக்கப்பட்டார்.

இவ்வாறு ஆங்கிலேயர் கட்டபொம்மனின் வருத்தத்திற்கான தோற்றுவாயை அகற்றினர். குழுவின் முடிவு நியாயமற்றதாகத் தோன்றவில்லை. (ம) மெட்ராஸ் கவுன்ஸிலின் அணுகுமுறை இணக்கமற்றதாகத் தோன்றவில்லை. இருப்பினும் அவர் அடைந்த அவமானத்தின் பின்புலத்தில், மீறல்பாதைக்கு அவரை இட்டுச் சென்ற நேரிய அம்சங்கள், மருதுபாண்டியனின் செல்வாக்கும், நான்காம் மைசூர்ப் போர் முன்வைத்த சந்தர்ப்பங்களும் ஆகும். திண்டுக்கல் கோபால நாயக்கர் ஆனைமலை யதுல் நாயக்கர் ஆகியோருடன் மிக நெருக்கமுடைய சிவகங்கை மருதுபாண்டியன், தனது திருச்சிராப்பள்ளி பிரகடனத்தில் 'கழிசடை'கள் என்று விவரித்து, ஆங்கிலேயரின் கட்டுப்பாட்டிலிருந்து நாட்டினை விடுவிக்கும் நோக்கத்திற்காக, தென்னிந்திய கூட்டமைப்பு ஒன்றினை ஏற்படுத்துவதில் ஈடுபட்டிருந்தார். தென்மண்டலங்களுக்கு அவர் அனுப்பியிருந்த கலகக்குழுக்கள் பாஞ்சாலங்குறிச்சிக்குச் சென்றன. ஒத்த நலன்கள் காரணமாக இது கட்டபொம்மனுக்கும் மருது பாண்டியனுக்கும் இடையே நெருக்கமான தொடர்புக்கு இட்டுச் சென்றது. அதிலிருந்து வீரபாண்டியன் மருதுடன் அடிக்கடி ஆலோசித்தார். 1799 ஜுன் முதல் நாளன்று 500 வீரர்களுடன் சிவகங்கை சென்று சேரவேண்டும் என்னும் நோக்கத்தில் பலமனேரியை அடைந்தார்.

இது பிரிட்டிஷ் அதிகாரத்தின் மேலுள்ள வெறுப்பின் காரணமாக மேற்கொள்ளப்பட்ட நடவடிக்கை என்று கருதிய ஆட்சித்தலைவர் லூாயிங்ஸ்டன், தன் கடுமையான சந்தேகத்தை வெளிப்படுத்தினார். பாளையக்காரர் மருதுவின் வருகைக்காக பலமனேரில் காத்திருந்தார். 15ஆம் நாளன்று ஒரு குழு முகாமை அடைய, இரு குழுக்களும் ஆலோசனை நடத்தின. இதன் விளைவாக, சிவகங்கையின்

ஆயுதந்தாங்கிய வீரர் 500 பேர் சேர்ந்துகொள்ள, கட்டபொம்மன் பாஞ்சாலங்குறிச்சி திரும்பினார். ஆலோசனை விபரங்கள் தெரியவில்லை. எனினும், பரஸ்பர ஆலோசனைகளுக்கு கலகத்தலைவர்கள் தந்த முக்கியத்துவத்தை இது சுட்டிக்காட்டுகிறது.

மைசூருக்கு எதிராய் பிரிட்டிஷ் படைகளை ஈடுபடுத்தியமை, தன் செல்வாக்கினை வலுப்படுத்தும் வாய்ப்பினை கட்டபொம்மனுக்கு அளித்தது. இந்நோக்கத்தைச் சாதிப்பதில் எந்தச் சிரமமும் அவருக்கு இல்லை. சிவகங்கை மருது (ம) ராமநாதபுரம் மேலப்பன் ஆகியோரின் முயற்சிகளால், நாகலாபுரம், மன்னார்கோட்டை, பூவாளி, கோலார்பேட்டை (ம) சென்னல்குடி பாளையக்காரர்கள் ஏற்கனவே ஒரு கூட்டமைப்பை ஏற்படுத்தி இருந்தனர். தன்னிடமிருந்த செல்வாக்கு மற்றும் செல்வத்தின் காரணமாக கட்டபொம்மன் செய்ய முற்பட்டதெல்லாம் கூட்டமைப்பில் சேர்ந்து தலைமை ஏற்கவேண்டியதுதான். கூட்டமைப்பை வலுப்படுத்தத் தீர்மானித்த அவர், சாப்டூர், ஏழாயிரம் பண்ணை, காடல்குடி (ம) குளத்தூர் பாளையக்காரர்களை இதில் இணையுமாறு வற்புறுத்தினார். ஆகஸ்டில் அவர் செவத்தையா, வீரபாண்டிய நாயக்கர், வீரபத்திர பிள்ளை ஆகியோரை இளவரசனூருக்கு அனுப்பி, கள்ளர்களின் ஒத்துழைப்பைப் பெற்றார். பிரிட்டிஷாரின் ராணுவ நடவடிக்கைகளை ரகசியமாய் அறிந்து தெரிவிப்பதற்காக, சிவசுப்பிரமணிய பிள்ளையின் தம்பி பாண்டியாபிள்ளை சென்னை சென்றார்.

இச்சம்பவங்கள் இப்போது ஒரு நெருக்கடியினைத் தொட்டன. 1798 ஆகஸ்டில் சிவகிரி பாளையக்காரரின் மகன் (ம) அவரது ஆலோசகர் மாப்பிள்ளை வன்னியன் பாளையங்கோட்டை சென்று ஆலோசனை நடத்தினர். சிவகிரியின் ஆட்சியாளர் கூட்டமைப்பில் சேர மறுத்துவிட்டதால், அவரது மகனின் உதவியால் அங்கே தன் செல்வாக்கை நிறுவிடத் தீர்மானித்தார். பாஞ்சாலங்குறிச்சி திறந்த வெளியில் அமைந்திருந்தது. பகைச்சக்திகளிடம் பலியாகிவிடும் ஆபத்தைக் கொண்டிருந்தது. எனவேதான் தாக்கமுடியாத வலுவான அரண் ஒன்று அவசியமாயிற்று. சிவகிரி மேற்குத் தொடர்ச்சி மலை அடிவாரத்தில் இருந்ததும், சுற்றிலும் வலுவான தடைகள் அமைந்திருந்ததும், தற்காப்புக்கும் தாக்குதலுக்கும் பொருத்தமானதாக இருந்ததுதான், அதன் கேந்திர முக்கியத்துவம். சிவகங்கைக்கு எதிராக கட்டபொம்மன் சேவகர்களை அனுப்பியதின் பின்னுள்ள திட்டம், படைபலத்தாலோ சதியாலோ அக்கோட்டையினையும்

குறுகிய கணவாயினையும் அடைவதே. அக்கணவாய் வழியே சென்றுசேர்வது கடினம் என்றுணர்ந்த கட்டபொம்மனுக்கு, தண்டிக்கப்பட்டுவிடும் பயமும் இருந்தது என்று கம்பெனியின் ராணுவப் பொறுப்பிலிருந்த மேஜர்கிராம் உறுதிப்படுத்தினார்.

இவ்வாறு தன்நிலையை வலுப்படுத்துவதற்காக துணிகர முயற்சியாக, ஆயுதந்தாங்கிய படைப்பிரிவு ஒன்று மேற்கில் அனுப்பப்பட்டது. ஆனால் சிவகிரி பாளையக்காரர் கம்பெனிக்குக் கட்டுப்பட்டவராதலால், மெட்ராஸ் கவுன்ஸில் இதனை தன் அதிகாரத்திற்கு விடப்பட்ட சவாலாகவே கருதியது. (ம) ராணுவத்தை அணிவகுத்துச் செல்ல ஆணையிட்டது. அது நவாபின் இறையாண்மைக்கு மீறியது என்ற போதிலும், இயக்குநர் குழுவின் ஆணைகளை நடைமுறைப்படுத்துவதற்கான சந்தர்ப்பமாக இதனைக் கம்பெனி பயன்படுத்திக்கொள்ள விரும்பியதுதான் காரணம். "நம் அதிகாரத்திற்குட்பட்ட எல்லைகளுக்குள் அனைத்துக் கீழ்நிலை ராணுவ அமைப்புகளும் ஒழிக்கப்படவேண்டும்" என கம்பெனி விரும்பியது. 1799 மே ஆரம்பத்திலேயே மைசூருக்கு எதிரான போர் முழு வெற்றியில் முடிவுற்றது. இப்போது பாளையக்காரருக்கு எதிராய் படைகளை அனுப்புவது கம்பெனிக்குச் சாத்தியமாயிருந்தது.

1799 மே மாதத்தில் மெட்ராஸ் வந்து சேர்ந்ததும் வெல்லெஸ்லி பிரபு, திருச்சிராப்பள்ளி, தஞ்சாவூர் (ம) மதுரையிலிருந்து படைகள் வரவேண்டும் எனக் கட்டளையிட்டார். திருவாங்கூர் மன்னரின் படைகள் எதிரியுடன் சேர்ந்து கொண்டன. பாளையக்காரருடன் திறம்படச் செயல்பட வேண்டும் என்னும் பொருட்டு விரிவான அதிகாரங்கள் பெற்ற மேஜர் பானர்மேன், படையெடுப்புக்குத் தலைமை தாங்கினார். ராமநாதபுரம் வழியே முன்னேறி வந்த ராணுவம் திருநெல்வேலியை அடைந்தது. 1799 செப்டம்பர் முதல் நாளன்று மேஜர், நான்காம் நாளில் கட்டபொம்மன் தன்னை வந்து பாளையங்கோட்டையில் சந்திக்க வேண்டும் என்று இறுதி எச்சரிக்கை விடுத்தார். பாளையக்காரர் பதில் "மாட்சிமை மிகு கம்பெனிக்குப் பணிவானவன் (ம) அதன் ஆணைகளுக்குக் கட்டுப்படுபவன் என்றென்னைக் கருதுபவன் என்பதால், தங்களை வந்து பார்ப்பதற்கோ, தங்கள் ஆணைகளுக்கு அடிபணிவதிலோ எந்தத் தயக்கமுமில்லை. ஆனால் தற்போதைக்கு நல்ல நாள் எதுவுமில்லை. நல்ல நாள் வரும்போது நான் வந்து பார்க்கிறேன். தங்கள் உத்தரவுக்குக் கட்டுப்படுகிறேன்." இப்பதிலை நழுவிச் செல்லும் தன்மையது என்று கருதிய பானர்மேன், ராணுவ நடவடிக்கைக்குத் தீர்மானித்தார். உடனடி வெற்றிக்கு

ஆச்சரியப்படும் நடவடிக்கை அத்தியாவசியமானதால், நிர்ப்பந்தம் செய்யப்பட்ட ராணுவம் செப்டம்பர் 5 அன்று பாஞ்சாலங்குறிச்சியை அடைந்தது.

படைகள் வந்து சேர்ந்ததுமே கோட்டையுடனான தொடர்புச் சாதனங்கள் துண்டிக்கப்பட்டன. கோட்டையின் பாதுகாப்புக்காக குவிக்கப்பட்டிருந்த ஏராளமான கிராமத்துக் காவலர்கள் பெரும் இழப்புடன் துரத்தியடிக்கப்பட்டனர். கட்டபொம்மனையும் சரணடையச் செய்யுமாறு பானர்மேனால் செய்தி கொடுத்து அனுப்பப்பட்டிருந்த ராமலிங்கம் முதலியார், பாதுகாப்பிலிருந்த பலவீனமான இடங்களின் ரகசியங்களைச் சேகரித்திருந்தார். கோட்டையின் பிரதான வாயிலுக்குக் கிழக்கே பெரும் விரிசல் இருந்தது. நுழைவாயிலின் உட்புறத்தில் தடுப்புகள் ஏதும் அமைக்கப்படவில்லை (ம) வெறுமனே 1200, 1500 பேர்தான் காவலிருந்தனர் என்று அவர் அறிக்கையிட்டிருந்தார். பானர்மேன் தாக்குதலின் யுத்த தந்திரத்தைத் தீர்மானித்தார்.

பெரும் பீரங்கித் தாக்குதலில் நுழைவாயில் நொறுக்கப்பட்டு தாக்குதலின் சமிக்ஞை தெரிவிக்கப்பட்டது. கோட்டை விரிசல் வரை முந்திச் செல்ல அனுமதி பெற்றிருந்த படை, எதிர்ப்பைக் கண்டு அதற்குதாம் சமமின்றி இருந்ததை உணர்ந்தது. வெல்ல முடியாத ஊமைத்துரையால் குமாரசாமி நாயக்கர் வழிநடத்தப்பட பாளையக்காரர் படையினர் நிலை நின்று, எதிரிகளை விரட்டியடித்தனர். அடுத்தடுத்த தாக்குதல்கள் முறியடிக்கப்படும் அளவுக்கு கலகக்காரர்களின் எதிர்ப்பு தீரத்துடன் இருந்தது. ஆத்திரமுற்ற ஆங்கிலப்படையினர் கோட்டை மீதிருந்த பாளையக்கார படைவீரர் ஒவ்வொருவரையும் சுட்டுத்தள்ளினர். ஆனால் மறைவிடங்களிலிருந்து பாய்ந்து வந்த கலகக்காரர்கள் ஈட்டிகளைப் பாய்ச்சி எதிரிகளை வீழ்த்தினர். வேதனை நிரம்பிய ஞாபகங்கள் மீதூரப்பெற்ற பானர்மேன் மெட்ராஸ் அரசாங்கத்துக்கு எழுதினார். "வெற்றியின் நிழல் உள்ளவரை இம்முயற்சி விடாப்பிடியாயிருந்தது. துரதிருஷ்டவசமான இச்சந்தர்ப்பத்தில் அதிகாரிகள் வெளிக்காட்டிய துணிகரமான ஐரோப்பிய ஆற்றலை ஒரு போதும் முன்னர் காட்டியதில்லை..." கறைப்பட்ட பெருமிதத்தை மீட்கும் பொருட்டு, மேலும் துருப்புகளை அனுப்பிட கம்பெனி ஆணையிட்டது அதன்படி பாளையங்கோட்டையிலிருந்து 16வது படைப்பிரிவு வந்து சேர்ந்தது. நொறுங்கிய மதில்கள் வீழ்ந்து விடுபவையாக இருந்ததால், கலகக்காரர்கள் காடல்குடி நோக்கி வெளியேறினர். கோலார்பட்டியில் நடந்த மோதலில் கலகக்காரர்கள்

பெரும் பாதிப்புற, சிவசுப்பிரமணிய பிள்ளை கைதியாகப் பிடிபட்டார். பிரிட்டிஷ் துருப்புகள் தம் வெற்றியைத் தொடர்ந்து, நாகலாபுரத்தையும் இதர வலுவிடங்களையும் பணியச் செய்தன. ராணுவத்தைப் பார்த்த மாத்திரத்தில் மேற்குப் பாளையக்காரரும் சரணடைந்தனர்.

புதுக்கோட்டை பாளையக்காரர் விஜயரகுநாத தொண்டைமான், காலாப்பூர் காட்டில் கட்டபொம்மனைப் பிடித்து எதிரியிடம் ஒப்படைத்தார். அவர் ஆட்சித்தலைவர் லூஸிங்டனிடம் அறிக்கையிட்டார். "கட்டபொம்மன் ஒளிந்திருக்கும் இடத்தைக் கண்டுபிடிக்க, மலைகளின் ஒவ்வொரு பக்கத்திலும் என் ஆட்களை நிறுத்தியிருந்தேன். அவரும், ஊமைத்துரையும் அவரது மைத்துனர் இருவரும் வேறு மூவரும் சிவகங்கை எல்லையில் சுற்றி வளைக்கப்பட்டு பிடிக்கப்பட்டனர். கட்டபொம்மனைப் பிடித்ததும், தானே தன்னைக் கொல்ல விரும்பினார். ஆனால் என் ஆட்கள் அவரின் கைகளைக் கட்டிச் சிறை வைத்தனர்." எதிரியின் கைகளில் பாளையக்காரர் வீழ்ந்ததுமே, அவரது ஆதரவாளர்கள் சிவகங்கைக்கு ஓடிவிட்டனர். அங்கிருந்து திண்டுக்கல் மலைகளுக்குப் போய் மருதுபாண்டியன் (ம) கோபால நாயக்கர் முகாமில் சேர்ந்துகொள்ள இருந்தனர்.

பாளையக்காரர்களின் மன்றத்திற்கு கைதிகளைக் கொண்டுவந்த பானெர்மென், விசாரணை என்னும் நாடகத்தை முடித்து, அவர்களுக்கு மரணதண்டனை விதித்தார். நாகலாபுரம் சௌந்தரபாண்டியன் கோபாலபுரத்திலும், சிவசுப்பிரமணிய பிள்ளை நாகலாபுரத்திலும் தூக்கிலிடப்பட்டனர். அக்டோபர் 16 அன்று வீரபாண்டியன் பாளையக்காரர் மன்றத்தின் முன்னே கயத்தாறில் விசாரிக்கப்பட்டார். பானெர்மேன் அவருக்கு மரணதண்டனை விதித்தார். அக்டோபர் 17 அன்று கயத்தாறின் பழைய கோட்டையருகே முக்கிய இடத்தில், கட்டபொம்மன் தூக்கிலிடப்பட்டார். வீரபாண்டியன் தன் வாழ்வின் இறுதித் தருணங்களை ஒரு தேசபக்தனைப் போல எதிர்கொண்டார்.

அவர் ஆங்கிலேயருக்குக் கப்பம் கட்டியதும், ஒவ்வோரிடமாக ஆட்சித்தலைவரைப் பின்தொடர்ந்து சென்றதும், அவமானப்பட்டதும் உண்மையே. இருப்பினும் பிரிட்டிஷ் அதிகாரத்திற்கான எதிர்ப்பு இலட்சியத்துடன் தன்னை அவர் அடையாளப்படுத்திக் கொண்டதும், திருநெல்வேலியின் கலகத்தன்மையான பாளையக்காரருக்குத் தலைமை தந்ததும்தான் முக்கியமானது. மற்ற கலகசக்திகளின் ஆதரவைப் பெற்று

பரந்துபட்ட கலகத்தை நிகழ்த்து முன்னரே அவர் அதீத உற்சாகமாகிவிட்டார். உண்மையில், விடுதலை இலட்சியத்தில் அவர் ஆரம்பகால உயிர்த்தியாகியாகி விட்டார். எனினும் பாளையக்காரர் பிரதேசங்களில் கம்பெனி நேரடி நிர்வாகத்தினை நிறுவிற்று.

தஞ்சாவூரை இணைத்துக் கொள்ளல்

1776இல் மராத்தியரிடத்தே அரசை ஒப்படைத்ததிலிருந்து, கம்பெனி தஞ்சாவூரில் அதிகப்படியான செல்வாக்கு செலுத்திற்று. 1787இல் துளஜராஜா இறந்ததும், அவரின் தத்துப்பிள்ளை சரபோஜி ஆட்சிக்கட்டில் ஏறினார். எனினும் மெட்ராஸ் கவுன்ஸில் இவ்வாரிசுரிமையை செல்லாததாக்கி, துளஜராஜாவின் மாற்றாந்தாய்ப் பிள்ளை அமர்சிங்கினை அரியணை ஏற்றியது. புதிய ஆட்சியாளருடன் மேற்கொண்ட ஒப்பந்தம் மூலம், அது தஞ்சாவூரை காப்பரசாகக் குறைத்துச் சுருக்கிவிட்டது. அடுத்தபடியாக, அரியணை மீதான சரபோஜயின் உரிமைகளை ஆராயுமாறு ஆளுனர் ஹோபார்ட் மக்லியாருக்கு உத்தரவிட்டார். விசித்திரமான வகையில், முன்னர் சட்டவிரோதமானது என்று கூறியிருந்த ஏழு பண்டிதர்கள் இப்போது சட்ட ரீதியானது என்றனர். உண்மையில், தத்தெடுத்தலின் செல்லுபடித்தன்மை பெரிதும், சூத்திரர் முன்வைக்கும் நெகிழ்ச்சியான விதிமுறை அம்சங்களுக்குத் தரப்படும் ஊசலாட்டமான அழுத்தத்தையும், அதிகாரத்தில் உள்ளவர்களின் செல்வாக்கையும் சார்ந்திருந்தது. 1798 அக்டோபரில் மெட்ராஸ் கவுன்ஸில் இயக்குநர் குழுவின் ஒப்புதலைப் பெற்று, சரபோஜியிடம் அரியணையை மீட்டுத் தந்தது.

சரபோஜியை அரியணைக்கு உயர்த்தும் நடவடிக்கையில், மெட்ராஸ் கவுன்ஸில் அரசினை உடைமையாக்கிவிடும் எண்ணத்தையும் ஊசலாடவிட்டது. என்றாலும் பொருத்தமான காரணம் ஏதும் இல்லாது போகவே, சரபோஜியே அத்தகைய ஆசையை வெளிப்படுத்தினால், புனித ஜார்ஜ் கோட்டை பொறுப்பேற்றுக்கொள்ளலாம் என வங்காளக் கவுன்சில் அறிவுறுத்திற்று. புதிரான வகையில் சில தினங்களுக்குள்ளாகவே, சரபோஜி தனக்கு மக்கள் நிர்வாகத்தில் அனுபவம் இல்லாததால், இரண்டாண்டுகளுக்கு மிகாத காலகட்டத்திற்கு நிர்வாகத்தை ஏற்றுக்கொள்ளுமாறு புனித ஜார்ஜ் கோட்டையை வேண்டிக்கொண்டார். 1798இல் மைசூருக்கு எதிரான யுத்தத்தில்,

மராத்தியருடன் உடன்பாடு ஏற்படுத்திக் கொள்வது குறித்து யோசித்ததால், கம்பெனி இன்னும் தயங்கிற்று. அரசின் பொறுப்பேற்றுக் கொள்வது மராத்திய மன்னர்களுக்கு உவப்பானதாக இருக்காது என வெல்லெஸ்லி பிரபு உணர்ந்தார். எனினும் மெட்ராஸ் கவுன்சில் இளவரசருக்கு உதவிட ஓர் ஆணையத்தைப் பெயரளவில் நிறுவிற்று. ஆனால் உண்மையில் அதிகாரத்தை ஏற்க ஆயத்தமான வகையில் அரசின் பொருளாதார நிர்வாக விஷயங்கள் தொடர்பான நுட்பமான ஆய்வு நடத்தவே இதனை நிறுவிற்று.

1799இல் மைசூர் யுத்தம் வெற்றிகரமாக முடிவுற்றதும், ஆளுனர் எட்வர்ட் கிளைவ் (1798-1803) வெல்லெஸ்லி பிரபுவின் அறிவுரைப்படி, இணைப்புக்கான ஏற்பாடுகள் செய்யுமாறு காப்பாட்சி ஆளுனர் டோரினுக்கு உத்தரவிட்டார். அதன்படி கம்பெனி எண்ணியுள்ள புதிய உடன்படிக்கையை காப்பாட்சி ஆளுனர் சரபோஜியிடம் விளக்கினார். அத்திட்டத்தினை அவர் எந்த அளவுக்குப் புரிந்து கொள்கிறாரோ, அந்த அளவுக்கு ஒப்புதல் தருவார் என்று குறிப்பிட்டார். ஆதரவற்ற இளவரசர் எந்தவொரு எதிர்ப்பும் வீண் என்று புரிந்துகொண்டு, தன் ஒப்புதலைத் தந்தார். உண்மையில் அபாயத்தைக் கண்டுகொண்ட சரபோஜி, தன் கட்டுப்பாட்டுக்கு மீறிய நிலவரத்துடன் சமரசம் செய்துகொண்டார். பிரிட்டிஷார் தஞ்சாவூரை இணைத்துக் கொள்வதற்கான உடன்படிக்கைக்கு ‘கம்பெனிக்கும் தஞ்சாவூர் மன்னருக்குமிடையேயான நட்பைப் பலப்படுத்துவதற்கும், நிரந்தரமான அடித்தளத்தின் மீது தஞ்சாவூர் அரசாங்கத்தை நிறுவுவதற்குமான உடன்படிக்கை’ என்ற விநோதமான பெயர் தரப்பட்டிருந்தது. 1799 அக்டோபர் 25 என்று அது தேதியிடப்பட்டிருந்தது. அவ்வுடன்படிக்கை கம்பெனி, அரசின் நிர்வாகத்தை நேரடியாக எடுத்துக்கொள்ள வழிவகை செய்தது. வருவாய் நிர்வாகத்தில் தலையிடும் உரிமை மன்னருக்கு இல்லையென்றாக்கியது.

குடிமை (ம) குற்றவியல் நீதிபரிபாலனத்திற்கு நீதித்துறையை நிறுவியது. எனினும், மன்னர் கம்பெனியிடமிருந்து ஆண்டுதோறும் ஒரு லட்சம் நட்சத்திரப் பகோடாக்களும், செலவினங்கள் போக எஞ்சிய வரிவசூலில் ஐந்தில் ஒரு பங்கும் பெற்றுக் கொள்வார். கர்நாடகத்தில் நிகழும் சண்டையின்போது அவசியமாயின், தஞ்சாவூரினை ஒரு ராணுவ நிலையாகப் பயன்படுத்திக் கொள்ள கம்பெனிக்கு அதிகாரமளித்த உடன்படிக்கை, தஞ்சாவூர்க்

கோட்டையை மன்னரின் பொறுப்பில் விட்டது. தஞ்சாவூர் மீது பிரிட்டிஷ் அதிகாரத்தை நிலைநிறுத்துவதற்கு மேற்கொள்ளப்பட்ட முறைகள், தந்திரங்களின் வலைப்பின்னலைக் கொண்டிருந்தன. இருந்தும், மக்களின் நிரந்தர நன்மையின் பொருட்டு மன்னரின் முழு ஒப்புதல் மட்டுமல்லாது, அவரின் உத்வேகமிக்க ஒத்துழைப்புடனும் இவ்வுடன்படிக்கை நிறைவேற்றப்பட்டது என்று மெட்ராஸ் கவுன்சில் கூறிக்கொண்டது. அத்துடன் ஆங்கிலேயர் 4,000 சதுர மைல் பரப்புள்ள வளமான பிரதேசத்தைப் பெற்று தம் பேரரசை விரிவாக்கினர்.

கர்நாடகத்தை இணைத்தல்

ஆங்கிலேய கிழக்கிந்தியக் கம்பெனியின் அதிகரிக்கும் அதிகாரமும், ஆற்காட்டு நவாபின் சரிந்துவரும் செல்வாக்கும் சேர்ந்து, கர்நாடகத்தில் பிரிட்டிஷ் செல்வாக்கை நிறுவுவதற்கான சூழலைத் தந்தன. சந்தாசாகிப், பிரெஞ்சு நாட்டவர், பாளையக்காரர், மதுரைக் கலகக்காரர், தஞ்சாவூர், வேலூர் (ம) மைசூர் ஆட்சியாளர்களுக்கு எதிராக கம்பெனி உதவியுடன் நவாப் முகம்மது அலி போரிட்ட யுத்தங்கள் நிதி நெருக்கடியை ஏற்படுத்தி, அவரது அதிகார இழப்புக்குக் காரணமாயின. 1787 (ம) 1792ஆம் ஆண்டுகளின் உடன்படிக்கைகள் கர்நாடகத்தில் ஆங்கிலேயரின் மேலாண்மைக்கு அங்கீகாரம் அளித்தன. 1795 இல் தந்தை முகம்மது அலிக்குப் பின் பொறுப்புக்கு வந்த நவாப் உம்துத் உல்உமாரா, தன் இறையாண்மையை நிலைநாட்டிட கடுமையாக முயன்று, அது எதிர்கொள்ள இயலாதது என்று கண்டார்.

1796இல் கவர்னர் ஜெனரல் வெல்லெஸ்லி, 1792ஆம் ஆண்டு உடன்படிக்கையினைச் சற்று மாற்றியமைக்குமாறு ஆலோசனை கூறினார். ஆனால் தந்தையின் ஆலோசனையினை மனதில் இருத்திக்கொண்ட நவாப் இதற்கு மறுதலிப்பு தெரிவித்தார். தான் இறக்கும் முன்பாக முகம்மது அலி தன் மகன் உம்துத் உல் உமாராவுக்கு இப்படி ஆலோசனை கூறியிருந்தார், "எனது ஒவ்வொரு வார்த்தையையும் மறந்து விடாதே. அனைத்துத் தீங்குகளையும் அகற்றுகின்ற 1792ஆம் ஆண்டு உடன்பாட்டில் மயிரிழையேனும் பிசகக்கூடாது. உனது நலனுக்காக மாற்றப்போகிறேன் என எவர் கூறினாலும் ஒத்துக்கொள்ளாதே." உடன்பாட்டை மாற்றியமைத்திடும் யோசனைக்கு நவாப் மறுதலித்ததை ஒட்டி, வெல்லெஸ்லி பிரபு மெட்ராஸ் கவர்னர் எட்வர்ட் கிளைவ்

பிரபுவுக்கு அறிவுறுத்தினார். "மாட்சிமை மிகு நவாப் சீக்கிரமே இறந்துவிடும் பட்சத்தில் நவாப் பொறுப்பின் வாரிசுரிமை என்னும் முக்கிய விஷயத்தைத் தீர்மானித்திட நாம் ஆயத்தமாக இருக்க வேண்டியது அவசியமாகும். அத்தகைய நேர்வில் பொறுப்பினைக் கோருவாரின் பாவனைகளை உறுதிப்படுத்திக் கொள்வது உங்களுக்கு நல்லதாகும். அத்தகைய தகவலினைத் தங்களிடமிருந்து நான் பெறும்போது, ஆட்சேபணைக்குரிய வாரிசுரிமையின் விஷமங்களை எதிர்பார்க்கக் கூடியவர்களாகவும், முதிர்ச்சியற்ற முடிவினை மேற்கொள்ளும் அவமானத்தைத் தவிர்க்கக் கூடியவர்களாகவும் இருப்போம். அத்தகைய முடிவினை விலக்கிக் கொள்ளுமாறு கட்டாயப்படுத்தப்படுவோம்"

அடுத்தபடியாக, 1799இல் நான்காம் மைசூர்ப் போரினால் உருவாக்கப்பட்ட நிலைமையை சாதகமாக்கிக் கொள்ள கம்பெனி தீர்மானித்தது. 1799இல் கோட்டையின் வீழ்ச்சிக்குப் பின், எதிரி திப்புசுல்தானுக்கும் சகா நவாபுக்கும் இடையே கடிதத் தொடர்பு இருந்ததை நிரூபிக்கும் ஆவணங்கள் சிலவற்றை அது ஸ்ரீரங்கப்பட்டினத்தில் கண்டுபிடித்தது. அது பாரசீக மொழியில் இருந்தமையால் ஆங்கில மொழியாக்கம், கம்பெனியின் பாரசீக மொழிபெயர்ப்பாளர் என்.பி. எட்மோன்ஸ்டனிடம் ஒப்படைக்கப்பட்டது. முகம்மது அலி, திப்புசுல்தானுடன் ரகசியத் தொடர்பு வைத்திருந்தார். பிரிட்டிஷ் நலன்களுக்குப் பாதகமானதாக சுல்தானுடன் தொடர்பை ஏற்படுத்துவதே அதன் நோக்கம் (ம) உம்துத் அல் உமாரா பிரதான தொடர்பு சாதனமாயிருந்தார் என மொழிபெயர்ப்பாளர் தன் அறிக்கையில் குற்றஞ்சாட்டினார். நவாபுக்கு எதிரான குற்றச்சாட்டுகளை நிலைநிறுத்தும் பொருட்டு, மெட்ராஸ் கவுன்சில், ஜே.வெப் (ம) பி. க்ளோஸ் ஆகியோரை இக்கடிதத் தொடர்பில் சம்பந்தப்பட்டவரை விசாரித்திடும் ஆணையர்களாக நியமித்தது. ஒரு திருமண முன்மொழிவு விவகாரத்தை முடித்து வைப்பதே இக்கடிதத் தொடர்பின் உத்தேசம் என்று அவ்விசாரணை சுட்டிக்காட்டவே, அதன் முடிவு ஊக்கமிழக்கச் செய்வதாய்த் தோன்றியது. இச்சமயத்தில் உம்துத் உல் உமாரா கடுமையாக நோய்வாய்ப்பட்டு, 1801 ஜுலை 15 அன்று இறந்துவிட்டார். தன் இறப்புக்கு முன்பே அவர் 18 வயதான தன் மகன் அலி ஹுசைனை அரியணைக்குரிய வாரிசாக அறிவித்திருந்தார். இந்த ஏற்பாடு வாரிசு விவகாரத்தை முடித்து வைத்தது.

உம்துத் உல் உமாரா இறந்ததுமே, புதிய ஆட்சியாளருடன் அரசியல் உடன்பாட்டை இறுதிசெய்திட வெப் (ம) க்ளோஸை எட்வர்ட் கிளைவ் அனுப்பிவைத்தார். நவாபின் உதவியாளர்களைச் சந்தித்த ஆணையர்கள் நிர்வாகத்தை மேற்கொள்ளப்போகும் கம்பெனியின் தீர்மானத்தை அலி ஹுசைனுக்குத் தெரிவிக்க, ஹுசைனோ இசைவு தெரிவிக்கவில்லை. இசைவுதர இளவரசர் மறுப்பதில் உதவியாளர்கள் செல்வாக்குச் செலுத்தியிருக்கக் கூடும் என்று சந்தேகித்த எட்வர்ட் கிளைவ், இளவரசனுடன் சந்தித்துப் பேசினார். மாற்றத்தை ஏற்படுத்துவதற்கு இளவரசர் இணங்காது போனால், விளைவு அவருக்கு நாசகரமாக இருக்கும் என ஆளுனர் எச்சரித்தார். இந்த எச்சரிக்கை வந்தும் இளவரசர், தெளிவுபட இசைவுதர மறுத்துவிட்டார்.

இப்போது மெட்ராஸ் கவுன்ஸிலுக்கு இரு மாற்று வழிகள் இருந்தன. ஒரு பிரகடனத்தின் மூலம் பிரதேசத்தை இணைப்பது (அ) வாரிசு அறிவிப்பை ஒழுங்குபடுத்தி அதனை மேற்கொள்வது. பிரிட்டிஷாரின் தேசியக் கொள்கை உணர்வுகளுக்கு முதலாவது ஒத்துப் போகாதிருக்கவே, இரண்டாவது ஏற்கப்பட்டது. மகனும் முகம்மது அலியின் இரண்டாவது மருமகனுமான ஆஸிம் உல் தௌலாவைச் சந்தித்தனர். நவாப் என்னும் தன் நிலையை பிரிட்டன் அங்கீகரித்தால், செய்யவிருக்கும் அரசியல் உடன்பாட்டிற்கு, தன் இசைவைத் தருவதாக தௌலா ஒத்துக்கொண்டார். ஏனெனில் அவருக்கு இழக்க ஏதுமில்லை. மாறாக பெறுவதற்கு எல்லாமுமிருந்தன. இதன் விளைவாக கம்பெனி அலி ஹுசைனின் வம்சாவளி உரிமைகளை விலக்கிக் கொண்டது. அவருடைய இடத்திலே தௌலாவை கர்நாடக நவாபாக அங்கீகரித்தது. 1801 ஜுலை 31 அன்று தௌலா படாடோபத்துடன் அரியணை ஏறினார். சில தினங்களிலேயே அலி ஹுசைன் இறந்தார். நஞ்சூட்டிக் கொன்றிக்கலாம் என்னும் சந்தேகம் இல்லாமலில்லை. புதிய நவாப், அதிகாரமும் பிரதேசமும் இல்லாதவரானார். இருப்பினும் இறையாண்மையின் தொங்குசதைகள் சிலவற்றை வைத்துக்கொள்ளவும், நாட்டின் நிகர வருவாயில் ஐந்தில் ஒரு பங்கினைப் பெறவும் அனுமதிக்கப்பட்டார்.

பிரிட்டிஷார் கர்நாடகத்தைப் பெற்றது ஏகாதிபத்தியத்தின் ஆற்றல் வாய்ந்த கருவியான, உதவியும் அணிசேர்க்கையும் வெற்றிகரமாகச் செயல்பட்டதன் தர்க்க ரீதியிலான முடிவுறுதலைக் குறித்தது. ஆங்கிலேயர், பிரெஞ்சுக்காரர் (ம) நெவாயெத்துகள் ஆகிய எதிரிகளுடன் மோதிக் கொண்டிருந்த வரையிலும்,

அதன் தீய விளைவுகள் முனைப்பாகத் தோன்றவில்லை. ஆனால் இப்பகைவர் அரசியல் களனிலிருந்து அகற்றப்பட்டதும், நவாப், தான் ஏகாதிபத்தியத்தின் பிடிகளில் மாட்டியிருப்பதாக உணர்ந்துகொண்டார். பாளையக்காரரையும், கலகக்காரரையும், அடக்கிவைப்பதற்காக ஆங்கிலேயரிடம் மேலும் மேலும் உதவி பெற்றுவந்த அவரது அணுகுமுறை அவரைச் சிக்கலில் மாட்டியதுமின்றி, தனது யுத்த யந்திரத்தைக் கட்டியமைக்கும் சாத்தியத்தை இழந்தவராகவும் ஆக்கியது. 1773இல் தஞ்சாவூரை இணைத்துக் கொண்டபின், இத்திசை நோக்கி முகம்மது அலி முயற்சி செய்தார். ஆனால் தாமதித்திருந்தார், ஏனெனில் அப்போது அனைத்து கேந்திர முக்கியத்துவமிகு அரண்களையும் பிரிட்டிஷ் படைகள் காத்து நின்றன. அவர்களுக்குத் துணைநிற்க அவர் தன் நிதியாதாரங்களையெல்லாம் மடை மாற்றினார். ஆற்றல்மிக்க தன் சகாவின் பிடியிலிருந்து நவாப் தன்னை விடுவித்துக் கொள்ள முடியாமலும், வேறெந்த அதிகாரத் துணையுடனும் தன் இறையாண்மையை நிலைநிறுத்த முடியாமலும் ஆன நிலவரம் வளர்ந்தது. இது அதிகார மாற்றத்தை தவிர்க்க முடியாததாக்கிற்று. மைசூரிடமிருந்து கொங்கு நாட்டையும், மராத்தியரிடமிருந்து தஞ்சாவூரையும், வாலாஜாக்களிடமிருந்து கர்நாடகத்தையும் பெற்று முடித்ததும், ஆங்கிலேயர் ஒட்டுமொத்த தமிழ்நாட்டையும் பெற்றுவிட்டனர்.

20

தென்னிந்தியக் கலகம்

(1800- 1806)

1800-1806ஆம் ஆண்டுகளின் தென்னிந்தியக் கலகம், பிரிட்டிஷாரிடம் ஆட்சியாளர்கள் சரணடைந்ததற்கும் சுதந்திரத்தின் இழப்புக்கும் எதிரான வன்முறையான எதிர்வினையைப் பிரிதிநிதித்துவப்படுத்திற்று. ராஜதந்திரம், அச்சுறுத்தல் (ம) யுத்தங்களின் விளைவாக அந்நியர்கள் நாடெங்கிலும் தம் அதிகாரத்தை நிறுவினர். ஏகாதிபத்திய வளர்ச்சியுடன் நிகழ்ந்த கொடூரங்கள், மாற்றத்தின் அலையை வீசச் செய்து, ஒன்றுபட்ட நடவடிக்கைக்கு மக்களை இட்டுச் சென்றது. பிரிட்டிஷ் நுகத்தடியிலிருந்து ஜம்புத் தீபகற்பத்தை விடுவிப்பதற்காக தென்னிந்திய மக்கள் மேற்கொண்ட தீர்மானகரமான முயற்சியின் உச்சத்தையும், இந்தியாவின் எஞ்சிய பகுதியும் ஐரோப்பிய அதிகாரத்திடம் வீழ்வதை முன்னிறுத்தியதையும் கலகத்தின் வெடிப்பு குறித்தது. அப்போதுதான், கலகக்காரர்கள் பிரகடனம் செய்தவாறு, நாட்டுமக்கள் “கண்ணீரின்றி தொடர்ந்து மகிழ்ச்சியாய் வாழ இயலும்”. சிவகங்கை மருதுபாண்டியன், திண்டுக்கல் கோபால் நாயக்கர், கோயமுத்தூர் கான் கிஜா கான், மலபார் கேரள வர்மன், மைசூர் கிருஷ்ணப்ப நாயக்கர் (ம) மகாராஷ்டிரம் தோண்டா ஜிவாக் ஆகியோர் பிரிட்டிஷ் ஆட்சியைத் தூக்கி எறிந்திட, வலுவான கூட்டமைப்பை ஏற்படுத்தி, இயக்கத்தை நடத்தினர். பழனி அருகே விருபாட்சியில் சதித்திட்டம் தீட்டிய அவர்கள், 1800 ஜுன் 3 அன்று கோயமுத்தூரில் ஒரு தாக்குதலுடன் ஆயுதந் தாங்கி எழுச்சி கொண்டனர். வடக்கில் ஷோலாப்பூரில் இருந்து தெற்கில் நாங்குநேரி வரையிலும் பரந்துபட்ட அளவில் இக்கிளர்ச்சி பரவிற்று. இம்மாபெரும் போராட்டத்தில் தமிழ்நாடு குறிப்பிடத்தக்க பங்காற்றியது.

கலகத்தின் காரணங்கள்

கலகத்தின் பிரகடனங்களும் கடிதங்களும் இயக்கத்தின் காரணங்களைச் சுட்டிக் காட்டுகின்றன. ஆங்கிலேயர் நாட்டின் பரம்பரை ஆட்சியாளரை "விதவை" என்னும் அவமான நிலைக்குத் தள்ளிவிட்டனர். மண்ணின் மைந்தர்களை "நாய்களை"ப் போல் நடத்தினர். நிலத்தின் பாதுகாவலர்கள் மேல் எந்த அக்கறையும் கொள்ளவில்லை. குடியானவர்களுக்கு விளைச்சலில் உள்ள பங்கினை மறுத்தனர். குடியானவர் கஞ்சித்தண்ணீர் குடித்துவாழ நிர்ப்பந்திக்கப்பட்டனர் என்பவை அவர்களது வருத்தங்கள். ஆக கலகத்தின் காரணங்கள் அரசியல், சமூகம் (ம) பொருளாதாரம் சார்ந்திருந்தன என்பது அவர்தம் கூற்றுகளில் பதியப்பெற்றுள்ள அலுவலகத் தொடர்புகளால் உறுதி செய்யப்படுகின்றன.

தென்னிந்தியாவில், ஆங்கிலேயரின் சீரான மேலாண்மை அதிகரிப்பு என்பதை அரச நிறுவனங்களின் அழித்தொழிப்பு பிரதிநிதித்துவப்படுத்திற்று. கர்நாடகம் (ம) தஞ்சாவூர் ஆட்சியாளர்களின் அரசியல் உரிமைகளை கம்பெனி இழக்கச் செய்தது. 1795இல் அவர்கள் ராமநாதபுரம் சேதுபதியை வெளியேற்றினர். ஆனால் மக்களின் நன்மதிப்பைப் பெறத்தவறினர். பாளையக்காரரின் சுதந்திரங்களிலும் வெகுதூரம் அத்துமீறினர். கப்பம் கட்டத் தவறியது (அ) அதிகாரத்திற்குக் கட்டுப்படாதது என்பவற்றிற்காக, மரபார்ந்த இத்தலைவர்களுக்கு எதிராக கம்பெனி யுத்தங்களின் வரிசையை நிகழ்த்தியது மட்டுமின்றி, அவர்களை அதிகாரத்திலிருந்து தூக்கியெறிந்து, சமயங்களில் தூக்கிலேற்றவும் செய்தனது. இவ்வகையில், கப்பம் கட்டாததற்காக சாப்டூர் கொம்பிய நாயக்கரை மெட்ராஸ் கவுன்சில் வெளியேற்றியது. அவர் கலகக்காரராக மாற, அவரைப் பிடித்து தூக்கிலிட்டனர்.

தேவதானப்பட்டி பூஜாரி நாயக்கர் இதே விதிக்குள்ளானார். மைசூர் திப்புசுல்தான் கொல்லப்பட, அவரது பிள்ளைகள் சிறை வைக்கப்பட்டனர். 1799இல் கட்டபொம்மனும் பிற பாளையக்காரரும் ஒடுக்கப்பட்டனர். இதனைத் தொடர்ந்து பாளையக்காரர்முறை நீக்கப்பட்டு, அவர்தம் பிதேசங்கள் சேர்த்துக் கொள்ளப்பட்டன. தஞ்சாவூர் (ம) ஆற்காட்டின் ஆட்சியாளர்கள் தம் பிரதேசங்களை இழந்தனர்.

தாங்கள் சரிவர நடத்தப்படவில்லை என்னும் குறை மக்களுக்கு இருந்தது. உண்மையில் பாளையக்காரர்கள் படைவீரர்களுக்கு தானியங்கள் தர வேண்டியிருந்தது. அலுவலர்களுக்கு அன்பளிப்புகள்

தந்தும் (ம) வருவாய் ஊழியர்களைக் கவனிக்க வேண்டியும் இருந்தது. வருவாய் வசூலிப்புப் பொறுப்பு பெற்றிருந்த ஐரோப்பிய சாகசவாதிகள் பெட்டகப் பாதுகாப்பின் பெயரால் கூலியாட்களை அமர்த்திக் கொண்டனர். வசூல்காலம் வந்ததுமே இந்த ஆட்கள் துரதிருஷ்டம் பிடித்த குடியானவர்களிடம் வரிவிதித்து வசூலித்து இம்சை பண்ணத் தொடங்கிவிடுவார்கள். இவ்வாறு அவர்கள் மக்களைக் கொடுமைக்குள்ளாக்கி அபகரிக்கப்பட்ட செல்வத்தில் செழித்தோங்கினர். எனவே, காலனியவாதிகள், "பிரதிநிதித்துவமின்றி வரிவசூலிப்பில்லை" என்று முழங்கினால், தமிழர்கள் "வானம் பொழிகிறது, பூமி விளைகிறது, நாங்கள் ஏன் கிஸ்தி கட்ட வேண்டும் அந்நியருக்கு?" எனப் பிரகடனம் செய்தனர்.

அடக்குமுறையிலான நிர்வாகமும் இயற்கைப் பேரழிவுகளும் மக்களின் வேதனையை அதிகப்படுத்தின. ஆங்கிலேயர் வரிவிதிப்பைப் பெரிதும் அதிகரித்தனர். வருவாய்த் துறையின் ஒவ்வொரு நிர்வாகப் பிரிவிலும் லஞ்ச லாவண்யம் ஊடுருவி விட்டது. கம்பெனி அலுவலர்கள் பணத்தையோ தானியத்தையோ பெறுவதில் எந்த நெறிமுறையையும் பின்பற்றுவதில்லை. ஒட்டுமொத்த ஆண்டுக்கும் விவசாயிகள் சார்ந்திருந்த தானியம் அவ்வளவையும் கைப்பற்றி, கலப்பையோ பாத்திரங்களோ சொத்து எதுவும் இல்லாது செய்து விடுவார்கள். இந்த அபகரிப்பும் அடாவடியும் அடிக்கடி நிகழ்ந்து குடியானவர்களை அவர்களது வீடுகளிலிருந்து வெளியேறச் செய்துவிடும். இந்த அடக்குமுறைகள் ஆங்கிலேயரிடமிருந்து நீதி தேடிடும் மக்களின் எதிர்பார்ப்புகளை துடைத்தழித்துவிட்டது. 1798-99இல் பருவமழை பொய்த்தது. தெற்குப் பிராந்தியங்கள் அதீதமான வறட்சியின் வேதனைத் தோற்றத்தை அளித்து, அவ்வேதனை "கண்ணுக்கு மிக வருத்தமாயும், மனதை நிறைவு செய்யாததாயும்" இருந்தது. பட்டினி(ம) பெருமளவு வெளியேற்றம் இருந்தும், வணிகர்களும் முகவர்களும் இயைந்துபோய் தானியங்களின் விலைகளை அதிகரித்தனர். அபகரிப்பும், கொள்ளையும் சேர்ந்து வணிகரின் சாகசத்தை துணிகரமற்றதாக்கிற்று. மைசூருக்கு எதிராக அனுப்பப்பட்ட படைகளுக்குச் சேவகம் புரிவதற்காக வண்டிமாடுகள் விலக்கிக் கொள்ளப்பட்டதால் வணிகப் பொருட்கள் தேக்கமடைந்து, பிற பிரதேசங்களிலிருந்து தானிய இறக்குமதி செய்வதைத் தடுத்தது. மறுபுறத்தில் ஆங்கிலேயர்கள் தம் சேமிப்புக் கிடங்குகளில் உள்ள தானியத்திற்கு செயற்கையான ஈர்ப்பினைத் தரும்பொருட்டு, ராமநாதபுரத்தில், கடல்வழியேயான தானிய இறக்குமதிக்கு யதேச்சதிகாரமாக தடைவிதித்தனர். இதன் விளைவாக தானிய

விலை உயர்ந்தது (ம) பஞ்சத்தால் பாதிக்கப்பட்ட மக்கள் எந்தவொரு ஆறுதல் பெறுவதும் சாத்தியமற்றதாயிருந்தது.

கலகம் வெடித்திடுவதற்கு பிரெஞ்சுக்காரர் தமக்குரிய பங்களிப்பைச் செய்தனர். ஆங்கிலேயருக்கு எதிரான உலகளாவிய போராட்டத்தின் அங்கமாக, புரட்சிகரக் கொள்கைகளைப் பரப்பவும், தேசிய உணர்வுகளைக் கிளறிவிடவும், தென்கோடிப் பிராந்தியங்களுக்கு பிரெஞ்சு இயக்குநரகம் தூதுவர்களை அனுப்பிற்று. பிரெஞ்சுப் புரட்சியின் இலட்சியத்திற்கு மாறியிருந்த திப்புசுல்தான், கலகக்காரர்களுக்கு உதவுவதாக உறுதி அளித்தார். பிரெஞ்சுக்காரரது முயற்சிகள், நிலைகுலைந்த மக்களிடத்தே தம் தாக்கத்தைக் கொண்டிருந்தன (ம) கலகத்திட்டத்தின் ஒருங்கிணைப்புக்குப் பங்களித்தன.

சிதறிவிழுந்த பொருளாதாரத்தின் காரணமாக குவிந்திருந்த கொடூரங்களும் அரசியல் கேடுகளும் சேர்ந்த நீண்ட சங்கிலி, சுதந்திர உணர்வுடன் ஒன்றிணைந்து, அமைதியின்மையை அளவிலும் தீவிரத்திலும் வளர்த்தெடுத்தது. கிளர்ச்சியாளர்கள் பிரிட்டிஷ் ஆதிக்கத்திலிருந்து நாட்டை விடுதலை செய்யவும், பழைய அரச நிறுவனங்களை முந்தைய கீர்த்திக்கு மீட்கவும் தீர்மானித்தனர். இவ்வுன்னதச் செயலைச் சாதித்து, "கண்ணீரில்லாது சீரான சந்தோஷத்தில் வாழ்ந்திடும்" வழிவகையைத் தங்களால் கண்டறிய இயலும் என்று எதிர்பார்த்தனர். "இப்போது வெவ்வேறு நாடுகளிலுள்ள மக்கள் எழுச்சிபெற்று எதிர்த்தால், ஐரோப்பியர் அமிழ்ந்தும் அழிந்தும் போவார்கள். வெவ்வேறு நாடுகளின் மக்கள் அடங்கியிருப்பதால், தாங்கள் விரும்பியதைச் செய்ய வேண்டும் என்று ஆசைப்படுகிறார்கள்" என்று பிரகடனம் செய்தனர்.

கலகத்தலைவர்கள் தம் நோக்கத்தை நிறைவேற்றிட ஆயுதப் போராட்டம் (ம) ஒருங்கிணைந்த நடவடிக்கையைச் சார்ந்திருந்தனர். அதற்கேற்ப, அவர்கள் மராத்தியரிடம் மூன்று தூதுக்குழுக்களை அனுப்பி, சிமோகாவின் தூண்டாஜிவாகின் ஆதரவைப் பெற்றனர். தூதுக்குழுவினர் கர்நாடகாவின் அரிசிக்கரை (ம) மலபார் உள்ளிட்ட இதர பிரதேசங்களுக்கும் சென்றனர். இப்பரந்துபட்ட நடவடிக்கையின் விளைவாக, கலகத்தலைவர்களின் தளபதிகள் பழனியருகிலுள்ள விருபாட்சியில் கோபால நாயக்கர் தலைமையில் *1800* ஏப்ரல் *29* அன்று ரகசியக் கூட்டம் நடத்தினர். கோயம்புத்தூரைக் கைப்பற்றி போரினைத் தொடங்க முடிவெடுக்கப்பட்டது. தென்கோடியிலுள்ள கூட்டமைப்பினர் "குதிரையை" எதிர்நோக்கினர். "குதிரை" என்பது தூண்டாஜிவாகின்

குதிரைப்படையைக் குறிக்கும். இதற்கிடையே மருதுபாண்டியன் திருச்சிராப்பள்ளி (ம) சிவகங்கையிலிருந்து இரு பிரகடனங்களை வெளியிட்டார். சமுதாய (அ) மதப் பாகுபாடுமின்றி அனைத்து மக்களும் கலகம் செய்யத் திரள வேண்டும் என்று அழைத்தார்.

ராணுவ நடவடிக்கைகள்

விருபாட்சி ரகசியக் கூட்டத்தில் தீர்மானித்தபடி, கோயம்புத்தூரைக் கைப்பற்றுவதற்கான ஆயத்தமாக சத்தியமங்கலம் மலைகள் (ம) பழனி மலைகள் மீது கலகக்காரர்கள் பெருமளவில் திரண்டனர். 1800 ஏப்ரல் 31 அன்று ஐந்து படைவரிசை கோயம்புத்தூர் சென்றது. எனினும், ரகசியச் செய்தியை அறிந்திருந்த எதிரி படை, கலகக்காரரின் நோக்கத்தை நிறைவேறாது செய்துவிட்டது. அத்துடன் கலகப்படைவீரர்கள் பலரைப் பிடித்து, கலகக்காரர் இடையிலான கடிதத் தொடர்பின் பெரும்பகுதியையும் கைப்பற்றிவிட்டது. இது தமிழர் தூதுக்குழுக்களை மராத்தியரிடம் கொண்டு சேர்த்த அப்பாஜி கவுடரையும் மற்ற கலகக்காரர் 41 பேரையும் விசாரித்து தூக்கிலிடுமாறு செய்தது. கைதாவதினின்றும் தப்பிவிட்ட படைகள் மலைகளுக்குப் பின்வாங்கி, சந்தர்ப்பத்திற்காகக் காத்திருந்தன. இதற்கிடையே பிரிட்டிஷ் படைகள், கன்னட மராத்தியப் பிரதேசங்களின் கலகக்கரரை அடக்கிட கடுமையான நடவடிக்கைகளை மேற்கொண்டன.

கர்னல் ஆர்தர் வெல்லெஸ்லி படைகளுக்குத் தலைமையேற்று தூண்டாஜிவாகிற்கு எதிராக அடுத்தடுத்து படையெடுப்புகள் நிகழ்த்தினார். இவ்விரிவார்ந்த நடவடிக்கைகளால் படைகள் கலகக்காரரிடமிருந்து பிரதேசங்களைக் கைப்பற்ற முடிந்தது. இருப்பினும், கோயம்புத்தூரின் தேசபக்தர்களுக்கு ஆதரவாக, மைசூர் வழியாக படையெடுப்பு நிகழ்த்துவதற்காக தெற்கில் சாவனோருக்கு கலகக்காரரின் குதிரைப்படை சென்றது. ஆனால் அது தடுத்து நிறுத்தப்பட்டது. தொடர்ந்து சரிவுகளைச் சந்தித்த தூண்டாஜிவாக் 1800 செப்டம்பரில் கோனகலுக்குப் பின்வாங்கினார். அங்கே தோற்கடிக்கப்பட்டு கொல்லப்பட்டார். அரிசிக்கரை, மலபார் என்னும் கர்நாடகப் பிரதேசங்களின் கலகக்காரரும் துரத்தியடிக்கப்பட்டனர்.

எதிர்பார்த்திருந்த “குதிரை” கோயம்புத்தூரில் தென்படாததால், ஏமாற்றமுற்ற தமிழ்நாட்டு கலகக்காரர் தென்கோடிப் பக்கம் தம் கவனத்தைத் திருப்பினர். முன்னதாக 1801 பிப்ரவரியில்,

திருச்செந்தூர் செல்லும் யாத்திரிகர்களாக வேடம்புனைந்த தேசபக்தர்கள், பாளையங்கோட்டையில் சிறைவைக்கப்பட்டிருந்த கலகத்தலைவர்களை விடுவித்தனர். சீக்கிரமே, மருது பாண்டியனால் அனுப்பப்பட்ட மதுரை ராமநாதபுரத்துக் கிளர்ச்சியாளர்கள் 30000 பேர் திருநெல்வேலியிலுள்ள தம் சகாக்களுடன் இணைந்து கொண்டனர். மறவர், நாடார், பரதவர் (ம) தொட்டியன் என்னும் பெரும் எண்ணிக்கையிலானவர்கள் கிளர்ச்சியில் சேர்ந்து கொண்டனர். கடற்கரை சார்ந்த பரதவர்கள் போரிடுவோருக்கு துப்பாக்கிகளும், ரவைகளும் அளித்தனர். செவிட்டு ஊமைத் தலைவர் ஊமைத்துரை தலைமையிலான கலகக்காரர்கள் பிரிட்டிஷாரின் ராணுவ நிலைகளை திடுக்கிடச் செய்து அடக்கிவைத்தனர். பிப்ரவரி கடைசியில் பாஞ்சாலங்குறிச்சியிலிருந்து ஸ்ரீவைகுண்டம் ஆழ்வார் திருநகரி வரையிலான பிரதேசங்களையும் ஆக்கிரமித்தனர். மார்ச்சில் தூத்துக்குடிக்கு முன்னேறிய அவர்களிடம் பிரிட்டிஷ் படைகள் கோட்டையை ஒப்படைத்தன. இவ்வெற்றிக்குப்பின் ராமநாதபுரம் விரைந்தனர்.

கலகக்காரர் வெவ்வேறிடங்களில் வெற்றிகண்டு வந்த வேளையில், கம்பெனியைச் சேர்ந்த புதிய படைவீரர்கள் தென்கோடியில் குவிந்தனர். பசுவந்தனையிலுள்ள பிரிட்டிஷ் முகாம் மீது ஒரு பலமிக்க கலகப்படை தாக்கி, 99 பேரை இழந்ததும், பின்வாங்கிற்று. மார்ச் 31 அன்று மெக்காலே தலைமையிலான பிரிட்டிஷ் படைகள் பாஞ்சாலங்குறிச்சி மீது தாக்குதல் தொடுத்தன. திடசித்தமிக்க கலகக்காரர் ஈடுகொடுத்துப் போராடினர். சுவரை நோக்கி முந்திச் சென்ற பிரிட்டிஷ் துருப்புகளெல்லாம் ஈட்டியால் குத்தப்பட்டனர் (அ) சுடப்பட்டனர். எதிர்ப்பை முறியடிக்க மேற்கொள்ளப்பட்ட அடுத்தடுத்த முயற்சிகளெல்லாம் தோல்வியில் முடிந்தன. பெரிதும் அவமானப்பட்ட எதிரிகள் கோயில்பட்டியில் பெரும்படையைத் திரட்டினர். ஜெனரல் அக்னு ராணுவ நடவடிக்கைகளைக் கட்டுப்படுத்தினார். 24 ஆம் நாளன்று பாஞ்சாலங்குறிச்சி கோட்டை மதில்களில் ஒரு விரிசலை ஏற்படுத்திவிட்ட எதிரிப்படையினர், பெருமளவில் முன்னேறினர். தொடர்ந்து நடந்த கடும் மோதலில் இரு தரப்பிலும் பெருத்த சேதம் ஏற்பட்டது, கோட்டையில் திரண்டிருந்த தம் படையினரெல்லாம் சுட்டுக்கொல்லப்படும் வரை, கலகக்காரர்கள் தம் வீரப் போராட்டத்தைத் தொடர்ந்தனர். பிரிட்டிஷ் துருப்புகள் வெற்றிபெற்றன. தீர்மானகரமான இவ்வெற்றி கிடைத்த சீக்கிரமே, கலகப் படையினர் 3,000 பேர் கோட்டையின் கிழக்கு முகப்பில் திரண்டு, கிழக்குத் திக்கிலும் வடக்குத் திக்கிலும்

விரைந்து, இரு படைப்பிரிவுகளாகி திரும்பவும் தாக்கினர். இதில் 1050 பேரை இழந்தனர். சிறைப்பட்ட கலகக்காரரை வீழ்ச்சியுற்ற கோட்டை அருகே அக்னு தூக்கிலேற்றச் செய்தார். இந்நெருக்கடிக்குப் பிறகு, கலகக்காரர்கள் திருநெல்வேலியிலிருந்த தம் வலுவிடங்களிலிருந்து வெளியேறினர். பெரும்பாலோர் வடக்குத் திக்கில் ஓட, எஞ்சியவர்கள் மேற்கு மலைகளுக்குத தப்பினர்.

1801 மே மாதத்தில் கலகம் வட பிராந்தியங்களுக்குப் பரவிற்று. பாதிப்படைந்த ஒவ்வொரு தலைவருடன் சேர்ந்து தம் மாவட்டங்களில் உள்ளவர்களை எல்லாம் திரட்டி, ஒன்றுபட்ட மருது பாண்டியனும் அவரது அணியினரும் சக்திவாய்ந்த படையை உருவாக்கினர். அவர்கள் முத்துக் கருப்பத்தேவரை ராமநாதபுரம ஆட்சியாளராக அறிவித்து திருப்பத்தூர், நத்தம், மேலூர் (ம) திருமேலூர் கோட்டைகளை பணியச் செய்தனர். மேலப்பன் (ம) புட்டூர் என்னும் தலைவர்களால் தலைமை தாங்கப்பட்ட கிளர்ச்சியாள மறவர், நாடெங்கும் தம் செல்வாக்கை நிறுவினர். இலங்கை மற்றும் பிரதேசங்களிலிருந்து தொண்டித் துறைமுகம் வழியாக தானியங்களையும் ஆயுதங்களையும் வெடிமருந்தையும் கொண்டுவர, தம் கட்டுப்பாட்டிலிருந்த நீண்ட கடற்கரையில் அவர்கள் பெரும் படகுகளைப் பயன்படுத்தினர். ஜுலை மாதத்தில் மதுரை அருகேயுள்ள பாளைய நாட்டிற்கு தன் ஆதரவாளர்களை வரவழைத்த ஊமைத்துரை அதனைக் கைப்பற்றினார். கள்ளர் குடியினர் மதுரை மாவட்டத்தின் மேற்குப் பகுதியை ஆக்கிரமித்துக் கொண்டனர். 1801 ஜுனில் கிளர்ச்சியாளர் காவேரிப்படுகைக்குப் பரவினர். மருது பாண்டியன் மகன் செவத்ததம்பி தலைமையிலான சிவகங்கை ராமநாதபுரத்தின் ஆயுதந்தாங்கிய படையினர் தஞ்சாவூருக்குச் சென்றனர். கலகப்படையினருடன் குடியானவர்களும் சேர்ந்து கொண்டு. பட்டுக்கோட்டையை ஆக்கிரமித்து, அறந்தாங்கி (ம) அடியார் குடியில் தம் ராணுவ நிலைகளை ஏற்படுத்தினர். கலகக்காரர் அனைவரும் பிரிட்டிஷாருக்கு எதிராக பொது லட்சியத்தைக் கொண்டிருந்தனர். அவர்களின் ஒன்றுபட்ட நோக்கம் அவர்தம் எதிர்ப்பை தீர்மானகரமாக்கிற்று. எதிரியின் இம்சையை மனத்தில் இருத்திய கிளர்ச்சியாளர்கள் தொடர்புச் சாதனங்களைத் துண்டித்தனர். கோட்டைகளை தரைமட்டமாக்கினர், காடுகளில் பதுங்கினர், கொரில்லா தாக்குதல்களை மேற்கொண்டனர். துரிதமானதும் முறையற்றதுமான தம் நகர்வுகளால் அவர்கள் ஒட்டுமொத்தப் பிரதேசத்தைதையும் அழித்தனர். ஆனால், எதிரித் தரப்புகளிடமிருந்து

லகுவாய் நழுவினர். பிரிட்டிஷ் படைகளால் தானியங்கள் வாங்கவோ, பாதுகாப்பு நிலைகள் அமைக்கவோ முடியவில்லை. இதன் விளைவாக தொடர்ந்து கலகக்காரரின் தாக்குதலுக்கு உள்ளாயினர்.

இதனைச் சமாளிக்கும் நடவடிக்கையாக ஆங்கிலேயர், மன்னர்களின், குறிப்பாகப் புதுக்கோட்டைத் தொண்டைமான் (ம) தஞ்சாவூர் மன்னரின் ஆதரவைப் பெற்று, வங்காளம் (ம) மலாயாவிலிருந்து கூடுதல் படையினரை வரவழைத்தனர். 1801 மே மாதத்தில் அவர்கள் பெருமளவில் தம் நடவடிக்கைகளைப் புதுப்பித்தனர். ராமநாதபுரத்தில் அதிகரித்த கலகத்தின் வேகத்தை, அக்னு மட்டுப்படுத்தினார். ஜுலை 9 அன்று அவர் ராமநாதபுரத்திலிருந்து மதுரை வந்தார். திருப்பத்தூரின் கலகக்காரர் வலுவிடத்தைத் தகர்த்த அவர், மலபாரின் கர்னல் இன்ஸ் தலைமையிலான படைப்பிரிவின் வருகைக்காகக் காத்திருந்தார். திண்டுக்கல் கலகக்காரரை அடக்கிய பிறகு, இன்ஸ் மதுரை நோக்கி முன்னேறினார். ஆனால் மருது சகோதரர்களால் தலைமை தாங்கப்பட்ட படை, எல்லைகளில் கடுமையாக இயங்கியதால், அவரை நத்தத்திற்குப் பின்வாங்குமாறு செய்துவிட்டது. இதனால் பிரான்மலை வழியாக சத்துரு சம்ஹார கோட்டையை அடைந்தார் இன்ஸ். மறுநாள் அவர் அடர்ந்த வனத்தினூடே திருப்பத்தூருக்கு சென்று கொண்டிருந்தபோது, ஏவுகணைகளைப் பிரயோகித்து கலகக்காரர் மீண்டும் தாக்கினர். ஆனால் அக்னுவால் மீட்கப்பட்டார். அக்னு (ம) இன்ஸின் ஒன்றுசேர்ந்த படைகள் இப்போது ஒக்கூரைத் தகர்த்தன (ம) சிவகங்கைக் கலகக்காரரின் தலைமையகமான சிறுவயலைத் தாக்கின. பலிக்காத எதிர்ப்புக்குப் பின், கிளர்ச்சியாளர் காடுகளுக்குத் திரும்பினர். சிறுவயலிலிருந்து தொடங்கிய பிரிட்டிஷ் படைகள், காளையார் கோயில் காடுகளிலுள்ள கலகக்காரர் வலுவிடங்களை எதிர்த்து நடவடிக்கையை மேற்கொண்டன.

இதற்கிடையே, தஞ்சாவூர் மன்னரின் உதவியுடன் பிரிட்டிஷ் படைகள், காவேரியின் தென்கரையை மீண்டும் ஆக்கிரமித்தன. அறந்தாங்கியிலிருந்து கிளர்ச்சியாளரை வெளியேற்றின. தேர்பாய் நாட்டுக் கிராமங்களை நாசமாக்கின. காரைக்குடியில் ஒரு ராணுவ நிலையை ஏற்படுத்திய பிறகு அவை, சிங்கம்புணரி காடுகளிலிருந்து கலகக்காரரை விரட்டின (ம) கடற்கரையுடனான அவர்தம் தொடர்புகளைத் துண்டித்தன. தொண்டி விரிகுடாவுக்கு அனுப்பப்பட்ட ஆயுதந்தாங்கிய படகு, தானியம் (ம) யுத்தத் தளவாடங்களை இறக்குமதி செய்வதற்காக தேசபக்தர்களால்

ஈடுபடுத்தப்பட்ட படகுகளை அழித்தது. இதற்கிடையே, ராமநாதபுரம் கோட்டை அருகே கலகக்காரர் மீது மார்டின் ஓர் அடையாள வெற்றி பெற, அபிராமத்தில் மேலப்பனால் தலைமை தாங்கப்பட்ட இன்னொரு படைப்பிரிவை மெக்காலே வீழ்த்தினார். லெப்டினண்ட் மில்லர் கமுதியருகே வெற்றி பெற்றார். கணிசமான இவ்வாதாயங்கள், ராமநாதபுரம் மீது கம்பெனியின் அதிகாரத்தை மறு நிர்மாணம் செய்தது மட்டுமின்றி, காளையார்கோயில் காடுகளின் கலகக்காரரை அடக்கியும் வைத்தது.

கலகக்காரரின் வீழ்ச்சி

அக்னு செப்டம்பரில் காளையார் கோவில் நோக்கி தாக்குதல் தொடுத்தார். 18 அன்று பிரான்மலையைத் தகர்த்து, மேலூர், சிங்கம்புணரி, நந்திக்கோட்டை வழியே ஒக்கூர் வந்தடைந்தார். சிவகங்கையிலுள்ள வாணியன்குடி, கொல்லும்பும் (ம) முத்தூரிலுள்ள இராணுவ நிலைகளைப் பிடித்தார். செப்டம்பர் 30 அன்று இன்ஸ், பிளாக்பர்ன் (ம) மெக்காலே தலைமையிலான மூன்று படைப்பிரிவுகள் ஒரே சமயத்தில் காளையார் கோவில் மீது தாக்குதல் தொடுத்தன. அக்டோபர் ஒன்றாம் நாள், முற்றுகை (ம) துப்பாக்கிச்சூடுக்குப் பின்னர் வணங்காத கோட்டை எதிரியிடம் வீழ்ந்தது. தோல்வியுற்ற படைகள், ஊமைத்துரை (ம) செவத்தையா தலைமையில் திண்டுக்கல்லிற்குப் பறந்தோடின. எஞ்சியோர் மருதுபாண்டியன் பின்னே சிங்கம்புணரிக் காடுகளுக்குச் சென்றனர்.

தேசபக்தர்களைக் கண்டதும், திண்டுக்கல் மக்கள் மீண்டும் திரண்டனர். மூன்று தினங்களுக்குள் 4000க்கும் மேற்பட்ட ஆயுதந்தாங்கியோர் ஊமைத்துரையுடனும் செவத்தையாவுடனும் சேர்ந்து கொண்டனர். அவர்கள் விருபாட்சி மலைகளை திரும்பக் கைப்பற்றி, திண்டுக்கல் பள்ளத்தாக்கில் இறங்கி, ஜோன்ஸினால் தலைமை தாங்கப்பட்ட படையின் தாக்குதலை முறியடித்தனர். தேசபக்தர்களின் செல்வாக்கு அதிகரிக்க அதனைத் தடுத்திடக் கூடுதல் படைவீரர்கள் தேவையென்று தோன்றியதால், திறன்மிக்க படை சகிதமாக இன்ஸ் திண்டுக்கல் விரைந்தார். அக்டோபர் 12 அன்று சண்டை தொடர்ந்தது. ஊமைத்துரை தலைமையிலான கலகக்காரர் பிரிட்டிஷ் படைகளின் முன்னேற்றத்தை விருபாட்சியிலும், அதனையடுத்து சேதுராம்பட்டியிலும் தடுத்திட முற்பட்டனர். ஆனால் வெற்றிபெற முடியவில்லை. அடர்ந்த காடு வழிசென்ற ஆங்கிலேயர், கவ்டெல்லி (ம) கார்மன் டெல்லி ஆகியவற்றைக்

கைப்பற்றினர். நெருக்கடிக்குள்ளான ஊமைத்துரை, தன் படையினை திண்டுக்கல் பள்ளத்தாக்கிற்கு இட்டுச் சென்றார். திண்டுக்கல்லிலிருந்து வத்தலக்குண்டு வரையிலான 51 மைல் தூரத்திற்கு, அதுவும் சேர்ந்தாற்போல் மூன்று தினங்கள், உணவோ நீரோ எதுவுமின்றி போரிட்ட தேசபக்தர்கள் இறுதியில் பணிந்தனர்.

பிரதான கலகக்காரர் தூக்கிலிடலை எதிர்கொண்டனர். கலகக்காரரின் செல்வாக்குள்ள தலைவரான மருதுபாண்டியன், தீரமிகு தம்பி வெள்ள மருதுவுடன் சேர்ந்து, 1801 அக்டோபர் 24 அன்று திருப்பத்தூர் கோட்டை இடிபாடுகளில் தூக்கிலிடப்பட்டார். அதே தினத்தன்று தம் இறுதியைக் கண்ட கூட்டத்தினரில் மருது பாண்டியனின் மகன்கள் செவத்த தம்பி (ம) சிவஞானம், வெள்ள மருதுவின் மகன்கள் கருத்ததம்பி (ம) மோல்லி குட்டித் தம்பி, செவத்த தம்பியின் இளைய மகன் முத்துச்சாமி, ராமநாதபுரம் மன்னர் என்று கூறிக்கொண்ட முத்துக் கருப்ப தேவர் (ம) காடல்குடி பாளையக்காரர் ஆகியோர் அடங்குவர்.

உண்மையில் பழிவாங்கும் எண்ணமுடைய ஆங்கிலேயர் தாத்தாக்கள், மகன்கள், பேரன்கள் என அனைவரையும் பொதுத் தூக்கு மரத்தில் தூக்கிலிட்டனர். மருதுபாண்டியனின் தலை துண்டிக்கப்பட்டு, காளையார் கோவிலுக்கு எடுத்துச் செல்லப்பட, உடல் திருப்பத்தூரிலுள்ள ஸ்காட் மிஷன் வளாகத்தில் புதைக்கப்பட்டது. ஊமைத்துரையும் செவத்தையாவும் பாஞ்சாலங்குறிச்சிக்குக் கொண்டு செல்லப்பட்டு, நவம்பர் 16 அன்று சிரச்சேதம் செய்யப்பட்டனர். பிரதான கலகக்காரரில் 73 பேர் நிரந்தரமாய் நாடு கடத்தப்பட்டனர். சிவகங்கையின் வெங்கம் பெரிய உடையாத் தேவர், வீரப்பூரின் பொம்ம நாயக்கர், பாஞ்சாலங்குறிச்சியின் தளவாய் குமாரசாமி ஆகியோர், அவர்களில் அடங்குவர். 1802 பிப்ரவரி 11 அன்று கைதிகள் அட்மிரல் நெல்சன் கப்பலில் ஏறி தூத்துக்குடியிலிருந்து புறப்பட்டனர். நீண்டதும் அலுப்பூட்டுவதுமான பயணம் 76 நாட்கள் நீடித்தது. ஜோடிகளாக விலங்கிடப்பட்டு, கடுமையான கட்டுப்பாட்டுடன் வைக்கப்பட்டிருந்த அவர்கள் பெரிதும் வருந்தினர். பயணத்தின்போது இருவர் நோயால் மடிய ஒருவர் மூழ்கிப்போனார். எஞ்சிய 70 பேரும் 1802 ஏப்ரல் 26 அன்று பினாங்கை அடைந்தனர். இலக்கினை அடைந்ததும், அவர்களில் மூன்றிலொரு பகுதியினர் வெவ்வேறு திக்குகளில் பறந்தோடினர். ஆனால் அவர்களது வாதை கடுமையானது என்பதால், நாடுகடத்தப்பட்ட 5 மாதங்களுக்கு உள்ளாகவே அவர்களில் 21 பேர் இறந்துபோயினர்.

1800-1801 கலகம், பிரிட்டிஷ் ஏகாதிபத்தியத்தை அழிக்க வேண்டும் என்னும் முன்கூட்டியே தீர்மானிக்கப்பட்ட நோக்குடன் ஏற்பாடு செய்யப்பட்டது. பரந்துபட்ட பகுதிக்குப் பரவிய அது, மக்கள் இயக்கத்தின் பரிமாணங்களைப் பெற்றது. மக்கள் தலைவர்களில் மிகவும் முனைப்புள்ளவரான மருதுபாண்டியன் போராட்டத்தை முன்னெடுத்துச் செல்ல, போர்ச் சாதனங்களைக் குடியானவர்கள் அளித்தனர். கொரில்லாத் தந்திரங்களைச் சார்ந்திருந்த தீரமிகு தேசபக்தர்கள் சிறப்பான வெற்றிகளைப் பெற்றனர். பெரும் பிரதேசத்தை விடுதலை செய்தனர் (ம) பிரிட்டிஷ் அதிகாரத்தைச் சற்று தொலைவில் நிறுத்தி வைத்தனர். எனினும் இறுதியில் தோற்கடிக்கப்பட்டனர். அந்நிய ஆட்சியாளருக்கு உள்ளூர் மன்னர்கள் ஆதரவு அளித்ததாலும், ஒரே நேரத்தில் மலபாரிலும் மைசூரிலும் மேற்கொள்ளப்பட்ட ஊடுருவல் நிலைகுலைந்ததாலும் இது ஏற்பட்டதே ஒழிய, மேலான ராணுவ யுத்த தந்திரத்தாலோ எதிரியின் தாக்கும் திறனாலோ அல்ல.

இப் போராட்டத்தில் கசப்பான ஆவேசமும், பெரும் படுகொலையும் இருந்தன. கலகக்காரரர்கள் ஒழுங்கமைப்போ போதுமான ஆயுதங்களோ இல்லாததால், ஆங்கிலேயரை விடவும் அதிக விலை கொடுத்தனர். நன்கு வகுத்த திட்டம் அவர்களிடம் இருந்தாலும், எதிர்பார்ப்புக்களுக்கு ஏற்ப அது நிறைவேறவில்லை. ஆரம்பத்தில் அது கோயம்புத்தூர் (ம) திண்டுக்கல்லில் வெடித்தது. ஆனால் தமிழ்நாட்டின் எஞ்சிய பகுதிகள் அமைதியாய் இருந்தன. இக்கலகங்கள் அடக்கப்பட்ட பின்னரே, திருநெல்வேலி, மதுரை (ம) தஞ்சாவூரில் புதிதாய் எழுச்சி ஏற்பட்டது. ஆதலின் இக்கலகத்தை நசுக்குவது கம்பெனிக்குச் சாத்தியமற்றதாக இல்லை. கலகத்தின் சில போக்குகள் மக்கள் திரளினரின் கலகமாக பரிமாணங்கள் பெறத் தலைப்பட்டன. கலக்காரரின் பிரகடனங்கள் அவர்கள் பிரிட்டிஷாருக்கு எதிரான மக்கள் இயக்கத்தில் நம்பிக்கை கொண்டதை சுட்டிக்காட்டின.

அனைவரும் ஒன்றுபட்டு ஐரோப்பிய ஆட்சியிலிருந்து நாட்டை விடுதலை செய்ய வேண்டும் எனப் பிராமணர், சத்திரியர், வைசியர், சூத்திரர் ஆகிய அனைத்துச் சாதியினருக்கும் இஸ்லாமியருக்கும் வேண்டுகோள் விடுத்தனர். மேலும், மொழி இன பேதமின்றி, மறவர்கள், கவுண்டர்கள் (ம) இஸ்லாமியர்கள் எனப் பல்வேறு தரப்பினரும் கலகத்தில் இணைந்தனர். பல்வேறு பிரதேசத்தவரும், தாமே முன்வந்து கலகக்காரருடன் திரண்டனர் என ஆங்கிலேயரின் பதிவேடுகள் குறிப்பிடுகின்றன. இவற்றுடன்

கலகக்காரரின் போர்க்குரலான குரவையும் ஓலையும் மக்களை போர்க்களங்களுக்குக் கொண்டுவரத் துணைபுரிந்தன. இருந்தும் கம்பெனியின் ராணுவ வலிமை, கூட்டமைப்புகளின் ஆதரவு (ம) கலகக்காரரின் தரமற்ற போர்க்கருவிகளின் காரணமாக தோல்வி காணப்பட்டது.

வேலூர்க் கலவரம்

தென்னிந்திய கலகத்தில் ஈடுபட்டிருந்த தேசபக்தர்கள், 1806இல் ஒரு போராட்டத்தை ஆரம்பித்தபோது, ஆங்கிலேயருக்கு எதிராக இன்னொரு முயற்சியை மேற்கொண்டனர். பரந்துபட்ட கலகம் 1801இல் ஒடுக்கப்பட்ட பிறகு, கலகக்காரர் வேலூரை தம் நடவடிக்கை மையமாக்கினர். எஸ்.எஸ்.ஃபர்னெல் பதிவு செய்துள்ளவாறு இவ்விடம் "ஆழ்ந்ததும் இருண்டதுமான சதிகளின்" இடமாக மாறியது. 1800ஆம் ஆண்டின் பிரிட்டிஷ் எதிர்ப்புக் கூட்டமைப்புடன் தொடர்பு கொண்டிருந்த ஃபுட்டே ஹைதர், ரகசியமாய்த் தன் பணியைத் தொடர்ந்தார். அதன் விளைவாக சுமார் 3,000 கலகக்காரர்கள் கர்நாடகத்திலிருந்து வேலூர் நகரிலோ சுற்றுப்புறத்திலோ தங்கினர். மேற்கில் பிரிட்டிஷ் ராணுவ நடவடிக்கைகளின் போது வெற்றிகொள்ளப்பட்டவர்களில் அதிகமானோர், இந்த இலட்சியத்திற்காகத் திரண்டனர்.

வேலூரில் கட்டாயமாக இறக்கப்பட்டிருந்த ஆங்கிலேயரும் கலகசக்திகளுக்கு உடந்தையாயிருந்தனர். ஐரோப்பியத் துருப்புகளுடன், வேலூர்ப் படை 1806இல் முதல் ஆறு படைப்பிரிவுகளைக் கொண்டிருந்தது. 23ஆம் அலகு அனைத்துப் படைப்பிரிவுகளையும் கொண்டிருந்தது. 1801இல் கலகத்தை ஒடுக்கியதுமே திருநெல்வேலியில் ஏற்படுத்தப்பட்ட பிரிவு இது. சண்டையில் பாதிக்கப்பட்டவர்களும், சொத்து சுகங்களை இழந்தவர்களும் உற்றார் உறவினர்களை இழந்தவர்களுமாக அந்நியரின் ராணுவ ஆட்சேர்ப்பில் சேர்ந்து கொண்டார்கள். இந்தச் சிப்பாய்கள் வேலூர் கோட்டைக்குள் வந்ததும், தமிழ் (ம) கன்னடப் பிரதேசங்களின் கலகச்சக்திகள் சந்திக்கும் இடமாக 1800இல் கோயமுத்தூர் இருந்தது போல, வேலூர் மாறிற்று.

இவ்வாறு, ஆங்கிலேயர் அப்பட்டமான அறியாமையால் தன் அரணுக்குள் ஒரு ட்ரோஜன் குதிரையை அறிமுகப்படுத்தினர். தீபகற்ப கூட்டமைப்பு ஃபுட்டே ஹைதர் வாயிலாக, புதிய முயற்சிக்கான தலைவரை அளிக்க, 1800-1801 கலகம் கலகக்காரர்

வாயிலாக நீண்ட நாள் கனவை வேலூரில் நிறைவேற்றுவதற்கான கருவியை அளித்தது. பல காரணிகளின் கலவை வழங்கிய சாதகமான சூழ்நிலைகளைப் பயன்படுத்திக் கொள்வது சாத்தியம் என்று கண்ட மற்ற பாளையக்காரரும் நெருங்கி வந்தனர். பிரிட்டிஷ் அதிகாரத்தை ஒழித்திட, புரட்சிக்கு ஆசைப்பட்ட இத்துணிகரமான தலைவர்கள், இந்நிலைமைகளில் பங்கேற்கத் தொடங்கினர் என ஆங்கிலேயர்களே ஒப்புக்கொண்டுள்ளனர்.

சிப்பாய்கள், உள்ளூர்த் தலைவர்கள், வேலூருக்குக் குடிவந்தவர்கள் சதிசெய்து அடிக்கடி கூட்டங்கள் நடத்தினர். இவற்றில் திப்புவின் மகன்கள் பங்கேற்றனர். 1800- 1801 கலகத்தின் ஏற்பாட்டின் போது செய்துகொண்டதுபோல, பொது லட்சியத்தை அடையும் பொருட்டு, தம்மை ஒன்றிணைத்துக் கொள்வதன் அடையாளமாக கலகக்காரர்கள் வெற்றி நிலையை பரிமாற்றிக்கொள்ளும் அளவுக்கு தேசபக்தி இயக்கம் முன்னேறிற்று.

இதற்கிடையே ஆங்கிலேயர் சிப்பாய் நிர்வாகத்தில் சில புதுமைகளை நடைமுறைப்படுத்தினர். சாதி சமுதாயத்தைக் குறிக்க நெற்றியிலிடப்படும் அடையாளங்களைத் தடை செய்தனர். ஆபரணங்களை பயன்படுத்தக் கூடாது என்றனர். மீசையை முறையாகக் கத்தரித்து விட அறிவுறுத்தினர். அத்துடன், தேசபக்தர்களின் கொலையாளியான ஜெனரல் அக்னு, தன் மேற்பார்வையின் கீழ் சிப்பாய்களுக்கென மாதிரித் தொப்பி ஒன்றை வடிவமைத்து அறிமுகப்படுத்தினார். 1806 ஜூன் 9 அன்று 14ஆம் உள்ளூர் படைப்பிரிவைச் சேர்ந்த 40 பேர் ஆட்சேபணையில்லாமல் இந்த அக்னு தொப்பிகளை அணிந்து கொண்டனர். சீக்கிரமே பல நூற்றுக்கணக்கானோர் கூட்டம் ஒன்று அவ்வளவு தொலைவில் அல்லாமல் கூடியிருந்து, அத்தொப்பிகளை அணிந்ததற்கு வசைபாடியது. கூட்டம் கலைக்கப்பட்டாலும் கொந்தளிப்பான நிலையில் ஏராளமான சிப்பாய்கள் தொப்பிகளைத் தூக்கி எறிந்து கொண்டிருந்தனர். எனினும் அனைவரையும் அடக்கி தொப்பிகளை அணியுமாறு செய்துவிட்டனர்.

1800-1801 கலகத்தில் நடந்தது போன்றே, வேலூர் கலகக்காரர்கள் பொது லட்சியத்தின் கீழாக தீபகற்பத்தின் கிளர்ச்சியாளர்களையெல்லாம் ஒன்றுதிரட்டி, மன்னர்களுக்குத் தம் பழைய கண்ணியத்தை மீட்டுத்தர முற்பட்டனர். வெவ்வேறு பிரதேசங்களிலிருந்து ஆதரவு பெற்றிட கூட்டு முயற்சிகள் பரவலாக மேற்கொள்ளப்பட்டன. பள்ளிகொண்டா மக்கள், சதியில் பங்கேற்று வாலாஜாபாத்தில் நிறுத்தப்பட்டிருந்த படைப்பிரிவினர் ஆகியோர்

ஒத்துழைப்பு அளித்தனர். சித்தூரில் பாதுகாப்புக்கு இருந்த இன்னொரு படைப்பிரிவினர் இச்சதிகளில் ஈடுபடுத்தப்பட்டனர். பொது எதிரியுடன் போரிடுவதில் வேலூர் கலகக்காரர்கள் ஆற்காட்டு மக்களுடன் ஓர் உடன்பாட்டுக்கு வந்தனர். மேற்கின் அதிருப்தியுற்ற மக்கள் ஒரே நேரத்திலான கலகத்திற்கு இசைந்தனரா என்பது நிச்சயமாகத் தெரியவில்லை. ஆனால் அவர்கள் தம் ஆதரவையும் ஒத்துழைப்பையும் உறுதிப்படுத்தினர்.

ஆந்திரப் பிரதேசத்தின் சிகாகோல் (ம) ஹைதராபாத்தில் வெளிப்பட்ட அதிருப்தி, கன்னட நாடு (ம) தமிழ்நாட்டின் பல்வேறு இடங்களினது மீறல் நடவடிக்கைகளுடன் ஒன்றியைந்தது. முந்தையவர்கள் தென்கோடி துணைநிலைப்படையிலிருந்த உறவினர்களுடனும் நண்பர்களுடனும் (ம) பிந்தையவர்கள் சிகாகோலிலிருந்தவர்களுடனும் தன் உணர்வுகளை தொடர்புறச் செய்தது சாத்தியமானதே. சிப்பாய்கள் ஹைதராபாத்வாசிகளுடன் இரவில் ரகசியக் கூட்டங்கள் நடத்தினர். அவர்கள் ரகசிய காப்புப் பிராமணமும் பரஸ்பர ஆதரவு தருவதாகவும் உறுதி எடுத்துக் கொண்டனர் என உளவுத்துறைத் தகவல்கள் சுட்டிக்காட்டின. இச்சதி பற்றிய முழுவிபரமும் நிஜாமுக்குத் தெரிந்தாலும், அவர் கம்பெனிக்குத் தெரிவிக்கவில்லை.

1806 ஜுலை 13 அதிகாலையில் கலவர எழுச்சி கொள்வது என தேசபக்தர்கள் தீர்மானித்தனர். கலவரத்திற்கான நேரமாக அதே நாள் ஹைதராபாத்தில் பேசப்பட்டது அங்கு அதே நாள் சார்நிலைப் படைவீரர்களால், கம்பெனிக்கு நெருக்கமானவர்கள் உள்ளூர்க் காவலர்கள் விழிப்புடன் இருந்ததை ஆங்கிலேயருக்குக் கூறி எச்சரித்தனர். இவ்வியக்கத்தினரை வரவேற்க, கலகக்காரர்கள் வேலூரை ஆக்கிமிக்கத் தீர்மானித்தனர். திட்டமிட்டபடி மற்ற பிரதேசங்களின் கிளர்ச்சிகள் சேர்ந்து ஆங்கிலேயரை விரட்டும்வரை தாங்கள் ஒரு வலுவான பிடியைக் கொண்டிருக்கும் வகையில் 1800இல் கூட்டமைப்பினர் கோயம்புத்தூரை ஆக்கிரமிக்க முற்பட்டது போல, தம் திட்டத்தின் ஒரு பகுதியாக சித்தூரில் வைக்கப்பட்டிருந்த மூன்று லட்ச ரூபாய் உள்ள பெட்டகத்தைக் கைப்பற்றுவதென்று தீர்மானித்தனர். இதற்கிடையே வெவ்வேறிடங்களிலிருந்த கலவரசக்திகள், தாம் கலவரத்தில் ஈடுபடுமுன்னே வேலூரிலும் இதர பாசறைகளிலும் துணிகர முயற்சிகள் எந்த அளவுக்கு வெற்றிபெற்றன என்று அறியக் காத்திருந்தன. பிரிட்டிஷ் ஆதிக்கத்தைத் தூக்கியெறிந்தும் திப்புவின் ஒரு மகனை மைசூரின்

ஆட்சியாளராக ஆக்கி, நிஜாமின் சுதந்திரத்தை மீண்டும் ஏற்படுத்திடவும் தேச பக்தர்கள் தீர்மானித்தனர்.

1806 ஜூலை 9 அன்று குதிரை வீரர்கள் பலர், ஏராளமான பரிவாரங்களுடன் வேலூர் வந்து, அடாவடியாக ரகளை செய்துகொண்டும் ஒருவருடன் ஒருவர் பாவனையாக மோதிக் கொணடும் இருந்தனர். ஜூலை 12 இரவன்று பொதுக் கிளர்ச்சிக்குத் திட்டமிடப்பட்டிருந்தது. ஆனால் ஒரு ஜமீன்தாரின் நிதானமின்மையால் குறிப்பிட்ட தினத்திற்குள்ளாகவே அது பிசுபிசுத்துப் போயிற்று. 10ஆம் நாளன்று அதிகாலை 3 மணிக்கு வேலூர் சிப்பாய்கள் ஆங்கிலேய அலுவலர்களின் குடியிருப்புகள் மீதும் 69 ஆவது படைப்பிரிவின் பாசறை மீதும் கடும் துப்பாக்கிச் சூடு நடத்தினர். அவர்கள் பிரதான வாயிலில் ஐரோப்பியரின் ஒரு கூட்டத்தை அழித்தொழித்து, வெடிமருந்து கிடங்குக் காவலரைக் கொன்று, கோட்டையைக் கைப்பற்றினர். சிறைப்பட்ட இளவரசர்களை அடைத்து வைத்திருந்த கட்டிடங்களை நெருங்கி, “நவாபே வெளியே வாருங்கள், நவாபே வெளியே வாருங்கள், பயமில்லை” என்று கத்தினர். இது ஃபுட்டே ஹைதருக்கு விடப்பட்டது என்று கருதப்பட்டது. இப்போது, மையத்தில் சூரியனுடன் சிவப்பு நிறத்தில் பச்சைக் கோடுகளுள்ள திப்புவின் பழைய கொடி ஒரு மரத்தில் ஏற்றப்பட்டது.

வேலூர் கோட்டையை ஆக்கிரமித்தது, ஒருங்கிணைந்த திட்டத்தின் தேர்ந்த செயலைப் பிரதிநிதித்துவப்படுத்திற்று. ஆனால் அவ்வெற்றி நீடிக்கவில்லை. பக்குவப்படாத எழுச்சியாக கலவரம் வெளிப்படவே, வெவ்வேறு பிரதேசங்களிலான அத்தகைய எழுச்சிகளுக்கு அது சமிக்ஞையாக செயல்படவில்லை. ஜூலை 13 அன்று வாலாஜாபாத்தில் அதிருப்தி வெளிப்பட்டது. ஹைதராபாத்தின் சார்நிலைப் படையிலிருந்து சிலர் வெளியேறினர். ஆனால் அவர்கள் தாமதித்து வெளியேறியதால், வேலூர்ச்சிப்பாய்களுக்குத் துணைபுரியும் வகையில், அதனைக் கலவரமாக வளர்த்தெடுக்க முடியாது போயிற்று. கர்னர் கில்லெஸ்பி தலைமையிலான படை, கலகக்காரரின் வலுவிடத்தை அடைந்து நுழைவாயிலைத் தகர்த்தது. கொத்தளங்களுக்குள் நுழைந்தது. நடந்த கடும் மோதலில் சிப்பாய்கள், 113 பேரைக் கொன்று, தம் தரப்பில் 350 பேரை கைதிகளாக்கினர். தென்னிந்தியக் கலகத்தின் உத்வேகத்தில் கிளர்ச்சியாளர்கள். மேற்கொண்ட இறுதி முயற்சியின் முடிவை இது அடையாளப்படுத்திற்று. இப்போது கம்பெனி, ராணுவப் பிரிவுகளிலுள்ள ஐரோப்பிய சக்திகளை

வலுப்படுத்தி, கோட்டை நிர்வாகத்தை மறுசீரமைக்க முற்பட்டது. இச்சீர்திருத்தங்கள் அதிகாரத் திரட்சிக்கு வழிவகுத்தது.

நிர்வாகத்தை மறுசீரமைத்தல்

தீபகற்ப கூட்டமைப்பு மீதான வெற்றிக்குப் பின் ஆங்கிலேயர், தமிழர் மாவட்டங்களின் நிர்வாகத்தை மறுசீரமைக்கவும், தம் அதிகாரத்தை திரட்டிக் கொள்ளவும் முற்பட்டனர். வேலூர் கலவரத்தை அடக்கியது இதற்கு வழிவகுத்தது. அவர்கள் நிலவருவாய் நிர்வாகத்தை சீர்திருத்தினர். நீதித்துறையை மாற்றியமைத்தனர் (ம) தொடர்புச் சாதனங்களை முன்னெடுத்துச் சென்றனர். அவர்களது பல்வேறான நடவடிக்கைகளில், நில வருவாய் பிரதானக் கவனிப்பைப் பெற்றது. "நிலவருவாயே கம்பெனி அரசாங்கத்தின் முதலாவது விஷயம் என்பது கேள்விக்கு அப்பாற்பட்டது. அதைத்தான் மற்றவையெல்லாம் சார்ந்திருந்தன (ம) மற்ற ஒவ்வொன்றும் அதற்குச் சேவகம் புரிந்தன" என்று எம்.ரத்னசுவாமி சரியாகவே குறிப்பிட்டிருந்தார்.

நிரந்தர வருவாய் ஏற்பாடு

நாட்டின் நேரடி நிர்வாகத்தைக் கம்பெனி எடுத்துக்கொண்டபோது, பல்வேறான வரிவசூலிப்பு முறைகள் நிலவின. அவை முந்தைய காலத்திலிருந்து சுவீகரிக்கப்பட்டவை (ம) இடத்திற்கு இடம், காலத்திற்குக் காலம் மாறுபடுபவை. நிலவரி வசூலுக்காக குறுகிய, நீண்டகாலங்களுக்கு நிர்வாகம் குடியானவர்கள் கிராமத்தலையாரிகள் ஜமீன்தார்களுடன் ஒப்பந்தங்கள் செய்துகொண்டது. 1792இல் கம்பெனி சேலத்தைப் பெற்றுக் கொண்டதும், ஆட்சித்தலைவர் அலெக்ஸாந்தர் ரீடும், அவரது உதவியாளர் தாமஸ் மன்றோவும் ரயத்துவாரி அமைப்பைப் பரிசோதித்துப் பார்த்தனர். வரி வசூலை முறையாக அவர்கள் பரிசீலித்துப் பார்த்துவிட்டு, ரயத்துவாரி முறையே நாட்டுக்கு மிகவும் பொருத்தமானது என முடிவுக்கு வந்தனர். அதன்படி அவர்கள் தரகர்களை விட்டுவிட்டு, வரியினைக் குடியானவர்களிடமிருந்து நேரடியாக வசூலித்தனர். அதே வேளையில் பாளையக்காரர்கள், குத்தகைதாரர்கள், கிராமத் தலையாரிகள் என்னும் முகமை மூலமாக மறைமுகமான வரிவசூலிப்பு முறைகள் நிலவின.

இவ்வடிவங்களிலான வரிவசூல் அமைப்புகள் அடக்கு முறைக்கும் ஊழலுக்கும் வழிகோலின. வரிகட்டும் பொருட்டு இம்மக்கள் நிலபுலங்களையும் ஆடுமாடுகளையும் பண்ட பாத்திரங்களையும் விற்குமாறு நிர்ப்பந்திக்கப்பட்டனர். மக்களின் வாழ்க்கையைப் பாதுகாப்பதில், அடிக்கடி வரிவிதிப்பு என்னும் சிக்கலான அமைப்பில் நிர்வாகம் தலையிட வேண்டி வந்தது. "உள்ளூர் மக்களின் அமைதியான நடைமுறைகள் (ம) வழமையான அடங்கிய தன்மை என்பதில் வரலாற்று ஆவணங்களில் உதாரணம் இல்லாதபடி நாங்கள் பாதுகாப்பை அனுபவித்தோம்" என்று குறிப்பிட்டது வருவாய் கழகம்.

பெரியதொரு தேசத்தினை தக்கவைத்துக் கொள்வதற்கான நிச்சயமான வழி, மக்கள் வாழ்க்கையில் அடிக்கடி தலையிடுவதற்கு இடமே தந்திடாத அமைப்பின் பரிணாமமே என்று தோன்றிற்று. இவற்றுடன் கம்பெனி வைத்திருந்த பரந்த நிலம், பெருவாரியான கணக்கு விபரங்கள், வரிசெலுத்துவோருக்கு வருவாய் ஊழியர்கள் உடந்தையாயிருத்தல், வரி மதிப்பீட்டிலுள்ள சிக்கல்கள் ஆகியவை சேர்ந்து, கடும் வரிவிதிப்புக்கும் முறைகேடான வரி ஏய்ப்புக்கும் இடையில் நிலவிய மரபார்ந்த போராட்டத்திற்கு வழிகோலின. நிரந்தரமான வரிவசூல், தீர்வை அறிமுகப்படுத்தியது, இவ்வமைப்புடன் சேர்ந்திருந்த பலவான தீங்குகளுக்குப் பரிகாரமளித்தது என இப்பரிசீலனைகள் ஆங்கிலேயரை நம்பவைத்தன.

அதற்கேற்ப இயக்குநர்கள் குழு, வங்காளத்தில் செய்யப்பட்டது போல, நிரந்தர அடிப்படையில் வரியைக் கணக்கிடுமாறு, கம்பெனியின் நிர்வாகிகளுக்கு அறிவுறுத்தியது. 1801இல் மெட்ராஸ் ஆளுனர் எட்வர்ட் கிளைவ், வரிவசூல் அமைப்பை விரிவாக ஆய்வு செய்யுமாறும், அதற்குத் தேவையான நெறிமுறைகளை உருவாக்குமாறும் வருவாய்க் கழகத்திற்கு உத்தரவிட்டார். வில்லியம் பெட்ரி தலைமையிலான ஆணையம் இச்சீர்திருத்தத்தை பல்வேறு கட்டங்களில் அறிமுகப்படுத்திற்று. அது செங்கல்பட்டை எஸ்டேட்டுகளாகப் பிரித்து, நிரந்தர அடிப்படையில் வரிமதிப்பீடு செய்து நிலவருவாய் செய்யும் பொருட்டு, அதிகத் தொகைக்கு கேட்போருக்கு ஏலத்தில் விட்டது. ராமநாதபுரம், திண்டுக்கல் (ம) திருநெல்வேலியின் பாளையங்களில் இது அறிமுகப்படுத்தப்பட்டது. சிவகங்கையின் பத்மத்தூர் உடையாத் தேவரும், ராமநாதபுரம் மங்களேஸ்வரி நாச்சியாரும், நிலையான வரி செலுத்துதல்களுக்கு ஈடாக இப்பிரதேசங்களின் உரிமை பெற்றனர். 1802 வாக்கில் சேலம்

(ம) பாரமகாலின் சில பகுதிகளின் வரிகள் நிரந்தர அடிப்படையில் கணிக்கப்பட்டன. பாளையக்காரர்கள் ஜமீன்தாரர்கள் ஆக, பாளையங்கள் ஜமீன்களாகின. ஏலம் மூலமாக எஸ்டேட்டுகளைப் பெற்றவர்கள் முட்டாதாரர் எனப்பட்டனர்.

எஸ்டேட்டுகளின் உரிமையாளர்களுக்கு வழங்கப்பட்ட சனடாக்கள் நிரந்தர அடிப்படைக்கான நிபந்தனைகளைக் குறிப்பிட்டன. அவர்தம் நிலங்களுக்கான மதிப்பீடு நிரந்தரமானதென்று அறிவிக்கப்பட்டது. விதிக்கப்பட்ட வரி நில வருவாயினை மட்டுமே குறித்ததே ஒழிய சுங்கம், ஆயத் தீர்வை போன்ற இதர வருவாய் ஆதாரங்களைக் குறிப்பிடவில்லை. இதில் அரசாங்கத்தின் பங்கு, வரிவிதிப்பின் போது வசூலிக்கப்பட்டதில் மூன்றில் இரண்டு பங்காகும். ஜமீன்தாரர்கள் (ம) முட்டாதாரர்*களுக்கு குடியானவர்கள் மீதான உரிமை வழமையான வரிகளுடன் கட்டுப்படுத்தப்பட்டன. அவர்கள் வரியாக என்ன பெறமுடியும் என்பதைக் குறிப்பிட்டு வாரதாரர்களுக்கு பட்டாக்கள் வழங்க வேண்டியவர்களாயிருந்தனர். குடியானவன் வரி தவறினால், ஜமீன்தார் அவனிடத்திலிருந்து நிலஉரிமையை நீக்க முடியுமே தவிர வேறொன்றும் இயலாது. மறுபுறத்தில், ஜமீன்தாரே தவறினால், அரசாங்கம் அவரது சொத்தினை பறிமுதல் செய்ய இயலும் (அ) அவரது ஜமீனை உரிமையாக்கிக் கொள்ள முடியும். முறையற்ற தீர்வைகளிலிருந்து குடியானவரும் ஜமீன்தாரரும் நீதிமன்றங்களில் நீதி பெற முடியும்.

சீரான வருவாயை உறுதிப்படுத்திக் கொள்ளுவதில் ஆர்வமும் வரிவசூலின் சிக்கலான அமைப்பிலிருந்து விடுபடவும் விரும்பிய கம்பெனி, நிரந்தரத் தீர்வை அறிமுகப்படுத்திற்று. ஆனால் அது குடியானவர்களுக்கு நியாயம் செய்யவில்லை. அது அதிகார துஷ்பிரயோகமாக இருந்தது. ஆங்கிலேயர்கள், குடியானவர்களின் நிலஉரிமையை இழக்கச் செய்து, அந்நிலங்களை ஜமீன்களாக்கி, உயர்ந்தபட்ச தொகைக்கு ஏலம் கேட்டவர்களுக்கு விற்றுவிட்டனர். செல்வமிக்க சில தனிநபர்களை சுதந்திரமான கிராமங்களின் நிலப் பிரபுக்களாக்கினர். குடியானவர்கள் நீதிமன்றங்களில் நியாயம் பெற்றிருக்க முடியும். ஆனால் நடைமுறையில் அது எளியதாய் இல்லை.

வறுமை பீடித்த மக்கள், நிலபிரபுக்களிடமிருந்த கேடிகளுக்குப் பயந்தும் நீதிமன்ற நடவடிக்கைகளை அறியாதும், சக்திவாய்ந்த ஜமீன்தாரர்களை எதிர்த்து தங்களைப் பாதுகாத்துக் கொள்வதை சாத்தியமற்றதாகக் கண்டனர். ஆனால் கம்பெனிக்கோ, உரிமைகளை விடவும் மக்கள் உணர்வுகள் (ம) திறமையை விடவும் சுயநலமே

முக்கியமாயிருந்தது. காலப்போக்கில் இந்நிரந்தர அமைப்பு நம்பிக்கையிழந்ததில் வியப்பில்லை. செங்கல்பட்டு, சேலம், திண்டுக்கல், ராமநாதபுரம் (ம) திருநெல்வேலியில் இவ்வமைப்பு தோற்றுப்போய், பெரும்பகுதியான நிலம் அரசாங்கத்தின் நேரடிப் பொறுப்பிற்குச் சென்றுவிட்டது. இந்த ஏற்பாடு தோற்றதற்கு, அதிக வரிவிதிப்பும் ஜமீன்தாரர்கள் சாகுபடியைக் கைவிட்டதும்தான் காரணங்கள் என்று வருவாய்க் கழகம் கூறிற்று. எனினும் இந்நிரந்தர அமைப்பு ஏதேனும் ஒரு வடிவில் 1921-22 வரை தொடர்ந்து செயல்பட்டு வந்தது.

மெட்ராஸ் ஆளுனர் பென்டிங் பிரபு ஒடுக்குமுறை குறைந்ததாயும், அதே வேளையில் அதிக லாபகரமானதாயுமுள்ள மற்றும் மக்களின் சம்பிரதாயங்களுக்கு ஏற்புடையதாயுள்ள ஒரு முறையை முன்வைத்தார். அவருக்கும் வருவாய்க் கழகத்திற்கும், கிராம குத்தகை இந்த தேவைகளை நிறைவு செய்வதாய்த் தோன்றியது. அதற்கேற்ப 1804-1814க்கு இடையே திருநெல்வேலி, திருச்சிராப்பள்ளி, கோயம்புத்தூர், தென்னாற்காடு (ம) வடஆற்காடு மாவட்டங்களில் கிராம குத்தகை அமைப்பு நடைமுறைப்படுத்தப்பட்டது. 1810இல் இக்கிராம குத்தகை, நடைமுறையிலிருந்து முடிவுக்கு வந்த தஞ்சாவூரில், 5 ஆண்டுகளுக்கு புதுப்பிக்கப்பட்டது. இந்த அமைப்பின் கீழ், கிராமத்தின் சமுதாயத்திடமோ, கிராமத்தின் பிரதான சாகுபடியாளராயுள்ள ஒருவரிடமோ ஒரு கிராம நிலங்களை கம்பெனி சாகுபடிக்கு ஒப்படைத்துவிடும். அவர்கள் மீண்டும் பகுத்து, தனிப்பட்ட குடியானவர்களுக்கு குத்தகைக்கு விடுவார்கள். இந்த ஏற்பாடு பத்தாண்டுகளுக்கு நீடித்தது. இதன் விளைவாக, கடந்தாண்டுகளின் சராசரி வசூல் (ம) கிராமத்தின் நிரந்தர நிதியாதாரங்களின் அடிப்படை நிரந்தரமாக விதிக்கப்பட்டது.

எனினும் சாகுபடி சரியில்லாமல் குடியானவரது வறுமை பொதுவாயிருக்கின்ற, வளர்ச்சியுறாத கிராமங்களில் தற்காலிக ஏற்பாடுகள் செய்யப்பட்டன. சிஸ்ட் சீராக செலுத்தப்பட்டு வந்தால், குத்தகைதாரர்கள் தம் நிலங்கைள உரிமையாக்கிக் கொள்ள அனுமதிக்கப்பட்டனர். மொத்த வருவாயில் பாதியாக சிஸ்ட் கணக்கிடப்பட்டது. ஆனால் நிலம் அபிவிருத்தியடைந்ததும், அது மூன்றில் ஒரு பங்காக கணக்கிடப்படும் என எதிர்பார்க்கப்பட்டது. இச்சீர்திருத்தத்தை அறிமுகப்படுத்திய போது, எல்லா நிலங்களையும் தான் கொண்டிருந்ததான யூகத்தில், அரசாங்கம் செயல்பட்டது. அதில் சாகுபடி செய்தவர்கள் வாரதாரர்கள், வரிகட்ட இசைந்தவர்கள்

குத்தகைதாரர்கள் எனப்பட்டனர். எனினும் அது கிராம ஒப்படைப்பின் மூலமாக, தனிச்சொத்துரிமை நிறுவப்படும் நிலம் விற்கக்கூடியதாகும் (ம) நில அபிவிருத்தி கவனத்தில் கொள்ளப்படும் என்று நிர்பந்தித்தது. என்ற போதிலும் இயக்குநர்கள் குழு எந்த ஒரு நிரந்தர அமைப்பின் நன்மைகளையும் சந்தேகித்தது. வங்காளத்தில் தோற்றுவிட்ட நிரந்தர வருவாய் அமைப்புக்கும், தமிழக மாவட்டங்களில் நடைமுறையிலிருந்த கிராம அமைப்புக்கும் இடையே அவர்கள் எந்த வித்தியாசத்தையும் காணவில்லை. இந்த அடிப்படையில், நிரந்தர ஒப்படைப்பு நடைமுறைப்படுத்தப்படாத இடங்களில், ரயத்துவாரி முறையை அமலுக்குக் கொண்டுவருமாறு அது மெட்ராஸ் கவுன்ஸிலுக்கு உத்தரவிட்டது.

ரயத்துவாரி* அமைப்பு

வருவாய் நிர்வாகத்தில் பல்வேறான வடிவ அனுபவங்களின் வரிசைக்குப் பின்னர், ஆங்கிலேயர்கள் ரயத்துவாரி அமைப்புக்கு ஆதரவாக முடிவெடுத்தனர். கர்னல் ரீட், இவ்வுள்நாட்டு அமைப்பினை சேலத்திலும் நடைமுறைப்படுத்தினார். இப்பிரதேசத்தில் இதன் வெற்றி ஈர்க்கவே, இயக்குநர்கள் குழு இதற்கு ஆதரவாக முடிவெடுத்தது. விருப்பமில்லாதிருந்த மெட்ராஸ் நிர்வாகத்திடம் கிராம அமைப்பின் இடத்திலே இதனை நடைமுறைப்படுத்துமாறு அவர்கள் ஆணையிட்டனர். அதன்படி 1814இல் அது நடைமுறைப்படுத்தப்பட்டது. ஆளுநர் தாமஸ் மன்றோ (1820-27) வின் நிர்வாகத்தின்போது தீவிரத்துடன் பின்பற்றப்பட்டது. இறுதியில் நிரந்தரமற்ற, அடிப்படையுள்ள கிராமங்களிலெல்லாம் அது மேற்கொள்ளப்பட்டது.

இந்த ஏற்பாட்டின் மூலம் எந்த வயல்கள் சாகுபடி செய்யப்பட்டன (ம) யார் சாகுபடி செய்தார் என்ற விபரங்களை நிர்வாகம் உறுதி செய்ய முடிந்தது. ஒவ்வொரு குடியானவனும் செலுத்த வேண்டிய வரியைப் பொறுத்தவரை, அவர்கள் ஒவ்வொருவருடனும் அரசாங்கம் ஒப்பந்தம் செய்யவேண்டி இருந்தது. தரிசு நிலங்கள் அரசாங்க சொத்தாகக் கருதப்படவேண்டியிருந்தது. ஆனால் சாகுபடிக்குக் கொண்டு வரப்பட்டபோது, வரிவிதிப்பு கணிக்கப்படவேண்டி இருந்தது. மாவட்ட அலுவலகங்களில் பராமரிக்கப்பட்ட பதிவேடுகளில் விவசாயிகளின் உரிமைகள் (ம) நலன்கள், அது போன்றே அரசாங்கத்தினுடையவையும் பராமரிக்கப்பட்டன. விவசாயி வைத்திருந்த நிலம், அவன் செலுத்த

வேண்டிய வரி குறித்த விபரங்களடங்கிய பட்டா அவனுக்குத் தரப்பட்டது.

நீதித்துறையை ஏற்படுத்துதல்

மெட்ராஸ் ராஜதானியின் நீதித்துறை படிப்படியாக வளர்ச்சிகண்டது, மெட்ராஸில் நிலைபெறத் தொடங்கிய குழந்தைப்பருவத்திலிருந்து பிரிட்டிஷ் அரசாங்கம் நீதி நிர்வாகத்திற்கு உரிய கவனம் செலுத்திற்று. 1661ஆம் ஆண்டு உரிமைச்சாசனம், கவுன்சிலின் ஆளுனர் (ம) உறுப்பினர்களையும் புனித ஜார்ஜ் கோட்டையையும் ஒரு குற்றவியல் நீதிமன்றமாக்கியது. 1687இன் உரிமைச்சாசனம், மெட்ராஸிற்கு ஒரு நகராட்சியை அமைத்துத் தந்தது. மேயரும் உறுப்பினர்களும் ஆவண நீதிமன்றமாகச் செயல்பட்டு, குடிமை குற்றவியல் வழக்குகளை முடிவு கட்டினர். எனினும், இந்நீதிமன்றம் மெட்ராஸிலிருந்த ஐரோப்பியவாசிகளின் வழக்குகளை முடிவு கட்டியதே ஒழிய, இந்தியர்களின் வழக்குகளை அல்ல. ஆங்கிலேயரின் அபிவிருத்தி (ம) மெட்ராஸ் ராஜதானியின் விரிவாக்கத்தால், புதிய நீதிமன்றங்களை ஏற்படுத்திக்கொள்ள (அ) இருக்கின்றவற்றை அபிவிருத்தி செய்துகொள்ள பாராளுமன்றம் சட்டங்களை நிறைவேற்றியது.

அதன்படி, 1798இல் மெட்ராஸ்பட்டின ஆவண நீதிமன்றம் ஏற்படுத்தப்பட்டது. அதில் பதிவு செய்பவர், மேயர் (ம) உறுப்பினர்கள் இடம்பெற்றனர். ஆவண நீதிமன்றத்தின் விவகார எல்லைக்குள் குடிமை, குற்றவியல், திருமறை (ம) ராணுவ வழக்குகளெல்லாம் அடங்கின. அது மெட்ராஸ் குடியமர்வு (அ) அதன் கீழ்பட்டதும் சார்ந்ததுமான தொழிற்சாலைகளின் நீதிவிவகாரங்களை கவனிக்கும் அதிகாரம் பெற்றது. 1801இல் மெட்ராஸில் பாராளுமன்றச் சட்டம் ஒன்று நீதித்துறையின் உச்சநீதிமன்றத்தை ஏற்படுத்திற்று. அதில் ஒரு தலைமை நீதிபதியும் இரு நீதிபதிகளும் இடம்பெற்றனர். ஆவண நீதிமன்றத்தின் பதிவாளர் சர்தாமஸ் ஸ்ட்ரேஞ்ச் முதலாவது தலைமை நீதிபதியாகவும், ஹென்றி க்விலிம் (ம) சல்லிவன் ஆகியோர் முதலாவது நீதிபதிகளாகவும் நியமிக்கப்பட்டனர். மெட்ராஸ் உச்சநீதிமன்றம் விரிந்த விவகார எல்லை கொண்டிருந்தது. அதுவரையிலும் மேயரால் (ம) ஆவண நீதிமன்றங்களால் விசாரிக்கப்பட்டு முடிவு கட்டப்பட்ட குடிமை வழக்குகளையெல்லாம் அது விசாரித்து முடிவு கட்டிய

மெட்ராஸ்வாசிகளுக்கு எதிரான வழக்குகள் சிக்கல்களையெல்லாம் அது விசாரித்து முடிவுகட்டும் உரிமைபெற்றது. இந்துக்கள் சார்பான வழக்குகள், இந்துக்களின் சம்பிரதாயங்களின் படியும், முகமதியர் சார்பான வழக்குகள் முகமதியரின் விதிகள் சம்பிரதாயங்களின் படியும் முடிவு கட்டப்பட்டன. மறுபுறத்தில், ஓர் இந்துவும் முகமதியரும் எதிரெதிர் தரப்பினராயுள்ள வழக்கில், பிரதிவாதியின் சமுதாய விதிகள் சம்பிரதாயங்களின்படி முடிவு கட்டப்பட வேண்டியிருந்தது. அமர்ந்துள்ள நீதிபதிகளின் பெரும்பான்மை வாக்கு அடிப்படையில் வழக்குகள் நீதிமன்றங்களால் முடிவு கட்டப்பட்டன. நீதிமன்றத் தலைவருக்கும் வாக்குரிமை இருந்தது. உச்சநீதிமன்ற முடிவுகளின் மேல்முறையீடுகள், கவுன்ஸிலின் மன்னரிடம் அனுப்பப்பட்டன. மெட்ராஸ் ஷெரீஃப், மாவட்ட நீதிபதிகள், ஆட்சித்தலைவர்கள், வாணிப முகவர்கள் ஆகியோரின் துணையுடன் தீர்ப்புகளை நடைமுறைப்படுத்தினார். பாராளுமன்றச் சட்டத்தின் மூலம் உச்சநீதிமன்றத்தை நிறுவியது, மெட்ராஸின் நீதியமைப்புக்குப் புதியதொரு ஊக்கத்தைத் தந்தது. ராஜதானி வரலாற்றில் முதல்முறையாக, அனைத்துப் பிரதேச மக்களின் மீதும் விவகார எல்லை கொண்ட, அதற்கு உட்பட்டு, (அ) அதனைச் சார்ந்த, ஒரு மத்திய நீதிமன்றம் உருவாக்கப்பட்டது. அது மன்னரின் நீதிமன்றமாய்ச் செயல்பட்டது(ம) கவுன்ஸிலின் ஆளுனரைச் சாராது சுதந்திரமாய்த் தன் அதிகாரங்களைப் பிரயோகித்தது.

ராஜதானியில் நீதித்துறையை மாற்றியமைப்பது (ம) நிர்வாகத்தை மேம்படுத்துவதுடன், பிரிட்டிஷார் நீதி அமைப்பை பிராந்தியங்களுக்கும் விரிவுபடுத்தினர். 1802 வரையிலும், மாவட்டங்களுக்குத் திறம்பட்ட நீதி நிர்வாக அமைப்பை ஏற்படுத்துவதில், கம்பெனி முறையான முயற்சியேதும் மேற்கொள்ளவில்லை. முழுமையற்றதும் திறனற்றதுமான அமைப்புகளே இருந்தன. ஆட்சித்தலைவர்களே குடிமை வழக்குகளை விசாரித்து முடிவு கட்டினர். அவற்றின் மீதான மேல்முறையீடுகள் வருவாய்க் கழகத்திற்கு அனுப்பப்பட்டன. மாவட்ட அளவிலான குற்றவியல் வழக்குகள், தீவிரமான சந்தர்ப்பங்களில் நேரடி விசாரணை முறைகளில் ராணுவத் தீர்ப்பாயங்களால் முடிவு கட்டப்பட்டன. இவையெல்லாம் சமத்துவமான நீதிவழங்கல் என்பதை விடவும், அரசாங்க அதிகாரத்தினை நடைமுறைப்படுத்துதல் சார்ந்தே உத்தேசிக்கப்பட்டிருந்தன.

மக்கள் சுதந்திரமான உணர்வுடன் சட்டத்திற்கு கட்டுப்படாதவர்களாயிருந்ததால், நீதிமன்றங்களும் சாதகமானவையாகத் தோன்றவில்லை. நீதிநிர்வாகத்திற்குப் போதுமான வழிவகைகளும் ஆங்கிலேயரிடம் இல்லை. 1802வாக்கில் சட்டத்தினை நடைமுறைப்படுத்துவதிலுள்ள பல தடைகளையெல்லாம் அவர்கள் அநேகமாகச் சமாளித்தனர். பிளவுபட்ட அதிகார இருப்பினால் உண்டான சிரமங்களையெல்லாம் தஞ்சாவூர் (ம) கர்நாடக உடன்படிக்கைகள் அகற்றின. போதுமான எண்ணிக்கையிலான தகுதிவாய்ந்த ஊழியர்கள் நீதிமன்றங்களில் நீதிபதிகளாக நியமனம் பெறக்கிடைத்தனர். அத்துடன், நிரந்தர அடிப்படையில் வருவாய் பிரச்சனையைத் தீர்ப்பதில் கம்பெனி மும்முரமாய் இருந்தது. அரசாங்கம், ஜமீன்தார் (ம) குடியானவர்களுடைய நலன்களைப் பாதுகாக்க உரிய கண்காணிப்புத் தேவைப்பட்டது. சட்ட அமைப்பினைப் புனித ஜார்ஜ் கோட்டையின் பிரதேசங்களுக்கு விரிவாக்குவதை இக்காரணிகள் சாத்தியமானவை மட்டுமல்லாது அத்தியாவசியமானவையாயும் ஆக்கின.

அதற்கேற்ப, மாவட்டங்களில் நீதிபரிபாலனத்திற்கு ஏற்பட்டிருந்த காரன்வாலிஸ் அமைப்பு, ஒரு முன்மாதிரியாய் செயலாற்றியது. தொடக்கமாக, மாவட்ட நீதிமன்றங்கள் திண்டுக்கல் (ம) ராமநாதபுரம் மாவட்டங்களில் ஏற்படுத்தப்பட்டன. அவற்றில் நிரந்தர அடிப்படையில், வருவாய் மதிப்பீடு முழுமை செய்யப்பட்டது. மாவட்ட நீதிமன்றத்தின் விவகார எல்லை அனைத்துக் குடிமை வழக்குகளையும் உள்ளடக்கியது. இதனுடன் இணைக்கப்பட்ட ஓர் ஆணையர் சிறுசிறு வழக்குகளை விசாரித்து முடிவு கட்டினார். மாவட்ட நீதிபதியும் மாவட்ட உரிமையியல் நீதிபதியாகப் பணியாற்றினார். போலீஸின் கடமைகளுக்காகவும் காவல்காரரின் கிராமக் கடமைகளுக்காகவும், முக்கிய இடங்களில் நியமிக்கப்பட்ட தனாதாரர்களையும், டோரோகாஸ்களையும் அவர் கட்டுப்படுத்தினார். மாவட்ட நீதிமன்றங்கள் நிறுவப்பெற்றதும் ஆட்சித்தலைவர்கள் நீதியியல் (அ) காவல் துறைக் கடமைகளைச் செய்வதை நிறுத்திவிட்டனர்.

மாவட்ட நீதிமன்றங்களிலிருந்து செய்யப்படும் மேல்முறையீடுகள், மேல்முறையீட்டுக்கான பிராந்திய நீதிமன்றத்துக்குச் சென்றன. ஒவ்வொரு பிராந்தியத்திலும் அதுவே உயர்ந்தபட்ச சிவில் நீதிமன்றமாகும். புனித ஜார்ஜ் கோட்டையின் பிரதேசங்கள் வடக்கு, மத்திய, தெற்கு (ம) மேற்கு எனப் பிரிக்கப்பட்டன. தெற்குப் பிராந்தியம் பாக் ஜலசந்தியிலிருந்து பாலாறு வரையிலும்,

மத்தியப் பிராந்தியம் பாலாறிலிருந்து கிருஷ்ணா வரையிலும், வடக்குப் பிராந்தியம் கிருஷ்ணாவிலிருந்து கஞ்சம் வரையிலும், மேற்குப் பிராந்தியம் மலபார், கன்னட (ம) சூனாவைக் கொண்டும் இருந்தன. மேல்முறையீட்டுக்கான பிராந்திய நீதிமன்றத்துடன் ஒவ்வொரு கோட்டத்திற்கும் ஒரு சர்க்யூட் நீதிமன்றத்தை மெட்ராஸ் கவுன்ஸில் நிறுவிற்று. இந்நீதிமன்ற நீதிபதிகள் மாவட்டங்களுக்குப் பயணித்து, கடுமையான குற்றவியல் வழக்குகளை விசாரித்தனர். மேல்முறையீடுகள் மெட்ராஸ் கவுன்ஸிலுக்கு அனுப்பப்பட, அது மேல்முறையீட்டு நீதிமன்றமாய் செயலாற்றியது. ஆளுனர் (ம) அவரது கவுன்ஸில் உறுப்பினர்கள் தம்மை, சாதர் அதாலத் (பிராந்திய நீதிமன்றங்களின் மேல்முறையீடுகளுக்கான குடிமை வழக்குகளின் உயர் நீதிமன்றமாகவும்), ஃபவுஜ்தாரி அதாலத் (சர்க்யூட் நீதிமன்றங்களின் மேல்முறையீட்டுக்கான உணர்குற்றவியல் நீதிமன்றமாகவும் ஆக்கிக்கொண்டனர்.)

இவ்வாறு இருவிதமான நீதிமன்றங்கள் நடைமுறைக்கு வந்தன. மன்னரால் ஏற்படுத்தப்பட்ட உச்சநீதிமன்றம் (ம) கம்பெனியால் ஏற்படுத்தப்பட்ட பல்வேறு நிலையிலான நீதிமன்றங்களின் அமைப்பு, தமிழ்நாட்டு வரலாற்றில் முதல்முறையாக நீதிமன்றங்களின் விரிவான அமைப்பு நிறுவப்பட்டது. நீதியியல் (ம) காவல்துறை நிர்வாகத்திற்காக அமைப்பினை மாற்றிமைக்கும்போது, மக்களின் சம்பிரதாயங்களுக்கும் நடவடிக்கைகளுக்கும் உரிய கவனம் செலுத்தப்பட்டது. இன்னும் அது குறைகளைக் கொண்டிருந்தது. இந்நாட்டிற்கு அந்நியமான, பிரிட்டிஷாரின் விதிமுறைகளின்படி நீதிமன்றங்கள் வழிநடத்தப்பட்டன. மக்கள் பொதுவாக ஏழையராக, அறியாமை மிக்கவராக, எழுதப்படிக்கத் தெரியாத வராக இருந்தனர். நீதிமன்றத்துக்குச் செல்ல முடியாதபடியான பணப்பற்றாக்குறை, விசாரணை முறைகளின் சிக்கல் (ம) நிச்சயமற்ற முடிவு என்பன நீதிமன்றங்களின் துணையை நாடுவதினின்றும் தடுத்திட்ட காரணிகளாகும். வழக்குகளை விசாரிக்கவும், சாட்சிகளை ஆஜர்படுத்தவும் நீதிமன்றங்களின் உத்தரவுகளை நிறைவேற்றிடவும் திறன்மிகு காவல்துறை அவசியமானது. ஆனால் அது இல்லாதிருந்தது. போலீஸின் கடமைகளை ஆற்றவும், நீதிமன்றங்களின் ஆணைகளை நடைமுறைப்படுத்துவதிலுமான நீதிபரிபாலனத்தில் காவல்காரர் இணைந்திருந்தனர். ஆனால் கிராமக் காவல் அமைப்பு ஒடுக்குமுறை இயந்திரமாக இழிநிலையடைந்து, மக்களின் நலன்களைப் பாதுகாக்கும் நோக்கத்தை நிறைவேற்றவில்லை. இத்தகைய ஊழல்மிகு நிறுவனம் தன் குறைகளைத் திருத்திக் கொள்ளாத காரணத்துடன்,

வெவ்வேறான அதிகாரிகளால் சட்டம் அமல்படுத்தப்பட்டதானது. நீதிபரிபாலனத்தில் வெவ்வேறான தரநிர்ணயங்களில் போய் முடிந்தது.

அமைப்பின் போதாமைகளால், இயக்குநர்கள் குழு நீதித்துறையின் செயல்பாட்டை விசாரித்திட, 1812இல் தாமஸ் மன்றோ தலைமையில் ஓர் ஆணையத்தை நிறுவிற்று. இச்சீர்திருத்தங்களால், மரபார்ந்த ஒட்டுமொத்த அமைப்பும் மாற்றி அமைக்கப்பட்டது. தனக்கு அனுப்பப்பட்ட விவகாரங்களையெல்லாம் மேல் முறையீட்டுக்கு இடமின்றி தன் அதிகாரத்தாலேயே கேட்டு, விசாரித்து முடிவுகட்டிட கிராம முன்சீப் நியமிக்கப்பட்டார். ஒவ்வொரு வழக்கிலும் மொத்தச் செலவு பத்துரூபாய்களுக்கு மிகாமலிருந்தது. பிராந்திய நீதிமன்றங்கள் மாவட்ட முன்சீப்களை நியமிக்கும் அதிகாரம் பெற்றிருந்தன. மாவட்ட முன்சீப்கள் எந்தவொரு இந்தியனுக்கு எதிராக அனுப்பப்படும் வழக்குகளையும் விசாரித்து முடிவுகட்ட இயலும். உரிமையியல் நீதிபதியின் அலுவலகம் மாவட்ட நீதிபதி அலுவலகத்திலிருந்து ஆட்சித்தலைவர் அலுவலகத்திற்கு மாற்றப்பட்டது. அதன்படி, உதவி உரிமையியல் நீதிபதிகள் கொண்ட ஆட்சித்தலைவர் உரிமையியல் நீதிபதிகள் நியமிக்கப்பட்டனர். குற்றம்சாட்டப்பட்டவர்களை அவர்கள் கைது செய்து விசாரிக்க முடியும். குற்றமுடையவர்களாகத் தோன்றுபவர்கள் குற்றவியல் நீதிபதியிடம் அனுப்பப்பட்டனர். அவர்கள் சிறு சிறு வழக்குகளையும் விசாரித்து முடிவுகட்ட இயலும். ஒருவரை 15 நாள்வரை சிறைவைக்க இயலும் (அ) ஐம்பது ரூபாய்வரை அபராதம் விதிக்க இயலும். மாவட்ட நீதிபதிகள் குற்றவியல் நீதிபதிகளாக்கப்பட்டனர். அவர்கள் கைதிகளை விசாரிக்க வேண்டும், சர்க்யூட் நீதிமன்ற விசாரணைக்கு அவர்களை ஆயத்தப்படுத்த வேண்டும் (ம) சிறைகளின் செயல்பாடுகளைக் கண்காணிக்க வேண்டும். தொடர்ந்து செயல்பட்ட சாதர் அதாலத்திலிருந்து மேல்முறையீடுகளை இங்கிலாந்தின் பிரிவி கவுன்ஸிலுக்குக் கொண்டு செல்லக் கூடியதாய் இருந்தது. கீழ்மட்டங்களிலுள்ள ஊழல் நடைமுறைகளைச் சரிசெய்யாது, அவற்றிடம் அதிகப்படியான அதிகாரம் தரப்பட்டிருந்ததுதான் இச்சீர்திருத்தங்களிலுள்ள குறைபாடுகளாகும். முக்கியத்துவம் அற்ற விஷயங்களால் பாரம் ஏறியிருந்த ஆட்சித்தலைவர்கள், மாவட்டத்தின் முக்கிய விவகாரங்களில் கவனம் செலுத்த இயலாதபடி தடுக்கப்பட்டனர்.

1816க்குப் பிறகு பல மாற்றங்கள் மேற்கொள்ளப்படவில்லை. எனினும் 1821இல் பிராந்திய மாவட்ட நீதிமன்றங்கள் பல அமைக்கப்பட்டன. 1816 (ம) 1861க்கு இடையே ஜுரி அமைப்பு குற்றவியல் வழக்குகளுக்கு விரிவுபடுத்தப்பட்டது (ம) போலீஸ் துறை வருவாய் அதிகாரத்திலிருந்து பிரிக்கப்பட்டது. சர்க்யூட் நீதிமன்றங்கள் ஒழிக்கப்பட்டு, அவற்றின் செயல்பாடுகள் மாவட்ட நீதிமன்றங்களுக்கு மாற்றப்பட்டன. பிராந்திய மேல்முறையீட்டு நீதிமன்றங்களுக்குப் பதிலாக மாவட்ட நீதிமன்றங்கள் நியமிக்கப்பட்டன. 1865இல் முகமதிய குற்றவியல் சட்டம் நீக்கப்பட்டது.

ஏராளமான சீர்திருத்தங்கள் நடைமுறைப்படுத்தப்பட்டு, குடிமை நீதியிலான பல நிலைகளாக, பஞ்சாயத்து (கிராம முன்சீப்), மாவட்ட பஞ்சாயத்து (மாவட்ட முன்சீப்), மாவட்ட நீதிமன்றம் (ம) சாதர் அதாலத் இயங்கின. குற்றவியல் நீதியின் இணை அமைப்புகளாக உதவி உரிமையியல் நீதிபதி, மாவட்ட உரிமையியல் நீதிபதி, குற்றவியல் நீதிமன்றம், சர்க்யூட் நீதிமன்றம் (ம) ஃபவுஜ்தாரி அதாலத் இருந்தன. ஆங்கிலேயர், இந்திய சட்டத்தால் ஆங்கிலேயரையும் நிர்வகிக்க முற்பட்டனர். ஆனால் இஸ்லாமியச் சட்டம் கடுமையாயிருக்க, இந்துச் சட்டம் தெளிவின்றி இருந்தது. ஆங்கிலேயர் சலுகைமிக்க நடத்தை பெற, இந்துக்களுக்கு அது கிடைக்கவில்லை.

அத்துடன், கம்பெனியால் ஏற்படுத்தப்பட்ட ஒன்றும் மன்னரால் ஏற்படுத்தப்பட்ட ஒன்றும் என இரு அமைப்புகள் இயங்கின. வழக்குகள் நடத்த செலவு பிடித்தது (ம) நீதி பெறுவதிலிருந்த தாமதம் எரிச்சலூட்டியது. இவை காரணமாக 1861இல் பாராளுமன்றம் உயர்நீதிமன்றம், சாதர் திவாணி அதாலத் (ம) சாதர் நிஸாமத் (ஃபவுஜ்தாரி) அதாலத் ஆகியவற்றை நீக்கிட வகை செய்தது. அவற்றின் இடத்திலே மெட்ராஸ் உயர்நீதிமன்றத்தையும், அது போன்றே கல்கத்தாவிலும், பம்பாயிலும் ஏற்படுத்திற்று. தன் மேல்முறையீட்டு விவகார எல்லைக்குட்பட்ட நீதிமன்றங்களையெல்லாம் கண்காணிக்கும் உரிமை அதற்குத் தரப்பட்டது.

போலீஸ் (ம) சிறைகள்

திறன்மிக்க போலீஸ் அமைப்பு, நீதித்துறை அமைப்பு இயங்குவதற்காக மட்டுமின்றி, நாட்டில் சட்டம் ஒழுங்கைப் பராமரித் திடவும் அவசியமாயிற்று. மரபார்ந்த அமைப்பில் காவல்காரர்கள் முக்கிய இடம் பெற்றிருந்தனர். கிராமங்களில் தலையாரிகளால் (ம) நகரங்களில் கொத்தவால்களால் கட்டுப்படுத்தப்பட்ட அவர்கள், போலீஸாரின் பணிகளை மேற்கொண்டனர். இப்பணிகளை வருவாய் ஊழியர்களின் கட்டுப்பாட்டின் கீழே செய்திட 1801இல் சிப்பந்திகளை நியமித்தபோது, கம்பெனி இவ்வமைப்பை நீக்கிட முற்பட்டது. புதிய ஏற்பாடு இயங்காது போகவே, மெட்ராஸ் கவுன்ஸில் ஓர் ஆணையத்தை ஏற்படுத்தப் பரிந்துரைகள் கோரிற்று. அவ்வறிக்கையின் அடிப்படையில், கிராமத் தலையாரிகள், தாசில்தார்கள் (ம) மாவட்ட உரிமையியல் நீதிபதிகள் ஆகியோரிடம் போலீஸார் கடமைகளை ஒப்படைத்திட 1816இல் ஒழுங்குமுறையினை நிறைவேற்றியது. அவர்களுக்கு ஊழியர்களும் பியூன்களும் உதவினர். இச்சீர்திருத்தம் மரபார்ந்த அமைப்புடனான சமரசத்தை பிரதிநிதித்துவப்படுத்திற்று. ஏனெனில் கிராமங்களின் தலையாரிகளும், நகரங்களின் கொத்தவால்*களும் சட்டம் ஒழுங்குப் பொறியமைவில் மீண்டும் அந்தஸ்துப் பெற்றனர்.

இச்சீர்திருத்தம் கொண்டுவரப்பட்டும், குற்ற நிலவரத்தில் முன்னேற்றம் இல்லை. நிர்வாகம் தொடர்ந்து திறமையற்றதாய், ஊழல் மண்டியதாய், ஒடுக்கும் தன்மையதாய் இருந்து வந்தது. வருவாயும் போலீஸ் அதிகாரமும் ஒரே ஏஜென்ஸியில் சேர்ந்திருந்தமையால், தாசில்தார்களும் தலையாரிகளும் குடியானவர்களை ஒடுக்கினர். குற்றங்களைக் கண்டறிவதைப் புறக்கணித்தனர். 1856இல் இயக்குநர்கள் நீதிமன்றம், குற்ற நிகழ்வுகள் அதிகரித்து வருவது குறித்து கவலை கொண்டு, குறிப்பாக கொள்ளைகள் நடப்பது கண்டு, ஒரு தீர்வைக் கோரிற்று. மெட்ராஸ் கவுன்ஸில் ஆலோசனை தந்தபடி, 1857இல் அது போலீஸ் பிரிவை மாற்றியமைத்தது. அரசாங்கம் தலைமைக்காவல் ஆணையரை நியமித்தது. 1858இல் இப்பொறுப்பில் நியமிக்கப்பட்ட டபிள்யூ. ராபின்ஸன், காவல் துறையை ஒழுங்கமைப்பது தொடர்பாக அளித்த அறிக்கையை மெட்ராஸ் கவுன்சில் ஒத்துக்கொண்டது. அதன்படி, போலீஸ்பிரிவில் போலீஸ்காரர்கள், தலைமைக் காவலர்கள், ஆய்வாளர்கள், கண்காணிப்பாளர்கள் (ம) தலைமை ஆணையர் இடம்பெற்றனர். இப்போது அபிவிருத்தி பெற்று

சரிவரக் கட்டுப்படுத்தப்பட்ட கிராம போலீஸ், இன்ஸ்பெக்டரின் இடத்தில் நியமிக்கப்பட்டார். பயிற்சிக்கும் ஒழுக்கத்திற்கும் முக்கியத்துவம் தரப்பட்டது. இச்சீர்திருத்தங்களின் விளைவாக போலீஸ் பிரிவு, புதிய திசைவழியையும் அமைப்பையும் பெற்றது. எனினும், உள்ளார்ந்த தீங்குகளிலிருந்து அது தன்னை விடுவித்துக் கொள்ளவில்லை. ஏனெனில் அதன் முறைகள் குரூரமாயும் ஊழல் மிகுந்தும் தொடர்ந்தன.

மறுசீரமைக்கப்பட்ட போலிஸுடன் சேர்ந்து கம்பெனி சிறை நிறுவனத்தை உருவாக்கியது. கடந்த காலத்திலிருந்து பெரிதும் சீரற்ற சிறை நிர்வாக அமைப்பை அது சுவீகரித்திருந்தது. ஏதேனும் அதிகாரம் பெற்ற யாரும் மக்களைப் பிடித்து தம் விருப்பப்படி வதைத்து, அபராதம் விதித்தனர். இப்படிப் பலியானவர்கள் ஆகாரமோ நீரோ இல்லாது, சத்திரங்களிலும் ஆளரவமற்ற கோயில்களிலும் தடைக்காவலில் வைக்கப்பட்டனர். எனினும் 1802இல் நீதிமன்றங்கள் அறிமுகமானதுடன், சிறையமைப்பை ஏற்படுத்திட முயற்சி மேற்கொள்ளப்பட்டது. அதன்படி, மெட்ராஸ் கவுன்சில், சிறை நிர்மாணம், கைதிகள் தங்கும் இடவசதி, மருத்துவ உதவி விரிவாக்கம், குற்றவாளிகளின் தார்மிக மேம்பட்ட உறுதிப்பாடு ஆகியன தொடர்பாக விதிகளை ஏற்படுத்தியது. இன்னும் சிறையின் நிலைமைகள் திருப்தியில்லாமலே இருந்தன. அதிக கூட்ட நெருக்கடி, போதாத காற்றோட்ட வசதிகள், மோசமான சுகாதார நிலை, சாதிரீதியில் பாகுபடுத்தல் (ம) சரியற்ற உணவு என்பன சிறைகளின் வாழ்வைக் குறித்தன. அடிக்கடி கைதிகள் அடிதடியில் இறங்கினர். சிறைக் காவலருக்கு அவர்கள் கையூட்டு தந்து, அவர்களை உடந்தையாக்கி அருகாமைப் பகுதிகளில் திருடினர் (அ) போதைப் பொருட்களை வாங்கினர் (ம) தப்பிக்கவும் செய்தனர். சிறைகளின் சோதனைகள் (ம) தொற்றுநோய்களின் பாதிப்பால் குற்றவாளிகளில் 10 சதம் பேர் ஆண்டுதோறும் மடிந்தனர். அதே காலத்தில் அது இங்கிலாந்தில் 1 சதமாக இருந்தது. உண்மையில் உயிரின் மதிப்பு கருதப்படவே இல்லை.

21

கல்வியும் கற்றலும்

தமிழ்நாட்டில் பிரிட்டிஷ் நிர்வாகம், மக்களின் பண்பாட்டு வாழ்க்கையில் கணிசமான மாற்றங்களைக் கண்ணுற்றது. தமிழர்கள் கற்றலை ஒருபோதும் புறக்கணித்ததில்லை. பாணர்கள், சமணர்கள் (ம) பௌத்தர்கள் நிறுவிய மரபார்ந்த கல்வி முறையை அவர்கள் கொண்டிருந்தனர். எனினும் மரபார்ந்த மேட்டுக்குடியினர் மறைந்து, பிராமணிய அமைப்பு ஏற்றம் பெற்றதும், அது மறதியில் ஆழ்ந்து போனது. ஆட்சியாளர்கள் சமஸ்கிருதத்துக்கு ஆதரவளித்தனர். பிராமணர்கள் தமிழரைப் பள்ளிகளிலிருந்து விலக்கி வைத்தனர். அந்நிய அரசுகள் மராத்தி (அ) பாரசீகத்தின் வளர்ச்சியை முன்னெடுத்தன (ம) நிர்வாகிகள் மேற்கத்தைய அமைப்புக்குச் சலுகை காட்டினர். என்றாலும், ஐரோப்பியத் தாக்கம் நிறுவப்பட்டதிலிருந்து, அந்நியரும் உள்ளூர்க்காரரும், தமிழ் பாரம்பரியத்தைக் கண்டறிந்து, இலக்கியத்திலும் கலைகளிலும் மறுமலர்ச்சியை முன்னெடுத்துச் செல்ல முயற்சி மேற்கொண்டனர். நாடகம், இசை (ம) நாட்டியம் தம் மரபுவழி வடிவங்களில் தொடர்ந்து உயிர்த்திருந்தன. என்றபோதிலும் திரைப்படத்தின் வருகையால், நுண்கலைகளும் அதன் தாக்கத்தை அனுபவித்தன.

மரபுவழி அமைப்பு

ஆளுனர் தாமஸ் மன்றோ (1820-1827)வின் உத்தரவால் 1822இல் ஏற்படுத்தப்பட்ட ஒரு விசாரணை, பல்வேறு மாவட்டங்களில் ஏராளமான பள்ளிகள் இருந்ததைச் சுட்டிக்காட்டியது, ஆனால் அவை பெரிதும் பிராமணரிடையே கட்டுப்படுத்தப்பட்டிருந்தன. ஆட்சித் தலைவர்கள் வழங்கிய புள்ளிவிபரங்கள், 1826இல் சென்னை ராஜதானியில் 12,850,941 மக்கள் தொகையினருக்கு 12,498 கல்வி நிறுவனங்கள்

இருந்ததாகச் சுட்டிக்காட்டின. எட்டு லட்சம் மக்கள் தொகையுள்ள மதுரை மாவட்டம் 844 பள்ளிகளையும், 13,781 மாணவர்களையும் கொண்டிருக்க, 5 லட்சம் மக்கள் தொகையுள்ள திருச்சிராப்பள்ளி 799 பள்ளிகளை கொண்டிருந்தது. இந்நிறுவனங்கள் ஆதாரப்பள்ளிகள் (ம) உயர்நிலைப்பள்ளிகள் என் இரு நிலைகள் கொண்டவை. ஆலயவளாகங்களில், தனியார் இல்லங்களில் (அ) நிழல்கொண்ட இடங்களில் வகுப்புகளை நடத்தினர். சாதாரணமாக, அதிகாலையில் வகுப்புகள் ஆரம்பித்து, பின் மாலைவரை தொடர்ந்தன. வகுப்புகளில் சேர்க்கவோ பள்ளிகளிலிருந்து விலகவோ முறையான காலங்களோ வயது வரம்போ விதிக்கப்படவில்லை. வழமையாக, பிள்ளைகள் ஐந்து வயதில் வகுப்புகளில் சேர்ந்து, 15 வயதில் விலகினர். ஆசிரியர்களுக்கான சில பரிசுப்பொருட்களுடன், ஓர் அணாவிலிருந்து நான்கு ரூபாய்வரை ஒரு மாதத்திற்கு அவர்கள் செலுத்த வேண்டியிருந்தது. ஆட்சியாளர்களின் தாராள ஆதரவால் சமஸ்கிருதப் பாடசலைகளில் பிராமணப் பண்டிதர்கள் இலவச கல்வி கற்பித்தனர். புனிதக் கல்வியை கற்பிப்பது தம் உரிமை என்று அவர்கள் கருதியதால், தேவதாசிகள் தவிர்த்து, பெண்கள் பள்ளிகளுக்குப் போகவில்லை.

பாடத்தில் பிரதானமாக இடம் பெற்றவை வாசிப்பு, எழுத்து (ம) கணிதம். முதலில் மணற்பரப்பில் எழுதக் கற்றுக்கொண்ட மாணவர்கள், அடுத்து பனை ஓலையில் எழுத்தாணியால் எழுதினர். எழுத்திலும் உச்சரிப்பிலும் பயிற்சி பெற்ற அவர்கள், பேச்சு வழக்கிலுள்ள இலக்கிய வடிவங்களைப் பிரித்தறியவும் கற்றுக் கொண்டனர்.

இவ்விதக் கற்றல் முறை சுமார் 5 ஆண்டுகளுக்குத் தொடர்ந்தது. சமயங்களில் மாணவன் 14 - 15 வயதை அடையும் வரை தொடர்ந்தது. உயர்நிலைப் பள்ளியில் சற்று முன்னேறிய நிலையில், வர்த்தக கணக்குகள், வணிகக் கடிதங்கள், சட்ட ஆவணங்கள் எழுதுதல், தத்துவம் (ம) நீதி நிர்வாகம் கற்பிக்கப்பட்டன. வேதங்கள், உபநிடதங்கள், புராணங்கள் போதிக்கவும் கற்கவும், பிராமணர்கள் முக்கியத்துவம் அளிக்க, முஸ்லீம்கள் குரானுக்கு முக்கியத்துவம் தந்தனர். ஒரு சமூகத்தின் தாய்மொழியைப் பொறுத்து, கற்பிக்கும் மொழி தமிழ், தெலுங்கு, சமஸ்கிருதம், மராத்தி (அ) பாரசீகமாய் இருந்தது.

ஒவ்வொரு கல்விமையமும் ஒழுக்கத்திலும், ஆர்வங்களை அடக்குவதிலும் அதீத கவனம் செலுத்தின. அதன்படி, மாணவர்கள் கடினமாக உழைத்து குறைவாகத் தூங்கி, ஆசிரியர்களுக்குப்

பணிந்து, தீய எண்ணங்களிலிருந்தும் செயல்களிலிருந்தும் நீங்கியிருக்க வேண்டியவர்களாயிருந்தனர். அறிவென்பது ஆன்மிக பரிபக்குவத்திற்கான பாதை என்று கருதப்பட்டதால், அது இருதயத் தூய்மை மூலமும் உடலொழுக்கம் மூலமும் பெறப்பட வேண்டியதாய் இருந்தது. எந்த ஒரு ஒழுக்க மீறலும் கடும் தண்டனைக்கு உள்ளாயிற்று. குற்றம் புரிந்தவர்கள் பிரம்படி பெற்றனர். செங்கல்லின் மீது ஒரு காலில் நின்றனர். அரிப்பெடுக்கும் மூலிகைகள் தடவப் பெற்றனர். உண்மையில் தம் இளமையான வயதிலேயே அவர்கள் அக்காலத்தின் குரூரங்களை அனுபவித்தனர்.

உள்ளார்ந்த அமைப்புக்குள்ளே மன்றோ விசாரணைக்கு உத்தரவிட்டபோது, அதன் செயல்பாட்டில் குறுக்கிடுவது அவரது எண்ணமாயில்லை. "உள்ளூர் பள்ளிகளில் என்ன நடந்தாலும் எந்தவொரு தலையீட்டையும் பரிந்துரைப்பது என் உத்தேசமில்லை. இத்தகைய ஒவ்வொன்றும் கவனமாய் தவிர்க்கப்பட வேண்டும் (ம) மக்கள் தம் பள்ளிகளை தமக்குரிய வழியில் நிர்வகித்துக்கொள்ளுமாறு விடப்படவேண்டும். அப்பள்ளிகளிலிருந்து நிதி எதுவும் திருப்பிவிடப்பட்டிருப்பின் அதனை மீட்டுத் தந்தும், பொருத்தமாயிருப்பின் கூடுதல் பள்ளிகளை அனுமதித்தும், இப்பள்ளிகளின் இயக்கத்திற்கு வழிவகை செய்வதுதான் செய்ய வேண்டியது" என்று அவர் குறிப்பிட்டார். எனினும், நிர்வாகத்திடமிருந்து நீண்ட காலமாக நிதி எதுவும் வரவில்லை (ம) 1800லிருந்து மரபார்ந்த பள்ளிகள் கடும் சரிவை அனுபவித்தன. இச்சரிவுக்குக் காரணங்கள், கற்பித்தல் அமைப்பிலிருந்த குறைபாடுகளும் வெளிப்புற நிலைமைகளுமே.

ஏராளமான பள்ளிகள் இருந்தாலும், அமைப்பாக்கப்பட்ட பாடப்பிரிவு எதனையும் அவை வழங்கவில்லை. ஆண்டின் எப்பகுதியிலும் மாணவர்கள் சேரவும் விலகவும் அனுமதிக்கப்பட்டனர். சம்பிரதாயமான விஷயங்கள் இயல்பாகக் கற்பிக்கப்பட்டன. அறிவியல், வரலாறு போன்ற பாடங்களுக்கு முக்கியத்துவம் தரப்படவில்லை. இதன் விளைவாக பெரும்பாலான பாடங்கள் நடைமுறை வாழ்வுடன் தொடர்பில்லாதிருந்தது. மாணவர்கள் புரிந்து கொள்ளாமலும் விமர்சிக்கத் தெரியாமலும் அப்படியே மனனம் செய்தனர். அத்துடன் இப்பள்ளிகள், நல்ல ஆசிரியர்களையோ அதிக எண்ணிக்கையிலான மாணவர்களையோ ஈர்க்கவில்லை.

சொற்பமானதும், சார்ந்திருக்க முடியாததுமான ஊதியம் காரணமாக, ஆசிரியப் பணி ஏற்க, திறமைசாலிகள் தயங்கினர். தேவதாசிகள் தம்

மகள்களை பள்ளிகளுக்கு அனுப்பியதால், தம் புதல்வியர் அங்கு சேர்ந்தால் வேசிகளாகிவிடுவர் என்னும் சந்தேகம் மற்றவர்களிடம் நிலவிற்று. இவ்வணுகுமுறை பெண்கல்வியினையும் ஊக்கமிழக்கச் செய்தது. அதே வேளையில் நாட்டின் பொதுவான வறுமை நிலை, பள்ளிகளை மோசமாகப் பாதித்தது. ஐரோப்பியத் தயாரிப்புகள் அறிமுகமானது. ஆங்கிலேயரின் வேலை வாய்ப்பின்மை அதிகரித்ததால் உண்டான ஒடுக்குமுறையிலான கணிப்புகள் காரணமாக, செல்வந்தர் ஏழைகளாயினர். பள்ளிகளுக்கான தனியார் ஆதரவு சுருங்கிற்று. கல்விச் செலவை ஈடுகட்டிட பெற்றோரிடம் பணமில்லை. பிள்ளைகள் சிறு அளவிலே உழைப்பைத் தர முடிந்ததுமே அவர்களின் ஒத்துழைப்பு பெரியவர்களுக்குத் தேவைப்பட்டது. இதனால் மரபார்ந்த பள்ளிகள் நலிந்தன.

மிஷனரிகளின் முயற்சி

மிகப் பழங்காலத்தில் திராவிட, சமண (ம) பெத்தத் துறவிகள் செய்தது போலவே, தமிழரிடையே கல்வியை முன்னெடுத்துச் செல்வதில் கிறித்தவ இறையூழியர்கள் முன்னோடி அக்கறை கொண்டிருந்தனர். அவர்கள் காகிதம், பேனா, அச்சுப் பயன்பாட்டை பரவலாக்கினர். காகிதமும் பேனாவும் தமிழருக்குத் தெரிந்திருந்தன. இருப்பினும், மணல் மீது எழுதக் கற்றுக்கொள்வதும், பனையோலை மீது எழுத்தாணியால் பொறிப்பதும்தான் வழமையான நடைமுறையாயிருந்தது. மனிதாயமிக்க, அதுபோன்றே மத நோக்கங்கள் நிறைந்த லட்சியங்களால் வழிநடத்தப்பட்ட அவர்கள், சாதி மதம் பாராது அனைத்து மக்களுக்கும் பயன்படக்கூடிய, தாராளமான கல்வி அமைப்பை வகுத்தனர். சாதாரண மக்களைச் சென்றடையும் ஆர்வத்தில், மிஷனரிகள் தமிழில் கற்பித்தனர். இலவச உணவும் அளித்தனர். காற்புள்ளிகள், அரைப்புள்ளிகள் போன்ற அறிவியல்பூர்வமான அம்சங்களை அறிமுகப்படுத்தினர். மொழிபெயர்ப்புகள், மொழியியல் ஆய்வுகளை மேற்கொண்டனர். வாதங்கள், விவாதங்களைப் பரவலாக்கினர். அதே வேளையில், தமிழ் இலக்கியத்தின் கடந்தகாலக் கீர்த்தியைக் கண்டறிந்திட முயற்சிகள் மேற்கொள்ளப்பட்டது. இதன் விளைவாக அடக்கமான மக்களைப் போன்று புறக்கணிக்கப்பட்டிருந்த மொழி, வெற்றிக்கான பாதையில் அடியெடுத்து வைத்தது.

1717இல் ஏழை மாணவர்களுக்கு உதவிட, கிறித்தவ அறிவை முன்னெடுக்கும் சங்கம் சென்னையில் இரு இலவசப் பள்ளிகளைத் திறந்தது. சங்கைக்குரிய ஸ்வார்ட்ஸின் முயற்சிகளால், மிஷனரிகள் தஞ்சாவூர், ராமநாதபுரம், சிவகங்கையில் ஆங்கிலப் பள்ளியை தம் செயல்பாட்டு மையமாக்கிக் கொண்டனர். அவர்களின் முயற்சிகளால் பல பள்ளிகள் கிடைத்தன. அமெரிக்க ஈழ மிஷன் 1834இல் அமெரிக்க மிஷனை நிறுவிற்று. சில ஆண்டுகளிலேயே இம்மிஷன் மதுரை, திண்டுக்கல், ராமநாதபுரத்தில் பள்ளிகளைத் திறந்தது. தென்கோடியில் புராட்டஸ்டண்ட் மிஷன்கள் பாளையங்கோட்டையிலும், நாகர்கோவிலிலும் கல்விநிறுவனங்களை ஆரம்பித்தன. நாளடைவில், இந்நிறுவனங்கள் உயர்கல்வி மையங்களாக வளர்ந்தன.

பல்வேறான மிஷன்களின் பணிகளால் ஏற்பட்ட முன்னேற்றத்தைப் பரிசீலித்த இயக்குனர்களின் நீதிமன்றம் சரியாகவே குறிப்பிட்டது. "கிறித்தவ இறைப்பணியாளர்களின் கல்வி முயற்சிகள் இந்தியாவில் வேறெங்கையும் விட, தமிழரிடையே மிகவும் வெற்றிகரமாயுள்ளது என்று மட்டும் திருப்திகரமாகக் கூறமுடியும்." இருப்பினும், மிஷன்கள் பெரும் சிரமங்களை எதிர்கொண்டன என்பதை மறுக்க இயலாது. அவர்தம் முயற்சியால் நடந்த கல்வியின் துரிதமான முன்னேற்றப் பாதையில், பரந்துபட்ட வறுமை, சாதியக் காழ்ப்புணர்வுகள் (ம) மதம் சார்ந்த சந்தேகங்கள் குறுக்கிட்டன. அனைத்துத் தமிழரும் கல்வி மூலம் மேலான வாழ்வையும், வேலையையும் தேடுவதை ஜாதி இந்துக்களால் சகித்துக்கொள்ள இயலவில்லை.

மக்கள் கல்வி

கல்வித்துறையில் நுழைவதற்கு ஆங்கிலேய நிர்வாகிகள் நீண்ட காலமாய்த் தயங்கினார்கள். தலையிடாக்கொள்கை (ம) வணிக நோக்கத்தின் செல்வாக்கினால்தான் இப்படி இருந்தனர். ஏனெனில் பள்ளிகளைப் பராமரிப்பது மக்களுடைய அக்கறை. கம்பெனியின் அக்கறை வணிகத்தின் நன்மைகளை அறுவடை செய்வதாயிருந்தது. மேலும், தமிழர்களுக்கு கற்பிக்கும் பொருட்டு, அதனிடம் மடைமாற்றிட நிதி வசதிகள் இல்லை. எனினும், குமாஸ்தா பணியிடங்களில் நியமித்திட கல்வி கற்றவர்களின் தேவையைக் கம்பெனி நிர்வாகம் கூர்மையாக உணர்ந்தபோது, நிலைமை மாறத் தொடங்கிற்று. நாட்டின் மூலை முடுக்கிற்கெல்லாம் அது தன்

நிர்வாகத்தை விரிவுபடுத்திற்று. வெள்ளையர் மேல்மட்டத்தில் துறைகளை நிர்வகிக்க முடிந்தபோது, கல்விகற்ற இந்தியர் கீழ்மட்டங்களுக்கே பொருத்தமானவர்களாய் இருந்தனர். மரபார்ந்த கல்வி அமைப்பு புதுப்பிக்கப்பட்டதும், மானியத்திட்டம் ஒன்று பரிசீலனையிலிருந்தது. ஆனால், அது ஏகமாகச் செலவு பிடிக்கவே, அதற்கு அவர்கள் தயாராயில்லை.

மரபார்ந்த பள்ளிகளுக்கு நிதியுதவி செய்திட தாமஸ் மன்றோ விரும்பினார். அதன் பொருட்டு ஆண்டுக்கு 50,000 ரூபாய் அவருக்குத் தேவைப்பட்டது. ஆனால், 1813ஆம் ஆண்டின் உரிமைச் சாசனத்தின்படி, பிரிட்டிஷ் பாராளுமன்றம், ஒட்டுமொத்த இந்தியாவுக்கும் சொற்பமான ஒரு லட்ச ரூபாயை ஒதுக்கியது. “இலக்கியத்தைப் புதுப்பிக்கவும் மேம்படுத்தவும் (ம) இந்தியாவின் கல்விகற்ற உள்ளூர் மக்களை ஊக்குவிக்கவும், இந்தியாவின் பிரிட்டிஷ் பிரதேசங்களின் மக்களிடையே அறிவியல் அறிவை அறிமுகப்படுத்தி முன்னெடுத்துச் செல்லவும்” என்று ஒட்டு மொத்தமாக ஒதுக்கியது. தனியார் நிறுவனங்களுக்கு நிதியுதவியைக் கருதிப்பார்க்க முடியாத அளவுக்கு செய்தது. சென்னை ராஜதானிக்கு இத்திட்டத்தின் கீழ் ஒதுக்கீடு மிகவும் போதாததாயிருந்தது. இத் தர்ம சங்கடத்தினால், மெட்ராஸ் கவுன்ஸில் இத்தொகையைச் செலவிடுவது தன்னுடைய விருப்பத்திற்கே இருக்கட்டும் எனத் தீர்மானித்தது. அதன்படி, கல்வியை முன்னெடுத்துச் செல்ல பொதுக்கல்விக் கழகத்தையும், நல்ல ஐரோப்பிய நூல்களை இந்திய மொழிகளில் மொழிபெயர்க்கும் பொருட்டு, பள்ளிப் புத்தக சங்கத்தையும் நிறுவி சில பொதுப்பள்ளிகளைத் திறக்க முடிவு செய்தது.

ஒன்று இந்துக்களுக்காகவும், இன்னொன்று இஸ்லாமியருக்காகவும் ஒவ்வொரு மாவட்டத்திலும் இரு பொதுப் பள்ளிகள் நிறுவப்பட்டன. இப்பள்ளிகளின் ஆசிரியர்கள் சென்னையிலுள்ள மத்தியப்பள்ளி ஒன்றில் பயிற்சிபெற்றனர். 1834 வாக்கில் ராஜதானியின் பள்ளிகளும் திறக்கப்பட்டன. இப்பள்ளிகளின் ஆசிரியர்களுக்குத் தனிப்பயிற்சி எதுவும் அளிக்கப்படவில்லை. மாவட்டப் பள்ளிகளில் பயிற்று மொழி ஆங்கிலமாயிருக்க, வட்டப்பள்ளிகளில் அது தமிழாயிருந்தது.

இத்தொடக்கங்களை மேற்கொண்ட ஆங்கிலேய நிர்வாகம், பெரிய அளவில் இத்துறையில் நுழைந்திடும் எண்ணம் கொண்டிருக்கவில்லை. மறுபுறத்தில், செல்வாக்குள்ளவருக்குக் கல்வி கற்பிக்க அது விரும்பிற்று. அப்போதுதான் அவர்கள்

அரசுப்பணியில் சேர்ந்து அதிகாரத்தை வலுப்படுத்த முடியும். இயக்குனர்கள் நீதிமன்றம் வாதிட்டது. "எனினும் மக்களின் தார்மிக அறிவார்ந்த நிலையை மேம்படுத்துவதற்கான கல்வியின் அபிவிருத்தி, மேல்வர்க்கங்களின் கல்வி குறித்து அக்கறைப்படுவோர், (ம) கிராமப்புற மனிதரின் மனங்களில் செல்வாக்கும் ஓய்வுநேரமும் உடையோருடையதாகும். இவ்வர்க்கங்களிடையே கல்வியின் தரத்தை உயர்த்துவதன் வாயிலாக, எண்ணற்ற வர்க்கத்தினரின் மீது நேரடியாக மாற்றத்தை ஏற்படுத்த இயலும் என்று நம்புவதை விடவும், சமுதாயத்தின் கருத்துகளிலும் உணர்வுகளிலும், மிகப்பெரியதும் நன்மை பயப்பதுமான மாற்றத்தை ஏற்படுத்த முடியும்" என இயக்குநர் நீதிமன்றம் வாதிட்டது. 1830இல் இயக்குனர்கள், மேல்மட்டத்தினருக்கு கல்வி கற்பித்து, பெருந்திரளானவர்களுக்குக் கற்பிக்கும் ஆசையை அவர்களிடம் விட்டுவிடுவது சிறந்த விளைவை ஏற்படுத்தும் என முடிவு கட்டினர். இது வடிகட்டுதல் கொள்கை என்றழைக்கப்பட்டது. இது ஏற்பினைப் பெறும் மற்றும் ஆங்கிலக் கல்வி மூலம் சிறந்த விளைவுகளைச் சாதிக்க முடியும் என்பது ஆளுனர் பென்டிங்கிற்கு தர்க்க பூர்வமானதாய்த் தோன்றிற்று. அதன்படி, கல்விக்கென ஒதுக்கீடு செய்யப்பட்ட நிதியெல்லாம் ஆங்கிலக்கல்விக்கு மட்டுமே திருப்பிவிடப்பட வேண்டுமென்று அவரது அரசாங்கம் தீர்மானித்தது. இதன் விளைவால் 1836 வாக்கில் மாவட்ட, வட்டப் பள்ளிகள் கைவிடப்பட்டன. எனினும், தக்க வைத்துக் கொள்ளப்பட்டிருந்த மத்தியப் பள்ளி, மாநிலக் கல்லூரியாகி சென்னைப் பல்கலைக் கழகத்தின் உட்கருவாகத் திகழ்ந்தது.

குறிப்பாகச் சாதியக் காழ்ப்புணர்வுகள் காரணமாக, அறிவு மேல் மட்டத்தினரிடமிருந்து மக்கள் திரளினரை எட்டவில்லை என்பதால் வடிகட்டுதல் கொள்கை தோற்றது. மேல் வர்க்கத்தினரிடையேயும், வரம்புக்குட்பட்டவர்களே மேற்கத்தைய கல்வி அமைப்பில் ஆர்வங்கொண்டனர். மக்கள்திரளினருக்குக் கல்வியை எடுத்துச் செல்வதற்காகப் பொருத்தமான நடவடிக்கைகளை இயக்குனர்கள் நீதிமன்றம் உருவாக்க வேண்டும் என்பதற்கு இது இட்டுச் சென்றது. கட்டுப்பாட்டுக்கழகத் தலைவர் சர் சார்லஸ் வுட் 1854இல் இந்திய அரசாங்கத்திற்கு, தொடக்கப்பள்ளியிலிருந்து பல்கலைக்கல்வி வரையிலும் சரிவர எடுத்துரைக்கப்படும் கல்வி அமைப்பை உருவாக்குமாறு ஆணையிட்டார். மரபார்ந்த பள்ளிகளுக்கு ஆதரவு, மக்கள்திரள் கல்விக் கொள்கையினால் வடிகட்டுதல் கொள்கையை இடம்பெயரச் செய்தல், பள்ளிகளைக் காலமுறை

ஆய்வு செய்தல், கல்வியைப் பொறுத்தவரை மதரீதியில் நடுநிலை ஆகியவற்றை இத்திட்டம் முன்னோக்கியது. இயக்குனர்கள் நீதிமன்றம் குறிப்பிட்டது, "இந்தியாவெங்கும் விரிவுபடுத்திட நாம் ஆசைப்படும் கல்வி, ஐரோப்பாவின் மேம்படுத்தப்பட்ட கலைகள், அறிவியல், தத்துவம் (ம) இலக்கியத்தை, சுருக்கமாகச் சொல்வதானால் ஐரோப்பிய அறிவைப் பரப்புவதைத் தன் நோக்கமாய்க் கொண்டிருக்கிறது. கல்வியின் ஏதாவது பொது அமைப்பில், பொதுவான தேவை அதற்கு இருக்குமிடத்தில், ஆங்கில மொழி கற்பிக்கப்பட வேண்டும், ஆனால் அத்தகைய கற்பித்தல், மாவட்டத்தின் உள்ளூர் மொழிப்படிப்பு, அம்மொழி மூலம் தொடர்புறுத்த முடிகின்ற பொதுக் கற்பித்தலுடன், கவனத்துடன் சேர்ந்திருக்க வேண்டும்."

அதற்கேற்ப, அரசாங்கம் புதிய கல்விக்கொள்கையினை நடைமுறைப்படுத்திற்று. அது வட்டங்களுக்கு வட்டப்பள்ளிகளையும் திறந்தது. இப்பள்ளிகள் பாடங்களாக ஆங்கிலம், தமிழ், கணிதம், வரலாறு, பொருளாதாரம், புவியியல் அளிக்கப்பட்டன. வட்டப்பள்ளிகளில் பயிற்றுமொழி தமிழாயிருக்க, உயர்நிறுவனங்களில் ஆங்கிலமாயிருந்தது. தமிழில் திறன் பெற்ற பிறகே ஆங்கிலம் கற்க மாணவர்கள் அனுமதிக்கப்பட்டனர். தமிழறிஞர் சங்கைக்குரிய ஜி.யூ.போப் உதவியுடன் தமிழ்ப் பாடநூல்களும் தமிழ்க்கவிதைத் தொகுப்புகளும் கொண்டுவரப்பட்டன. அத்துடன் மரபுவழிப் பள்ளிகளுக்கு மானிய உதவி வழங்கப்பட்டது.

ஆங்கிலப் படிப்புக்குப் பொதுவான உற்சாகம் இருந்த போதிலும், ஆங்கிலத்தை ஒரு பாடமாகக் கொண்டு, பல நிர்வாகிகள் தமிழைப் பயிற்றுமொழியாக ஊக்குவிக்க முற்பட்டனர். ஆங்கிலத்தை பயிற்றுமொழியாக வைப்பது இயற்கைக்கு மாறானதாகத் தோன்றிற்று, ஏனெனில் தமிழ், மக்களின் மொழியாக இருந்தமையால் வயலிலுள்ள ஆணுக்கும் அடுப்பங்கரையிலுள்ள பெண்ணுக்கும் ஆங்கிலம் மூலம் விஷயம் போய்ச் சேருவது சாத்தியமில்லை. மேலும், மாணவர்களின் புரிந்து கொள்ளலுக்கு ஆங்கிலத்தில் எதையேனும் தொடர்புறுத்திட ஆண்டுக்கணக்கில் ஆயிற்று. சில தமிழ் வழிப் பள்ளிகள் மக்கள் செல்வாக்குள்ளனவாகத் தோன்றின. விருத்தாச்சலத்திலுள்ள வட்டப் பள்ளியில் மாணவர்கள் தமிழுக்கு முன்னுரிமை தந்தனர். மயிலாடுதுறையில் தமிழ் வழிக் கல்வி நம்பிக்கை தரும் வகையில் தொடங்கப்பட்டது. பள்ளிகளின் ஆய்வாளர் ரிச்சர்ட்ஸ் எழுதினார், "ஈக்ளிடின் முதல் நூலின் சில தேற்றங்களை முற்றிலும் தமிழில்

மூத்த வகுப்பு மாணவர்கள் நிரூபித்துக் காட்டியதைக் கேட்க சந்தோஷமாயிருந்தது. தென்னிந்தியக் கல்வி வரலாற்றில் புதிய சகாப்தத்தின் தொடக்கம் இது என நம்புகிறேன்". ஆனால் சீக்கிரமே அந்த ஆங்கிலேயர் கொண்டிருந்த நன்னம்பிக்கை மெல்லிய காற்றில் மாயமானது, "தீண்டத்தகாதவர்" ஒருவர் பள்ளியில் சேர்க்கப்பட்டபோது, ஒருவரைத் தவிர 200 பேரும் உடனடியாய் வெளியேறிவிட்டனர்.

காலத்தின் போக்கு தமிழ்வழிப் பள்ளிகளுக்கு எதிராய் நிலவிற்று. அலுவலர்களின் கல்வி தமிழில் இருந்தால், அவர்கள் பெறக்கூடிய அறிவின் அளவு மிகவும் வரம்புக்குட்பட்டதாயிருக்கும் (ம) அவர்கள் ஐரோப்பியத் தலைமையதிகாரிகளுடன் உரையாடவோ கடிதத் தொடர்பு கொள்ளவோ இயலாது என நிர்வாகம் உணர்ந்தது. இதற்கிடையே, ஆங்கில அறிவு அலுவலக வேலைக்கு நிச்சயமான கருவி என்னும் உறுதிப்பாடு மக்களிடையே வேகமாய்ப் பரவிற்று. பெற்றோர் தம் பிள்ளைகள் ஆட்சியாளர்களின் மொழியினைக் கற்க விரும்பினரே ஒழிய அவர்தம் பணியாளர்களின் மொழியை அல்ல. இதனால் தமிழ்ப் பள்ளிகள் புறக்கணிப்புக்குள்ளாயின. உண்மையில் கம்பத்தில் ஆரம்பிக்கப்பட்ட ஒரு தமிழ்ப் பள்ளியினால் ஒரு மாணவனைக்கூடப் பார்க்க இயலாது போனது.

உயர்கல்வி

மெட்ராஸ் பல்கலைக்கழகம் நிறுவப்பட்டதினால் உயர்கல்வி வளர்ச்சி ஊக்கம் பெற்றது. மெட்ராஸ், கல்கத்தா (ம) பம்பாயில் பல்கலைக்கழகங்கள் நிறுவ ஒரு சட்டம் வகை செய்தது. 1859இல் மெட்ராஸ் பல்கலைக்கழகமும், பொதுக்கல்வித்துறையும் ஆரம்பிக்கப்பட்டன. புதிய பல்கலைக்கழகம் மெட்ராஸ் மருத்துவக் கல்லூரி, பொறியியல் கல்லூரி (ம) சட்டக் கல்லூரிகளில் தேர்வுகள் நடத்தும் பொறுப்பை ஏற்றது. 1923இல் பல்கலைக்கழக நிர்வாகம் மாற்றியமைக்கப்பட்டது. அரசாங்க அனுமதி கோராமல், பணம் செலவழிக்கும் உரிமையைப் பல்கலைக்கழகம் பெற்றது (ம) துணைவேந்தர் செயலாக்கத் தலைவரானார்.

1871இல் ராஜதானியில் 12 கல்லூரிகளே இருக்க, பத்தாண்டுகளில் அவ்வெண்ணிக்கை இரட்டித்தது. ஆரம்ப காலக் கல்லூரிகள் மெட்ராஸ் மருத்துவக் கல்லூரி, பொறியியல் கல்லூரி, சட்டக்கல்லூரி, மெட்ராஸ் கிறித்தவக் கல்லூரி, பச்சையப்பன் கல்லூரி, திருச்சிராப்பள்ளி புனித சின்னப்பர் கல்லூரி, கும்பகோணம்

அரசுக்கல்லூரி, மதுரை அமெரிக்கன் கல்லூரி, பாளையங்கோட்டை புனித யோவான் கல்லூரி (ம) நாகர்கோவில் ஸ்காட் கிறித்தவக் கல்லூரி ஆகியனவாகும். 1835 வாக்கில் இயங்கிக் கொண்டிருந்த ஒரு மருத்துவப்பள்ளி 1851இல் மெட்ராஸ் மருத்துவக் கல்லூரி ஆயிற்று. சென்னையில் நடந்துகொண்டிருந்த ஓர் அளவைப்பள்ளி 1857இல் குடிமைப்பொறியியல் கல்லூரியாக வளர்த்தெடுக்கப்பட்டது. 1878இல் வேளாண் கல்லூரி ஆரம்பிக்கப்பட, 1880இல் பச்சையப்பன் கல்லூரியும் 1891இல் மெட்ராஸ் சட்டக் கல்லூரியும் தொடங்கப்பட்டன. பெரும்பாலான இந்நிறுவனங்கள் அரசாங்க விதிகளை ஏற்றுக்கொண்டு நிதி உதவி பெறும் நிறுவனங்களாயின.

1900லிருந்து கல்வியில் அபரிமித வளர்ச்சியை நாடு கண்ணுற்றது. கல்வியின் தரம் சீரான வகையில் உயர்வாக இல்லாத போதும், மென்மேலும் பள்ளிகளும் கல்லூரிகளும் நிறுவப்படலாயின. கல்வி விரிவாக்கத்துடன் சேர்ந்து, அரசாங்க கட்டுப்பாட்டின் சீரான விரிவாக்கமும் வந்தது. ஆசிரியர்களிடையேயும் மாணவர்களிடையேயும் ஆரம்பநாட்களில் ஆர்ப்பாட்டங்களும் காணப்பட்டன. குறைந்த ஊதியம், மோசமான வேலை நிலைமையால் இத்தொழில் திறமையானவரை ஈர்க்கவில்லை. கட்டுப்பாடினை பிரயோகித்தவர்கள் மரியாதை பெற்றனர். அதிக ஊதியம் பெற்றனர். பங்களிப்புச் செய்தவர்களோ மரியாதை இழந்து வறுமையில் உழன்றனர். அதே வேளையில் தேர்வுமுறை மாணவ சமுதாயத்திற்குப் பாதகமாயிருந்தது. தேசிய எழுச்சிக் காலகட்டத்தில் செய்தித்தாள்கள் நிர்வாகத்தின் இறுக்கமான அணுகு முறையைத் தாக்கின. பொதுத்தேர்வில் தோல்வியுற்ற இளைஞர்கள், சோம்பேறிகள் முட்டாள்கள் எனப் பழிக்கப்பட்டுக் கல்வி நிறுவனங்களிலிருந்து தூக்கி எறியப்பட்டனர் என இந்தியன் பேட்ரியாட் தினசரி குறைபட்டது. ஆண்டுதோறும் ஆயிரக்கணக்கிலான மாணவர்கள் நம்பிக்கை எதுவுமின்றி வீசியெறியப்பட்டனர். இத்தகைய நிலைமை சரிசெய்யப்பட வேண்டியிருந்தது.

மேற்கத்தைய கல்வியின் பரவல் சமூகத்தில் ஒரு கலவையான தாக்கத்தைக் கொண்டிருந்தது. அமைப்பின்றியும் தேங்கிப் போனதாயும் இருந்ததன் இடத்திலேயே, ஒருங்கிணைந்ததும், முற்போக்கானதுமான கற்பித்தல் அமைப்பை பிரிட்டிஷார் உருவாக்கினர். இரண்டாவதாக, கலைகளிலும் அறிவியலிலும் மேற்கு அடைந்திருந்த முன்னேற்றங்களை மக்கள் எட்டும் வகையிலே முன்வைத்தனர். மூன்றாவதாக, ஆங்கிலத்தை

ஒரு பாடமாக அறிமுகப்படுத்த, அதுவோ நிர்வாகத்திலும் அரசமைப்பிலும் வணிகத்திலும் மேட்டுக்குடியினரின் பொதுமொழியாக வளர்ந்தது. இது தொடர்பையும், தொடர்புறுத்தலையும் முன்னெடுத்தது. இறுதியாக, இவ்வமைப்பு தொழில்நுட்ப படிப்புக்கு உரிய ஊக்கமளித்தது. எனினும், இப்புதிய அமைப்பு குறைபாடுகள் இல்லாததாக இல்லை. மேற்கத்தைய கல்விக்குத் தரப்பட்ட அரசாங்க ஊக்கம், மரபார்ந்த அமைப்பின் வளர்ச்சியை தடுத்து நிறுத்தியது. பொதுவாக இப்புதிய மேட்டுக்குடியினர் உள்ளூர் அறிவியல்கள், மருந்துகள் (ம) கலைகளைக் கண்டு கொள்ளவே இல்லை. இதனால் கடந்தகாலத்தின் பல சாதனைகள் புறக்கணிக்கப்பட்டன. அத்துடன், கிராமங்களுக்கும் பின்தங்கிய மக்கள் பிரிவினருக்கும் (ம) நகரங்களுக்கும் முன்னேறிய பிரிவினருக்கும் இடையிலான பிளவினை புதிய கல்வி இன்னும் அதிகரித்தது. நன்மைகள் உரிமைகளுடைய சமூகப் பிரிவினருக்கே சென்றன. அத்துடன் ஆங்கிலேயரிடம் வரம்புக்குட்பட்ட நோக்கமே இருந்தது. அவர்களுக்குச் சேவகம் புரியவும், மக்களைக் கட்டுப்படுத்தவும் பயிற்சிபெற்ற குமாஸ்தாக்கள் தேவைப்பட்டனர். இதனால், நிர்வாகத்துறை மரபுகள், பொதுமக்களின் நலனைக் கைவிட்டு வலுப்படுத்தப்படலாயின.

அச்சகமும் திரைப்படமும்

அச்சின் எழுச்சியும் திரைப்படத் தொடக்கமும் மக்கள் திரள் ஊடகத்தில் ஒரு சகாப்தத்தின் விடியலைப் குறித்தன. தமிழர்தம் சமூக வாழ்க்கை மீது அவை தீர்மானகரமான தாக்கத்தைக் கொண்டிருந்தன. அச்சகத்தை நிறுவுவதில் முன்னோடியாயிருந்த ஐரோப்பியர் வெளியீடுகளைத் தொடங்கினர். முதலில் வார இதழ்கள் ஆரம்பிக்கப்பட்டு, பின்னர் அவை தினசரிச் செய்தித்தாள்களாக மாற்றப்பட்டன.

1785இல் ரிச்சர்ட் ஜான்சன் *மெட்ராஸ் கூரியரை* நிறுவினார். இதனைத் தொடர்ந்து 1791இல் ஹக் பாயிடின் *தி ஹிர்ஹரா* வந்தது. 1844இல் கிறித்தவப் பிரச்சாரத்தை எதிர்த்து இந்து மதத்தைப் பாதுகாக்க வேண்டும் என்னும் நோக்கத்துடன், கஸுலு லட்சுமணராஸுலு செட்டி, *க்ரஸெண்ட்*-ஐ நிறுவினார். ஐரோப்பியர்கள் 1860இல் *மெட்ராஸ் டைம்ஸ்சையும்*, 1868இல் *மெட்ராஸ் மெயிலையும்* ஆரம்பித்தனர். *தி இந்துவை* வார இதழாகத் தொடங்கிய

ஜி.சுப்பிரமணிய அய்யர், 1889இல் அதனை தினசரியாக மாற்றினார். அவர் சுதேசமித்திரன் என்ற தமிழ் தினசரியையும் நிறுவினார். முஸ்லீம்கள் சைபால் இஸ்லாம், க்வாமி ரிப்போர்ட் ஆகியவற்றை வெளியிட, திராவிடச் சங்கம் ஆங்கிலத்தில் ஜஸ்டிசையும் தமிழில் திராவிடனையும் வெளியிட்டது.

மற்ற தினசரிகளில் முக்கியமானவை, இந்துநேசன், தேசபக்தன், நியூ இண்டியா, இண்டியன் எக்ஸ்பிரஸ் போன்றவையாகும். அச்சகம் மூன்று பிரிவுகளாய் இயங்கிற்று. 1) விடுதலை இயக்கத்தை ஆதரித்த தேசியவாத அச்சகம், இதில் இந்து நேசன், தேசபக்தன் அடங்கும். 2) ஏதேனும் ஒரு சமுதாயத்தை ஆதரித்த இனவாத அச்சகம், சைபால் இஸ்லாம் (ம) ஜஸ்டிஸ் டைம்ஸ் (ம) மெட்ராஸ் மெயில் அடங்கின. விடுதலை இயக்கம் விதவிதமான விஷயங்களை தினசரிகளுக்கு அளித்தன. பிரிட்டிஷ் ஆதரவு அச்சகம் சலுகைபெற, மற்றவை வழக்கமாக நிர்வாகத்திடம் இருந்து தண்டனை பெற்றன.

லூமியர் சகோதரர்கள் தம் முகவர்களை திரைப்படங்களுடனும், அதற்கான சாதனங்களுடனும், நிகழ்த்திக்காட்ட மெட்ராசுக்கு அனுப்பியபோது, 1897இல் திரைப்படம் வந்து சேர்ந்தது. 1900இல் மேஜர் வார்விக் மெட்ராசில் எலெக்ட்ரிக் தியேட்டர் என்னும் முதலாவது தியேட்டரை நிறுவினார். திருச்சிராப்பள்ளியைச் சேர்ந்த சுவாமிக்கண்ணு வின்சென்ட், பிரான்ஸைச் சேர்ந்த டூரிங் சினிமா ஏஜெண்ட் டுபாண்டிடமிருந்து ஒரு சினிமா சாதனத்தை வாங்கி, அதனுடன் கிராம்போனை இணைத்து, ஒருங்கிணைந்த சப்த விளைவைத் தருமாறு ஆக்கினார். 1909இல் எஸ்பிளனேடில் முதல் காட்சியை அவர் காண்பித்தார். ஏழாண்டுகளுக்குப் பின்னர் வேலூர் நடராஜ முதலியார் மெட்ராஸில் இந்திய ஃபிலிம் கம்பெனியை நிறுவினார். 1920இல் பிரகாசா மெட்ராஸில் ஒரு ஸ்டூடியோவை நிறுவினார். பிற பிரதேசங்களின் போட்டியாலும் பிரிட்டிஷாரின் தணிக்கை முறையாலும் திரைத்துறை சிரமங்களை அனுபவித்தது. ஆனால் திரைத்தொழில் முதலைகள், பெரிதும் தெலுங்கர்கள், தமிழரின் பலவீனத்தில் திரைப்படங்களில் கவர்ச்சிகரமானதும் தோல்வியுறாததுமான வருவாய் ஆதாரத்தைக் கண்டுகொண்டனர். எனினும் நடிகர் சத்யன் குறிப்பிட்டதுபோல், தமிழ்ப்படங்கள் பொதுவாக மோசமான தரத்தில் இருந்தன. எந்தவொரு தார்மிக நெறியையும் உணர்த்தும் உத்தேசமின்றி, இளைஞரின் வேட்கைகளைக் கிளறிவிடும் தன்மையில் பெரிதும் பாலியல் சார்ந்ததாகவே மையக் கருத்துக்களும் நடிப்புகளும் இருந்தன.

திரைப்படம் இளைஞரைக் கெடுத்துக் குடும்பங்களை அழித்ததால், அதனை மதுவுடனும், நஞ்சுடனும் சி.ராஜகோபாலாச்சாரி ஒப்பிட்டார். ஏனெனில் திரைப்படம் தன் செல்வாக்கினை நிர்வாகம் வரையிலும் செலுத்தியது. இருந்தபோதும் திரைத்தொழில் தொடர்ந்து செழித்தது. இந்தியாவின் பல்வேறு பிரதேசங்களிடையே தமிழ்நாட்டில் அதிகப்படியானோர் படம் பார்த்தனர். ஒரு பழங்குடிச் சமூகத்தில் பொழுது போக்கிற்கென உள்ள உணர்வோட்ட பலவீனமும் சமூக இறுக்கத்தின் காரணமாக ஆழ வேரூன்றிய சலிப்புமே இதற்குக் காரணம் எனப்பட்டது. பிற்காலங்களில் நடிகரும் நடிகையரும் நாட்டின் அரசியலில் மேலாதிக்கம் செலுத்த, அதன் விளைவால் தமிழர்கள் மோசமாகக் கருதப்பட்டனர்.

தமிழர் முன்னேற்றம்

பிரிட்டிஷ் ஆட்சி, விடுதலைப் போராட்டம் (ம) திராவிட இயக்க காலகட்டத்தில் தமிழ்மொழி இலக்கியம் அபார வளர்ச்சி கண்டது. இது எந்தவொரு அதிகாரப்பூர்வ ஆதரவை விடவும் தனிநபர் ரீதியிலான முயற்சியாலேயே சாத்தியப்பட்டது. தொல்பழங்காலத்திலிருந்தே தமிழ், மக்கள்திரளினரின் மொழியாகவும், இந்தியமொழிகளில் மிகவும் சர்வதேசத் தன்மை பெற்றுள்ளதாகவும் இருப்பினும், ஆட்சியாளர்களிடமிருந்து எந்த ஆதரவையும் பெறவில்லை. பிராமணரும் ஆப்கானியரும் ஹொய்சாளரும் நாயக்கரும் மராத்தியரும், வாலாஜாக்களும் அலுவலக நடைமுறைகளுக்கெல்லாம் தத்தமது மொழிகளையே தெரிவு செய்தனர். நிர்வாகப் புறக்கணிப்பும், சமஸ்கிருதம், பாரசீகம், உருது, தெலுங்கு, மராத்தி (ம) ஆங்கிலம் ஆகிய அந்நிய மொழிகளின் குறுக்கீடும் இருந்தாலும் தமிழ்மொழி, மக்கள்திரளிடையே கொண்டிருந்த அடித்தளம் (ம) உள்ளார்ந்த வல்லமையாலே இது முடிந்தது.

மக்களைச் சென்றடைய வேண்டும் என்னும் முயற்சியில் கிறித்தவ இறையூழியர்கள் தமிழைத் தொடர்பு மொழியாகக் கொண்டனர். மதக் கொள்கைகளின் விளக்கத்திற்காகவும் நூல்கள் இயற்றுவதற்காகவும், அவர்களைத் தமிழ் கற்குமாறு இது இட்டுச் சென்றது. பிற மொழிகளிலான தம் அனுபவம் காரணமாக அவர்கள் காற்புள்ளி, அரைப்புள்ளி, கேள்விக்குறி, முற்றுப்புள்ளி போன்ற அறிவியல் பூர்வமான வடிவங்களை அறிமுகப்படுத்தினர். இவற்றுடன் சேர்ந்து, அவர்கள் விவாதங்களையும்

உரையாடல்களையும் பரவலாக்கினர். மேற்கத்தைய கருத்துக்களை அறிமுகப்படுத்தினர். மொழியாக்கங்கள் செய்தனர். மொழியியல் ஆய்வுகளை முன்னெடுத்தனர். இவ்வளர்ச்சிகளின் விளைவால், நூற்றாண்டு காலமாக எளிய மக்களின் மொழியென்று ஒதுக்கப்பட்டிருந்த தமிழ், திடப்படுவதற்கான பாதையில் நுழைந்தது. தமிழ்ப் பண்பாடு மற்றும் தமிழ் மொழியின் மாட்சிமையை மறுகண்டுபிடிப்பு செய்வதற்காக புதிய முயற்சி மேற்கொள்ளப்பட்டதால், விளைவுகள் பாரதூரமாயிருந்தன.

யேசு சபையாரின் மதுரை மிஷன் தமிழ்நாட்டின் தெற்கு மண்டலத்தைத் தன் நடவடிக்கைக்கான பகுதியாக ஆக்கிக் கொண்டது. தன் மதத்தைப் பரப்பும் பொருட்டு, ராபர்ட் டி நோபிலி தமிழில் விளக்கவுரைகள் எழுதினார். பெஸ்கி பாதிரியார் தமிழில் ஆழ்ந்த புலமை பெற்று, 1737இல் *Grammer on the common Dialect of the Tamil Language* என்னும் நன்கறியப்பட்ட நூலெழுதினார். இக்கத்தோலிக்க இறையூழியர்களைத் தொடர்ந்து, புராட்டஸ்டண்ட் இறையூழியர்கள் செயல்பட்டனர். ராபர்ட் கால்ட்வெல் (1820-1908) திருக்குறள், திருவாசகம் (ம) மணிமேகலையை ஆங்கிலத்தில் மொழியாக்கம் செய்தார். அமெரிக்க இறையூழியர் சங்கைக்குரிய எம்.வின்ஸ்லோ, விரிவான தமிழ் ஆங்கில அகராதியைத் தயாரித்தார். தமிழ் அதன் கவிதை வடிவில் கிரேக்கத்தைவிடவும் மேலும் மெருகேறியது (ம) இலத்தீனைவிடவும் அபரிமிதமானது என்று அவர் முடிவுக்கு வந்தார்.

கிறித்தவப் பண்டிதர் மாயூரம் வேத நாயகம் பிள்ளை (1826-1889) தமிழ் நாவல் எழுத்தை ஆரம்பித்து வைத்தார். பக்திப் பாடல்களை இயற்றினார். அவரது புத்தகங்களில் நன்கறியப்பட்டது சத்தியவேத கீர்த்தனைகள். இவ்வறிஞர்கள் பிராமணர் உதவியுடன் உரைநடை நூல்கள் எழுதியதால், அவற்றில் சமஸ்கிருதச் சொற்கள் மிகுந்திருந்தன. முஸ்லீம் அறிஞர்களும் தமிழில் மத நூல்கள் (ம) வரலாற்று நூல்கள் எழுதுவதில் ஆர்வங்கொண்டனர். உமறுப் புலவர், குணங்குடி மஸ்தான், அப்துல் மஜித் என்போர் புகழ் பெற்றவர்கள். மதவியல் நோக்கில் இலக்கியத்திற்கு ஈர்க்கப்பட்ட ராமலிங்க சுவாமிகள் (1823-1874) ஒரு கவிஞராயிருந்தார். சைவ மதத்தவரான அவர் தன் நம்பிக்கையைப் பரப்பும் பொருட்டு பாசுரங்கள் எழுதினார். அவரது பாடல்களின் தொகுதி திருவருட்பாவாக வெளியிடப்பட்டது.

பிரிட்டிஷ் ஏகாதிபத்தியம் மீதான எதிர்ப்பும், விடுதலைக்கான போராட்டமும் இலக்கிய வளர்ச்சியில் ஆற்றல்வாய்ந்த தாக்கத்தைக்

கொண்டிருந்தன. வரலாற்றுக் கதைப்பாடல்களின் வரிசை ஒன்று வெளியானது. அவை நவாப் (ம) ஆங்கிலேயரை எதிர்த்த கான்சாகிப் போராட்ட வரலாறு குறித்த கான்சாகிப் சண்டை, கட்டபொம்மனின் எழுச்சியும் வீழ்ச்சியும் குறித்த பாஞ்சாலங்குறிச்சி அழிவு சரித்திரக் கும்மி (ம) கிழக்கிந்தியக் கம்பெனிக்கு எதிரான மருது சகோதரர்கள் போராட்ட வரலாறு குறித்த சிவகங்கைச் சீமை சரித்திரம் ஆகும். கிராமத் திருவிழாக்களில் பாடப்படும் அளவுக்கு அவை மக்கள் செல்வாக்குப் பெற்றிருந்தன. இருபதாம் நூற்றாண்டின் தேசிய இயக்கம் இலக்கிய நட்சத்திரங்களின் பிரபஞ்சத்தையே உருவாக்கிற்று.

அவர்களில் தன்னிகரற்றவரான சுப்பிரமணிய பாரதி (1882-1921) விடுதலை வீரர் மட்டுமல்லாது தேசியக் கவிஞராயும் விளங்கினார். அவர் *இந்தியா* என்னும் தமிழ் வார இதழுக்கு ஆசிரியராக இருந்தார். மக்கள் திரளினரிடையே தேசபக்தக் கனலை மூட்டும் பிரதான நோக்குடன், நாட்டுப்புற இசை வடிவங்களில் தேசபக்திப் பாடல்களை எழுதினார். 1908இல் சுதேச கீர்த்தனங்களையும், 1909இல் ஜன்ம பூமியையும் எழுதினார். சமூக சீர்திருத்தவாதியாகிய அவர், சட்ட ரீதியில் பிராமணனுக்கும் பிராமணன் அல்லாதவனுக்கும் இடையே பேதம் ஏற்படுத்துவதால், ஸ்மிருதிகளை ஏற்கவில்லை. பிரிட்டிஷாருக்கு எதிரான தீவிர, அரசியலில் அவர் பங்கேற்கவில்லை. 1918இல் கடலூரில் சிறை வைக்கப்பட்டார். அவர் சிறையிலிருந்து விடுதலையானாலும், தன் ஆயுளில் சீக்கிரமே இறந்து போனார். தேசிய இலக்கியத்துக்கும் தமிழ் மறுமலர்ச்சிக்கும் அவர் செய்துள்ள கணிசமான பங்களிப்புகள் குறிப்பிடத்தக்கவை. அவரது சீடர்களுள் ஒருவரான பாரதிதாசன் (1891- 1964) சோசலிசத் தாக்கத்திற்கு ஆட்பட்டார்.

அவரது பாடல்களும் நாவல்களும் அவற்றின் புரட்சிகர உள்ளடக்கத்தில் முனைப்பானவை. நாமக்கல் ராமலிங்கம்பிள்ளை காந்தியவாதியாக இருந்தவர். வேதாரண்யம் உப்புச்சத்தியாகிரகத்திற்காக அவர் இயற்றிய பாடலும், அவனும் அவளும் என்ற அவரது கதைப்பாடலும் அவர் எழுதியவற்றில் குறிப்பிடத்தக்கன. தேசபக்தரும் அறிஞருமான வ.உ.சிதம்பரம்பிள்ளை, திருக்குறள் குறித்து இலக்கிய விமர்சனம் எழுதினார். திரு.வி.க என்று பரவலாக அழைக்கப்பட்ட வி.கல்யாணசுந்தர முதலியார் (1883-1953) *தேசபக்தன்*(ம) *நவசக்தி* என்னும் தமிழ் தினசரிகளின் ஆசிரியராயிருந்தார். ஆற்றல்மிக்க பேச்சாளரும், வசீகரமான எழுத்தாளருமான அவர் உரைநடையில்

நேர்த்திமிகு பாணிக்குப் பங்களித்தார். திரு.வி.க விடம் பயிற்சிபெற்ற கல்கி, ஆனந்தவிகடன் (ம) கல்கி இதழ்களுக்கு ஆசிரியராக இருந்தார்.

சமூக ஏற்றத்தாழ்வுகளுக்கு எதிரான போராட்டங்களும், தமிழ் இலக்கிய வளர்ச்சிக்குப் பங்களிப்புச் செய்தன. சமூக எதிர்ப்பு குறித்த எழுத்துகளுக்கு அவை இட்டுச்சென்றன. காத்தவராயன் கதை (ம) மதுரை வீரன் கதை என்னும் ஆரம்பகாலக் கதைப்பாடல்கள் இவ்வகையின. அ.வேதக்கண், சி.மாசிலாமணி, வேத மாணிக்கம், சிவகுருநாதன் (ம) பாக்கியநாதன் என்னும் கிறித்தவ அறிஞர்கள் சமூக சமத்துவ நற்செய்தியைப் பரப்புவதற்காக கட்டுரைகளும் பாடல்களும் எழுதினர். தேர்ந்த சிறுகதை எழுத்தாளர் புதுமைப்பித்தன், சமூகத்தின் கேடுகளைத் தாக்கத் தன் புனைபெயரைப் பயன்படுத்தினார். ராஜம் அய்யர் கமலாம்பாள் சரித்திரமும் மாதவையா பத்மாவதி சரித்திரமும் எழுதினர். இரண்டுமே சமூகக் கருத்துகள் சார்ந்தவை. இப்போக்கு ஈ.வெ. ராமசாமி நாயக்கர் (ம) சி.என். அண்ணாதுரையின் எழுத்துகளில் உச்சத்தைத் தொட்டது. சாதியழிப்பு (ம) செல்வத்தைப் பகிர்ந்தளித்தல் என்னும் நாயக்கரின் தத்துவம், எண்ணற்ற வெளியீடுகளில், குறிப்பாக குடியரசு (ம) புரட்சி என்பவற்றில், வெளிப்பாடு கண்டது. தமிழ் எழுத்துவடிவம் அறிவியல் தன்மை அற்றிருந்ததால், அத்திசையிலும் அவர் சீர்திருத்தத்தை வற்புறுத்தினார். சமூக விமர்சனத்தில் அழுத்தம் கொண்டிருந்த சி.என்.அண்ணாதுரையின் "ஓர் இரவு" (ம) "வேலைக்காரி" மக்களிடையே செல்வாக்குப் பெற்றிருந்தன. உண்மையில், அரசியல் விடுதலை (ம) சமூக மேம்பாடு ஆகியவற்றிற்கான போராட்டம் குறித்த எழுத்துகள், தமிழின் அரசியல் சமூக உள்ளடக்கதிற்கு தனிச்சிறப்பான பங்களிப்பைச் செலுத்தின.

இவை தவிர, வேறு வளர்ச்சிகளும் நிகழ்ந்தன என்றாலும், அவை பெரிதும் மேற்கினை போலி செய்வதாகவே இருந்தன. இவ்வாறு எண்ணற்ற எழுத்தாளர்கள், பல்வேறான இலக்கிய முயற்சிகளில் தம்மை ஈடுபடுத்திக் கொண்டனர். அவர்கள் இலக்கியப் படைப்புகளைத் தொகுத்தனர். வரலாற்று நாவல்கள், சிறுகதைகள், இலக்கிய விமர்சனம், வாழ்க்கை வரலாறுகள், பயண நூல்கள் என எழுதினர். வே.சாமிநாதய்யர் (1855-1942) பத்துப்பாட்டு, சிலப்பதிகாரம், மணிமேகலை, சிந்தாமணி (ம) புறநானூறு என்னும் மாபெரும் இலக்கியப் பனுவல்களை தொகுத்துப் பதிப்பித்தார். ராமச்சந்திர கவிராயரும் பரசுராம கவிராயரும் தமிழின்

ஆரம்பகால நாடகங்கள் சிலவற்றை எழுதினர். சுந்தரம் பிள்ளை தனது மனோன்மணியம் நாடகத்தில் தமிழ் நிலத்தைப் போற்றி வணங்குவதான தன் புகழ்பெற்ற பாடல் "நீராரும் கடலுடுத்த" எழுதினார். கவிமணி தேசிக விநாயகம் பிள்ளை *(1876-1954)* எளிமையும் வசீகரமும்மிக்க பாணியில் சிறுகதைகள் எழுதினார். மறைமலையடிகள் *(1876-1950)* தனித்தமிழை வற்புறுத்தினார். வையாபுரிப்பிள்ளையும், தெ.பொ. மீனாட்சிசுந்தரரும் தம் விரிவான ஆய்வுகளால் மொழியியல் ஆய்வைப் புரட்சிகரமாக்கினர். அர்ப்பணிப்புள்ள இவ்வறிஞர்தம் முயற்சிகளால், தமிழ் நேர்த்தியினையும், பாணியினையும் பெற்றது. இக்காலகட்டத்தில் வளர்ந்த தமிழ்க்கவிதை இருவகையினதாகும், சந்தம் இருக்கின்ற, சந்தம் இல்லாத சுயேட்சையான கவிதை என்னும் மேற்கத்தைய வடிவத்தின் மீதமைந்த உரைநடைக் கவிதை (ம) திரைப்படங்களுக்கு எழுதப்பட்ட பாடல்கள். காமராசனும், மு.மேத்தாவும் எழுதியவை முதல் வகைக்கு நல்ல உதாரணங்கள் எனில், கல்யாணசுந்தரரும், கண்ணதாசனும் எழுதியவை இரண்டாம் வகையைச் சார்ந்தவை. காமராசனின் கவிதைகள், சமூகச் சீர்திருத்தத்தின் மீதான உத்வேகம் கொண்டிருக்க, மேத்தாவினுடையவை சாதாரண மனிதனைப் போற்றுபவை. நவீன காலங்களில், இலக்கிய உள்ளடக்கத்திலும் மக்கள் ஆர்வத்திலும் தமிழ் ஒரு புத்துயிர்ப்பைப் பதிவுசெய்துள்ளது. கிறித்தவத்தின் பரவல், விடுதலைக்கான போராட்டம் (ம) சமூக நீதிக்கானபோர் என்ற வரலாற்று நிகழ்வுகளால் இது ஏற்பட்டுள்ளது.

இதுவரை அசாதாரணமான முன்னேற்றம் மேற்கொள்ளப்பட்டிருப்பினும், சில போதாமைகள் தொடர்ந்தன. வழக்கமாக சமஸ்கிருதத்திலிருந்து ஓர் எழுத்தோ வார்த்தையோ இரவல் பெறாமல், ஒரு வார்த்தையும் ஒரு வாக்கியமும் நிறைவுற இயலாது. மொழிபெயர்ப்புகளுக்காக முயற்சிகள் மேற்கொள்ளப்பட்டிருக்கின்றன. ஆனால், அவற்றில் பல தவறாக இட்டுச்செல்பவை. உதாரணமாக, ஏகாதிபத்தியம் *(imperialism)* என்று பொருள் தரும், வார்த்தையை தமிழாக்கினால், அது சர்வாதிகாரத்தை உணர்த்துகிறது. இடைக்காலங்களில் இருந்தது போலவே, எழுத்தாளர்களில் பலர், வயல்கள், குடில்களுக்குப் பதிலாக, இன்னும் ஆலயங்களிலும் அரண்மனைகளிலும் வாழ்ந்தனர். எழுதுவதற்கு அவர்கள். தெரிவு செய்யும் மையக் கருத்துகள், பொதுவாயிருப்பது என்ன, இயற்கையாயிருப்பது என்ன என்பவற்றிலிருந்து விலகி, எது பூர்ஷ்வாத்தன்மை கொண்டுள்ளதோ, எது உன்னதமானதோ என்பவற்றைச் சார்ந்ததாக இருக்கின்றன.

இலக்கியப் போக்குகளும் மேற்கினை முன்மாதிரியாகக் கொண்டிருக்கின்றன. விமர்சனாபூர்வமான அணுகுமுறை ஊக்கப்படுத்தப்படாமல், தேங்கிய சிந்தனை ஊக்குவிக்கப்படும் வகையில் கடந்த காலத்தைப் போற்றி, மடிந்து போனதை வழிபடுவதாகவே இருக்கின்றது. இதனால் விளைந்த தார்மிக உறுதிப்பாடின்மை, தமிழரின் இலக்கிய உலகில் வள்ளுவருடனோ கம்பருடனோ ஒப்பிடத்தக்க இலக்கிய ஆளுமைகள் உருவாவதைத் தடுத்துள்ளது. கேரள பல்கலைக்கழகப் பேராசிரியர் சி.ஏசுதாசன், தமிழில் விமர்சனம் அவ்வளவாக செழித்தோங்கவில்லை என்று குறிப்பிட்டுள்ளார். "அறிவார்த்தமானதும், நிதானமிக்கதும் ஆரோக்கியமானதுமான விமர்சனம் இன்னும் தொலைதூரத்ததாகவே இருக்கும் விதத்தில், சிந்தனைகள் ஆர்வங்களின் மோதல் அவ்வளவு சூடுபரப்புவதாக உள்ளது."

மொழி, கருத்துகளின் வாகனமாக இருப்பதால், கருத்துகளின் தோற்றுவாய் பரந்துபட்டதாயும் வலுப்பட்டதாயும் இருந்தால் மட்டுமே அது வளரமுடியும். ஆனால் மொழிவெறி அடிக்கடி வெளிப்பட்டு, கற்பனையை மழுங்கடித்து, தொழில்நுட்பம், அறிவியல், பொருளாதாரம் (ம) வரலாறு போன்ற பயனுள்ள அறிவுக்களன்கள் பின்னுக்குத் தள்ளப்பட்டுவிடுகின்றன. இதன் விளைவால், மற்ற மொழிகள் பல முன்னேறிச் செல்கையில், முடிவுறாத மொழியாக்கங்கள் மூலம், அதுவும் வெற்றியின்றி அவற்றைப் பின்தொடர்ந்து செல்லுமாறு தமிழ் நிர்ப்பந்தத்திற்குள்ளாகிறது.

22

சுயராஜ்யத்திற்கான தேவை

பத்தொன்பதாம் நூற்றாண்டு மத்தியில் தமிழ்நாடு, கிராமங்களும் பண்ணைகளுமான புள்ளிகளால், குடியானவர்கள் உழைப்பாளர்கள் கொண்ட சமூகத்தின் தோற்றத்தை முன்வைத்தது. மதுரை விரிவான அரண்களையும் நீண்ட நிழல்தரும் மரங்களையும் கவனிப்பாரற்ற மண்டபங்களையும் கொண்டிருந்தது. ஆனால் அதன் நெஞ்சத்தில் ஒடுக்கப்பட்ட கீர்த்தியின் ஞாபகங்களை மறைத்திருந்தது. ராஜதானியின் தலைநகராக மெட்ராஸ் எழுந்தது. 1800இல் 2.5 லட்சம் மக்களுடன் உலகின் பெரும் நகரங்களுள் ஒன்றாக இருந்தது. பருவகாலக் கடலலைகள் குடியிருப்புப் பகுதிகளுக்கு மிக நெருங்கி எழுந்து, குடியிருப்போரிடையே அடிக்கடி பீதியைக் கிளப்பின. ஐரோப்பியர் புனித ஜார்ஜ் கோட்டையினுள்ளே தமக்கான கடைகளும் கேளிக்கை விடுதிகளும் நடன அறைகளும் கொண்டிருந்தனர். அவை மெல்ல மெல்ல மவுண்ட் சாலையோரம் விரிவடைந்தன. அருகாமையிலுள்ள கிராமங்கள் வெள்ளையருக்காக மீன், கறி, பழங்கள், தானியத்தை வழங்கின. எண்ணூர் பழவேற்காடிலிருந்து நண்டுகளும் நத்தைகளும் கிடைக்க, காரைக்கால் சதுரங்கப்பட்டினத்திலிருந்து வான்கோழிகளும் வாத்துகளும் கிடைத்தன.

வழங்கவேண்டிய தேவையைப் பொறுத்து, பருவத்திற்குப் பருவம் பொருட்களின் விலைகள் ஏறி இறங்கின. சில வங்கி நிறுவனங்கள் செயல்பட்டாலும் அவற்றின் நிதியாதாரங்கள் வரம்புக்குட்பட்டிருந்தன. அவற்றில் ஐரோப்பியருக்குச் சொந்தமான கர்நாடிக் வங்கி (ம) ஆசியாடிக் வங்கி இருந்தன. 1815இல் நாணயங்களில் 72 ரகங்களும், வெள்ளியில் 60 ரகங்களும், தாமிரத்தில் 25 ரகங்களுமாக காணப்பட்டன. இயல்பாகவே இது வணிக நடைமுறைகளில்

குழப்பத்திற்கும் ஊழலுக்கும் வழிவகுத்தன. எனினும் 1818இல் ரூபாய், கணக்கில் வரும் நாணயமாயிற்று. சாலைகள் மிகவும் சிலவாக, இருப்பவையும் புழுதி மண்டி சீரற்று இருந்தன. பெரிய சாலைகளாக, மேற்கில் பெங்களூருடன் மெட்ராஸினை இணைப்பதும், தெற்கில் நாகர்கோவிலுடன் மெட்ராஸினை இணைப்பதும் விளங்கின. யுத்தங்கள் கலகங்கள் காரணமாக, காடுகளினூடே ராணுவச் சாலைகள் அமைக்கப்பட்டன. 1830 மற்றும் 1837க்கு இடையே ட்ராம் வழிகளும் இரயில் பாதைகளும் தோன்றின. 1860வாக்கில் மதுரையிலிருந்து தூத்துக்குடிக்கும், கொல்லத்திற்கும் ரயில்பாதை விரிவாக்கத்திற்குத் திட்டங்கள் வகுக்கப்பட்டன. அரசியலின் திடத்தன்மையும் தகவல் தொடர்பு அமைப்பும் வணிகம் (ம) நகரங்களின் வளர்ச்சியை முன்னெடுத்துச் சென்றன. அதிகார ஆதரவால், மேற்கத்தையக் கல்விமுறை நிலைகொண்டது. ஆனால் அதன் பயன் பெரிதும் நகரவாசிகளுக்கும் உயர்ந்த சமூகத்தினருக்குமே சென்று சேர்ந்தது. இப்பின்புலத்தில் தேசியவாதம் வந்தது.

விழிப்புணர்வுக்கான காரணங்கள்

சமூகம் நான்கு வர்க்கங்களாக பிரிக்கப்பட்டிருந்தது. ஆளும் வர்க்கத்தில் ஐரோப்பியரும் ஆங்கிலோ இந்தியரும் இருந்தனர். அவர்கள் மிகவும் சிறுபான்மையினராயினும், நிர்வாகத்திலும் தொழிலிலும் தம்மைப் பதித்துக் கொண்டனர். ஆடம்பரமாய் வாழ்ந்த அவர்கள், மக்களிடையே கலவரத்தை ஏற்படுத்தி, அகங்காரத்துடன் நடந்தனர். அடுத்த நிலையில், பிராமணிய மேட்டுக்குடியினர் இருந்தனர். அவர்தம் ஆன்மிக அதிகாரத்தாலும் ஐரோப்பிய எஜமானருக்குச் சேவை புரிந்ததாலும் மேற்கத்தையக் கல்வியின் நன்மையாலும், அவர்கள் ஆங்கிலேயரின் நிர்வாகத்தில் குமாஸ்தாக்களாகவும் உதவியாளர்களாகவும் நுழைந்தனர். சமூகத்திலும் அது போன்றே நிர்வாகத்திலும் அவர்கள் வகித்த இரட்டைப் பங்கு காரணமாக, அவர்தம் செல்வாக்கு திடப்பட்டது. மூன்றாவதாக, சவர்ணர்கள் அல்லது சாதி இந்துக்கள் இடம் பெற்றனர்.

அவர்களில் ஜமீன்தார்கள், மிராசுதாரர்கள், தொழில்துறையினர், வணிகர்கள் (ம) வழக்குரைஞர்கள் இடம்பெற்றனர். பெரும்பாலும் பிள்ளை (ம) தெலுங்கு சமூகங்களைச் சேர்ந்த அவர்களும் வசதியான வாழ்க்கை வாழ்ந்தனர். நாட்டின் பிற பகுதிகளில்

கிராமங்களில் உழைக்கும் மக்கள் தொடர்ந்து பரிதாப வாழ்வே வாழ்ந்தனர். ஏற்கனவே இருந்த நிலைமை போன்று, பகலிலும் இரவிலும் உழைத்து, ஆண்டின் பெரும்பகுதியும் பட்டினி கிடந்திருந்தும் நிலப்பிரபுக்களாலும் வருவாய் அலுவலர்களாலும் கிராமத் தலையாரிகளாலும் தொடர்ந்து இம்சிக்கப்பட்ட அவர்கள் குடிசைகளில் வசித்தனர். அடுத்தடுத்து துரிதமாய் வந்த பஞ்சமும் தொற்றுநோயும், ஆண்டுதோறும் பெரும் எண்ணிக்கையிலான மக்களை அள்ளிச் சென்றன. கொலை, நெடுஞ்சாலைக் கொள்ளை, வீட்டை உடைத்தல் (ம) திருட்டு என்பன சாதாரணமாய் நிகழ்ந்தன. இக்காலகட்ட ஆவணங்கள் "மக்கள் தம் வழக்கமான வேலையைக் கைவிட்டு, இருட்டுவதற்கு முன் வீடு சென்று எச்சரிக்கையுடன் இரவைக் கழித்தனர்" என்கின்றன. ஆயுதந்தாங்கியவர்களாக மக்கள் சந்தைக்குச் சென்றனர். சில வேளைகளில் காவல்காரர்கள் குற்றங்களைக் கண்டறிய, நீதிபதிகள் குற்றவாளிகளைச் சிறைகளுக்கு அனுப்பினர். ஆனால் வெவ்வேறான சாதியினருக்கு வெவ்வேறான இடங்கள் ஒதுக்கப்படாததால், கைதிகளுக்குள்ளேயே மோதல்கள் நடந்தன. பெரும்பாலான குற்றங்கள் நிர்வாகத்தின் செயலற்றதன்மை (அ) அலுவலக உடந்தை காரணமாக கண்டறியப்படாதும், தண்டிக்கப்படாதும் போயின. இதனால் கொள்ளை (ம) கொலை போன்ற கடுங்குற்றங்கள் அடிக்கடி நிகழ்ந்தன. கிராமத்தினர் அதிகாலையில் சந்தித்துக் கொண்ட போது, திருடன் யாரேனும் வீட்டில் நுழைந்தானா என்று விசாரித்துக் கொண்டது வழமையாயிருந்தது. உண்மையில், உயிருக்கான பாதுகாப்பில்லை. சாதி அமைப்பும் தீண்டாமையும், சமூக இயக்கம் (ம) பொருளாதார முன்னேற்றத்தின் மீது கடுமையான வரம்புகளை விதித்தன. இத்தகைய நிலவரம் இருந்தாலும் நாடு, தேசிய அலைவீச்சில் எழுச்சி கொண்டது.

உண்மையில், ஒடுக்குமுறை (ம) சுரண்டலின் மூன்று மடிப்பான அமைப்பு, அரசியல் அமைதியின்மை (ம) சமூக மோதலின் சூழலை ஏற்படுத்தின. ஐரோப்பியர் பிராமணரின் வழியில் வர, பிராமணர் சாதி இந்துக்களின் வழியில் வர, சாதி இந்துக்கள் பிராமணருடன் சேர்ந்து தீண்டத்தகாத சமூகங்களின் வழியில் வந்தனர். இக்காரணிகளின் சேர்க்கை, அரசியல் சுதந்திரத்திற்காகவும் சமூக விடுதலைக்காகவும், மக்கள் போராடுவதை அவசியமாக்கின. இந்த அழுத்தங்கள் நிரடல்களின் மத்தியில்தான், அரசமைப்பிலும் சமூகத்திலும் மக்கள் அந்நிய ஆட்சியின் கீழே தம் நிலையைப் புரிந்து கொள்வதற்கான விழிப்புணர்வை வளர்த்துக் கொண்டனர்.

நாட்டை விடுவிப்பதற்காக 1800 -1806 ஆண்டுகளில் ஆங்கிலேயரை எதிர்த்துப் பெரும் போராட்டம் நடத்திய தமிழர், கடும் தோல்வியால் வருந்தினர். இக்கலகத்தின் அமைப்பாக்கப் பண்பினால், இதனை முழுதாக அடக்கிட பிரிட்டிஷாருக்கு அநேகமாக ஒரு தசாப்தம் பிடித்தது. தொடர்ந்து ஆங்கிலேயரை அலைக்கழிக்கவே, அவர்கள் அதிருப்தி நிலவிய பகுதிகளில் நீண்ட காலத்திற்குப் படையினரை நிறுத்தியிருந்தனர். 1804இல் பள்ளர் சமூகத்தைச் சார்ந்த தாசன், அந்நிய நுகத்தடியிலிருந்து நாட்டை விடுவித்துவிடும் தெய்வீக அதிகாரம் இருப்பதாகக் கூறிக்கொண்டு, தன் ஆதரவாளர்களுக்கு அது போன்ற விருதுகளைச் சூட்டி, கோயம்புத்தூர் சேலத்தின் கிராமங்களுக்குச் சென்று, வரி கொடுக்கலாகாது என்று மக்களுக்கு அறிவுறுத்தி, 1804 ஜுன் 6ஆம் நாளினை (வைகாசி 25) விடுதலை நாளாகக் குறித்தார். கோபால் நாயக்கர், மருதுபாண்டியன் (ம) தோண்டஜிவாகின் கீழ் பணிபுரிந்த குடியானவர் எல்லாம் அவருடன் இணைந்தனர். ஒன்று திரண்ட கலகக்காரர்கள் ஏராளமான நாட்டுத்துப்பாக்கிகளையும், கைத்துப்பாக்கிகளையும், வாட்களையும் காடுகளில் பதுக்கினர். ஆனால், வரவிருந்த புயலை அறிந்துவிட்ட ஆங்கிலேயர், கலகக்காரரைப் பிடித்து வெடிக்கவிருந்த கலகத்தைத் தடுத்துவிட்டனர். இருப்பினும், திண்டுக்கல்லிலும் வேலூரிலும் தீவிரமான மோதல்கள் இருந்தன. ஆனால் அவை ஒடுக்கப்பட்டன.

1814இல் தென்னாற்காட்டுக் குடியானவர்கள் குடியிருப்புகளுக்கும் தரிசு நிலங்களுக்கும் வரிவிதித்ததை எதிர்த்துப் போராட்டம் நடத்தினார்கள். திருச்செந்தூரிலும் திருவண்ணாமலையிலும் அவர்கள், வருவாய் அலுவலர்கள் வழங்கியிருந்த பட்டாக்களை வீசியெறிந்து ஆர்ப்பாட்டம் நடத்தினர். ஆட்சித்தலைவர் ஆஸ்டன் வந்தபோது, அவர்கள் திரண்டு அவர்மீது மணலை வாரியிறைத்து அவரது அலுவலகத்திலிருந்து விரட்டியடித்தனர். அவுரிச் சாயத் தொழிற்சாலை ஒன்றினுள் தப்பிச் சென்ற அவரை சுற்றிவளைத்துக் கொண்ட ஆர்ப்பாட்டக்காரர்கள், ஆட்சேபகரமான வரிகளை வாபஸ் பெறுமாறு அவரைக் கட்டாயப்படுத்தினர்.

1857இல் மாபெரும் கலகம் வெடித்து வடஇந்தியாவில் பரவிற்று. மெட்ராஸ் முஸ்லீம்கள் ஹைதராபாத் நிஜாமிடம் ஆங்கிலேயருக்கு எதிராய் புனிதப்போரை அறிவிக்குமாறு வேண்டி, பிரகடனங்கள் மற்றும் கடிதங்களின் நகல்களை மக்களிடையே விநியோகித்தனர். மெட்ராஸில் நிறுத்தப்பட்டிருந்த ஆங்கிலேய லகுரக குதிரைப்படையினரிடையே தென்பட்ட அதிருப்தியின்

அடையாளங்கள் கண்டறியப்பட்டன. இதனை அடுத்து 1859இல் ஆளுநர் ட்ரெவெல் யானுக்கு பிரியா விடை தந்தபோது, மெட்ராஸ் குடிமக்கள் தன்னாட்சியினை அறிமுகப்படுத்துமாறு மிகவும் மன்றாடினர். ஆனால் அவர்கள் எதிர்பாராத பதிலைப் பெற்றனர். “பிரதிநிதித்துவ நிறுவனங்களுக்கு உங்களைத் தயார் செய்து கொள்ளுங்கள், அவை உரிய நேரத்தில் நிச்சயம் உங்களுக்குக் கிடைக்கும். பிரிட்டிஷ் மகுடத்தின் பொதுப் பாதுகாப்பின் கீழ் ஒன்றுபட்டிருக்கிறீர்கள். தாமதம் உங்கள் பக்கமே. தன்னாட்சி உணர்வுடன் உள்ளுணர்வாயுள்ள ஆங்கில இலக்கியத்தைப் பயின்று வாருங்கள். பிரிதிநிதித்துவ நிறுவனங்களை எப்படி நடத்துவது என எங்களது உதாரணத்தின் மூலம் கற்றுக்கொள்ளுங்கள். அது ஒன்றும் எளிய காரியமில்லை, ஏனெனில் பல புகழ்பெற்ற நாடுகள் இதில் தோற்றுப்போயுள்ளன. எல்லாவற்றுக்கும் மேலாக உயர்ந்த தார்மிக நிலையை அடைந்திட முயலுங்கள். தனிநபரின் நியதியின்றி தேசிய அரசாங்கம் சாத்தியமில்லை. ஒவ்வொரு மனிதரது தனிப்பட்ட பண்பு நலனின் ஒட்டுமொத்தமே அது. உண்மை, நீதி பிசகாத விசுவாசம், தனிப்பட்ட நலன்களை விடுவித்துப் பொது நலனை விரும்புதல், ஆகியன ஒரு தேசத்தை உயர்த்தி, அதன் விவகாரங்களை ஆதாயத்துடன் நடத்திடச் செய்யும்.” இந்த ஆலோசனை நிறைய யோசிக்க வைப்பதாக இருந்தது. ஆனால் உயர்பீடத்திலுள்ள சர்வாதிகாரி அடிமைப்படுத்தப்பட்ட மக்களுக்குத் தந்த ஆலோசனையாகவே தோன்றியது. மக்களுக்கான பிரதிநிதித்துவத்துடன் நகராட்சிகளையும் மாவட்டக் கழகங்களையும் பிரிட்டிஷார் ஏற்படுத்தினாலும், அரசியல் மாற்றத்திற்கான கோரிக்கைகளை ஏற்கத் தயாராயில்லை.

ஏகாதிபத்தியத்தின் மீது மையங்கொண்டிருந்த அரசியல் பொருளாதாரக் கட்டுப்பாடுகள், நாட்டில் பரந்துபட்ட வறுமையினையும் அமைதியின்மையினையும் ஏற்படுத்தின. உள்ளூர்க்காரர்களுக்கு அந்நியரும், இனம் நிறம் பண்பாட்டில் வேறுபட்டவருமான ஆங்கிலேயர், வன்முறை மூலமாக நாட்டினைக் கைப்பற்றி, அதிகாரத்தைப் பிரயோகித்துச் செல்வாக்கை வளர்த்தனர். நீண்டகால ஆட்சி இருந்தும், நாட்டின் மக்களுடன் தம்மை அடையாளப்படுத்திக்கொள்வதிலோ, அவர்தம் நம்பிக்கையைப் பெறுவதிலோ தோற்றுப் போயினர். ஆட்சியாளர்களுக்கும் ஆளப்படுபவர்களுக்குமான நிலைகளுக்கிடையிலான தொடர்பினை தக்கவைத்திருந்த ஒரே பிணைப்பு நிர்ப்பந்தமே. ஆனால் இவ்வகையான உறவுநிலை இயற்கையற்றதாகத்

தோன்றவே, நீண்டகாலத்திற்கு அதனை ஏற்றுக் கொள்ள மக்கள் ஆயத்தமாயில்லை.

நாட்டின் ஆட்சியாளர்கள் என்ற வகையில், ஆங்கிலேயர் மக்களுக்கு எதிராக இனப்பாகுபாட்டுக் கொள்கையினைப் பின்பற்றினர். அரசாங்கத்தில் தமிழர்களுக்குப் பிரதிநிதித்துவம் தரவில்லை. மாறாக, அரசியல் அதிகார ஏகபோகத்தினை அவர்கள் வைத்துக் கொண்டனர். மேலும், உயர்பதவிகள் ஐரோப்பியருக்கு ஒதுக்கி வைக்கப்பட்டிருந்ததால், மண்ணின் மைந்தர்களை விலக்கி வைத்தனர். அதிகார மமதையுடன் தமிழரை அவமதித்தனர். அவர்களில் பலர், பிராமணரைப் போன்று உள்ளூர்ப் பெண்களுடன் சேர்ந்து சுகவாழ்வு நடத்தினர். நிர்வாகத்தில், சந்தைகளில், சாலைகளில், ரயில்களில் அவர்களை வெறுத்தொதுக்கினர். தம் விருப்பம்போல் சவுக்கால் விளாசினர். சிறு தூண்டலில் கூட சுட்டுத்தள்ளினர். பொய்யான காரணங்களுக்காகக் கைது செய்தனர். ஆங்கிலேயன் ஒருவன் சவாரி செய்து போனபோது, குறுக்கே வந்த எந்தவொரு பாதசாரியும் சவுக்கடிபட்டு, விரட்டியடிக்கப்பட்டான். வெள்ளையரின் இருப்பும் நடமாட்டமும் நாட்டில் பீதியைப் பரப்பிற்று.

ஆங்கிலேயர் இங்கே பிரதிநிதித்துவப்படுத்திய மேற்கத்தையப் பழக்கவழக்கங்கள், தமிழர்களுக்கு வெறுக்கத்தக்கதாயிருந்தன. தம் சம்பிரதாயத்தை இறக்குமதி செய்து, தம் அறிவியல்களை முன்னெடுத்துச் சென்ற அவர்கள், உள்ளூர்க் கலைகளையும் மொழியையும் புறக்கணித்தனர். காரைக்காலிலிருந்து பிரசுரித்த காளமேகம் புலம்பினார். "பிரிட்டிஷ் அரசாங்கம் ஏழ்மை, பிராந்தி போத்தல்கள, பொய்யான பொருட்கள், போலி நாகரிகத்தைத் தன்னுடன் கொண்டு வந்தது. தொப்பி, பூட்ஸ், கரண்டி, மாட்டுக்கறி, பன்றிக்கறி என்பன இந்த நாட்டில் பரவ, பண்பாடும் அமைதியும் இல்லாது போயின". மெட்ராஸிலிருந்து வெளியான விஜயவிகடன் தமிழ்மொழியின் புறக்கணிப்புக் குறித்துக் கண்டித்தது. "ஆங்கிலேயர் தம் மொழியை முன்னெடுத்துச் செல்லும் பொருட்டு, அகஸ்தியரின் தமிழுக்கு பலத்த அடி தந்தனர்" என்று வருந்தியது. உண்மையில், இந்நாட்டில் அந்நிய நாகரிகத்திற்கு அளிக்கப்பட்ட முன்னுரிமை, தம் கலாச்சாரப் புகழில் நம்பிக்கை கொண்டிருந்த தமிழர்களுக்குக் கடும் அதிர்ச்சி தந்தது.

மக்கள் மீது விதிக்கப்பட்ட வரிகள் எண்ணற்றவையாயிருந்தது மட்டுமின்றி, ஒடுக்குந்தன்மையதாயுமிருந்தது. அவற்றில் நிலவரியும் உப்புவரியும் வருமானவரியும் பரந்துபட்ட எதிர்ப்பை

ஏற்படுத்தின. பிரிட்டிஷாரின் நிலவருவாய் கொள்கை அதிக வரிவிதிப்பும் ஊழலுமாயிருந்தது. வரிவிதிப்புகள் அதிகரித்துவர, அதனை எதிர்கொள்வது குடியானவருக்கு சாத்தியமின்றி இருந்தது. நிலம் மகசூல் தந்ததோ இல்லையோ, வாரதாரர்கள் வழக்கமான வரிகளைக் கட்டுமாறு கட்டாயப்படுத்தப்பட்டனர். தவறும்பட்சத்தில், அவர்கள் அபகரிப்புக்கும் அக்கிரமங்களுக்கும் உள்ளாகினர். அவ்வணுகுமுறைகளிலிருந்த பீதி மக்களைப் பட்டினிக்கும் சிரமங்களுக்கும் உள்ளாகிற்று. ஆங்கிலேயர் மேலும் விதிகளை குறிப்பாக, உப்புவரி (ம) வருமான வரிகளை விதித்தபோது, இந்நிலைமை இன்னும் கடுமையானது. சமூகத்தில் மிகமிக ஏழையாயிருந்தவரையும் பாதித்ததால், மக்கள் உப்புவரியை மிகவும் நியாயமற்றதாயும் கொடுமையானதாயும் கண்டித்தனர். அந்நிய ஆட்சியாளர்களின் நலனுக்காக விதிக்கப்பட்டதென்று வருமான வரியைப் பழித்தனர். மக்களுக்கு இச்சிரமங்கள் இருப்பினும், ஆங்கிலேயர் தமக்குக் கிடைத்த ஆதாயங்களை உல்லாசத்திலும் வெள்ளை ஊழியருக்கான அதிக ஊதியத்திலும் ராணுவ செலவினங்களிலும் வீணாக்கினர்.

இதற்கிடையே ஆங்கிலேயரின் வணிகக் கொள்கை மரபார்ந்த தொழில்களைச் சிதைத்தது. ஐரோப்பியரின் வருகையை ஒட்டி, தமிழ்நாடு கலிக்கோத்துணியின் நேரிய ரகங்களுக்காக பெயர் பெற்றிருந்தது. அவர்களது அதிகாரத்தை நிறுவிய பிற்பாடு, மக்கள் இங்கிலாந்துக்கு பருத்தி ஏற்றுமதி செய்ய வேண்டும். ஜவுளிப் பொருட்களை வாங்க வேண்டும், தறிகளுக்கு வரி செலுத்த வேண்டும் என்று இருந்தது. இதன் விளைவாக, நெசவுத் தொழில்களும், சாயத்தொழில் போன்ற துணைத் தொழில்களும் நலிவுற்றன. நெசவாளர்கள் வேலை இழந்தனர். அத்துடன் நிர்வாகம், ஐரோப்பியர்களைத் தொழில்களிலும், எஸ்டேட்களிலும் வணிகத்திலும் தம்மை நிலைநிறுத்திக்கொள்ள அனுமதித்தது. ரயில்பாதை அமைப்பதிலும் வங்கிகள் நிறுவுவதிலும் எஸ்டேட்டுகளை வளர்த்தெடுப்பதிலும், இன்னபிறவற்றிலும் அவர்களுக்கென சலுகைகள் தரப்பட்டன. உணவு தானியங்களின் பற்றாக்குறை அடிக்கடி ஏற்பட்டபோதிலும், ஆட்சியாளர்கள் தம் தொழில்கள் தாக்குப்பிடித்துக் கொள்ளும் பொருட்டு, பணப்பயிர் சாகுபடியை முன்னெடுத்தனர். நாசகரமான போட்டியை எதிர்கொண்ட நெசவாளர்கள் ஒரு பாதுகாப்பு வரி கோர, அது ஏற்கப்படவில்லை. நிதியாதாரங்கள் வீணாக்கப்படுவது குறையாது இருக்கவே, பிரிட்டிஷார் கலைகளையும், கைவினைத் தொழில்களையும் அழித்து, மக்களை வறுமைக்கும், நோய்க்கும்,

மரணத்திற்கும் துரத்தியடித்தனர் எனச் செய்தித்தாள்கள் குறைப்பட்டன. பருத்தித் தொழிலை நசிக்கச் செய்து, இரும்புத் தொழிலை வளரவிடாது தடுத்து, கால்நடைச் செல்வத்தை குறைத்து, வேளாண்மையைப் புறக்கணித்ததற்காக பிரிட்டிஷாரை இந்துநேசன் தாக்கிற்று. மறுபுறத்தில் ஆங்கிலேயரோ, இந்தியரின் மறு உலகக் கொள்கை, மரபுத்தன்மை, சாதியமைப்பு (ம) உலகின் மற்ற மக்களிடமிருந்து தனிமைப்பட்டிருப்பது ஆகியவையே மக்களின் பரந்துபட்ட வறுமைக்குக் காரணங்கள் என்றனர்.

ஆங்கிலேயரால் அறிமுகப்படுத்தப்பட்ட சில விதிகளும், நடைமுறைகளும் இனவாதம் கொண்டிருந்ததுடன், சமூகங்களின் சுயமரியாதையைப் புண்படுத்தும் நோக்கமும் கொண்டிருந்தன. மக்கள் ஆடுமாடுகளைப் பொது இடங்களில் மேய்க்கவிடாமல் விதிகள் தடுத்தன. குற்றப்பரம்பரைச் சட்டம் கள்ளர், குறவரின் நடமாட்டங்களுக்கு மிகுந்த கட்டுப்பாடுகள் விதித்தது. ஐரோப்பியத் தொழில்களிலும், தோட்டத் தொழில்களிலும் ஈடுபடுத்தப்பட்ட தமிழர், கூலிகள் எனப்பட்டனர். கடுமையாக நடத்தப்பட்டு, சொற்ப ஊதியமே வழங்கப் பெற்றனர். வெளிநாடுகளில், குறிப்பாக இலங்கை, மலேயா மற்றும் பிஜி தீவுகளில் வேலை பார்க்க அனுப்பப்பட்ட தோட்டத் தொழிலாளர்கள் திரும்பவே இல்லை. மக்களைக் குரூரமாக நடத்திய விதம் ஆழ்ந்த வேதனையை ஏற்படுத்தியது.

அரசியல் கட்டுப்பாடுகள், பொருளாதாரப் பலவீனங்கள், மேற்கத்தையக் கல்வி பரவியமை (ம) தகவல் தொடர்பு சாதனங்களின் வளர்ச்சி என்பன நாட்டின் விழிப்புணர்வுக்குச் சாதகமான நிலவரத்தை உருவாக்கின. மேற்கத்தைய கல்விமுறையை சாதகமாக எடுத்துக்கொண்ட கல்விகற்றோர், அரசியல் அடிமை நிலையினையும் பொருளாதார இழிவையும் சகிக்க முடியாததாகக் கண்டனர். தகவல் தொடர்பு அமைப்பின் வளர்ச்சியால், அவர்கள் தொடர்புகளை ஏற்படுத்திக் கொள்ளவும், பார்வைகளைப் பரிமாறிக் கொள்ளவும் கூடியவர்களாயிருந்தனர். ஆலயங்கள், மடங்கள், மசூதிகள் மற்றும் தேவாலயங்கள், பொது அக்கறையுள்ள விடியல்களுக்கான விவாத மையங்களாகத் துணைபுரிந்தன. தேசிய ஊடகம், விடுதலையின் செய்தியை அருகாமை நகரங்களுக்கும் தொலைதூரக் கிராமங்களுக்கும் கொண்டு சென்றது.

ஐரோப்பா மற்றும் இந்தியாவைச் சேர்ந்த, அர்ப்பணிப்புள்ளவர்களின் உழைப்பின் விளைவாக, தமிழர்கள் தம் இலக்கியப் பாரம்பரியத்தின் புகழைக் கண்டறிந்து கொண்டனர்.

கடந்த காலத்து வீரர்களின் வீரத்தைப் போற்றிப் பாடப்பட்ட பாடல்களிலிருந்தும், இசைப்பாடல்களிலிருந்தும் உத்வேகம் பெற்றனர். நாட்டின் விடுதலைக்கென தம்மை அர்ப்பணித்துக் கொண்டனர். சமூக பொருளாதார அமைப்புகளின் உருவாக்கத்தில் அவர்தம் முயற்சி வெளிப்பாட்டினைப் பெற்றது.

சமூக அரசியல் அமைப்புகள்

1850 வாக்கில் மெட்ராஸ் மேட்டுக்குடியினர் மக்களின் குறைகளை வெளிப்படுத்துவதற்காக, சமூக அரசியல் அமைப்புகளின் உருவாக்கத்தில் பெரிதும் அக்கறை கொண்டிருந்தனர். ராஜதானியில் தலைநகர் என்ற வகையில், மெட்ராஸ் காஸ்மாபாலிடன் நகரமாக உருவெடுத்து, கிழக்கு மேற்கு நாகரிகங்கள் சந்திக்கும் இடமாகியது. தமிழர், தெலுங்கர், கன்னடர், மலையாளிகள் என்னும் தென்னிந்தியாவின் வெவ்வேறு பகுதிகளைச் சேர்ந்த மேட்டுக்குடியினரும் அறிவுஜீவிகளும் இந்நகரில் குடியமர்ந்தனர். இந்தப் புவியியல் சார்பும் ஐரோப்பியத் தொடர்பும் சேர்ந்ததால், கிழக்கு மேற்கின் வசதிகளெல்லாம் அங்கிருந்தன. எஞ்சிய மக்களெல்லாம் வறியவர்களாக, உயிர் பிழைக்கும் பொருட்டு, மேட்டுக்குடியினருக்கும் அறிவுஜீவிகளுக்கும் ஐரோப்பியருக்கும் இரவு பகலாக உழைத்தனர்.

எதிர்காலத்தில் தீர்மானகரமான பங்காற்றுவதற்கென்று விதிக்கப்பட்டிருந்த கட்சிகள், மேட்டுக்குடியினரின் வட்டாரத்தே தோற்றம் கொண்டன. ஏனெனில் அரசியல் வளர்ச்சி நிலைகளின் நீரோட்டங்களை அறிந்து, தம் கருத்துகளைச் செயலாக மாற்றக்கூடியவர்களாக அவர்கள் இருந்தனர். அவர்களிடத்தே அறிவார்த்தத் திறனும், தேவைப்பட்ட செல்வமும், நேரமும் இருந்தன. தேசிய லட்சியத்தை முன்னெடுத்துச் செல்ல அவர்கள் தீர்மானித்தனர். இருந்தும் தம் நலன்களைக் கருத்தில் கொண்டிருந்தனர். பணக்கார வியாபாரி காஜுலா லட்சுமி நரசு செட்டியின் முன்முயற்சி, நிலப்பிரபுக்கள் மற்றும் வணிகர்களின் ஒத்துழைப்பால் 1852இல் மெட்ராஸ் நேடிவ் சங்கம் உருவாகக் காரணமாயிற்று. தம் சமுதாயத்தின் நலன்களை முன்னெடுத்துச் செல்லும் விதத்தில், வருவாய், நீதி கல்வி நிர்வாகம் தொடர்பான தம் குறைபாடுகளை நிவர்த்தி செய்யும் பொருட்டு, அது அரசாங்கத்திடம் பிரதிநிதித்துவம் செய்தது. சீக்கிரமே விரிவார்ந்த தளத்திலான அமைப்பின் அவசியம் உணரப்பெற்றது.

மேட்டுக்குடியினர் பிரச்சனைகளை விவாதிக்க முடிகின்ற, நகரக் கிளைகளுடன் இந்தியச் சங்கம் ஒன்றை உருவாக்குவது குறித்து அனந்தாச்சர்லு யோசனை கூறினார். பிரதிநிதித்துவ அரசாங்கம் என்னும் லட்சியத்தை முன்னெடுத்துச் செல்ல, அனைத்திந்திய அமைப்பொன்றை உருவாக்குவதை என்.சிவசாமி அய்யரும் வாதிட்டார். மேலும் நேரிதான வளர்ச்சிகளின் தொடக்கங்களை இவை குறித்தன.

1875இல் நியூயார்க்கில் நிறுவப்பட்ட பிரும்மஞான சங்கம், 1882இல் தன் தலைமையகத்தை அடையாறில் அமைத்துக்கொண்டது. ஆன்மிகச் சீர்திருத்தத்திற்காக அர்ப்பணித்துக்கொண்ட, சர்வதேச சங்கமான அது, மெட்ராஸிலுள்ள அடையாறைத் தன் செயல்பாட்டின் மையமாக்கிக் கொண்டது. தெய்விக ஞானம் என்னும் பொருள்படும் பிரும்மஞானம், ஆன்மிக இயக்கத்திலிருந்து வெளிப்பட்டு, உடலிலிருந்து புறப்பட்ட ஆன்மாக்கள் வாழும் உயிர்களுடன் தொடர்பை வைத்துக் கொண்டுள்ளன என்று மக்களை நம்ப வைத்தது. அலைக்கழிக்கப்படும் வீடுகளிலான சப்தங்கள், உயிருடன் இருப்பவர்களுடன் தொடர்பு கொள்வதற்காக இறந்தவர்கள் மேற்கொள்ளும் முயற்சிகளேயன்றி வேறொன்றுமில்லை என்றுணரப்பட்டது. ஆன்மிக வளர்ச்சியின் வாயிலாக மனிதன் கடவுளைப் போன்று ஆக முடியும் என்று நம்பப்பட்டது. ஆன்மிக வளர்ச்சியை முன்னெடுத்துச் சென்றிட, பிரும்மஞான சங்கத்தினர், உலகளாவிய தெய்விகக் கோட்பாடுகளையும், இயற்கையில் மறைந்துள்ள விதிகளையும் அடையாளங் கண்டுகொள்ள முற்பட்டனர். பழங்கால இந்தியா (ம) நவீன மேற்கின் தத்துவம், மதம் மற்றும் அறிவியலைத் தீவிரமாக வாசிக்குமாறு இது அவர்களை இட்டுச் சென்றது.

பிரும்மஞான அமைப்பு கிறித்தவமாய்த் தோற்றமளித்தது. ஆனால் கிறித்துவின் இடத்தில் கிருஷ்ணனும், பைபிளின் இடத்தில் பகவத்கீதையும், பெருமிதத்துக்குரிய இடத்தை வகித்தன. பிரும்மஞான சங்கத்தினர் கிறித்தவ மிஷன்களை எதிர்த்து ஆரியப் பண்பாட்டினைப் போற்றினர். இதன் காரணமாக, மெட்ராஸ் பிராமணரிடையே பலரை ஈர்த்துக் கொண்டனர். எனினும், மங்களூரிலிருந்து வெளிவந்த *The West Coast Spectator*, கல்வி கற்ற இந்தியர் மீது பிரும்மஞானம் தீய தாக்கத்தைக் கொண்டிருந்தனர் எனக் குறைப்பட்டது. "சமூகத்தின் தலைவர்களில் சிலரது கற்பனையில் மட்டுமே இருந்ததாக நிரூபணம் செய்யப்பட்டுள்ள நாயகர்களை, கல்விகற்றோரும் அறிவாளிகளும் உள்ளார்ந்து

நம்புவது இரங்கத் தக்கதாகும்". இருப்பினும் அன்னிபெசன்டின் தலைமையின் கீழ் பிரும்மஞான சங்கம், பொதுமக்களிடையே அல்லாமல், மேட்டுக்குடியினரிடையே தேசியவாதத்தை முன்னெடுத்துச் செல்லும் திறன்மிக்க கருவியாயிற்று.

1883இல் வங்காளத்தில் நிறுவப்பட்ட *Central National Mohamedan Association* இன் மெட்ராஸ் கிளையை முஸ்லீம்கள் ஆரம்பித்தனர். அடுத்த ஆண்டில் பி.அனந்தாச்சர்லு (ம) பி.ரங்கைய நாயுடு சேர்ந்து மெட்ராஸ் மகாஜன சங்கத்தை ஆரம்பித்தனர். செல்வந்தரின் கட்சியாகிய அதற்கு வரம்புக்குட்பட்ட செல்வாக்கே இருந்தது. அது சட்டமன்ற (ம) நிர்வாகச் சீர்திருத்தத்தைக் கோரியது. 1886இல் கிறித்தவர்கள் தம் அடையாளத்தை நிலை நிறுத்தவேண்டி ஐரோப்பிய மிஷன்களின் கட்டுப்பாடு இல்லாது தேசிய தேவாலயத்தை உருவாக்கினர்,

இந்த அமைப்புகளைத் தோற்றுவித்ததுடன் நிறைவடையாமல், பி.அனந்தாச்சர்லு, பி.ரெங்கையா நாயுடு மற்றும் எஸ்.சுப்பிரமணிய ஐயர் ஆகியோர் 1884 டிசம்பரில் மெட்ராஸின் மைலாப்பூரில் சந்தித்து ஆலோசித்தனர். இக்கட்டத்தில் தேசிய காங்கிரஸை உருவாக்கும் எண்ணம் எழுந்தது. 1885 டிசம்பரில் பம்பாயில் நடந்த இந்திய தேசிய காங்கிரஸின் முதல் கூட்டத்தில் இத்தலைவர்கள் கலந்து கொண்டனர். காங்கிரஸ் தன் மூன்றாவது கூட்டத்தை 1887இல் மெட்ராஸில் நடத்திற்று. பர்த்ருதீன் தயாப்ஜியால் தலைமை தாங்கப்பட்ட அது, சட்டமன்றங்களை விரிவுபடுத்தவும், நிர்வாகத்திலிருந்து நீதித்துறையைப் பிரித்திடவும், குடிசைத்தொழில்களை முன்னெடுக்கவும் பிரிட்டிஷாரை வேண்டியது. அத்துடன் மக்களின் அரசியல் கல்வியின் பொருட்டு, அது ஒரு குழுவை உருவாக்கிற்று. தேசியவாதத்தை எழுப்பிடக் கட்சி முயன்றது. ஆனால் அதன் தாக்கம் வரம்புக்குட்பட்டிருந்தது. ஏனெனில் அது பிராமணரின் அமைப்பு என்று பார்க்கப்பட்டது. காங்கிரஸிலுள்ள பிராமணத் தலைமைக்கு எதிர்ப்பாக, தெலுங்கர்களிடையிலிருந்த ஜமீன்தார்கள், தமிழர், மலையாளிகள் (ம) கன்னடர் சிலரைச் சேர்த்து நீதிக்கட்சியை உருவாக்கினர்.

பிரிட்டிஷ் ஏகாதிபத்தியம் எப்போதும் போல் வலுவாய்த் தோன்றிற்று. இருப்பினும் அதற்கெதிரான மக்கள் எதிர்வினையின் தொடக்கம் மிகத் தெளிவாய் இருந்தது. இந்திய தேசிய காங்கிரஸ் மற்றும் நீதிக்கட்சிகளின் உருவாக்கத்தின் காரணமாக, தமிழ்நாட்டின் அரசியல் போக்குகள் உறுதியான வடிவம் கொள்ளத் தொடங்கின. எனினும் இரண்டுமே நாட்டுக்கு சுயாட்சியை வற்புறுத்தின மற்றும்

அரசியலமைப்பு முறைகளைச் சார்ந்திருந்தன. பிராமணரின் மேலாதிக்கம் மிகுந்த காங்கிரஸுக்கு, பிரிட்டிஷ் ஆட்சியிலிருந்தான அரசியல் விடுதலை பிரதான நோக்கமாயிருக்க, திராவிடர்கள் மிகுந்திருந்த நீதிக்கட்சிக்கு, பிராமணரின் மேலாதிக்கத்திலிருந்து சமூக விடுதலை பிரதான நோக்கமாயிற்று. இயல்பாகவே இது அவர்களை ஒருவருடன் ஒருவர் மோதச் செய்து, தமிழரிடையே தேசியவாத சக்திகளைப் பலவீனப்படுத்திற்று.

அரசியல் பதாகைகளின் பின்னே இரு ஆற்றல்மிக்க நிலமானிய அமைப்புகள், பிராமணரின் குமாஸ்தா பிரிவும் திராவிடரின் உயர்குடி வகுப்பும் பதுங்கியிருந்தன. இவற்றில் எதுவும், நாட்டுக்கு அல்லது தீண்டத்தகாதவருக்கு சேவை புரியும் உயரிய லட்சியத்தால் வழிநடத்தப்படுவதாகத் தோன்றவில்லை. மாறாக, வர்க்க நலன்களே இந்நிலமானியப் பிரிவுகளை லட்சிய பாவனைகள் பூணுமாறு இட்டுச் சென்றன.

பிரிட்டிஷ் ஏகாதிபத்தியத்திற்குத் தம் சேவை வாயிலாக, பிராமணர் தம் செல்வாக்கினை மதத்திலிருந்து நிர்வாகத்திற்கு விரிவாக்கிக் கொண்டனர். இப்போது அவர்கள் தம் செல்வாக்கினை நிர்வாகத்திலிருந்து அரசியலுக்கு விரிவாக்கிட முற்பட்டனர். அதன் பொருட்டு தேசியவாதம் அணிதிரளும் புள்ளியாய் விளங்கிற்று. சாதி இந்து உயர் வகுப்பினர், மறுபக்கத்தில், நிலம், தொழில் மற்றும் வணிகத்திலிருந்து தம் செல்வாக்கினை நிர்வாகத்திற்கு விரிவாக்கிட விரும்பினர். அதன்பொருட்டு அவர்கள், பிராமணரைப் போன்றே, ஏகாதிபத்தியத்திற்குச் சேவகம் புரிந்திட ஆயத்தமாயிருந்தனர். ஏகாதிபத்தியத்திற்கு எதிராக அவர்களும் அரசியல் அதிகாரத்தைக் கைப்பற்றிட விரும்பினர். ஆனால், அவர்கள் அரசியல் சுதந்திரத்தை சமூக விடுதலைக்கு அடுத்த நிலையிலேயே வைத்தனர். சமுதாய அணுகுமுறைகளும் நிலமானியக் கட்டமைப்பும் சேர்ந்து, பொதுமக்களுக்குச் சேவை புரிவதிலான இவ்வரசியல் கட்சிகளின் திறன்களைக் கட்டுப்படுத்தின. இம்முரண்பாடுகள் ஏகாதிபத்தியத்திற்கு ஆதாயமாக செயல்பட்டன.

ஹோம்ரூல் போராட்டம்

1884இல் மெட்ராஸ் மகாஜன சபா உருவானது, தேசிய இயக்க வரலாற்றில் பெரும் முக்கியத்துவம் பெற்றிருந்தது. அரசியலமைப்புச் சீர்திருத்தத்தைத் தன் பிரதான நோக்கமாகக் கொண்டிருந்த அது, மக்களின் அரசியல் கல்வியை நோக்கி ஒரு

திட்டத்தை ஆரம்பித்தது. சீக்கிரமே அதன் செயல்பாடு இந்திய தேசிய காங்கிரஸின் செயல்பாட்டுடன் கலந்துவிட்டது. மகாஜன சபாவில் முனைப்பாயிருந்த ரங்கையா நாயுடுவும், ஜி.சுப்பிரமணிய ஐயரும் காங்கிரஸுடன் தொடர்புபடுத்திக் கொண்டனர். 1887இல் மெட்ராஸில் மூன்றாவது மாநாட்டை நடத்திய காங்கிரஸ் கட்சியும் மக்களின் அரசியல் கல்விக்கான தேவையை அடையாளங் கண்டது. அதற்கேற்ப, அது உள்ளூர்க் குழுக்களை நியமித்தது. அத்துடன் மக்களுக்குப் பொறுப்பினை அளிப்பதற்காக நிர்வாக, அரசியலமைப்பு மாற்றங்களை அது கோரியது.

உள்ளார்ந்ததும் புறத்தேயானதுமான வளர்ச்சி நிலைகளின் வரிசை, தமிழ்நாட்டு அரசியல் நிலைமைகளை மிகவும் பாதித்தது. நீண்டகாலமாக அரசியல் தலைவர்களும் தேசியவாத நிறுவனங்களும் பிரார்த்தனைகள் மற்றும் பிரிட்டிஷாருக்கு அனுப்பப்படும் விண்ணப்பங்கள் வாயிலாக குறைபாடுகளை நிவர்த்திக்க முயன்று வந்து கொண்டிருந்தனர். ஆனால், இக்கொள்கை பயனற்றது என்று கசப்பான அனுபவம் அவர்களை நம்பவைத்தது. ஆதலின், சுயராஜ்ஜியம் அல்லது சுய அரசாங்கம் காலத்தின் தேவை என்றுணர்ந்தனர். ஆனால் பிரிட்டிஷார் இக்கோரிக்கையை ஏற்கத் தயாராக இல்லாததால், வெவ்வேறான போராட்ட முறைகள் பரிசீலிக்கப்பட்டன. அதிகாரத்திற்கு எதிர்ப்பு, அந்நியப் பொருட்களைப் புறக்கணித்தல், சுதேசித் தொழில்களை முன்னெடுத்தல், வெளிநாடுகளிலுள்ள ஐரோப்பியரின் தோட்டங்களுக்கு உழைப்பாளர்கள் குடிபெயர்வதைத் தடுத்தல் மற்றும் பஞ்சாயத்துக்களைப் புதுப்பித்தல் அவற்றில் அடங்கும். தேசபக்திக் கவிஞர்கள், குறிப்பாக சுப்பிரமணிய பாரதியார் எழுதிய தேசபக்திப் பாடல்கள் தேசிய உணர்வை உசுப்பிவிட்டன. இரண்டாவதாக, மக்களது விருப்பத்திற்கெதிரான வங்கப் பிரிவினை (ம) தென்னாப்பிரிக்காவில் இந்தியர்கள் அவமதிக்கப்பட்டமை இரண்டும் சேர்ந்து தமிழரிடையே ஆத்திர அலையைப் பரப்பின. மூன்றாவதாக, வெளிநாடுகளில் ஒடுக்கப்பட்ட மக்கள் பெற்ற அடையாள வெற்றிகள், தேசியவாதிகளுக்கு ஊக்கமளித்தன. ஒட்டோமான் ஏகாதிபத்தியத்திற்கு எதிரான தீரப் போராட்டத்தின் விளைவாக, பால்கன் மக்கள் தம் சுதந்திரத்தை உறுதிப்படுத்தினர். 1905இல் ஆசியாவின் ஜப்பான், பலமிக்க வெள்ளை ரஷ்ய அரசை தோற்கடித்தது. தேசியவாத பத்திரிகைகள், இந்த அபாரமான வளர்ச்சிகளுக்குப் பரவலான செய்திகளைப் பரப்பி, மக்களிடம் எழுந்து கொண்டிருந்த தன்னம்பிக்கைக்குப் பங்களிப்புச் செய்தன.

பிரிட்டிஷ் ஏகாதிபத்தியத்திற்கு எதிரான பரந்துபட்ட அதிருப்தி, புறக்கணிப்பிலும் சுதேசியத்திலும் வெளிப்பாடு கண்டது. அந்நியப் பொருட்களை, குறிப்பாக ஜவுளித் துணிகளை வாங்குவதினின்றும் மக்களைத் தடுத்து, இந்தியாவில் தயாரான பொருட்களை வாங்குமாறு வற்புறுத்திட காங்கிரஸ் ஆர்வலர்களும் தேசபக்த அமைப்புகளும் ஒரு போராட்டத்தை ஆரம்பித்தன. 1906-1907இல் சுதேசியத்தை முன்னெடுத்துச் சென்றிட தேசியவாதிகள் சென்னையில் மூன்று அமைப்புகளை நிறுவினார். தொழிற்துறை அமைப்பு சிறுபங்களிப்புகளைத் திரட்டி சுதேசிப் பொருட்களைச் சேமித்து விற்கும் பொருட்டே, சேமிப்புக்கிடங்குகளை நிறுவிற்று. மக்கள் திரளினருக்கு சுதேசியத்தைப் போதிக்கவும், சுதேசிப் பொருட்களை விற்கவும் சுதேசி லீக் பொறுப்பேற்றுக் கொண்டது. பால பாரத சங்கம் அல்லது, இந்திய இளைஞர் சங்கம் தமிழில் சிறு பிரசுரங்கள் வெளியிட்டது மற்றும் இயக்கத்திற்கு ஆதரவாக சொற்பொழிவுகளுக்கு ஏற்பாடு செய்தது. மெட்ராஸில் தலைமையகத்தைக் கொண்டிருந்த இன்னொரு சங்கமான சுதேசி வஸ்து பிரச்சாரினி சபா, உள்ளூரில் தயாரான பொருட்களை விற்பதை பரவலாக்கிட முற்பட்டது. இதற்கிடையே சுதேசி இயக்கத்தை முன்னெடுத்துச் செல்ல, ஒரு தேசிய நிதி ஏற்படுத்தப்பட்டது.

இவ்வியக்கத்தின் வரலாற்றில் சுதேசி நீராவிக் கப்பல் கம்பெனி உருவானது முக்கிய வளர்ச்சியைக் குறித்தது. தமிழரின் கடல் மரபினைப் புதுப்பிக்கவும், மக்களுக்குக் கப்பல் கட்டுவதில் பயிற்சி அளிக்கவும், கடல்போக்குவரத்தில் பிரிட்டிஷாரின் ஏகபோகத்திற்குச் சவால் விடுக்கவும் தீர்மானித்து, வ.உ.சிதம்பரம்பிள்ளை (1872-1936) 1906இல் சீயாளியில் கப்பல் கம்பெனியை உருவாக்கிடும் முடிவை அறிவித்தார். அதன்படி, வணிகச் சமுதாயங்களிலிருந்தும் தேசியவாத நிறுவனங்களிடமிருந்தும், திரட்டிய சந்தாவுடன் அவர் தூத்துக்குடியில் சுதேசி நீராவிக் கப்பல் கம்பெனியை நிறுவினார். அவர் பத்துலட்ச ரூபாயைத் திரட்டி, காலியா மற்றும் லோவோ என்னும் இரு கப்பல்களை வாங்கி, பிரிட்டிஷ் கம்பெனிகளுக்குப் போட்டியாக தூத்துக்குடிக்கும் இலங்கைக்கும் இடையிலான வழித்தடத்தில் இயக்கினார். கொழும்புவுக்கும் தூத்துக்குடிக்கும் இடையே இயங்கிக்கொண்டிருந்த பிரிட்டிஷ் நீராவிக்கப்பல் கம்பெனிக்குப் போட்டியாக இவ்வுள்ளூர் கம்பெனி எழுந்தது. இத் துணிகரமான முயற்சி தேசியவாதிகளிடையே கணிசமான உற்சாகத்தைத் தூண்டிவிட்டது.

1907 ஜூலை 22 அன்றைய சுதேசமித்திரன், “அதனை நசுக்கிட ஃபெரிங்கெஸ் முயன்றபோதிலும், கம்பெனி திடமாக நிலைகொண்டது” என்று செய்தி வெளியிட்டது. எனினும் சீக்கிரமே இத் தேசிய தினசரி வெளியிட்ட உறுதிப்பாடு பகல் கனவாகிப் போனது. ஐரோப்பிய கம்பெனிகளின் கடும்போட்டியாலும், பிரிட்டிஷ் அரசாங்கத்திடம் அது கிளறிவிட்ட சந்தேகங்களாலும், கம்பெனி மோசமான நிலைக்கு உள்ளானது. அத்துடன் அதனிடம் தொழில்நுட்பத்திறனும் இயக்கும் வசதிகளும் இல்லாதிருந்தன. அது தொடர்ந்து நட்டத்தில் இயங்கவே, பொதுமக்கள் ஆதரவினை “*தி இந்து*” கோரிற்று. ஆனால் கடைவீதிகளில் டிக்கெட்டுகள் விற்பதை பிரிட்டிஷார் தடை செய்தனர்.

இதனால் பத்தாண்டுகளில் கம்பெனியை மூடி, பிரிட்டிஷாருக்கு விற்க வேண்டிவந்தது. இது தேசியவாதிகளுக்குப் பெரும் ஏமாற்றமாயிருந்தது. சுதேசி நீராவிக் கப்பல் கம்பெனியின் தோல்வி குறித்து “சுதேசி மற்றும் உள்ளார்ந்த தொழில்துறை வளர்ச்சி குறித்த நம் பேச்செல்லாம் வெறும் கேலிக்கூத்து என்பதை நாம் அவமானப்படும்படி நிறுவும், வலுவான உறுதிப்பாடுகளிலிருந்து பிறக்கும் நேரிய தன்மை நம்மிடம் இல்லை. இந்தியரை ஒரு வணிகராக குறைந்தபட்சம்கூட நம்பவும் முடியாது. சார்ந்திருக்கவும் முடியாது” என *இந்தியன் பேட்ரியாட்* கூறியது.

அந்நியப் பொருட்கள் புறக்கணிப்பும் சுதேசி இயக்கமும் பரந்துபட்ட செல்வாக்கைப் பெறவும், பிரிட்டிஷார் அதனை அடக்குமுறை மூலம் ஒடுக்கிட முற்பட்டனர். சுதேசிப் பொருட்களை விற்பதாகச் சந்தேகிக்கப்பட்ட கடைகளை போலீஸ் திடீர் பரிசோதனை செய்தனர். கூட்டங்களுக்குக் கட்டுப்பாடுகள் விதித்தனர். தேசியவாதத் தினசரிகள் மீது வழக்குத் தொடுத்தனர் மற்றும் தேசபக்தர்களைச் சிறைப்படுத்தினர். சதிச் செயல் குற்றச்சாட்டுகளின் பேரில் மக்கள் செல்வாக்குமிக்க தலைவர்களான வ.உ.சிதம்பரம்பிள்ளையும் சுப்பிரமணிய சிவாவும் கைதுசெய்யப்பட்டனர். இக்கைதுகளுக்கு எதிர்ப்புத் தெரிவித்து திருநெல்வேலியில் திரண்ட ஒரு கூட்டத்தினர் அரசுக்கட்டடங்களைத் தகர்த்தனர்.

1908இல் திருநெல்வேலி மற்றும் தூத்துக்குடியின் ஆலைத் தொழிளார்கள் வேலை நிறுத்தம் செய்தனர். பெருங்கூட்டமாக சேர்ந்த திருநெல்வேலித் தொழிலாளர்கள் காவல்நிலையம், நீதிமன்றம், நகராட்சி அலுவலகங்களைத் தாக்கினர். துணை ஆட்சித்லைவர் ஆஷ் கூட்டத்தை நோக்கிச் சுட்டதில் நால்வர் மாண்டனர்.

இருந்தும் கலவரம் ஒரு வாரம் நீடித்து, போலீஸ் அடக்குமுறைக்கு உள்ளானது. அக்கிரமமான இந்நடவடிக்கையால் பொங்கி எழுந்த, தேசபக்தர்களுள் ஒருவரான வாஞ்சி ஐயர், 1911இல் மணியாச்சி ரயில் நிலையத்தில் ஆஷினைச் சுட்டுக்கொன்றார். சிறிது தூரம் ஓடிய வாஞ்சி தன்னைத்தானே சுட்டுக்கொண்டு இறந்துபோனார்.

ஓர் இந்தியன் என்ற வகையில் தன் கடமையாக இதனைச் செய்ததாக அவரிடமிருந்த கடிதத்தில் குறிப்பிடப்பட்டிருந்தது. பல செய்தித் தாள்கள் இதனை அநியாயம் என்று கண்டித்தன. மெட்ராஸிலிருந்து வெளிவந்த *Lawyer* மற்றும் பெங்களூரிலிருந்து வெளிவந்த *Qasim ul Akbar* ஆகியன இக்கொலை, அராஜகவாதிகளின் செயல் என்றன. இக்குழுப் பாடலில் சேர்ந்துகொண்ட "தி இந்து" இதுவொரு கோழைத்தனமானதும், கேடுகெட்டதுமான காரியம் என்று கண்டித்தது. திறமைமிக்கவரும் அனுதாபம் நிறைந்தவருமான ஒரு மாவட்ட அலுவலர் மீது நடந்த கொடூரத்தை மக்கள் திகிலுடனும் ஆத்திரத்துடனும் பார்ப்பார்கள்" என்றெழுதியது. இச்சம்பவத்தை புலன் விசாரணை செய்து பரந்துபட்ட சதியின் அங்கமே இது என்று கண்டறிந்தனர்.

இதற்குப் பதிலடியாக பிரிட்டிஷார் மக்கள் மீது விரிவான அளவிலான ஒடுக்குமுறையைக் கட்டவிழ்த்துவிட்டனர். போலீஸ் சந்தேகத்திற்குரியவர்களைக் கைது செய்து சித்திரவதை செய்தது. சிதம்பரம்பிள்ளை 40 ஆண்டு சிறைவாசம் பெற, சுப்பிரமணிய சிவா பத்தாண்டு சிறைவாசம் பெற்றார். மைசூரைச் சேர்ந்த அனல் கக்கும் தேசியவாதி சுரேந்திரநாத் ஆர்யா, தேசத்துரோகக் குற்றச்சாட்டின் பேரில் 11 ஆண்டுகளுக்கு நாடு கடத்தப்பட்டார். மேல்முறையீட்டில், பிள்ளை, மற்றும் சிவாவுக்கு தலா ஆறு ஆண்டுகளாகத் தண்டனைகள் குறைக்கப்பட்டன. எனினும் அவர்கள் கடுங்காவலில் குற்றவியல் தண்டனைக் கைதிகளுடன் சேர்த்து அடைக்கப்பட்டு, வதைக்கப்பட்டனர். பிள்ளை செக்கிழுக்குமாறும், கல் உடைக்குமாறும் கட்டாயப்படுத்தப்பட்டார். 1912இல் விடுதலை செய்யப்பட்ட அவர் எஞ்சிய ஆயுளை விரக்தியில் கழித்தார். ஏனெனில் அவர் பின்பற்றிய தீவிரவாதம் ஆதரவை இழந்திருந்தது மற்றும் எம்.கே.காந்தி தலைமையிலான காங்கிரஸ் மிதவாதத்தை மேற்கொண்டது. இருப்பினும், 1920இல் கல்கத்தா மாநாட்டில் கலந்துகொண்ட அவர், ஒத்துழையாமையை எதிர்த்து, தரப்பெற்றதை வாங்கிக்கொண்டு, மேலும் பெறப் போராட வேண்டும் என்னும் கொள்கையை முன்வைத்தார். தன் இயக்கத்தின் தோல்வியைக் கண்ட அவர், அரசியலை விட்டு நீங்கி இலக்கியத்திற்குத் தன்னை அர்ப்பணித்துக் கொண்டார்.

காங்கிரஸின் தோல்வி

1914இல் முதல் உலகப்போர் மூண்டதும் புதிய நிலவரமொன்று வளர்ந்தது. பிரிட்டன் யுத்த களத்திற்கு இந்தியாவைக் கொண்டு சென்றது. இது ராஜதானியின் பொருளாதார வாழ்வில் பீதியூட்டும் தாக்கத்தைக் கொண்டிருந்தது. போரின் தாக்கத்தால், ஏற்றுமதி 34 விழுக்காடு ஆகவும், இறக்குமதி 37 விழுக்காடாகவும் குறைந்தன. ஜெர்மனியும் அதன் அணியைச் சேர்ந்தவையும் வணிகப் பொருட்கள் கொள்முதலை நிறுத்திவிடவே, பருத்தி, தென்னை மற்றும் வேர்க்கடலை சாகுபடி நலிவுற்றது. தொழிற்துறை உற்பத்தியும் வணிக வருவாயும் ரயில்வேயின் ஆதாயமும்கூட வீழ்ந்தன. இதற்கிடையே போரின் காரணமாக, பொது நிதியாதாரங்கள் உற்பத்தி சாராத செலவினங்களுக்கு திருப்பிவிடப்பட்டன. இந்நிலைமைகள் தம் தாக்கத்தில் மிக இருண்டி ருந்ததால், மக்கள் சோகத்திற்குள் தள்ளப்பட்டனர்.

இச்சிக்கலான தருணத்தில் இந்திய தேசிய காங்கிரஸும் மக்களைக் கைவிட்டது. இங்கிலாந்துதான் தாய்நாடு என்ற போதிலும், அதன் ஐரோப்பிய நெருக்கடிகளைச் சாதகமாக்கிக்கொண்டு, அமெரிக்கர் தம் உரிமைகளைத் தக்க வைத்துக்கொண்டனர். மறுபுறத்தில் காங்கிரஸ் கட்சி தன் ஏகாதிபத்திய எதிரிக்கு தன் முழு ஆதரவை அளித்தது. 1914ஆம் ஆண்டு மாநாட்டில் காங்கிரஸ், இந்தியத் துருப்புகளை யுத்த முனைக்கு அனுப்பி, அதன்மூலம் பேரரசின் பிற பகுதி மக்களுடன் தோளோடு தோள்நின்று, பேரரசின் உரிமை, நீதி மற்றும் இலட்சியத்திற்குப் பாதுகாப்பாக, போராடத் தயாராக இருப்பதை வெளிக்காட்டும் சந்தர்ப்பத்தை இந்தியருக்கு அளித்ததற்காக நன்றி தெரிவிக்கின்ற முட்டாள்தனமான தீர்மானத்தை நிறைவேற்றிற்று. தேசியவாத லட்சியத்தைக் காட்டிக் கொடுத்ததற்கு அவமானம் சேர்ப்பதாக, காங்கிரஸ் தலைவர் எஸ்.பி.சின்ஹா 1915இல் இந்தியாவெங்கிலும் வீசிய விசுவாச அலை அனைத்து வர்க்கங்களின் இருதயங்களையும் தொட்டிருப்பதாக அறிவித்தார். அதன்படி, நாடு பிரிட்டனின் யுத்த நாடகத்திற்கு ஆட்களையும், பொருட்களையும் பங்களிப்புச் செய்தது.

இத்தகைய தேசிய அவமான வேளையில், அயர்லாந்துப் பெண்மணி அன்னிபெசன்ட் இயக்கத்தை மீட்க முன்வந்தார். பிரும்மஞான சங்கத்தின் தலைவராக அவர் கணிசமான செல்வாக்குப் பெற்றிருந்தார். அவர் மிதவாதியாக இருப்பினும், அவர் பிரிட்டிஷ் நிர்வாகத்திடம் அதிருப்தி கொண்டிருந்தார். தேர்ந்தெடுக்கப்பட்ட சட்டமன்ற உறுப்பினர்களுக்கு மக்களின் குரல்களை

வெளிப்படுத்தும் உரிமை மறுக்கப்பட்டதால், 1915இன் ஆரம்பத்தில், சுயாட்சி கோரிக்கைக்கு ஆதரவாக, தனது செய்தித்தாளான New Indiaவில் நிறைய கட்டுரைகள் எழுதினார். சுயராஜ்யம் இல்லையெனில், இந்தியாவின் வறுமை வேலை வாய்ப்பின்மை போன்ற பிரச்சனைகளுக்குப் பரிகாரம் காண்பது சாத்தியமில்லை என்று அவர் உறுதிப்படுத்தினார். எனினும், இந்தியா கடந்த காலத்தில் சுயாட்சி பெற்றிருந்ததா என்று ஆங்கிலேயர் வாதிட்டு, அவரது செய்தித்தாளுக்கு அளிக்கப்பட்டிருந்த பாதுகாப்பினை அபகரித்திட முற்பட்டனர். தயங்காத அன்னிபெசன்ட் பிரிட்டிஷ் ஏகாதிபத்தியத்திற்கெதிரான போரைத் தொடர்ந்து நடத்தினார். மெட்ராஸ் பாராளுமன்றம் என்பதை அவர் உருவாக்கி, அதன் அமைச்சரவையில் தன்னைப் பிரதமராகவும், சில பிராமணரை அமைச்சர்களாகவும் நியமித்துக்கொண்டு, சென்னையின் கோகலே ஹாலில் அடிக்கடி கூட்டங்கள் நடத்தினார். பாராளுமன்ற நடைமுறைகளில் மக்களுக்குப் பயிற்சி அளிப்பதற்காக 1916 இல் அருண்டேல் மற்றும் வாடியா ஆதரவுடன் மெட்ராஸில் ஹோம்ரூல் லீகை அமைத்தார். அரசியலமைப்பு முறைகளின் மூலம் சுயாட்சியை எட்ட வேண்டும், பிரிட்டிஷ் பேரரசுக்கு உள்ளாக சுதந்திர நாடு என்று இந்தியாவின் தொடர்பைப் பராமரிக்க வேண்டும் மற்றும் இந்திய தேசிய காங்கிரசுக்கு ஆதரவளிக்க வேண்டும் என்னும் வரம்புக்குட்பட்ட லட்சியத்தை அது பெற்றிருந்தது. "சுயமரியாதையிலும், கௌரவத்திலும் உன்னத வாழ்க்கையிலும், வாழ்வு இருக்கின்றது, இவை இல்லாதவிடத்து வாழ்க்கை வாழத்தக்கதல்ல" என்றார் அவர்.

அன்னிபெசன்டால் தொடங்கப்பட்ட போராட்டம் அரசியல் வட்டாரங்களில் இலேசான சலசலப்பை ஏற்படுத்திற்று. தலைவர்கள் பேசினர். மாணவர்கள் வகுப்புகளைப் புறக்கணித்தனர். தொழிலாளர்கள் வேலை நிறுத்தம் செய்தனர். மதுரை ஹார்வி மில் தொழிலாளர்கள் வேலை நிறுத்தத்தில் ஈடுபட்டு, 25 சதம் ஊதிய உயர்வு பெற்றனர். பலபேர் அந்நியப் பொருட்களைப் புறக்கணித்தனர். சுதேசிப் பொருட்களைப் பயன்படுத்தத் தொடங்கினர். நல்வாழ்வுச் சட்டங்களை நிறைவேற்றுமாறு கோரினர். இவ்வியக்கம் மெட்ராஸிலிருந்து நாட்டின் வெவ்வேறு மாவட்டங்களுக்குப் பரவவே, தேசியவாத செய்தித்தாள் இந்து நேசன் எழுதிற்று, "ஹோம்ரூல் வடிவில் ஆரம்பித்த சுயாட்சி, சுயராஜ்ஜியத்திற்கான போராட்டம், இப்போது திடமாக வேரூன்றத் தொடங்கியிருக்கிறது. ஆங்கிலோ இந்திய சந்தர்ப்பவாதிகள் வித்தியாசங்களை உண்டாக்கியும், மிரட்டல்களை விடுத்தும்,

போராட்டத்தை முடிவுக்குக் கொண்டுவந்துவிட பூமிக்கும் ஆகாயத்திற்கும் பறந்தனர். அவர்கள் "வெறியுடன் பணியாற்றினர், பொம்மைகளென ஆடினர்". மறுபுறத்தில் பிரிட்டிஷ் ஆதரவு செய்தித்தாள் Ravi இந்நடவடிக்கையைக் கண்டித்தது. பேரரசு தன் இருப்புக்கே போராடிக் கொண்டிருக்கும் போது, அரசியல் போராட்டத்திற்கான நேரம் இதுவல்ல. இந்தியா மற்றும் பேரரசின் தார்மிக, உலகியல் வல்லமைக்கு இடையூறு செய்வது தவறானது. தேசத்துரோகமானது, அற்பமானது, வெறுக்கத்தக்கது மற்றும் அநேகமாக குற்றவியல் தன்மை வாய்ந்தது." 1917 ஜூனில் போலீஸ், பெசன்ட்டையும் அவரது ஆதரவாளர்களையும் கைது செய்து நீலகிரியில் சிறைவைத்தது. ஆனால், இது மக்களின் சினத்தைக் கிளறிவிட்டது. வேலைநிறுத்தங்களும், போராட்டங்களும் தணியாது இருக்கவே, அதே ஆண்டில் அவர் விடுவிக்கப்பட்டார். அதனின்றும் ஹோம்ரூல் போராட்டம் மக்கள் ஆதரவும், அமைப்பு வலுவும் இல்லாது போனதால், மெல்லத் தணிந்துவிட்டது.

நிச்சயமான நிகழ்வுத்திட்டம் ஒன்றினை உருவாக்கிய அன்னி பெசன்ட், தன் ஹோம்ரூல் லீகினை பிரிட்டிஷாருக்கு எதிரான போராட்டமாக நடத்திச் சென்றார். தீர்மானகரமாக அவர் நடத்திய போராட்டம், தேசியவாதிகளின் பாராட்டுதலைப் பெற்றது. எனினும் அப்போராட்டம் தோல்வியில் முடிந்ததில் வியப்பில்லை. உயர்வகுப்பு மேட்டுக்குடியினரான, குறிப்பாக பிராமணரின் சிறிய வட்டாரத்து ஆதரவினை மட்டுமே அவர் பெற்றிருந்ததால், போலிஸின் லத்தி அடிகளையோ, துப்பாக்கிக் குண்டுகளையோ, எதிர்த்து நிற்க அவ்வட்டாரத்தினர் தயாராயில்லை. அவர் ஒரே நேரத்தில் பிரிட்டிஷாரையும் பொதுமக்களையும் அந்நியப்படுத்தியதுதான் அவரது பெரும் தவறாகும். "அந்நிய நுகத்தடிக்குப் பணிவதை விடவும், உங்கள் நாட்டினரின் அநீதியால் ஆயிரம் முறை வருந்துவது மேலானது" என்று அவர் கூறுவதுண்டு. இது பிரிட்டிஷார் மீதான தாக்குதலாய் இருந்தது. ஆனால், அவர் இந்தியரை விட்டுவைக்கவில்லை. அதே வேளையில், பிராமணருடனான தனது அடையாளப் படுத்தலின் வாயிலாகவும், நீதிக்கட்சிக்கு எதிரான சிலுவைப் போர் வாயிலாகவும், தனக்கு எதிராக பொதுமக்களைத் திருப்பிவிட்டார். 1916 டிசம்பரில் நீதிக்கட்சித் தலைவர் தியாகராய செட்டி ஹோம்ரூல் இயக்கத்தைத் தாக்கி அறிக்கை வெளியிட்டார். அரசியல் அதிகாரத்திலும், அரசாங்கத்தின் உயர் பதவி நியமனங்களிலும் ஏகபோகத்தைப் பெற்றதுடன் திருப்தியுறாத பிராமணர்கள், தம் செல்வாக்கை விரிவுபடுத்திட முற்பட்ட திட்டமே அது என்றார். ஒரே சமயத்தில்

பிரிட்டிஷாருக்கும் திராவிடர்களுக்கும் மக்களுக்கும் எதிராகப் போராடுவது ஓர் அந்நியப் பெண்மணிக்கு சாத்தியமற்றதாகும். ஹோம் ரூல் போராட்டம் மோசமாகத் தோற்றதில் வியப்பில்லை.

இப்போராட்டம் தோல்வியுற்ற போதிலும், பிரிட்டிஷார் சிறிய அளவிலான சீர்திருத்தங்களுக்கு இசைவு தந்தனர். மிதவாதிகளைத் திருப்திப்படுத்தவும், சிக்கலான போர்க்காலத்தின் போது, ஏகாதிபத்தியத்திற்கு இந்தியாவின் நீடித்த ஆதரவைப் பெறவுமான முயற்சியாக இது இருந்தது. அதன்படி இந்தியாவுக்கான அரசுச் செயலர் இ.எஸ்.மாண்டேகு 1917 ஆகஸ்டு 20இல் ஓர் அறிவிப்பு வெளியிட்டார். "நிர்வாகத்தின் ஒவ்வொரு பிரிவிலும், இந்தியர்களின் தொடர்பினை அதிகரிக்கவும், பிரிட்டிஷ் பேரரசின் ஒருங்கிணைந்த அங்கமாக இந்தியாவில் பொறுப்புமிக்க அரசாங்கத்தை முன்னேற்றமிக்க வகையில் அடைந்துவிடும் நோக்கத்துடன் சுயாட்சி நிறுவனங்களைப் படிப்படியாக வளர்த்தெடுக்கவும் உறுதியளிக்கிறேன்."

இதனைத் தொடர்ந்து, அரசியலமைப்பு குறித்த சீர்திருத்தங்களும், 1919ஆம் ஆண்டு இந்திய அரசாங்கச் சட்ட நிறைவேற்றமும் மேற்கொள்ளப்பட்டன. இச்சட்டம் நியூடெல்லியில் இரு அவைகளைக் கொண்ட ஒரு மத்திய சட்டப் பேரவையை உருவாக்கி, பிராந்திய அரசாங்கங்களில் இரட்டையாட்சியை அறிமுகப்படுத்திற்று. இத்தகைய பிராந்திய நிர்வாகம், ஒதுக்கீடு செய்யப்பட்ட விஷயங்களும், இடமாற்றப்பட்ட விஷயங்களும் கொண்டிருக்க வகை செய்யப்பட்டது.

சட்டமன்றத்திற்குக் கட்டுப்படாத, செயலாக்க கவுன்ஸில் மற்றும் பிராந்திய ஆளுனரின் கட்டுப்பாட்டின் கீழாக ஒதுக்கீடு செய்யப்பட்ட விஷயங்கள் இருந்தன. மேலும் சட்டமன்றத்தின் கட்டுப்பாட்டிலுள்ள அமைச்சரவை மற்றும் ஆளுனரின் கட்டுப்பாட்டில் இடமாற்றம் செய்யபட்ட விஷயங்கள் வைக்கபட்டன. காங்கிரஸ் இச்சீர்திருத்தங்களை நிராகரித்தது. ஆனால் காங்கிரஸின் ஒரு பிரிவினரான சுயராஜ்யவாதிகள் அரசியலமைப்புச் சட்டத்தைத் தக்கவைத்துக் கொள்ளும் நோக்குடன் சட்டப் பேரவையில் நுழைந்திடத் தீர்மானித்தனர். சட்டப்பேரவையில் நுழைவது தொடர்பான தேசியவாதிகளின் அணுகுமுறையிலிருந்த முரண்பாடு, நீதிக்கட்சிக்கு ஆதாயமாக விளங்கிற்று.

23

சமூகக் கொடுங்கோன்மைக்கு எதிரான போராட்டம்

தமிழ்நாட்டில் வரலாற்று நிகழ்வுப்போக்கு தமிழர்களின் நலன்களுக்கு மிகவும் எதிராகவே செயல்பட்டது. உள்ளார்ந்த அதிருப்திகளாலும் வெளிப்புற வெற்றிகளாலும், பெரிதும் வடபுலத்திலிருந்து வந்த படையெடுப்பாளர்கள் நாட்டுக்குள் நுழைந்து தமிழரை அடிமை நிலைக்குள் தள்ளினர். ஆரியர், கன்னடியர், தெலுங்கர், மராத்தியர் எனப்பட்ட அவர்கள் புரோகிதராக, ஆட்சியாளராக, ஜமீன்தார்களாக, நிர்வாகிகளாக, எழுச்சி கொண்டனர். வெற்றிகொண்ட இவர்களுக்குப் பிறந்த கலப்பு ரத்தத்தினர் ஒடுக்குமுறைக்கருவிகளாய் சேவகம் புரிந்தனர். அரசியல் அதிகாரமும் நில உடைமையையும் இழந்த, வெற்றிகொள்ளப்பட்ட தமிழர், தீண்டத்தகாதவர் நிலைக்குத் தள்ளப்பட்டனர். அவர்கள் ஆலயங்களுக்குள்ளோ, மராபார்ந்த சாதியமைப்புக்குள்ளோ அனுமதிக்கப்படாததால், இந்துக்களாக அங்கீகரிக்கப்படவில்லை. புரோகிதராகவோ வழிபடுபவராகவோ வரவேற்கப்படவும் இல்லை.

மாறாக தம் நிலங்களை இழந்து வெறுமனே உழைப்பாளிகளாக, வாரதாரர்களாக அல்லது குற்றவாளிகளாக ஓரங்கட்டப்பட்டனர். இங்குவந்து ஆட்சி செய்த பிரிட்டிஷார், ஆதிக்க சமூகத்தினருடன் சமரசம் செய்து கொண்டு, நாட்டின் வளங்களைச் சுரண்டுவதில் ஆர்வமாயிருந்தனர். சமூகச் சீர்திருத்த நோக்கிலான தனித்தனியான முயற்சிகள் இருப்பினும், தீண்டாமை, சாதியமைப்பு, சித்திரவதை, சிசுக்கொலை போன்ற காட்டுமிராண்டித்தனமான சம்பிரதாயங்கள் அவற்றின் இறுகிய வடிவங்களிலேயே தொடர்ந்து நிலவின. தமிழ்ச்சமூகங்கள், சமூக ஒடுக்குமுறைக்கும் பொருளாதார இழப்புக்கும் பலிகளாயின. மறவர்கள், கள்ளர்கள், படையாச்சிகள், நாடார்கள்,

பரதவர்கள், பள்ளர்கள் மற்றும் பறையர்கள் அவர்களில் இடம்பெற்றனர்.

தீண்டத்தகாதவரை ஒடுக்குதல்

தமது அரசியல் ஆன்மிக அதிகாரத்தின் காரணமாக, மன்னர்களும் புரோகிதர்களும் மக்களைச் சுரண்டி, அனைத்துச் சலுகைகளையும் தக்கவைத்துக் கொண்டனர். அரசியல், மத நிறுவனங்களின் அனைத்துப் பொறுப்புகளையும் அவர்கள் வகித்து, வீழ்ச்சியுற்ற தமிழரின் செலவில் வழக்கமாக நகரங்களில் வசித்தனர். விஜயநகரப் பேரரசு மற்றும் நாயக்க அரசுகளின் வீழ்ச்சிகளுக்குப் பிறகு, அரசியல் அதிகாரம் தெலுங்கரிடம் இருந்து முஸ்லீம்களிடமும், முஸ்லீம்களிடமிருந்து பிரிட்டிஷாரிடமும் கடந்து போனது. இருப்பினும், புரோகிதச் சமுதாயங்களின், வழக்கமாக பிராமணரின், மேலாதிக்க அந்தஸ்து தொடர்ந்து பாதிப்புறாமலிருந்தது. கோயில் தேர்ச்சக்கரங்களில் நசுக்கப்பட்ட பக்தர்களின் தற்கொலைக்கும், கணவரின் இறப்பின்போது, பெண்கள் உடன்கட்டை ஏறியதற்கும் புரோகிதர்கள் தலைமை தாங்கினர். 1710இல் ராமநாதபுரம் சேதுபதியின் மனைவியர் மற்றும் 1802இல் தஞ்சாவூரின் ராஜா அமர்சிங்கின் 2 மனைவியரின் சதிகள் இதற்கு வகைமாதிரி உதாரணங்கள். இப்பெண்டிரைத் தீப்பிழம்புகள் எரித்து முடித்ததும், பிராமணர் விசித்திரமான சில மந்திரங்களை ஓதி நகைகளை எடுத்துக்கொண்டு, அஸ்திகளை கடலில் கரைத்தனர்.

அவர்தம் ஆசைப்படி, திருவாங்கூர் மன்னர் மார்த்தாண்ட வர்மா (1729-1758), நாடார், ஈழவர், மற்றும் பரதவ சமுதாயங்களிலிருந்து 15 குழந்தைகளைப் பிடித்து, அவரது இஷ்ட தெய்வம் அனந்தபத்மநாபனுக்குப் பலியாக, திருவனந்தபுரத்தின் வெவ்வேறிடங்களில் உயிருடன் புதைத்தனர். பிரிட்டிஷ் ஆட்சி நிறுவப்பட்ட பிற்பாடு, அவர்கள் ஏகாதிபத்தியத்துடன் சமரசம் செய்துகொண்டு அந்நியருக்கான சேவையில் சேர்ந்து கொண்டனர். சமூகத்தின் ஆன்மிகத் தலைவர்கள் ஏகாதிபத்தியத்திற்கு சேவை புரிந்தபோது, பிரிட்டிஷார் தம் செல்வாக்கைத் திரட்டிக் கொள்வதில் எந்தத் தடையினையும் எதிர்கொள்ளவில்லை. அவர்கள் மக்கள் தொகையில் மூன்று சதமே இருப்பினும், பிரிட்டிஷ் நிர்வாகத்தில் தமிழருக்கு என்றிருந்த பதவிகளை எல்லாம் ஆக்கிரமித்துக் கொண்டனர். வெகுசீக்கிரமே தம் மேலாதிக்க நிலையில் பாதுகாப்பாய் இருந்து கொண்டு, தமிழரை வெறுப்புடன் நோக்கி,

மிலேச்சர் என்று அவமதித்து, தமிழை மிலேச்சரின் மொழி என்று கருதினர்.

மன்னர்கள் மற்றும் புரோகிதர்களுடன் மிக நெருக்கமாய் இருந்தனர். குருதிக்கலப்பில் பிறந்தவர்கள் நிலப்பிரபுக்களாகவும் அரசாங்கப் பணியாளர்களாகவும், தமிழரிடமிருந்து தக்க வைத்துக் கொள்ளப்பட்ட வளமான நிலங்களை வைத்திருந்த அவர்கள் நிர்வாகத்திலும் ராணுவத்திலும் மத அமைப்புகளிலும் பணிபுரிந்தனர். கிராம அலுவலர்களாக, வருவாய் துறைப் பணியாளர்களாக, ராணுவ வீரர்களாக விளங்கினர். உள்ளூர்க் காரனானாலும் சரி, அந்நியரானாலும் சரி, ஆட்சியாளர்கள் தம் அதிகாரத்தைப் பிரயோகிக்க அவர்களைச் சார்ந்திருந்தனர். இதன் விளைவாக சாதி இந்துக்கள் வரிவிதிப்பிலிருந்தும், தண்டனையிலிருந்தும் விலக்குப் பெற தம் பதவிகளைப் பயன்படுத்தினர். சமூகத்தின் துரதிருஷ்டவசமான பிரிவுகளை, ஒடுக்கும் உரிமை கொண்டவர்களாயிருந்தனர். கல்லிடைக்குறிச்சி சாசனப்படி, பிராமணரும், நாயரும், பிள்ளைகளும், செய்த கொலைகள் குற்றமாகக் கருதப்படவில்லை.

இந்தியப் பண்பாட்டுக் கீர்த்தியிலுள்ள புதிர், பெரும்பான்மையினரான மக்களை தீண்டத்தகாதவரென்று அது இழிவுபடுத்தியதுதான். திராவிடர் அல்லது ஆதிதிராவிடர் என்று குறிப்பிடப்பட்ட அவர்கள் மண்ணின் மைந்தர்களாயிருந்தனர். படிப்படியானதும், இருப்பினும் ஈவிரக்கமற்றதுதான வன்முறை வஞ்சக நிகழ்ச்சிப் போக்கினால், குருதிக் கலப்பினரையும் சாதி இந்துக்களையும் அவர்களது உடைமைகளை இழக்கவைத்து, நிலமற்ற தொழிலாளர்களாக ஒதுக்கித் தள்ளினர். உழுவதற்கு வளமான நிலமின்றியும், குடியிருப்பதற்கு சரியான மனையின்றியும் அணிவதற்கு ஆடையின்றியும், உண்பதற்கு உணவின்றியும் விடப்பட்ட அவர்கள் ஆட்சியாளர்கள், பிராமணர்கள் மற்றும் சாதி இந்துக்களைச் சார்ந்து நிற்கவே, பரிதாபகரமான வாழ்வை நடத்தினர். ஊதியமின்றி அரசுக்காகப் பணிபுரியவும், நிலப்பிரபுக்களின் நிலங்களில் சாகுபடி செய்யவும், தம் குடிசைகள், கால்நடைகள் மற்றும் பறவைகளுக்கு வரிகட்டவும், சாதி இந்துக்களுக்கு அன்பளிப்புகள் வழங்கவும், கோயில்கள், பொதுத் தெருக்கள் மற்றும் உயர்சாதியினர் குடியிருப்புகளிலிருந்து விலகி இருக்கவும் வேண்டியிருந்தது. இவற்றில் சிறியதொரு மீறல்கூட, மரண தண்டனை உள்ளிட்ட கடும் தண்டனையைப் பெற்றுத் தந்துவிடும்.

அரசாங்க ஊழியர்களும் சாதி இந்துக்களும், கொடூரமாய் சித்திரவதை செய்தனர். நாட்கணக்கில் உணவில்லாது அடைத்துவைத்தல் வழமையான முறைகளுள் ஒன்று. கால் கைகளைச் சேர்த்துக் கட்டி, முதுகில் பெரியதொரு கல்லை வைத்து, தகிக்கும் சூரியனைப் பார்த்தபடி கிடத்தி வதைப்பதும், சவுக்கால் சொடுக்குவதும் உண்டு. இத்தகைய பரிதாப நிலையில் வரிசையாக இவர்களை வைத்திருப்பது சாதாரண காட்சியாகும். சித்திரவதையுடன் மற்ற வடிவங்கள் மேலும் ஒடுக்குமுறை கொண்டதாகும். பலியாளின் ஒரு காலினை எவ்வளவு உயரமாக முடியுமோ அவ்வளவுக்கு ஒரு மரத்துடன் கட்டி ஒரு காலின்மீதே சுடும் வெயிலில் நிற்குமாறு அவனைக் கட்டாயப்படுத்திட அவன் தலைமீது கனத்த பாறாங்கல் வைக்கப்படும்.

இந்தியப் பழங்குடியினரை அமெரிக்கர் செய்ததுபோல், அவனுக்கு மூச்சுத் திணறும் மட்டும் அல்லது மூச்சுத்திணறி மடியுமட்டும் மரத்தில் தொங்கவிட்டு, கிணறு, ஆற்றில் முக்கி எடுப்பர். தகிக்கும்படி அவனது கண்களிலோ, அந்தரங்க உறுப்புகளிலோ மிளகாய்த் தூள் தேய்க்கப்பட்டது. அவனைக் குருடாக்கும் பொருட்டு, கண்களில் கள்ளிப்பால் ஊற்றப்பட்டது. சிரட்டையில் ஓர் அரிக்கும் பூச்சியை வைத்து தொப்பூள் மீது கட்டி தாங்கமுடியாத எரிச்சலை ஏற்படுத்தினர். இவை தவிர, கிட்டி எனப்பட்ட கருவியும் பயன்படுத்தப்பட்டது. அதன் மூலம் விரல்களைப் படிப்படியாக வளைத்து கையின் பின்புறத்தைத் தொடுமாறு செய்து, மிகவும் வதைக்கின்ற வேதனையை அனுபவிக்கச் செய்தனர். இரும்பு அல்லது மரத்தில் செய்யப்பட்ட கூரான கோலுக்கு கழுகு என்று பெயர். ஒருவரை அதன்மீது அமர வைத்து மடியும் வரை கீழே இறக்குவர். வயது, பாலினம் பாராது மேற்கொள்ளப்பட்ட இவ்வக்கிரமங்கள் ஈவிரக்கமற்ற வகையில், தீண்டத்தகாதவர்களான தமிழர்கள் மீது விழுந்தன. பொது மக்களின் அடங்கிய தன்மை, செல்வாக்குள்ள சமூகங்களின் கொடுமையான போக்கு மற்றும், குருதிக்கலப்பினருடன் நிர்வாகத்தினர் உடந்தையாயிருந்தது எல்லாம் சேர்ந்து, இத்தகு அநியாயங்களைச் சாத்தியமாக்கின.

நாடார்களின் சோதனைகள்

சமுதாயத்தில் அதிக எண்ணிக்கையிலுள்ள சமுதாயத்தவராக நாடார்கள் இருந்தனர். சாதி அமைப்பு இல்லாத சங்ககாலத்து வில்லவரின் சந்ததியினரான சான்றார், சான்றோர், நாடாள்வார்

மற்றும் சாணார் என்றறியப்பட்டவரான அவர்கள், கற்றறிந்தோரும், போர்வீரர்களும், வணிகர்களும், கள் இறக்குவோருமாக விளங்கினர். பாண்டியர்கள், மதுரை நாட்டினை அரசாண்ட ராஜ சத்திரியர்கள் அவர்களின் உட்பிரிவினரென்று பரவலாக நம்பப்படுகிறது. அதுபோன்றே கேரள வரலாற்றாசிரியர் ஏலம் குளம் குஞ்சன் பிள்ளையின் அபிப்ராயத்தில், அவர்கள் சேரர்கள். கல்லிடைக்குறிச்சியின் இரு சாசனங்கள், இடைக்காலத்தில் நாடார்கள் சேர மற்றும் பாண்டிய நாடுகளில் நிர்வாகிகளாகவும், கணக்கர்களாகவும் விளங்கியதை உணர்த்துகின்றன. மகாவம்சத்தில் உள்ள குறிப்புகளும், கேரள சமஸ்தானங்களில் பணியாற்றியவர்களின் பெயர்களும், இலங்கைக்கு எதிராக குலசேகர பாண்டியன் தலைமையிலும், கொல்லத்திற்கு எதிராக மார்த்தாண்ட வர்மாவின் தலைமையிலும் போராடிய நாடார் போர்வீரர்களே என்பதைச் சுட்டிக்காட்டும். எனினும், பிற்காலங்களில் மறைந்துபோன கீர்த்தியின் நினைவுகள் கொண்டவர்களாக நாடார்கள் இருந்தனர். அவர்தம் ஆரம்பகால குடியேற்றங்களின் இடிபாடுகள் இம்மரபைத் தக்க வைத்துள்ளன.

முஸ்லீம் மற்றும் தெலுங்கரின் வெற்றிகள் நாடார்களின் புகழுக்கு கடும் அடி கொடுப்பதாக இருந்தன. மேலாதிக்கச் சமூகம் மற்றும் தமிழ் அதிகாரம் என்ற விதத்தில் அவர்கள் அந்நிய ஆக்கிரமிப்பின் தழும்பை ஏற்க வேண்டியிருந்தது. ஆஃப்கானியரை எதிர்த்த அவர்தம் முயற்சி பயனின்றிப் போகவே, மதுரையை விட்டு வெளியேறிய அவர்கள், கமுதி, சின்னமனூர், மானாடு, வன்னிகுளம், பாளையங்கோட்டை, மற்றும் தென்காசிக்குச் சென்றனர். பிற்காலத் தலைவர்களுள் ஒருவரான அரிகேசரி பராக்கிரம பாண்டியன், காசியாத்திரை சென்று திரும்பும்போது ஒரு கிராமத்தில் சிவலிங்கத்தை பிரதிஷ்டை செய்ய, நாளடைவில் அது நாடார் மிகுந்த குடியிருப்பாக செழித்து சிவகாசி எனப்பட்டது. தமிழர்தம் கண்ணிய நிலையிலிருந்து வீழ்ந்ததன் ஓரம்சமே நாடார்களின் வீழ்ச்சியும். பாண்டியர்கள் அதிகாரம் சரிவடைய, முஸ்லீம்கள் தம் அதிகாரத்தை திரட்டிக்கொண்டு, மதுரை சுல்தான் அரசை நிறுவினர். மதுரை சுல்தான் அரசுகளுக்கு எதிராக அடிக்கடி சண்டையிட்டு, மக்களுக்கு எதிராக ஒடுக்குமுறைக் கொள்கையைக் கையாண்டது.

எனினும், குமாரகம்பணன் தலைமையிலான விஜயநகரப் படைகள் மதுரை மீது படையெடுத்து, சுல்தான் அரசை அழித்தது. அப்போது பாண்டியர்கள் கறைபட்ட கீர்த்தியை மீண்டும் மீட்டிட

தீர்மானகரமாக முயன்றனர். விஸ்வநாத நாயக்கர் தலைமையிலான விஜயநகரப் படையினரை எதிர்த்து கயத்தாறில் நடந்த பெரும் சண்டையில் பங்கேற்ற பஞ்ச திருவழுதி நாடார்கள் எனப்படும் ஐந்து அரசர்கள் தோற்கடிக்கப்பட்டனர். இதன் விளைவாக, நாயக்கர்கள், மதுரை நாட்டில் தம் அதிகாரத்தைத் திடப்படுத்தினர். திருமலை நாயக்கரின் மைசூர் மற்றும் பீஜப்பூரின் படைகள் தென்கோடியில் அடிக்கடி படையெடுத்தன. ராமநாதபுரம் சேதுபதிகளும் நாயக்கர் அதிகாரத்தை எதிர்த்தனர். இச் சந்தர்ப்பத்தைச் சாதகமாகப் பயன்படுத்திக்கொண்டு, தம் செல்வாக்கினை மீளவும் நிறுவிட முற்பட்டு, குமார வீர மார்த்தாண்ட நாடார் என்னும் திறன்மிகு தலைவர் தலைமையில் பலமான கலகத்தை நடத்தினர். ஆனால், நீடித்த போராட்டத்தின் மூலம் நாயக்கர்கள் கலகக்காரர்களை அடக்கினர்.

இக்கலகத்தின் வீழ்ச்சி, அடங்காத தமிழருக்கு நாசகரமாக இருந்தது. முதலியார்கள் மற்றும் பிள்ளைகளின் ஒத்துழைப்புடன் நாயக்கர்கள் அவர்தம் வீடுகளை எரித்தனர். கிராமங்களை ஆக்கிரமித்தனர். குடும்பங்களைச் சுற்றி வளைத்தனர். அவர்களில் பலர் படுகொலை செய்யப்பட்டனர் அல்லது அடிமைகளாய் விற்கப்பட்டனர். காயல்பட்டினத்தின் சுமார் 800 நாடார்களும் கீழக்கரையின் சுமார் 100 நாடார்களும் முஸ்லீம்களிடம் ஒப்படைக்கப்பட்டனர். அவர்களால் நடுக்கடலில் எறியப்பட இருந்தபோது, இஸ்லாத்தைத் தழுவி சாவிலிருந்து தப்பினர். பயம் மீதூரப்பெற்று உயிர் பிழைத்தவர்கள் ஆளரவமற்ற பிரதேசங்களுக்குச் சிதறிப்போயினர். சொற்பமான மழையும் வறண்ட நிலமுமாக திருச்செந்தூரை நோக்கிய வழித்தடம் இருந்தது. அவர்களில் பலர் இப்பகுதிகளில் குடியேறி, பனைமரங்களிலிருந்து கள் இறக்கி, மோசமான வாழ்க்கை நடத்தினர். உண்மையில் கள் இறக்கிய இக்கால கட்டம் நாடார்கள் வரலாற்றில் ஓர் இருண்ட காலத்தை பிரதிநிதித்துவப்படுத்திற்று. முன்னர் கேரள நாடார்கள், இந்துக் கோயில்களிடம் தம் நிலங்களை இழந்து, கட்டாய உழைப்புக்கும் சித்திரவதைக்கும் உள்ளாகி இருந்தனர்.

ஒடுக்குமுறையிலிருந்து தப்பிக்க, அவர்கள் திருநெல்வேலிக்கு ஓடினர். எனினும் பதினெட்டாம் நூற்றாண்டு வாக்கில், திருவாங்கூரின் நிலைமை அபிவிருத்தி அடையவே, சிவகாசியிலிருந்து சில குடும்பங்கள் திருவாங்கூர் திரும்பின. அவர்களில் பலர் மலேரியாக் காய்ச்சலில் மாண்டனர். எனினும் அவர்கள் காடுகளைத் திருத்தி தென்னந்தோப்புகளை வளர்த்து

தம் குடியிருப்புகளை அமைத்துக் கொண்டனர். நெய்யாற்றங்கரை மற்றும் திருவனந்தபுரத்தின் பல நாடார் குடும்பங்கள் இவ்வெளியேற்றத்தின் கசப்பான ஞாபகங்களைச் சுமந்துள்ளனர். இக்குடும்பங்களில் பல, ஆற்காடு, சேலம், கோயமுத்தூர் மற்றும் மைசூருக்குத் தப்பிச் சென்று, பயம் காரணமாக கிராமணி, செட்டி, பிள்ளை போன்ற விருதுப் பெயர்களை வைத்துக் கொண்டனர்.

முகலாயர் கர்நாடகத்தை வெற்றிகொண்டது, வாலாஜாக்களின் ஏற்றத்துக்கு இட்டுச் சென்றது. என்றாலும், பிள்ளையினத்தவர், பாளையக்காரருக்கு உடந்தையாயிருந்ததால், நாடார்களை இம்சிப்பது தணியாது தொடர்ந்தது. பிரிட்டிஷார் சட்டம் ஒழுங்கை நிலைநாட்ட, நிலவரம் அபிவிருத்தியடைந்தது. மாறிய நிலவரம் நாடார்களைப் பாதுகாப்பு உணர்வுடன் சாகுபடிக்கும், தொழிலுக்கும் வணிகத்துக்கும் திரும்புமாறு செய்தது. பதினெட்டு, பத்தொன்பதாம் நூற்றாண்டு வாக்கில், மெட்ராஸ் நிர்வாக அறிக்கைகளில் குறிப்பிட்டிருப்பது போல, மேற்கு மலைத் தொடரின் இருபுறங்களிலுமுள்ள தம் மூதாதையரின் இடங்களுக்கு மேலும் பலர் திரும்பினர்.

அரசியல் களத்தில் மாற்றங்கள் ஏற்பட்டும், சமூக சமத்துவம் பெற்றிடும் நாடார்களின் முயற்சி கடுமையாகவே இருந்தது. தமிழ்நாட்டின் ஒருங்கிணைந்த பிரதேசமான திருவாங்கூரில் நாடார்களை குடியேற்றி, தமிழரிடமிருந்து பறிக்கப்பட்ட வளமான நிலங்களை அவர்களிடம் தந்தனர். இந்நாடார் வீடுகள் அம்ம வீடுகள் (மன்னரது காமக்கிழத்தியர் இல்லங்கள் என்னும் பொருளில்) அழைக்கப்பட்டன. வடக்கில் திருவாங்கூர் விரிவடைந்ததும், மைசூரினால் மலபார் படையெடுக்கப்பட்டதும் சேர்ந்து, இவ்வரசு தன் தமிழ் அடையாளத்தை இழந்துவிட்டது. வட பிரதேசங்களிலிருந்து குடிவந்த நாயர்கள் அதிக எண்ணிக்கையில் குடியேறி, படைகளில் தமிழர்களை வெளியேற்றி, வருவாய்ப் பிரிவுகளில் நுழைந்து கோயில்களுடன் தொடர்பு ஏற்படுத்திக் கொண்டு, ஆளும் வர்க்கமாய் எழுந்தனர். நிலங்களைத் தொடர்ந்து உழுது கொண்டிருந்த தமிழர்கள், தம் நிலங்கள் பிராமணிய மடங்களுக்கும் நாயரின் அம்ம வீடுகளுக்கும் இடமாற்றப்படுவதைக் கண்டனர். இதன் விளைவாக மண்ணின் மைந்தர்கள் நிலமற்ற வாரதாரர்களாகவும், பண்ணையடிமைகளாகவும் ஒதுக்கித் தள்ளப்பட்டனர்.

தெற்குத் திருவாங்கூரின் தமிழர்களும், வடக்கு திருவாங்கூரின் மற்ற தீண்டத்தகாதோரும், குறிப்பாக ஈழவரும், மன்னர்களால்

திணிக்கப்பட்ட கொடுங்கோன்மை அமைப்பை ஆதரிக்க வேண்டியவர்களாக இருந்தனர். பிராமணரும் நாயரும், பிள்ளைகளும் வரி செலுத்த வேண்டாது இருக்க, நாடார்கள் கட்டாய உழைப்புக்கும் கடும் வரிவிதிப்புக்கும் உள்ளாக்கப்பட்டனர். சாலைகள் போடவும், கால்வாய்கள் சீரமைக்கவும், அரசாங்கக் கட்டிடங்கள் நிர்மாணிக்கவும், அவர்கள் பலவந்தமாய் ஈடுபடுத்தப்பட்டனர். அவர்கள் கோயில் யானைகளுக்கு உணவூட்டி, கோயில் நிலங்களைச் சாகுபடி செய்ய வேண்டும். தம் கொடுமைக்காரர்களுக்கு அர்ப்பணிப்புடன் அவர்கள் சேவை புரிந்தும், அவர்களுக்கு எவ்வித இழப்பீடோ, ஆறுதலோ அளிக்கப்படவில்லை.

அவர்கள் மக்கள் சேவைகள், பொதுச் சாலைகள், பொதுக்கிணறுகள் மற்றும் வழிபாட்டு இடங்களிலிருந்து விலக்கியே வைக்கப்பட்டனர். அவர்கள் இடுப்புக்கு மேலே ஆடை அணிய இயலாது. குடை வைத்துக்கொள்ள முடியாது. செருப்புகள் அணியலாகாது. நாடார் பெண்கள் தோள்சீலை அல்லது மேலாடை அணிவதினின்றும் தடுக்கப்பட்டனர் மற்றும் நாயர் பெண்களைப் போல இடுப்பில் தண்ணீர்க் குடம் சுமந்து வராது தடுக்கப்பட்டனர். அவர்கள் தம் உடலின் மேற்பாகத்தை மூடாது விட்டது பணிவின் அடையாளமாக மட்டுமல்லாமல், தாங்கள் "தீண்டத்தகாதவர்" என்று அடையாளப்படுத்திக் கொள்ளவுந்தான். ஒவ்வொரு நாளும் ஆடவரும் பெண்டிரும், இடுப்பு முண்டை இறுக்கி கைகூப்பி தம் எஜமானர்களிடமிருந்து சற்று தூரத்தில் நின்று, அவர்கள் போகலாம் என்று சமிக்ஞை காட்டும் வரையிலும் விழுந்து கிடக்க வேண்டும்.

இச்சம்பிரதாயங்களில் எந்தவொரு சிறு மீறலோ, அடாவடியான உத்தரவுக்குப் பணியாது போவதோ, ஈவிரக்கமற்ற தண்டனைக்கு வழிவகுக்கும். நாயர்கள் தம் பலியாட்களை மனிதாபிமானமின்றி வதைத்து, சாகும் வரை சித்திரவதை கூடச் செய்தனர். யாரேனும் தீண்டத்தகாதவர் பிராமணன், நாயர் அருகே போகத் துணிந்தால், உடனே தண்டிக்கப்பட்டான். சாதி இந்துக்களால் நிர்வகிக்கப்பட்டு ஊழல் மண்டி குற்றவியல் தன்மை கொண்டிருந்த நிர்வாகமும் நீதித்துறையும், மக்களால் புகார் செய்ய இயலாதபடி இருந்தன. திருவனந்தபுரத்தில் ஆளுநர் பொறுப்பிலிருந்த கர்னல் மன்றோ 1818 மார்ச் 7 அன்று எழுதினார். "நடவடிக்கைகளையும் சரிவர விவரித்திட இயலாது. ஒவ்வொன்றிலும் வஞ்சகமும் ஒடுக்கும் தன்மையும், கெட்ட பெயரும் பெற்றுள்ளது. எந்தவொரு விஷயத்திலும் மனிதாபம் மட்டும் மந்தமானது. எதையும்

நிறைவேற்ற இயலாதபடி தாமதப்படுத்துவது குறித்த மக்களின் எந்தப்புகாராலும் பயனில்லை." பரிகாரம் நம்பிக்கை தராதிருந்தது. அவர்களுக்கு இருந்த ஒரே வழி லஞ்சம் தருவதே.

நாடார் இயக்கம்

இப்பரிதாபமான காலகட்டத்தில் சமூகக் கொடூரத்தையும், அரசியல் ஒடுக்குமுறையினையும் எதிர்த்திட நாடார்களிடையே ஒரு துணிவு பிறந்தது. விடுதலைக்கான அவர்களது போராட்டத் தொடக்கம் கட்டாய உழைப்பு மற்றும் மேலாடைக் கட்டுப்பாட்டில் திரும்பி, அப்புறம் கோயில் நுழைவாக மாறி, இறுதியில் சுயமரியாதை மற்றும் தமிழர் ஒருங்கிணைப்பு இயக்கங்களில் கலந்துவிட்டது. உண்மையில், 150 ஆண்டுகளாக நீடித்து வந்த இப்போராட்டம், இந்தியாவின் பிற பகுதிகளிலும், சமூக விடுதலையை நோக்கமாகக் கொண்டிருந்த இயங்கங்களை வரவேற்றது. பல்வேறு காரணிகள் இவ்வளர்ச்சிக்குப் பங்களித்தன. வேதனையும் சஞ்சலமும் மீதூரப் பெற்ற நாடார்கள், தம் கடந்த கால மாட்சிமையை நினைவு கூர்ந்தனர். ஜான் ஆப்பெஸ் சரியாகவே குறிப்பிட்டார், "இம்மக்கள் ஒடுக்கப்பட்டதும், இழிவுபடுத்தப்பட்டதுமான நிலையில் இருப்பினும், உன்னதமான மூதாதையரைக் கொண்டுள்ள பல பெருமிதமான அம்சங்களைக் கொண்டிருந்தனர்." தம் துரதிர்ஷ்ட நிலை அகற்றப்படக் கூடியதே என்னும் உறுதிப்பாட்டினை வைத்திருக்கும் அளவுக்கு இந்த ஞாபகம் ஆழ வேரூன்றியிருந்தது.

ஓர் அறிவார்ந்த கிளர்ச்சிக்குப் பங்களிக்க ஏராளமான பண்டிதர்கள் தோன்றலாயினர். ஏ.வேதக்கண், பாக்கியநாதன் என்போர் அக்குறிப்பிடத்தக்கவரில் சிலர். சமூக ஏற்றத்தாழ்வுகளைக் கண்டித்து அவர்கள் தமிழில் செய்யுள்கள் இயற்றினர். நூல்கள் எழுதினர். எஸ்.வின்ஃப்ரெட் தனது புகழ்பெற்ற சான்றோர் குலமரபு கட்டளையை 1874இல் வெளியிட, சாமுவேல் சற்குணர் திராவிட சத்திரியர்களை வெளியிட்டார். நாடார்களின் வரலாற்றினைக் கீர்த்திமிக்க கடந்த காலத்திற்குக் கொண்டு சென்றன இந்நூல்கள். சீக்கிரமே இந்த அறிவார்த்தக் கிளர்ச்சி தென் திருவாங்கூரிலிருந்து மதுரை நாட்டிற்குப் பரவிற்று.

கீர்த்திமிகு காலகட்டத்தின் இருப்புக்குப் பின்னர் அவர்களது மூதாதையரான பாண்டியர்கள், 16ஆம் நூற்றாண்டில் தம் பகைவரிடம் தோற்று, உடைமைகளை இழந்து, பரிதாப வாழ்வு வாழ பீதியூட்டும் நிலங்களுக்குத் தப்பியோடினர்

என்பது நினைவுகூரப்பட்டது. இரண்டாவதாக, சமூக அமைப்புகள் சமத்துவம், மற்றும் முன்னேற்றத்தின் செய்தியை எடுத்துச் சென்றன. 1809இல் புராட்டஸ்டண்ட் மிஷன், தெற்கு திருவாங்கூரின் மைலாடியில் ஒரு தேவாலயத்தை நிறுவியது. இதனையடுத்து, தமிழர் பலர் கிறித்தவத்தைத் தழுவ, பள்ளிகளும் வழிபாட்டிடங்களும் தோன்றின. கிறித்தவ மிஷன்களுக்கு, மக்கள் மீது நடைமுறைப்படுத்தப்பட்டிருந்த ஒடுக்குமுறை, தம் நம்பிக்கைக்கு அந்நியமானதாய்த் தோன்றிற்று. மதம் மாறியோரின் நோக்கத்தை அவர்கள் ஏற்றனர். இதற்கிடையே முத்துக்குட்டி சுவாமிகள் (1809-1851) சுவாமியார் மடத்தில் சமத்துவ சங்கத்திற்கான அமைப்பை நிறுவினார். தன்னை விஷ்ணுவின் அவதாரம் என்று கூறிக்கொண்ட அவர், சாதி இந்துக்களால் சமூகத்தின் மீது திணிக்கப்பட்ட பேதங்களை எதிர்த்து சிலுவைப்போர் நடத்தினார். அவரது அழைப்பினை ஏற்ற பல நாடார்கள், அரச அடையாளமான தலைப்பாகைகளை அணியவும், பிராமணர் போல பூணூல் போடவும், இந்து பிரபுக்களைப் போல பல்லக்குகளில் செல்லவும் தொடங்கினர். எனினும், சுவாமிகளுக்கு நஞ்சூட்டி கொன்றுவிட்டதால், அவரது பணி துண்டித்துப் போனது. இவை ஒருபுறம் இருக்க, ஐரோப்பியர் ஆட்சியின் கீழ் நாடார்கள் பெற்ற செல்வமும் கல்வியும், அவர்களிடத்தே தன்னம்பிக்கையை அதிகப்படுத்திற்று. சாகுபடி மற்றும் வணிகம் வாயிலாக அவர்கள் செல்வத்தைத் திரட்டினர். கிறித்தவ மிஷன்கள் நிறுவிய நிறுவனங்கள் வாயிலாக கல்வி பெற்றனர். சகித்துக் கொள்ள முடியாத அமைப்புடன் சமரசம் செய்துகொள்ள மறுதலித்த செல்வந்தரும் கல்வி கற்றோருமான மக்கள் இதற்குத் தலைமை தாங்கினர்.

நிறுவப்பட்டிருந்த மரபுகள் மற்றும் திணிக்கப்பட்டிருந்த கட்டுப்பாடுகளை மீறுவது என்னும் தீர்மானத்துடன், நாடார்கள் சமுதாய சமத்துவத்திற்கான போராட்டத்தைத் தொடங்கினார்கள். 1820இல் ஆட்சியாளர்களுக்கும் நிலப்பிரபுக்களுக்கும் இலவச உழைப்பு நல்க மறுதலித்தனர். தோள் சீலைக் கட்டுப்பாடு விதித்த நாயர் பெண்களுக்குக் கட்டுப்படுவதில்லை என்று பெண்கள் தீர்மானித்தனர். அமெரிக்கக் குடியேற்றம் தேயிலையைப் புறக்கணிப்பது என்று மேற்கொண்ட தீர்மானம் மற்றும் உப்பு எடுப்பது என்னும் இந்திய தேசியவாதிகளின் நடவடிக்கைபோல, இப்போராட்ட வடிவம் குறியீட்டுத் தன்மை கொண்டிருந்தது. சமூக சமத்துவ நிலையை உறுதிப்படுத்திடும், ஒடுக்கப்பட்ட மக்களின் துணிகரத்தை அது பிரதிநிதித்துவப்படுத்திற்று.

1822 மே மாதத்தில் சம்பிரதாயத்தை மீறியதாக நாயர்கள் நாடார்களைத் தாக்கினார்கள். அவர்கள் சந்தைகளில் நாடார் பெண்களின் மேலாடைகளை எடுத்தெறிந்தனர். தங்களுக்குப் பணிய மறுத்த ஆண்களை அடித்து நொறுக்கினர். தேவாலயங்களையும் பள்ளிகளையும் எரித்தனர். வீடுகளை இடித்துத் தள்ளினர். 1828இல் நெய்யாற்றின் கரை, இரணியல், பத்மநாதபுரம் போன்ற இடங்களில் கலவரம் மூண்டது. ஏராளமானோர் கொல்லப்பட்டனர். உயிரிழந்தோரில் நாடார் தரப்பில் ஆத்தூரைச் சேர்ந்த மரியாதைக்குரிய தலைவர் வேதமாணிக்கம் குறிப்பிடத்தக்கவர் ஆவார். அபாயகரமான ஆயுதங்கள் தாங்கியவராக, நிர்வாகிகளின் ஒத்துழைப்புடன், நாயர்கள் அட்டூழியங்கள் செய்து பீதியின் ஆட்சியை ஏவியபடி உலவினர். மக்கள் பாதுகாப்புக் கோரி ஆட்சியாளரிடம் மன்றாட, கருணை பிறக்கவில்லை. வெந்த புண்ணில் வேல் பாய்ச்சுவதாக, நாயர் அதிகாரிகள் நாடார்களுக்கு எதிராக ஒரு விசாரணையைத் தொடங்கி, பொய்க்குற்றச்சாட்டுகளைச் சுமத்தி, கலவர கொலைக் குற்றங்களுக்கு உள்ளாக்கினர். கைதானவர்களில் 14 கிறித்தவரை, கால் கைகளில் சங்கிலியால் பிணைத்து, ஆத்தூர் வீதிவழியே இழுத்து வந்து, சவுக்கால் விளாசித் தீர்த்தனர். திருவாங்கூரை ஆண்டுவந்த சர்ச்சைக்குரிய பெண்களுள் ஒருவரான ராணி பார்வதிபாய் (1815-1829) ஓர் உத்தரவை வெளியிட்டார். "சாணார் பெண்கள் தம் மார்மீது துணி போடுவது சரியில்லையாதலால், எதிர் காலத்தில் தம் உடலின் மேல் பகுதியை மூடாதிருக்க வேண்டியது அவசியமாகும்." ஒரு பெண் இத்தகைய அறிவிப்பை வெளியிட்டது முரண் சுவைதான்.

அருவருப்பான இப்பிரகடனம் ஒடுக்குமுறைக்குள்ளானவர்களுக்கு ஆறுதலளிக்காது போகவே, போராட்டம் தணியாமல் தொடர்ந்தது. சக பெண்ணொருத்தியால் வெளியிடப்பட்ட மோசமான உத்தரவை நாடார் பெண்கள் ஏற்க மறுத்தனர். குருதி சிந்துவதைத் தடுக்கும் வகையில் மிஷனரிப் பெண்கள் தொளதொளப்பான ஜாக்கெட்டினை வடிவமைத்தனர். ஆனால் அது நாடார் பெண்டிரின் பெருமிதத்தை திருப்தி செய்வதாக இல்லை. நாயர்களுக்கு எரிச்சலூட்டும் விதத்தில் இப்போது அவர்கள் பலவண்ண மேலாடையுடன் சுதந்திரமாய் உலவினர். இதன் விளைவாக 1858 அக்டோபரில் அருமானூரிலும், அமரவிளாவிலும் பயங்கரக் கலவரம் மூண்டு தெற்கு நோக்கிப் பரவிற்று. நாயர்கள், நாடார் வீடுகளை ஆக்கிரமித்து ஆடவர், பெண்டிரைப் பிடித்துக் கொண்டனர். போலீஸார் குற்றவாளிகளுக்குத் துணைநின்று, பாதிக்கப்பட்டவர்களைக் கைது செய்து சிறையிலடைத்துச் சித்திரவதை செய்தனர். அழிவைத்

தடுக்கும் வகையில் பலர் கிழக்கே தப்பியோடி திருநெல்வேலிப் பகுதியில் குடியமர்ந்தனர். கலவரம் பரவி இறந்தவர் எண்ணிக்கை அதிகரிக்கவே, திவான் மாதவராவ் பாதிக்கப்பட்ட இடங்களுக்குச் சென்று பார்வையிட்டார். அவரிடம் மனுகொடுக்க காத்திருந்த நாடார்கள் உதைக்கப்பட்டுத் துரத்தப்பட்டனர். திருவனந்தபுரம் திரும்பிய இப்பிற்போக்கான நிர்வாகி "பெண்கள் தம் உடலை மேலாடையால் மூடக் கூடாது என்றும் இதுவரை பின்பற்றி வந்த சம்பிரதாயத்தைப் பின்பற்ற வேண்டும்" என்றும் ஒரு பிரகடனம் வெளியிட்டார்.

இப்பிரகடனம் நாடார்களின் சினத்தை அதிகப்படுத்தவே, அவர்கள் சரணடைய மறுத்தனர். பரசாலா, களியக்காவிளை மற்றும் நெய்யூரில் மோதல்கள் நிகழ்ந்தன. நாயர் படையின் ஒத்துழைப்புடன், பிள்ளைகளுடன் சேர்ந்து கொண்டு நாயர்கள், நாடார்களைப் பிடித்துச் சந்தைகளில் கட்டிவைத்தனர். பெண்களை அவமதித்தனர். தேவாலயங்களை எரித்தனர். பதிலடியாக, திருநெல்வேலியிலிருந்து வந்த ஆர்வலர்கள் கோட்டாறு கடைவீதியைக் கொள்ளையிட்டனர். நாயர் பிள்ளை வீடுகளைத் தாக்கினர். பலராமபுரம், நெய்யாற்றங்கரை, குழித்துறை, நெய்யூர், மைலாடி, அறம்போலி போன்ற இடங்களில் ஏற்பட்ட கலவரங்களில் இரு தரப்புகளிலும் பலர் மாண்டனர். பீதியுணர்வு பரவி, மாநில அரசாங்கம் நிலவரம் கட்டுக்கு மீறிச் சென்று விட்டதை உணரவும், கிறித்தவ இறையூழியர்கள், தலையிடுமாறு மெட்ராஸ் கவுன்சிலிடம் கூட்டாக விண்ணப்பித்தனர். போலீஸ் அராஜகம், கட்டாய தடுப்புக்காவல், காட்டுமிராண்டித்தனம் என்பவற்றால் வாழ்க்கை சகித்துக்கொள்ள முடியாததாக மாறிவிட்டதென்று அவர்கள் புகார் செய்தனர். மெட்ராஸ் ஆளுனர் சார்லஸ் டிரெவெல்யான் தமிழரின் கோரிக்கையை ஏற்று, திருவங்கூர் மகாராஜாவின் காட்டுமிராண்டித்தனமான கொள்கையைப் பழித்தார். அவர் எழுதினார் "உண்மையும் நீதியும் மட்டுமல்லாமல், நம் மனிதாயத்தின் ஒவ்வோர் உணர்வும் ஒரு தரப்பில் மட்டுமே இருக்கின்ற நிகழ்வை நான் பார்த்ததே கிடையாது. இத்தகைய சந்தர்ப்பத்தில் நாம் உறுதியான நிலைபாடு எடுக்காவிட்டால், ஒட்டுமொத்த நாகரிக உலகமே நம்மீது அவமானம் என்று கூக்குரலிடும்." இப்போது அலை தமக்கு எதிராகத் திரும்பிவிட்டதை உணர்ந்த ஆட்சியாளர் மார்த்தாண்ட வர்மா *(1847-1860)* 1859 ஜுலை 26 அன்று ஒரு பிரகடனம் செய்தார் "துணிமணிகள் விஷயத்தில் சாதி இந்துக்களைப் பின்பற்றக்கூடாது என்னும் நிபந்தனையின் பேரில், நாடார் பெண்களுக்கான கட்டுப்பாடுகள்

நீக்கப்படுகின்றன. அதனின்றும் நாடார்கள் தம் விருப்பம்போல் உடுத்தினர். மன்னருக்கோ, நாயருக்கோ இழப்பீடு இல்லாது சேவை செய்ய மறுதலித்தனர். அரசியல் பொருளாதாரத் தளங்களில் சாதி இந்துக்களின் மேலாதிக்கம் தொடர்ந்தாலும், திருவாங்கூர் தமிழருக்கான வெற்றியை இது குறித்தது.

கோயில் நுழைவுப் போராட்டம்

சமூக சமத்துவத்திற்கான தமிழரின் போராட்டத்தில், கோயில் நுழைவுப் போராட்டம் பெரியதொரு வளர்ச்சி நிலையை பிரதிநிதித்துவப்படுத்தியது. மண்ணின் மைந்தர்களாக ஆலயங்களில் நுழைந்து தம் தெய்வங்களை வழிபடவேண்டும் என்னும் தம் உரிமையை அவர்கள் பதிந்து வைத்திருந்தனர். கோயில்கள் பாணர்கள், சமணர்கள் மற்றும் பௌத்தர்களுக்குரியனவாக இருந்தன. ஆனால், மரபுவழி உரிமைகளை மீறி பிராமணர் நிர்ப்பந்தத்தால் அவற்றை இந்துக் கோயில்களாக்கிவிட்டனர். அங்கிருந்த திராவிடத் தெய்வங்கள் இந்துத் தெய்வங்களாக மாற்றப்பட்டன. இந்தக் கோயில்களை நிர்மாணிப்பதற்கான உழைப்பும் நிதியாதாரங்களும் முற்றிலும் தமிழரிடமிருந்து பெறப்பட்டவையே. இருந்தும், கோயில்கள், வழிபாடு, செல்வம், கேளிக்கைகளின் மையங்களாக வளர்த்தெடுக்கப்பட்டு, வளமான நிலங்களும், நிதிகளும் தேவதாசிகளும் சேர்ந்துவிட, தமிழர்களை வெறுத்தொதுக்கி கோயிலில் நுழைய உரிமையில்லை என்று துரத்திவிட்டனர். இதன் விளைவாக, கோயில்களை விட்டு வெளியேறிய அவர்கள் ஆறுதலுக்காக பேய்க் கோவில்களுக்கு வந்தனர்.

முத்துக்குட்டி சுவாமிகளின் பணி மற்றும் சமத்துவ உரிமைகளுக்கான கிறித்தவரின் போராட்டத்தில் நாடார்கள் உத்வேகம் பெற்றபோது, பதினெட்டாம் நூற்றாண்டின் மத்தியில் கன்னியாகுமரியில் கோயில் நுழைவுப் போராட்டம் தொடங்கியது. நாகர்கோயிலுக்கு அருகிலுள்ள குமாரகோவில் திருவிழாவின் போது இந்துப் பக்தர்கள் தெய்வ சக்தியால் தீ மிதிப்பதுண்டு. உயர் சாதியினரின் இப்பாவனையை வெள்ளையன் நாடார் சவாலுக்குள்ளாக்கினார். பிரார்த்தனையும் பூசையும் முடிந்த பின், தீக்குழிக்குள் பாய்ந்த அவர் அரைமணி நேரம் ஆடியது கண்டு ஒடுக்குமுறையாளர்கள் பொறாமைப்பட்டனர். தீக்குண்டத்திலிருந்து வெளிவந்த அவர் 12000 நாடார் பக்தர்களுடன், கோயிலில் நுழைந்தார். அவர்களைத் தடுக்க

முயன்ற நாயர் போலிஸார் முயற்சி மோதலாகி, 150 பேர் மடிந்தனர். சுரண்டப்பட்ட தம் மக்களுக்கு மீண்டும் அந்தஸ்து பெற்றுத்தர வேண்டும் என்னும் தீவிர நடவடிக்கையை பக்தர்களின் சாகசம் பிரதிநிதித்துவப்படுத்திற்று.

இவ்வியக்கம் திருவாங்கூரிலிருந்து தமிழ்நாட்டிற்குப் பரவிற்று. திருவாங்கூர் நாடார்களுக்கும் தமிழ்நாட்டு நாடார்களுக்கும் இடையே எப்போதும் நெருக்கமான தொடர்பு இருந்துவந்தது. பிரச்சனைக்குரிய வேளைகளில் அவர்கள் பரஸ்பரம் உதவிக்கொண்டனர் மற்றும் சோதனைகளைப் பகிர்ந்து கொண்டனர். தம் செல்வ நிலைகளின் ஏற்ற இறக்கங்களைப் பொறுத்து எல்லைகளைத் தாண்டினர். ஒடுக்கப்பட்ட மக்கள் பிராமணிய அமைப்புக்கு விடுத்த சவாலும் அவர்கள் அடைந்த வேதனையும், பாதிப்புற்ற மற்றவரிடையே நம்பிக்கையை அளித்தன.

தமிழ்நாட்டு இயக்கம் திருவாங்கூரைப் போன்றே இரு வடிவங்களைப் பெற்றது. ஒடுக்கப்பட்டவரில் மிகவும் தீவிரமானர்கள், மற்ற மதங்களின் வாயிலாக சமூக அடையாளம் பெற்றிட முயல, மிகவும் பழைமைவாதிகள் இந்து மதத்தினூடாகவே அதனை அடைய முற்பட்டனர். இக்காலகட்டங்களில் மதம் முன்னேற்றத்திற்கான ஏணியை முன்வைத்தது. ஏனெனில், மரபார்ந்த சாதியமைப்பில் அது அந்தஸ்தினை உறுதிப்படுத்திற்று. மீண்டும் அது அரசியல் செல்வாக்கின் இயல்பையும் வாழ்க்கை முறையினையும் தீர்மானித்தது. சாதி இந்துக்களால் இந்துமதம் தடுக்கப்பட்டிருப்பதைக் கண்டு தீண்டத்தகாதோரில் பலர், மற்ற மதங்களின், குறிப்பாக இஸ்லாம் மற்றும் கிறித்தவம் மூலமாக முன்னேற்றத்தை நாடினர். தமிழ்நாட்டு மாவட்டங்களில் இம் மதங்கள் பரவிட இது வழிவகை செய்தது. இதை மதமாற்றம் என்று பட்டவர்த்தனமாகத் தெரிவிக்க தீண்டத்தகாதோர் மறுதலித்தனர். ஏனெனில் அவர்கள் இந்துக்களாக இல்லாது, சாதியற்றவர்கள் என்ற நிலையில் அவர்களின் இருப்பு தீட்டினை ஏற்படுத்தியது. இஸ்லாமும் கிறித்தவமும் சவால்களை முன்வைத்தபோதே, இந்து மதத்தில் பக்தர்களாக, புரோகிதர்களாக இல்லை என்றாலும், அவர்கள் ஏற்கப்படக் கூடியவர்களாகத் தோன்றினர். இருப்பினும் பெரும்பாலான நாடார்கள், கோயில்களில் வழிபாடு வாயிலாக இந்து மதத்துடன் மோதிவிடுவது என்று தீர்மானகரமாக முயன்றனர்.

அதன்படி ராஜபுத்திர வம்சம் என்று கூறி, சத்திரியர்களாகத் தம்மை அழைத்துக்கொண்டு, சத்திரிய வித்தியாசாலைகளைத்

திறந்தனர். தம் திருமணங்களுக்கு பல்லக்குகளை அமர்த்தினர். வழிபாட்டுக்காக ஆலயங்களில் நுழையத் தீர்மானித்தனர். 1870இல் அதிகரித்துவந்த அமைதியின்மை தீவிரப் பரிமாணங்கள் பெற்றது. திருச்செந்தூர் கோயிலில் நுழைந்திட அவர்கள் முயன்றனர். ஆனால், பிராமணரும் பிள்ளைகளும் தடுத்தனர். 1874இல் மதுரையில் மூக்க நாடார் தலைமையில் மீனாட்சி கோயிலுக்குள் நுழைந்தனர். மீனாட்சியம்மனை வழிபட்டனர். 1879இல் தீவட்டிகள், முரசங்கள் சகிதமாக அவர்கள் கமுதியில் சுந்தரேஸ்வரர் கோயிலுக்கு ஊர்வலமாய்ச் சென்று தெய்வத்துக்கு மாலை அணிவித்தனர். 1896இல் சிவகாசி சிவன் கோயிலில் கூடிய அவர்கள் தீட்டுப்பயத்தால் கோயிலை மூடிவிட்டனர். நிறுவப்பட்டிருந்த சம்பிரதாயங்களை நாடார்கள் அடிக்கடி மீறியது, வறுமையிலிருந்த சக மக்களிடத்தே தாக்கத்தைக் கொண்டிருந்தது. 1888இல் திருநெல்வேலியிலிருந்து ஸ்டீவன்ஸன் எழுதினார். "தமக்குக் கீழுள்ள சாதியினருக்கு உரிமையை மறுத்துக்கொண்டே, கீழ்நிலைச் சாதியினர் எங்கு பார்த்தாலும் தம்மை நிலைநிறுத்திக் கொண்டிருக்கின்றனர்".

எனினும் உயர்நிலையைக் கோரிய சமுதாயங்களெல்லாம், உருவாகிவந்த நிலவரத்தை வெறுமனே பார்த்துக் கொண்டிருக்கத் தயாராக இல்லை. குறிப்பாக மறவர்களும் பிள்ளைகளும் தமக்கு மேலாக நாடார்கள் ஏற்றம் பெற்றுவிடுவர் என்று பயந்தனர். இதனால் சமுதாயங்களுக்கிடையே உண்டான பொறாமை, பதற்றத்தை ஏற்படுத்தி அடிக்கடி மோதலுக்கு இட்டுச் சென்றது. திருச்செந்தூரிலும் சிவகாசியிலும் கமுதியிலும் நாடார்கள் வழிபடத் தீர்மானித்ததும் பிரச்சனைகள் எழுந்தன. கழுகுமலை மோதல்களில் பத்துப் பேர் மடிந்தனர். சிவகாசியில் நடந்த கலவரத்தில் நாடார்களை மறவர்கள் பழி தீர்த்துக் கொள்ள ஆயத்தமானார்கள். அது வரவிருப்பதை அறிந்த நாடார்கள், திருநெல்வேலி மாவட்ட உரிமையியல் நீதிபதி ஸ்காட்டிடம் பாதுகாப்புக் கோரினர். ஆனால், குற்றவாளிகளுடன் அதிகாரிகள் உடந்தையாயிருக்கவே பாதுகாப்பு கிடைக்கவில்லை. 1899 ஜூன் 6 அன்று, 5000 வலுவான மறவர்கள் துப்பாக்கிகள் சகிதமாக, வெள்ளையத் தேவர் தலைமையில் சிவகாசி நோக்கிச் சென்றனர்.

நிர்வாகத்தின் பாதுகாப்பு இல்லாது போகவே, நாடார்கள் தடைகளைப் போட்டு தாமே பாதுகாப்புக்கு ஆயத்தமாகினர். ஆயுதந்தாங்கியோர் வீட்டு உச்சிகளில் காத்திருக்க, கொள்ளையரின் கண்களில் கொட்டுவதற்கு மிளகாய்த் தூளுடன் பெண்கள்

இருந்தனர். வதந்திப்படி மறவர்கள் நாடார் குடியிருப்புகளைத் தாக்கினர். இரண்டுமணி நேரம் கடுமையான சண்டை நடந்தது. 25 பேர் இறக்க, 886 வீடுகள் நாசமாக்கப்பட்டன. எதிர்பார்த்திராத எதிர்ப்பு, எதிரிகளைத் திகைப்பில் ஆழ்த்திற்று. தோற்றுப் பின்வாங்கிய அவர்கள் இறந்தோரை வண்டிகளில் ஏற்றிவந்தனர். கொள்ளை அடிக்கப் போவதை ஏற்றிவரக் கொண்டுவரப்பட்டவை அவ்வண்டிகள். பெரிதும் அவமானமுற்ற மறவர்கள், கறைப்பட்ட தம் பெருமிதத்தை மீட்கத் தீர்மானம் கொண்டனர். ஆயுதந்தாங்கிய குழுக்கள், மதுரை, ராமநாதபுரம், திருநெல்வேலி, திருவாங்கூர் கிராமங்களில் கொள்ளையடித்தன. 1899 ஜூனில் அவை நாடார் கிராமங்களில் கொள்ளையடித்தன. வீடுகளை எரித்தன. விருதுநகர் மற்றும் அருப்புக்கோட்டையை மிரட்டின.

பீதியூட்டும் நிலவரத்தைக் கண்ணுற்ற பிரிட்டிஷார், கலவரத்தை அடக்க துருப்புகளை அனுப்பினர். மெட்ராஸ் தரைப்படைக்கு தலைமை தாங்கிய எச்.வி.ஃபிர்த், ஆயுதந்தாங்கிய கும்பல்களை மறித்து சிதறடித்தார். திருநெல்வேலிக்கு அருகிலுள்ள ஆலங்குளத்தில், துருப்புகள் 700 கலவரக்காரர்களை விரட்டி 38 பேரைக் கைதிகளாகப் பிடித்தனர். பாளையங்கோட்டை அருகே 5000 கலவரக்காரர்கள் பின்வாங்கக் கண்டார். நீலிதநல்லூரில் இன்னொரு கும்பல் சிதறடிக்கப்பட்டது. படைகள் குவிக்கப்பட்டும்கூட, 23 நாடார்கள் கொல்லப்பட்டனர். 150 கிராமங்கள் தகர்க்கப்பட்டன. 2000க்கும் மேலான வீடுகள் நீடித்த கலவரத்தில் நாசமாக்கப்பட்டன. நடத்தப்பட்ட விசாரணையில் 7 கலவரக்காரர்களுக்குத் தூக்குத்தண்டனை விதிக்கப்பட, 545 பேர் குற்றவாளிகளாக்கப்பட்டனர். நாடார்கள், சம்பிரதாயத்தை மீறியதே கலவரத்திற்குக் காரணம் என்று *தி இந்து* குறிப்பிட்டதைப் புரிந்து கொள்ள முடியும். தீண்டத்தகாதோரில் ஒரு சமூகம் மேற்கொண்ட தீர்மானகரமான முயற்சி, அதே ஆத்திரத்துடன் இன்னொரு சமுதாயத்தால் எதிர்கொள்ளப்பட்டது என்பது தெளிவானது. சாதியமைப்பைப் பாதுகாப்பதில் அக்கறை கொண்டிருந்த சமுதாயங்களின் சூதுவாதுகள்தான் இம்முரண்பாட்டிற்குக் காரணம் எனப்பட்டது. உண்மையில், சாதிப்பிரிவினையாலும் சுரண்டலாலும் கொழுத்திருந்த பிராமண சமூகம், தீண்டத்தகாதோரின் மனித உரிமைகளை, ஏற்கத் தயாராயிருந்தோரின் மனித உரிமைகளை ஏற்கத் தயாராயில்லை. எனினும், விடுதலைக்காக பிராமண சமுதாயத்திற்கு எதிரான நீடித்த போராட்டத்தின் தொடக்கத்தை நாடார் இயக்கம் அடையாளப்படுத்திற்று.

24

ஜஸ்டிஸ் கட்சியின் நீர்க்குமிழி வெடிப்பும் காங்கிரஸின் போராட்டமும்

பிராமணருக்கு எதிராகத் தமிழர்கள் தொடர்ந்து கசப்பான உணர்வுகளைக் கொண்டிருந்த ஒரு காலகட்டம் இருந்தது. தாம் வருந்த நேர்ந்த சோதனைகளின் பொருட்டும், புதிய பண்பாட்டுத் தாக்கங்களின் பொருட்டும், சமூகக் கேடுகள் குறித்து அவர்கள் விழிப்புணர்வு பெற்றனர். தெய்வங்கள் மற்றும் ஆட்சியாளர்களின் பெயரால் அவர்கள் சுரண்டலுக்கு உள்ளாக்கப்பட்டதற்காக ஆத்திரம் கொண்டனர். பிராமணர் மிக நுண்ணளவுச் சிறுபான்மையினராய் இருந்த போதிலும், பரஸ்பர வெறுப்பு மற்றும் தீண்டாமையின் பாரிய அமைப்பின் மீது தலைமை தாங்கி, கோயில்களில் சுகமான வாழ்க்கை வாழ்ந்து, தம் கலாச்சார நலன்களை முன்னெடுத்தனர். நிர்வாகத்தில் தமிழருக்கென்றிருந்த பொறுப்புகளில் அநேகமாக முழு ஏகபோகம் கொண்டுவிட்டதால், சார்நிலை நீதிபதிகள் பதவிகளில் 82 விழுக்காட்டினை பெற்றிருந்தனர். சார்நிலை நீதிபதிகள் பதவிகள் ஆட்சியாளராகக் கருதப்பட்டதால், உண்மையில் பிராமணரே தமிழரை ஆட்சிபுரிந்தனர்.

அத்துடன் மக்களின் மூட நம்பிக்கைகளை சாதகமாக எடுத்துக்கொண்டு, சமூகத்தின் உயர்நிலைகளில் தம்மை நிலை நிறுத்திக் கொண்டனர். தம் நிலையில் பாதுகாப்பாய் இருந்துகொண்டு பிற சமுதாயங்களைச் சுரண்டி, அவர்களை வெறுப்புடன் நடத்தினர். திராவிடர்களுக்கு, வெறுக்கப்பட்ட பிராமணரால் கட்டுப்படுத்தப்பட்ட காங்கிரஸ் கட்சி விலக்கப்பட்டதாய் தோன்றிற்று. இழிவுபடுத்தபட்ட பறையரால் மேலாதிக்கம் செய்யப்பட்ட கிறித்தவ தேவாலயம் பிராமணருக்கு விலக்கப்பட்டதாக இருந்ததுபோல். ஆதலின் தமிழர், தெலுங்கர், கன்னடியர்

மற்றும் கேரளியரை உள்ளடக்கிய திராவிடரின் நலன்களைப் பாதுகாத்திட, புதிய கட்சி ஒன்று அவசியமானதாய்த் தோன்றிற்று.

அதற்கேற்ப, மெட்ராஸ் மாநகராட்சியின் செல்வாக்கு மிக்க உறுப்பினரான பி.தியாகராயசெட்டி 1916இல் மற்ற தலைவர்களுடன் சேர்ந்து தென் இந்திய லிபரல் கூட்டமைப்பை உருவாக்கினார். பனகல் அரசர், கே.வி.ரெட்டி, சி.நடேச முதலியார் மற்றும் பொப்பிலி அரசர் இக்கட்சியில் இணைந்தனர். மெட்ராஸ் திராவிடர் சங்கம் மற்றும் தென் இந்திய மக்கள் சங்கம் என்னும் வேறு இரு அமைப்புகளும் தோன்றின. சீக்கிரமே இம்மூன்று சங்கங்களும் ஒன்றிணைந்து, தென்னிந்திய லிபரல் கூட்டமைப்பின் பத்திரிகை *ஜஸ்டிஸ்* என்பதன் பெயரால் ஜஸ்டிஸ் கட்சி ஆயின. இக்கட்சி தமிழில் *திராவிடன்* மற்றும் தெலுங்கில் *ஆந்திர பிரகாசிகா* என்னும் இரு வேறு தினசரிகளையும் நடத்தியது. இது இந்திய தேசிய காங்கிரஸை பிராமணரின் கட்சி என்று பழித்தது. அரசியலமைப்பு முறைகளின் மூலம் பொறுப்புள்ள அரசாங்கத்தையும், திராவிடச் சமுதாயங்களுக்கு நீதியினையும் கோரியது. கட்சியின் அரசியலமைப்பும் கொள்கை விளக்க அறிக்கையும் பல்வேறான நோக்கங்களைப் பட்டியலிட்டன.

1. திராவிடரின் கல்வி, சமூக, பொருளாதார, தத்துவ, உலகியல் மற்றும் தார்மிக முன்னேற்றத்தை அபிவிருத்தி செய்தல்.

2. 1914லிருந்து 1918 வரை நடந்த முதல் உலகப்போர், மக்களின் பொருளாதார அரசியல் வாழ்க்கை மீது தன் தாக்கத்தைக் கொண்டிருந்தது. நீடித்த யுத்தத்தாலும், கடும் வறட்சியாலும் உணவு தானியங்கள் சந்தையிலிருந்து மறைந்தன. தொழிலாளர்கள் வேலை இழந்தனர். சொற்ப ஊதியமும் மோசமான வேலைச் சூழல்களும், தொழிலாளர் அமைதியின்மையையும் வேலை நிறுத்தங்களையும் ஆலைகளிலும் ரயில்வேயிலும் ஏற்படுத்தின.

கலவரமும் கொள்ளையும்கூட சாதாரணமாயின. உட்கட்சி குழப்பங்கள் இருந்தபோதிலும், காங்கிரஸ் கட்சி பிரிட்டிஷாரின் யுத்தகளனுக்கு 75 லட்ச ரூபாயை யுத்த நிதிக்காக வழங்கியது. இச்சேவைகளுக்கு ஈடாக, சுயாட்சிக்கான தம் உரிமை அங்கீகரிக்கப்படும் என மக்கள் எதிர்பார்த்தனர். ஆனால் பிரிட்டிஷாரோ ஒடுக்குமுறையாலும் கொலையாலும், குறிப்பாக 1919 மார்ச்சில் ஜாலியன் வாலாபாக் படுகொலையாலும், வெகுமதி தந்தனர். பிராந்தியங்களில் இரட்டையாட்சி

எனப்பட்டதை முன்வைத்த 1919ஆம் ஆண்டு இந்திய அரசாங்கச் சட்டம், வரம்புக்குட்பட்ட பொறுப்பான அரசாங்கத்தினை அறிமுகப்படுத்திற்று. இத்திட்டத்தின் கீழ் நடத்தப்பட்ட தேர்தல்கள், நிர்வாக அதிகாரத்தைப் பிரிட்டிஷாருடன் பகிர்ந்து கொள்ள முற்படும் அரசியல் கட்சிகளுக்குச் சந்தர்ப்பத்தைத் தந்தன.

அதிகாரத்தில் ஜஸ்டிஸ் கட்சி

1919ஆம் ஆண்டுச் சட்டம் கலவையான எதிர்வினையைக் கண்டது. தேசியவாதிகள் இதனை போதுமானதில்லை, திருப்திதராதது, ஏமாற்றந்தருவது என்று பழித்தனர். இத்திருப்தியின்மையால், இச்சட்ட விதிகளின்படி நடந்த 1920ஆம் ஆண்டுத் தேர்தலில் போட்டியிட காங்கிரஸ் மறுத்துவிட்டது. மாறாக ஜஸ்டிஸ் கட்சி, சீர்திருத்தங்களை வரவேற்று அதிகாரத்தைக் கைப்பற்றி, பிராமணரின் வளருகின்ற ஹோம்ரூல் லீக்கை கட்டுப்படுத்த வேண்டும் என்பதன் பொருட்டு பிரிட்டிஷாருடன் ஒத்துழைக்க தீர்மானித்தது. பிரிட்டிஷார் ஜஸ்டிஸ் கட்சிக்கு சலுகை காட்டினர். நீடித்த பிராமண மேலாதிக்கத்திற்குப் பயந்த சாதி இந்துக்களும் இக்கட்சிக்கு ஆதரவளித்தனர். அதன்படி, திராவிடருக்கும் பிராமணருக்கும் இடையிலான உறவு சமுதாய மோதலால் அடையாளப்படுத்தப்பட்டிருந்த சூழலில் அது முக்கியத்துவம் பெற்றது. 1920 தேர்தலில் அது பிராமண மேலாதிக்கமுள்ள ஹோம்ரூல் லீகினை எதிர்கொண்டது. திராவிடர் நலன்களை முன்னேற்றுவதற்கும், அரசாங்கப் பொறுப்புகளில் பல்வேறான சமூகங்களின் விதாச்சாரப் பிரதிநிதித்துவத்திற்கும், கல்வியை முன்னெடுப்பதற்கும் வேளாண் வர்க்கங்களுக்கு ஆதரவளிப்பதற்கும் அது உறுதி அளித்தது. சட்ட மன்றத்திலுள்ள 98 தேர்ந்தெடுக்கப்பட்ட இடங்களில் 63 இடங்களை இக்கட்சி கைப்பற்றியது. மெட்ராஸ் ஆளுனர் வெல்லிங்டன் பிரபு, கட்சித் தலைவர் ஏ.சுப்பராயலு ரெட்டியாரை அமைச்சரவை அமைத்திட அழைத்தார்.

அதிகாரம் பிரிட்டிஷாரிடம் இருந்தாலும், புதிய அமைச்சரவை அதிகாரத்தில் ஒட்டிக் கொண்டிருப்பதற்காக, தேசியவாத அலையை மீறி, ஏகாதிபத்தியத்திற்கு ஆதரவளித்தது. பிராமணிய அமைப்பின் தீங்குகளிலிருந்து மக்களை விடுவிக்க வேண்டும் என்னும் லட்சியத்தைக் கொண்டிருந்த அது, நடைமுறையில் பொதுமக்களது நலனுக்கு எதுவும் செய்யாது, வெவ்வேறான சமூகங்களின் செல்வாக்குள்ள உறுப்பினர்களிடையே அலுவலகப்

பொறுப்புகளையும் கௌரவரங்களையும் விநியோகிப்பதில் முனைந்திருந்தது. அலுவலகப் பொறுப்புகளுக்கான உட்கட்சி மோதல்கள் மற்றும் கண்ணை மூடிக்கொண்டு பிரிட்டிஷாரை ஆதரித்தது என்பன கட்சியின் செல்வாக்குத் தேயக் காரணமாயின.

1923 தேர்தலில், காங்கிரஸ் முகாமைச் சேர்ந்த சுயராஜ்யக் கட்சியை எதிர்த்தது. ஆனால் 98 இடங்களில் 44-ஐ மட்டுமே பிடிக்க முடிந்தது. அப்போது ஆளுனர், ஜஸ்டிஸ் கட்சியைச் சேர்ந்த 17 பேரை சட்டமன்றத்திற்கு நியமனம் செய்து, அக்கட்சி பெரும்பான்மை பெற்றிடச் செய்தார். பனகல் அரசர் அமைச்சரவை அமைத்தார். தேர்ந்த நிர்வாகியும் கட்சி நிதிக்குத் தாராளமாக வழங்குபவருமான இத் தெலுங்கு ஜமீன்தார், கட்சி அதிகாரத்தில் நீடித்திருக்க முற்பட்டார். ஆனால் உட்கட்சி முரண்பாடுகள் வலுவாயிருக்கவே, அவரால் தேர்தலில் பிளவுபட்ட ஜஸ்டிஸ் கட்சி, ஒன்றுபட்ட காங்கிரஸின் எதிர்ப்பை எதிர்கொண்டது. ஜஸ்டிஸ் கட்சி 21 இடங்களையே பெற, காங்கிரஸ் 41 இடங்களையும் சுயேட்சைகள் 36 இடங்களையும் பெற்றன. சுயராஜ்யக் கட்சியினர் தனிப்பெரும்பான்மையினராக எழுச்சி கொண்டனர். இருப்பினும், காங்கிரஸின் ஒத்துழையாமை இயக்கக் கொள்கைகளுக்கேற்ப அதிகாரத்தை ஏற்க மறுதலித்தனர்.

ஜஸ்டிஸ் கட்சியினரும் சுயராஜ்யக் கட்சியினரும்

தேசியவாதம் மற்றும் சட்டமன்ற நுழைவு என்னும் இருபெரும் பிரச்சனைகள் இக்காலகட்ட அரசியல் நிலைமையில் முனைப்பாக எழுந்தன. முதல் பிரச்சனையைப் பொறுத்தவரை, தேசியவாதிகள் பிரதேசவாதிகளுடன் மோதி நின்றனர். இரண்டாவதைப் பொறுத்தவரை, சுயராஜ்யவாதிகள் காங்கிரஸ்காரர்களுடன் மோதி நின்றனர். சமுதாயப் பற்றுள்ளவர்களான தேசியவாதிகள், ஜஸ்டிஸ் கட்சியினரைக் குறுகிய இனவாதிகள், சமுதாயப்பற்றினர், பிரிட்டிஷ் ஆதரவாளர்கள் மற்றும் தேசவிரோதிகள் என்று பழித்தனர். உண்மையில், ஜஸ்டிஸ் கட்சி தேசிய நலன்களுக்கு விரோதமான கொள்கையினை மேற்கொள்ளுமளவுக்கு, பிராமண எதிர்ப்புணர்வும் உயர்வர்க்கச் சார்புகளும் அதன் பார்வையை மழுங்கடிக்க அனுமதித்துவிட்டது. தேசிய இயக்கத்தை அடக்குவதற்கும், விடுதலைப் போராட்டத்தில் தமிழர்கள் மீதான மேலாதிக்கத்தை அழிப்பதற்கும் பிற்பட்ட சமுதாயங்களின் முன்னேற்றத்திற்கும் பாடுபட்டு, சுயாட்சியை நோக்கிய முன்னேற்றத்தை

சாத்தியமாக்கிடவே தாமிருந்ததாக உறுதிப்படுத்தினர். இவ்விரு கட்சிகளுக்கிடையிலான மோதல் ஏகாதிபத்தியத்தின் நலனுக்கு ஆதரவாகச் செயல்பட்டது.

காங்கிரஸ் கட்சியின் சட்டமன்ற நுழைவு குறித்த சர்ச்சை தொடங்கிற்று. 1922ஆம் ஆண்டு கயா மாநாட்டில், காங்கிரஸ் தலைவர் சி.ஆர்.தாஸ் சட்டமன்ற நுழைவை ஆதரித்துக் கடுமையாகப் பேச, சட்டமன்றத்தைப் புறக்கணித்திடும் சி.ராஜகோபாலாச்சாரியாரின் தீர்மானத்திற்கு ஆதரவாகக் கட்சி வாக்களித்தது. அப்போது சி.ஆர்.தாஸும் மோதிலால் நேருவும் காங்கிரஸுக்குள்ளேயே சுயராஜ்யக் கட்சியை உருவாக்கினர். நவசக்தி மற்றும் தமிழ்நாடு என்னும் தினசரிகள் சட்டமன்ற நுழைவை எதிர்க்க, சுதேசமித்திரன் வரவேற்றது. நுழைவு என்னும் உறுதியான செயல்திட்டத்துடன் கூடிய புதிய சட்டமன்ற கட்சியின் உருவாக்கத்தில் பிரதேச காங்கிரஸில் பிராமணர், அதிகாரத்தைக் கைப்பற்றுவதினின்றும் ஜஸ்டிஸ் கட்சியைத் தடுத்துவிடும் நம்பிக்கையைக் கண்டனர். ஆதலின், அவர்கள் பெரிதும் சுயராஜ்யக் கட்சியுடன் தம்மை அடையாளப்படுத்திக் கொண்டனர். இதன் விளைவாக ஒரு சமுதாயக் கட்சி இன்னொரு சமுதாயக் கட்சியுடன் மோதி நின்றது.

1926 தேர்தலில் அய்யங்கார்கள் மேலோங்கியிருந்த சுயராஜ்ஜியக் கட்சி, இந்துக்கள் மேலோங்கியிருந்த ஜஸ்டிஸ் கட்சியை வீழ்த்தியது. எனினும் காங்கிரஸ் கட்சியின் கொள்கைக்கேற்ப, சுயராஜ்ஜியக் கட்சியின் பொதுக்குழு அதிகாரத்தை ஏற்க மறுத்தது. இப்போது உள்ளூர் சுயராஜ்ஜியவாதிகள் ஜஸ்டிஸ் கட்சியினை அதிகாரத்திலிருந்து விலக்கி வைப்பதற்காக, ஒரு சுயேச்சையை ஆதரிக்கத் தீர்மானித்தனர். இது, ஜமீன்தாரான ஏ.சுப்பராயனை அமைச்சரவை அமைத்திட ஏதுவாக்கியது. இப்போது சுயராஜ்ஜியக் கட்சியினரையும் பிரிட்டிஷ் நிர்வாகத்தினையும் பழித்திட, ஜஸ்டிஸ் கட்சி போராட்டத்தை மேற்கொண்டது. ஆனால் அது புலப்படத்தக்க தாக்கம் எதனையும் கொண்டிருக்கவில்லை. எனினும் திராவிட ஆதரவுத் தலைவர்களை இழுத்திடும் அதன் முயற்சி, சுயராஜ்ஜியவாதிகளின் ஒற்றுமையை விரிசல் காணச் செய்தது. அவர்தம் ஆதரவை நம்பி, ஜஸ்டிஸ் கட்சியினர் சுப்பராயன் அமைச்சரவைக்கு எதிராக நம்பிக்கையில்லாத் தீர்மானம் கொண்டுவந்தனர். ஆனால் தேவையான பெரும்பான்மையைத் திரட்ட முடியாது போயினர்.

ஆதலின் தம் செயல் தந்திரங்களை மாற்றிக்கொள்ள முடிவெடுத்தனர். 1927 ஜூலையில் கோயம்புத்தூரில் நடந்த மாநாட்டில், ஜஸ்டிஸ் கட்சி தன் உறுப்பினர்களை காங்கிரஸுக்குள் ஊடுருவிச் செல்ல அனுமதித்தது. அதனை உள்ளேயிருந்து மாற்றி, இரட்டையாட்சிக்குப் பதிலாக பிரதேச தன்னாட்சி கோர தீர்மானிக்கப்பட்டது. இத்தீர்மானங்களில் முதலாவது, காங்கிரஸ் கட்சியின் அணிகளுக்குள்ளாகவே, பிராமணருக்கு எதிராய் திராவிடரை நிறுத்த முற்பட்டது. இரண்டாவது தீர்மானம், பிரிட்டிஷ் நிர்வாகத்திற்குத் தொல்லை தந்தது.

1930இல் அடுத்த தேர்தல் நடந்தபோது, பம்பாயில் எடுத்த முடிவுக்கு ஏற்ப காங்கிரஸும், சுயராஜ்ஜியக் கட்சியும் போட்டியிட மறுத்தன. இது ஜஸ்டிஸ் கட்சிக்கு சுலபமான வெற்றியை உறுதிப்படுத்திற்று. காங்கிரஸ் ஒத்துழையாமை இயக்கத்தைத் தொடங்கிட, ஜஸ்டிஸ் கட்சி முனுசாமி நாயுடுவைத் தலைவராக்கி அமைச்சரவையை அமைத்தது. 1932இல் பொப்பிலி ராஜா அவரை நீக்கி ராஜதானியின் பிரதமரானார். கட்சியினை வலுப்படுத்தி சுயராஜ்ஜியவாதிகளைப் பலவீனப்படுத்திட, ஜஸ்டிஸ் கட்சியினர் பிராமணரை சேர்ந்து கொள்ளுமாறு அழைத்தனர். எனினும் கட்சியின் நலிவை நீண்ட காலத்திற்கு ஒத்திபோட இயலாதிருந்தது. 1934இல் அவர்கள் தேர்தலில் இன்னொரு கடும் தோல்வியைச் சந்தித்தனர். ஆனால், அதிர்ஷ்டமும் சந்தர்ப்பவாதமும் மீண்டும் அவர்களுக்கு ஆதரவாக ஒன்றிணைந்தன. காங்கிரஸ் கட்சி நிர்வாகப் பொறுப்பை ஏற்க மறுதலித்துவிடவே, ஜஸ்டிஸ் கட்சி அங்கு நுழைந்தது. பொப்பிலிராஜா தன் இரண்டாம் அமைச்சரவையை அமைக்க, அது 1937 தேர்தல் வரை அதிகாரத்தில் நீடித்தது.

ஜஸ்டிஸ் கட்சியின் பணி

ஜஸ்டிஸ் கட்சி 13 ஆண்டுகள் அதிகாரத்தில் இருந்தது. அரசாங்கப் பொறுப்புகளில் திராவிடச் சமூகங்களைச் சார்ந்தவர்களுக்குப் பிரதிநிதித்துவம் அளிப்பது, பிற்படுத்தப்பட்டவர்களின் நிலையை உயர்த்துவது, கல்விச் சீர்திருத்தம் மேற்கொள்வது என்னும் முயற்சிகளுக்காக இதன் நிர்வாகம் குறிப்பிடத்தக்கதாய் இருந்தது. மாவட்ட முன்சீப்களை நியமிக்கும் அதிகாரத்தை, உயர்நீதிமன்றக் கட்டுப்பாட்டிலிருந்து அரசாங்கம் எடுத்துக்கொண்டது. ஏனெனில் உயர்நீதிமன்றம் பிராமணரால் மேலோங்கிக் காணப்பட்டது. 1921 மற்றும் 1922களின் சமூக அரசாணைகள், உள்ளாட்சி

அமைப்புகளிலும் கல்வி நிறுவனங்களிலும் திராவிட சமூகங்களைச் சார்ந்தவர்களுக்கு அதிகரித்த விதத்தில் ஒதுக்கீடு செய்திட வழிவகை செய்தன. 1924இல் அது *Public Service Commission* என்று ஆக்கப்பட்டது. இந்தியாவில் இதுவே முதன்மையானது ஆகும். ஆண்களைப் போன்றே பெண்களுக்கும் வாக்களிக்கும் உரிமை தரப்பட்டது.

பனகல் அமைச்சரவையால் நிறைவேற்றபட்ட 1921ஆம் ஆண்டு இந்து மத நிறுவனச் சட்டம் மத நிறுவனங்களிலிருந்து ஊழலை ஒழிக்க முயன்றது. அது வெற்றி பெறவில்லை என்ற போதும் மற்றும் கோயில் சொத்துகளை நிர்வகிக்கக் குழுக்களை அமைத்தது. கே.வி.ரெட்டி நாயுடுவின் முன்முயற்சியால் நிறைவேற்றபட்ட, 1922ஆம் ஆண்டு தொழிற்சாலைகளுக்கான மெட்ராஸ் அரசு உதவிச் சட்டம், தொழில்களுக்குக் கடன் வழங்கவும், நிலமும் நீரும் ஒதுக்கவும், ஆய்வுக்குத் துணை நிற்கவும், செய்யப்பட்ட முதலீட்டிற்கு குறைந்தபட்ச ஆதாயத்தை உத்தரவாதப்படுத்தவும் உத்தேசிக்கப்பட்டிருந்தது. தொழில் வளர்ச்சியை முன்னெடுக்க இச்சட்டம் வகுக்கப்பட்டது. கோவில் பூசாரிகள் களிப்பான வாழ்வு வாழ உதவிய தேவதாசி அமைப்பு ஒழிக்கப்பட்டது. உள்நாட்டு மருத்துவ முறைகளுக்கு ஊக்கம் அளிக்கப்படவே, சமண பௌத்த மருத்துவப் பிரிவுகள் ஆய்வுக்குள்ளாக்கப்பட்டு உபயோகத்திற்கு வந்தன. புறம்போக்கு நிலங்கள் ஏழைகளுக்கு வீட்டுமனைகளாக வழங்கப்பட்டன. தொடக்கக்கல்வியின் நலன்களை கல்விக்கட்டணச் சலுகைகள் மூலம் கட்சி அளித்தது. ஆனால், வேலை வாய்ப்புகளை விரிவுபடுத்திட எந்த முயற்சியும் செய்யவில்லை. மெட்ராஸ் பல்கலைக்கழகத்தின் செயல்பாட்டினை நிர்வாகம் மாற்றியமைத்தது. தமிழரும் தெலுங்கரும் சேர்ந்து மேலும் பல்கலைக்கழகங்கள் தொடங்க வேண்டினர். இதன் விளைவாக, 1926இல் ஆந்திரப் பல்கலைக்கழகமும், 1929இல் அண்ணாமலைப் பல்கலைக்கழகமும் ஏற்படுத்தப்பட்டன.

1937 தேர்தல் இருபெரும் கட்சிகளை மோதலில் நிறுத்தியதால், முக்கியத்துவம் பெற்றது. 1935ஆம் ஆண்டு இந்திய அரசாங்கச் சட்டம் பிராந்திய சுயாட்சிக்கு வழிவகை செய்தது. தேர்தலில் வெற்றி, பிராந்திய நிர்வாகத்தில் பெரும் பொறுப்பினை ஏற்றுக்கொள்வதைக் குறித்தது. கே.வி.ரெட்டி நாயுடு ஜஸ்டிஸ் கட்சிக்குத் தலைமை தாங்கிட, சி.ராஜகோபாலாச்சாரி தெற்கில் தேசிய காங்கிரஸுக்குத் தலைமை தாங்கினார். மக்கள் கட்சி மற்றும் முஸ்லீம் லீக் என்னும் புதிய கட்சிகளும் களத்திற்கு

வந்தன. ஜஸ்டிஸ் கட்சியின் வாக்கு வங்கியைக் குறைத்தன. எஸ். சத்தியமூர்த்தி, சி.ராஜகோபாலாச்சாரி மற்றும் ஜவகர்லால் நேரு ஆகியோர் தேசிய காங்கிரஸுக்குப் பிரச்சாரம் செய்தனர். இத்தேர்தலில் காங்கிரஸ், சட்டப்பேரவையில் 215 இடங்களில் 152 இடங்களையும், சட்ட மேலவையில் 46 இடங்களில் 26 இடங்களையும் கைப்பற்றியது. எனினும், நாளாந்த நிர்வாகத்தில் தலையிடுவதில்லை என்று உத்தவரவாதம் அளித்திட பிரிட்டிஷார் மறுதலித்துவிட்டதால், அதிருப்தியுற்ற கட்சி அமைச்சரவையை அமைக்க மறுத்துவிட்டது. இது கே.வி.ரெட்டி நாயுடு தலைமையில் இடைக்கால அரசாங்கம் அமைத்திடுமாறு இட்டுச்சென்றது. 1937 ஜூலையில் பிரிட்டிஷ் அரசாங்கம், தேவைப்பட்ட உத்தரவாதத்தை அளித்ததும், சி.ராஜகோபாலாச்சாரி தலைமையில் காங்கிரஸ் அமைச்சரவையை அமைத்தது.

1937இல் தேர்தல் தோல்விக்குப் பின்னர் ஜஸ்டிஸ் கட்சி நொறுங்கிப் போய் இல்லாததாயிற்று. ராஜாக்கள், ஜமீன்தார்கள் மற்றும் செட்டியார்களின் சந்தர்ப்பவாதக் கூட்டினை அது பிரதிபலித்ததால் இது தவிர்க்க முடியாததாயிருந்தது. பிராமண எதிர்ப்பு உணர்வுடன், உயர்குடியினர், வணிகர் மற்றும் தொழில் துறையாளரால் ஆதரிக்கப்பட்ட அதன் தலைவர்கள் சொகுசும் ஆடம்பரமுமான வாழ்க்கை வாழ்ந்தனர். கடந்த கால நிலமானியத்தின் அடையாளமாக, அவர்கள் நிலம், தொழிற்சாலையை விடவும் கேளிக்கை மன்றம், கோல்ஃப் ஆட்டத்தில் கூடுதல் கவனம் செலுத்தினர். இதனால், தம் கட்சிக்கு ஆதரவாகக் குடியானவரையும், தொழிலாளரையும் திரட்ட முயற்சியேதும் மேற்கொள்ளவில்லை. பொதுமக்கள் கட்சியிலிருந்து அந்நியப்பட்டது மக்கள் ஆதரவினை இழக்கச் செய்தது.

இரண்டாவதாக, விடுதலை இயக்கத்தை ஒடுக்குவதில் அது பிரிட்டிஷ் ஏகாதிபத்தியத்திற்கு உடந்தையாயிருந்தது. இது தேசியவாத லட்சியத்தைக் காட்டிக் கொடுத்ததாகப் பார்க்கப்பட்டது. குறிப்பாக, தலைவர்களின் அணுகுமுறை சாதகமற்றதாகவே தோற்றமளித்தது. கட்சியின் முதல் பிரதமரான சுப்பராயலு ரெட்டியார், ஒத்துழையாமை இயக்கத்தவர்களுக்கு எதிராக கடும் நடவடிக்கைகள் மேற்கொள்ளக் கோரினார். 1936இல், நலிவடைந்து வந்த கட்சியின் பிற்காலத் தலைவர்களுள் ஒருவரான பி.டி.ராஜன் குறிப்பிட்டார், "ஒத்துழையாமை இயக்கத்தைத் தடுத்து நிறுத்துவதில் அடக்குமுறை வென்றது, ஏனெனில் ஜஸ்டிஸ் கட்சியும் நாட்டின் வேறு சில சக்திகளும் இத்தகைய அடக்குமுறையை ஊக்குவித்தன".

இது தேசியவாத லட்சியத்தைக் காட்டிக்கொடுத்தலாக எடுத்துக் கொள்ளப்பட்டது.

அவர்களது செய்தித்தாள் தி ஜஸ்டிஸ் பிரிட்டிஷாரின் நிதியுதவி பெற்றது என்றும் நம்பப்பட்டது. ஏனெனில் அதன் ஆதரவுக்குப் பதிலாக பிரிட்டிஷார் ஆயிரம் பிரதிகள் வாங்கிக் கொண்டனர். ஜஸ்டிஸ் கட்சியின் ஒத்துழைப்பால் துணிவுகொண்ட பிரிட்டிஷ் நிர்வாகம், தேசியவாதிகளை ஈவிரக்கமின்றி ஒடுக்குவதில் ஈடுபட்டது. அது ஆர்ப்பாட்டக்காரர்களை அடித்து விரட்டியது. அவர்தம் சொத்துக்களைப் பறிமுதல் செய்தது. அவர்களைச் சிறையிலடைத்து சித்திரவதை செய்தது மற்றும் பலரைச் சுட்டுக்கொன்றது. இக்குரூர அணுகுமுறை கண்டு வருந்திய காங்கிரஸ் கட்சித் தலைவர் சர்தார் படேல், மக்களை அடிமைப்படுத்தி வைத்திருந்ததில், அந்நியரை விடவும் நம்நாட்டுச் சக மனிதர்களையே அதிகம் குறைகூற வேண்டும் என்றார். ஏகாதிபத்தியத்திற்குச் செய்த சேவைகளுக்கு ஈடாக ஜஸ்டிஸ் கட்சியினருக்கு பிரிட்டிஷார் கௌரவங்களையும் விருதுகளையும் வழங்கினர். மூன்றாவதாக, மண்டல, மொழி ரீதியிலான, அது போன்றே சமுதாய ரீதியிலான உட்கட்சிப் பூசல்கள் கட்சி ஒற்றுமையைக் கடுமையாகப் பாதித்தன. அதிகாரம் மற்றும் பதவிகளுக்காக, இந்துக்கள் முஸ்லீம்களுக்கிடையிலும், தமிழர் தெலுங்கர்களுக்கிடையிலும், தீண்டத்தக்கவர் தீண்டத்தகாதோருக்கிடையிலும் மோதல்கள் எழுந்தன. கட்சித் தலைவர்களுள் ஒருவரான அப்பாஸ் அலிகான் வருந்தினார், “வேலை நியமனப் பிரச்சனை எழும்போதெல்லாம் அவர்கள் எப்போதும் ஒரு முதலியார், ஒரு நாயுடு, ஒரு செட்டியார் அல்லது ஒரு பிள்ளையினையே தெரிவு செய்தார்களேயொழிய ஒரு முகமதியனை அல்ல. மேலும் தலித்களும் இதர நலிவுற்ற மக்களும் தொடர்ந்து புறக்கணிக்கப்பட்டனர்.”

1929இல் மெட்ராஸில் நடந்த தீண்டாமை எதிர்ப்பு மாநாட்டுத் தீர்மானம் ஒன்று, ஓட்டல்கள், சலூன்கள், தண்ணீர்ப் பந்தல்களில் “தீண்டத்தகாதோர்” விலக்கப்பட்டனர் என்று சுட்டிக்காட்டியது. அவர்தம் பிள்ளைகள் பள்ளிகளுக்குச் சென்றபோது சாதி இந்துக்கள் தம் பிள்ளைகளை வீட்டுக்கு அழைத்துக் கொண்டனர். கூட்டங்களிலும் தொழிற்சாலைகளிலும் சாதி இந்துக்கள் நலிவுற்ற மக்களுடன் மோதினர். வெறுத்துப்போன பலர் எம்.சி.ராஜா தலைமையில் ஜஸ்டிஸ் கட்சியிலிருந்து வெளியேறினர். இறுதியாக, ஜஸ்டிஸ் கட்சி, வரம்புக்குட்பட்ட நோக்கத்துடன் அதிகாரத்திற்கு

வந்தது. அது நிறைவேறியதும் அதன் இருப்பு பொருத்தப்பாடு கொண்டிருக்கவில்லை என்பதைச் சொல்லியாக வேண்டும். நிர்வாகப் பிரிவுகளில் பிராமணர் மேலோங்கி இருந்தமையே அதன் எழுச்சிக்கான பிரதான காரணமாக இருந்தது. ஆனால் சமூக அரசாங்கச் சட்டங்கள் வாயிலாக, குறைந்த அளவிலேனும் இந்நிலைமை சரி செய்யப்பட்டது.

இதற்கிடையே, அதிருப்தியுற்றிருந்த மக்கள் திரளினருக்கு காங்கிரஸ் ஒரு மாற்றினை முன்வைத்தது. அனைத்துச் சமுதாயத்தினருக்கும் சமவாய்ப்பு, தீண்டாமை ஒழிப்பு, சுதேசிப் பொருட்களைப் பயன்படுத்துதல் மற்றும் மதுவிலக்கு என்னும் அதன் வேலைத்திட்டம் பொதுமக்களுக்கு ஏற்கக்கூடியதாயிருந்தது. இதனால் தமிழ்நாட்டில் பிராமண அமைப்பாயிருந்த காங்கிரஸ் கட்சி, திராவிட அமைப்பாக உருமாறிற்று. கட்சியின் இடைநிலை மாற்றத்தில் ராஜாஜியும் காமராஜும் வேறான, எதிரானவையாயில்லை எனினும், போக்குகளைப் பிரதிநிதித்துவம் செய்தனர்.

தவிர்க்க முடியாததாகத் தோன்றிய ஓர் அழிவைத் தடுப்பதில் ஆர்வமாயிருந்த சுயமரியாதை இயக்கத் தலைவரான வி.வி.ராமசாமி நாடார், நலிவடைந்து வந்த கட்சியின் தலைவர்களை ஒரு மாநாட்டில் ஒன்று சேர்த்தார். 1935இல் நடந்த கூட்டத்தில், சிறியதொரு கட்சிச் செயற்குழுவை உருவாக்குவது, பிரச்சாரக் குழு ஒன்றினை ஏற்படுத்துவது மற்றும் தெளிவாக வகுத்த கட்சி வேலைத்திட்டத்தை அமைத்துக் கொள்வது என்னும் அவரது ஆலோசனையை கட்சித் தலைமை ஏற்றது. ஆனால் கட்சி ஏற்கனவே தன் வசீகரத்தை இழந்து விட்டிருந்ததால், எந்தவொரு புத்துயிர்ப்பையும் ஏற்படுத்த முடியாத அளவுக்கு மிகப் பின்தங்கியிருந்தது.

1951 தேர்தலில் அது ஓரிடத்தையே பெற்றது. ஜஸ்டிஸ் கட்சி நலிந்து போயினும், அது எடுத்துச் சென்ற லட்சியங்கள், மேலும் பரவலாக பிரதிநிதித்துவம் பெற்றிருந்த திராவிட இயக்க எழுச்சிக்குப் பங்களிப்புச் செய்தன. 1944இல் சேலத்தில் நடந்த மாநாட்டில், தமிழர் பெரும்பான்மையோராக இல்லாத திராவிடரின் நலனுக்குச் சேவை புரிவது என்னும் நோக்கத்துடன், ஜஸ்டிஸ் கட்சி திராவிடர் கழகமாக மாற்றியமைக்கப்பட்டது. தமிழ் மக்கள் என்போர் தமிழரை விடவும், தெலுங்கர், கன்னடியர், மற்றும் கேரளத்தவரைக் கொண்டிருந்ததால், அது தமிழர் என்பதை விடவும் திராவிடர் என்னும் சொல்லை ஏற்றது.

விடுதலைக்கான போராட்டம்

தேசியவாத சக்திகள் ஒன்று திரள்வதற்குத் திராவிட ஆரியப் பிரிவினை தடைகளை முன்வைத்தது. ஜஸ்டிஸ் கட்சி அளித்த ஒத்துழைப்பையும், முதல் உலகப் போரினால் உண்டான நிலையினையும் சாதகமாக எடுத்துக் கொண்டு பிரிட்டிஷ் நிர்வாகம், விடுதலை இயக்கம் பரவுவதைக் கட்டுப்படுத்திட தீர்மானகரமான முயற்சி மேற்கொண்டது. அது கூட்டங்களைத் தடைசெய்தல், ஊடகத்தின் சுதந்திரத்தைக் குறைத்தல் என்னும் கரடுமுரடான நடவடிக்கைகளை எடுத்தது. ரவ்லட் சட்டம் இயற்றப்பட்டது மற்றும் ஜாலியன் வாலாபாக் படுகொலையினைத் தொடர்ந்து, அநேகமாக பீதியில் ஈடுயிணையற்ற ஒடுக்குமுறை கட்டவிழ்த்து விடப்பட்டது. நாடெங்கிலும் ஆழ்ந்த வேதனை மற்றும் அருவருப்பின் அலை வீசிற்று. நாட்டின் அடக்குமுறை நிலையுடன் எவரும் சமரசம் செய்து கொள்ளத் தயாராயில்லை. எனினும், முன்னேறுதல் பின்வாங்குதல் என்னும் காந்தியத் தந்திரங்கள், இயக்க வரலாற்றில் ஏற்ற இறக்கங்களை உருவாக்கின.

ஒத்துழையாமை

1920 இல் வெறுப்புமிக்க சூழலில் தேசிய காங்கிரஸ் கல்கத்தா சிறப்பு மாநாட்டைக் கூட்டியது. எம்.கே.காந்தியால் நிறைவேற்றப்பட்ட ஒரு தீர்மானம் சுயராஜ்ஜியத்தைக் கோரி, அதனைப் பெறுவதற்கு நிர்வாகத்துடன் ஒத்துழையாமையைப் பரிந்துரைத்தது. ஒன்று ஆக்கப்பூர்வமானதும், இன்னொன்று ஒத்துழையாமையுமான இரட்டை நிகழ்ச்சிநிரலை ஒத்துழையாமை இயக்கம் கருத்தில் கொண்டது. சுதேசிப் பொருட்களைப் பயன்படுத்த ஊக்குவித்தல், போதைப் பொருள் நுகர்வை தடை செய்தல், தீண்டாமையை ஒழித்தல், சமூக ஒருமைப்பாட்டினை முன்னெடுத்தல், தேசியப் பள்ளிகளை நிறுவுதல் ஆகியவற்றினூடே சமூக மாற்றத்தை ஏற்படுத்துவதை ஆக்கப்பூர்வமான செயல்திட்டம் குறிக்கோளாகக் கொண்டது. நியாயமற்ற சட்டங்களுக்குக் கட்டுப்பட மறுத்தல், வரி கொடாமை, பதவிகளிலிருந்து விலகுதல், சட்டமன்றங்கள், நீதிமன்றங்கள் மற்றும் பள்ளிகளைப் புறக்கணித்தல் ஆகியவற்றின் வாயிலாக அரசியல் மாற்றத்தை குறிக்கோளாகக் கொண்டது ஒத்துழையாமை செயல்திட்டம்.

சில தலைவர்கள் இத்திட்டத்திற்கு எதிர்ப்பு தெரிவித்தனர். இது நாட்டில் சட்டம் ஒழுங்கினை அழித்துவிடும் என்று

அன்னிபெசன்ட் பயந்தார். காந்தியப் போராட்ட முறை சமூகத்தில் மோதல்களை உண்டாக்கி, நாட்டினை நாசத்தை நோக்கி இட்டுச் சென்றுவிடும் என்று எம்.ஏ.ஜின்னா அறிவித்தார். வி.எஸ்.ஸ்ரீநிவாச சாஸ்திரியும் பி.எஸ்.சிவசாமி ஐயரும், ஒத்துழையாமையினை, மர்மமிக்கது என்று கருதி சுயாட்சியைப் படிப்படியாக பெறுவதற்கு சீர்திருத்தங்களை நிறைவேற்றிட பிரிட்டிஷாருடன் ஒத்துழைக்குமாறு ஆலோசனை கூறினார். உள்ளிருந்து தகர்க்கும் விதத்தில் சட்டமன்ற நுழைவை ஆதரித்த எஸ்.சத்தியமூர்த்தி, சட்டமன்றப் புறக்கணிப்பை ஆட்சேபித்தார். 1922இல் திருப்பூரில் நடந்த அரசியல் மாநாட்டில், சட்டமன்ற நுழைவு மீதான தடையை விலக்குவதற்கு அவர் கொண்டுவந்த தீர்மானம் சி.ராஜகோபாலாச்சாரியால் தோற்கடிக்கப்பட்டது. செய்தித்தாள்களில் *தி இந்து* ஒத்துழையாமையை நிராகரித்தது. ராஜகோபாலாச்சாரியார் இதனை எதிர்கொள்ள, டி.பிரகாசத்தை ஆசிரியராகக் கொண்டு *ஸ்வராஜ்யாவை, தி இந்துவுக்குப்* போட்டியாக வெளியிட்டார். சி.ஆர்.தாஸ், மோதிலால் நேரு, ஜெயப்பிரகாஷ் போன்றவர்கள் சட்டமன்ற நுழைவை ஆதரிக்க, ராஜேந்திர பிரசாத், வல்லபாய் படேல், ராஜகோபாலாச்சாரி போன்றோர் எதிர்த்தனர். அப்போது 1923இல் சி.ஆர்.தாஸும் மோதிலால் நேருவும் சட்டமன்ற நுழைவுப் பிரச்சனையை ஒட்டி ஸ்வராஜ்யக் கட்சியை உருவாக்கினர்.

தேசிய காங்கிரஸ் விரக்தியும், நம்பிக்கையுமான சூழலில் ஒத்துழையாமை இயக்கத்தை ஆரம்பித்தது. சேலத்திலிருந்து வெளியான செய்தித்தாள் *தமிழ்நாடு* எழுதியது, “விடுதலையின் யுத்தத்தை நாங்கள் தொடங்கியுள்ளோம், எனவே 18 வயதுக்கு மேற்பட்ட ஒவ்வொரு ஆணும் பெண்ணும் சத்தியம், அகிம்சை, தன்னல மறுப்பு என்னும் ஆயுதங்கள் தாங்கியவராக, போர் முனைக்கு அணிவகுத்துச் செல்ல வேண்டும்”. இந்த அறைகூவலுக்கு மக்கள் கணிசமான உற்சாகத்துடன் செவிசாய்த்தனர். ஹர்த்தால்கள், ஊர்வலங்கள் மற்றும் கூட்டங்கள் போராட்டத்தின் வழமையான வடிவத்தைக் கொண்டன. ஏராளமான தலைவர்கள் அந்நிய ஆட்சியாளர்களிடமிருந்து பெற்றிருந்த பட்டங்களைத் துறந்தனர். தாங்கள் வகித்த பதவிகளிலிருந்து விலகினர் மற்றும் இயக்கத்தில் இணைந்தனர். எண்ணற்ற இடங்களில் தேசியவாதிகள் பள்ளிகளையும் நீதிமன்றங்களையும், புறக்கணித்து வரி கொடுக்க மறுத்தனர்.

அந்நியப் பொருட்களைப் புறக்கணித்தது, ஆலைகளில் வேலை நிறுத்தம், கள்ளுக்கடை ஏலத்தைத் தடுத்தல் என்பன

ஆட்சியாளருக்கு கணிசமானவருவாய் இழப்பை ஏற்படுத்தின. மதுரையில் கள்ளர்கள், குற்றப்பரம்பரைச் சட்டத்தின் கீழ் பதிவு செய்வதை எதிர்த்துப் போராடினர் மற்றும் அரசியல் கைதிகள் ஆர்ப்பாட்டம் நடத்தினர். வேல்ஸ் இளவரசர் 1922 ஜனவரி 13 அன்று மெட்ராஸ் வந்தார். ஜஸ்டிஸ் கட்சியினர் வரவேற்பளிக்க, தேசியவாதிகளோ கடையடைப்பு செய்தனர். துறைமுகத்திலிருந்து அரசாங்க இல்லத்திற்கு அவர் வந்த வழியில் ஆர்வலர்கள் அவர் வழியை மறித்தனர். ட்ராம் வண்டிகள் மீது கல்லெறிந்தனர் மற்றும் நீதிக்கட்சியினருடன் மோதினர். போலீஸ் சுட்டதில் இருவர் கொல்லப்பட்டனர். பலர் காயமுற்றனர். இவ்வியக்கத்தால் தேசியவாதம் வலுப்பெற்றது மற்றும் மக்கள் எதிர்ப்புணர்வை வளர்த்துக் கொண்டனர்.

இவ்வியக்கத்தினை அடக்குவதற்காக பிரிட்டிஷார் ஒடுக்குமுறைச் சக்திகளை ஏவிவிட்டனர். தடியடியும், கைதுகளும் சிறைப்படுத்தலும், சுடுவதும், விரிவான அளவில் நடந்தன. 1922 ஆரம்பத்தில் நவசக்தி அறிக்கையிட்டது, “தற்காலத்தின் சமிக்ஞைகள் மோசமாயிருக்கின்றன. சுடுகின்ற காலைச் சூரியனைப் போல ஒடுக்கு முறைகள் துரிதமாய் முன்னேறிக் கொண்டிருக்கின்றன.” அரசியல் கைதிகள் தனிமைப்படுத்தப்பட்டு இம்சிக்கப்பட்டனர். அவர்கள் கொளுத்தும் வெயிலில் கைவிலங்குடன் நிறுத்தப்பட்டனர். நகரசுத்திப் பணியாளர்களுடனும் தொழுநோயாளிகளுடனும் சேர்த்து அடைக்கப்பட்டனர். ஒடுக்குமுறை, போராட்டத்தின் மீது தன் இயற்கையான தாக்கத்தைக் கொண்டிருக்க, வேறு பல காரணிகள் இயக்கத்தைப் பலவீனப்படுத்தின. ஜஸ்டிஸ் கட்சியும் அதன் செய்தித்தாள்களும் பிரிட்டிஷாரை ஆதரித்தன. பெரும் பிரிவினரான திராவிடர்கள் போராட்டத்திலிருந்து விலகி நின்றனர். பலர் இதனை பிராமணப் போராட்டமாக நோக்கியதால், எம்.கே.காந்தியும் பிற தலைவர்களும் நாட்டைச் சுற்றி வந்தனர். ஆனால் அவர்களால் மக்களின் சந்தேகங்களை அகற்ற முடியவில்லை. ஏனெனில், ஜஸ்டிஸ் பத்திரிகை இப்படி அறிவித்தது, “1921 ஏப்ரல் 8 அன்று மெரீனாவில் நடந்த கூட்டத்தில், பிராமண ஆடவரும் பெண்டிரும் காந்தியைச் சூழ்ந்து கொண்டனர். அக்கூட்டத்தில் உள்ளூர்ப் பிராமணர் கூட்டம் பஜனை பாடிக்கொண்டு வந்தது. அவர்கள் காந்தியின் முன் தேங்காய் உடைத்து சூடம் கொளுத்தி ஆராதித்தனர். அப்போது திராவிட மொழிகளின், திராவிட வரலாற்றின் அட்சரம் கூடத் தெரிந்திராத இக் குஜராத்திக் கனவான், பிராமணரை வானளாவப் புகழ்ந்து தள்ளினார். அங்கிருந்த பிராமணர் மிகவும் மகிழ்ந்திருக்க வேண்டும். தம்மிடமிருந்து தெய்வீக ஞானத்தின்

துளியை மன்றாடிக் கேட்டிட உலகமே தம் பாதங்களில் வந்து கிடக்கின்றது என்று அவர்கள் எண்ணியிருக்க வேண்டும்.''

தேசியவாதிகளுக்கு தர்ம சங்கடம் ஏற்படுத்தும் வகையில், முஸ்லீம்களும் போராட்டத்தில் ஆர்வமிழந்தனர். துருக்கியின் கமால் பாஷா கலீபா அதிகாரத்தை ஒழித்துவிடவே, இழந்துவிட்ட லட்சியத்தின் பொருட்டு போராட்டத்தைத் தொடருவது இனியும் தேவையில்லை என்று அவர்கள் கண்டனர். இக்காரணிகள் தவிர, காங்கிரஸின் உட்கட்சி மோதல்கள் இயக்கத்தைப் பலவீனப்படுத்தின. தீவிரவாதிகள் ஒத்துழையாமையினை செயலிழந்ததாகக் கருத, மிதவாதிகள் பிரிட்டிஷாருடனான தொடர்பில் நம்பிக்கை வைத்தனர். மாற்றத்தின் ஆதரவாளர்கள் சட்டமன்ற நுழைவை வேண்ட, மாற்றம் வேண்டாம் என்றவர்கள் அதனை எதிர்த்தனர். இம் முரண்பாடுகள் ஒத்துழையாமை இயக்கத்தை நீட்டிக்க இயலாததாக்கின.

இவ்வியக்கம் சரிவினை நோக்கிச் சென்று கொண்டிருக்க, சௌரி சௌரா சம்பவம் முன்வைத்த சந்தர்ப்பத்தைப் பயன்படுத்தி, 1922 பிப்ரவரியில் போராட்டத்தை நிறுத்தி வைத்திட எம்.கே. காந்தி தீர்மானித்தார். போலீஸ் அத்துமீறல்களால் ஆத்திரமுற்ற ஒரு கும்பல், உ.பி.யின் சௌரி சௌரா காவல் நிலையத்தில் அடைபட்டிருந்த சில போலீஸாருடன் அந்நிலையத்திற்குத் தீவைத்தது. சம்பவங்கள் வன்முறைமிக்கதாக மாறி, போராட்டத்தை நிறுத்தி வைக்குமாறு செய்தது. தேசியவாதிகள் இது ஏமாற்றந் தருவதாகக் கண்டித்தனர். எனினும் இத்திடீர் நடவடிக்கை தமிழரிடையே கணிசமான விரக்தியை ஏற்படுத்திற்று. இப்போது காங்கிரஸ் ஆக்கப்பூர்வ செயல்திட்டத்தின்பால் திரும்பிற்று. சுயராஜ்ஜியவாதிகளும் தம் செல்வாக்கை இழந்தனர். 1925இல் மெட்ராஸில் நடந்த ஒரு கூட்டம் பற்றிய அதிகாரபூர்வ அறிக்கை புதிய நிலவரம் குறித்து சிந்தித்து, "கடையடைப்பு ஏதுமில்லை. 200 பேர் கடற்கரைக் கூட்டத்திற்கு வந்திருந்தனர். அதன்பின்னர் போராட்டக்காரர்கள் துணிகள் தயாரிப்பில் தம் கவனத்தைத் திருப்பினர்.''

சைமன் கமிஷனைப் புறக்கணித்தல்

ஒத்துழையாமை இயக்கம் தோல்வியுற்ற போதிலும், செய்தித்தாள்களும் விடுதலைப் போராட்ட வீரர்களும் தமிழ்நாட்டில் தேசிய உணர்வை உயிர்ப்புடன் வைத்திருந்தனர். விடுதலைப்

போராட்டத்திற்கு ஆதரவாக நிறைய செய்தித்தாள்களும் பத்திரிகைகளும் வந்தன. பாண்டிச்சேரியில் அடைக்கலம் புகுந்திருந்த தலைவர்கள் தேசபக்திப் பாடல்களை இயற்றி, சுற்றுக்கு விட்டனர். அவற்றில் முக்கிய தொகுதிகள் சுதந்திர நாதம் மற்றும் தேசபக்த கீதம். எச்சரிக்கையான கொள்கை கொண்டிருந்த *தி இந்து* போன்ற செய்தித்தாள்கள் ஒடுக்குமுறைக்குத் தாக்குப்பிடித்திட, தேசியவாத செய்தித்தாள்களில் மிகத் தப்பானவை வெளிவருவது நின்று போனது. ஏப்ரல் 6 லிருந்து 13 வரை தேசியவாரத்தைக் கொண்டாடியது காங்கிரஸ். இவ்வாரத்தில் நடந்த கூட்டங்களில் ஆர்வலர்கள் தேசபக்திப் பாடல்கள் பாடினர் மற்றும் தேசபக்தர்கள் செய்த தியாகக் கதைகளை நினைவு கூர்ந்தனர். 1927இல், 1857 கலகத்தில் ஜெனரலாக இருந்த கர்னல் நீலுக்கு மெட்ராஸில் நிறுவப்பட்ட சிலையை அகற்றுமாறு காங்கிரஸ் ஆர்வலர்கள் சத்தியாகிரகப் போராட்டத்தை நடத்தினர். பலர் கைது செய்யப்பட்டு சிலை உடைக்கப்பட்டது.

1927இல் பிரிட்டிஷ் அரசாங்கம் இரட்டையாட்சியின் செயல்பாடுபற்றி ஆராயவும் பரிந்துரைக்கவும், சர் ஜான் சைமன் தலைமையில் இந்திய சட்டத்துறை ஆணையத்தை நியமித்தது. எனினும், அந்த ஆணையம் முழுவதும் வெள்ளையர் நிரம்பியிருப்பதற்கு எதிர்ப்பு தெரிவித்த காங்கிரஸ், 1927இல் மெட்ராஸில் நடந்த மாநாட்டில் அதனைப் புறக்கணிக்கத் தீர்மானித்தது. அதன்படி தமிழ்நாடு காங்கிரஸ் கமிட்டியும், ஆந்திர பிராந்திய காங்கிரஸ் கமிட்டியும் புறக்கணிப்பு ஆர்ப்பாட்டங்கள் நடத்தின. ஆணையம் வருகைதரும் நாளன்று ஒரு நாள் கடையடைப்பு செய்திட எஸ்.சத்தியமூர்த்தியைத் தலைவராகக் கொண்ட சைமன் புறக்கணிப்பு பிரச்சார குழுவை மெட்ராஸில் தேசியவாதிகள் உருவாக்கினர். மாணவர்கள் வகுப்புகளைவிட்டு நீங்கியிருக்குமாறும், கடைக்காரர்கள் தம் கடைகளை மூடியிருக்குமாறும், வழக்குரைஞர்கள் நீதிமன்றங்களில் ஆஜராகாதிருக்குமாறும், பயணிகள் ரயில்களில் பயணம் செய்யாதிருக்குமாறும் அது வேண்டுகோள் விடுத்தது. அனைவரும் தேசியக் கொடியினையும் புறக்கணிப்பு என்றெழுதப்பட்ட கருப்புக் கொடியினையும் ஏற்ற வேண்டும் என்று இருந்தது.

1929 பிப்ரவரி 18 அன்று சைமன் ஆணையம் மெட்ராஸ் வந்திறங்கிற்று. நாட்டின் எஞ்சிய பகுதிகளைப் போல, இங்கும் ஆர்ப்பாட்டங்களுடன் வரவேற்கப்பட்டது. போலீஸார், தலைவர்களின் இல்லங்களை சோதனை செய்து, தலைவர்களைக்

கைது செய்தனர். தேசிய எதிர்ப்பாளர்களையும், கட்சிகளையும் ஆணையத்தை வரவேற்குமாறு பிரிட்டிஷார் தூண்டினர். தென்னாடு செய்தி வெளியிட்டது. ஆதரவாளர் இல்லாத தலைவர்களையும், பார்வையாளர் இல்லாத போதகர்களையும், சுயமரியாதை இல்லாத சுயநலமிகளையும் அரசாங்கம் ஆதரித்தது. இவர்கள் ஆணையத்தின் முன் தோன்றவும் செய்து வரவேற்புரை நிகழ்த்தினர். மெட்ராஸ் மாநகராட்சி சார்பில் ஜஸ்டிஸ் கட்சியின் ஏ.ராமசாமி முதலியார் ஆணையத்தை வரவேற்றார். மறுபுறத்தில் காங்கிரஸ் கட்சி தீர்மானித்தவாறு, தேசியவாதிகள் கடையடைப்புக்கு ஏற்பாடு செய்தனர். கடைகள் மூடப்பட்டன. கருப்புக் கொடிகள் ஏற்றப்பட்டன. ஆர்ப்பாட்டங்கள் நடந்தன. அடக்குமுறை, தாக்குதல், தேசத்துரோகம் புரிந்ததாக பொய்வழக்குகள், சிறைவாசம் என இதனை பிரிட்டிஷார் எதிர்கொண்டனர். ஆந்திர பத்ரிகா இப்படி அறிவித்தது "கல்வீச்சு நடந்தது, தலைகள் உடைந்தன. குருதி கொட்டியது. களேபரம் தொடர்ந்தது." ஆணையம் சென்றவிடங்களிலெல்லாம் அடக்குமுறை தொடர, மக்கள் ஆர்ப்பாட்டம் செய்தனர்.

காங்கிரஸின் உருமாற்றம்

ஒத்துழையாமை இயக்க காலகட்டத்தில் தமிழ்நாட்டில் மேல்தட்டுவர்க்க பிராமணக் கும்பலிலிருந்து, தமிழரின் மக்கள் செல்வாக்குள்ள கட்சியாக காங்கிரஸ் சீரான உருமாற்றமடைந்தது. ஆக்கப்பூர்வமான செயல்திட்டம், மக்கள் ஆர்ப்பாட்டம் மற்றும் தியாகத்தின் வாயிலாக, காங்கிரஸ் மக்கள் திரளினருக்கு ஏற்புடையதாக தன்னை நிரூபணம் செய்தது. இதற்கிடையே மேல்தட்டு பிராமண அணிகளிலிருந்த, அதுபோன்றே திராவிட உயர்வகுப்பினரிடமிருந்த உட்கட்சி மோதல்களும், சமுதாய சக்திகளைப் பலவீனப்படுத்தின. பதவிகள், செல்வாக்குகள் குறித்து தமிழ் பிராமணரும், தெலுங்கு பிராமணரும் மோதிக் கொண்டனர். அவர்களது தலைவர்கள் முறையே எஸ்.சத்தியமூர்த்திக்கும், டி. பிரகாசத்திற்கும் இடையிலான கடும் போட்டி இப்போக்கைப் பிரிதிநிதித்துவப்படுத்திற்று. தமிழ் பிராமணரிடையே கூட அதிருப்திகள் நிலவின. ஏனெனில் சி.ராஜகோபாலாச்சாரியின் செல்வாக்கு குறித்து, சத்தியமூர்த்தி மிகவும் பொறாமை கொண்டிருந்தார் என 1931ஆம் ஆண்டு அறிக்கை ஒன்று கூறிற்று. இப்போட்டியின் விளைவாக தமிழர் இனத்திலிருந்து கே.காமராஜ் உருவானார்.

ஜஸ்டிஸ் கட்சி வீழ்ச்சிப்பாதையில் அடியெடுத்து வைத்தது. தமிழ் தெலுங்கு, உயர்சாதி, தாழ்ந்தசாதி மற்றும் இந்து, முஸ்லீம் என்னும் பிணக்குகளால் அதன் அணிகளில் விரிசல் உண்டானது. 1923இல் ஜஸ்டிஸ் கட்சியின் இரு முக்கிய தலைவர்கள் ஆர்.கே.சண்முகம் செட்டியும், வரதராஜுலு நாயுடுவும் சி.ஆர்.தாஸின் அழைப்பின் பேரில், காங்கிரஸின் பக்கமாகச் சென்றுவிட்டனர். காங்கிரஸ் மக்கள் திரளினர் இயக்கமாக உருமாறிட இப்போக்கு உதவியது. மற்ற திராவிடத் தலைவர்களில் கல்யாணசுந்தர முதலியார் காங்கிரஸுக்கு திராவிட ஆதரவைப் பெற்றுத்தர முயன்றார். திரு.வி.க. என்று மக்களால் அழைக்கப்பட்ட அவர் தீவிரமான தேசபக்தர், தமிழ் அறிஞர், நன்கறியப்பட்ட பத்திரிகையாளர். தனது செய்தித்தாள் நவசக்தியில் சமூகத்தில் அதிருப்திகள் உருவாக ஜஸ்டிஸ் கட்சியே காரணம் மற்றும் திராவிடரின் பின்தங்கிய நிலைக்கு பிராமணர்கள் பொறுப்பல்ல என்று எழுதினார்.

காங்கிரஸில் திராவிடர்கள் அதிகமாகச் சேர்ந்ததால், 1922இல் பிரதேச காங்கிரஸ் தலைவராக ஈ.வெ.ராமசாமி நாயக்கர் தேர்ந்தெடுக்கப்பட முடிந்தது. சட்டமன்ற நுழைவுப் பிரச்சனை சர்ச்சையை உருவாக்கியபோது, கட்சியின் பல பிராமணத் தலைவர்கள், குறிப்பாக எஸ்.சீனிவாச அய்யங்காரும், கே.பாஷ்யம் அய்யங்காரும் தம் பதவிகளிலிருந்து விலகினர். 1931இல் தமிழ்நாடு காங்கரஸ் கமிட்டி சி.ராஜகோபாலாச்சாரியைத் தலைவராகவும், கே.காமராஜை செயற்குழு உறுப்பினர்களுள் ஒருவராகவும் தேர்ந்தெடுத்தது. இதன் விளைவாக, காங்கிரஸ் பெரிய மக்கள் அடித்தளத்தைப் பெற்றது.

முழுவிடுதலை குறித்த பிரச்சினை

1927இல் மெட்ராஸில் நடந்த மாநாட்டில் இந்திய தேசிய காங்கிரஸ் முழு விடுதலையே இந்தியாவின் லட்சியம் என்று அறிவித்தது. அரசியலமைப்புச் சீர்திருத்தப் பிரச்சனையை பரிசீலித்திட மோதிலால் நேரு தலைமையில் ஒரு குழுவை ஏற்படுத்தியது. எனினும், நேரு அறிக்கை என்றழைக்கப்பட்ட அதன் அறிக்கையில், முழு விடுதலையல்லாமல் டொமினியன் அந்தஸ்தே இந்தியாவின் அரசியல் நோக்கம் என்றது குழு.

அரசியல் பிரக்ஞையுள்ள தேசியவாதிகளுக்கு இது பெரும் ஏமாற்றமாயிருந்தது. காங்கிரஸ்காரர்கள் பொதுவாக இதனை வரவேற்றபோதிலும், தீவிர தேசியவாதிகள் கண்டித்தனர். இந்தியாவின் லட்சியம் முழு விடுதலையே என்னும் அவர்களது

கோரிக்கை கட்சியில் பிளவை உண்டு பண்ணிற்று. 1928 டிசம்பர் 18ஆம் நாளைய மாநாடு நேரு குழுவின் தோல்விப்போக்கிற்கு வருந்தியது. அது தெள்ளத் தெளிவாக அறிவித்தது, "மெட்ராஸ் காங்கிரஸ் முழு விடுதலையே இந்தியாவின் லட்சியம் என்று தெளிவாகக் குறிப்பிட, நேரு குழு டொமினியன் அந்தஸ்தை அடிப்படையாகக்கொண்டு தன் திட்டத்தை வகுத்திருப்பது வருந்தத்தக்கதாகும். காங்கிரஸ் இளைஞர்கள் டொமினியன் அந்தஸ்துடன் ஒரு போதும் நிம்மதி அடையமாட்டார்கள். முழு விடுதலையே அவர்கள் இலக்கு." தேசியவாதிகளிடையே வெளிப்பட்ட அதிருப்தி காரணமாக, 1929 லாகூரில் நடந்த மாநாட்டில் காங்கிரஸ், இந்தியாவின் இலக்கு சுதந்திரமே என்று தீர்மானம் நிறைவேற்றிற்று. ஜனவரி 26-ஐ முழு விடுதலை நாளாக அனுசரிக்கவும் அது தீர்மானித்தது. காங்கிரஸ் தலைவர் ஜவகர்லால் நேரு, லாகூரின் ராவி நதிக்கரை மீது சுதந்திரத்தின் மூவண்ணக் கொடியை ஏற்றினார். இவ்வறிவிப்பு இந்திய இலக்கினை தெளிவுடன் முன்வைத்தது. காங்கிரஸ் செயற்குழு, சுதந்திரத்தை அடைவதற்காக சத்தியாக்கிரக போராட்டத்தை மேற்கொள்ளுமாறு மக்களுக்கு அழைப்பு விடுத்தது.

சத்தியாக்கிரகம்

அரசியல் ஆர்ப்பாட்டம் மற்றும் ஆக்கப்பூர்வமான பணி மூலம் உற்பத்தியாகும் ஆற்றல் வாயிலாக, இரட்டையாட்சியை அழிப்பதை, அடிபணியாமை மூலம் காங்கிரஸ் நோக்கமாய்க் கொண்டது. 1930இல் கட்சியின் முடிவுக்கேற்ப, தமிழ்நாடு காங்கிரஸ் கமிட்டி அடிபணியாமையைத் தெரியப்படுத்துவதற்கு எஸ்.சத்தியமூர்த்தியை தலைவராகக்கொண்ட செயற்குழுவை அமைத்தது. மெட்ராஸில் நகர புறக்கணிப்புக் குழு கடைகளை மறித்து, அந்நியப் பொருட்களைப் புறக்கணிக்குமாறு அறிவுறுத்தியது. 1930 மார்ச் 11 அன்று உப்புச் சத்தியாகிரகத்துடன் இவ்வியக்கம் ஆரம்பித்தது. ஆனால் அது ஏற்ற / இறக்கமிகு வரலாற்றைக் கொண்டிருந்தது. அதன் பிறகு பிரிட்டிஷ் அரசாங்கம், அரசாங்கத்தில் மக்களின் அதிகப் பங்கேற்பினையும் பிராந்தியங்களின் தன்னாட்சியால் இரட்டையாட்சியை நீக்குவதையும் ஆதரித்த சைமன் ஆணைய அறிக்கையை வெளியிட்டது. அதே வேளையில முழு விடுதலைக் கோரிக்கையை அது நிராகரித்தது. இர்வின் பிரபுவை அடுத்து வைஸ்ராய் ஆன வெல்லிங்டன் பிரபு, லாகூர் சதி வழக்கில் குற்றம் சாட்டப்பட்டிருந்த

பகத்சிங், ராஜகுரு, சுகதேவ் ஆகியோரைத் தூக்கிலேற்றச் செய்தார். எம்.கே.காந்தியையும் எஸ்.சி.போஸையும் கைது செய்து ஒடுக்குமுறையை ஏவிவிட்டார். இவ்வட்டூழியங்களால் சீற்றங்கொண்ட தேசியவாதிகள் 1932 ஜனவரியில் இயக்கத்தினை வீறுடன் புதுப்பித்தனர்.

1930 மார்ச்சில் தமிழ்நாடு காங்கிரஸ் கமிட்டித் தலைவர் சி.ராஜகோபாலச்சாரி, தன் தலைமையகத்தை மெட்ராஸிலிருந்து மாற்றி, அடிபணியாமை நடவடிக்கைகளுக்கு திருச்சிராப்பள்ளியை மையமாக்கிக் கொண்டார். கோடியக்கரையின் மணற்பாங்கான ஆனால் உப்பளம் அருகே அமைந்துள்ள வேதாரண்யத்தில், உப்புச் சட்டங்களை மீறுவதென்று காங்கிரஸ் கமிட்டி தீர்மானித்தது. அது ஒரு யாத்திரைத் தலமாயும் இருந்ததால், இவ்வியக்கம் மதச்சாயமும் பெற்றது. சி.ராஜகோபாலாச்சாரி இவ்வியக்கத்தின் சர்வாதிகாரி ஆக்கப்பட, டி.எஸ்.எஸ்.ராஜன் ஒரு குழுவுக்குப் பொறுப்பாளராகவும், சி.சுவாமிநாத செட்டி அமைப்புப் பணிகளுக்காகவும் அமர்த்தப்பட்டனர். தமிழ்நாட்டில் சத்தியாக்கிரகத்தின் ஆரம்பத்தை அடையாளப்படுத்தி, சட்டத்தை மீறி பிரிட்டிஷ் அதிகாரத்திற்கு அவப்பெயர் ஏற்படுத்துவதே நோக்கம்.

1930 மார்ச் 13 அன்று திருச்சிராப்பள்ளியில் மாபெரும் பொதுக்கூட்டம் நடத்தப்பட்டது. சி.ராஜகோபாலாச்சாரியாரும் டி.எஸ்.எஸ்.ராஜனும் பேசினார். ஆயிரம் ஆர்வலர்கள் முன்வந்தபோதும், வேதாரண்யத்திற்கு அனுப்பிட நூறு பேரை மட்டுமே அமைப்பாளர்கள் தெரிவுசெய்தனர். முன்னோடிப் பிரிவொன்று தேசபக்திப் பாடல்களைப் பாடியவாறு நன்கொடைகள் வசூலித்துச் சென்றது. முதல் பிரிவுக்கு சி.ராஜகோபாலாச்சாரி தலைமை வகித்தார். தமிழ்ப் புத்தாண்டு தினமும் ஜாலியன் வாலாபாக் தினமும் ஆன மங்களகரமான ஏப்ரல் 13 அன்று பயணத்தை ஆரம்பிக்க அவர் தீர்மானித்தார். தண்டியில் காந்தியின் பயணத்துடன் ஒத்திசையும் வகையில், குறிப்பிட்ட தினத்தன்று, ஈழம், பர்மா, மெட்ராஸ் மற்றும் பம்பாயிலிருந்து ஆர்வலர்கள் சேர்ந்துகொள்ள, சத்தியாகிரகிகள் திருச்சிராப்பள்ளியிலிருந்து புறப்பட்டனர். நாமக்கல் வெ.ராமலிங்கம்பிள்ளை இச்சந்தர்ப்பத்திற்காக ஒரு பாடல் இயற்றினார்.

> “கத்தியின்றி ரத்தமின்றி யுத்தமொன்று வருகுது சத்தியத்தின்
> நித்தியத்தை நம்புவோரெல்லாம் சேர வாரீர்”

சத்தியாகிரகிகளுக்கு வரவேற்பளிக்கக் கூடாது என்று பிரிட்டிஷ் நிர்வாகம் மக்களை எச்சரித்திருந்தது. எனினும் உப்புச் சட்டங்களை மீறுவதற்கு முன்பாக அவர்களைக் கொண்ட முதல் பிரிவு 14ஆம் நாளன்று மாலையில் கோவிலடியை வந்தடைந்தது. பெரிய சத்திரம் பூட்டிக்கிடக்கவே எல்லோரும் ஆற்றுப்படுகையில் ஓய்வெடுக்க, ராஜாஜி ஓர் அய்யங்கார் வீட்டில் இருந்தார். திருவடி, தஞ்சாவூர், கும்பகோணம் வழியாக யாத்திரை தொடர்ந்தது. உபசரித்தவர்கள் கைது செய்யப்பட்டனர். 30ஆம் நாளன்று ஆர்வலர்கள் உப்பு சேகரித்துக் கொண்டிருந்தனர். அப்போது, ராஜாஜி கைது செய்யப்பட்டு, திருச்சிராப்பள்ளியில் 6 மாதம் சிறை தண்டனை பெற்றார். இப்போது எஸ்.சத்தியமூர்த்தி அடுத்த தலைவரானார். கே.சந்தானம் வேதாரண்யத்தில் தலைமைப் பொறுப்பேற்றார். ஆர்வலர்கள் சதுப்பு நிலத்தையடைந்து உப்பெடுத்தனர். மே 3ஆம் நாளன்று அனைவரும் முடிந்த அளவு உப்பெடுத்துக்கொள்ள அனுமதிக்கப்பட்டனர். ஆனால் திடீர் நடவடிக்கையாக தலைவர்கள் கைதாகினர். 5ஆம் நாளன்று அடித்த பெரும்புயல் மேலும் உப்பெடுப்பதைத் தடுத்தது. ஆர்வலர்கள் கூட்டங்கள் நடத்தினர். தடியடி பெற்றபடி சிதறியோடினர். 29ஆம் நாளன்று போலீஸ் திருச்சிராப்பள்ளி மத்திய முகாமைப் பரிசோதனை செய்து, 135 காங்கிரஸாரைக் கைது செய்து முகாமைக் கலைத்தது. டி.எஸ். எஸ்.ராஜனும் கைது செய்யப்பட்டு ஓராண்டு சிறைவாசம் பெற்றார்.

பிற மையங்களிலும் சத்தியாகிரகிகள் உப்புச் சட்டங்களை மீறினர். மெட்ராஸுக்கு அருகே உதயவனத்தில் டி.பிரகாசமும், கே.நாகேஸ்வரராவும் ஒரு முகாம் அமைக்க, போலீஸ் அத்தலைவர்களைக் கைது செய்து முகாமைக் கலைத்துவிட்டது. இதனையடுத்து நகரில் கடையடைப்பு மேற்கொள்ளப்பட்டது. 1930 ஏப்ரல் 27 அன்று போலீஸ் திருவல்லிக்கேணியில் பெரிய கூட்டத்துடன் மோதலில் ஈடுபட்டது. மூன்று மணி நேரம் நீடித்த மோதல் துப்பாக்கிச் சூட்டில் முடிந்தது. நிர்வாக அறிக்கைப்படி, ஏழுபேர் இறந்தனர். மூன்று பேர் கவலைக்கிடமாய் இருந்தனர். இவ்வறிக்கைகள் ஒருபோதும் உண்மைக்கு நெருக்கமாய் இருந்ததில்லை. ராமேஸ்வரத்தில் உப்பெடுத்த ஆர்வலர்களும் கைதாகினர். ஏப்ரலிலிருந்து ஜுன் வரையிலும், உவரி, அஞ்சென்கோ என்னும் கடற்கரைப் பகுதிகளில் உப்பெடுக்க முயற்சிகள் மேற்கொள்ளப்பட, அவை முறியடிக்கப்பட்டன. இம் மையங்களில் தேசபக்தர்கள் பாடினர்.

“அணிவகுப்போம், கடற்கரைக்கு அணிவகுப்போம் உப்பெடுக்க”

போராட்டத்தை முன்னெடுத்துச் செல்லத் தீர்மானித்த தேசபக்தர்கள் பல்வேறான முறைகளை மேற்கொண்டனர். மக்களின் அனைத்துப் பிரிவினரது, குறிப்பாக அரசுப் பணியாளர்கள், தொழிலாளர்கள், குடியானவர்கள், மாணவர்களினது ஆதரவை நாடினர். தங்கள் இயக்கத்திற்குள் போலீஸாரை ஈர்த்திடும் அவர்களது முயற்சி தோற்றது. ஆனால் மாணவர்கள் அதிகம் இணைந்தனர். கூட்டங்கள், சத்தியாகிரகம், ஹர்த்தால், மறியல், நாடகங்கள், தேசபக்திப் பாடல்கள் என்பனவும் முயன்று பார்க்கப்பட்டன. தெருமுனைக் கூட்டங்கள் மூலம் ஏராளமான பேச்சாளர்கள் உருவாயினர். தேசபக்திப் பாடல்கள் பாடுவதில் நன்கறியப்பட்ட, பாடகர் இசக்கியா பிள்ளையின். ராட்டையின் வெற்றி, கதர் பயன்படுத்துதல், தேபக்தர்களின் உயிர்த்தியாகம் போன்ற நாடகங்கள் மற்றும் பாடல்கள், பல்வேறான மையக் கருத்துகளில் காணப்பட்டன. ஆர்வலர்கள், தேசபக்திப் பாடல் களைப் பாடியபோது, தக்ளியால் நூற்றனர். சுதேசி நாடகங்களை நடித்தனர். கொடிக்கு வணக்கம் செலுத்தினர்.

தேசியவாதம் வலுப்பெற்றபோது, பிரிட்டிஷ் நிர்வாகம் கூடுதல் வேகத்துடன் எதிர்வினை புரிந்தது. போலீஸார் ஆர்வலர்கள் மீது தடியால் அடித்தனர். கூட்டங்களைக் கலைத்தனர். துப்பாக்கிச் சூட்டில் இறங்கினர். சத்தியாகிரகிகளை வதைப்பதை எதிர்த்து, 1930 மார்ச் 11 அன்று மெட்ராஸ் சூளையில் தொழிலாளர்கள் ஒரு கூட்டம் நடத்தினர். துப்பாக்கிச் சூடு நடந்ததில் குறைந்தது மூவர் இறந்தனர். பலர் காயமுற்றனர். 1930 ஜூலை அன்று ஆர்வலர்கள் மதுரையின் கள்ளுக்கடைகளில் மறியல் செய்தனர். கூட்டம் கடைகளுக்கு தீவைக்க முற்பட்டதும், போலீஸார் சுட்டுத்தள்ள, பல ஆர்வலர்கள் கொல்லப்பட்டனர். 1930 ஆகஸ்டு 6 அன்று மேலும் பலர் கொல்லப்பட்டனர். 1932 ஜனவரி 11 அன்று திருப்பூரில், தேசியக்கொடி தாங்கி தேசியப்பாடல்கள் பாடிச் சென்ற ஊர்வலத்தைப் போலீஸ் தாக்கியது. தடியடியில் திருப்பூர் குமரன் இறந்தார். இதற்கிடையே பிரிட்டிஷார் மக்களிடையே பூசல்களை உருவாக்க முற்பட்டனர். தங்கள் செயல்திட்டத்தின்படி, விசுவாசக் கூட்டங்களுக்கு இடையூறு செய்திட கூலிப்படையினரை ஏவினர்.

சக்கரவர்த்தியின் பிறந்தநாளைக் கொண்டாடினர். தேசியவாத எதிர்ப்பு தினசரிகளை ஆதரித்தனர். பிரிட்டிஷ் ஆட்சியின் நற்குணங்களைப் புகழ்ந்து தேசியவாத எதிர்ப்பாளர்கள் பலர்

பிரிட்டிஷாரிடம் ஊதியம் பெற்றனர். இவர்களில் முனைப்பானவர் காசிநாதபிள்ளை. தேசியவாத பத்திரிகைகள் கருப்புப்பட்டியலில் சேர்க்கப்பட்டு விளம்பரங்கள் மறுக்கப்பட்டன. *திராவிடன், நவசக்தி, ஊழியன், சுதேசமித்திரன், சுதந்திரச் சங்கு, சுகோதயம்* என்னும் தமிழ் செய்தித்தாள்கள் கறுப்புப் பட்டியலில் இடம்பெற்றன. எனினும் சிக்கலான தருணத்தில் காங்கிரஸ் மீண்டும் தேசத்தை ஏமாற்றிவிட்டது. 1934 மார்ச்சில் காங்கிரஸுடன் ஏற்படுத்திக்கொண்ட புரிந்துகொள்ளல் மூலம், பிரிட்டிஷ் அரசாங்கம் அடக்குமுறையை விலக்கிக்கொள்ள சம்மதித்தது. அதன்படி காந்தி ஆர்ப்பாட்டத்தை வாபஸ் பெற்றார். இதனால், போராட்டம் அதன் தர்க்க முடிவுவரை கொண்டு செல்லப்படவில்லை.

1935இல் லண்டன் பாராளுமன்றம் இந்திய அரசாங்கச் சட்டத்தை நிறைவேற்றிற்று. சைமன் ஆணையம் பரிந்துரைத்தவாறு, பிராந்தியங்களில் தன்னாட்சியை நிறுத்தி இரட்டையாட்சியை இடம்பெறச் செய்தது. பிராந்திய அரசாங்கத்தின் அரசியலமைப்பில் இச்சட்டம் கணிசமான மாற்றங்களை அறிமுகப்படுத்தியது. சட்டமன்றம் ஈரவைகளைக் கொண்டதாக, சட்டப் பேரவையும் மேலவையும் பெற்றதாக இருக்கும். சட்டமன்றத்திற்கு பொறுப்புமிக்கவர்களாக அமைச்சர்களின் குழு பிராந்திய விஷயங்களை நிர்வகித்தது. எனினும், அமைச்சர்கள் குழுவின் அதிகாரங்கள், அரசியலமைப்புப் பாதுகாவல்களுக்கும் ஆளுனரின் தனிச்சிறப்பான பொறுப்புகளுக்கும் கட்டுப்பட்டிருந்தன. 1937இல் நடந்த தேர்தலில் காங்கிரஸ் போட்டியில் பங்கேற்று மெட்ராஸில் ஆட்சிக்கு வந்தது. இந்நிலை நேர்மறையானதாய்த் தோன்றினாலும் மாபெரும் பிரிட்டன், நாட்டுக்குச் சுதந்திரம் வழங்கத் தயாராயில்லை.

25

சுதந்திரம் பெறுதல்

நாட்டு வரலாற்றில் 1937லிருந்து 1947வரையிலான ஆண்டுகள், சரிவும் நம்பிக்கையுமான காலகட்டத்தைக் குறித்தன. தேசியகாங்கிரஸ் 1937 தேர்தலில் போட்டியிடத் தீர்மானித்தது. பல பிராந்தியங்களில் அது வென்றது. ஆட்சிப்பொறுப்பேற்றது, 1935இன் சீர்திருத்தங்களை நிறைவேற்றுவதில் பிரிட்டிஷாருக்கு அது உதவியது. ஒத்துழையாமை என்னும் வழக்கமான கொள்கைக்கு மாறாக இப் பின்வாங்கல், தீவிர தேசியவாதிகளுக்கு அதிர்ச்சி அளிப்பதாயிருந்தது. காங்கிரஸ்காரர்கள் மோதல்களத்திலிருந்து வெளியேறவே, கம்யூனிஸ்டுகள் உள்ளிட்ட தீவிரவாதிகள் தமிழ்நாட்டில் இயக்கத்தை முன்னெடுத்தனர். எனினும் 1939இல் இரண்டாம் உலகப்போர் மூண்ட பிறகு, நிலவரம் ஐக்கிய நாடுகளின் முகாமில் சோவியத் ரஷ்யா இணைந்ததும், வெளிநாடுகளில் உத்வேகம் கொண்ட கம்யூனிஸ்டுகளும் தம் விசுவாசத்தை பிரிட்டிஷ் ஏகாதிபத்தியவாதிகளிடம் மாற்றிக் கொண்டனர். ஜப்பானின் அச்சுறுத்தல் இந்தியாவுக்கு இருந்தபோதும், நாட்டுக்கு விடுதலையினை உறுதியளித்திட பிரிட்டன் தயக்கம் காட்டியதாய்த் தோன்றியது. இப்போது காங்கிரஸ் வெள்ளையனே வெளியேறு இயக்கத்தைத் தொடங்கியது. சுபாஷ் சந்திர போஸ் தனது இந்திய தேசிய ராணுவத்தை பிரிட்டிஷாருக்கு எதிராக களத்தில் இறக்கினார். இந்து முஸ்லீம் மோதல்களும் ஏற்பட்டு, கணிசமான குருதி சிந்தலுக்குக் காரணமாயின. யுத்தம் காரணமாக, உணவு தானியங்கள் சந்தையிலிருந்து மாயமாயின. பொருட்களின் விலை ஏறியது. வேலையின்மை மோசமான பரிமாணங்களைப் பெற்றது. இவ்விருண்ட சூழலில் இந்தியாவை அதன் விதியிடம் விட்டுவிடுவதென மாபெரும் பிரிட்டன் இறுதியாகத் தீர்மானித்தது. மாபெரும் பிரிட்டனின் தேர்தலில் தொழிற்கட்சி வெற்றிபெற்றது இந்நிலைமைக்குப் பெரிதும் பங்களிப்புச் செய்தது.

தீவிர இயக்கம்

அகிம்சை இயக்கம் சரிவடைந்ததும் தமிழ்நாட்டில் மிதவாதிகள் மீது தீவிரவாதிகள் ஏற்றம் பெற்றனர். இந்தியாவில் புரட்சி குறித்தும் புதிய சமுதாயத்தை உருவாக்குவது குறித்தும் நிறைய நூல்கள் தோன்றத் தொடங்கின. தேசபக்தர்கள் பாடல்கள் இயற்றி தம் கூட்டங்களில் பாடினர். இவற்றில் பகத்சிங்கின் உயிர்த்தியாகம் குறித்தவை நெகிழவைப்பவை ஆகும். தொழிலாளர் வர்க்கப்பாதை என்னும் தமிழ்நூல், பிரிட்டிஷ் பேரரசை உலகின் மிகப் பெரும் சிறை என்று விவரித்தது. வரி கொடுக்க வேண்டாம். அரசாங்க நிறுவனங்களைத் தகர்க்க வேண்டும். காவல் நிலையங்களையும் ராணுவப் பாசறைகளையும் தாக்க வேண்டும். புதிய இந்தியாவை நிர்மாணிக்க ஆயுதப் போராட்டத்தில் எழுச்சிகொள்ள வேண்டும் என்று அது மக்களுக்கு அறைகூவல் விடுத்தது. சிவகாமிநாதன் எழுதிய சுதந்திரப் பாடல்களின் தமிழ் தொகுப்பு "சுதந்திர முரசினை" ஏ.முத்தையா நாடார் மதுரையில் வெளியிட்டார். சிவகாசியில் துரைசாமி நாடார், தனமூர்த்தி நாடார் மற்றும் கணபதி நாடார் ஒரு புரட்சிகர இயக்கத்தை அமைத்தனர். சிறு புத்தகங்களை வெளியிட்டு தலைமறைவாய் இயங்கினர். பிரிட்டிஷார் கைப்பற்றிய சிறு நூல்களுள் ஒன்று குறிப்பிட்டது.

"தீரமிகு இளைஞரே விழிமின்
பிரிட்டனுக்குப் புதைகுழி தோண்டுவோம்
புரட்சி வாழ்க, கம்யூனிசம் வாழ்க"

1937 மே 12 அன்று மதுரை திருமலை நாயக்கர் மகாலில், அங்கு நடந்துகொண்டிருந்த முடிசூட்டுவிழாவில் ஏராளமான பிரிட்டிஷ் அலுவலர்கள் ஓர் ஒளியலங்காரத்தைப் பார்த்துக் கொண்டிருந்தபோது புரட்சியாளர்கள் நாட்டு வெடி குண்டு ஒன்றினை வைத்தனர். வெடிமருந்தையும் கண்ணாடிச் சில்லுகளையும் கலந்து செய்யப்பட்ட அதனை, கூடைக்குள் மறைத்து வெளிப்புறச் சுவர்ப்பக்கம் வைத்துவிட்டனர். எனினும் அது காலத்தே கண்டறியப்பட்டு அகற்றப்பட்டுவிட்டது. 1941 மார்ச்சில் மெட்ராஸில் பெரம்பூரில் ஒரு வீட்டினைச் சந்தேகத்தின் பேரில் சோதனையிட்ட போலீஸார், புரட்சிகர நூல்களைக் கைப்பற்றினர். மோகன் குமாரமங்கலம், சுப்பிரமணிய சர்மா, அனுமந்த ராவ் மற்றும் முன்னப்ப நம்பியார் உள்ளிட்ட தலைமறைவுத் தலைவர்களைக் கைது செய்தனர். உடுமலைப் பேட்டையில் பிரிட்டிஷ் அதிகாரி ஒருவரை அழிப்பதற்குச் சதி செய்த நரசிம்ம

நாயக்கர் என்பவருக்கு ஐந்தாண்டுகள் கடுங்காவல் தண்டனை விதிக்கப்பட்டு பெல்லாரியில் சிறைவாசம் தரப்பட்டது. கடும் சித்திரவதைக்குள்ளான நரசிம்ம நாயக்கர் சீக்கிரமே இறந்துபோனார்.

காங்கிரஸ் தோல்வி

1939 செப்டம்பரில் மூண்ட இரண்டாம் உலகப்போர், நாட்டில் புதியதொரு நிலைமையை உருவாக்கியது. மாபெரும் பிரிட்டன் இந்தியாவை யுத்த களத்திற்கு இழுத்துவந்தது. ஆனால் அது மத்திய சட்டமன்றத்தின் ஒப்புதலுடனோ, அரசியல் கட்சிகளின் சம்மதத்துடனோ செய்யப்படவில்லை. இத்தகைய ஆணவமிக்க போக்கைக் கண்டு சஞ்சலமுற்ற காங்கிரஸ் அறிவித்தது, "இந்தியாவுக்கான போரும் சமாதானமும் குறித்த பிரச்சனை, இந்திய மக்களால் தீர்மானிக்கப்பட வேண்டும். அவர்களின் நிதியாதாரங்கள் ஏகாதிபத்திய நோக்கங்களுக்காக சுரண்டப்படுவதை அனுமதிக்க இயலாது". போரின் நோக்கங்களைத் தெளிவுபடுத்துமாறும், திட்டமிடப்பட்டிருந்த புதிய உலக அமைப்பு குறித்துக் கூறுமாறும், சுதந்திரத்திற்கான இந்தியக் கோரிக்கையை ஏற்குமாறும் அது மாபெரும் பிரிட்டனைக் கோரியது. ஆனால் திருப்திகரமான எதிர்வினை வரவில்லை.

அப்போது யுத்த முயற்சிக்கான எந்தவொரு ஆதரவையும் கட்சி நிராகரித்தது. தன் அமைச்சர்களைப் பதவி விலகுமாறு கோரியது. அதன்படி மெட்ராஸில் ராஜாஜி அமைச்சரவை பதவி விலகியது. இது பிராந்தியங்களின் நிர்வாகத்தை நேரடியாக எடுத்துக்கொண்டு, யுத்த முயற்சியை முன்னெடுத்துச் செல்ல பிரிட்டிஷாருக்கு வழிவகை செய்ததால், தவறான நடவடிக்கையாயிற்று. ஆளுனர் ஜேம்ஸ் ஹோப் மெட்ராஸ் நிர்வாகத்தைத் தன் கையில் எடுத்துக் கொண்டார். யுத்தத்திற்கு ஆதரவாக அவர் தேசிய யுத்த முனையை அமைத்து, *Madras War* என்னும் வார இதழை தமிழிலும் ஆங்கிலத்திலும் வெளியிட்டார். நேசநாடுகளுக்கு ஆதரவாக தீவிரப் பிரச்சாரத்தை முடுக்கிவிட்டார். எதிர்பாராத இந்நிலைமைகள் தேசியவாதிகளைத் திகைப்பில் ஆழ்த்தின.

இப்போது காங்கிரஸ் தன் ஆர்வலர்களைக்கொண்டு தனிநபர் சத்தியாகிரகத்தைத் தொடங்கியது. பல்வேறு மாவட்டங்களில் ஆர்ப்பாட்டக்காரர்கள் குழுக்களை அமைத்தனர். போர் எதிர்ப்புப் பிரசுரங்களை வெளியிட்டனர். போர் எதிர்ப்பு முழக்கங்களை எழுப்பினர். ஜெர்மன் ஆதரவுக் கூட்டங்களை நடத்தினர்.

தமிழக மாவட்டங்களிலிருந்து சத்தியாகிரகிகள் டெல்லி சென்று ஆர்ப்பாட்டங்களில் கலந்துகொண்டனர். 1940 ஜனவரி 26 அன்று மக்கள் சுதந்திரதினத்தைப் பெரிய அளவில் கொண்டாடினர். அவர்கள் தேசியக் கொடியை ஏற்றினர். பிரிட்டிஷ் ஏகாதிபத்திய உருவ பொம்மையை எரித்தனர். எதிர்ப்புக் கூட்டங்கள் நடத்தினர். நிர்வாகம், தடியடியாலும் கைதுகளாலும் நிலவரத்தைச் சமாளித்தது.

எனினும் சிக்கலான தருணத்தில் காந்தியும், அவரது காங்கிரஸும் மீண்டும் நாட்டை ஏமாற்றினர். கீழ்வானில் போர்மேகங்கள் திரண்டிருக்க, இந்தியா மீதான ஜப்பானியப் படையெடுப்பு நிச்சயமானதாகத் தோன்றியது. அமெரிக்காவின் குடியேற்ற நாடுகள் செய்ததுபோல், பிரிட்டனின் சிக்கல்களைச் சாதகமாக்கிக் கொள்ளாது, காங்கிரஸ்காரர்கள் ஏகாதிபத்தியவாதிகளிடம் திடீர் அனுதாபம் கொண்டனர். போராட்டத்தை அதன் தர்க்க முடிவுவரை எடுத்துச் செல்ல இயலாத திறமையின்மையை மீண்டும் அவர்கள் எடுத்துக்காட்டுவதாக அவர்களது தத்துவம் இருந்தது. 1940 ஜூனில் ராஜாஜியும், அவரது சக காங்கிரஸ்காரர்களும் மாபெரும் பிரிட்டனுக்கு ஆதரவாக நின்றனர். ஜப்பானிய மிரட்டலால், தாங்கள் ஆட்சிக்குத் திரும்புவதற்கான சாதக சூழலைப் பிரிட்டிஷார் உருவாக்குவார்கள் என ஒரு மயக்க நிலையையும் அவர்கள் வளர்த்துக் கொண்டனர். எம்.கே.காந்தி மாபெரும் பிரிட்டனுக்குத் தன் அனுதாபத்தைத் தெரிவிக்க, பண்டிட் நேரு நிபந்தனையற்ற ஆதரவளித்தார். 1942 ஜனவரியில் தமிழ்நாடு காங்கிரஸ் கமிட்டி ஆர்ப்பாட்டத்தை விலக்கிக் கொண்டது. இவ்வார்ப்பாட்ட விலக்கிக் கொள்ளலுக்குப் பிந்தைய அதிகாரப்பூர்வ அறிக்கை, "வழக்கமான காங்கிரஸ் கூட்டங்கள் தொடர்ந்து நடக்கும், ஆனால் அவை அரசியல் கைதிகளின் அனுபவங்கள், ஆக்கப்பூர்வமான வேலைத்திட்டம் மற்றும் நாட்டின் பாதுகாப்பற்ற நிலை குறித்ததாக இருக்குமேயல்லாது, சுதந்திரம் பற்றியதாக இருக்காது" என்றது.

போரும் வெளியேற்றமும்

போர் மூண்டவுடனேயே, ஜெர்மனியும் ஜப்பானும் நேச நாடுகள் மீது ஆச்சரியகரமான வெற்றிகளைப் பெற்றன. ஏகாதிபத்திய சக்திகள் லிபியாவில் சிறிது வெற்றி பெற்றிருந்தாலும், தென்சீனக் கடலிலும் மலேயாவிலும் ஜப்பானியர் பெற்ற வெற்றி, அதனைப் பெரிதும் விஞ்சிவிட்டது. 1942 ஜனவரியில் ஜப்பானியப் படைகள் மலேசியாவின் பெரும்பகுதியை ஆக்கிரமித்து பர்மாவைத்

தாக்கின. மற்ற பகுதிகளில் உள்ளவர்கள் செய்தது போன்றே, தமிழ்நாட்டினரும் இச்சர்வதேச நிலைமைகளை உன்னிப்புடனும், பதற்றத்துடனும் கவனித்தனர். ராஜாஜியும் அவரது ஆதரவாளர்களும் தம் ஆதரவை மாபெரும் பிரிட்டனுக்கு அளித்தபோதும், தமிழ்நாட்டினர், ஜப்பானியரான சக ஆசிய மக்களிடமே அனுதாபம் கொண்டிருந்தனர். அவர்கள் இந்தியர்களிடம் அன்பாயிருந்தனர். பர்மாவில் ஒரு தமிழ் செட்டியார் ஹைகமிஷனராக நியமிக்கப்பட்டார் என்று செய்திகள் வந்தன. இவை மக்களின் அணுகுமுறைகளில் தாக்கத்தைக் கொண்டிருந்தன.

மெட்ராஸும் இதர கடற்கரையோர நகரங்களும் கனத்த குண்டுவீச்சுத் தாக்குதல்களைத் தாண்டி இருந்தன என்று மக்களுக்கு உறுதிப்படுத்திட, நிர்வாகம் சாத்தியமான முயற்சிகளையெல்லாம் மேற்கொண்டது. ஆனால் ஜப்பானியரின் முன்னேற்றம், வெளிநாட்டிலிருந்து வான்வழித் தாக்குவோர் வருகை, துருப்புகளின் நகர்வு குறித்த செய்திகளெல்லாம் கடற்கரையோர மக்களிடம் தொந்தரவு செய்வதான தாக்கம் கொண்டிருந்தன. 1942 ஜனவரியில் கடற்கரையிலிருந்து உட்புறங்களுக்கு மக்களின் வெளியேற்றம் ஆரம்பித்தது. அவர்கள் பெரிதும் பெண்ணும் குழந்தைகளுமாயிருந்தனர். இக்காலகட்டத்தில் சுணங்கிக்கிடந்த தேசியவாத ஊடகம், தொடர்ச்சியான சரிவுகளுக்கு கிழக்கு ஆசியாவிலான பிரிட்டிஷ் யுத்த தந்திரமே காரணம் என்று குற்றம் சாட்டியது. மலேயா மக்களுக்கு ஆயுதம் அளித்திருந்தால், இந்தியாவின் நிதியாதாரங்கள் திரட்டப்பட்டிருந்தால், ஜப்பானியர் முன்னேற்றம் தடுத்து நிறுத்தப்பட்டிருக்க முடியும் என்று அது அறிவித்தது.

1942 பிப்ரவரியிலிருந்து நேச அணியினர் தீங்கான செய்திகளை அதிகம் பெற்றனர். சிங்கப்பூரில் நடந்த பெரும் போரில் ஜப்பானியர் பிரிட்டிஷாரைத் தோற்கடித்து, வீழ்த்தமுடியாததாகக் கருதப்பட்ட தீவை ஆக்கிரமித்துக் கொண்டனர். அவர்கள் பர்மாவில் விரைந்து முன்னேறி, டச்சுக் கிழக்கு இந்தியத் தீவுகள் மீது பெரும் தாக்குதலைத் தொடுத்தனர். ரங்கூனிலிருந்து பிரிட்டிஷாரின் வெளியேற்றமும், டச்சுப் பாதுகாப்பு அரண்களின் வீழ்ச்சியும், இந்தியாவில் நிர்வாகத்தின் மீது சோகமான தாக்கத்தைக் கொண்டிருந்தன. 1942 மார்ச்சில், ஜப்பானிய விமானப்படை கொழும்பு, காகிநாடா மற்றும் விசாகப்பட்டினத்தைத் தாக்கியதாக மக்களுக்குச் செய்தி கிடைத்தது. மார்ச் 7 அன்று, மெட்ராஸை ஒரு யுத்த விமானம் நெருங்கியது. ஆனால் குண்டு

வீசவில்லை. யுத்தம் இந்தியாவை நெருங்கிக் கொண்டிருந்தது என்பதையே இந்நிலைமைகள் சுட்டிக்காட்டின. ஏப்ரல் 11 அன்று தென்னிந்தியாவின் கிழக்குக் கடற்கரை மீது ஜப்பானியப் படையெடுப்பின் சாத்தியம் குறித்து ராணுவம் நிர்வாகத்தை எச்சரித்தது.

ஜப்பானிய மிரட்டல் கடற்கரை நகரங்களை பீதியில் ஆழ்த்தின. இந்நிலையில் வீட்டை நொறுக்குவதும், கொள்ளையடிப்பதும் நடந்தன. கடற்கரைப் பாதுகாப்புக்காக துருப்புகள் வரவழைக்கப்பட்டதாக செய்திகள் நிலவின. எச்சரிக்கையும் பீதியும் சேர்ந்த சூழலில், மலேயா, பர்மாவிலிருந்து வெளியேறியவர்கள் அதிக எண்ணிக்கையில் இக்கடற்கரையை வந்து சேர்ந்தனர். கொந்தளிப்பான நிலவரம் வெளியேற்றத்திற்கான உந்துதலைத் தந்தது. 1942 பிப்ரவரி மத்தியில், மக்களில் மூன்றிலொரு பங்கினர், சாலை வழியிலோ ரயிலிலோ மெட்ராஸிலிருந்து புறப்பட்டுவிட்டனர். பிற கடற்கரை நகரங்களும், இந்த அளவுக்கு இல்லையெனினும் இதே நிகழ்வை அனுபவித்தன. மாணவர்கள் இவ்வெளியேற்றத்தில் சேர்ந்து கொள்ளும் விதத்தில், தேர்வுகளை விரைந்து முடித்திடுமாறு அரசாங்கம் ஆணையிட்டது. மக்களின் இருப்பு அத்தியாவசியமானதாகக் கருதப்படாததால், எவ்வளவு சீக்கிரம் முடியுமோ அவ்வளவு சீக்கிரம் மெட்ராஸிலிருந்து வெளியேறுமாறு மக்களுக்கும் அறிவுறுத்தப்பட்டது. இதனால் வெளியேற்றம் துரிதமாகி, ஆறு தினங்களில் சுமார் இரண்டு லட்சம் பேர் நகரினை விட்டு நீங்கியிருந்தனர். ஓட்டல்களும் சந்தைகளும் மூடப்பட்டுவிடவே, உணவுப் பற்றாக்குறை பெரிதும் வருத்திற்று. மெட்ராஸ் கவுன்ஸில் தொடர்ந்து நகரில் இயங்கிற்று. ஆனால், அலுவலகங்களில் பல உட்பகுதி நகரங்களுக்கு, குறிப்பாக சித்தூருக்கு மாற்றப்பட்டன. நிர்வாகம் முடமாகிவிட, சித்தூர் நகரோ தற்காலிக கீர்த்தி பெற்றது.

வெள்ளையனே வெளியேறு இயக்கம்

1940இல் லண்டன் காமன்ஸ் சபையில் யுத்த நிலவரம் குறித்து மூன்று நாள் விவாதம் நடந்தது. தேசியவாதிகள் நம்பிக்கை தரும் வார்த்தையினைப் பெரிதும் எதிர்பார்த்திருக்க, பிரதமர் வின்ஸ்டன் சர்ச்சிலோ இந்தியா குறித்து முழு மௌனம் சாதித்தார். கனடா, ஆஸ்திரேலியா போன்ற டொமினியன்கள், லண்டனின் யுத்த அமைச்சரவையிலும், வாஷிங்டனின் பசிபிக் கழகத்திலும்

பிரதிநிதித்துவம் அளிக்கப்பட, மக்கள் தொகை நிறைந்த இந்தியா முழுதுமாய் புறக்கணிக்கப்பட்டது. என்றாலும், இந்திய எல்லைப்புறங்களில் ஜப்பானியப் படையினர் அடைந்திருந்த முன்னேற்றம், பிரிட்டிஷ் பாதுகாப்பு நிலைகள் கிழக்கில் வீழ்ந்து போனது என்னும் இரண்டும் சேர்ந்து, இந்தியாவை நம்பிக்கையில் வைக்க வேண்டுவதன் துரிதத்தன்மையை பிரதமர் சர்ச்சிலுக்கு உணர்த்தின. அமெரிக்காவின் ரூஸ்வெல்ட் நிர்வாமும் அத்தகைய நடவடிக்கை மேற்கொள்ளுமாறு பிரிட்டனை வற்புறுத்தியது. அதன்படி சர்ச்சில் இந்தியாவுக்கு கிரிப்ஸ் தூதுக்குழுவை அறிவித்தார். மார்ச் 23 அன்று குழுவின் ஸ்டாஃபோர்ட் கிரிப்ஸ் டெல்லி வந்து சேர்ந்தார். இந்தியாவுக்கு புதியதொரு அரசியமைப்புச் சட்டத்தை உருவாக்கும் பணியைக் கொண்ட, தேர்ந்தெடுக்கப்பட்ட அமைப்பை உருவாக்குவதை மையமிட்டதாக அவரது முன்மொழிவுகள் இருந்தன. நடைமுறைப்படுத்திடும் காலக்கெடு இல்லாது, எளிய உறுதிப்பாடாகத் தோற்றமளித்த இம் முன்மொழிவை, காங்கிரஸ் கட்சியும் அதுபோன்றே முஸ்லீம் லீக்கும் மறுதலித்தன.

முன்னெப்போதும் கண்டிராத கனபரிமாணத்தில் அமைதியின்மை பரவியதை நாடு கண்ணுற்றது. பிரிட்டிஷாருக்குக் காங்கிரஸ் கட்சி காட்டிய அனுதாபம், போர் முயற்சிக்கு நாடு அளித்த ஆதரவு, போரினால் ஏற்பட்ட தடுமாற்றங்களால் மக்கள் செய்த தியாகங்களுக்கு வெகுமதி கிட்டாததாய்த் தோன்றியது. ஆர்ப்பாட்டத்தை ஒத்திவைப்பது இனியும் சாத்தியமில்லை என்று கண்டு கொண்ட காங்கிரஸ் செயற்குழு, 1942 மே மாதம் அலகாபாத்தில் கூடி, வெள்ளையனே வெளியேறு தீர்மானத்தை நிறைவேற்றிற்று. அது கூறிற்று "இந்தியாவில் பிரிட்டிஷ் ஆட்சி உடனடியாக முடிவுக்கு வரவேண்டும், சட்டமன்றத்தைக் கூட்டுவதற்கு தற்காலிக அரசாங்கத்தினை ஏற்படுத்த வேண்டும்." யுத்த நிலைமை மிகவும் அபிவிருத்தி அடையவே, பிரிட்டன் இணங்கவில்லை. பவளக் கடல் யுத்தத்தில் நேசசக்திகள் ஜப்பானியக் கடற்படையைத் தோற்கடித்தன. பிரிட்டிஷ் படைகள் மடகாஸ்கரில் இறங்கின. ரஷ்யப்படை ஜெர்மனி நோக்கி விரைந்தது. சீனாவுக்கு எதிரான தீவிரத் தாக்குதலில் ஜப்பான் சிக்கிக்கொண்டது.

இதனால் இந்தியா மீதான ஜப்பானின் மிரட்டல் தணிந்தது. உண்மையில் யுத்தத்தால் கிடைத்த சந்தர்ப்பங்களை காங்கிரஸ் தலைமை நழுவவிட்டது மற்றும் எதிரி பலமிக்கதாகிட அனுமதித்தது. மாபெரும் பிரிட்டன் கோரிக்கையை நிராகரித்ததில்

வியப்பொன்றும் இல்லை. அனைத்திந்திய காங்கிரஸ் கமிட்டி வெள்ளையனே வெளியேறு தீர்மானத்தை நிறைவேற்றிய மாத்திரத்தில், பிரிட்டிஷார் காந்தியையும் கட்சியின் முக்கியத் தலைவர்களையும் கைது செய்தனர். காங்கிரஸ் கட்சிக்குத் தடைவிதித்தனர். கட்சி நிதிகளைப் பறிமுதல் செய்து கட்சி அலுவலகங்களைக் கைப்பற்றினர். வெவ்வேறு பிராந்தியங்களில் பெரிய அளவில் பிரச்சனைகள் எழுவதற்கான சமிக்ஞையை இது அளித்தது.

தமிழக மாவட்டங்களில் ஆர்ப்பாட்டம் தீவிரமாக மட்டுமல்லாது பரவலாகவும் இருந்தது. பொதுமக்களும் தொழிலாளர்களும் மாணவர்களும் இயக்கத்தில் ஈடுபட்டனர். மெட்ராஸில் அவர்கள் ஊர்வலங்கள் நடத்தினார்கள். வெள்ளையனே வெளியேறு முழக்கங்களை எழுப்பினார்கள். கடை அடைப்பு செய்தார்கள். கள்ளுக்கடை மறியல் செய்தார்கள். அரசாங்க அலுவலகங்களுக்குத் தீவைத்தார்கள். பக்கிங்ஹாம் கர்நாடிக் மில்ஸ், மெட்ராஸ் துறைமுகப் பொறுப்புக் கழகம், மெட்ராஸ் மாநகராட்சி மற்றும் மின்சார டிராம் போக்குவரத்து ஊழியர்கள் வேலை நிறுத்தம் செய்தனர். சூளையிலுள்ள கள்ளுக் கடைகளுக்கு தீ வைக்கப்பட்டது. ஆற்காடுப் பகுதியில் ஆர்ப்பாட்டங்களும் பிரச்சனைகளும் விரிவாக இருந்தன. ஆர்ப்பாட்டக்காரர்கள் தந்திதொலைபேசி இணைப்புகளைத் துண்டித்தனர். வேலூரிலும் பனப்பாக்கத்திலும் அரசாங்கக் கட்டிடங்களுக்குத் தீ வைத்தனர். ஆதிச்சனூர்ப் பக்கம் ஒரு சரக்கு ரயிலைத் தடம்புரள வைத்தனர். செங்கல்பட்டு மற்றும் தென்னாற்காட்டில் இது போன்ற கலவரங்கள் மூண்டன. கிறித்தவ கல்லூரி, லயோலா கல்லூரி, அண்ணாமலைப் பல்கலைக்கழக மாணவர்கள் தலைமைப் பங்காற்றினர். கோயம்புத்தூரில் கடை அடைப்புகளும் மறியல்களும் வேலை நிறுத்தங்களும் இருந்தன. சூலூர் விமான நிலையக் கூடங்கள் தரை மட்டமாக்கப்பட்டன மற்றும் ரயில்கள் தடம் புரண்டன. கிராம அலுவலகங்களும் கள்ளுக்கடைகளும் பற்றி எரிந்தன. எனினும், தென்மாவட்டங்களில்தான் பிரச்சனைகள் கடுமையாயிருந்தன. தகவல் தொடர்பைத் துண்டித்த ஆர்ப்பாட்டக்காரர்கள் தடைகளை நிறுத்தி போலீஸாரையும் அலுவலர்களையும் தாக்கினர். இதன் போக்கிலே நகராட்சி அலுவலகங்களும், வனத்துறை அலுவலகங்களும், பள்ளிக் கட்டிடங்களும் ரயில் நிலையங்களும் எரிந்தன. மதுரையில் காங்கிரஸ் ஆர்வலர்கள் ராணுவத்துடன் மோதினர். துப்பாக்கிச் சூட்டில் பி.எம்.துரைசாமி நாடார் கொல்லப்பட்டார். ராஜபாளையம், காரைக்குடி, தேவக்கோட்டை,

திருவாடானை, பூலாங்குறிச்சி போன்ற இடங்களில் நடந்த துப்பாக்கிச் சூட்டில் மேலும் பலர் கொல்லப்பட்டனர். இயக்கத்தினைக் கட்டுப்படுத்திடும் முயற்சியில், நிர்வாகம் மோசமான அடக்குமுறையை ஏவிவிட்டது.

சில அரசியல் அமைப்புகளின் அணுகுமுறைகள் இயக்கத்திற்கு கடுமையான தடைகளை முன்வைத்தன. முஸ்லீம் லீக் பாகிஸ்தானை உருவாக்க வேண்டும் என்றது. உருவாக்கப்பட்ட நிலவரத்தைச் சாதகமாக்கிக் கொண்ட பிரிட்டிஷ் நிர்வாகம், காங்கிரஸ் கட்சி முன்வைத்த கோரிக்கைகளின் பரிசீலனைக்குப் பூர்வாங்கமாக, சமுதாய சிறுபான்மையினரின் பிரச்சனைகளுக்குரிய தீர்வை வற்புறுத்தியது. 1942இல் காங்கிரஸுக்கும், லீகிற்கும் இடையிலான தீர்வின் அடிப்படையாக, கொள்கையளவில் பாகிஸ்தானை ஏற்பதாக ராஜகோபாலாச்சாரி வாதிட்டார். அனைந்திந்திய காங்கிரஸ் கமிட்டி அவரது தீர்மானத்தை நிராகரித்தது. இருப்பினும் ராஜாஜியின் சமிக்ஞை தேசிய இயக்கத்தின் உறுதிப்பாட்டை குலைப்பதாயிருந்தது. இது அவரை கட்சியிலிருந்து விலகுமாறு செய்தது. காங்கிரஸ் அணுகுமுறைக்கு பதிலடியாக, போரினைத் தொடருவதில் பிரிட்டிஷாருக்கு ஜஸ்டிஸ் கட்சி தமிழர்களின் நிபந்தனையற்ற ஆதரவை அளித்தது. ஈ.வெ.ராமசாமி நாயக்கர் தனித்திராவிட நாடு உருவாக்க வேண்டும் என்று வாதிட்டார் மற்றும் சமூக பேதங்களையும் சமுதாயப் பிரச்சனைகளையும் ஒழிப்பதற்கும் போராட்டம் தொடங்கப் போவதாக மிரட்டல் விடுத்தார். கம்யூனிஸ்ட் ரஷ்யா, மாபெரும் பிரிட்டன் பக்கம் சேர்ந்து விட்டதால், மோகன் குமாரமங்கலம், ராமமூர்த்தி, அனந்தன் நம்பியார் தலைமையிலான கம்யூனிஸ்ட் கட்சி பிரிட்டிஷாருக்கு ஆதரவளித்தது. ஆங்கிலேயருக்கு ஆதரவாக அவர்கள் தொழிலாளரையும், குடியானவரையும் கூடத் திரட்டினர்.

நில உரிமையாளர்களையும் ஆலை உரிமையாளர்களையும் தாக்கினர். இப்பிரச்சனைகளாலும், ஒருங்கிணைப்பு இல்லாததாலும், வெள்ளையனே வெளியேறு இயக்கம் தோற்றது. இந்திய ராணுவத்தைத் திரட்டிய சுபாஷ் சந்திர போஸ், அஸ்ஸாமில் பிரிட்டிஷாரை எதிர்த்துச் சண்டையிட்டார். ஆனால் தோற்கடிக்கப்பட்டார். இதன் விளைவாக தேசியவாத வட்டாரங்கள் இருள்முகம் கொண்டன. எனினும் இந்தியாவின் சுதந்திரத்திற்கு உறுதி பூண்டிருந்த மாபெரும் பிரிட்டனின் தொழிற்கட்சி, 1945 தேர்தலில் பெற்ற வெற்றி இந்தியாவுடனான பிரிட்டிஷ் அணுகுமுறையில் வரவேற்கத்தக்க மாற்றத்திற்கு

இட்டுச் சென்றது. பிரதமர் அட்லியின் வற்புறுத்தலால், வைஸ்ராய் வேவெல் அரசியல் கைதிகளை விடுதலை செய்தார். 1945இல் பிராந்தியங்களுக்குத் தேர்தல் நடத்த உத்தரவிட்டார். இவ்வேளையில் கே.காமராஜ் தலைமையிலான தமிழ்நாடு காங்கிரஸ் கமிட்டி மக்கள் செல்வாக்குள்ள அமைப்பாக எழுந்தது.

தேசிய இளைஞர் கூட்டமைப்பை ஏற்படுத்திய அது, குடியானவர் தொழிலாளரின் ஆதரவைப் பெற்றது. இதன் காரணமாக அது எளிதாய் வென்றது. 1946இல் காங்கிரஸ் கட்சி டி.பிரகாசம் தலைமையில் அமைச்சரவையை அமைத்தது. உணவுப் பற்றாக்குறை, பணவீக்கம், வேலையின்மை காரணமாக நாடு மோசமாகப் பாதிக்கப்பட்டதால், இக்காலகட்டம் பிரச்சனைகள் நிறைந்ததாக இருந்தது. கம்யூனிஸ்டுகளும், திராவிட கழகத்தினரும், ராஷ்டிரிய சேவா சங்கத்தினரும் சிக்கல்களை ஏற்படுத்தினர். தொழிலாளரும் குடியானவரும் கூட ஆரப்பாட்டங்களில் இறங்கினர். இவற்றுடன் பிரகாசம் அமைச்சரவைக்கு கட்சிக்குள்ளிருந்தே எதிர்ப்பு வந்தது. இதன் விளைவாக அமைச்சரவை கவிழ்ந்தது. ஓ.பி.ராமசாமி ரெட்டியார் 1947இல் அமைச்சரவையை உருவாக்கினார்.

1946 மார்ச்சில் ஓர் அமைச்சரவை குழு இந்தியா வந்து, அரசியல் நிலவரத்தை ஆராய்ந்து, காங்கிரஸ் மற்றும் லீக் தலைவர்களுடன் சுதந்திரம் குறித்து விவாதித்தது. முழு தன்னாட்சி உரிமையுள்ள பிராந்தியங்களின் கூட்டாட்சி அமைப்பை அது ஆலோசித்தது. 1946 ஜுலையில் அரசியல் நிர்ணய சபைக்குத் தேர்தல் நடந்தது. காங்கிரஸ் பெற்ற கச்சிதமான வெற்றி, லீகினைப் பெரிதும் கலவரமூட்டிவிட்டது. எனவே அமைச்சரவை குழுவின் திட்ட ஏற்பினை விலக்கிக் கொள்வதாக அறிவித்த லீக், பாகிஸ்தானை அடைந்திட நேரிடையான நடவடிக்கையைத் தொடங்கத் தீர்மானித்தது. 1946 ஆகஸ்டு 16 அன்று கல்கத்தாவில் மிகப்பெரிய படுகொலை தொடங்கி, பீகார், உத்தரபிரதேசம், பம்பாய், பஞ்சாப் என்று பரவிற்று. முஸ்லீம்கள் இந்துக்களைத் தாக்கினர். ஆணோ, பெண்ணோ சிறுவனோ யாராயிருந்தாலும் படுகொலை செய்தனர். நகரங்களைக் கொள்ளையிட்டனர் மற்றும் மக்களை வெளியேற்றினர். இந்துக்கள் பதிலடி தந்தனர். ஆனால் அவ்வளவு கொடூரமாக இல்லை. ராணுவம் குறிக்கிடாததால், இந்துக்களும் சீக்கியரும், கிறித்தவரும் பரந்துபட்ட பகுதிகளிலிருந்து வெளியேற்றப்பட்டனர்.

1946 செப்டம்பர் 2 அன்று நேரு தலைமையிலான இடைக்கால அரசாங்கம் பொறுப்பேற்றது. பெருமளவிலான தூண்டுதலுக்குப் பின் லீக், அமைச்சரவையில் சேர்ந்தது. இருப்பினும் அரசியல் நிர்ணயச் சட்டசபையில் சேர மறுத்துவிட்டது. இதற்கிடையே சமூகக் கலவரத்தின் புதிய அலையொன்று நாட்டின் வெவ்வேறு பகுதிகளுக்கும் பரவியது. அதிக எண்ணிக்கையிலானவர்கள் வெட்டித் துண்டிக்கப்பட்டனர். காந்தியின் நெறியான அகிம்சை சாம்பலாகியது. தலைவர்கள் பிரிவினைக்கு இசைந்தனர். இப்போது வைஸ்ராய் மவுண்ட்பேட்டன், நாட்டினைப் பிரிப்பதற்கான பிரகடனத்தை வெளியிட்டார். காந்தியும் நேருவும் இச்சூத்திரத்திற்குச் சம்மதித்தனர். பிரிட்டிஷ் பாராளுமன்றம் இந்திய சுதந்திரச் சட்டத்தை நிறைவேற்றியது. அச்சட்டம் 1947 ஆகஸ்டு 15 அன்று பிரிவுபட்ட நாட்டிற்கு விடுதலை வழங்கிற்று. மூர்க்கமான கொலைகள், மக்களின்மீது இருளினைக் கவித்தன. இருந்தும், நாட்டின் பிற பகுதிகள் போலவே தமிழ்நாட்டின் கிராமங்களிலும் நகரங்களிலும் கொண்டாட்டத்துடன் சுதந்திரம் வரவேற்கப்பட்டது. கட்சிக்காரர்கள் கொடியேற்றும் வைபவங்களையும் கூட்டங்களையும் நடத்தினர். தொழிலாளரும் மாணவரும் நடத்திய ஊர்வலங்களில், பிரிட்டிஷ் ஏகாதிபத்திய உருவ பொம்மைகள் எரியூட்டப் பெற்றன. மெட்ராஸ் சட்டமன்றம் அதிகார மாற்றத்தை வரவேற்றுத் தீர்மானம் நிறைவேற்றிற்று. குருதிக்கறை படிந்த நிலத்தில் புதிய சகாப்தத்தின் விடியலை இது அடையாளப்படுத்திற்று.

நிர்வாகத்தில் பிரிட்டிஷார் விட்டுச் சென்றது

சுதந்திரத்திற்குப் பிறகு தமிழர்கள் பிரிட்டனின் நிர்வாக முறையைச் சுவீகரித்துக் கொண்டனர். தமிழ்நாடு, கேரளா, கர்நாடகா, ஆந்திரப் பிரதேசம் மற்றும் ஒரிஸ்ஸாவின் பகுதிகள் அடங்கியது மெட்ராஸ் ராஜதானி. தலைநகரம் மெட்ராஸ் பிரிட்டிஷ் இந்தியாவின் மிகவும் பரந்துபட்ட பிராந்தியங்களில் ஒன்றான அது, மாவட்டங்களாகவும், மாவட்டங்கள் வட்டங்களாகவும் பிரிக்கப்பட்டிருந்தது. பிராந்திய நிர்வாகத்திற்கு பிரிட்டிஷார், உள்ளூர் மரபுகளையும் வணிக நிறுவனங்களையும் சார்ந்திருந்தனர். இருப்பினும் நாளடைவில் அது திருத்தங்கள் செய்து மையப்படுத்தப்பட்ட அமைப்பினை உருவாக்கியது.

ஆளுனரும் கவுன்ஸிலும்

ஆளுனரும், மூன்று உறுப்பினருள்ள அவரது கவுன்சிலும், ராஜதானியின் நிர்வாகத்தைக் கவனித்துக் கொண்டனர். ஐந்தாண்டு காலம் பதவிவகித்த அவர்கள், பிராந்திய விவகாரங்களை நிர்வகித்தனர். மெட்ராஸ் ராஜதானி வங்காளம் மற்றும் பம்பாய் ராஜதானியிலிருந்து தனித்ததாயிருந்து லண்டனிலுள்ள ஆங்கிலேய கிழக்கிந்தியக் கம்பெனியின் இயக்குனர்கள் மன்றத்துடன் நேரடியாகக் கடிதத்தொடர்பு வைத்திருந்தனர். ஆனால் 1773இன் ஒழுங்குமுறைச் சட்டம், லண்டனிலிருந்து உடனடி அவசியம் மற்றும் அறிவுறுத்தல் இருந்தாலொழிய, யுத்தம் மேற்கொள்ளவும், சமாதானம் ஏற்படுத்தவுமான மெட்ராஸ் ராஜதானி விவகாரங்களை மேற்பார்வை இடுவதற்கு வங்காளக் கவுன்ஸிலின் கவர்னர் ஜெனரலுக்கு அதிகாரம் அளித்தது. வங்காள கவர்னர் ஜெனரலை இந்திய கவர்னர் ஜெனரலாக பெயர் மாற்றிய 1833ஆம் ஆண்டின் உரிமைச்சாசன சட்டம், மெட்ராஸுக்கும் இதர ராஜதானிகளுக்கும் சட்டமியற்றும் அதிகாரத்தை அவர்களின் கவுன்சிலுக்குத் தந்தது. 1861ஆம் ஆண்டின் இந்திய கவுன்சில்கள் சட்டம், மெட்ராஸ் கவுன்ஸிலுக்கு சட்டம் இயற்றும் அதிகாரத்தை மீட்டுத் தந்தது. இருப்பினும் அது கவர்னர் ஜெனரலின் ரத்து செய்யும் அதிகாரத்திற்கு உட்பட்டது.

1919ஆம் ஆண்டின் இந்திய அரசாங்கச் சட்டம், பிராந்தியங்களில் இரட்டையாட்சியை அறிமுகப்படுத்திற்று. அதிகாரம் ஒதுக்கீடு செய்யப்பட்ட விஷயங்களாக பிரிக்கப்பட்டது. அவை கவுன்ஸிலின் ஆளுனரது கட்டுப்பாட்டில் வைக்கப்பட்டன. இடமாற்றப்பட்ட விஷயங்கள், தன் இந்திய அமைச்சர்களுடன் செயல்பட்ட ஆளுனரின் கட்டுப்பாட்டில் வைக்கப்பட்டன. பிராந்தியம் அல்லது அதன் எந்தவொரு பகுதியினதுமான பாதுகாப்பு, அமைதி மற்றும் அக்கறைகளைப் பாதிப்பதாக அவரது பார்வையில் படும்பட்சத்தில் தன் அதிகாரப்படி செயல்பட ஆளுனருக்கு உரிமையும், பொறுப்பும் தரப்பட்டது. இப்போது செயற்குழு என்றழைக்கப்பட்ட மெட்ராஸ் கவுன்சில், ஐந்தாண்டுகளுக்குப் பொறுப்பு வகித்தது.

அதற்கென்று வருவாய் ஆதாரங்கள் ஒதுக்கீடு செய்யப்பட்டன. அவற்றில் நிலவருவாய், சுங்கத்தீர்வை, முத்திரைக் கட்டணம், பிரதானமானவை. செலவினத் தலைப்புகளில் போலீஸ், பொது நிர்வாகம், கல்வி மற்றும் பொதுச் சுகாதாரம் இடம்பெற்றன. 1935ஆம் ஆண்டு, இந்திய அரசாங்கச் சட்டம் இதர ராஜதானிகளில் போலவே, மெட்ராஸில் பிராந்திய

தன்னாட்சியை அறிமுகப்படுத்திற்று. அதன்படி, பிராந்திய அரசாங்கம் அதுவரையிலும் இருந்துவந்தது போல, மத்திய அரசாங்கத்தினிடமிருந்து அல்லாமல், சட்டத்தில் முன்வைக்கப்பட்ட அரசியலமைப்புச் சட்டத்திலிருந்து தன் அதிகாரங்களைப் பெற்றது. தலைமைச் செயலாக்க அதிகாரி என்ற அளவில் ஆளுனர், நேரிடையாகவோ அமைச்சர்களின் குழு வாயிலாகவோ தன் அதிகாரத்தைப் பிரயோகித்தார். அவரது அதிகாரங்கள் மூன்று வகையின. அவரது விருப்பப்படி பிரயோகிக்கப்படுபவை, தனது அமைச்சர்களுடன் ஆலோசித்து பிரயோகிக்கப்படுபவை மற்றும் அமைச்சர்களின் ஆலோசனைப்படி பிரயோகிக்கப்படுபவை.

அரசியலமைப்புச் சட்ட விதிகளின்படி, பிராந்திய அரசாங்கத்தினை நடத்திட இயலாத நிலையெழும் பட்சத்தில், உயர்நீதிமன்றம் தவிர்த்த பிராந்திய அரசாங்கத்தின் அதிகாரங்களையெல்லாம், அவரே ஏற்றுக்கொள்ள இயலும். இதனை நடைமுறைப்படுத்தும் பிரகடனம் ஆறுமாதத்திற்கு நீடிக்கும் மற்றும் பன்னிரண்டு மாதங்களுக்கு பாராளுமன்றத்தால் நீட்டிக்கப்படக்கூடியது. அதிகாரத்தைப் பிரயோகிப்பதால் ஆளுனருக்கு அமைச்சர்களின் குழு துணை நின்று ஆலோசனை தந்தது. அவர் விரும்பும்மட்டும் அமைச்சர்கள் பதவியில் நீட்டிக்க இயலும். ஆனால் சட்டமன்றம் நம்பிக்கை இல்லாத் தீர்மானம் வாயிலாக அவர்களை நீக்கமுடியும்.

சட்டமன்றம்

1861ஆம் ஆண்டின் இந்திய கவுன்சில் சட்டம் மெட்ராஸ் சட்ட மேலவையை ஏற்படுத்திற்று. ஆளுனரின் செயற்குழுவிலிருந்த சாதாரண உறுப்பினர்களும், அட்வகேட் ஜெனரலும் நான்கிலிருந்து எட்டுவரையிலான கூடுதல் உறுப்பினர்களும் அதில் இடம்பெற்றனர். செயற்குழுவின் நடத்தையைக்கூட கேள்வி கேட்க இயலாத அளவுக்கு, அது வரம்புக்குட்பட்ட அதிகாரங்களையே பெற்றிருந்தது. அதிகபட்சம் அரசாங்க ஆணைகளைப் பதிவுசெய்வதற்கான குழுவாகவே விளங்கிற்று. 1892ஆம் ஆண்டின் இந்திய கவுன்சில் சட்டம், கூடுதல் உறுப்பினர்களின் எண்ணிக்கையை எட்டிலிருந்து இருபதாக்கியது. மற்றும் அது வரவுசெலவு அறிக்கையை விவாதிக்க முடியும், ஆனால் அதன்மீது வாக்களிக்க இயலாது. 1909 ஆண்டின் இந்திய கவுன்சில்கள் சட்டம், கவுன்சிலின் அந்தஸ்தை மேம்படுத்தியது.

செயற்குழுவின் சாதாரண உறுப்பினர்களுடன், கூடுதல் உறுப்பினர்களை 42 பேரில் 21 பேர் தேர்ந்தெடுக்கப்பட வேண்டும். அதிகாரப்பூர்வ பெரும்பான்மை கைவிடப்பட்டாலும், அலுவலர்கள் மற்றும் நியமனம் பெற்ற அலுவலர் அல்லாதோரின் துணையுடன், அரசாங்கம் பெரும்பான்மையை ஏற்படுத்திக் கொண்டுவிடுவதற்கும் துணைக் கேள்விகளை எழுப்புவதற்கும் இச்சட்டம் அனுமதித்தது. 1919ஆம் ஆண்டு இந்திய அரசாங்கச் சட்டம் செயற்குழுவை தனியொரு அமைப்பாகத் தரம் உயர்த்தி, நேரடிப் பொறுப்பை அளித்தது. செயற்குழு உறுப்பினர்களும் 30 நியமன உறுப்பினர்களும், 98 தேர்ந்தெடுக்கப்பட்ட உறுப்பினர்களும், அதில் இடம்பெற்றனர். சட்ட மேலவைக்கான தேர்தல்கள் சொத்துரிமை அடிப்படையில் இருந்தன. குழு உறுப்பினர்களிலிருந்து அமைச்சர்களை அரசாங்கம் நியமித்தது. பாராளுமன்ற அதிகாரம் மற்றும் அரசாங்கத்தின் பொதுக்கொள்கைக்கு உட்பட்டு, பிராந்தியத்தின் சமாதானத்திற்கும், நன்மைக்கும் கவுன்சில், சட்டம் இயற்ற முடியும் மற்றும் தனக்கு ஒதுக்கப்பட்ட பகுதிகளில் வரிகள் விதிக்க முடியும். எனினும், சட்டத்தைக் கட்டுப்படுத்தவும், நிதி விவகாரங்களில் தலையிடவும், ஆளுனரிடம் அதிகாரம் இருந்தது.

1935ஆம் ஆண்டு இந்திய அரசாங்கச் சட்டம் பிராந்திய சட்டமன்ற அதிகாரத்தை விரிவாக்கியது. அது சட்ட மேலவை மற்றும் சட்டப் பேரவை என்னும் ஈரடுக்குச் சட்டமன்றத்தை ஏற்படுத்தியது. மூன்றிலொரு பங்கு உறுப்பினர்கள் மூன்றாண்டுக்கு ஒரு முறை ஓய்வு பெற்றிட, மேலவை நிரந்தர அமைப்பாய் இருந்தது. பேரவை ஐந்து வருடங்களுக்கு பொறுப்பிலிருந்தது. சொத்து, கல்வி அல்லது இதர சிறப்புத் தகுதிகளின் அடிப்படையிலும் சமுதாயப் பிரதிநிதித்துவ அடிப்படையிலும், தேர்தல்கள் நடத்தப்பட்டன. கிராம நிர்வாகம் மற்றும் பொதுச் சுகாதாரம் போன்ற உள்ளூர் அக்கறை சார்ந்த விஷயங்களுக்குச் சட்டமன்றம் சட்டம் இயற்றியது. பிரிட்டிஷ் பிரஜைகளை பேதப்படுத்துவது, நிலமானிய அதிகாரத்துடனான மோதல் போன்ற விஷயங்களில அது சட்டம் இயற்ற இயலாது. வரம்புக்குட்பட்ட அதிகாரங்கள் இருந்தும்கூட, சட்டமன்றம் பெரும் முக்கியத்துவம் பெறலாயிற்று.

நீதித்துறை

1861ஆம் ஆண்டுச் சட்டம் ராஜதானியின் நீதித்துறை நிர்வாகத்தை மாற்றியமைத்தது. இதனுடன் குடிமை, குற்றவியல் சட்டம்

மேற்கொள்ளப்பட்டது. மெட்ராஸில் நிறுவப்பெற்ற உயர்நீதிமன்றம், உச்ச நீதிமன்றம், சதர் மற்றும் ஃபவுஜ்தாரி அதாலத் ஆகியவற்றை உள்ளீர்த்தது. புதிய நீதிமன்றத்தில் தலைமை நீதிபதியும் இருபதுக்கு மேற்படாத நீதிபதிகளும் இடம்பெற்றனர். மாவட்ட, குடிமை மற்றும் செஷன்ஸ் நீதிபதிகள், மாவட்ட மற்றும் செஷன்ஸ் நீதிபதிகளாக நியமிக்கப்பட்டனர். ஆட்சித்தலைவர்கள் மாவட்ட உரிமையியல் நீதிபதிகளாகச் செயலாற்ற, தாசில்தார்கள் வட்டங்களில் சார்நிலை உரிமையியல் நீதிபதிகளாக விளங்கினர். ஆட்சித்தலைவர்களிடமும், தாசில்தார்களிடமும் செயலாக்க நீதித் துறை அதிகாரங்களின் சேர்க்கை, நிர்வாக அகந்தையை உண்டுபண்ணி மக்களின் உரிமைகளுக்கு எதிராய்ச் செயலாற்றின. இதன் விளைவால், சுதந்திரப் போராட்டத்தின் போது தலைவர்களும் செய்தித்தாள்களும், செயலாக்க நீதித்துறை அதிகாரங்களின் பிரிவினையைக் கோரின.

நிர்வாகத்துறைகள்

துறைகளை நடத்திட திறன்மிக்க அலுவலர்ளை நியமிப்பதில் அரசாங்கம் குறிப்பான அக்கறையை மேற்கொண்டது. சிவில் சர்வீஸில் இந்திய சிவில் சர்வீசும், மெட்ராஸ் சிவில் சர்வீசும் இடம் பெற்றன. 1919 வரையிலும் வெள்ளையருக்கு முன்னுரிமை அளிக்கும் வகையில், லண்டனில் மட்டுமே இச்சேவைக்கு நபர்கள் தெரிவு செய்யப்பட்டனர். அதன்பின் இத்தேர்வு இங்கிலாந்திலும் இந்தியாவிலும் மேற்கொள்ளப்பட்டன. மெட்ராஸ் பிராந்திய சர்வீஸ் 1892இல் உருவாக்கப்பட்டது. போட்டித் தேர்வுகள் மூலம் தேர்ந்தெடுக்கப்பட்ட அல்லது சார்நிலை சர்வீஸ்களிலிருந்து பதவி உயர்வு பெற்ற, உதவி ஆட்சித்தலைவர்கள், உரிமையியல் நீதிபதிகள், சார்நிலை நீதிபதிகள் மற்றும் மாவட்ட முன்சீப்கள் அதில் இடம்பெற்றனர். ஒருமுறை இச்சேவைக்குத் தேர்ந்தெடுக்கப்பட்டுவிட்ட இவ்வலுவலர்கள் அநேகமாக நவாபின் வாழ்க்கை வாழ்ந்தனர். பெரும் செல்வாக்குடன், அதிக ஊதியம் பெற்று, எல்லா சுகங்களையும் பெற்ற அவர்கள், பெரும்பான்மையான மக்கள் உழன்றுவந்த வறுமை உலகிலிருந்து வேறுபட்டதான, தமக்கேயான உலகில் வாழ்ந்தனர். இதன் விளைவாக மேட்டுக்குடியினர், சமூகத்தின் நல்வாழ்வுக்குப் பங்களிப்பு செய்யத்தக்க வகையில் தொழிற்துறைக்கும் வேளாண்மைக்கும் செய்வதை விட்டு, பட்டினி கிடந்த மக்கள்

திரளினரை கட்டுப்படுத்திடும் எண்ணத்தில், இச்சர்வீஸ்களை விரும்பினர்.

தலைமைச் செயலகம் புனித ஜார்ஜ் கோட்டையில் இயங்கியது. ஒரு தலைமைச் செயலரையும் அரசாங்கத்திற்கென்ற ஏழு செயலர்களையும் அது கொண்டிருந்தது. சாதரணமாக ஒவ்வொரு செயலரும் சார்நிலை செயலர் ஒருவரையும் துணைச் செயலர் ஒருவரையும் பெற்றிருந்தனர். பொது, நீதித்துறை, அரசியல், அறநிலையத்துறை சார்ந்த விஷயங்களை தலைமைச் செயலர் கவனித்தார். வருவாய், நிதி, கல்வி, வேளாண்மை, பொதுச்சுகாதாரம், பொதுப்பணிகள் போன்றவற்றை பிற செயலர்கள் கவனித்தனர். இவற்றில் வருவாயும் போலீஸ் துறையும் தனி முக்கியத்துவம் பெற்றிருந்தன. ஏனெனில் ஒன்று, பணவசூல் தொடர்பானது மற்றது அதிகாரப் பிரயோகம் தொடர்பானது. 1786இல் ஆங்கிலேயக் கிழக்கிந்தியக் கம்பெனி வருவாய்க் கழகத்தினை மூன்று உறுப்பினர்களுடன் அமைத்தது. அது வருவாய்த் துறையினையும் கட்டுப்படுத்தியது. 1787இல் முதல் முறையாக செயல்படத் தொடங்கிய ஆட்சித்தலைவர்கள் மாவட்டங்களுக்கு பொறுப்பாக்கப்பட்டனர். 1792இல் நியமிக்கப்பட்ட துணை ஆட்சியர்களுக்கு வட்டங்களின் தொகுதிகள் ஒப்படைக்கப்பட்டன. வருவாய் நிர்வாகம் வெவ்வேறு வடிவிலான அபகரிப்புகளுக்கும் கையாடல்களுக்கும் பெயர் போனது, என்றாலும் பெரும் செல்வாக்குக் கொண்டு விளங்கிற்று.

காவல்துறை தலைமை ஆய்வாளர் கட்டுப்பாட்டில் காவல்துறை இயங்கிற்று. பொதுவான சேவைப்பிரிவு, மெட்ராஸ் நகரப் போலீஸ், ரயில்வே போலீஸ், குற்றவியல் புலன் விசாரணைத்துறை, தடயவியல் துறை ஆகியவற்றை அது கொண்டிருந்தது. காவல்துறை அலுவலர்கள் வேலூரில் பயிற்சி பெற, காவலர்கள் வேலூர் அல்லது கோயம்புத்தூரில் பயிற்சி பெற்றனர். காவல் நிர்வாகத்தின் பொருட்டு ராஜதானி, சரகங்களாகவும், ஒவ்வொரு சரகமும் மாவட்டங்களாகவும், ஒவ்வொரு மாவட்டமும் கோட்டங்களாகவும், ஒவ்வொரு கோட்டமும் பிரிவுகளாகவும் பிரிக்கப்பட்டன. கிராமக் காவலர், போலீஸ், ஆய்வாளர், கண்காணிப்பாளர், உரிமையியல் நீதிபதி, ஆயுதப் போலீஸ் என ஒரு வலைப்பின்னலான கட்டுப்பாட்டினை இத்துறை மேற்கொண்டது ஆனால் உட்குறைபாடுகளால் மக்களின் நம்பிக்கையைப் பெற முடியவில்லை.

வேதனை தரும் இந்நிலைக்கு பல காரணிகள் உண்டு. பல குற்ற நிகழ்வுகளில், அச்சத்தால் மக்கள் புகார் செய்வதில்லை. கையூட்டு கொடுக்காது போனால் நடவடிக்கை மேற்கொள்ளப்படாது போகும். மாட்டுத் திருட்டினை புகார் செய்தால், சாட்சியத்தை இல்லாது செய்திட மாட்டினைக் கொன்று விடுவார்கள். இதனால் பாதிக்கப்பட்டவர்கள் கிராமக் காவல்காரர்கள் சொல்லும் விலையில் பாதியைக் கொடுத்து மாட்டை மீட்டுக்கொள்வார்கள். பல போலிஸ் அலுவலர்கள் மக்களிடமிருந்து லஞ்சம் பெற்று, திருட்டு, கொலைக் குற்றங்களை மறைத்து விடுவார்கள் என்னும் மனப்பதிவு நிலவியது. பழிவாங்கப்படுதல், போலியான வழக்குகளில் சிக்கவைக்கப்படுதல் என்னும் பயத்தால், மக்கள் புகார் அளிக்கத் துணிவதில்லை. அடிக்கடி, போலீஸார் சாட்சியங்களை ஜோடித்து விடுவார்கள் அல்லது திருடப்பட்டவற்றை, மது போத்தல்களை, கஞ்சாவை, துப்பாக்கிகளை வீட்டில் போட்டு குற்றத்தை உறுதிப்படுத்திவிடுவார்கள். இதனால், சூதுவாதில்லாதவர்கள் வழமையான குற்றவாளிகளாகவும், கொலைகள் தற்கொலைகளாகவும் மாறுவது நேர்ந்தது. என்றாலும், காவல்துறையும் பலகாரணங்களால் பாதிப்புக்குள்ளானது. அவர்தம் ஊதியம் சொற்பமாயிருக்க, பொறுப்பு கனத்ததாயிருந்தது. அவர்கள் அலுவலர்களுக்குச் சேவகம் செய்ய வேண்டியிருந்தது. கவுன்சிலுக்கும் அமைச்சர்களுக்கும் பாதுகாப்புப் பணிக்காக அடிக்கடி நகரங்களுக்கு அனுப்பப்பட்டனர் மற்றும் அவர்களது வழித்தடங்களில் பாதுகாப்புப்பணி மேற்கொள்ள வேண்டியிருந்தது.

சிறை நிர்வாகம், சிறைகள், தலைமை ஆய்வாளர் கீழே இயங்கிற்று. 1869ஆம் ஆண்டுச் சட்டம் சிறைகளை மத்திய சிறைகள், மாவட்ட சிறைகள், துணைச் சிறைகள் மற்றும் தனிச்சிறைகள் என்று பாகுபடுத்திற்று. வழமையான குற்றவாளிகளுக்கும் ஓராண்டோ அதற்கு மேலோ கடுங்காவல் தண்டனை பெற்ற குற்றவாளிகளுக்கும் என மத்திய சிறைகள் ஏற்படுத்தப்பட்டன. அவை திருச்சிராப்பள்ளி, கோயம்புத்தூர், சேலம், வேலூர் மற்றும் மெட்ராஸில் அமைந்தன. ஒரு மாதத்திலிருந்து பன்னிரண்டு மாதங்கள்வரை தண்டிக்கப்பட்ட கைதிகள் மாவட்ட சிறைகளில் அடைக்கப்பட்டனர். விசாரணையிலிருப்பவர்களும் ஒருமாதம்வரை தண்டிக்கப்பட்டவர்களும் துணைச்சிறைகளில் வைக்கப்பட்டனர். மெட்ராஸின் தனிச்சிறையில் விசாரணைக் கைதிகள் இருந்தனர். ஐரோப்பிய அமெரிக்கக் குற்றவாளி களுக்கென ஊட்டியில் ஐரோப்பியச் சிறை இருந்தது. இவை தவிர, சிறுவர் குற்றவாளிகளுக்கென தஞ்சாவூரில் பார்ஸ்டல்

பள்ளியும் செங்கல்பட்டில் சீர்திருத்தப்பள்ளியும் இருந்தன. சிறைக்குப் பொறுப்பாளராயிருந்த சிறை அலுவலர் தன் பணியை திடசித்தத்துடனும், மனிதாபிமானத்துடனும், பாகுபாடின்றியும் ஆற்றவேண்டும். கைதிகளின் முறைகளைப் பொறுமையுடன் கேட்க வேண்டும். எரிச்சலூட்டும் மொழியைப் பயன்படுத்தலாகாது. தற்காப்பு தவிர்த்து, எந்த காரணத்தைக் கொண்டும் கைதியை அடிக்கக் கூடாது என்று எதிர்பார்க்கப்பட்டது. ஆனால் இவ்விதிமுறை மீறப்படுவது வழமையாயிருந்தது. ஒவ்வொரு சிறையிலும் நூலகம், பணிமனை, மருத்துவம் கற்பிக்கும் ஊழியர்கள் இருந்தனர். குற்றவாளியின் நன்னடத்தைக்காக மாதத்திற்கு மூன்று நாட்கள் வரையிலும் தண்டனைக் குறைப்பு செய்தலில் பாரபட்சம், சுகாதாரச் சீர்கேடு, மோசமான உணவு, கைதிகளிடையே மோதலுக்கான தூண்டுதல், இம்சைப்படுத்துதல் என்னும் புகார்கள் இருக்கவே செய்தன. கைதிகளின் குறைபாடுகள் அவ்வளவாக கவனம் பெறவில்லை.

1859இல் கம்பெனியின் நிர்வாகம் கல்விக்காக பொதுப்பயிற்றுவித்தல் துறையை ஏற்படுத்திற்று. பொதுப் பயிற்றுவித்தல் இயக்குநர் தலைமையில் உதவியாளர்களும் ஆய்வாளர்களும் அதில் இடம் பெற்றனர். மேல்நிலைப் பணி மற்றும் சார்நிலைப்பணி என இத்துறை பிரிக்கப்பட்டது. சிறுவர்களுக்கும் சிறுமியருக்கும் தனித்தனியே என ராஜதானி வட்டாரங்களாக பிரிக்கப்பட்டு, ஒரு வட்டாரம் பள்ளி ஆய்வாளர் பொறுப்பில் விடப்பட்டது. இந்த ஆய்வாளருக்குத் துணை உதவியாளர் துணைநின்றார். பாடநூல் தயாரிப்பிலும் வெளியீட்டிலும் பாடநூல் குழு இயக்குநருக்கு ஆலோசனை அளித்தது. பாடநூல்களுக்கு ஒரு கல்வி அருங்காட்சியகத்தையும் வகுப்புகளுக்குத் தேவையான வரைபடங்கள், சாதனங்களின் மாதிரிகளையும் பராமரித்தது. கல்வி நிறுவனங்கள் தனியார் பள்ளிகள் மற்றும் அரசுப் பள்ளிகள், அங்கீகரிக்கப்பட்டவை மற்றும் அங்கீகரிக்கப்படாதவை என இரு வகைப்பட்டன.

ஆசிரியர்களின் கல்வித் தகுதி, ஆசிரியர் மாணவர் விகிதம், வசதி மற்றும் ஒழுக்கம் ஆகியவற்றை வரையறுக்கும் மெட்ராஸ் கல்வி விதிகளுக்குக் கட்டுப்படும்போது அங்கீகாரம் தரப்பட்டது. பணமும் தன் பங்கினை வகித்தது. கல்வியின் தர அடிப்படையில் அரசுப் பள்ளிகள் வகைப்படுத்தப்பட்டன. அதன்படி கீழ்நிலை மேல்நிலை ஆரம்பப் பள்ளிகள், உயர்நிலைப் பள்ளிகள், முதல் நிலை இரண்டாம் நிலை கலைக்கல்லூரிகள், தொழிற்கல்வி

கல்லூரிகள் இருந்தன. இரண்டாம் நிலை கல்லூரிகள் இடைநிலை வரையிலான கல்வி கற்பிக்க, முதல் நிலையிலுள்ளவை பி.ஏ., பி.எஸ்.ஸி அல்லது அதனைத் தாண்டிய கல்வி கற்பித்தன. பயிற்றுமொழி அடிப்படையில் பள்ளிகள், ஆங்கிலம் மற்றும் பிரதேச மொழி என்று பிரிக்கப்பட்டன. ஆங்கிலம் ஆட்சிமொழியாக இருந்தமையால், தமிழ்ப்பள்ளிகளை விடவும் இப்பள்ளிகள் செல்வாக்குப் பெற்றிருந்தன. இவற்றுடன் தொழில்நுட்பப் பள்ளிகளும், தொழிற்துறைப் பள்ளிகளும் பழங்குடியினருக்கும் குற்றப்பரம்பரையினருக்குமான தனிப்பள்ளிகளும் இருந்தன. எளிய மற்றும் திறமை வாய்ந்த மாணவர்களை ஊக்குவிக்கும் பொருட்டு கல்வி உதவித்தொகை மற்றும் உபகாரச் சம்பளம் என்பன வரம்புக்குட்பட்ட அளவில் வழங்கப்பட்டன. கல்வித்துறை பொதுத்தேர்வுகளை வெவ்வேறு நிலைகளில் நடத்தி, பட்டங்களை வழங்கிற்று.

பதிவுத்துறைத் தலைவராக பதிவுக்கான தலைமை ஆய்வாளர் விளங்கினார். ஆவணங்களைப் பதிவு செய்திட பல்வேறிடங்களில் பதிவாளர் அலுவலகங்கள் இருந்தன. ஆவணங்களுடன் ரூபாய் நோட்டுகளையும் கொடுக்காது போனால், ஆட்சேபணைகள் எழுப்பப்படும். அரசுக்கட்டிடங்கள், பாசனக் கால்வாய்கள், சாலைகள் ஆகியனவற்றை நிர்மாணிப்பதும் பராமரிப்பதும் பொதுப்பணித்துறையின் பொறுப்பு. இதன் தலைமையில் இரு தலைமைப் பொறியாளர்கள் இருந்தனர். ஒருவர் கட்டிடங்களுக்கும், சாலைகளுக்கும் பொறுப்பு வகிக்க மற்றவர் பாசனத் திட்டங்களுக்கு பொறுப்பு வகித்தார். இத்துறையின் பூர்வீகம், 1786இல் நிறுவப்பட்ட ராணுவக் கழகத்தின் பொறியியல் கிளையாகும். இதன் முயற்சியாலும், சர் ஆர்தர்காட்டனின் முன் முயற்சியாலும், ஏராளமான பாசனத் திட்டங்கள் நிறைவேற்றப்பட்டன. காவேரியின் கீழணைமேலணைகள், வைகை அணை என்பன இவற்றில் அடங்கும். இத்துறை, பயன்பாடு இருந்தும் அரசு நிதியைக் கையாடல் செய்யும் கோட்டையாகக் கருதப்பட்டது. பொறியாளர்கள் குத்தகைதாரர்களுக்கு உடந்தையாயிருந்து செல்வந்தராயினர்.

26

ராஜாஜியும் காமராஜும்

1937லிருந்து 1967வரையிலும் தமிழ்நாட்டு அரசியல் களத்தில் இந்திய தேசிய காங்கிரஸ் மேலோங்கி இருந்தது. ஏகாதிபத்தியம் பின்வாங்கிச் செல்ல, தேசியவாதம் ஏற்றம் கொண்டது. விடுதலை இயக்கம் இரு தலைசிறந்த தலைவர்களை உருவாக்கியது. ஒருவர் ஆரிய மேட்டுக்குடியினரையும், மற்றவர் திராவிடக் குடியினரையும் பிரதிநிதித்துவம் செய்தனர். அவர்கள் ராஜாஜி மற்றும் காமராஜ். சிக்கலான நேரங்களில் அரசுக்கும் தேசத்துக்கும் தலைமை தாங்கும்படி விதிக்கப்பட்டிருந்தனர். அவர்கள் தம் அரசியல் வாழ்வை காங்கிரஸ் கட்சியில் ஆரம்பித்தனர். ஒருவர் அதனின்றும் விலகிவிட மற்றவர் இறுதிவரை நீடித்தார். இருவரும் தீவிர தேசபக்தர்கள். என்றாலும் அரசியல் எதிரிகள் மக்கள் திரளினரை வறுமையிலிருந்து எழுப்பிட, ராஜாஜி தனியார் தொழிற்துறையை ஆதரித்தார் என்றால், காமராஜ் ஜனநாயக சோசலிசத்தை ஆதரித்தார். தம் அரசியல் வாழ்வின் உச்சத்தில், இருவரும் அரசிலும் தேசத்திலும் அதியுயர்ந்த பொறுப்புகளை வகித்தனர். இவ்விரு தலைவர்களும் பிரதிநிதித்துவம் செய்த சக்திகளுக்கு இடையே, பிராமணிய சமூகத்தை மையமிட்டு சமூகக் கேடுகளுக்கு எதிராக சிலுவைப் போரை நடத்திய ஈ.வெ. ராமசாமி நாயக்கர் நின்றார்.

ராஜாஜியின் நிர்வாகம்

சி.ராஜகோபாலாச்சாரி தன் வாழ்க்கையை வழக்குரைஞராகத் தொடங்கினார். ராஜாஜி என்று மக்களால் அழைக்கப்பட்ட அவர் விடுதலைப் போராட்டத்தில் முக்கிய தலைவராக எழுச்சி கொண்டார். தன் பார்வையிலும் முறைகளிலும், பாகிஸ்தான் பிரச்சனையில் மேற்கொண்டது போல, அவர்

எப்போதும் காந்தியுடன் ஒத்துச் செல்லவில்லை. எனினும் இந்துப் பண்பாடு, சமூக சீர்திருத்தம், அகிம்சை ஆகியவற்றிலான பொதுவான நம்பிக்கை அவர்களை நெருக்கமானவர்களாக்கியது. காங்கிரஸ் ஒத்துழையாமைக்குத் தீர்மானித்ததும், தென்னிந்தியாவில் ராஜாஜி இயக்கத்திற்குத் தலைமை தாங்கினார். 1922இல் காந்தியின் அழைப்பின் பேரில், அகமதாபாத்திலிருந்து வெளியான அரசியல் வார இதழ் *யங் இண்டியா*வின் ஆசிரியப் பொறுப்பேற்றார். சட்டமன்ற நுழைவுச் சர்ச்சையில், மாற்றத்திற்கான ஆதரவாளர்களை எதிர்த்து, மாற்றத்திற்கு எதிரானவர்களுக்குத் தலைமை தாங்கினார். ஆக்கப்பூர்வ செயல்திட்டங்களில் நம்பிக்கைமிக்கவரான அவர், கட்டுமானப்பணி, மருத்துவ உதவி, மதுவிலக்கு, தீண்டாமை ஒழிப்பு, காதிப் பொருட்கள் தயாரிப்பு என்பவற்றில் ஆர்வலர்களுக்குப் பயிற்சி அளித்திட திருச்செங்கோடு ஆசிரமத்தைத் தொடங்கினார். 1930இல் தண்டியில் காந்தி உப்புச் சத்தியாக்கிரகம் செய்தபோது, அவர் அதனை வேதாரண்யத்தில் செய்தார்.

1937 தேர்தலில் காங்கிரஸ் கட்சி ஜஸ்டிஸ் கட்சியைத் தோற்கடித்து, மெட்ராஸ் சட்டமன்றத்தில் பெரும்பாலான இடங்களைக் கைப்பற்றியது. காங்கிரஸ் சட்டமன்றத் தலைவராக தேர்ந்தெடுக்கப்பட்ட அவர் அமைச்சரவையை அமைத்தார். பிரிட்டிஷார் அதிகப்படியான அதிகாரங்களை தம்மிடமே வைத்துக்கொண்டதால், மிகுந்த கட்டுப்பாடுகளுக்கு இடையே அவர் செயல்படவேண்டியிருந்தது. தன் சகாக்கள் மற்றும் எதிரிகள் குறித்து உள்ளார்ந்த சந்தேகம் கொண்டிருந்த அவர், மெட்ராஸ் ஆளுனர் ஃபிரான்ஸிஸ் எர்ஸ்கின்னிடம் எந்த மோதலும் வைத்துக் கொள்ளாதவாறு பார்த்துக் கொண்டார். முதலாவது மக்கள் அமைச்சரவையாக அது மிகுந்த நம்பிக்கையும் பரபரப்பையும் ஏற்படுத்திற்று. ஆனால் சீக்கிரமே அது சிக்கல்களில் மாட்டிக்கொண்டது. காங்கிரஸ் கட்சி மதுவிலக்கில் உறுதியாயிருந்தது. கள்ளும் வேறு சில மதுவகைகளும் உழைப்பாளரின் ஆரோக்கியத்தினைத் தக்க வைப்பதில் அவசியமானவையாகக் கருதப்பட்டாலும், அதீதக் குடி குடும்பங்களை அழித்தது மட்டுமின்றி மோதல்களுக்கும் இட்டுச் சென்றது. ஆகவே 1938இல், பரிசோதனை அடிப்படையில் தனது சொந்த மாவட்டமான சேலத்தில் மதுவிலக்கை அமல்படுத்தினார். அதனைத் தொடர்ந்து சித்தூரிலும், கடப்பாவிலும் அமல்படுத்தப்பட்டது. நடைமுறையில் இது தோல்வியாயிற்று.

ஏனெனில், சட்டவிரோத மது ரகசியமாய்த் தயாரிக்கப்பட்டு, ஆயத்தீர்வை அலுவலர்களுக்குத் தவறாத ஆதாயத்தை அளித்துவந்தது மற்றும் வேலையில்லாதோருக்கு வேலை அளித்தது. ஆயத்தீர்வையின் இழப்புக்காக 1939-40ஆம் ஆண்டுக்கான வரியை அறிமுகப்படுத்தினார். வணிகச் சமுதாயம் இதனை எதிர்த்தது. எனினும் அது வறுமையால் பீடிக்கப்பட்டவர்கள் மீது திணிக்கப்பட்டது. அது அரசுக்கு அதிகப்படியான வருவாயினை அளித்தாலும், இவ்வதீத நடவடிக்கை ஒடுக்கும் தன்மையதாய் இருந்தது. அரசு ஊழியர்களை மட்டுமல்லாது வணிகச் சமுதாயத்தினரையும் அது ஊழல் புரிபவர்களாக்கியது. வணிகவரி அலுவலர்கள் கொண்டிருந்த விரிவான செல்வாக்கும், அவர்கள் பெற்றுக்கொண்ட விரிவான பணம் சார்ந்த அக்கறைகளும், இந் நடவடிக்கை தோற்றுவித்த ஊழலின் கனபரிமாணத்தை விளக்கும்.

இந்திக்கு எதிரான போராட்டம்

1925இல் கான்பூர் மாநாட்டில் காங்கிரஸ் தன் அலுவல்களை இந்துஸ்தானியில் நடத்திடத் தீர்மானித்தது. என்றாலும் இந்துஸ்தானி பேசாதவர்கள் ஆங்கிலத்தில் நடத்திக்கொள்ள அனுமதித்தது. அந்நிய ஆட்சியாளர்களின் மொழியில் அலுவல்களை நடத்துவது தேசிய கண்ணியத்திற்கு எதிரானது என்னும் உணர்வு வலுத்தது. இம்முடிவைத் தொடர்ந்து 1930இல் ராஜாஜி பள்ளிகளில் இந்துஸ்தானியை கட்டாயப் பாடமாக அறிமுகப்படுத்தினார். இச்சீர்திருத்தம் மக்களிடையே சந்தேகத்தை ஏற்படுத்தியது. இது தெற்கில் ஆரியரின் மேலாதிக்கத்திற்கும் சொந்த மொழியின் புறக்கணிப்புக்கும் இட்டுச் செல்லும் என்று தமிழர்கள் அச்சப்பட்டனர். திராவிடப் பண்பாட்டின் மீது ஆரியச் செல்வாக்கினை திணித்திடும் முயற்சி என்று திராவிடர் கழகம் எதிர்த்தது. ஆரியப் பண்பாட்டைப் புதுப்பிப்பது பிராமணிய மேலாதிக்கத்தை நீட்டிக்கும் என்ற பயம் இருந்தது.

எதிர்ப்பு பலனளிக்காது போகவே, ஈ.வெ.ராமசாமி நாயக்கர் சேலத்தில் இந்தி எதிர்ப்பு மாநாடு நடத்தினார். திராவிடர் கழகம் புறக்கணிப்புக் குழு ஒன்றினை அமைத்தது. ஆர்வலர் முகாமை உருவாக்கியது. போராட்டத்தின் வேலைத் திட்டத்திற்கு உருக்கொடுத்தது. ஜஸ்டிஸ் கட்சி, பட்டியலின சாதிகளின் கூட்டமைப்பு மற்றும் முஸ்லீம் லீக் தம் ஆதரவை அளித்தன. எதிர்ப்புக் கூட்டங்களும் கறுப்புக் கொடி ஆர்ப்பாட்டங்களும்

மறியலும் பட்டினிப் போராட்டமும் தொடர்ந்தன. ராஜாஜியின் வீட்டையும் மெட்ராஸிலுள்ள இந்து பிரம்மஞானப் பள்ளிகளையும் ஆர்வலர்கள் மறியல் செய்தனர். ஸ்டாலின் ஜகதீசன் சுமார் இரண்டு மாதங்கள் உண்ணாவிரதம் இருக்க, தாளமுத்துவும், நடராஜனும் போலீஸ் சித்திரவதையில் மாண்டனர். ஆர்ப்பாட்டங்கள் செய்யும் பொருட்டு ஒரு கூட்டத்தினர் திருச்சிராப்பள்ளியிலிருந்து மெட்ராஸ் சென்றனர். ஆர்ப்பாட்டத்தின் போது நாயக்கர் உள்ளிட்ட 1200க்கும் அதிகமானோர் கைதாகி சிறையில் வைக்கப்பட்டனர். போர் காரணமாக 1939 அக்டோபர் 29இல் அமைச்சரவை வெளியேறும் வரை, இவ்வியக்கம் தொடர்ந்தது. ஒரு பிரகடனத்தின் மூலம், ஆளுனர் ஜேம்ஸ் ஹோப் இப்பிராந்தியத்தின் நேரடிப் பொறுப்பை ஏற்றுக்கொண்டார். அவரது அரசாங்கம் கட்டாய இந்திப் பாடத்தை விலக்கிக் கொண்டது. ஆர்ப்பாட்டக்காரர்களை விடுவித்தது.

ராஜாஜியின் இந்தித் திணிப்பு முயற்சியால், தமிழர்கள் அவருக்கு எதிராகத் திரும்பினர். ஆந்திரப் பிரதேசத்தைத் தனிப் பிராந்தியமாக உருவாக்க வேண்டும் என்பதற்கு அவர் எதிர்ப்பு தெரிவித்ததால் தெலுங்கர்கள் அதிருப்தி கொண்டனர். பாகிஸ்தான் பிரிவினை கோரும் லீகின் தீர்மானத்தை அவர் ஆதரித்தார். இதில் தேசியவாதிகள் திகைக்க நேர்ந்தது. காங்கிரஸிலிருந்து வெளியேற்றப்படும் பயத்தால் அவர் கட்சியிலிருந்து விலகினார்.

1945 தேர்தலில் பிராந்திய சட்டமன்றத்தில் காங்கிரஸ் அதிகப்படியான இடங்களைக் கைப்பற்றியபோது, ராஜாஜி தலைமைக்குப் போட்டியிட்டார். இதில் சக போட்டியாளர்களான பிரகாசம் பந்துலுவையும் பட்டாபி சீதாராமையாவையும் ஆக்கபூர்வ பணிக்கு அழைத்துக்கொண்டதன் வாயிலாக காந்தி தன் ஆதரவை அவருக்கு ரகசியமாகத் தெரிவித்தார். ஆனால் உறுதியாயிருந்த பிராந்திய காங்கிரஸ் பிரகாசத்தைத் தலைவராக்கியது. 1946 ஏப்ரல் 30 அன்று பிரகாசம் அமைச்சரவையை அமைத்தார். எனினும் காங்கிரஸ் தலைமை ராஜாஜியின் பக்கம் திடமாக நின்றது. 1947இல் மவுண்ட் பேட்டன் விலகியதும் அவரை இந்தியாவின் கவர்னர் ஜெனரலாக்கியது. 1950இல் குடியரசுவாத அரசியல் நிர்ணயச் சட்டம் நடைமுறைக்கு வரும்வரை அவர் இப்பொறுப்பு வகித்தார். நேரு அமைச்சரவையில் உள்துறை அமைச்சராயிருந்த அவர், பாராளுமன்றத்தில் 1951ஆம் ஆண்டு தடுப்புக் காவல் மசோதாவைக் கொண்டு வந்தார். இது மக்களின் சுதந்திரத்தை வெகுவாகக் குறைத்தது.

ராஜாஜியின் இரண்டாவது நிர்வாகப் பொறுப்பு

மாநில சட்டசபையில் பெரும்பான்மை இடங்களைப் பெற காங்கிரஸ் தவறியதால், காமராஜரும் குமாரசாமி ராஜாவும், ராஜாஜியை மாநில அரசியலுக்கு அழைத்தனர். அதன்படி, அவரை காங்கிரஸ் கட்சியின் சட்டமன்றத் தலைவராக்கினர். சில சுயேச்சைகளின் ஆதரவுடன் இரண்டாம் முறையாக ராஜாஜி அமைச்சரவையை அமைத்தார். இரண்டாம் உலகப் போரின் போது அறிமுகப்படுத்தப்பட்ட அத்தியாவசியப் பொருட்களின் ரேஷன் முறையால், ஒரு தசாப்தத்திற்கும் மேலாக மக்கள் வருந்தினர். அலுவலர்களின் உடந்தையாலும், ஊழலாலும் கள்ளச் சந்தை செழித்தது. டெல்லியின் நேரு நிர்வாகத்தால் சந்தையில் கட்டுப்பாட்டினை எடுத்திடத் துணிவில்லை. ஆனால் ராஜாஜி உணவுப் பொருளைச் சேமித்து, சந்தையில் கட்டுப்பாட்டினை எடுத்து, நாட்டுக்கு முன்னோடியாயிருந்தார். அத்தியாவசியப் பொருள் பற்றாக்குறையைப் பயன்படுத்தி, கம்யூனிஸ்டுகள் பிரச்சனைகளைக் கட்டவிழ்த்து விட்டதால், ராஜாஜி அவர்களை முதல் எதிரியாக அறிவித்து அவர்களது நடவடிக்கையைக் கட்டுப்படுத்தினார்.

மொழிப் பிரச்சனையில் முன்னர் செய்தது போல் ஆகிவிடக் கூடாது என்பதில் ராஜாஜி கவனமாயிருந்தார். ஆனால் 1953இல் கல்வி முறையை மாற்றியமைக்கத் தீர்மானித்தபோது பிரச்சனை வந்தது. அத்திட்டப்படி மாணவர்கள் காலை, மாலையில் ஒரு வேளை பள்ளிக்குச் சென்றுவிட்டு, அப்புறம் தம் பெற்றோரின் தொழிலைக் கற்றுக்கொள்ள வேண்டும். மாணவர்களைப் பள்ளிகளுக்கு அதிகமாகச் சேர்ப்பதும் வேலையின்மைப் பிரச்சனைக்குத் தீர்வு காண்பதும்தான் இதன் உத்தேசம் எனப்பட்டது. எனினும், புதிய பரிசோதனைக்கு நிலைமை சாதகமற்றதாய்த் தோன்றிற்று. இக்காலகட்டத்தில் ஈ.வெ.ராமசாமி நாயக்கர் விநாயகர் மற்றும் ராஜாஜியை தன் தாக்குதலுக்கு பிரதான இலக்காகக் கொண்டார். அவர் விநாயகக் கடவுளை வர்ணாஸ்ரம தர்மத்தின் அடையாளமாகவும் திராவிடரின் இழிவுக்கான தோற்ற ஆதாரமாகவும் பழித்தார். 1953 மே மாதத்தில் அவரும் கழகத்தினரும் புதிதாய்ச் செய்யப்பட்ட பல சிலைகளை உடைத்தனர். சாதியமைப்பை புதுப்பிப்பதற்கான ரகசியச் சதி இருந்ததாக அவர் சந்தேகித்தார்.

காங்கிரஸ் கட்சியிலிருந்த, இத்திட்டத்தின் எதிர்ப்பாளர்கள், மரபார்ந்த தொழில்களைச் செய்ய வற்புறுத்தி, சாதி பேதங்களை

வலுப்படுத்தி, பிராமணிய அமைப்பை நீட்டிக்கச் செய்வது இந்நடவடிக்கை என்று பயந்தனர். பிராந்தியக் காங்கிரஸில் காமராஜ் ராஜாஜியை எதிர்த்தார். எதிர்ப்பு அலை வலுக்கவே 1954 ஏப்ரலில் ராஜாஜி பதவி விலகினார். பிற்பாடு இந்தி எதிர்ப்பு போராட்டம் செய்த திராவிட முன்னேற்றக் கழகத்தின் பக்கம் அவர் நின்றது ஒரு முரண் சுவையே மற்றும் சுதந்திரா கட்சியை நிறுவினார். நிலமானிய மற்றும் பிராமணியப் பிரிவுகள் இப்புதிய அமைப்பின் பின்னே திரண்டன. சந்தர்ப்பவசமாக இந்நிலைமை, தமிழ்நாட்டில் காங்கிரஸை, பிராமண மேலாதிக்க அமைப்பிலிருந்து திராவிட அமைப்பாக உருமாற்றம் பெறுவதை நிறைவு செய்தது.

பொதுவாழ்வில் தோல்விகள் இருப்பினும், தனிநபரின் சுதந்திரத்திலும், அரசாங்க அதிகாரத்தைக் கட்டுப்படுத்துவதிலும் இந்தியப் பண்பாட்டின் நல்லறங்களிலும் ராஜாஜி நம்பிக்கை வைத்திருந்தார். தன் பொது வாழ்க்கையை காங்கிரஸில் தேசிய வாதியாகத் தொடங்கி திராவிட முன்னேற்றக் கழகத்துடனான கூட்டணியுடன் பிரதேசவாதியாக முடித்தார். “வஞ்சனையே உனது பெயர் இந்திய ஜனநாயகம்” என எஸ்.சத்தியமூர்த்தி வழமையாகக் கூறியது போல, இப்போது நிகழ்வுக்கு ராஜாஜியும் விதிவிலக்கில்லை போலும்.

காமராஜின் நிர்வாகம்

1954 ஏப்ரல் 13இல் ராஜாஜி பதவி விலகியதும், காமராஜர் அமைச்சரவையை அமைத்தார். குமாரசாமி நாடாரின் மகனாக 1903இல் ஓர் ஏழைக்குடும்பத்தில் விருதுநகரில் அவர் பிறந்தார். சிறிதே கற்ற அவர், விருதுநகரிலும் திருவனந்தபுரத்திலும் கடைகளில் வேலை பார்த்துவிட்டு, காங்கிரஸ் கட்சியில் சேர்ந்தார். ஓர் ஆர்வலராக வைக்கம் சத்தியாகிரகத்திலும் உப்புச் சத்தியாகிரகத்திலும் பங்கேற்றார். கூரிய அறிவும் அமைப்பாக்கும் திறனும் பொது அறிவும் நிரம்பிய அவர் செல்வாக்குப் பெற்று, இளைஞர் காங்கிரஸ் தலைவராக எழுச்சி கொண்டார். தேசியவாத நடவடிக்கையிலும் சமூக சீர்திருத்தத்திலும் அவர் கொண்டிருந்த முனைப்பான ஆர்வம் ஆறுமுறை மொத்தம் 3000 நாட்கள் சிறைவாசத்திலிருக்குமாறு அவரை இட்டுச்சென்றது.

ராஜாஜியுடன் சத்தியமூர்த்தி மோதியபோது, காமராஜர் பின்னவர் பக்கம் நின்றார். 1937இல் அவர் விருதுநகர் தொகுதியிலிருந்து சட்டமன்றத்திற்குத் தேர்ந்தெடுக்கப்பட்டார். மூன்றாண்டுகளுக்குப்

பிறகு, ராஜாஜியின் வேட்பாளர் சுப்பையாவைத் தோற்கடித்து. தமிழ்நாடு காங்கிரஸ் கமிட்டியின் தலைவரானார். அதனையடுத்து, இந்திய அரசியலமைப்புச் சட்டத்தை உருவாக்கிய அரசியலமைப்பு மன்றத்தின் உறுப்பினராயிருந்தார். பிரகாசம் பந்துலு, ராமசாமி ரெட்டியார், குமாரசாமி ராஜா மற்றும் ராஜகோபாலாச்சாரி ஆகியோரை அதிகாரத்திற்கு ஏற்றியதில், வெவ்வேறு சந்தர்ப்பங்களில் அவர் ஆற்றிய தீர்மானகரமான பங்கிற்காக மன்னரை உருவாக்குபவர் என்னும் விருதுபெற்றார். லால்பகதூர் சாஸ்திரியும் இந்திராகாந்தியும் பிரதமர்களாக ஆக்கப்பட்டபோது, அவர் புதுடெல்லியில் இந்நிகழ்வை மீண்டும் நிகழ்த்திக் காட்டினார்.

திராவிடர் கழக ஆதரவுடன் 1957 தேர்தலில் சட்டமன்றத்தின் 205 இடங்களில் காங்கிரஸ் 151 இடங்களை வென்றது. காமராஜர் முதல்வராகி 1963வரை அதிகாரத்தில் நீடித்தார். அப்புறம் தன் விருப்பப்படி பதவி விலகினார். மக்களின் பொருளாதார நல்வாழ்வுக்கு கல்வி அத்தியாவசியம் என்றுணர்ந்த அவர் தொலைதூரக் கிராமங்களிலும் பள்ளிகளைத் திறந்தார். பதினோரு வயது வரையுள்ள சிறுவருக்கு கட்டாயக் கல்வியை நடைமுறைப்படுத்தினார். ஏழைக்குழந்தைகளை பள்ளிக்கு ஈர்க்கும் பொருட்டு, படிப்புக்கட்டணச் சலுகை, இலவச சீருடை, மதிய உணவு ஆகியன அளிக்கப்பட்டன.

பக்தவத்சலத்தின் நிர்வாகத்தின் போது தெ.பொ.மீனாட்சி சுந்தரனை துணைவேந்தராகக் கொண்டு ஆரம்பிக்கப்பட்ட மதுரைப் பல்கலைக்கழகம் அவரது முன்முயற்சியால் நடந்ததாகும். அவரது நிர்வாகத்தில் பாசன நோக்கங்களுக்காக மின்சாரத்தைப் பயன்படுத்தியதில் இம்மாநிலம் முதல்தரத்தில் இருந்தது. தொழில்மயமாக்கல் துரித முன்னேற்றத்தைக் கொண்டுவந்தது. திருச்சிராப்பள்ளி மிகுமின் நிலையம், ஆவடி கனரக வாகனத் தொழிற்சாலை, நெய்வேலி பழுப்பு நிலக்கரிச் சுரங்கத்திட்டம், அணுமின்சாரத் தொழிற்சாலை, பவானி ஆற்றுத் திட்டம், குந்தா ஆற்றுத் திட்டம் என்பவையெல்லாம் காமராஜின் முயற்சியால் ஏற்படுத்தப்பட்டவை. இதனால் தொழில்துறை முன்னேற்றத்தில் மாநிலங்களிடையே தமிழ்நாடு மூன்றாம் இடத்தைப் பிடித்தது.

காங்கிரஸ் கட்சியின் செல்வாக்கு குறைந்து வருவதைக் கண்டு கவலையுற்ற அவர், நேருவுடன் ஆலோசித்து காமராஜர் திட்டத்தைக் கொண்டுவந்தார். அதிகாரத்திலுள்ள காங்கிரஸ்காரர்களை கட்சிப் பணிக்குக் கொண்டு வருவதை இது நோக்கமாய்க் கொண்டிருந்தது. சீனப் படையெடுப்பின் அதிர்ச்சியை ஒட்டி நேரு இறந்துவிட,

லால்பகதூர் சாஸ்திரி பிரதமராவதற்கான கருத்தொற்றுமையை காமராஜர் உருவாக்கித் தந்தார். சாஸ்திரி மறைந்ததும், மொரார்ஜி தேசாய்க்கு எதிராக இந்திராகாந்தியை ஆதரித்துப் பிரதமராக்கினார். அவசர நிலை அறிவித்ததன் வாயிலாக, இந்திராகாந்தி ஜனநாயகத்தை அவ்வளவாக மதிக்கவில்லை என்றுணர்ந்த அவர் தான் செய்தது தவறு என்றார். இது அவரைப் பெரிதும் வருத்தவே, *1975* அக்டோபரில் இறந்து போனார்.

இரண்டாவது இந்தி எதிர்ப்பு போராட்டம்

மெட்ராஸில் *1962* அக்டோபர் *3* அன்று, காமராஜரைத் தொடர்ந்து பக்தவத்சலம் முதல்வரானார். அவரது காலத்தில் காங்கிரஸ் கட்சி சரிவடைந்தது, திராவிட முன்னேற்றக் கழகமும் இந்தி எதிர்ப்புப் போராட்டமும் எழுச்சி கொண்டன. மாநிலத்திற்கு நிதி ஒதுக்கீடு போதுமான அளவு செய்யப்படாததால், வேலை இல்லாப் பிரச்சனை, வறுமை, எழுத்தறிவின்மை என்பன குறையாது நீடித்தன. இதற்கிடையே, இந்திய ரயில்வே, பல்கலைக்கழக மானியக் குழு, இந்திய உணவுக்கழகம் என்பவற்றில் வடக்கின் மேலாதிக்கம் இருப்பதாக மக்கள் கண்டு கொண்டனர். வடக்கு வாழ்கிறது, தெற்கு தேய்கிறது என்னும் முழக்கம் எழுந்தது. மொழிக் கொள்கையும் சமவாய்ப்புத் தருவதாக இல்லை. இந்தி, நாட்டின் அலுவலக மொழியாக்கப்பட்டது. தமிழுக்கு சமஅந்தஸ்து மறுக்கப்பட்டது. ஆனால் அது தெற்கில் சமத்துவமற்ற சுமை ஏற்றியது. தெற்கில் உள்ளவர் மூன்று மொழி கற்க வேண்டியிருக்க, வடக்கில் உள்ளவர், இந்தி தவிர்த்து வேறுமொழி எதனையும் கற்கத் தயாராயில்லை.

திராவிட முன்னேற்றக் கழகம் விடுத்த அழைப்பின்படி, *1957* அக்டோபர் *13* அன்று, மாநிலம் இந்தி திணிப்பிற்கு எதிராக எதிர்ப்பு நாளை அனுஷ்டித்தது. உண்மையான சுதந்திரம் பராமரிக்கப்படும் வகையில், ஆட்சிமொழிக் கொள்கையை மறுபரிசீலனை செய்யுமாறு ராஜாஜியும் மற்ற தலைவர்களும் பிரதமர் நேருவிடம் கோரினர். மெட்ராஸில் நடந்த மொழி மாநாட்டில், இந்திய ஒன்றியத்தின் ஆட்சிமொழியாக ஆங்கிலம் தொடர வேண்டும் என்று தீர்மானம் நிறைவேற்றப்பட்டது. சட்டப் பேரவையும் அதனை ஆதரித்துத் தீர்மானம் நிறைவேற்றியது. மத்திய அரசு விட்டுக்கொடுக்காது போகவே, இந்தி ஒரே ஆட்சி மொழியாக வேண்டிய தினமான *1965* ஜனவரி *26*-ஐ திராவிட முன்னேற்றக் கழகம் துக்க நாளாக அனுஷ்டித்தது. மாணவர்கள் இந்தி எதிர்ப்பு ஊர்வலங்கள் நடத்தினர்.

பல இடங்களில் இந்தியின் உருவ பொம்மைகள் எரிக்கப்பட்டன. அரங்கநாதன் மற்றும் சின்னச்சாமி என்னும் இருவர் தங்களை எரியூட்டிக் கொண்டனர். இறந்தவருக்கு அனுதாபம் தெரிவித்து ஊர்வலம் நடத்திய மெட்ராஸ் மாணவர்களைத் தடியடி கொடுத்து, துப்பாக்கிச் சூடு நடத்தியது போலீஸ். மெட்ராஸில் ஒருவர் உயிரிழக்க, இன்னொருவர் அண்ணாமலை நகரில் உயிரிழந்தார். ராஜாஜியின் தந்திரங்களோ, காமராஜரின் சாமர்த்தியமோ இல்லாத பக்தவத்சலம் நிலைமையைச் சரியாகக் கையாளவில்லை. அவர் ராணுவத்தை வரவழைத்தார். கூட்டங்களுக்குத் தடைவிதித்தார். ஆனால் பிரச்சனைகள் பரவின.

பெரும் கும்பல்கள் ஆர்ப்பாட்டங்கள் நடத்தின. அஞ்சலகங்களை மறித்தன. இந்திப் பெயர்ப்பலகைகளை அழித்தன. பேருந்துகளுக்குத் தீ மூட்டின. ரயில் நிலையங்களைத் தாக்கின. 50 பேருந்துகள் எரிந்தன. நிறைய ரயில் பெட்டிகள் நாசமாக்கப்பட்டன. 50 அஞ்சலகங்கள் தாக்கப்பட்டன மற்றும் 20 ரயில் நிலையங்களில் கலவரங்கள் நடந்தன. ராணுவமும் போலீசும் பல இடங்களில் துப்பாக்கிச் சூடு நடத்தின. அதிகாரப்பூர்வ அறிக்கைகள் இறந்தோர் எண்ணிக்கையை 70 என்று குறிப்பிட, அதிகாரப்பூர்வமற்ற செய்திகள் 500 என்றன. ஆயிரக்கணக்கானோர் கைது செய்யப்பட்டு சிறை வைக்கப்பட்டனர். இவ்வியக்கம் ஆந்திரதேசம், கர்நாடகம், கேரளம் மற்றும் வங்காளத்துக்குப் பரவிடும் என்று தோன்றிற்று. அப்போது பிரதமர் சாஸ்திரி. ‘‘எந்தவொரு மாநிலமும் விரும்பும் வரையிலும் ஆங்கிலம் தொடர்வதற்கு அரசியலமைப்புச் சட்டத்தில் வழிவகை செய்யப்படும் மற்றும் அனைத்து மாநிலங்களும் சம்மதிக்காதவரை, இந்தி ஒரே ஆட்சிமொழியாக ஆக்கப்படமாட்டாது’’ என்று மக்களுக்கு ஓர் உறுதியளித்தார். இதன் காரணமாக 1965 மார்ச்சில் போராட்டம் விலக்கிக் கொள்ளப்பட்டது. எனினும், பாகிஸ்தான் யுத்தம், சாஸ்திரி மரணம் மற்றும் 1967 தேர்தல் என்பன மத்திய அரசு இவ்வுறுதிப்பாட்டிலிருந்து நழுவிச் செல்வதற்கான சந்தர்ப்பங்களை அளித்திருந்தன. காமராஜரின் செல்வாக்கால், ஆங்கிலம் நீடித்திட வழிவகை செய்யும் சட்டத்தைப் பாராளுமன்றம் நிறைவேற்றிற்று. கூட்டாட்சியின் நலன்களில் இது மாநிலங்களுக்கு வெற்றியைப் பிரதிநிதித்துவப்படுத்திற்று.

தமிழக ஒருங்கிணைப்பு இயக்கம்

அரபிக் கடலிலிருந்து வங்காள விரிகுடா வரையிலும், இலங்கையிலிருந்து வேங்கட மலை வரையிலும் பரவியிருந்ததாக ஏற்கனவே கூறப்பட்டுள்ளபடி இருந்த மரபார்ந்த தமிழகம், படையெடுப்பு, குடியமர்வு, பரஸ்பர ஒத்துழைப்புகளால் தனது மேற்கத்தைய, வடக்கத்தைய பகுதிகளை இழந்தது. ஆந்திர தேசம், கர்நாடகம், மற்றும் கேரளத்தின் பகுதிகள் சேர்ந்த எஞ்சிய தமிழகம் மெட்ராஸ் ராஜதானி ஆனது. வறண்ட பிரதேசத்தில் இனக்குழு வாழ்வு வாழ்ந்த தமிழர்கள் தமிழர் அல்லாதவரால் மேலாதிக்கத்திற்குள்ளாகி, சுரண்டப்பட்டனர். ஜஸ்டிஸ் கட்சியியானாலும் சரி, காங்கிரஸ் கட்சியியானாலும் சரி, திராவிடக் கட்சிகளானாலும் சரி, காமராஜர் என்ற ஒரு விதிவிலக்குத் தவிர்த்து, தமிழரிடமிருந்து எந்தத் தலைமையும் உருவாகவில்லை. வேலை வாய்ப்புகளில் அவர்கள் விஞ்சப்பட்டனர். அதே வேளையில் திருவாங்கூரில் அதிக எண்ணிக்கையிலிருந்த தமிழர்கள் ஆளும் நாயர் சமூகத்தவரிடம் இன்னலுக்கு உள்ளாயினர். இதனால் தமிழருக்கான மாநிலத்தை உருவாக்கிடும் போராட்டம் எழுந்தது.

தமிழர், தெலுங்கர், கன்னடியர் மற்றும் மலையாளிகளுக்கு தனித்தனியே பிராந்திய கமிட்டிகளை அமைத்தபோது, இந்திய தேசிய காங்கிரஸ், மாநிலங்களை மாற்றியமைப்பது குறித்த கோரிக்கையை முன்னெடுத்தது. எனினும், சுதந்திரம் பெற்றபின் இது தேசிய ஒருங்கிணைப்புக்கு எதிராக அமையும் என்று பயந்ததால், பல தலைவர்கள் இதனைச் சந்தேகித்தனர். இந்நிலையை எதிர்கொண்ட மெட்ராஸ் ராஜதானியின் தெலுங்கரும், திருவாங்கூர் அரசின் தமிழரும், தம் லட்சியங்களை ஈடேற்றுவதற்கான போராட்டத்தில் இறங்கினர். இதன் விளைவாக சுதந்திரம் பெற்றபிறகு மாநிலங்களை மாற்றியமைப்பது என்னும் பிரச்சனை பெரும் முக்கியத்துவம் பெற்றது.

கச்சிதமான பிரதேசத்தைக் கொண்டிருந்த தெலுங்கர், மெட்ராஸ் ராஜதானிக்கும் ஹைதராபாத் அரசுக்குமிடையே பிரிக்கப்பட்டிருந்தனர். இதனால் தம் பிரச்சனைகள் நிர்வாகத்தின் உரிய கவனம் பெறவில்லை என்னும் வருத்தம் அவர்களுக்கு இருந்தது. கடந்தகால கீர்த்தியை நினைவு கூர்ந்து, விசால ஆந்திர உருவாக்கத்தைக் கோரினர். ஆனால் அவர்கள் ராஜாஜி உள்ளிட்ட பல தலைவர்களிடமிருந்து எதிர்ப்பைப் பெற்றனர். தங்கள் ஆசை ஈடேறாத தெலுங்கர், தீர்மானகரமான போராட்டத்தை ஆரம்பித்தனர். இதற்கு ஆதரவளிக்கும் வகையில் பொட்டி

ஸ்ரீராமுலு உண்ணாவிரதமிருந்து மடிந்தார். கலவரம் பரவவே, பிரதமர் நேரு கோரிக்கைக்கு இசைந்தார். நீதிபதி கே.என். வாஞ்சூவை நியமித்து இதனை ஆராயுமாறு செய்தார். அவரது அறிக்கையின் அடிப்படையில், இந்திய அரசாங்கம் ஆந்திர மாநில உருவாக்கத்திற்கு ஆதரவாக தீர்மானித்தது. 1953 அக்டோபர் 1 அன்று கர்நூலைத் தலைநகரமாகவும், டி.பிரகாசத்தை முதல்வராகவும் கொண்ட புதிய மாநிலம் நடைமுறைக்கு வந்தது.

மெட்ராஸ் நகரினைக் கோரினர், ஆனால் அது அடிப்படையாதாரம் இல்லாது போனதால் நிராகரிக்கப்பட்டது. எனினும், புகழ்பெற்ற ஆலயங்களான திருப்பதி மற்றும் திருத்தணியுடன் சேர்ந்து, நெல்லூர் மற்றும் சித்தூர் மாவட்டங்களான தம் மரபுவழி தாயக நிலத்தின் ஒரு பகுதியை தமிழர் இழந்தனர். ஆந்திரம் பிரிக்கப்பட்டதானது தமிழ்நாட்டிற்குக் கடும் பிரச்சனைகளை ஏற்படுத்திற்று. திருத்தணி உள்ளிட்ட தமிழ் பேசப்படும் சில பகுதிகளும் ஆந்திர மாநிலத்திற்குத் தரப்பட்டுவிட்டதால், சிவஞான கிராமணியார் தலைமையில் மக்கள் இப்பகுதிகளை தமிழ்நாட்டிற்கு மீட்டுத்தரும் போராட்டத்தை ஆரம்பித்தனர். தெலுங்கு அலுவலர்களில் பலர் மெட்ராஸில் பணியாற்றத் தீர்மானித்தனர். இது தமிழரின் வேலை வாய்ப்பு நிலைமைகளை இருளுக்குள் தள்ளிற்று. உணவு தானியங்களுக்காக மெட்ராஸ் நகரம் நெல்லூர் மாவட்டத்தைச் சார்ந்திருந்தது. ஆனால், அது ஆந்திரதேசத்திற்குத் தரப்பட்டுவிட்டது. இதனால் அது இதர ஆதாரங்களைத் தேட வேண்டியிருந்தது. இருப்பினும் இரு மக்களும் ஒருவரிலிருந்து ஒருவர் விடுதலையாகினர்.

மாற்றியமைக்கப்பட்ட தமிழ்நாடு, காமராஜரின் நிர்வாகத்தின் போது நடைமுறைக்கு வந்தது. தமிழக ஒருங்கிணைப்பு இயக்கமும் மாநிலங்களை மாற்றியமைத்ததும் இந்நிலைக்கு இட்டுச் சென்றன. கேரளம், கர்நாடகம், மற்றும் ஆந்திரப்பிரதேசத்தின் பகுதிகளுடன் சேர்ந்த தமிழ்நாடு, மெட்ராஸைத் தலைமையிடமாய்க் கொண்டு மெட்ராஸ் ராஜதானியாக்கப்பட்டது. மேட்டுக்குடியினரின் மொழியாக ஆங்கிலம் இருக்க, தமிழ், தெலுங்கு, கன்னடம் மற்றும் மலையாளம் பல்வேறான பகுதிகளின் மொழிகளாயிருந்தன. திருவாங்கூர், கொச்சி, புதுக்கோட்டை, மைசூர், கூர்க் மற்றும் ஹைதராபாத் என்னும் சமஸ்தான அரசுகள் தமக்கேயான நிர்வாக முறைகளைப் பெற்றிருந்தன. பல்வேறான மொழிகளும், முரண்பட்டு மோதும் நலன்களும் சீரான நிர்வாகத்தின் குறுக்கே வந்தன. இக்காரணங்களால், மொழிவழியாக ராஜதானியை

மாற்றியமைத்திடும் கோரிக்கை எழுந்தது. திருவாங்கூர் மற்றும் கொச்சி சமஸ்தான அரசுகளில் அதிகமான தமிழர்கள் இன்னலுக்கு உள்ளாயினர். தெற்கு திருவாங்கூர், தேவிகுளம், பீர்மேடு, சித்தூர் பகுதிகளில் நிறைந்திருந்த அவர்கள் மலையாளம் மேலோங்கியிருந்த பிரதேசத்தில் சிறுபான்மையினராய் இருந்தனர். நிர்வாகத்தினைக் கட்டுப்படுத்திய நாயர்கள், அரசு நிர்வாகத்தில் தமிழருக்கு எந்த இடமும் தர மறுத்ததால், அவர்தம் சோதனைகளைச் சொல்லிமாளாது. பெரும்பகுதி நிலங்கள் நாயர்களுக்குச் சொந்தமானவையாயிருந்ததால், தமிழர்கள் அவர்தம் தயவில் வாரதாரர்களாகவும், கூலித் தொழிலாளர்களாகவும் வாழ்ந்தனர். அவர்களுக்கு கோயிலில் நுழையவோ, பள்ளிகளில் தம் மொழி பயிலவோ, நிர்வாகத்தில் பணிபுரியவோ, உரிமை இல்லை. அதுவுமன்றி, சமஸ்தான நிர்வாகம், தமிழர் பகுதிகளில், குறிப்பாக தேவிகுளம் பீர்மேடுகளில், மலையாளிகளைப் பெரும்பான்மையினராக்கிட மலையாளிகளின் குடியமர்வை முன்னெடுத்தது. அழிந்துபோகும் அபாயத்தை உணர்ந்த தமிழர்கள், தம் பகுதியை தமிழ்நாட்டுடன் இணைத்திடக் குரல் கொடுத்தனர். 1938இல் மே மாதத்தில் திருவனந்தபுரம் மாநாட்டில் தமிழர் மீது மலையாளத் திணிப்பு, அரசுப் பணிகளில் சேர்க்கப்படாமை மற்றும் அதிக வரிவிதிப்பு என்பவற்றால் உண்டான பிரச்சனைகளைத் தலைவர்கள் விவாதித்தனர். 1938 அக்டோபரில் ராஜாக்கமங்கலத்தில் நடந்த கூட்டத்தில், தம் பகுதிகளுக்கென தனி மாவட்டம் அமைக்கும் கோரிக்கைக்குத் தீர்மானம் நிறைவேற்றினர். இதனையடுத்து தமிழ்ச்சங்கம் உருவாக்கப்பட்டது. 1945 டிசம்பரில் நாகர்கோவிலில் நடந்த கூட்டத்தில் தலைவர்கள் அனைத்து திருவாங்கூர் தமிழர் காங்கிரஸை உருவாக்கினர். இது பின்னர் திருவாங்கூர் தமிழ்நாடு காங்கிரஸ் என்றழைக்கப்பட்டது. எஸ்.நத்தானியேல் தலைவராகத் தேர்ந்தெடுக்கப்பட்டார். ஆனால், ஏ.நேசமணிதான் செல்வாக்குடன் விளங்கினார். சமஸ்தான அரசுகளின் தமிழ்பேசும் பகுதிகளை கிழக்கின் தமிழர் பிரதேசத்துடன் இணைக்குமாறு கட்சி கோரியது.

1947இல் மாநில சட்டப் பேரவைக்குத் தேர்தல்கள் அறிவிக்கப்பட்ட போது, திருவாங்கூர் தமிழ்நாடு காங்கிரஸுக்கும், மாநில காங்கிரஸுக்கும் இடையே கடும் போட்டி நிலவிற்று. நாயர்களின் ஏவலால், போலீஸார் தமிழர் கூட்டங்களைக் கலைத்து, தமிழர்களை உதைத்தனர். மணக்காட்டிலும் கீழ்குளத்திலும் துருப்புகள் துப்பாக்கிச் சூடு நடத்தி மூன்று தமிழரைக் கொன்று பலரைக் காயப்படுத்தின. மலையாளிகள் மற்றும் நிர்வாகத்தின்

இணைந்த எதிர்ப்புக்கு மத்தியில், TTNE தான் போட்டியிட்ட 18 இடங்களில் 14 இடங்களைக் கைப்பற்றியது. தேர்தலுக்குப் பிறகு நிலவரம் மோசமானது. தமிழரிடத்தே தீராப்பகைமை பாராட்டிய, வெறிகொண்ட நாயரான பட்டம் ஏ.தாணுப்பிள்ளை அமைச்சரவை அமைத்தார். மாநில போலீஸ் ஒத்துழைப்புடன் சக நாயர்கள், பல இடங்களில் தமிழர் மீது பாய்ந்து அடித்துத் தாக்கினர். இருவர் கொல்லப்பட்டனர். ஒருவர் கிணற்றில் எறியப்பட்டு இறந்தார். ஆண்களும் பெண்களும், போலீஸ் வாகனங்களில் ஏற்றப்பட்டு, அவமதிக்கப்பட்டு சித்திரவதை செய்யப்பட்டனர். பீதியின் ஆட்சி தன் விஷக்கரங்களை விரித்தது. 1949 மலையாளம் பேசும் இன்னொரு அரசான கொச்சி, திருவாங்கூருடன் இணைக்கப்பட்டதும் புதியதொரு நிலவரம் ஏற்பட்டது. அது தமிழரை மிகச் சிறுபான்மையினராகக் குறைத்துவிட்டது. இந்நிலவரத்திற்கு எதிராக ஆர்ப்பாட்டங்கள் நடந்தன. தலைவர்கள் கைதாகினர்.

1952 தேர்தலில் TTNE தன் ஆதரவை விலக்கிக்கொள்ள, அமைச்சரவை கவிழ்ந்தது. 1954இல் நடந்த தேர்தலில் பிராஜா சோசலிஸ்ட் கட்சி, பட்டம் தாணுப்பிள்ளையை முதல்வராக்கி இரண்டாவது தடவை அமைச்சரவை அமைத்தது. பட்டம் தாணு திரும்பி வந்தது இன்னொரு அடக்குமுறை அலைக்கு சமிக்ஞை காட்டிற்று. தமிழர் வாரதாரர்களுக்கு எதிராக நாயர் நிலப்பிரபுக்களை ஆதரித்து, தன் போலீஸை ஏவிவிட்டு, தேவிகுளம், பீர்மேடுகளில் அரசு உதவி பெற்ற மலையாளிகளின் குடியேற்றத்தை முன்னெடுத்தார். ஒரு பல்கலைக்கழக வளாகம் அமைப்பதற்காக திருவனந்தபுரம் அருகிலுள்ள கிராமமான கரிய வட்டத்திலிருந்து தமிழரை வெளியேற்றினார். தமிழரின் கட்டுப்பாட்டிலிருந்த தென்னிந்திய தோட்டத் தொழிலாளர் சங்கத்துடனான மோதலில், மலையாளிகளின் கட்டுப்பாட்டிலிருந்த பெரும் மலைச்சரக தொழிலாளர் சங்கத்தின் பக்கமாய் போலீஸார் நின்றது இன்னும் மோசமாகும். இதன் விளைவாக பெரும் மலைச்சரகத் தமிழர்கள் சுற்றிவளைக்கப்பட்டு வதைக்கப்பட்டனர்.

ஒடுக்குமுறை தொடரவே, TTNE போராட்டத்தை நடத்தியது. தமிழர் பகுதிகளில் தமிழை ஆட்சிமொழியாக்குமாறும், தமிழ்நாட்டுடன் தம்மை இணைக்குமாறும் அது கோரியது. பி.எஸ். ராமசாமி பிள்ளை மற்றும் ஏ.குஞ்சான் நாடார் என அடுத்தடுத்து தலைவர்களானவர்கள் இயக்கத்தை நடத்தினர். தேவிகுளத்தில் ஆர்வலர்கள் தடை உத்தரவை மீறி ஆர்ப்பாட்டங்கள் நடத்தி, முத்திரைத்தாள்களை

எரித்து, அரசாங்க அலுவலகங்கள் முன் மறியல் செய்தனர். 1954 ஆகஸ்டு 11 விடுதலை தினமாக அனுசரிக்கப்பட்டது. தொழிலாளர்கள் வேலைக்குப் போகவில்லை. மாணவர்கள் பள்ளிகளைப் புறக்கணித்தனர் மற்றும் ஆர்ப்பாட்டக்காரர்கள் அலுவலகங்களில் மறியல் செய்தனர். மார்த்தாண்டத்தில் மாணவரைத் தடியால் அடிக்க, கலவரம் மூண்டது. புதுக்கடை, மார்த்தாண்டம், குழித்துறையில், போலீஸ் சுட்டு மேலும் எட்டுபேரைக் கொன்றது. பலரைக் காயப்படுத்தியது. இது போலீஸ் ராஜ்யத்திற்கு சமிக்ஞை காட்டிற்று. ராணுவப் பிரிவும் போலீஸ் தரப்பும் நாயர் கும்பலும் நாடெல்லாம் உலவின. வீடுகளைத் தாக்கின. தமிழரைச் சுற்றிவளைத்தன.

பல இடங்களில் சித்திரவதை முகாம்கள் ஏற்படுத்தப்பட்டு, அங்கிருந்து பிரேதங்கள் அருகாமைக் குளங்களிலும் கேணிகளிலும் வீசி எறியப்பட்டன. சிறைவைக்கப்பட்ட குஞ்சாண் நாடார் முடமாக்கப்பட்டார். வேறு பலருக்கும் இதே கதிதான். பீதியும் இருளும் பரவிடவே, மக்கள் தம் வீடுகளை விட்டு வெளியேறி மேற்குத் தொடர்ச்சி மலைக் காடுகளுக்கும் திருநெல்வேலி மாவட்டத்திற்கும் ஓடினர். இந்நிலையில் தமிழர்கள் ராஜாஜியையும் காமராஜரையும் உதவுமாறு வேண்ட, அவர்கள் ஒன்றும் செய்யவில்லை. எனினும் ராம் மனோகர் லோகியாவும் இதர சோஷலிஸ்ட் தலைவர்களும் சோஷலிச முகாமுக்கு அவப் பெயர் தேடித்தந்த பட்டம் தாணுப்பிள்ளையின் கொள்கையைக் கண்டித்தனர். அமைச்சரவை கவிழ்ந்தது. கோவிந்த மேனன் தலைமையிலான புதிய அரசாங்கம் தமிழர் மீது போடப்பட்ட வழக்குகளையெல்லாம் விலக்கிக் கொண்டது.

தமிழர் பகுதிகளின் இழப்பும் நீர் ஆதாரங்களும்

1953 இல் ஃபாஸல் அலியைத் தலைவராயும் எச்.என்.குன்ஸ்ரூ, கே.எம்.பணிக்கரை உறுப்பினர்களாயும் கொண்ட, மாநிலங்களை மாற்றியமைத்தல் ஆணையத்தை இந்திய அரசாங்கம் நியமித்தது. கடுமையான மலையாளிச் சார்புடைய நாயரான கே.எம். பணிக்கர் ஆணையத்தில் இடம்பெற்றது தமிழர் நலனுக்கு கேடு உண்டாக்கும் என்று உணரப்பட்டது. ஒட்டுமொத்த மலையாளம் பேசும் பகுதிகளையெல்லாம் மெட்ராஸ் மாநிலத்திலிருந்து மாற்றவும், திருவாங்கூர் கொச்சியிலிருந்து தமிழ் பேசும் சிறு பகுதியையே மெட்ராஸ் மாநிலத்திற்கு மாற்றிடவும் ஆணையம் பரிந்துரைத்தது.

தற்போதை கண்ணனூர், கோழிக்கோடு, மலப்புரம் மற்றும் பாலக்காடு என்னும் மாவட்டங்களுடைய ஒட்டுமொத்த மலபார் பகுதியை மெட்ராஸிலிருந்து கேரளத்திற்கு ஒதுக்கியது. அதே வேளையில் கேரளத்திலிருந்து தமிழ்நாட்டுக்கு திருவனந்தபுரம் மாவட்டத்தின் தென்பாதியான பெருமலைச் சரகங்களின் தேவிகுளமும் பீர்மேடும் கேரளத்தில் இருக்க வேண்டும் என்றது.

ஒரு பகுதியில் குறைந்தது 70சதம் மக்கள் குறிப்பிட்டதொரு மொழியைப் பேசினால் அது ஒரு மொழிக்குரியது எனச் சூத்திரம் தந்தது ஆணையம். தேவிகுளம், பீர்மேட்டின் 70 சத மக்கள் ஒரே மொழி பேசுபவர்களாக, மாநில சட்டசபைக்குத் தமிழர் பிரதிநிதிகளை அனுப்பியவர்களாக இருந்ததால், அதிகம் தமிழர் நிறைந்த பகுதியாகும். புவியியல் ரீதியில் மதுரை மாவட்டத்திற்கு அண்மையில் இருப்பது, 1800-1801 தென்னிந்தியக் கலகத்தின் போது இப்பெரு மலைச்சரகங்கள் தமிழ் கலகக்காரர்களது நடவடிக்கைப் பகுதியாக இருந்தன. அத்துடன், அடுக்கடுக்கான மலைகள், அதிக மழை, பசுமைக்காடுகள், எண்ணற்ற ஆறுகள் கொண்டதால் வறண்ட தமிழ்நாட்டிற்கு முக்கியத்துவம் வாய்ந்தது. இருந்தும் உண்மைத் தரவுகளை ஆணையம் திரித்ததும், காமராஜர் அமைச்சரவை அதனைக் கவனிக்காததும் சேர்ந்து தமிழ்நாடு இம்முக்கிய பிரதேசத்தை இழக்க நேர்ந்தது.

எச்.வி.படாஸ்கர் ஆணையத்தின் பரிந்துரைப்படி திருத்தணி வட்டத்தின் பெரும்பகுதியும் தமிழ்நாட்டுக்கு அளிக்கப்பட்டது. அதே அளவிலான பெரும்பகுதி பொன்னேரி திருவள்ளூர் வட்டங்களிலிருந்து ஆந்திரதேசத்திற்குத் தரப்பட்டது.

1957இல் மக்கள் கோரிக்கைக்கு இணங்க காமராஜர் அமைச்சரவை, மாற்றியமைக்கப்பட்ட மெட்ராஸை தமிழ்நாடு என்று பெயர் மாற்றியது.

27

திராவிட இயக்கம்

திராவிட இயக்கம் பிராமணிய அமைப்பின் கேடுகளிலிருந்து மக்களை விடுவிப்பதை நோக்கமாய்க் கொண்டிருந்தது. அது ஏற்றமும் தாழ்வும் நிறைந்த வரலாறாகும். ஆரம்பகாலங்களில் சமணரும் பௌத்தரும் இவ்வியக்கத்தை முன்னெடுத்தனர். ஆனால், அடுத்தெழுந்த தாக்குதலில் அவர்கள் அழிந்தனர். கிறித்தவ இறையூழியரும் இயக்கத்தை நடத்தினர். ஆனால் அதன் தாக்கம் சொற்பமானது. தஞ்சாவூரின் ஆலய எதிர்ப்புக் கலவரங்கள், நாடார் இயக்கம், ஆலய நுழைவுப் போராட்டங்கள் சமூகக் கேடுகளுக்கு எதிரான மக்களது அமைதியின்மையின் வெவ்வேறு முகங்களைப் பிரதிநிதித்துவப்படுத்தின. இருபதாம் நூற்றாண்டில் இச்சீர்கேட்டிற்கு எதிரான சிலுவைப் போரை நடத்தும் பொறுப்பு ஈ.வெ. ராமசாமி நாயக்கருக்கு விடப்பட்டது. தமிழ்பேசும் தமிழரல்லாதோரான, தெலுங்கரே பெரிதும் தலைமை வகித்து, திராவிட அரசியல் எழுச்சிக்கு இட்டுச் சென்றனர். எனினும், பாடகர்கள் நர்த்தகிகள் மூலமாக பிராமணிய அமைப்பு அதிகாரத்திற்குத் திரும்பிற்று.

ஈ.வெ.ராவும் சுயமரியாதைப் பிரச்சனையும்

பிராமணிய அமைப்பின் எழுச்சி மற்றும் ஏற்றத்தின் விளைவாகவும், அதற்கேற்பவும் தமிழர் வீழ்ச்சி இருந்தது என்பது தெளிவானது. மற்ற மத அமைப்புகளைப் போலின்றி, அது சுய நலங்களை முன்னெடுத்து மற்றவர்களைப் பற்றி கவலைப்படவில்லை. இந்நிகழ்வுப் போக்கில், மனித உரிமைகளும் கவனத்தில்படாது போயின. அது பாணர்தம் சேவைகளைப் பயன்படுத்திக் கொண்டு, திராவிடத் தெய்வங்களையும் ஆலயங்களையும் கட்டுப்படுத்தியது. அடுத்த கட்டமாக, மன்னர்களின் தயவைப் பெற்று,

மக்களின் செழிப்பான வயல்களையும் மான்யங்களையும் பெற்றது. அவர்தம் ஆதரவுடன் சாதியமைப்பினைத் திணித்து தன் சாதி உயர்வை நிலைநாட்டியது. ஒடுக்குகின்ற வரிவிதிப்பும் அபகரிப்பும் குடியானவர் வாழ்வை பரிதாபமிக்கதாக்கின. அவர்கள் தம் நிலங்களை ஆலயங்களிடம் ஒப்படைத்துவிட்டு, வெளியேறினர். இந்நிகழ்ச்சிப் போக்கு, பிராமணரை நிலப்பிரபுக்களாக்கி, குடியானவர் தம் வாழ்வு மீதான மொத்தக் கட்டுப்பாட்டினையும் அவர்களுக்கு அளித்தது. சகவாழ்வு நடத்தியது. கலப்புக் குருதி கொண்ட ராஜாக்களையும் கலப்புக் குருதியுள்ள சாதிகளையும் எழுச்சி கொள்ளவைத்து, பொதுமக்களுக்கு எதிராக சமூகக் கேடுகளைத் திணிக்கவும், நடைமுறைப்படுத்தவும் வழிவகை செய்தது. தமிழரை அருவருக்கத்தக்கவர்களாக நடத்தியமை, நடமாடும் உரிமை மறுதலிப்பு, தண்ணீர் எடுக்கவும், கல்வி பெறவுமான அவர்தம் உரிமைகளை மீறியது, சித்திரவதை, உயிரோடு எரித்தல் மற்றும் பிற காட்டுமிராண்டித்தனமான அட்டூழியங்கள் மூலம் பீதியூட்டும் ஆட்சியை நடைமுறைப்படுத்தி, மக்களை அடங்கியவர்களாகவும் அச்சமிக்கவர்களாகவும் ஆக்கியது. இதனால் தமிழர் சுயமரியாதையை இழந்து நூற்றாண்டுகளாக இன்னலுற்றனர். இந்நிலைமை மாற்றப்பட வேண்டியிருந்தது.

எட்டு நூற்றாண்டுகளாக பிராமணர் உயர்கல்வியின் நலன்களை தமிழருக்கு மறுத்து வந்தனர். அரசு நிதியால் நடத்தப்பட்ட ஆலயங்களும் மடாலயங்களும் பள்ளிகளை நிர்வகித்தன. தரும சாலைகளை நடத்தின. ஆனால் பிராமணர் அல்லாதோருக்கு அனுமதி இல்லை. இது ஒரு பெரும் அநீதியாகும். ஆகவே பிரிட்டிஷ் நிர்வாகமும், கிறித்தவ இறையூழியரும் கல்வி நிறுவனங்களைத் தொடங்கி, சாதி பேதம் பாராமல் அனைத்து மக்களுக்கும் அவற்றின் நன்மைகள் கிடைக்கச் செய்தனர். கல்வி கற்றபிறகு பிராமணர் அல்லாதோர் நிர்வாகத்தில் வேலை தேடினர். ஆனால் அவர்தம் முயற்சி, பணியிலுள்ள பிராமணரால் முறியடிக்கப்பட்டதைக் கண்டனர். விடுதலை இயக்கம் முன்னேறிச் செல்ல, இயக்கத் தலைவர்களான பிராமணர், பிரிட்டிஷாரிடமிருந்து அதிகாரத்தையும் பெற்று விடுவார்கள் என்னும் பயம் பதுங்கியிருந்தது.

ஈ.வெ.ரா *(1879-1973)* என்று மக்களால் அழைக்கப்பட்ட ஈ.வெ.ராமசாமி நாயக்கர் பிராமணர் அல்லாதார் இயக்கத்தின் ஒப்புயர்வற்ற தலைவராக விளங்கினார். நாயக்கர் குடும்பம் ஒன்றில் ஈரோட்டில் பிறந்த அவர், பள்ளிக் கல்விக்குத் தகுதியற்றவர் என்று

சான்றுபெறும் அளவுக்கு சேட்டைகள் செய்தவர். ஏழைகள், தீண்டத்தகாதவரின் இழிநிலைக்கு விடைதேடிய அவர், மத நூல்களை ஆராய்ந்தார். நாட்டு விடுதலைக்காகவும் சமூக மறு நிர்மாணத்திற்காகவும் கேடுகளை ஒழிப்பதற்காகவும் உழைக்கத் தீர்மானித்தார்.

காங்கிரஸில் சேர்ந்து 1920 ஒத்துழையாமை இயக்கத்தில் பங்கேற்றார். வைக்கம் சத்தியாக்கிரகத்தில் (1924) பங்கேற்று கைதானார். அனைத்துச் சாதியினரும் கோயிலில் நுழைந்து வழிபட திருவாங்கூர் அரசு அனுமதித்தது. இதற்கிடையே காங்கிரஸின் நிதியுதவியில் சேரன்மாதேவியில் குருகுல ஆசிரமம் ஒன்று தேசிய ஒருமைப்பாட்டிற்காக நடந்துவந்தது. ஆனால் தங்குமிடம், உணவு, உடை விசயத்தில் வ.வே.சு அய்யர் வர்ணாஸ்ரம தர்மத்தை பின்பற்றினார். ஆத்திரமடைந்த ஈ.வெ.ரா காங்கிரஸின் நிதியுதவியை நிறுத்தினார். இந்நேரத்தில் வர்ணாஸ்ரமத்திற்கு ஆதரவாயிருந்த எம்.கே.காந்தியிடமிருந்து விலகினார். வீழ்ச்சியுற்ற சமூகங்களுக்கு சம வேலை வாய்ப்பும் கல்வி பெறும் சந்தர்ப்பங்களும் கிடைக்க வேண்டும் என்று அவர் கொண்டுவந்த தீர்மானம், திரு.வி.கல்யாணசுந்தர முதலியார் தலைமையிலான பிராமணர் ஆதரவுப் பிரிவால் தோற்கடிக்கப்பட்டது. இதற்கு எதிர்ப்புத் தெரிவித்து காங்கிரஸிலிருந்து வெளியேறி, பிராமண அமைப்புக்கு எதிரான போராட்டத்தை ஆரம்பித்தார்.

அதற்கேற்ப 1925இல் ராமசாமி நாயக்கர் சுயமரியாதை இயக்கத்தை நிறுவினார். பிராமணிய அமைப்பு, மக்களின் சுயமரியாதையையும் கண்ணியத்தையும் அழித்துவிட்டதால், பகுத்தறிவுச் சிந்தனை, சுயமரியாதை, தன்னம்பிக்கையை மக்களிடையே பதிக்கும் பொருட்டு இவ்வியக்கத்தை ஆரம்பித்தார். அரசியல், சமூக விடுதலையின் நலன்கள் அவர்களுக்கு கிடைக்கவேண்டும், இதற்கான வேலைத்திட்டமாக அவர் முன்வைத்தது,

1. சாதி, மத, சமஸ்தான, ஜமீன்தாரி அமைப்பை ஒழித்தல்
2. தீண்டாமை, சமத்துவமின்மை, பாலின பேதங்களை அகற்றுதல்
3. ஆரிய மேலாதிக்கத்தையும், இந்தி ஏகாதிபத்தியத்தையும் நீக்குதல்
4. அனைவருக்கும் சம வாய்ப்புகள் அளித்தல், அடிமைத் தளையிலிருந்து பெண்களை விடுதலை செய்தல், புரோகிதரோ, சடங்குகளோ இல்லாமல் சாதி மறுப்பு சுயமரியாதைத் திருமணங்கள் நடத்துதல்.

திராவிடர் கழகத்தின் வாயிலாகவும், குடியரசு, புரட்சி, விடுதலை இதழ்கள் மூலமாகவும் தன் கருத்துக்களைப் பரப்பிட முற்பட்டார். ஈ.வெ.ரா. 1938இல் ஜஸ்டிஸ் கட்சியின் தலைவரானாலும், அதனை திராவிடர் கழகம் என்று மாற்றியமைத்தார். 1944 சேலம் மாநாட்டில் தமிழ்நாடு, ஆந்திரதேசம், கர்நாடகம் மற்றும் கேரளாவை உள்ளடக்கிய தனித்திராவிட நாடு கோரிக்கையை முன்வைத்தார். ஆனால், இதற்கு மக்கள் ஆதரவு இல்லாது போனது. திராவிடர்களின் துயரத்தை உணர்த்தும் வகையிலும் மக்களின் நம்பிக்கையைச் சுட்டும் விதத்திலும் சிவப்பு வட்டத்துடன் கூடிய கருப்புக் கொடி அதன் அடையாளமாக ஏற்கப்பட்டது. திருச்சிராப்பள்ளி மாநாட்டில் திராவிட எழுத்தாளர் சங்கம், திராவிட மாணவர் சங்கம் மற்றும் கருஞ்சட்டையினர் அமைப்புகளெல்லாம் ஆரம்பிக்கப்பட்டன. சுயமரியாதைத் திருமணங்களுக்கு 1967ஆம் ஆண்டு இந்து திருமணங்கள் சட்டம் சட்ட அங்கீகாரம் அளித்தது. சமஸ்கிருதத் தாக்கத்திலிருந்து தமிழை விடுவித்திட தனித்தமிழைப் பயன்படுத்துவது, இந்தித் திணிப்பைத் தடுப்பது என்னும் நோக்கில் தீர்மானகரமான முயற்சி மேற்கொள்ளப்பட்டது. அரசியல் ரீதியில் திராவிட முன்னேற்றக் கழகம் மற்றும் அண்ணா திராவிட முன்னேற்றக் கழகம் என்னும் புதிய அமைப்புகள் எழுவதற்கான அடித்தளமாக இவ்வியக்கம் துணை நின்றது.

ஆட்சியில் தி.மு.க

1967 தேர்தலில் காங்கிரஸ் தோற்று, தி.மு.க (திராவிட முன்னேற்றக் கழகம்) ஆட்சியைக் கைப்பற்றியது. ஈ.வெ.ரா உடனான கருத்துவேறுபாடுகளாலும், தன் அரசியல் ஆசைகளாலும் சி.என்.அண்ணாதுரை திராவிடர் கழகத்திலிருந்து வெளியேறி, தி.மு.கவை நிறுவினார். 1957இல் திமுக 15 இடங்களையும், 1962இல் 50 இடங்களையும் வென்றது. அடுத்து 1967 தேர்தல் திமுகவுக்கு இன்னும் சாதமாயிருந்தது. ஏனெனில் மொழிப்பிரச்சனையிலும் சம வாய்ப்புகளிலும் காங்கிரஸ் மக்களை ஏமாற்றியிருந்தது. 1965 இந்தி எதிர்ப்பு போராட்டத்தின் போது துப்பாக்கிச் சூடு நடத்தி, ஆர்வலர்களைக் கொன்றது. உணவு தானியங்களின் பற்றாக்குறை மற்றும் அதிக விலை, குறைந்த விலையில் நெல்லைக் கட்டாயக் கொள்முதல் செய்தது, நெசவாளரின் பட்டினிச் சாவுகள், பரந்துபட்ட அளவிலான வேலைவாய்ப்பின்மை என்பன மக்களை காங்கிரஸுக்கு எதிராகத் திரும்ப வைத்தன. இதனால் திமுக 138 இடங்களுடன் 1967இல் ஆட்சியைக் கைப்பற்றியது. காங்கிரஸ் 49 இடங்களைப் பெற்றது. சி.என்.அண்ணாதுரை முதல்வரானார்.

சி.என்.அண்ணாதுரை தமிழ், ஆங்கிலம் என்னும் இருமொழிக்கொள்கையைப் பின்பற்றினாலும், பாராளுமன்றம் பிரிவினை எதிர்ப்புச் சட்டத்தை நிறைவேற்றிய காரணத்தால் திராவிட நாடு கோரிக்கையைக் கைவிடுமாறு கட்டாயப்படுத்தப்பட்டார். அவர் அகால மரணமடையவே, மு.கருணாநிதி பொறுப்பேற்றார். சேரிகளை முன்னேற்றமடையச் செய்தார். ஆனால், மெட்ராஸுக்கு வீராணம் குடிநீர் திட்டம் மற்றும் கூவம் சீரமைப்பு என்னும் அவரது இருபெரும் திட்டங்கள் நிறைவேறவில்லை. பேருந்து தேசியமயம் விரிவாக மேற்கொள்ளப்பட்டது. ஆனால் அரசு நிர்வாகத்தில் தொடர்ந்து இழப்புகளே ஏற்பட்டன. ரூபாய்க்கு ஒருபடி அரிசி திட்டம் கைவிடப்பட்டது. வெற்றி ஊர்வலங்கள், சிலை திறப்புகள், அடிக்கல் நாட்டுதல்கள், வீடுகள் ஒதுக்கீடு, வேலூரில் மருத்துவமனை மதில்கள் இடிப்பு, இலவசமாகப் பட்டங்கள் பெறுதல் என்று புகார்கள் குவிந்தன. இதன் விளைவாக 1976இல் பிப்ரவரி 1 அன்று குடியரசுத் தலைவர் அகமது, "சரியற்ற நிர்வாகம், ஊழல், அதிகாரத்தைத் தவறாகப் பிரயோகித்தமை" என்னும் குற்றச்சாட்டின் பேரில் அமைச்சரவையை நீக்கினார்.

குடியானவர் பிரச்சினைகள்

1971 மக்கள் தொகைக் கணக்கெடுப்பின்படி, 42 லட்சம் நிலமற்ற தொழிலாளர்கள் இருந்தனர். தமிழரல்லாதாரின் மேலாதிக்கம் நீடித்ததாயும் ஈவிரக்கமற்றதாயுமிருந்த மதுரை, தஞ்சாவூர் மற்றும் கோயம்புத்தூர் மாவட்டங்களில் அவர்களது விகிதம் அதிகபட்சமாயிருந்தது.

நிலப்பிரபுக்கள், வாரதாரர்கள் தொழிலாளர்களுடனான உறவுகளை ஒடுக்கும் தன்மையிலான சுரண்டலின் மூலம் தீர்த்துக்கொண்டனர். வாரம் அல்லது மகசூல் பகிர்வு மற்றும் குத்தகை என்பன இதன் வடிவங்கள். வார முறையில், விளைச்சலில் மூன்றில் இரண்டு பங்கிலிருந்து ஐந்தில் மூன்றுவரையும், குத்தகையில் மொத்த விளைச்சலில் 60லிருந்து 75 சதம் வரை நிலப்பிரபு எடுத்துக் கொண்டார். உற்பத்திச் செலவு அவருடையது. வாரதாரர்களுக்கு மிஞ்சியது சொற்பமே. பண்ணையாட்கள் என்றழைக்கப்பட்ட விவசாயத் தொழிலாளர்கள் ஆண்டுக்கு 100லிருந்து 120 நாட்கள் வரையே வேலை பெற்றனர். தம்மை நிலைநிறுத்திக்கொள்ள முடியாமல் அவர்கள் 200லிருந்து 300 சதம் வரை வட்டிக்குக் கடன் வாங்கினர். கடனைத் திருப்பிச் செலுத்த இயலாதபோது, நிலப்பிரபுவிடம் தம் பிள்ளைகளை அடமானம் வைத்து

கொத்தடிமைகளாயினர். நலிந்த தமிழர்கள், குறிப்பாக தலித்துகள், மனைவியர் குழந்தைகளுடன் இரவு பகலாக தம் எஜமானருக்கு ஊழியம் புரிந்தனர். உள்துறை அமைச்சகத்தின் அறிக்கையானது, இந்திய மாநிலங்களிடையே கிராமியச் சொத்து விநியோகத்தில் மிக அதிக ஏற்றத்தாழ்வைக் கொண்டிருந்தது தமிழ்நாடு என்று சுட்டிக்காட்டியது.

தெலுங்கரும், கன்னடியரும் மிகப்பெரிய நில உடைமை வர்க்கத்தினராக, ஆளும் கட்சிகளில் மேலாதிக்கம் செலுத்தியதால், தமிழகக் குடியானவரின் நன்மைக்காக நிலச் சீர்திருத்தங்களை முன்னெடுத்துச் செல்ல நிர்வாகத்தால் முடியாதிருந்தது. இதற்கிடையே, கிராமப்புற ஏழைகள் இலவசக் கல்வியையும், உணவையும் சாதமாக்கிக் கொண்டு கல்வி கற்றனர். ஆனால், சாதி இந்துக்களுடன் போட்டியிட்டு வேலை பெறுவது சாத்தியமற்றதாயிருந்தது. நிர்வாகத்திடம் அதிகரித்துவந்த கையாலாகாத நிலையும் அணுகுமுறையும் நிலப்பிரபுகளுடனான அவர்தம் மோதலை தவிர்க்க முடியாததாக்கியது.

பயிர்விளையாது போனதால், விவசாயிகள் தனித்துவிடப்பட்டனர். மாறாக, அவர்கள் அறுவடை செய்துவிட்டாலோ, நிர்வாகத்துறையினர் தாம் விதித்துள்ள விலை நிர்ணயப்படி, கொள்முதலுக்கு வந்தனர். ஒரு குடியானவர் குறிப்பிட்டபடி, "பெரிய அலுவலர்கள் பெரிய பைகளுடன் வந்தனர். என் கழுத்தின்மீதமர்ந்து நெல் முழுவதையும் அளந்து கொண்டனர். நான் ஏதோ பாவம் செய்துவிட்டவனைப் போலிருந்தது". இது போன்றே கரும்புக்கும் விலை நிர்ணயத்தை குறைவாகச் செய்தது, குடியானவர் வாழ்வைப் பரிதாபத்துக்குரியதாக்கிற்று.

மத்திய அரசின் கொள்கை நெல்சாகுபடியாளர்களுக்கு உதவக்கூடியதாய் இல்லை. 1973வரையிலும் நெல்கொள்முதல் விலை கோதுமையைவிட கூடுதலாயிருந்தது. ஆனால், அதன்பின் கோதுமைக்கு விலை நிர்ணயத்தில் சலுகை காட்டப்பட்டது. 1978இல் ஒரு குவிண்டால் விலை ரூ.112.50 ஆக, கோதுமைக்கும் ரூ.77 ஆக நெல்லுக்கும் வைக்கப்பட்டது. 1980 இல் இதுவே ரூ.117 கோதுமைக்கும், ரூ.99 நெல்லுக்கும் என நிர்ணயிக்கப்பட்டது.

இதன் விளைவாக, தொழிலாளரும் வாரதாரரும் நிலப்பிரபுக்களிடமிருந்து அதிக ஊதியம் கோருவதும், சிறிய நில உடைமையாளருடன் சேர்ந்து நிலப்பிரபுக்கள் நிர்வாகத்திடமிருந்து ஆதாரவிலை கோருவதுமான போராட்டப்

போக்குகள் எழுந்தன. வாரதாரர்களுக்கும் நிலப்பிரபுக்களுக்கும் இடையிலான போராட்டத்தில், சமூக அந்தஸ்தை மையமிட்ட, மொழிவாரிசமூக உணர்வுகள் சேர்ந்துவிட்டன. இதனால் வன்முறை மோதல்கள் ஏற்பட்டன. தீண்டத்தகாத சமூகத்தினர், குறிப்பாக ஆதி திராவிடர் தியாகங்கள் செய்ய வேண்டி வந்தது. சுமையை, தொழிலாளரிடத்தேயும், வாரதாரரிடத்தேயும் கடத்திவிட முடிந்த வரையிலும், நிலப் பிரபுக்கள் நிர்வாகத்தின் அதிக வரிவிதிப்பைப் புறக்கணித்து விட்டனர். மாறிய சூழலில் தம் தொழிலாளரும் வாரதாரரும் மீறிவிடுவதைக் கண்டனர். எனவே அவர்கள் நிர்வாகத்திற்கு எதிராய்த் திரும்பினர்.

1972இல் நிலமற்ற தொழிலாளர்கள் கம்பம் பள்ளத்தாக்கிலும் நாமக்கல்லிலும் தர்மபுரியிலும் தரிசு நிலங்களை ஆக்கிரமித்தனர். செங்கல்பட்டு, திருச்சிராப்பள்ளி மாவட்டங்களில் வெளியேற்றங்களுக்கு எதிராய்ப் போராட்டங்கள் நடந்தன. கடலூர் அருகேயுள்ள துணிச்சாரமேட்டில் நடந்த மோதல்களில் ஐவர் மாண்டனர். திருநெல்வேலி அருகிலுள்ள நொச்சிக் குளத்தில் இருவர் உயிரிழந்தனர். 1966இல் தஞ்சாவூர் அருகிலுள்ள கீழ வெண்மணியில் 42 ஆதி திராவிடர் எரித்துக் கொல்லப்பட்டனர். 1972 தர்மபுரி நிலப்பறிப்பு இயக்கத்தின் போது எட்டுப்பேர் கொல்லப்பட்டனர். அர்த்தமிக்க இருப்பைத் தேடும் முயற்சியில் குடியானவர்களின் பிற பகுதியினர் தமக்கான சங்கங்களை உருவாக்கிக் கொண்டனர். நாராணயசாமி நாயுடு விவசாயிகளை, பெரிதும் புஞ்சை விவசாயிகளைத் திரட்டி தமிழ்நாடு விவசாயிகள் சங்கத்தை ஆரம்பித்தார்.

அடுத்துடுத்து வறட்சிகள், குறைந்த விலைகள், அதிகரிக்கும் கடன்கள் ஆகியவற்றால் இன்னல்களுக்காளாகி வந்த குடியானவர்கள் நாராயணசாமி நாயுடுவின் முன் முயற்சியால், தம்மைப் பலிகொடுக்கத் தயாராக இருந்தனர். அதற்கேற்ப அவர் போராட்டங்களை நடத்தி, கைதாகி, சிறைப்பட்டார். காங்கிரஸ் கட்சி தேசிய விவசாயிகள் சங்கத்தை ஏற்படுத்த, ஜனதா கட்சி அரசு விவசாயிகள் சங்கத்தை உருவாக்கியது. அரசியல் சமூகச் சார்புகள் அதிருப்திகளை உண்டாக்கின. இருப்பினும் தமிழ்நாடு விவசாயிகள் சங்கம், இந்திய விவசாயிகள் மற்றும் தொழிலாளர்கள் கட்சியாக 1982இல் அரசியலில் நுழைந்து, மிகச் செல்வாக்கு கொண்டதாக நீடித்தது. அனைத்து நீர்வழிகளையும் தேசியமயமாக்கல், நிர்வாகத்தில் ஊழலை ஒழித்தல், பண்ணைப் பொருட்களுக்கு ஆதாரவிலை, பயிர்க்காப்பீடு, கடன்களை நீக்குதல், கிணறு தோண்ட மானியம், நிலவரி ஒழிப்பு, பாசனவரி,

மின்கட்டணம் மற்றும் இடுபொருள் விலைகளைக் குறைத்தல் என்பன விவசாயிகளின் கோரிக்கைகளாயிருந்தன. இவை நியாயமாயிருந்தாலும் இணங்குவதற்கு அரசு ஆயத்தமாயில்லை.

வேலைத்திட்டங்களும், சீர்திருத்தங்களும் விரும்பிய விளைவுகளைத் தராததால், குடியானவர் அமைதியின்மையினைத் தீர்த்திட ஒடுக்குமுறைதான் நேரடி வழியாகத் தோன்றிற்று. நக்ஸலைட்டுகளுக்கு எதிராக போலீஸ் அடுத்தடுத்துத் தாக்குதல்கள் தொடுத்தனர். மோதல்கள் அல்லது போலீஸ் காவலில் 19 இளைஞர்கள் இறந்துபோயினர். 250 பேர் சிறைவைக்கப்பட்டனர். நாராயணசாமி நாயுடு தலைமையில் பச்சைத் தலைப்பாகை அணிந்த குடியானவர்கள் 1972இல் போராட்டங்கள் நடத்தினர். கோயம்புத்தூர், தர்மபுரி, தென் ஆற்காடு மற்றும் மதுரையில் கலவரங்கள் மிகுந்திருந்தன. தடைகள் எழுப்பப்பட்டன. சிறு ஓடுபாலங்கள் தகர்க்கப்பட்டன. பேருந்துகள் கொளுத்தப்பட்டன. வரி கட்டாமல் நிறுத்தப்பட்டது. இதனால் ராணுவம் வரவழைக்கப்பட்டது. போலீஸ் துப்பாக்கிச் சூடு நடத்தியது. மரணமும் அழிவும் ஏற்பட்டன. எனினும் அடிப்படைப் பிரச்சனைகள் அப்படியே இருந்தன. கிராமிய வறுமையிலும் வேலைவாய்ப்பின்மையிலும் தமிழ்நாடு அதிகபட்ச விகிதாச்சாரத்தைக் கொண்டிருந்தது.

பிராமணிய எதிர்வினை

ஹெகலின் இயங்கியலைப் போலவே, திராவிட இயக்கம் எதிர்கருத்தில் முடிந்துபோனது. பிராமணிய அமைப்பு தலைமையினைக் கைப்பற்றி, ஆட்சிக்குத் திரும்பிவிட்ட காரணத்தால், புரோகிதரும் கோயில்களும் புராணங்களும் ஸ்மிருதிகளும் அன்றாட வாழ்வில் திடமாய்த் திரும்பின. ஜஸ்டிஸ் கட்சியில் நடந்தது போலவே, திமுகவிலும் பொறுப்புகளும், உரிமைகளும் சாதி இந்துக்களைச் சென்று சேர்ந்தன. பின்தங்கிய தமிழரின் நலன்கள் ஒதுக்கித் தள்ளப்பட்டன. நேருவின் சோஷலிச நடைமுறைகளில் உரிமங்களும் அனுமதிகளும் செல்வாக்குள்ளவரால் தட்டிச் செல்லப்படவே, நலிந்த பிரிவினர் பின்னுக்குத் தள்ளப்பட்டனர். அண்ணாதுரையும், கருணாநிதியும் இச்சித்தாந்தத்திற்குப் பலியாகினர். அவர்தம் தேசியமயமாக்கல் மாநிலத்தின் சிக்கல்களை அதிகப்படுத்தியது. பணவீக்கம், வேலையின்மை, ஊழல் என்பன திமுகவை செல்வாக்கு இழக்கச்

செய்தன. போட்டி அரசியலமைப்பின் அடித்தளத்திற்கு இது இட்டுச் சென்றது. எனினும், பிராமணிய அமைப்பையும் பின்தங்கிய பிரிவினரையும் ஒன்றிணைத்தது திரைப்படமே.

பிராமண நாயர் சந்ததியான மேனன்களைப் போன்ற, எம்.ஜி.ராமச்சந்திரனும், பிராமணச் சமூகத்துக் கன்னட நடிகை ஜெ.ஜெயலலிதாவும் தமிழரின் திரைப்பட உலகில் மேலோங்கி நின்றனர். திரைப்படத்துறையின் நன்மை தீமைகளையெல்லாம் தன்னகத்தே கொண்டிருந்த எம்.ஜி.ஆர், தன் உடையானாலும், திருமண நிலையானாலும், பிராமண மலையாள அடையாளத்தைப் பராமரித்து வந்தார். நலிந்தவருக்கு உதவுவதானாலும் சரி, தீயவரைத் தண்டிப்பதானாலும் சரி, நல்ல மீட்பனாக திரைப்படத்தில் அவர் நடித்த பாத்திரம், எளிய தமிழரின் பாசத்தையும் அனுதாபத்தையும் அவருக்குப் பெற்றுத் தந்தது.

இசை, நடனம் மற்றும் இதர நுண்கலைகள், வலுவான இனக்குழுப் பாரம்பரியத்துடன் மக்களின் சிந்தனைக்கு உந்துதல் அளித்தன. தன் கட்சியை வலுப்படுத்த, பாடகர்கள் மற்றும் நர்த்தகிகளின் சேவைகளை அண்ணாதுரை பயன்படுத்திக்கொள்ள, புத்திசாலி மலையாளியான எம்.ஜி.ஆர் தன் மக்கள் திரள் அடிப்படையை வலுப்படுத்திட அண்ணாதுரை மற்றும் திராவிடர் கழகம் என்னும் பெயர்களைப் பயன்படுத்தினார். கருணாநிதி தலைமையிலான திமுகவை எதிர்த்து அவர் அண்ணா திராவிட முன்னேற்றக் கழகத்தை நிறுவி 1977இல் மாநில சட்டசபைத் தேர்தலில் ஆட்சியைக் கைப்பற்றினார். திரைப்படச் செல்வாக்கு மிகுந்த அரசாங்கத்தை விரும்பாத பிரதமர் இந்திராகாந்தி 1980இல் அதனைப் பதவியிலிருந்து நீக்கினார். ஆனால் அதே ஆண்டுத் தேர்தலில் எம்.ஜி.ஆர் ஆட்சியை மீண்டும் கைப்பற்றினார். இலங்கைத் தமிழருக்கு எதிரான போரில் காங்கிரஸ் கட்சியுடன் கூட்டணியும், மக்கள் ஆதரவும் சேர்ந்து அண்ணாதிமுக திரும்ப வருவதற்கு வழிவகை செய்தன. இப்போது அதன் பெயர் அனைத்திந்திய அண்ணாதிராவிட முன்னேற்றக் கழகமாக மாற்றப்பட்டது. நோய்வாய்ப்பட்டிருந்த அவர் 1988இல் இறந்ததும், அவர் மனைவி ஜானகியும், சக நடிகை ஜெயலலிதாவும் பிராமணியத் தலைமைக்குத் தொடர்ச்சியளித்தனர். அவர்களுக்கிடையிலிருந்த பரஸ்பரப் போட்டி, 1989 தேர்தலில் திமுக திரும்புவதற்குச் சந்தர்ப்பத்தைத் தந்துவிட்டது. எனினும் ஜனநாயகம் செயல்பட நிலைமை சாதகமாயில்லை. இலங்கைத் தமிழரிடம் கொண்ட அனுதாபத்தைக் காரணங்காட்டி பிரதமர் சந்திரசேகர் திமுக அமைச்சரவையை

வெளியேற்றினார். 1991இல் அஇஅதிமுக காங்கிரஸை ஆதரித்துத் தேர்தலில் வென்றது. ஜெ.ஜெயலலிதா முதல்வரானார். அடக்குமுறையும், ஊழலும் படாடோபமும்தான் பெருமளவில் கடைவிரித்தன. சமூக சேவையும், மனித உரிமைகளும் பிராமண அமைப்பின் கீழ் அவ்வளவாகக் கண்டு கொள்ளப்படவில்லை. இச்சூழலில் 1996 தேர்தலில் திமுக வென்றது.

அரசியலின் எதிரும் புதிருமான நீரோட்டங்கள்

இந்திய யூனியனின் அமைச்சர் முரசொலி மாறனின் துணையுடன் முதல்வர் மு.கருணாநிதி, மாநிலத்திற்கான நல்வாழ்வுத் திட்டங்களை முன்னெடுத்தார். டைடல் பூங்கா, அண்ணா தொழில்நுட்ப பல்கலைக்கழகம், மேம்பாலங்கள் என்பன அவர் முன்னெடுத்துச் செய்திட்ட முக்கியப் பணிகளாகும். சென்னை உயர்நீதி மன்றத்தின் மதுரைக் கிளை, திருநெல்வேலி, தூத்துக்குடி மற்றும் நாகர்கோவிலில் மருத்துவக் கல்லூரிகள் என்பன அவரது இதர பங்களிப்புகள். ஆனால், திமுக மாவட்டங்களைப் புறக்கணித்துவிட்டது என்னும் புகார்கள் எழுந்தன. குளச்சலைப் பெரிய துறைமுகம் ஆக்கும் திட்டத்தை மலேசியா முன்வைத்தபோது ஏற்கப்படவில்லை. சேது சமுத்திரத்திற்கும் இதே கதிதான்.

திரும்பத்திரும்ப உறுதியளித்த வாஜ்பாய், நிறைவேற்ற அனுமதிக்கவில்லை. கி.பி.2000 நெருங்கியதும் காங்கிரஸ், கம்யூனிஸ்ட் மற்றும் பாட்டாளி மக்கள் கட்சிகளுக்கு தாராளமான இடங்கள் ஒதுக்கி கூட்டணியமைத்து ஜெயலலிதா வெற்றிபெற்றார்.

எனினும் 2004 பாராளுமன்றத் தேர்தலில் அவரது கட்சி முழுதாகத் தோற்றது. கருணாநிதி தலைமையிலான கூட்டணி தமிழ்நாட்டிலும் பாண்டிச்சேரியிலும் சேர்த்து 40 இடங்களையும் பெற்றது.

இந்நிலை ஆற்றல்மிக்கதாயிருந்தது. அஇஅதிமுக தன் கடுமையான அணுகுமுறைகளைத் தளர்த்திக் கொண்டது. தமிழ் செம்மொழியாக அறிவிக்கப்பட்டது. சேது சமுத்திரத் திட்டம் தொடங்கப்பட்டது. சென்னைக்குக் குடிநீர் வழங்கிட கடல்நீர் சுத்திகரிப்பு நிலையம் ஆரம்பிக்கப்பட்டது. சாலை, இரயில்வே மற்றும் மின்சாரம் தொடர்பாக அமைச்சரவையில் தென் மாவட்டங்களுக்குப் பிரதிநிதித்துவம் இல்லாததால், அவை பின்தங்கியதோடு, கச்சத்தீவுப் பகுதியில் மீனவர்கள் தொடர்ந்து தாக்கப்பட்டனர். கேரளாவில் வீணாகும் வெள்ளநீர் தமிழ்நாட்டுக் குடியானவருக்கு மறுக்கப்பட்டது.

28

இனப்படுகொலையினூடே இலங்கைத் தமிழர்

தமிழ்நாட்டில் திராவிடக் கட்சிகளின் ஆட்சி இலங்கைத் தமிழர் வரலாற்றின் இருண்ட வரலாற்றுடன் பொருந்திப் போகிறது. சுமார் நான்கு தசாப்தங்களாக, இந்தியத் தலைமையினாலும் தமிழ்நாட்டு அதிமுக தலைமையினாலும் அடிக்கடி நிறைவேற்றப்பட்ட துணைபோகப்பட்ட அல்லது தூண்டிவிடப்பட்ட இனப்பாகுபாடுபாட்டிற்கும் படுகொலைக்கும் அவர்கள் பலியாயினர். இதன் விளைவாக அவர்தம் மக்கள் தொகை 32 லட்சத்திலிருந்து 15 லட்சங்களாகக் குறைந்துவிட்டது. மூன்றிலொரு பங்குத் தமிழ்குடிமக்கள் குடியுரிமை அற்றவர்கள் என்று இலங்கை அறிவித்தபோது, அவர்களில் பெரும் பகுதியினரைப் பெற்றுக் கொள்ள இந்தியா இசைந்தது. சிங்களவரின் நிலப்பறிப்பாலும் இனப்படுகொலையாலும் 5 லட்சத்திற்கும் மேற்பட்ட தமிழர் தம் சொந்த நாட்டிலேயே அகதிகளாக இந்தியாவுக்குத் துரத்தப்பட, கூட்டம் நிரம்பிய படகுகள் எதிரியால் கவிழ்க்கப்பட்டு, கடலில் ஏராளமானோர் இறந்துபோயினர். அதிக எண்ணிக்கையிலானோர் ஐரோப்பாவிலும் கனடாவிலும் புகலிடம் அடைந்தனர். எஞ்சிய தமிழர்கள், தீவிரவாதிகள் என வழமை போல் முத்திரை குத்தப்பட்டு, ஒரு காலத்தில் சொர்க்கமாயிருந்த நாட்டில், வாழ்வா சாவா போராட்டத்தில் தள்ளப்பட்டனர்.

தமிழர்கள் இத்தீவில் வரலாற்றின் விடியலில் இருந்து வந்தனர். கி.மு. ஆறாம் நூற்றாண்டளவிலேயே அவர்கள் கடற்கரைப்பகுதிகளில் தம் வாழிடங்களைக் கொண்டிருந்தனர். கி.மு. 3ஆம் நூற்றாண்டில் அனுராதபுரத்தில் தம் தலைமையகத்தை நிறுவினர். வெவ்வேறு காலங்களில் பாண்டியரும் சோழரும் நாயக்கரும் தம் அதிகாரத்தை இத்தீவின் மீது பிரயோகித்தனர். எனினும், 1621 இல் யாழ்ப்பாணத்தை வெற்றி கொண்ட போர்ச்சுக்கீசியர், சங்கிலி

என்னும் மன்னனை கோவாவில் தூக்கிலிட்டனர். அவர்களைத் தொடர்ந்து டச்சுக்காரர்களும் பிரிட்டிஷாரும் சென்றனர். இதன் விளைவாகத் தமிழர் தம் சுதந்திரத்தை இழந்தனர். இவை இப்படி இருப்பினும், 1800-1801இல் பிரிட்டிஷ் ஏகாதிபத்தியத்திற்கு எதிராக, தென்னிந்தியக் கலகக்காரர்களின் போராட்டத்தின் போது, அவர்களுக்கு இலங்கைத் தமிழர் தம் ஆதரவை அளித்தனர் மற்றும் வேதாரண்யம் உப்புச் சத்தியாக்கிரகத்தில் ராஜாஜியுடன் சேர்ந்து கொள்ளுமாறு ஆர்வலர்களை அனுப்பினர். சிங்களவர் மற்றும் தமிழரின் தனித்தன்மைமிக்கதுமான பண்பாட்டு அடையாளத்தைக் கருத்தில் கொண்டு, பிரிட்டனின் குடியேற்றச் செயலர் ஹக் காட்மான் குறிப்பிட்டார்,

"தொன்மைக் காலத்திலிருந்து இருவேறு நாடுகள் தீவின் உடைமையைத் தங்களிடையே பிரித்துக் கொண்டுள்ளன. தெற்கு மற்றும் மேற்கின் உட்பிரதேசங்களில் சிங்களவரும் வடக்கு-கிழக்கு மாவட்டங்களில் தமிழரும் வசித்து வருகின்றனர். இவ்விரு தேசங்களும், மத, மொழி நாகரிகங்களில் முற்றிலும் வேறுபட்டவை". இவ்வேறுபாடுகள் இருந்தபோதிலும், விடுதலைக்கான போராட்டத்தில் பிரிட்டிஷ் நிர்வாகத்தின் கீழ் தமிழர் சிங்களவருடன் ஒத்துழைத்தனர். 1948இல் சுதந்திரம் கிடைத்ததும், அய்வர் ஜென்னிங்ஸ் தயாரித்த சாலிஸ்பரி அரசியலமைப்புச் சட்டம் என்றழைக்கப்பட்டதை இத்தீவுத் தேசம் மேற்கொண்டது. சிறுபான்மையினரைப் பேதப்படுத்தாது இருக்க உத்தரவாதம் அளித்த இவ்வரசியலமைப்புச் சட்டம், சட்டத்தின் முன் அவர்களது சமத்துவத்திற்கு வழிவகை செய்திருந்தது. ஆனால் பெரும்பான்மைச் சிங்களவரால் கட்டுப்படுத்தப்பட்ட அரசாங்கம், தமிழரின் உரிமைகளை கௌரவிக்கத் தயாராயில்லாததால், இந் நிலைமை ஏமாற்றம் தருவதாக ஆகிவிட்டது.

தமிழருக்கு எதிரான பாகுபாடு

தமிழர்கள் மொத்த மக்கள் தொகையில் நான்கில் ஒரு பங்கும், சமூகத்தின் மேட்டுக்குடிகளாக செழிப்பு நிறைந்த சிறுபான்மையினராயும் இருந்தனர். கிழக்குக் கடற்கரை ஓரமாக வடக்கிலிருந்து தெற்கில் விரிந்து சென்ற இடையறாத பிரதேசமான தமிழ் ஈழத்தில் அவர்கள் நிறைந்திருந்தனர். பண்பாட்டு மையமான யாழ்ப்பாணம், கிழக்கின் தானியக் களஞ்சியமான மணலாறுப்படுகை, கேந்திர முக்கியத்துவமுடைய

துறைமுகமான திரிகோணமலை மற்றும் தென்னை நிரம்பிய கடற்கரையான வெள்ளவத்தை என்பன அவர்கள் பொறுப்பில் இருந்தன. பாகுபடுத்தல், ஆக்கிரமித்தல், வெளியேற்றலால் அடையாளப்படுத்தப்பட்ட ஆக்கிரமிப்புக் கொள்கையை முடுக்கிய சிங்களவர், இந்நிலத்தை உடைமையாக்கிக்கொள்ள ரகசியமாய் வேட்கை கொண்டனர்.

முதலில், மத்திய மலையகப் பகுதிகளின் தோட்டத் தமிழர்களை சிங்கள அரசாங்கம் இலக்காக்கியது. பிரிட்டிஷ் ஆட்சியிலும் சாலிஸ்பரி அரசியலமைப்புச் சட்டப்படியும், அவர்கள் இலங்கையின் குடிமக்களாயிருந்தனர். ஆனால், 1947லும், 1949திலும் புதிதாய் இயற்றப்பட்ட சட்டங்களின்படி அவர்கள் தம் வாக்குரிமை இழந்து, நாடற்ற மக்களாயினர். பொதுத்துறையிலோ, தனியார்துறையிலோ, பயண ஆவணங்களுக்கு விண்ணப்பிக்கவோ, உரிமங்கள் பெறவோ எந்தவொரு வணிகமும் செய்யவோ இப்போது குடியுரிமை ஆதாரம் கட்டாயமாக்கப்பட்டது. இலங்கை உறுப்பு நாடாயுள்ள ஐக்கிய நாடுகள் சபையின் மனித உரிமைகள் பிரகடனத்தை இவை அப்பட்டமாக மீறுபவையாகும்.

மொழி மற்றும் மதக் கொள்கை தமிழர் மீது சிக்கல்களைத் திணிப்பதாய் இருந்தது. அதன்படி 1956இல் சிங்களம் மட்டுமே சட்டம் நிறைவேற்றப்பட்டது. அது தமிழுக்கு எந்தவொரு அதிகார அந்தஸ்தினையும் நிராகரித்தது. தமிழரிடத்தே சிங்களத்தைத் திணித்தது. சாலிஸ்பரி அரசியலமைப்புச் சட்டம் பிரிவு 29இல் பேதப்படுத்தலுக்கு எதிராய் உத்தரவாதமளித்ததானது. சிங்களவருக்கு எரிச்சலூட்டுவதாக இருந்தது. ஆகவே ஸ்ரீமாவோ பண்டார நாயகாவின் ஐக்கிய முன்னணி அரசாங்கம் 1972இல் இவ்வரசியலமைப்புச் சட்டத்தை செல்லாததாக்கி, சட்டத்தைக் கொண்டுவந்தது. இப்புதிய அரசியலமைப்புச் சட்டம் சிங்களம் மட்டுமே தீவின் ஆட்சிமொழி என்னும் அந்தஸ்தினை உறுதிப்படுத்தி, தமிழ்மொழிக்கு தமிழர் பகுதிகளில் கூட எந்தவொரு அந்தஸ்தினையும் தராமல் மறுதலித்தது. அத்துடன் பௌத்தத்தை அரசின் மதமாக்கி அதிகபட்ச இடத்தை வழங்கிற்று. எந்தவொரு அதிகாரத்திலிருந்தும் தமிழரை விலக்கி, கூட்டுத் தன்னாட்சி மற்றும் அதிகாரப் பரவலுக்கான தமிழர் கோரிக்கைகளை அது அப்பட்டமாக நிராகரித்ததுதான் இன்னும் மோசமானதாகும்.

உண்மையில், தமிழருக்கு எதிரான இழிவையும், இனப்பாகுபாட்டையும் குடியரசுவாத அரசியலமைப்புச் சட்டம் நீட்டித்தது. சட்டப்பூர்வமாக்கியது. சமூகத்தின்

மேட்டுக்குடியினர் என்ற வகையில், தமிழ் மக்கள் கல்வி கற்றுத் தேர்ந்து, பொறியாளர்களாகவும் விஞ்ஞானிகளாகவும் தொழில்நுட்பவாதிகளாகவும் இலங்கைத் தீவில் மட்டுமின்றி, அந்நிய தேசங்களிலும் விளங்கிட முற்பட்டனர். இப்போது அத்தகைய வாய்ப்புகளெல்லாம் சிங்களவருக்கு அளிக்கப்பட்டு, அவர்களுக்கு மறுதலிக்கப்பட்டன. தமிழருக்கு வேலை வாய்ப்புகளை நிராகரிக்க, பிரதமர் திருமதி பண்டாரநாயகாவுக்கு சோசலிசம் கைகொடுத்தது. அதன்படி அவர் பள்ளிகள், கல்லூரிகள், தேயிலை ரப்பர் தோட்டங்கள், கப்பல் தொழில், எண்ணெய் காப்பீட்டு நிறுவனங்களை தேசியமயமாக்கினார். இந்நிறுவனங்களின் ஒரே எஜமானர்களான சிங்களவர், தமிழர்களைத் தம் பொறுப்புகளிலிருந்து துரத்திவிட்டனர் மற்றும் அவர்களுக்கு எந்த வேலை வாய்ப்பும் தர மறுத்தனர். தமிழர்களின் கட்டுப்பாட்டிலிருந்த உள்ளூர் நிறுவனங்களிலிலேதான் சொற்ப அளவிலான வாய்ப்புகள் அவர்களுக்குக் கிடைத்தன. ஆனால் தமிழர்கள் தம் வேலைகளை இழக்க வேண்டும் என்பதற்காக, இந்நிறுவனங்களுக்கான மானியங்களைப் பிரதமர் ஜெயவர்த்தனே நிராகரித்தார். சுதந்திரத்திற்கு முன்னர் தமிழர் பண்பாட்டின் மையமாக இருந்து, செழித்தோங்கி வளர்ந்த யாழ்ப்பாணம், தேசியச் செல்வத்திலும் தொழிலும் தன் பங்கு மறுதலிக்கப்பட்டு, ஒதுக்கப்பட்ட கிராமமாக உழலும்படி விடப்பட்டது. மிகக் கடுமையாக நடைமுறைப்படுத்தப்பட்ட இந்த இனப்பாகுபாட்டுக் கொள்கை, பரவலான வேலை இன்மையை ஏற்படுத்தியது. சிங்களவரிடையே 21 சதமாக இருந்த வேலைஇன்மை தமிழரிடையே 49 சதமாக இருந்தது.

திருகோணமலையைக் கவர்ந்துவிட வேண்டும் என்று சிங்களவர் மிகவும் ஆசைப்பட, இப்பகுதியில் கட்டாயக் குடியேற்றம் அதிகரித்தது. மணலாறுபடுகையைக் கைப்பற்றி, வெளி ஓயா எனப் பெயர் மாற்றினர். முல்லைத் தீவு மன்னார் பகுதிகளிலிருந்த தமிழரை விரட்டியடித்தனர். 1829இல் கிழக்கிலிருந்த தமிழர் 74 சதமாக இருக்க, 1981இல் அது 42.13 சதமாகக் குறைந்தது. இதனால் உள்நாட்டிலேயே இடம்பெயர நேர்ந்ததும் அகதிகளாக நேர்ந்ததும் ஆன நிலை தமிழருக்கு வாய்த்தது.

இந்தியா உடந்தையாயிருத்தல்

ஒரு மண்டல சக்தியாய், ஆறுகோடித் தமிழரின் தாயகமாய், மனித உரிமைகளின் உலகளாவிய பிரகடனத்தை ஏற்ற ஒன்றாய், இலங்கையின் அண்டை நாடாய் இருக்கும் இந்தியாவுக்கு சிறுபான்மைத் தமிழரின் அடிப்படை உரிமைகளை அங்கீகரித்திடும் பொறுப்பு இருந்தது. வர இருந்த பேரழிவைத் தடுத்திடவும், அனுதாபமும் ஆதரவும் காட்டுமாறும் இந்தியாவை ஈழத்தமிழர் எதிர்நோக்கினர். தமிழர், திபெத்தியர், தென்னாப்பிரிக்கக் கறுப்பர் மற்றும் பாலஸ்தீன அராபியர் விஷயங்களில் இந்தியா, அடக்குமுறைக்கு எதிராய் சீரான ஆதரவளித்தது. 1985இல் பிஜித்தீவில் இந்திய மேலாதிக்கமுள்ள அரசாங்கம் திடீர்ப் புரட்சியில் தூக்கியெறியப்பட்ட போது இந்தியா வாணிபத் தடையை விதித்தது.

அந்தப் புதிய ராணுவ அரசாங்கத்திற்கெதிராக நடவடிக்கைகளை ஒருங்கிணைத்திடும் வகையில், பிரிட்டன், ஆஸ்திரேலியா, நியூசிலாந்து நாடுகளுக்கு தூதுக்குழுக்களை அனுப்பியது. ஆனால், இலங்கைத் தமிழர் பிரச்சினையில் இனப்பாகுபாடு மிக்கதும், விரோதமானதுமான கொள்கையை மேற்கொண்டது. கச்சத்தீவை இலங்கையிடம் பிரித்தளித்தது. சேது சமுத்திரத் திட்டத்தை நிறைவேற்றாதது மற்றும் மனித உரிமை மீறல்கள் தொடர்பாக மௌனம் சாதித்தது ஆகியவற்றை இது தொடர்பாக குறிப்பிடலாம்.

தமிழர் செல்வாக்கினை அழித்திடத் தீர்மானகரமாயிருந்த, சிங்களவர் மேலோங்கிய அரசாங்கம் 1949ஆம் ஆண்டு குடியுரிமைச் சட்டத்தை நிறைவேற்றிற்று. தோட்டத் தொழிலாளர் குடியுரிமையை இழக்கச் செய்து, அவர்களை நாடற்றவர்களாக்கி, திரும்பப் பெற்றுக் கொள்ளுமாறு இந்தியாவைக் கேட்டுக்கொண்டது. 1964இன் லால்பகதூர் சாஸ்திரி ஸ்ரீமாவோ பண்டார நாயகா ஒப்பந்தப்படி, 525000 தமிழரை ஏற்றுக் கொள்ள அப்படியே பணிந்தது இந்தியா. 1974இல் இந்திராகாந்தியும் ஸ்ரீமாவோ பண்டாரநாயகாவும் செய்துகொண்ட இரண்டாவது ஒப்பந்தப்படி, மேலும் 75,000 தமிழரை ஏற்றுக்கொள்ள இந்தியா சம்மதித்தது. 1987இல் பிரதமர் ராஜீவ் காந்தியும் அதிபர் ஜெயவர்த்தனேவும் கையெழுத்திட்ட இன்னொரு ஒப்பந்தப்படி, ஒரு லட்சத்துக்கு மேற்பட்ட தமிழரை இந்தியா ஏற்றுக்கொண்டது. இவையெல்லாம் சேர்ந்து இலங்கைப் பாராளுமன்றத்தில் தமிழர் பிரதிநிதித்துவத்தைக் குறைத்தன.

1974இல் தமிழ்நாட்டின் கச்சத்தீவை இலங்கைக்குப் பிரித்துக் கொடுத்த இந்திராகாந்தி, 1976இல் மீன்பிடி மையங்களையும் விட்டுக் கொடுத்து சிங்களவருக்கு உடந்தையாயிருந்தார். பண்பாட்டு, பொருளாதார மற்றும் கேந்திர முக்கியத்துவமுள்ள கச்சத்தீவு, பாக் நீரிணையில் அமைந்துள்ளது. இந்தியத் தமிழரும் தீவுத் தமிழரும் இங்கே பொருட்களைப் பரிமாறிக் கொள்ளவும், மீன்பிடி வலைகளை உலர்த்தவும் தேவாலயத் திருவிழாவிற்காகவும் கூடுவதுண்டு. இறால் மீன்வளம் உள்ள இப்பகுதி இந்தியத் தமிழரின் மரபார்ந்த மீன்பிடி பிரதேசமாகும்.

இந்தியாவும் இலங்கையும் தீவுத் தமிழரிடையே அதிருப்தியை ஏற்படுத்துகின்றன என்று குற்றஞ்சாட்டப்பட்டன. தமிழ் ஈழத்தின் திருகோணமலையில் விரோத சக்தி ஒன்றின் இருப்பு இந்தியாவுக்கு மிரட்டல் விடுப்பதாகும் என ஒரு வதந்தி பரவிற்று. இதனைச் சந்தர்ப்பமாக்கிக் கொண்டு, இந்தியா தனது ரகசிய நிறுவனமான RAW(Research and Analysis Wing) தமிழரிடையே இயங்க அனுமதித்தது. இதன் விளைவாக, இந்திய ஆதரவு தமிழர் குழுக்கள் எழுந்தன. இவற்றில் EPRLF (ஈழ மக்கள் புரட்சிகர விடுதலை முன்னணி) முக்கியமானது. இலங்கையும் தனக்கான கூலிப் படைக்கும்பல்களை உருவாக்கியது. இவற்றில் முக்கியமானது EPDF (ஈழ மக்கள் ஜனநாயகக் கட்சி). தமிழர்களைத் தனிமைப்படுத்தும் வகையில் முஸ்லீம் தமிழர்களுக்கு அம்பாறை எனத் தனி மாவட்டம் அமைக்கப்பட்டது. முஸ்லீம் ஊர் காவல் படையினருக்கு ஆயுதமும் ஊதியமும் தரப்பட்டது. தமிழர்கள், ஜனநாயகத்தைத் தூக்கி எறிந்து மார்க்சிய அரசை நிறுவ முற்படும் பயங்கரவாதிகள் என சர்வதேச சமுதாயத்தின் முன் நிறுத்தப்பட்டனர்.

1976 வட்டுக்கோட்டையில் நடந்த கூட்டத்தில் ஐக்கிய விடுதலை முன்னணி, தனியொரு நாடாக ஈழத்தை நிறுவுவது என்று தீர்மானம் நிறைவேற்றிற்று. 1983 ஜூலை 24 அன்று பரவலான கலவரங்கள் நடந்தன. இவற்றில் 13 ராணுவத்தினர் மடியவே, அதிபர் ஜெயவர்த்தனே தமிழருக்கு எதிராக பெரும் அளவில் பயங்கரத்தையும் ஒடுக்குமுறையையும் கட்டவிழ்த்துவிட்டார். தமிழரை அடையாளங்கள் கண்டு கொள்ளும் பொருட்டு அவரது நிர்வாகம் சிங்களவர்களிடம் வாக்காளர் பட்டியல்கள், முகவரிகள், மது மற்றும் துப்பாக்கிகளை விநியோகித்தது. கொழும்பில் மூண்ட கலவரங்கள், கண்பஹா, கல்லுத்தாரா, கண்டி, மாத்தளை, நுவரேலியா, திருகோணமலை என்று பரவின. ராணுவத்தாக்குதல்கள், கடற்படைக் குண்டுவீச்சு, வான்வழித்

தாக்குதல்கள் சேர்ந்து தமிழரைக் கொன்றன. முடமாக்கின. தொழிற்சாலைகளும் தமிழர் வீடுகளும் எரிக்கப்பட்டன. அதிக பாதுகாப்புள்ள வெலிக்கடைச் சிறையினுள் இருந்த சிங்களக் குற்றவாளிகளுக்கு மது ஊற்றிக்கொடுத்து, தமிழ்க் கைதிகளைக் கொல்லுமாறு தூண்டிவிடப்பட்டது. கொல்லப்பட்ட கைதிகளில் ஜெகனும், குட்டிமணியும் அடங்குவர்.

அகதிகள் நடமாட்டத்தைத் தடுத்திட தடைசெய்யப்பட்ட மண்டலங்கள் உருவாக்கப்பட்டன. பொருட்கள் போவதை நிறுத்த கடற்கரை மூடப்பட்டு முத்திரையிடப்பட்டது. ஊர்க்காவல் படையினரும் குற்றவாளிகளும் அகதிகளுக்கு எதிராகத் திருப்பிவிடப்பட்டனர். கொழும்பில் மட்டும் ஒரு லட்சம் தமிழர் இடம்பெயரச் செய்யப்பட்டனர். ஆயிரக்கணக்கில் கொல்லப்பட்டனர். வங்காளத்தில் பிரிவினைக் காலத்தில் நடந்த கல்கத்தா படுகொலையை நினைவுபடுத்துவதாக இருந்தது கொழும்பு கொலை. எனினும் இந்தியா அமைதியான பார்வையாளராய் இருந்தது. தமிழர் தலைவர்களுள் ஒருவரான அமிர்தலிங்கம், நிலைமை மோசமாகவுள்ளது, தமிழர் முற்றுகைக்குள்ளாகியிருக்கின்றனர் என்றறிவித்தார். தமிழர் இத்தினத்தைக் கறுப்பு ஜுலையாக நினைவில் கொள்ள, ஜெயவர்த்தனே கொலையை நியாயப்படுத்தினார்.

இந்த அளவுக்குப் படுகொலை நடந்தும் *தி இந்து*, அதன் தலையங்கங்கள் சுட்டிக்காட்டுவது போல, தமிழர் எதிர்ப்புப் போக்கை மேற்கொண்டது. அது சிங்களவரிடமிருந்து பணம் பெற்றதா என்பது நிச்சயமாகத் தெரியவில்லை. சேது சமுத்திரத் திட்டத்தில் அதன் சிங்கள ஆதரவு நிலை கவலைக்குரியதாகும், எனினும் *இந்தியன் எக்ஸ்பிரஸுடன்* சேர்ந்து நாளாந்த கொலை விபர அறிக்கையை அளித்துள்ளது.

1985

ஆகஸ்டு 28: இலங்கை ராணுவம் 26 தமிழரைக் கொன்றது.

ஆகஸ்டு 29: 126க்கும் அதிகமான தமிழரைத் துருப்புகள் கொன்றன.

செப்டம்பர் 2: மன்னாரில் 46 குடியானவரை ராணுவம் சுட்டுக்கொன்றது.

செப்டம்பர் 4: முன்னாள் தமிழர் எம்பிக்கள் வி.தர்மலிங்கத்தையும், எம்.ஆலாலசுந்தரத்தையும் துருப்புகள் கொன்றன.

செப்டம்பர் 5: திருகோணமலையில் பெருமளவில் கலவரம். சிங்களவரும் போலீஸூம் தமிழரைப் படுகொலை செய்தனர்.

செப்டம்பர் 8: 100க்கும் மேற்பட்ட வீடுகள் தீக்கிரை, 40 தமிழர்கள் கொலை.

செப்டம்பர் 9: வவுனியாவில் 50க்கும் மேற்பட்ட தமிழர் துண்டு துண்டாக்கப்பட்டனர். 34 பேருடன் ஒரு பேருந்து எரிக்கப்பட்டது.

செப்டம்பர் 11: வடக்கில் பேருந்தை மறித்து பயணிகள் படுகொலை.

செப்டம்பர் 18: நிலவெளி அகதிகள் முகாம் தாக்கப்பட்டு 140 பேர் சுட்டுக் கொல்லப்பட்டனர். சுமார் 50,000 தமிழர் திருகோணமலையிலிருந்து ஓட்டம்.

செப்டம்பர் 22: அம்பாறையில் ஊர்காவல் படை 2 கைக்குழந்தைகள் உள்ளிட்ட தமிழரைக் கொன்றது.

அக்டோபர் 3: வவுனியாவில் 18 பேரையும், வெள்ளவத்தையில் 12 பேரையும் ராணுவம் கொன்றது. அவர்கள் தூக்கிச் சென்ற 900 இளைஞர்களின் நிலை தெரியவில்லை. பெருமளவில் மலைகளுக்குத் தப்பியோடியவர்கள் பசியால் இறந்தனர்.

அக்டோபர் 9: நிராயுதபாணித் தமிழர் சுட்டுக்கொலை என லண்டன் ஆம்னெஸ்டி இன்டர்நேஷனல் தெரிவிக்கிறது.

அக்டோபர் 10: போர் நிறுத்தம் கையெழுத்தாகியும், வெள்ளவத்தையில் தமிழர் படுகொலை. யுவதியரைத் தூக்கிச் சென்றனர். 1.4 லட்சம் திருகோணமலைத் தமிழரில் 80,000 பேர் அகதிகளாக்கப்பட்டனர்.

அக்டோபர் 16: வவுனியாவில் ராணுவம் சிறுவரைக் கொன்றது.

அக்டோபர் 19: வெள்ளவத்தையில் போலீஸார் 20 சிறுவரைக் கொன்றனர்.

அக்டோபர் 27: லண்டன் ஆம்னெஸ்டி இன்டர்நேசனல் அறிக்கை. தமிழரைச் சித்திரவதை செய்வதில் தலை கீழாய்க் கட்டித் தொங்கவிடுவதும், உதைத்து நொறுக்குவதும், சுட்ட மிளகாய் உள்ள மூட்டைகளில் தலையைப் புதைத்து வைப்பதும், கண்கள், நாசித் துவாரங்கள், வாய், அந்தரங்க உறுப்புகளில் மிளகாய்த் தூளைத் தூவுவதும், குதத்தில் இரும்புக் கழிகளை நுழைப்பதும், நகக் கண்களில் ஊசியைச் செருகுவதும் அடங்கும்.

நவம்பர் 1: வவுனியாவில் 4 தமிழர் வெட்டிக் கொலை. யாழ்ப்பாணத்தில் 5 பேர் சுடப்பட்டு இறந்தனர்.

நவம்பர் 2: திருகோணமலையில் 22 பேர் சுட்டுக் கொலை. ஒரு பேருந்தை நிறுத்தி 11 தமிழர் படுகொலை.

நவம்பர் 4: அதே இடத்தில் மேலும் 10 பேர் கொலை.

நவம்பர்11: திருகோணமலை மற்றும் வெள்ளவத்தையில் தேடுதல் வேட்டையில் ராணுவம் 33 தமிழரைக் கொன்று, 150 சிறுவரைக் கொண்டு சென்றது.

நவம்பர் 13: திருகோணமலை அகதிகள் முகாம் ஒன்றிலிருந்து 8 பேர் இழுத்துச் செல்லப்பட்டுக் கொலையுண்டனர். இன்னோரிடத்தில் 23 பேர் கொல்லப்பட்டனர்.

நவம்பர் 14: வெள்ளவத்தையில் 10 தமிழர் சுட்டுக்கொலை.

நவம்பர் 16: மேலும் 9 பேர் சுட்டுக்கொலை.

நவம்பர் 24: தலைமன்னாரிலிருந்து ராமேஸ்வரம் புறப்பட்ட 50 தமிழரின் படகு மறிக்கப்பட்டு மூழ்கடிக்கப்பட்டது. தலை துண்டிக்கப்பட்ட ஏழு உடல்கள் தனுஷ்கோடியில் கரை ஒதுங்கின.

நவம்பர் 28: சிங்களவர் 5 தமிழரைப் படுகொலை செய்தனர். அவ்வுடல்களைக் கோர வந்தவர்களும் கொலை.

நவம்பர் 29: மண்டூரில் 45 தமிழர்கள் சுட்டுக்கொலை.

டிசம்பர் 8: ராணுவ முகாமில் சிறைவைக்கப்பட்ட 10 தமிழர் சுட்டுக்கொலை.

டிசம்பர் 9: திருகோணமலையில் சிங்களவர் 12 தமிழரைக் கொன்றனர்.

டிசம்பர் 17: கிழக்குத் திருகோணமலையில் 92 சிறுவர் நிற்கவைக்கப்பட்டு வரிசையாகக் கொலை செய்யப்பட்டனர்.

டிசம்பர் 19: யாழ்ப்பாணத்தில் 25 சிறுவரை ராணுவம் கொன்றது. 40,000 தமிழரை வீடுகளிலிருந்து விரட்டியது. வீடுதிரும்பிய அகதிகள் கொல்லப்பட்டனர்.

டிசம்பர் 22: யாழ்ப்பாணத்தில் 8 தமிழரை துருப்புகள் கொன்றன. விமானப் படை 100 க்கும் மேற்பட்டோரைக் கொன்றது.

டிசம்பர் 31: திருகோணமலையில் ஆயுதமேந்திய சிங்களவர் 7 பேரைக் கொன்று, 200 தமிழரைச் சுற்றி வளைத்தனர்.

1986

ஜனவரி 1: பல்வேறிடங்களில் ராணுவத்தினர் 30 தமிழரைக் கொன்று 20 சிறுவரைக் கொண்டு சென்றனர்.

ஜனவரி 2: ஊர்க்காவல் படையினர் தமிழ்ப் பெண்டிரை வல்லுறவு செய்து, 200 சிறுவரைக் கொண்டு சென்றனர்.

ஜனவரி 3: வவுனியாவில் துருப்புகள் 2 தமிழரைக் கொன்றன.

ஜன 4: திருகோணமலையில் 12 தமிழர் சுட்டுக் கொலை.

ஜன 5: யாழ்ப்பாணத்தில் 5 தமிழர் படுகொலை.

ஜனவரி 7: 13 தமிழரைக் கொன்ற போலீஸ் அவர்களின் கண்கள், இருதயங்கள், காது சவ்வுகள், இரைப்பைகளை எடுத்து ஏற்றுமதி செய்தது.

ஜனவரி 17: ராணுவம் யாழ்ப்பாணத்தில் 3 பேரையும் பொலனருவாவில் 4 பேரையும் கொன்று, திருகோணமலையில் இருந்து 30,000 பேரைத் துரத்தியடித்தது. வவுனியா மற்றும் முல்லைத்தீவின் 10,000 பேர் இவர்களுடன் சேர்ந்து பட்டினி கிடந்து பிச்சை எடுத்தனர்.

ஜனவரி 18: திருகோணமலையில் 12 தமிழர் கொல்லப்பட்டனர்.

ஜனவரி 19: வெள்ளணையில் 4 பேரும், வெள்ளவத்தையில் 7 பேரும் சுட்டுக்கொலை.

ஜனவரி 20: வெள்ளவத்தையில் 30 தமிழர் சுட்டுக்கொலை.

ஜனவரி 21: வடகிழக்கில் 96 தமிழர் கொல்லப்பட்டனர். குவிக்கப்பட்ட சடலங்களில் இருந்து தண்ணீர் கேட்டு, ஒரு குரல் மன்றாடியது, "நான் இரு பிள்ளைகளுக்குத் தந்தையான மீனவன். பயங்கரவாதியில்லை, இருந்தும் தாக்கப்பட்டுக் கொண்டு செல்லப்படுகிறேன்."

ஜனவரி 23: வெள்ளவத்தையில் ராணுவம் 45 தமிழரைக் கொன்றது. 300 இளைஞர்கள் முகாம்களுக்குக் கொண்டுசெல்லப்பட்டு வதைக்கப்பட்டுக் கொல்லப்பட்டனர்.

ஜனவரி 24: யாழில் 17 தமிழர் கொலை.

ஜனவரி 26: வடகிழக்கில் 8 தமிழர் சுட்டுக்கொலை.

ஜனவரி 28: திருகோணமலையில் 27 தமிழர் சுட்டுக்கொலை. சுற்றிவளைக்கப்பட்ட 280 பேரின் நிலை என்னவென்று தெரியவில்லை.

பிப்ரவரி 3: கிளிநொச்சிக்கருகிலுள்ள தர்மாபுரத்தில் 29 தமிழர் கொலை.

பிப்ரவரி 4: அருகாமைப் பகுதியில் 60 பேர் கொலை.

பிப்ரவரி 5: அதே பகுதியில் மேலும் 120 பேர் சுட்டுக்கொலை.

பிப்ரவரி 8: அருகாமைக் கிராமத்தில் 6 தமிழர் கொல்லப்பட்டனர்.

பிப்ரவரி 9: வெவ்வேறிடங்களில் 15 தமிழர் கொல்லப்பட்டனர்.

பிப்ரவரி 10: பருத்தித்துறையில் இரு தமிழர் கொல்லப்பட்டனர்.

பிப்ரவரி 11: யாழில் 9 சிறுவரும் வவுனியாவில் 10 பேரும் வெள்ளவத்தையில் 3 பேரும் சுட்டுக்கொலை.

பிப்ரவரி 12: ராணுவ முகாமில் காவல் வைக்கப்பட்ட 15 பள்ளிச் சிறுமிகள் வல்லுறவுக்குள்ளாயினர்.

பிப்ரவரி 19: யாழில் 4 மீனவர் கொலை.

பிப்ரவரி 20: யாழில் வான்வழித் தாக்குதலில் 50 பேர் கொல்லப்பட்டனர்.

பிப்ரவரி 21: அம்பாறையில் 60 விவசாயிகள் வரிசையாக நிறுத்தப்பட்டு சுடப்பட்டனர்.

பிப்ரவரி 28: யாழில் 4 தமிழர் கொல்லப்பட்டனர். 11 பேருக்குக் காயம்.

மார்ச் 3: அருகிலுள்ள இடங்களில் 10 பேர் கொலை.

மார்ச் 5: யாழில் கொலைவெறியுடன் திரிந்த ராணுவம் 30 தமிழரைக் கொன்றது. வல்லுறவுக்குள்ளான பெண்களின் மார்புகள் வெட்டி எறியப்பட்டன. தப்பிக்கக் கடலில் பாய்ந்த பலர் மூழ்கினர்.

மார்ச் 12: ராணுவமும் விமானப் படையும் 11 தமிழரைக் கொன்றது. கிழக்கிலிருந்து 12,000ம் பேரை விரட்டியடித்தன.

மார்ச் 18: வெவ்வேறிடங்களில் 10 தமிழர் கொலை. மார்ச் 21: 9 தமிழர் கொல்லப்பட்டனர்.

மார்ச் 22: 45 தமிழர் சுடப்பட்டு இறந்தனர். மார்ச் 23: 8 தமிழர் கொல்லப்பட்டனர்.

மார்ச் 27: 8 தமிழர் கொல்லப்பட்டனர்.

மார்ச் 30: படகில் சென்ற 6 பேரை இலங்கை கடற்படை கொன்றது. 300 தமிழரைக் கைது செய்தது.

ஏப்ரல் 1: துருப்புகள் யாழில் 5 தமிழரைக் கொன்று, நெல்பயிரை அழித்தன.

ஏப்ரல் 8: காயங்கள் கொண்ட 4 சிறுவரின் உடல்கள் தஞ்சைக் கரையின் வேதாரண்யத்தில் கரை ஒதுங்கின.

ஏப்ரல் 13: 6 தமிழர் சுட்டுக்கொலை.

ஏப்ரல் 18: 8 தமிழர் கொலை.

ஏப்ரல் 25: அம்பாறையில் 9 தமிழர் கொல்லப்பட்டனர்.

ஏப்ரல் 26: கிழக்கு திருகோணமலையில் 29 தமிழர் சுடப்பட்டு இறந்தனர்.

ஏப்ரல் 27: வெள்ளவத்தையில் 20 தமிழர் கொல்லப்பட்டனர்.

மே 17: அன்று இலங்கை, படுகொலை அழிப்பின் இரண்டாம் அலையினை ஏவிற்று. யாழ்ப்பாணத்தில் நடந்த இரண்டுநாள் சண்டையில் சிங்களவர் 50 பேரை இழந்தனர். விடுதலைப்புலிகள் 35 பேரை இழந்தனர். பதிலடியாக இலங்கை ராணுவம் யாழ்ப்பாண மருத்துவமனை, பள்ளிகள், இல்லங்களைத் தகர்த்தது. ராணுவம், கடற்படை, விமானப்படை ஆகியவற்றின் தொடர் தாக்குதல்களில் திருகோணமலையில் 129 பேர், கிளிநொச்சியில் 90 பேர், வல்வட்டித்துறையில் 6 பேர், வெள்ளவத்தையில் 6 பேர், முல்லைத்தீவில் 3 பேர், மன்னாரில் 25 பேர், விடத்தாரில் 34 பேர், பிற இடங்களில் 44 பேர் சுட்டுக்கொல்லப்பட்டனர். அத்துடன் தடுப்புக் காவலில் வைத்திருந்த 5400 பேரின் நிலை பற்றித் தெரியவில்லை. 1986 ஜூலையில் ராணுவத்தினரும் ஊர்க்காவல் படையினரும் தலைமன்னாரில் 38 தமிழரையும், யாழில் 8 பேரையும், வவுனியாவில் 41 பேரையும் திருகோணமலையில் 107 பேரையும் கொன்றனர். பலர் தமிழகத்திற்குத் தப்பினர். இதற்கிடையே தமிழ்நாட்டில் எம்.ஜி.ராமச்சந்திரனின் அஇஅதிமுக நிர்வாகம் போலீஸினை ஏவிவிட்டு, அகதிகளை இன்னல்களுக்குள்ளாக்கியது.

விடுதலைப்புலிகள் இயக்கத் தலைவர்கள் மண்டபம், வேதாரண்யம் மற்றும் சென்னையிலிருந்து இயங்கியபடி தீவில் நடந்துகொண்டிருந்த படுகொலை நாடகங்களைக் கண்காணித்துக் கொண்டிருந்தனர். எல்.டி.டி.இ-யின் தகவல் தொடர்பு சாதனங்களாக 8 ஒயர்லஸ் செட்கள் இருந்தன. Operation Tiger என்னும் சங்கேதப் பெயரிலான எம்.ஜி.ஆரின் நடவடிக்கை, தமிழ்நாட்டில் எல்.டி.டி.இ-யை முடக்கி, சிங்களவருக்குத் துணைபோவதை உத்தேசமாய்க் கொண்டதாகும். தமிழருக்கு எதிராய் இத்தகைய தற்கொலை நடவடிக்கைக்கு அவரை இட்டுச்சென்றது எதுவென உறுதிப்படவில்லை. மலையாள நாயரான அவர் தமிழர் அடையாளத்திற்கு அந்நியராக, தமிழரின் மரபுவழி எதிரிகளின் சமுதாயத்தைச் சேர்ந்தவராயிருந்தார். இச்சமயத்தில் ராஜீவ்காந்தி இந்தியா வழியாக இலங்கை விமானங்கள் பாகிஸ்தானின் ஆயுதங்களை எடுத்துச் சென்று தமிழரை ஒடுக்கிட அனுமதித்தார். எனவே இந்த அடக்குமுறையில் அவரது செல்வாக்கினை மறுப்பதற்கில்லை.

1986 நவம்பர் 8 அன்று மாநில போலீஸார் எல்.டி.டி.இ-யின் ஒயர்லஸ் சாதனங்களையும் ஆயுதங்களையும் இதர கருவிகளையும்

கைப்பற்றினர். அதனைத் தொடர்ந்து, எல்.டி.டி.இ-யின் தொண்டர்களும் அனுதாபிகளும் கைது செய்யப்பட்டு, தடுப்புக் காவலில் வைக்கப்பட்டு சித்திவதைக்குள்ளாகினர். அவர்களில் 17 பேர் சுற்றிவளைக்கப்பட்டு, தற்கொலை செய்யுமாறு நிர்ப்பந்திக்கப்பட்டனர். எல்.டி.டி.இ-யிடமிருந்து ஆயுதங்கள் பறிக்கப்பட்ட செய்திகளையும் நிழற்படங்களையும் ஆவணங்களையும் எதிரிக்கு அனுப்பிவைத்த போலீஸின் செயல்பாடு இன்னும் மோசமானது. இந்த அடக்குமுறை நடவடிக்கையினை மலையாள சிங்கள செய்தி ஊடகம் துணிகரமான முயற்சி என்று வரவேற்க, தேசியமாநாடு தெலுங்கு தேசக் கட்சிகள் கவலை தெரிவித்தன. மு.கருணாநிதி இதனைக் கண்டித்திட, பி.நெடுமாறன், தமிழர் நலன்களைக் காட்டிக் கொடுத்ததை எதிர்த்து மாநில அளவில் ஆர்ப்பாட்டங்கள் நடத்தினார். நிலவரம் நம்பிக்கையற்றதாகிவிடவே, எல்.டி.டி.இ- யின் தலைவர் பிரபாகரன் மெட்ராஸில் சாகும்வரை உண்ணாவிரதம் மேற்கொண்டார். இப்போது எம்.ஜி.ஆர் விட்டுக்கொடுத்து, ஒயர்லஸ் சாதனங்களை ஒப்படைத்தார். தமிழ்நாடு பாதுகாப்பற்றது என்று கண்ட பிரபாகரனும் இதர தலைவர்களும் 1987 ஜனவரியில் யாழ்ப்பாணத்திற்குப் புறப்பட்டுவிட்டனர்.

எம்.ஜி.ஆரின் அடக்குமுறை சிங்களவரை ஊக்குவிக்கவே, அவர்கள் பெரும் தாக்குதலை மேற்கொள்ளலாயினர். அமெரிக்கக் கூலிப்படைகளும் பாகிஸ்தானின் போர் விமானங்களும் சேர்ந்துகொண்ட இலங்கை ராணுவம், யாழ்ப்பாணம், பலாலி, பாய்ன்ட் பருத்தித்துறை, தொண்ட மாநாடு, நவாட்கோலி, காங்கேசன் துறை ஆகிய இடங்களில் தமிழர் நிலைகளைத் தாக்கியது. 1987 மார்ச்சில் வான்வழிக்குண்டு வீச்சிலும் தரைவிரிப்பு குண்டுவெடிப்பிலும், பெரும் குண்டுவெடிப்பிலும் 400க்கும் அதிகமான தமிழர் கொல்லப்பட்டனர். கோயில்களிலும் தேவாலயங்களிலும் அடைக்கலம் புகுந்தவர்கள் ஹெலிகாப்டரிலிருந்து சுட்டுவீழ்த்தப்பட்டனர் அல்லது பட்டினி கிடந்து மடிந்தனர். நூற்றுக்கும் மேற்பட்டோர் இறந்தனர்.

1987 இறுதியில் வடமராச்சியைத் தன் கட்டுப்பாட்டில் கொண்டுவந்த ராணுவம், திகிலின் ஆட்சியை நடத்திற்று. 5 நாட்களாக நடந்த படுகொலையில் 4000க்கும் அதிகமான தமிழர் கொல்லப்பட்டனர். "பல நகரங்களின், கிராமங்களின் வீதிகளில் பிரேதங்கள் கொட்டிக் கிடந்தன" என்று கூறப்பட்டது. பீதி நிறைந்து, கடலில் தப்பிச் செல்ல முயன்ற அகதிகளில் 60 பேர் இலங்கை கடற்படையால்

கடலில் மூழ்கடிக்கப்பட்டனர். 12 முதல் 40 வயது வரையிலான சுமார் 600 தமிழர் ராணுவத்திடம் பிடிபட்டு கொல்லப்பட்டனர்.

இப்போது இலங்கை, ராணுவ நடவடிக்கைகளை நிறுத்திவைத்தது. ராணுவ தளவாடங்கள் வாங்கிவர தனது அமைச்சர் அதுலத் முதலியை பாகிஸ்தானுக்கு அனுப்பிவிட்டு, புதுடெல்லி சார்க் மாநாட்டில் அதிபர் ஜெயவர்த்தனே கலந்து கொண்டார். பக்குவப்பட்ட அரசியல்வாதியான அவர் அனுபவமற்ற ராஜீவ் காந்தியின் ஆதரவை வென்றுவிட்டார்.

ராஜீவ் காந்தியின் யுத்தம்

1985- 86இல் இந்தியாவும் இலங்கையும் தமிழர் பிரச்சனை குறித்து கொழும்பு, பெங்களூரு மற்றும் திம்புவில் பேச்சு வார்த்தைகள் நடத்தின. பார்த்தசாரதி மற்றும் வெங்கடேஸ்வரன் என்னும் தமிழர் அரசியல் ஆலோசகர்களிடம் நம்பிக்கை வைக்காத பிரதமர் ராஜீவ்காந்தி, அகம்பாவமிக்க பண்டாரி மற்றும் மலையாள நாயர்களான எம்.ஜி.ராமச்சந்திரன், ஜே.என்.தீட்சித் ஆகியோரையே சார்ந்திருந்தார். தமிழர்தம் தாயகத்தில் பெரும்பான்மை அந்தஸ்தைப் பாதுகாக்கத்தக்க வகையில், கிழக்கு வடக்கு நிரந்தரமாய் இணைக்கப்பட வேண்டும் என பிரபாகரன் கோரினார். ஆனால் ராஜீவ் காந்தியும் ஜெயவர்த்தனேயும் இதனை நிராகரித்தனர்.

எல்.டி.டி.இ-யின் எதிர்ப்பு இருந்தும், 1987 ஜூலை 27 அன்று இந்திய இலங்கை ஒப்பந்தம் கையெழுத்தானது. 1. இலங்கையில் வடக்கு கிழக்கினை இணைத்து ஒரு பிராந்தியமாக்கிட அது ஒரு தற்காலிக ஒன்றியத்தினை வாக்கெடுப்புக்கு உட்பட்டதாக முன்வைத்தது. 2. அப்பிராந்தியத்திற்கு 12 உறுப்பினர் நிர்வாகக்குழுவைவை கொண்ட உருவாக்குதல். 3. அதிகாரப் பகிர்வும் தமிழை இரண்டாம் மொழியாகப் பயன்படுத்தலும், 4. கொழும்பு, நாடற்றவர்களாக அறிவித்தவர்களை இந்தியாவுக்கு அனுப்புதல். ஆயுதம் தாங்கியவர்களிடமிருந்து ஆயுதங்களைப் பறித்து, தீவு தேசத்தின் பிரதேச ஒருங்கிணைப்பைப் பாதுகாத்திட இந்தியா முயலும். நீடித்த அமைதியைக் கொண்டு வரும் பொருட்டு இது கொண்டுவரப்படவில்லை என்பது தெளிவானது. மொழி, மதம், கல்வி, வேலை வாய்ப்பு, நிலத்தைப் பயன்படுத்தல், அதிகாரப் பகிர்வு என்பவற்றில் கடுமையான இனப்பாகுபாட்டினை நிறுவுவதற்காக, சிங்களவர் அரைநூற்றாண்டாக ஜனநாயகத்தையும் பாராளுமன்ற அமைப்பையும் சுரண்டி வந்தனர். இவை

போதாதென்று, அரசே நடத்திய கலவரங்களும் ஏவிய பயங்கரவாதமும் இருந்தன. ஆனால் இப்பிரச்சினைகள் பற்றி ஒப்பந்தம் பேசவில்லை.

எல்.டி.டி.இ ஆயுதங்களை ஒப்படைக்க வேண்டும் எனக் கூறிவிட்டு, கிழக்கின் 200 ராணுவ முகாம்கள் அப்படியே இருக்கும் என்றது. இந்தியாவுக்கு மேலும் அகதிகளை அனுப்புவது, தீவில் தமிழர் தம் செல்வாக்கினைப் பலவீனப்படுத்தவே.

இந்த ஒப்பந்தம் மற்றும் போர்நிறுத்தம் காரணமாக எல்.டி.டி.இ -யின் 17 தலைவர்கள் தமிழ்நாட்டிலிருந்து யாழ்ப்பாணம் வந்தனர். மேல்மட்டத் தலைவர்களான குமரப்பாவும் புலேந்திரனும் அவர்களில் இடம்பெற்றனர். நடுக்கடலில் அவர்களைப் பிடித்துக்கொண்ட இலங்கைக் கடற்படை பலாலி விமான தளத்திற்குக் கொண்டுவந்து அங்கிருந்து கொழும்புக்கு அனுப்பியது. அவர்கள் அடித்து உதைக்கப்பட்டனர். புதுடெல்லியை இதில் தலையிடுமாறு எல்.டி.டி.இ வேண்ட, ராஜீவ் காந்தி புறக்கணித்துவிட்டார். இதனால் இப்பதினேழு தலைவர்களும் தற்கொலை செய்தனர். இதற்கிடையே இலங்கை கிழக்கிலிருந்து தமிழர்களை விரட்டிவிட்டு மேலும், மேலும் சிங்களவரைக் குடியேற்றிக் கொண்டிருந்தது. இதனை எதிர்த்து யாழ்ப்பாணத்தின் கோயில் ஒன்றில் உண்ணாவிரதம் இருந்து வந்த இளம் தலைவர் திலீபன் பன்னிரண்டாம் நாளான 1987 செப்டம்பர் 25 அன்று இறந்துவிட்டார். இந்நிலையில் தமிழருக்கு இழைக்கப்பட்ட தவறுகளை நீக்குவதற்குப் பதிலாக பிரதமர், அவர்கள்மீது ராணுவத்தை ஏவிவிட்டார். எம்.ஜி.ஆரும், ஜெயவர்த்தனேயும் அதனை வரவேற்க, உண்மையான ராஜதந்திரியான கருணாநிதி அதனைக் கண்டித்தார்.

லெப்டினண்ட் ஜெனரல் திபீந்தர்சிங் இந்திய அமைதிப்படைக்குத் தலைமை தாங்கினார். முரசொலி மாறன் இதனை அமைதியைக் கொல்லும் படை என்றார். ஆரம்பத்தில் 70,000மாக இருந்த வீரர்கள் எண்ணிக்கை பின்னர் ஒரு லட்சமாக்கப்பட்டது. கவச வாகனங்கள், பீரங்கிகள், கடற்படை, விமானப் படை சகிதமாகச் சென்ற இந்தியப் படையை இலங்கை ராணுவம் வழிநடத்தியது. முதலில் நாளொன்றுக்கு ராணுவச் செலவு 3 கோடி ரூபாயாக இருந்தது. இக்காலகட்டத்தில் 1987 அக்டோபர் 9 இல் காஷ்மீர் எரிந்துகொண்டிருந்தது. இப்படை அச்சுவேலி, வாசவிலான், தெலிப்பாளை, காரவெட்டி, பருத்தித்துறை, மன்னார், கிளிநொச்சி, பெரும் சண்டையில் ஆகிய இடங்களில் நடந்த 500 தமிழ் வீரரைக்

கொன்று, 86 பேரை இழந்தது. 12 நாள் தாக்குதலில் யாழ்நகரைக் கைப்பற்றியது. உணவும் தண்ணீரும் கிடைக்காது வெளியேறிய, தீபகற்பத்தின் மக்கள் தொகையில் பாதிப்பேரான 3,75,000 பேர் கோயில்களிலும், தேவாலயங்களிலும், கல்லூரிகளிலும் தஞ்சம் புகுந்தனர். அங்கும் பலர் பட்டினியால் மடிந்தனர்.

1988 ஜுனில் ஆம்னெஸ்டி இண்டர்நேஷனல் கூறியது. "குடிமக்களைக் கொன்றதற்கும், வல்லுறவுகளுக்கும் இதர மிருகத்தனங்களுக்கும் அங்கு நிறுத்தப்பட்டிருந்த இந்தியப் படையினரே பொறுப்பு. பீதியும், அழிப்புமே திருகோணமலை, வெள்ளவத்தை, அம்பாறை ஆகிய கிழக்கு மாவட்டங்களிலிருந்து தமிழர் வெளியேற்றத்திற்கு இட்டுச்சென்றன."

வவுனியாக் காடுகளுக்குள் நுழைந்த அமைதிப்படை அடுத்தடுத்து தாக்குதல்கள் தொடுக்க, எல்.டி.டி.இ மேலும் உட்புறக் காடுகளுக்குள் ஊடுருவியது. 1989 ஜுலை 31இல் 81 தமிழரையும், ஆகஸ்டு 2இல் 52 பேரையும் அமைதிப்படையினர் கொன்றனர்.

1989இல் பிரேமதாசா, இலங்கையில் இந்தியப்படை இருப்பதற்கு எதிர்ப்பு தெரிவித்தார். அவர் எல்.டி.டி.இ-யுடன் உடன்படிக்கை செய்தார். தமிழர் பகுதிகளில் அரசின் காலனியாக்க முயற்சிகளை நிறுத்திவிடுவதாகவும், வடக்கு, கிழக்குப் பிராந்திய குழுவுக்குத் தேர்தல் நடத்துவதாகவும் உறுதியளித்தார். இதனடிப்படையில், இந்தியாவை வெளியேறுமாறு கேட்டுக் கொண்டார். 1990 மார்ச் 24இல் இந்தியப்படையினர் வாபஸ் பெற்றனர். இருந்தும் ராஜீவ்காந்தி 1988 குடியரசு தினவிழாவுக்கு ஜெயவர்த்தனேயை விருந்தினராக அழைத்து, எம்.ஜி.ஆருக்கு "பாரத ரத்னா" விருது வழங்கினார். போர்க்குற்றவாளிகள் ஒருவரையொருவர் கௌரவித்துக்கொள்வது ஒன்றும் விசித்திரம் அல்லவே.

1990 ஜுன் 11 அன்று இலங்கை, தமிழருக்கு எதிரான ராணுவ நடவடிக்கைகளைப் பெரும் அளவில் புதுப்பித்தது. அமெரிக்கப் பத்திரிகையாளர் ஜே.ஜே ஜேம்ஸ் தெரிவித்தார். "அன்றாடம் குண்டுவீசப்படுகிறது. எல்.டி.டி.இ-யைத் தாக்கும் பெயரில் அப்பாவி மக்களின் வீடுகள் மீது குண்டுகளை வீசுகின்றனர். மக்கள் சுட்டுக் கொல்லப்படுகிறார்கள். மருத்துவமனைகள் மூடப்படுகின்றன. உணவு அரிதாகிவிட்டது". 1990 செப்டம்பரில் இலங்கைக் கடற்படை 450 வீடுகளையும், கீழாழிக் காயலில் இருந்த எல்.டி.டி.இ-யின் படகு கட்டும் தளத்தையும் அழித்தது. இராணுவம் வந்த மாத்திரத்தில் பொலனருவாவில் 190 மாணவர்களும்

வெள்ளவத்தையின் கீழைப் பல்கலைக்கழக மாணவர்கள் 3000 பேரும் மாயமாகினர். அவர்கள் ராணுவ முகாம்களுக்கு இட்டுச் செல்லப்பட்டு சுடப்பட்டு இறந்தனர். யுத்தம் தொடரவே, சிங்கள ராணுவம் பலாலி, காங்கேசன் துறை, வவுனியாவின் கட்டுப்பாட்டினைத் தக்கவைத்துக் கொண்டது. 1990 நவம்பரில் கடற்படை மன்னார் தீவினைக் கைப்பற்றியது. யாழ்ப்பாணம் மற்றும் திருகோணமலைச் சண்டைகளில் எல்.டி.டி.இ தன் அணியில் நூற்றுக்கும் மேலானவரை இழந்தது. கொழும்பில் 22 தமிழர் எரியூட்டப் பெற்றனர்.

கேந்திர முக்கியத்துவமுள்ள ஆனையிறவுக் கணவாயைக் கைப்பற்றிய எல்.டி.டிஇ, இப்போது யுத்த அலையினைத் திருப்பிட முற்பட்டது. ஆனால் தமிழ்நாட்டு நிலவரம் தமிழருக்கு எதிராய் இருந்தது. 1991 மே 21இல் ஸ்ரீபெரும்புதூரில் குண்டு வெடிப்பில் ராஜீவ் காந்தி கொல்லப்பட்டார். எல்.டி.டி.இ-யின் வீரரான தாணுவின் செயல்பாடு அதுவென்று நம்பப்பட்டதால், எல்டிடிஇ-யின் தொடர்பு குறித்த சந்தேகம் எழுந்தது. அப்போது அஇஅதிமுக முதல்வர் ஜெயலலிதா இலங்கைத் தமிழருக்கு எதிராக திகிலதிகாரத்தை அவிழ்த்துவிட்டார். பயங்கரவாத நடவடிக்கைகள் சட்டத்தைப் பிரயோகித்து, விசாரணை இன்றி இலங்கைத் தமிழரைக் காவலில் வைக்க முற்பட்டார். 1991 ஆகஸ்டில் 12 எல்டிடிஇ வீரர்களைச் சுட்ட போலீஸார், 15லிருந்து 20 வயதிலான தமிழ்ச்சிறுவர்களைச் சுற்றி வளைத்தனர். இதில் ஒருவருக்கு கால்கள் இல்லாததும், இன்னொருவருக்குக் கைகள் இல்லாதும், எஞ்சிய மூவருக்குக் கைகளும் கால்களும் இல்லாதும் போயின. சயனைட் குப்பிகள் இல்லாததால் அவர்கள் தற்கொலை செய்துகொள்ள முடியாதவாறு தடுக்கப்பட்டனர். இருந்தும் கைகளும் கால்களும் இழந்த சிறுவர்கள் இலங்கையிலிருந்து தப்பி கடல்தாண்டி, பெங்களூரு வந்து சேர்ந்ததுதான் அசாதாரணமானது. மேலும் 12 எல்டிடிஇ அணியினர் சுட்டுக்கொல்லப்பட, சிவராசன், சுபா மற்றும் அவர்களது சகாக்கள் 5 பேர் போலீஸால் வளைக்கப்பட, தற்கொலை செய்து கொண்டனர்.

1991 ஜூலையில் யானையிறவு முற்றுகையில் எல்டிடிஇ தோல்வியுற்றது. இதில் 2000 வீரர்களை இழந்தது. 1000க்கும் மேலானோர் காயமுற்றனர். இதனையடுத்து கிழக்கில் மணலாறு என்னும் தமிழர் வலுவிடத்தையும் இலங்கை கைப்பற்றிற்று. இந்த யுத்தத்தில் தமிழர் 800 க்கும் மேற்பட்ட வீரரை பலிகொடுத்தனர். 1992இல் இலங்கை 2876 தமிழரைக் கொன்றது. 1157 பேரை இழந்தது.

உலுக்கியெடுக்கும் இவ்வனுபவங்களுக்குப் பிறகு, எல்டிடிஇ அணியினர் பதுங்கு குழிகளுக்குள்ளும் குகைகளுக்குள்ளும் பதுங்கினர். கி.பி.2000 இல் எதிரியை எதிர்த்து கொரில்லா யுத்தத்தில் இறங்கினர். ஒரு தீர்மானகரமான சண்டையில் யானையிறவு கணவாயைக் கைப்பற்றினர்.

ராஜீவ்காந்தி, வாஜ்பாயி, எம்.ஜி.ராமச்சந்திரன், ஜெ.ஜெயலலிதா என்னும் தலைவர்கள் மேற்கொண்ட கொள்கையும் வழிமுறையும் இலங்கைத் தமிழரின் வேதனையை நீடிக்கவே செய்தன. எல்டிடிஇ-யின் கப்பல் பணியாளர் குழுவை, தொடர்ந்து சிறைவைத்தது என்பன இலங்கைத் தமிழர் தொடர்பான இந்திய அணுகுமுறையின் பிரதிபலிப்பாகும்.

மனித உரிமைகள் மீறல்

தமிழ்நாட்டில் மனித உரிமைகளும் மானுட கண்ணியமும் ஒரு போதும் தீவிரக் கவனம் பெற்றதில்லை. குற்றவாளிகளின் கைகளிலாயினும் சரி, அதிகாரிகளின் கைகளிலாயினும் சரி, வன்முறைக்கு ஆளானவர்களை அவர் விதிக்கு விட்டுவிடுவதே, மக்களின் போக்காய் உள்ளது. காங்கிரஸ் ஆட்சியின் கீழாகட்டும், திராவிடக் கட்சியின் கீழாகட்டும், பரந்துபட்ட குற்ற நிகழ்வுக்கு இதுவே பங்களிப்புச் செய்திருக்கிறது. உண்மையில், நாட்டில் இம் மாநிலமே அதிகபட்ச குற்ற விகிதாச்சாரத்தைக் கொண்டுள்ளது. கொலை, கொள்ளை, வீட்டைத் தாக்குதல், கடத்தல், சதி என்பன மிகச் சாதாரணம். சிசுக்கொலை, தற்கொலை, காவல்நிலைய மரணங்கள், விபத்துகள் அடிக்கடி நிகழ்பவை. மதுரை, தர்மபுரி, சேலம் மாவட்டங்களில் சிசுக்கொலை சாதாரணமாக உள்ளது. நெல்மணிகளை தொண்டைக்குள் அழுத்தியோ, பாலோ நீரோ நிரம்பிய குடத்தில் குழந்தையை முக்கி எடுத்தோ சிசு கொல்லப்படும். பெண் குழந்தை தேவை இல்லையெனில் அதற்கு போதும் பெண்ணு, தேடா செல்வி எனப் பெயரிட்டனர்.

அடிப்படை உரிமைகள் அமல்படுத்த முடியாததாய் இருப்பதால், பொதுமக்களுக்கு சட்டத்தின் நிகழ்முறை அர்த்தமற்றதாய் உள்ளன. போலீஸ் புகார்களை ஏற்பதில்லை. ஏற்றால் விசாரிப்பதில்லை. விசாரித்தால் சரிவரத் தொடர்வதில்லை என்பதே நடைமுறை.

முடிவுரை

தமிழ்நாட்டின் வரலாறு, தம் சொந்த பூமியிலேயே தமிழர் ஓரங்கட்டப்பட்டதன் வரலாறுதான். அரசியலமைப்பில் அவர்கள் அந்நியத் தலைமையைச் சார்ந்திருக்கின்றனர். தமிழர் அடையாளத்திற்கு அந்நியமாயுள்ள ஒரு தலைமையை, பொருளாதாரத்தில் உயர்த்திடுத்தலுக்கான போராட்டத்தில் உழல்கின்றனர். மாநிலத்தில் நிலை கொண்ட சமூகத் தலைவருடன் ஒப்பிடுகையில், மேலும் சமூகத்தில் அவர்கள் இழிவுபடுத்தப்படுகின்றனர் பிரிக்கப்படுகின்றனர்.

தொல்பழங்காலங்களில் தமிழர் விரிந்ததும் செல்வ மிகுந்ததுமான பிரதேசத்தைக் கொண்டிருந்தனர். திராவிட, சமண, பௌத்தம் என்னும் மூன்று மத அமைப்புகள், பாண்டிய, சேர, சோழர் என்னும் மூன்று மரபார்ந்த அரசுகள், சேவை, தியாகம், நீதியில் பொதுவான நம்பிக்கை, தமிழ் என்னும் பொதுமொழி ஆகியவை அவர்களுக்கென்று தனித்த அடையாளத்தை அளித்தன. விரிவான வெற்றிகள், கடல்கடந்த வணிகம், இலக்கியச் சாதனைகள் என்பன அவர்தம் கீர்த்திக்கு கூடுதல் மெருகேற்றின.

எனினும், பிராமணிய அமைப்பு இந்நிலைமையினை மாற்றித் தமிழரை ஆரியப் பண்பாட்டின் அடிவருடிகளாக்கிற்று. அது பாண்டிய தேசத்தை அடைந்து, அப்புறம் அவர்தம் அபிமான இலக்கான சேரர் தேசத்தைச் சென்று சேர்ந்தது. கிழக்கு மண்டலத்தில் 25சதம் வரை உயர்ந்தது. கலப்பினக் குருதி மக்களும் சம விகிதங்களில் பெருகினர். சுலோகங்கள் கூறிவந்த சோம்பேறி நம்பூதிரிகளையும் கட்டுப்பாட்டினைக் கொண்டிருந்த நாயர்களையும் ஆதரித்த சுமை, உள்ளூர் மக்களை நசுக்கிப் போட்டன. தமிழர்கள் வதையிலும் அவமானத்திலும் அழிந்தனர். கிழக்கிற்கு வெளியேறிச் சென்ற சில தமிழர், திவான் மன்றோவின் ஆட்சியை சாதகமாக்கிக் கொண்டு, கன்னியாகுமரியை தமிழ்நாட்டிற்குப் பெறும்

வகையில் தெற்கு மண்டலத்திற்குத் திரும்பினர். என்றாலும் எண்ணற்ற நதிகளுடன் சேர்ந்த மேற்கில் குறிஞ்சியை இழந்தது மாநிலத்திற்குக் கடும் இழப்பே.

மரபுவழி அரசுகள் அரசியல் களத்திலிருந்து மறையவே, ஆஃப்கானியர் இந்நாட்டை வென்றனர். விஜயநகர ராயர்கள் முஸ்லீம் சுல்தான்களைத் தோற்கடித்து தம் ஆட்சியை நிறுவினர். பிராமணிய அமைப்பு உடந்தையாயிருக்க, நாயக்கர் மற்றும் பாளையக்காரர் மூலம் செயல்பட்ட தெலுங்கு கன்னடியர், நலிவுற்ற தமிழருக்கு மேலும் சோதனைகளை இழைத்தனர். கட்டாய உழைப்பு, தெலுங்கு குடியேற்றங்களை அறிமுகப்படுத்தியது, கடுமையான வரிவிதிப்பு, நில ஆக்கிரமிப்பு என்பன தமிழர்தம் நலன்களுக்கு எதிராகச் செயல்பட்டன. படைவீரராக, வரிக்குத்தகைதாரராக, நிலபிரபுக்களாக இயங்கிய அவர்தம் கலப்பின வம்சாவளியினர், அடக்குமுறையின் முகவர்களாக விளங்கினர். தெலுங்கு குடியேற்றத்தால், சந்திரகிரி, திருப்பதி மற்றும் நெல்லூரை இணைத்துக் கொள்ள முடிந்தது. இப்பிரதேசத்துடன் சேர்த்து, தமிழர்கள் தம் செல்வந்தக் கடவுள் மாயோனாகிய வெங்கடேசுவரரை இழந்தனர். பண்ணை விவசாயம், தொழில்கள், அரசியலில் தெலுங்கர்கள் மேலோங்கி தலைவர்களாக எழுச்சி கொண்டனர்.

மராத்தியர் முகலாயருக்கு எதிராக தம் நாட்டினைப் பாதுகாத்திட தெலுங்கு அரசுகள் தவறிவிட்டன. தாக்குதல்களும் படையெடுப்புகளும் அராஜகவாத நிலையை ஏற்படுத்தி, ஐரோப்பியத் தலையீட்டை வரவழைத்துக் கொண்டன. 1800-1806இல் தமிழரும் தெலுங்கரும் பிரிட்டிஷாருக்கு எதிராக போராட்டங்களை நடத்தினர். ஆனால் அதிகாரத்தைத் தக்கவைக்க முடியாது போயினர். அடக்கப்பட்டவர்கள் ஐரோப்பியருக்குப் பல்லக்குத் தூக்கவே, தம் அதிகாரத்தை நிலைநிறுத்துவது பிரிட்டிஷாருக்குச் சிரமமாக இல்லை. எனினும், வீழ்ந்த தமிழருக்கு அவர்கள் ஆசுவாசமளித்தனர். கட்டாய உழைப்பையும் கொடூர வரிகளையும் அடிமை வணிகத்தையும் சதியையும் அவர்கள் ஒழித்துவிட்டனர். அதே வேளையில் அனைவருக்கும் மேற்கத்தைய கல்விமுறையை அறிமுகப்படுத்தினர் மற்றும் குற்றவியல் முறைகளிலிருந்து சமூகத்தைச் சீர்திருத்திடும் விதத்தில் பாசன வசதிகளை முன்னெடுத்தனர்.

1947இல் சுதந்திரம் பெற்றதிலிருந்து, நாட்டின் வளர்ச்சி மீது காங்கிரஸ் கவனம் செலுத்தியது. ஆனால் சாதனை எதுவும்

அடையப்படவில்லை. 1956இல் மாநிலம் மொழிவழியில் மாற்றியமைக்கப்பட்டது. ஆனால் 78சதம் தமிழ் மக்கள் தொகை இருந்தும் பெரும் மலைச்சரகங்களின் இழப்பு, வறண்ட மாநிலத்திற்கு அதிரடியாக இருந்தது. 1967-2004 காலகட்டத்தில் அதிகாரத்திலிருந்த திராவிடக் கட்சிகள் அதிகபட்சம் நிர்வாகத்தை பராமரித்தன. இலங்கையில் பெரும் அளவிலான படுகொலைக்கு சாட்சியமாக இருந்தன. சிங்களவரின் பகைமையும் ஜெயலலிதா, ராஜீவ் காந்தி ரகசிய உடன்பாடும் இலங்கைத் தமிழரின் வெளியேற்றத்துக்கும் மரணத்திற்கும் இட்டுச் சென்றன.

▲▲▲

விளக்கக் குறிப்புகள்

மாபார்	எம்பார், மாபார் என்றெல்லாம் வழங்கப்பட்டது மலபார். தாண்டும்புள்ளி என்று பொருள்படுவது. இங்கிருந்துதான் மலேயா போன்ற நாடுகளுக்கு இஸ்லாம் பரவியது என்பதைக் குறிப்பது.
நாயன்கரா	"அமரநாயன்கரா" என்பதன் சுருக்கம். அரசுக்கு வர செலுத்தும் படைத்தலை வனுக்கு வழங்கப்பட்ட நிலப்பகுதி. பாளையம் போன்றது.
ஆயகர்	வரவசூலித்து அதற்கு ஈடாக மானியமோ இறையிலி நிலமோ பெறுபவர்.
ஜாகிர்தாரர்	ஆட்சியாளருக்கு ராணுவ சேவை செய்வதை முக்கிய கடமையாகக் கொண்டவர்.
ஜமீன்தாரர்	அரசுக்கு முறையாக வாரம் செலுத்துபவர்.
பாளையக்காரர்	ராணுவ சேவை செய்வது, வாரம் செலுத்துவது, சட்ட ஒழுங்குப் பராமரிப்புடன் நீதிபரிபாலனமும் செய்பவர்.
தளவாய்	தலைமை அமைச்சர்.
கொத்தவால்	கிராமத்தின் தலையாரி பாத்திரத்தை நகரத்தில் கவனிப்பவர்.
ரயத்துவார முறை	சாகுபடி செய்யும் நிலத்திற்கான வரியை நேடியாக வசூலிக்கும் முறை.
முட்டாதார்	ஜமீன்தாரின் நிலையிலிருந்தவர்.

தேர்ந்தெடுத்த நூல்விவரப் பட்டியல்

PRIMARY SOURCES

Board of Revenue Consultations, Madras, Vols. 88-275.

Board of Revenue, General Reports, Madras, Vols. 5, 6, 10.

Correspondence Relating to the Revision of Village Revenue Establishments of the Madras Presidency, Madras, 1867.

Court of Directors, Despatch to Bengal Council, 1854.

Court of Directors, Educational Despatch to the GovernorGeneral in Council, 1854.

Court of Directors, Public Despatch from England, 1830. Fort, St. David Consultations, Vols. 117.

Judicial Consultations, Vols. 3520, G.O. 2017-18, 1899, 947 and 951, 1900.

Judical Despatches from England, 1833.

Judicial Despatches to England, Vol. 6.

Judicial Regulations, Madras, 1816.

Judicial Sundries, Fort St. George, Vol. 13

Lord Pigot's Narrative, Madras, 1776

Madurai District Records, Vol. 533. Military Consultations, Vols. 1290.

Military Country Correspondence, Vols. 149.

Military Despatches to the Court of Directors, Vols. 233. Military Sundry Book, Vol. 40.

Military Sundries, Vol. 56.

Persian Records, Bundle, Nos. 647.

Political Consultations, Vol. 5.

Political Despatooes J'rQDl England, Vol. 3

Political Despatches to England, Vols. 16.

Press List of Ancient Dutch Records.

Proceedings of the Committee of Assigned Revenue, Vols. 12. Public Confdential, G.O's for the years 1930 to 1947.

Public Consultations, Vols. 25259.

Public Country Correspondence, Vol. 14.

Public Department, G.O. 1433, 1866.

Public Despatches from England, Vols. 79, 104. Public Despatches to England, Vols. 19, 35

Revenue Consultations, Vol. 58374.

Report Despatches to England, Vols. 1, 6, 528 Report of the Tanjore Commissioners, 1799

Revenue Sundries, Vol. 16: 26

Secret Consultations, Vols. 8, 10, 11, 12

Secret Despatches to England, Vol. 2.

Secret Sundries, Vols. 1, 3, 4, 5, 21, 303. Selections from Judicial Records, Vol. 2

Selections from Old Records, Formation of Railways, 1860

Selections from the Records of the Collector ate of Trichinopoly, 1867.

Selections from the Records of For-. St. George, Nos. 2, 8, 11

Selections of Papers relating to the Records of the East India Company, Madras.

SECONDARY SOURCES

Agur, C.M., Church History of Travancore, Madras, 1903.

Aitchison, C.U., A Collection of Treaties, etc., Vol. 5, Calcutta: 1864.

Alasiar J. etc. ed. Aspects of South Indian History. Mulagumoode, 2000.

Alexr, Rea Monumental Remains of Dutch East India

Company in the Presidency of Madras, 1897.

Annie Besant, How India Wrought for Freedom, Madras, 1915.

Appadurai, A., Economic Conditions in Southern India (1000- 1500 A.D.) Madras, 1936.

Aravamuthan, T.G. The Kaveri, the Maukharis and the Sangam Age, Madras, 1925.

Arnold, D.J., Nationalism and Regional Politics, Tamil Nadu, India, 1920-1930.

Arokiasamy, M. The Early History of the Vellar Basin, The Classical Age of the Tamils, Madras, 1967.

Aruna, Aladi Kamarajar oru Vazhikatti, Chennai, 2002..

Baliga, B.S., Madras in the Struggle for Independence, Madras, 1957.

Baliga, B.S., Madurai District Gazetteer, Madras, 1960.

Baliga, B.S., Studies in Madras Administration, Vol. I, Madras, 1960.

Baliga, B.S., Tanjore District Hand Book, Madras, 1957.

Bertrand, La Mission du Madura, Paris, 1850.

Besse, L., History of Madura Mission, Trichinopoly, 1914.

Besse, L., Father Beschi, His Times and His Writings, Trichinopoly, 1918.

Boag, G.T., The Madras Presidency, 18811931; Madras, 1933.

Caldwell, R., A Comparative Grammar of Dravidian Languages, Madras, 1956.

Chandler, J.S., Seventy Five Years in Madurai Mission, Madras, 1909

Chellam' V.T., New Light on the Early History of Tamil Nadu, Trichinopoly, 1981.

Chidambaranar, Tamilar Thalaivar, (Tamil) Erode, 1960.

Coupland, R., India, A Restatement, London 1945.

Damodaran, K., - Keralathile Swathanthriya Samaram,

Narayana Pillai C., (Malayalam) Trivandrum, 1957. Danvers, F.C., The Portuguese in India, London, 1894.

Devanasan, E.D., A Study of Conversions, Madras,1982.

Dodwell, H.H. (ed) Cambridge History of India, Vol. VI, Cambridge, 1932.

Dubois, Abbe, J.A., Hindu Manners, Customs and Ceremonies, Oxford, 1897.

Duraiswami Pillai,ed. Purananuru, 1951.

Elango, P.S., Thiyagarayar Muthal Doctor Kalaignar Varai, (Tamil) Madras, 1965.

Foster, W., The English Factories in India, Oxford, 1913.

Furnell, S.S., The Mutiny of Vellore.

Govindasamy, M.S., The Role of Feudatories in Pallava History, Annamalainagar, 1965.

Hamilton W., Descriptioa of Hindnstan, London, 1880.

Hardgrave, R.L., The Nadars of Tamilnad, Bombay, 1969.

Hari Rao, V.N., The Srirangam Temple, Tirupati, 1967.

Harrison, S., India The Most Dangerous Decades, 1360.

Hayavadana Rao, C., (ed.) Mysore Gazetteer, Bangalore, 1964.

Heras, H. Studies in Pallava History, Madras, 1933.

The Aravidu Dynasty, Madras, 1917.

Hickey, William The Tanjore Maratha Principality in Southern India, St. Thome. 1874.

Hill, S.C., Yusuf Khan, The Rebel Commandant, London, 1914.

Hullzsch, E., (ed) South Indian Inscriptions, Varanasi, 1972.

Hussain Nainar, M. TuzakiWalajahi, Part I, (ed.) Madras, 1934.

Hutton, J.H., Caste in India, Bombay, 1963.

Irschick, E.F., Politics and Social Confict in South India, Bombay, 1969.

James Mill The History of British India, Vol. 6, London,1948.

Janaki D., Women's Issues, Madras, 2001.

Jesudasan, C. - A History of Tamil Literature, Calcutta, 1961.

Hepzibah Jesudasan

John Abbs, Twenty two Year's Missionary Experience in Travancore, London, 1870.

John Nieuhoff, Voyages and Travels into Brasil and East Indies Vol. II.

Jones, J.A., Manual for District and Municipal Boards, Madras, 1888.

Kalidas, R., Thamizhar Varalarum Panpadum, Dindigul,1977.

Kapur, R.P., Kamaraj, The Iron Man, New Delhi, 1966.

Kaushik, P.D., The Congress Ideology and Programme, Bombay, 1964.

Kearns, J.F., Introduction to Panjalamkurichy Poligar and the State of Tinnevelly, Palayamkottai, 1873.

Kochukrishnan Nadar Charithram (Malayalam) Nadar, K., Nellikkakuzhi, 1956.

Krishna Iyer, L.A:, Kerala and her People, Palghat, 1961.

Krishnaswami, A., The Tamil Country under Vijayanagar, Annamalainagar, 1964.

Krishnaswami Sources of Vijay ami gar History, Aiyanagar, S. Madras, 1924.

Kulshreshtha, U.D., Land Marks in Incian Legal and Constitutional History, Lucknow, 1969.

Kumarasamy, Nadar Mannarum Nayakkar Mannarum (Tamil).

Kunjan Pillai, P.N. Studies in Kerala History, Kottayam, 1970.

Kusuman K.K., The Abstention Movement, Trivandrum, 1976.

Lahovary, N. Dravidian Origins and The West, Madras, 1963.

Lawrence V., History of the Catholic Church In Kanyakumari District, Nagercoil,2002.

Lockman, J. Travels of the Jesuits, Vol. 1, 1762. Love, H.D., Vestiges of Old Madras, Vol. 3, London, 1913.

Mahalingam, T.V., Administration and Social Life Under Vijayanagar, Part II, Madras, 1975.

Majumdar, R.C. (ed.) Struggle for Freedom, Bombay, 1969.

Melleson, G.B., History of the French in India, Edinburgh, 1909.

Manickam, S., Slavery in the Tamil Country: A Historical Overview, Madras, 1982.

Manyan, Pulavar, Viduthalai Veer an, V.O.C. (Tamil), Madras, 1976.

Martin, R.M., The Indian Empire, Vol. 1.

MC Neile, E.R., From Theosophy to Christian Faith, Bombay, 1919.

Meenakshi, C. Administration and Social Life under the Pallavas, Madras, 1938.

Montagu, E.S., An Indian Diary, London, 1930.

Mukkerji, Nilmani, The Ryotwari System in Madras, Calcutta, 1962.

Murthy, D., Ikkala Kavithaigal Marapum Puthumaiyum, (Tamil) Madras, 1979.

Nagam Aiya, The Travancore State Manual, Vol. I, Trivandrum, 1906.

Nagaswamy, R. (ed) South Indian Studies, Madras, 1979.

Narayanan, M.G.S., Cultural Symbiosis in Kerala, Trivandrum, 1972.

Narasimhan, V.K. Kamaraj A Study, Bombay, 1967. Nilakanta The Colas, Madras, 1955.

Sastri, K.A., A History of South India, Madras, 1958.

The Pandyan Kingdom, Madras, 1972.

Olcott, H.S., Theosophy, Religion and Science, Covent Gardens, 1885.

Orme, Robert Historical Fragments of the Mughal Empire, Madras, 1913.

Pandyan, T.B., Panchalamkurichi Azhivu Charithira Kummi, ballad.

The Ancient Heroes of South Indian Peninsuia, Madras, 1893.

Paramasivanandam, A.M., Tamil Nadu Through the Ages, Madras, 1960.

Parameswaran Pillai Representative Men of Southern India, Madras, 1896.

Parthasarathy, T.M., Thi Mu Ka Varalaru, [Tamil] Madras, 1955.

Parthasarathy, R. S. Satyamurthi, New Delhi, 1979.

Pillay, K.K., A Social History 'of the Tamils, Madras, 1975.

Pillai, Vaiyapuri, S. History of Tamil Language and Literature, Madras, 1956.

Poonen, T.I., The Dutch Beginnings in India.

Price, J.F., (ed.) Diary of Anandaranga Pillai, Vol. 1, Madras, 1934.

Radhakrishna Aiyar A General History of the Pudukkottai State, Pudukkottai, 1916.

Raghavaiangar, S.S., Progress of the Madras Presidency During the Last Forty Years.

Raja, N.C., Suppressed Hindus, Madras, 1928.

Rajaram Rao,T.,(ed.) Ramnad District Manual, Madras,1933.

Rajayyan, K., Administration and Society in the Carnatic, Sri Venkateswara University, Tirupati, 1966.

Rajaraman P., The 'Justice Party, Madras, 1988.

Ramanujam, K.S., The Big Change, Madras, 1967.

Ramaswami, A., Rathathil Aimpathu Natkal, Madurai, 1973.

Ramaswami, A.,(ed.) Ramanathapuram District Gazetteer, Madras, 1972.

Ramaswami, A.,(ed.) Salem District Gazetteer, Madras, 1969.

Ramaswami Naicker, E.V., Namathu Kurikkol (Tamil), Madras, 1948.

Vaikkam Poratta Varalaru, Erode, 1968.

Robert Orme, Historical Fragments of the Mughal Empire. History of Hindustan, Vol, 2, Madras, 1913.

Rudrayya Choudhari, G., Prakasam : A Political Study, Bombay, 1971.

Ruthnaswamy, M., Some Infuences that made the British Administrative System in India, London, 1939.

Sadasivam, D., The March of the Hindu, Madras,1979.

Samuel Mateer, The Land of Charity, New York, 1970. Native Life in Travancore, London, 1883.

Sardesai, G.S., New History of the Marathas, Vol. II, Bombay, 1946.

Sarkar, J.N., Sivaji and His Times, Calcutta, 1929. The Mughal Administration, Calcutta, 1951. History of Aurangazeb, Vol. I, Calcutta, 1925

Sathyanatha Iyer, R., History of the Nayaks of Madurai, Oxford, 1924.

Studies in the Ancient History of Tondaimandalam, Annamalainagar, 1927.

Sewell, Robert, The Historical Inscriptions of Southern India, Delhi, 1960. A Forgotten Empire, London, 1924.

Sharrock, I. A. , Can Hinduism be Revived.

Sivagnanam Ma. Po., Viduthalai Poril Thamizh Valarntha Varalaru, (Tamil), Madras, 1970.

Sevanesan, L.K., The Sambuvarayas of Tondaimandalam, Chidambaram,1990.

Sobhanan B., Dewan Veluthampi and the British, Trivandrum, 1978. Temple Entry Movement And The Sivakasi Riots, Rajambadi, 1985.

Spratt, P., D.M.K. in Power, Bombay, 1970.

Srinivas, M.N., Social Change in Modern India. Berkley, 1966.

Srinivasachari, C.S., Promotion of Dravidian Linguistic Studies in Company's Days, Calcutta,1926. Village Organization at the Time of British Rule in the Madras Presidency, Madras, 1932.

Srinivasan, C.K., Maratha Rule in Carnatic, Annamalainagar, 1944.

Subba Rao, C.V., Life and Times of K.V. Reddi Naidu, Rajamundry, 1957.

Subrahmanian, N. Sangam Polity, Bombay, 1966. Cultural Heritage ofthe Tamils, Madras, 1978.

Subramania Sastri, P. ed., Tolkappiyam, Madras, 1956.

Subrahmanya Aiyer, Historical Sketches of Ancient Dekhan, Coimbatore, 1967.

Suntharalingam, R., Politics and Nationalist Awakening in South India (1852-1891), Tucson,1974.

Tarachand, History of the Freedom Movement in India, Vol. 2, New Delhi, 1951.

Taylor, W., A Catalogue Raisonne of Oriental Manuscripts, Vol. 3, Madras, 1987.

Taylor, W., (ed.) Oriental Historical Manuscripts, Madras, 1857.

Thangamani, M.R., Pandiar Varalaru, Madras, 1978. Thangavelu, G., Tamilzh Nila Varalaru, Madras, 1976.

Thevenot, Travels, Part III.

Thurston, E., Ethnographic Notes in Southern India, Madras, 1907.

Turnbull, T., Geographical and Statistical Memoir of Tirunelveli.

Vaiapuri Pillai,S., Ramappaiyyan Ammanai (Tamil), Madras, (ed.), 1951.

Veeramani, Suya Mariyathai Iyakka Ponvizha Malar, Tamil, 19251975.

Venkataramanayya, N., Studies in the Third Dynasty of Vijayanagar, Madras, 1935.

Venkatasami, M.S., Tamilakam under Kalabra Rule, Madras, 1976.

Venkataswamy Row, T., (ed.),Tanjore District Manual, Madras, 1915.

Venkatatarama Iyer, Manual of Pudukkottai State, Pudukkottai, K.R., (ed)., 1940.

Venu, A.S., Dravidastan, Madras, 1954.

Vriddhagirisan, V., The Nayaks of Tanjore, Annamalainagar, 1942.

Ward, B.S., Geographical Statistical Memoir of Madura and Dindigul, Vol. 3, Madras.

Welsh, J., Military Reminisances, Vol. 1, London, 1907.

Whitehead H., The Village Gods of South India, Calcutta, 1921.

White House, T., Lingerings of Light in a Dark Land, London, 1873.

Wilks, M. History of Mysore, Part I, Madras, 1907.

Wilks, M., Historical Sketches of the South of India In an attempt to trace the History of Mysore.

2 Vols. Madras, 1869.

Yenadi Raju, Rayalaseema, New Delhi, 2003.

Yesudas, R.N., A People's Revolt in Travancore, Trivandrum, 1975.

PRESS REPORTS

Andhra Patrika, Madras. August. 1929.

Congress Sitanagaram. Madras. 1929

Common Weal. Madras. 1915

The Hindu. Madras. 1970-2004

Hindunesan, Madras. 1917

Indian Express. Madras. 1961-94

Kalameham, Karaikal, 1912

Kanyakumari Weekly. Nagercoil

Lokahitaishi, Bangalore, 1929

Nadegannadi. Madras. 1907

Sunday Standard. Madurai. 1970-1995 Swadesamitran. Madras. 1907

Swarajya. Madras. 1924

Tamilnadu. Madras. 1928

Ten Nadu, Krishnagiri, 1929

The Bharathi, Trivandrum. 1950-53

The Hindu. Madras. 1899-2004

The India. 1907

The Indian Patriot, Madras. 1909

The Justice. Madras. 1920

The Madras Mail. Madras. 1899-1950

Vartaka Mitran. Madras. 1920.

Viduthalai. Madras. 1953.

Vinaya Vikatan. Madras. 1911.

REPORTS, JOURNALS, SOUVENIRS, BULLETINS

All India News Paper Editors' 24th Conference, Souvenir, New Delhi. 1977.

Civil Disobedience Movement, 1930-42, Strictly Confdential. Collection of Despatches on Education, 1854-68.

Community Projects in Madras State, Madras, 1953. Criminal Investigation Report, 1911.

District Calendar of the Events of Civil Disobedience Movement, Secret, 1942-43.

Education Commission, Report, Vol. 1. Education Department. G.O. 217, 1883.

Fifth Report. London.

Fortnightly Report, 1918. 1920-23, 1925, 1927, 1928, 1930, 1931, 1934, 1938, 1940, 1942, 1944- 45, 49, 51.

Indian Antiquary. Vol. 43.

Indian Cinimatograph Committee, Evidence Report. Indian Films Diamond Jubilee, 1919-72.

Irrigation in Madras Presidency, Madras, 1955. Justice Party Year Book, Madras, 1929.

Madras Legislative Council Proceedings, 1921. Madras State Administrative Report, 1952-53.

The Madras Year Book, 1924

Marguess Wellesley's Despatches, Vol. 2.

Report of Administration of Madras Presidency, 1914-15. 1926-27, 1927-28.

Report on the Administration of Travancore and Cochin, 1949-50, Trivandrum. 1951.

Report to the Board of Revenue, S.R. Lushington, 1800.

Report of the Commissioners of the Investigation of Alleged Cases of Tortue in the Madras Presidency, Madras, 1955. Report on the Press, 1942.

Report of the States, Reorganisation Commission, New Delhi, 1955.

Reserve Bank of India Bulletin, 1981.

Rules for the Management and Suprintendence of Jails in the Presidency of Fort St. George, Madras, 1883.

Rural Welfare in Madras, Government of Madras, 1973. Sedition Committee Report, Madras, 1918.

Sri Mulam Assembly Proceedings, Vol, 12, 1938.

State Planning Commission, Towards a Green Revolution, 1972-74, Madras, 1974.

Statement on the Administration of the Madras City Police, 1902.

Vijayalakshmi, S., Report on Peasant Movements in Tamil Nadu.

(Unpublished Report)

சா. தேவதாஸ்

நவீன தமிழ் இலக்கியத்தின் மொழிபெயர்ப்புப் பணியில் மிகப்பெரும் பங்கு வகிக்கும் சா. தேவதாஸ், தமிழின் குறிப்பிடத்தகுந்த விமர்சகர்களில் ஒருவர். கூட்டுறவுத் துறையில் துணைப்பதிவாளராக இருந்து ஓய்வு பெற்று ராஜபாளையத்தில் வசித்துவருகிறார். இதுவரை ஆறு கட்டுரை நூல்களையும், 25 மொழிபெயர்ப்புகளையும் தமிழுக்குத் தந்துள்ளார். இடலோ கால்வினோ, பாப்லோ நெருடா, ஹென்றி ஜேம்ஸ் போன்றவர்களின் முக்கியப் படைப்புகளை மொழிபெயர்த்துள்ளார். இவர் மொழிபெயர்த்த 'லடாக்கிலிருந்து கவிழும் நிழல்' எனும் நூலுக்காக, 2014-ஆம் ஆண்டின் சாகித்ய அகாடமி விருது கிடைத்திருக்கிறது. பல்வேறு இலக்கிய ஆளுமைகளை தமிழுக்கு அறிமுகப்படுத்தி உள்ளார்.